ਖ਼ਲੀਲ ਜ਼ਿਬਰਾਨ
ਦੀਆਂ ਚਰਚਿਤ ਕਹਾਣੀਆਂ

ਵਿਸ਼ਵ ਦੇ ਚਰਚਿਤ ਲੇਖਕ ਦੀਆਂ
ਸਮਾਜਿਕ ਜ਼ੁਲਮ ਦਾ ਵਿਰੋਧ ਕਰਨ,
ਅੱਤਿਆਚਾਰ ਨਾ ਸਹਿਣ ਦੀ
ਪ੍ਰੇਰਣਾ ਦੇਣ ਵਾਲੀਆਂ ਅਗਾਂਹਵਧੂ ਕਹਾਣੀਆਂ

ਤਰਕਭਾਰਤੀ ਪ੍ਰਕਾਸ਼ਨ, ਬਰਨਾਲਾ।

ਖ਼ਲੀਲ ਜ਼ਿਬਰਾਨ ਦੀਆਂ ਚਰਚਿਤ ਕਹਾਣੀਆਂ

(ਵਿਸ਼ਵ ਦੇ ਚਰਚਿਤ ਲੇਖਕ ਦੀਆਂ ਸਮਾਜਿਕ ਜ਼ੁਲਮ ਦਾ ਵਿਰੋਧ ਕਰਨ, ਅੱਤਿਆਚਾਰ ਨਾ ਸਹਿਣ ਦੀ ਪ੍ਰੇਰਣਾ ਦੇਣ ਵਾਲੀਆਂ ਅਗਾਂਹਵਧੂ ਕਹਾਣੀਆਂ)

ਅਨੁਵਾਦਕ: ਕਮਲਜੀਤ

ਸੰਪਾਦਕ: ਅਮਿਤ ਮਿੱਤਰ

ਪਹਿਲੀ ਵਾਰ : 2016

ਪ੍ਰਕਾਸ਼ਕ : **ਤਰਕਭਾਰਤੀ ਪ੍ਰਕਾਸ਼ਨ**

ਪੁਰਾਣੀ ਸਬਜ਼ੀ ਮੰਡੀ, ਕੱਚਾ ਕਾਲਜ ਰੋਡ, ਬਰਨਾਲਾ।

ਫੋਨ : 01679-241744, 233244 ਫੈਕਸ : 241744

Email: tarksheel@gmail.com

www.thepunjabi.com

ਛਾਪਕ : ਸ਼ਿਵ ਸ਼ਕਤੀ ਪ੍ਰਿੰਟਰਜ਼, ਨਵੀਂ ਦਿੱਲੀ।

ਸੰਪਾਦਕੀ

ਖ਼ਲੀਲ ਜ਼ਿਬਰਾਨ ਸੰਸਾਰ ਪੱਧਰ 'ਤੇ ਪ੍ਰਸਿੱਧ ਇੱਕ ਮਹਾਨ ਸਾਹਿਤਕਾਰ ਹੋਏ ਹਨ। ਇੱਥੇ ਅਸੀਂ ਇਨ੍ਹਾਂ ਦੇ ਜੀਵਨ 'ਤੇ ਹਲਕੀ ਜਿਹੀ ਝਾਤੀ ਮਾਰਨ ਦੀ ਕੋਸ਼ਿਸ਼ ਕਰਾਂਗੇ।

ਇਨ੍ਹਾਂ ਦਾ ਜਨਮ 6 ਜਨਵਰੀ 1883 ਨੂੰ ਬਸ਼ਾਰੀ, ਲੇਬਨਾਨ (ਸੀਰੀਆ) ਵਿੱਚ ਹੋਇਆ। ਇਨ੍ਹਾਂ ਦਾ ਜਨਮ ਇੱਕ ਈਸਾਈ ਪਰਿਵਾਰ ਵਿੱਚ ਹੋਇਆ ਸੀ। ਇਨ੍ਹਾਂ ਦੇ ਨਾਨਾ ਇੱਕ ਪਾਦਰੀ ਸਨ ਉਹ ਅਕਸਰ ਜਿਬ੍ਰਾਨ ਨੂੰ ਬਾਈਬਲ ਬਾਰੇ ਅਤੇ ਅਰਬੀ ਭਾਸ਼ਾ ਬਾਰੇ ਜਾਣਕਾਰੀ ਦਿਆ ਕਰਦੇ ਸਨ। ਘਰ ਦੀ ਗਰੀਬੀ ਕਰਕੇ ਖ਼ਲੀਲ ਜ਼ਿਬਰਾਨ ਦੀ ਮੁੱਢਲੀ ਪੜ੍ਹਾਈ ਇੱਕ ਆਮ ਸਕੂਲ ਵਿੱਚ ਹੋਈ। ਖ਼ਲੀਲ ਜ਼ਿਬਰਾਨ ਦੇ ਪਿਤਾ ਸ਼ੁਰੂ ਵਿੱਚ ਏਪੋਥੀਕੇਰੀ ਦਾ ਕੰਮ ਕਰਦੇ ਸਨ ਫਿਰ ਓਟਾਮਾ ਪ੍ਰਸ਼ਾਸ਼ਨ ਲਈ ਕੰਮ ਕਰਨ ਲੱਗੇ। 1891 ਵਿੱਚ ਕੁਝ ਅਜਿਹਾ ਵਾਪਰਿਆ ਤੇ ਜ਼ਿੰਦਗੀ ਦੇ ਉਤਰਾਅ-ਚੜ੍ਹਾਅ ਕਰਕੇ ਇਨ੍ਹਾਂ ਨੂੰ ਜੇਲ੍ਹ ਵੀ ਜਾਣਾ ਪਿਆ ਅਤੇ ਇਨ੍ਹਾਂ ਦੇ ਪਿਤਾ ਦੀ ਜਾਇਦਾਦ ਜ਼ਬਤ ਹੋ ਗਈ। ਕਮੀਲਾ, ਖ਼ਲੀਲ ਜ਼ਿਬਰਾਨ ਦੀ ਮਾਂ ਨੇ ਅਮਰੀਕਾ ਆਪਣੇ ਭਰਾ ਕੋਲ਼ ਜਾਣ ਦਾ ਫੈਸਲਾ ਕੀਤਾ। ਉੱਥੇ ਰਹਿੰਦੇ ਖ਼ਲੀਲ ਜ਼ਿਬਰਾਨ ਨੇ ਸਾਹਿਤ ਦੀ ਪੜ੍ਹਾਈ ਕੀਤੀ ਅਤੇ ਆਪਣਾ ਸਾਹਿਤਕ ਜੀਵਨ ਸ਼ੁਰੂ ਕੀਤਾ। ਇਨ੍ਹਾਂ ਨੇ ਅੰਗਰੇਜ਼ੀ ਅਤੇ ਅਰਬੀ ਵਿੱਚ ਲਿਖਿਆ।

ਇਨ੍ਹਾਂ ਨੇ ਸੰਸਾਰ ਪੱਧਰ 'ਤੇ ਆਪਣੀਆਂ ਰਚਨਾਵਾਂ ਨਾਲ ਪ੍ਰਸਿੱਧੀ ਪ੍ਰਾਪਤ ਕੀਤੀ ਜਿਨ੍ਹਾਂ ਨੇ ਸਿਰਫ਼ ਇੱਕ ਲੇਖਕ ਵਜੋਂ ਹੀ ਨਹੀਂ ਸਗੋਂ ਇੱਕ ਕਵੀ ਅਤੇ ਚਿੱਤਰਕਾਰ ਦੇ ਰੂਪ ਵਿੱਚ ਵੀ ਸਨਮਾਨ ਹਾਸਿਲ ਕੀਤਾ। ਲੇਖਣੀ ਅਤੇ ਚਿੱਤਰਕਾਰੀ ਦੋਵਾਂ ਵਿੱਚ ਹੀ ਆਪਣੀ ਕਲਮ ਦਾ ਲੋਹਾ ਮਨਵਾਇਆ ਅਤੇ ਕਈ ਮਨੋਹਾਰੀ ਚਿੱਤਰਾਂ ਦੀ ਸਿਰਜਣਾ ਕੀਤੀ। ਉਹ ਇੱਕ ਉੱਘੇ ਦਾਰਸ਼ਨਿਕ ਵੀ ਸਨ। ਉਹ ਵਿਦਰੋਹੀ ਤੇਵਰ ਵਾਲ਼ੇ ਲੇਖਕ ਸਨ, ਜਿਸਦੀ ਛਾਪ ਇਨ੍ਹਾਂ ਦੇ ਸਾਹਿਤ ਵਿੱਚ ਪੂਰੀ ਤਰ੍ਹਾਂ ਝਲਕਦੀ ਹੈ। ਭਾਵਨਾਵਾਂ ਦੀ ਜਬਰਦਸਤ ਅੱਗ ਇਨ੍ਹਾਂ ਦੇ ਲੇਖਣੀ ਵਿੱਚ ਪ੍ਰਮੁੱਖਤਾ ਨਾਲ਼ ਦੇਖਣ ਨੂੰ ਮਿਲ਼ਦੀ ਹੈ। ਆਪਣੀਆਂ ਕਹਾਣੀਆਂ ਦੇ ਰਾਹੀਂ ਇਨ੍ਹਾਂ ਨੇ ਸਮਾਜ, ਵਿਅਕਤੀ, ਧਾਰਮਿਕ ਪਾਖੰਡ,

ਵਰਗ ਸੰਘਰਸ਼, ਪਿਆਰ, ਨਿਆਂ, ਕਲਾ ਆਦਿ ਵਿਸ਼ਿਆਂ 'ਤੇ ਆਪਣੀ ਕਲਮ ਚਲਾਈ। ਜੀਵਨ ਦੇ ਡੂੰਘੇ ਗਿਆਨ, ਸੰਵੇਦਨਸ਼ੀਲਤਾ ਅਤੇ ਭਾਵਨਾਤਮਕਤਾ ਇਨ੍ਹਾਂ ਦੇ ਸਾਹਿਤ ਦੀਆਂ ਬੇਮਿਸਾਲ ਵਿਸ਼ੇਸ਼ਤਾਵਾਂ ਹਨ।

ਖ਼ਲੀਲ ਜ਼ਿਬਰਾਨ ਖੁਦ ਈਸਾਈ ਪਰਿਵਾਰ ਵਿੱਚ ਪੈਦਾ ਹੋਏ ਪਰ ਫਿਰ ਵੀ ਇਨ੍ਹਾਂ 'ਤੇ ਇਸਲਾਮ ਦਾ, ਖਾਸ ਕਰਕੇ ਸੂਫੀ ਧਾਰਾ ਦਾ ਕਾਫ਼ੀ ਅਸਰ ਸੀ। ਇਹ ਧਰਮਾਂ ਦੀ ਬੁਨਿਆਦੀ ਏਕਤਾ ਵਿੱਚ ਭਰੋਸਾ ਕਰਦੇ ਸਨ। ਲੇਬਨਾਨ ਵਿੱਚ ਅੱਜ ਵੀ ਜਿਬ੍ਰਾਨ ਸਾਹਿਬ ਸਾਹਿਤ ਦੇ ਹੀਰੋ ਵਜੋਂ ਲੋਕਾਂ ਦੇ ਮਨਾਂ ਵਿੱਚ ਰਾਜ ਕਰਦੇ ਹਨ। ਖ਼ਲੀਲ ਜ਼ਿਬਰਾਨ ਨੇ ਆਪਣੀਆਂ ਸ਼ੁਰੂਆਤੀ ਕਵਿਤਾਵਾਂ ਵਿੱਚ ਛੋਟੇ ਅਤੇ ਸੌਖੇ ਸ਼ਬਦਾਂ ਦੀ ਵਰਤੋਂ ਕੀਤੀ ਜਿਸ ਕਰਕੇ ਇਨ੍ਹਾਂ ਨੇ ਅਰਬ ਦੇ ਬਾਕੀ ਕਵੀਆਂ ਨੂੰ ਆਪਣਾ ਇਹ ਨਵਾਂ ਢੰਗ ਪ੍ਰਸਤੁਤ ਕੀਤਾ। ਉਹ ਕਵੀ ਜੋ ਇਸ ਗੱਲ ਵਿੱਚ ਮਾਣ ਮਹਿਸੂਸ ਕਰਦੇ ਸਨ ਕਿ ਉਨ੍ਹਾਂ ਦੁਆਰਾ ਵਰਤੇ ਸ਼ਬਦਾਂ ਨੂੰ ਡਿਕਸ਼ਨਰੀ ਵਿੱਚੋਂ ਲੱਭ ਕੇ ਪੜ੍ਹਿਆ ਜਾਂਦਾ ਹੈ।

ਆਪਣੇ ਸ਼ੁਰੂਆਤੀ ਸਾਹਿਤ ਵਜੋਂ ਇਨ੍ਹਾਂ ਨੇ ਅਰਬੀ ਭਾਸ਼ਾ ਵਿੱਚ 8 ਕਿਤਾਬਾਂ ਲਿਖੀਆਂ। ਇਨ੍ਹਾਂ ਦੀਆਂ ਬਹੁਤ ਸਾਰੀਆਂ ਪ੍ਰਸਿੱਧ ਰਚਨਾਵਾਂ ਹਨ ਜਿਵੇਂ 'ਦਿ ਪ੍ਰੋਫੈਟ' ਇਨ੍ਹਾਂ ਦੀ ਸੰਸਾਰ ਪ੍ਰਸਿੱਧ ਰਚਨਾ ਹੈ। ਇਸ ਵਿੱਚ ਇਨ੍ਹਾਂ ਨੇ ਮਨੁੱਖ ਅਤੇ ਮਨੁੱਖੀ ਭਾਵਨਾਵਾਂ ਬਾਰੇ ਲਿਖਿਆ। ਇਹ ਕਿਤਾਬ 40 ਵੱਖ-ਵੱਖ ਭਾਸ਼ਾਵਾਂ ਵਿੱਚ ਅਨੁਵਾਦ ਹੋ ਚੁੱਕੀ ਹੈ। 'ਬ੍ਰੋਕਨ ਵਿੰਗਜ਼' ਰਚਨਾ ਜੋ 1912 ਵਿੱਚ ਅਰਬ ਵਿੱਚ ਪ੍ਰਕਾਸ਼ਿਤ ਹੋਈ। ਇਹ ਰਚਨਾ ਅਰਬ ਦੀ ਸਭ ਤੋਂ ਪ੍ਰਸਿੱਧ ਰਚਨਾ ਹੈ। ਇਸ ਕਿਤਾਬ ਨੂੰ ਇਨ੍ਹਾਂ ਦੀ ਆਤਮ-ਕਥਾ ਮੰਨਿਆ ਜਾਂਦਾ ਹੈ। ਇਸ ਕਿਤਾਬ ਵਿੱਚ ਇਨ੍ਹਾਂ ਨੇ ਬਹੁਤ ਸਾਰੇ ਸਮਾਜਿਕ ਮੁੱਦਿਆਂ ਨੂੰ ਚੁੱਕਿਆ ਹੈ, ਜਿਸ ਵਿੱਚ ਧਾਰਮਿਕ ਭ੍ਰਿਸ਼ਟਾਚਾਰ ਅਤੇ ਔਰਤਾਂ ਦੇ ਹੱਕਾਂ ਬਾਰੇ ਜ਼ਿਕਰ ਕੀਤਾ। ਰਿਬੈਲਿਅਸ ਸਪਿਰਿਟ 1908, ਏ ਟੀਅਰ ਐਂਡ ਏ ਸਮਾਈਲ 1914, ਸੈਂਡ ਐਂਡ ਫੋਗ 1926, ਜੀਸਸ, ਦਿ ਸਨ ਆਫ਼ ਮੈਨ 1928, ਦਿ ਅਰਥ ਗੌਡ 1931 ਆਦਿ ਹੋਰ ਪ੍ਰਸਿੱਧ ਰਚਨਾਵਾਂ ਹਨ। **ਦਿ ਵੈਂਡਰਰ: ਹਿਜ ਪ੍ਰੋਬਲਸ ਐਂਡ ਹਿਜ ਸੇਇੰਗ ਅਤੇ ਦਿ ਗਾਰਡਨ ਆਫ ਦਿ ਪ੍ਰੋਫਟ** ਇਹ ਦੋ ਰਚਨਾਵਾਂ ਇਨ੍ਹਾਂ ਦੀ ਮੌਤ ਤੋਂ ਬਾਅਦ ਛਪੀਆਂ। ਇਨ੍ਹਾਂ ਦੀਆਂ ਲਘੂ ਕਹਾਣੀਆਂ ਤੇ ਨਾਟਕਾਂ ਨੇ ਸਪੇਨ ਤੋਂ ਚੀਨ ਤੱਕ ਨਾਮ ਖੱਟਿਆ।

10 ਅਪ੍ਰੈਲ 1931 ਨੂੰ ਨਿਊਯਾਰਕ (ਅਮਰੀਕਾ) ਵਿੱਚ ਇਹ ਪ੍ਰਸਿੱਧ ਸਾਹਿਤਕਾਰ ਇਸ ਦੁਨੀਆ ਨੂੰ ਅਲਵਿਦਾ ਕਹਿ ਗਿਆ।

ਇਸ ਪੁਸਤਕ ਨੂੰ ਅਸੀਂ ਦੋ ਭਾਗਾਂ ਵਿੱਚ ਵੰਡਿਆ ਹੈ, ਦੂਜੇ ਭਾਗ ਵਿਚਲੀਆਂ ਕਹਾਣੀਆਂ ਇੱਕ ਦੂਸਰੇ ਨਾਲ ਜੁੜੀਆਂ ਹੋਈਆਂ ਹਨ। ਆਸ ਹੈ ਪਾਠਕ ਸਾਡੇ ਇਸ ਯਤਨ ਨੂੰ ਪਸੰਦ ਕਰਨਗੇ।

-ਅਮਿਤ ਮਿੱਤਰ

(ਸੰਪਾਦਕ)

ਤਤਕਰਾ

ਭਾਗ ਪਹਿਲਾ

ਭਾਗ ਦੂਜਾ

ਗੁਲਬਦਨ

ਉਸ ਵਿਅਕਤੀ ਦੇ ਪਤਨ ਦਾ ਅੰਦਾਜ਼ਾ ਲਗਾਓ, ਜੋ ਕਿਸੇ ਕੁਆਰੀ ਦੇ ਪਿਆਰ ਵਿੱਚ ਡੁੱਬ ਜਾਵੇ ਅਤੇ ਉਸਨੂੰ ਆਪਣਾ ਬਣਾ ਲਵੇ। ਆਪਣੇ ਪਸੀਨੇ ਦੀ ਕਮਾਈ ਅਤੇ ਆਪਣੇ ਕਾਲਜੇ ਦਾ ਲਹੂ ਉਸਦੇ ਪੈਰਾਂ 'ਚ ਲੁਟਾ ਦੇਵੇ ਅਤੇ ਆਪਣੀ ਮਿਹਨਤ ਦਾ ਫ਼ਲ ਅਤੇ ਕੋਸ਼ਿਸ਼ਾਂ ਦਾ ਇਨਾਮ ਆਪਣੀ ਜੇਬੋਂ ਲੁਟਾਵੇ। ਫਿਰ ਅਚਾਨਕ ਉਹਨੂੰ ਇਹ ਪਤਾ ਲੱਗੇ ਕਿ ਉਸ ਔਰਤ ਨੇ, ਜਿਸਨੂੰ ਉਹਨੇ ਦਿਨਾਂ ਦੀ ਮਿਹਨਤ ਅਤੇ ਰਾਤਾਂ ਦੇ ਅਨੀਂਦੇ ਨਾਲ਼ ਹਾਸਲ ਕੀਤਾ ਸੀ, ਆਪਣਾ ਦਿਲ ਕਿਸੇ ਹੋਰ ਨੂੰ ਦੇ ਦਿੱਤਾ ਹੈ, ਤਾਂ ਕਿ ਉਹ ਉਸਦੇ ਪੈਸੇ ਨਾਲ਼ ਮੌਜ ਉਡਾ ਸਕੇ ਅਤੇ ਉਸਦੇ ਪਿਆਰ ਦੀ ਦੁਨੀਆ ਅਬਾਦ ਕਰ ਸਕੇ।

ਫਿਰ ਉਸ ਔਰਤ ਦੀ ਤਬਾਹੀ ਦੇਖੋ, ਜਿਸਨੇ ਜਵਾਨੀ ਦੇ ਨਸ਼ੇ ਵਿੱਚ ਅਚਾਨਕ ਹੋਸ਼ 'ਚ ਆ ਕੇ ਖ਼ੁਦ ਨੂੰ ਇੱਕ ਮਰਦ ਦੇ ਹਵਾਲੇ ਕਰ ਦਿੱਤਾ ਹੋਵੇ। ਉਸਦੇ ਪੈਸੇ 'ਤੇ ਮੌਜ਼ ਮਸਤੀ ਕਰ ਰਹੀ ਹੋਵੇ। ਉਹਦੇ ਪਿਆਰ ਅਤੇ ਇੱਜ਼ਤ ਨਾਲ਼ ਮੌਜ਼ ਕੀਤੀ ਹੋਵੇ। ਪਰ ਉਹਦੇ ਆਪਣੇ ਦਿਲ ਨੂੰ ਪਿਆਰ ਦੀ ਚਿੰਗਾਰੀ ਨੇ ਛੂਹਿਆ ਤੱਕ ਨਾ ਹੋਵੇ ਅਤੇ ਉਹ ਆਪਣੀ ਆਤਮਾ ਨੂੰ ਉਸ ਸਵਰਗ ਦੀ ਸ਼ਰਾਬ ਨਾਲ਼ ਤ੍ਰਿਪਤ ਨਾ ਕਰ ਸਕੀ ਹੋਵੇ, ਜੋ ਮਰਦ ਦੀਆਂ ਅੱਖਾਂ 'ਚੋਂ ਨਿਕਲ਼ ਕੇ ਔਰਤ ਦੇ ਦਿਲ ਵਿੱਚ ਟਪਕਦੀ ਹੈ।

ਮੈਂ ਰਸ਼ੀਦ ਬੇਗ ਨਾਮਾਨ ਨੂੰ ਅਰਸੇ ਤੋਂ ਜਾਣਦਾ ਸੀ। ਉਸਦੀ ਨਸਲ ਲੇਬਨਾਨੀ ਸੀ ਅਤੇ ਬੇਰੂਤ ਵਿੱਚ ਪੈਦਾ ਹੋਇਆ ਸੀ। ਉਹ ਇੱਕ ਪੁਰਾਣੇ ਅਮੀਰ ਘਰਾਣੇ ਨਾਲ਼ ਸਬੰਧ ਰੱਖਦਾ ਸੀ, ਜਿਸ ਵਿੱਚ ਪੁਰਾਣਾ ਰਿਵਾਜ਼ ਅਜੇ ਵੀ ਬਾਕੀ ਸੀ। ਉਹ ਆਪਣੇ ਪੁਰਖਿਆਂ ਦੀਆਂ ਉਹ ਕਹਾਣੀਆਂ ਸੁਣਾਉਣ 'ਚ ਮਾਣ ਮਹਿਸੂਸ ਕਰਦਾ ਸੀ ਜਿਸ ਨਾਲ਼ ਘਰਾਣਿਆਂ ਦੀ ਸ਼ਰਾਫਤ ਅਤੇ ਸ਼ਾਨ ਜ਼ਾਹਿਰ ਹੋਵੇ। ਉਹ ਰਹਿਣ-ਸਹਿਣ ਅਤੇ ਮਾਨਤਾਵਾਂ ਵਿੱਚ ਆਪਣੇ ਪੁਰਖਿਆਂ ਦੀ ਨਕਲ ਕਰਦਾ ਸੀ ਪਰ ਆਦਤਾਂ ਅਤੇ ਕੱਪੜਿਆਂ 'ਚ ਉਹਨੇ ਪਰਿਵਰਤਨ ਕਰ ਲਿਆ ਸੀ ਅਤੇ ਉਹ ਪੱਛਮੀ ਕੱਪੜਿਆਂ ਦਾ ਸ਼ੌਕੀਨ ਹੋ ਗਿਆ ਸੀ। ਉਹਦੇ ਖਾਨਦਾਨ ਦੀਆਂ ਔਰਤਾਂ ਪੱਛਮੀ ਕੱਪੜਿਆਂ ਵਿੱਚ ਇੰਝ ਲੱਗਦੀਆਂ ਸਨ ਜਿਵੇਂ ਹਵਾ ਵਿੱਚ ਉੱਡਦੇ ਪੰਛੀਆਂ ਦਾ ਝੁੰਡ।

ਰਸ਼ੀਦ ਬੇਗ ਸਾਫ਼ ਦਿਲ ਅਤੇ ਚਰਿਤਰਵਾਨ ਆਦਮੀ ਸੀ ਪਰ ਉਵੇਂ ਹੀ ਸੀ ਜਿਵੇਂ ਕਾਲ਼ੇ ਲੋਕ ਵਸਤੂਆਂ ਨੂੰ ਸਿਰਫ਼ ਬਾਹਰੋਂ ਹੀ ਦੇਖਦੇ ਹਨ ਅੰਦਰੋਂ ਨਹੀਂ ਦੇਖਦੇ। ਉਹ ਸੰਗੀਤ ਦੀ ਹਕੀਕਤ ਤੋਂ ਜਾਣੂ ਹੋਣ ਦਾ ਯਤਨ ਨਹੀਂ ਕਰਦੇ ਸਗੋਂ ਉਨ੍ਹਾਂ ਅਵਾਜ਼ਾਂ ਨਾਲ਼ ਝੂਮ ਉੱਠਦੇ ਹਨ ਜੋ ਸੰਗੀਤ ਦੁਆਲ਼ੇ ਫੈਲੀਆਂ ਹੋਣ। ਉਹ ਆਪਣਾ ਧਿਆਨ ਉਨ੍ਹਾਂ ਬਾਹਰੀ ਵਸਤੂਆਂ 'ਤੇ ਲਗਾਉਂਦੇ ਹਨ ਜੋ ਜੀਵਨ ਦੇ ਭੇਦਾਂ ਰਾਹੀਂ ਅੱਖਾਂ ਨੂੰ ਅੰਨ੍ਹਾਂ ਕਰ ਦਿੰਦੀਆਂ ਹਨ ਅਤੇ ਚੀਜ਼ਾਂ ਦੇ ਲੁਕੇ ਭੇਦਾਂ ਨੂੰ ਜਾਣਨ ਦੀ ਬਿਜਾਏ ਖ਼ੁਦ ਫੌਰੀ ਮਜ਼ਿਆਂ 'ਚ ਉਲਝਾਈ ਰੱਖਦੇ ਹਨ। ਰਸ਼ੀਦ ਬੇਗ ਉਨ੍ਹਾਂ ਲੋਕਾਂ 'ਚੋਂ ਸੀ, ਜੋ ਪਿਆਰ ਨੂੰ ਜ਼ਾਹਿਰ ਕਰਨ ਜਾਂ ਚੀਜ਼ਾਂ ਅਤੇ ਵਿਅਕਤੀਆਂ ਦੇ ਸਬੰਧ 'ਚ ਅੰਦਾਜ਼ਾ ਲਾਉਣ ਵਿੱਚ ਕਾਹਲੀ ਤੋਂ ਕੰਮ ਲੈਂਦਾ ਹੈ ਅਤੇ ਬਾਅਦ ਵਿੱਚ ਆਪਣੀ ਕਾਹਲੀ 'ਤੇ ਸ਼ਰਮਿੰਦਾ

ਹੁੰਦਾ ਹੈ ਪਰ ਇਹ ਅਨੁਭਵ ਉਸ ਨੂੰ ਸਮਾਂ ਹੱਥੋਂ ਨਿਕਲ਼ ਜਾਣ 'ਤੇ ਹੁੰਦਾ ਹੈ।

ਇਹ ਅਜਿਹੇ ਗੁਣ ਅਤੇ ਆਦਤਾਂ ਸਨ, ਜਿਨ੍ਹਾਂ ਨੇ ਰਸੀਦ ਬੇਗ ਨੂੰ ਗੁਲਬਦਨ ਦੇ ਪਿਆਰ 'ਚ ਡੁਬੋ ਦਿੱਤਾ। ਉਹਨੇ ਗੁਲਬਦਨ ਨਾਲ਼ ਉਸ ਸਮੇਂ ਤੋਂ ਪਹਿਲਾਂ ਹੀ ਵਿਆਹ ਕਰ ਲਿਆ, ਜਦੋਂ ਕਿ ਦੋਵਾਂ ਦੇ ਦਿਲ ਮਿਲ਼ ਜਾਂਦੇ ਅਤੇ ਉਸ ਸੱਚੇ ਪਿਆਰ ਦੀ ਸ਼ੁਰੂਆਤ ਹੋ ਜਾਂਦੀ ਜੋ ਵਿਆਹੁਤਾ ਜੀਵਨ ਨੂੰ ਸਵਰਗ ਬਣਾ ਦਿੰਦੀ ਹੈ।

ਮੈਂ ਕੁਝ ਸਾਲ ਬੇਰੂਤ ਤੋਂ ਬਾਹਰ ਰਿਹਾ ਅਤੇ ਵਾਪਸ ਆਇਆ ਤੇ ਰਸ਼ੀਦ ਬੇਗ ਨੂੰ ਮਿਲ਼ਣ ਗਿਆ। ਮੈਂ ਦੇਖਿਆ ਕਿ ਰਸ਼ੀਦ ਦਾ ਸਰੀਰ ਕਮਜ਼ੋਰ ਹੋ ਗਿਆ ਸੀ। ਰੰਗ ਬਦਲ ਗਿਆ ਸੀ। ਉਹਦੇ ਚਿਹਰੇ 'ਤੇ ਦੁੱਖ ਅਤੇ ਗਮ ਦੇ ਚਿੰਨ੍ਹ ਪ੍ਰਗਟ ਹੋ ਰਹੇ ਸਨ। ਉਸਦੀਆਂ ਉਦਾਸ ਅੱਖਾਂ ਤੇ ਦੁਖੀ ਨਜ਼ਰਾਂ ਉਸਦੇ ਦਿਲ ਦੇ ਟੁੱਟਣ ਅਤੇ ਦਿਲੀ ਹਨ੍ਹੇਰੇ ਦਾ ਵਰਣਨ ਖਾਮੋਸ਼ ਜ਼ੁਬਾਨ ਵਿੱਚ ਕਰ ਰਹੀਆਂ ਸਨ ਪਰ ਪ੍ਰਤੱਖ ਰੂਪ ਨਾਲ਼ ਮੈਨੂੰ ਉਸਦੇ ਦੁੱਖ ਦਾ ਕੋਈ ਕਾਰਨ ਪਤਾ ਨਹੀਂ ਲੱਗਾ ਸੀ, ਇਸ ਲਈ ਮੈਂ ਪੁੱਛਿਆ, "ਹੇ ਭਲੇ ਮਨੁੱਖ, ਤੈਨੂੰ ਕੀ ਦੁੱਖ ਹੈ? ਅਤੇ ਖੁਸ਼ੀ ਕਿੱਥੇ ਗਈ, ਜੋ ਤੇਰੇ ਚਿਹਰੇ ਤੋਂ ਕਿਰਨਾਂ ਵਾਂਗ ਫੁੱਟਦੀ ਸੀ ਅਤੇ ਉਹ ਮਸਤੀ ਕਿੱਥੇ ਗਈ, ਜੋ ਤੇਰੀ ਨੌਜਵਾਨੀ ਦੀ ਖਾਸੀਅਤ ਸੀ? ਕੀ ਮੌਤ ਨੇ ਤੇਰੇ ਕਿਸੇ ਪਿਆਰੇ ਦੋਸਤ ਅਤੇ ਤੇਰੇ ਦਰਮਿਆਨ ਰੁਕਾਵਟ ਪਾ ਦਿੱਤੀ ਹੈ ਜਾਂ ਹਨ੍ਹੇਰੀਆਂ ਰਾਤਾਂ ਨੇ ਤੇਰੀ ਦੌਲਤ ਖੋਹ ਲਈ ਹੈ, ਜੋ ਤੂੰ ਖੁਸ਼ਹਾਲੀ ਦੇ ਦਿਨਾਂ 'ਚ ਇਕੱਠੀ ਕੀਤੀ ਸੀ? ਦੋਸਤੀ ਦੇ ਵਾਸਤੇ ਦੱਸ ਤਾਂ ਸਹੀ ਕਿ ਕਿਹੜੀ ਆਫ਼ਤ ਤੇਰੇ 'ਤੇ ਟੁੱਟ ਪਈ ਹੈ?

ਰਸ਼ੀਦ ਨੇ ਦੁੱਖ ਭਰੀਆਂ ਨਜ਼ਰਾਂ ਨਾਲ਼ ਮੇਰੇ ਵੱਲ ਦੇਖਿਆ ਅਤੇ ਉਨ੍ਹਾਂ ਸ਼ਬਦਾਂ 'ਤੇ ਧਿਆਨ ਦਿੱਤਾ, ਜੋ ਮੈਂ ਚੰਗੇ ਦਿਨਾਂ ਬਾਰੇ ਦੱਸੇ ਸਨ। ਫਿਰ ਅੱਖਾਂ ਬੰਦ ਕਰ ਲਈਆਂ ਅਤੇ ਮਾਯੂਸੀ ਭਰੀ ਅਵਾਜ਼ ਵਿੱਚ ਬੋਲਿਆ, "ਜੇ ਤੇਰਾ ਕੋਈ ਪਿਆਰਾ ਮਰ ਜਾਵੇ ਅਤੇ ਤੂੰ ਆਪਣੇ ਆਲ਼ੇ-ਦੁਆਲ਼ੇ ਦੇਖੇਂ ਕਿ ਕਈ ਦੋਸਤ ਮੌਜੂਦ ਹਨ, ਤਾਂ ਤੂੰ ਸੰਤੋਖ ਕਰ ਲਵੇਂਗਾ। ਤੇਰੀ ਦੌਲਤ ਦੀ ਹਾਨੀ ਹੋ ਜਾਵੇ ਅਤੇ ਤੂੰ ਸੋਚੇਂ ਕਿ ਜਿਵੇਂ ਦੌਲਤ ਆਈ ਸੀ ਉਵੇਂ ਹੀ ਹੋਰ ਵੀ ਆ ਜਾਵੇਗੀ, ਤਾਂ ਤੂੰ ਇਸੇ ਉਮੀਦ ਦੀ ਖੁਸ਼ੀ ਵਿੱਚ ਹਾਨੀ ਨੂੰ ਭੁੱਲ ਜਾਵੇਂਗਾ ਪਰ ਜੇ ਇਨਸਾਨ ਦੇ ਦਿਲ ਦਾ ਚੈਨ ਗੁਆਚ ਜਾਵੇ ਤਾਂ ਉਹਨੂੰ ਕਿੱਥੇ ਲੱਭਿਆ ਜਾ ਸਕਦਾ ਹੈ? ਅਤੇ ਉਸਦਾ ਬਦਲਾ ਉਹਨੂੰ ਕਿੱਥੇ ਮਿਲ਼ ਸਕਦਾ ਹੈ? ਮੌਤ ਆਪਣਾ ਹੱਥ ਵਧਾਏਗੀ ਅਤੇ ਤੈਨੂੰ ਬੇਰਹਿਮ ਹੱਥਾਂ ਨਾਲ਼ ਦਬਾਏਗੀ। ਪਰ ਤੂੰ ਮਰ ਨਹੀਂ ਸਕੇਂਗਾ। ਅੰਤ ਨਵੇਂ ਜੀਵਨ ਦੀਆਂ ਉਂਗਲੀਆਂ ਤੈਨੂੰ ਛੋਹ ਕੇ ਤੇਰੇ ਚਿਹਰੇ 'ਤੇ ਖੁਸ਼ੀ ਅਤੇ ਖੇੜੇ ਦੀਆਂ ਲਹਿਰਾਂ ਪੈਦਾ ਕਰ ਦੇਣਗੀਆਂ। ਫਿਰ ਅੰਤਲੇ ਪਲਾਂ 'ਚ ਕਾਲ਼ ਆਪਣੀਆਂ ਭਿਆਨਕ ਅੱਖਾਂ ਤੇਰੀਆਂ ਅੱਖਾਂ ਵਿੱਚ ਪਾ ਕੇ ਤੈਨੂੰ ਧੌਣ ਤੋਂ ਫੜ ਲਵੇਗਾ ਅਤੇ ਬੜੀ ਸਖ਼ਤੀ ਨਾਲ਼ ਭੁੰਜੇ ਸੁੱਟ ਕੇ ਆਪਣੇ ਫੌਲਾਦੀ ਹੱਥਾਂ ਨਾਲ਼ ਕੁਚਲ ਸੁੱਟੇਗਾ ਅਤੇ ਤੇਰਾ ਹਾਸਾ ਉਡਾਉਂਦਾ ਚਲਾ ਜਾਵੇਗਾ। ਕੁਝ ਦੇਰ ਬਾਅਦ ਉਹ ਸ਼ਰਮਿੰਦਾ ਹੋ ਕੇ ਵਾਪਸ ਆਵੇਗਾ। ਆਪਣੇ ਨਾਜ਼ੁਕ ਹੱਥਾਂ ਨਾਲ਼ ਤੈਨੂੰ ਚੁੱਕੇਗਾ ਤੇ ਉਮੀਦਾਂ ਦੇ ਗੀਤ ਗਾ ਕੇ ਤੈਨੂੰ ਬੇਚੈਨ ਕਰ ਦਵੇਗਾ। ਕਲਪਨਾਵਾਂ ਦੀ ਰਾਤ ਨਾਲ਼ ਅਣਗਿਣਤ ਦੁੱਖ ਅਤੇ ਮੁਸੀਬਤਾਂ ਤੇਰੇ ਸਾਹਮਣੇ ਆਉਣਗੀਆਂ ਅਤੇ ਸਵੇਰ ਹੋਣ ਤੱਕ ਤੈਨੂੰ ਉਦਾਸ ਰੱਖਣਗੀਆਂ। ਤੂੰ ਆਪਣੇ ਵਿਸ਼ਵਾਸ ਅਤੇ ਸੰਕਲਨ ਨੂੰ ਜਾਣਦਾ

ਹੈਂ ਅਤੇ ਉਮੀਦਾਂ ਅਤੇ ਸੰਭਾਵਨਾਵਾਂ ਵਿੱਚ ਉਲਝਿਆ ਰਹੇਂਗਾ।"

"ਪਰ ਜੇਕਰ ਤੇਰੀ ਕਿਸਮਤ ਵਿੱਚ ਇਹ ਲਿਖਿਆ ਹੋਵੇ ਕਿ ਤੇਰੇ ਵਜੂਦ ਨਾਲ਼ ਹਰ ਚੀਜ਼ ਉੱਡ ਜਾਵੇ ਜਿਸ ਨਾਲ਼ ਤੂੰ ਪਿਆਰ ਕਰਦਾ ਰਿਹਾ ਹੈਂ ਅਤੇ ਜਿਸਨੂੰ ਖਾਣ ਲਈ ਦਿਲ ਦੇ ਟੁਕੜੇ ਅਤੇ ਪੀਣ ਲਈ ਅੱਖਾਂ ਦੀ ਰੋਸ਼ਨੀ ਦਿੰਦਾ ਰਿਹਾ ਹੈਂ, ਜਿਸ ਨੂੰ ਤੂੰ ਆਪਣੇ ਦਿਲ 'ਚ ਬਿਠਾਇਆ ਹੋਵੇ ਅਤੇ ਜਿਸਦਾ ਭੋਜਨ ਤੇਰਾ ਜਿਗਰ ਹੋਵੇ ਤਾਂ ਤੇਰਾ ਕੀ ਹਾਲ ਹੋਵੇਗਾ? ਜਦ ਤੂੰ ਇਹ ਦੇਖੇਂ ਕਿ ਤੇਰੀ ਚਿੜੀ ਤੇਰੇ ਹੱਥੋਂ ਨਿਕਲ਼ ਕੇ ਉੱਡ ਗਈ ਹੈ ਅਤੇ ਬੱਦਲਾਂ ਤੱਕ ਪਹੁੰਚ ਗਈ ਹੈ। ਫਿਰ ਹੇਠਾਂ ਆ ਕੇ ਕਿਸੇ ਹੋਰ ਦੇ ਪਿੰਜਰੇ 'ਚ ਜਾ ਵੜੀ ਹੈ ਅਤੇ ਉਸਦੀ ਵਾਪਸੀ ਦੀ ਕੋਈ ਉਮੀਦ ਨਹੀਂ ਤਾਂ ਫਿਰ ਤੂੰ ਕੀ ਕਰੇਗਾ? ਰੱਬ ਵਾਸਤੇ ਦੱਸ ਤਦ ਤੂੰ ਕੀ ਕਰ ਸਕੇਂਗਾ? ਸਬਰ ਅਤੇ ਧੀਰਜ ਤੈਨੂੰ ਕਿਵੇਂ ਮਿਲੇਗਾ ਅਤੇ ਉਮੀਦਾਂ ਕਿਵੇਂ ਜ਼ਿੰਦਾ ਰਹਿ ਸਕਣਗੀਆਂ?"

ਰਸ਼ੀਦ ਬੇਗ ਨੇ ਆਖਰੀ ਵਾਕ ਇੰਝ ਕਹੇ ਜਿਵੇਂ ਉਸਦਾ ਸਾਹ ਘੁੱਟ ਰਿਹਾ ਹੋਵੇ। ਉਹ ਅਚਾਨਕ ਆਪਣੇ ਪੈਰਾਂ 'ਤੇ ਖੜ੍ਹਾ ਹੋ ਗਿਆ ਅਤੇ ਇਵੇਂ ਕੰਬਣ ਲੱਗਾ ਜਿਵੇਂ ਹਵਾ ਦੇ ਬੁੱਲ੍ਹੇ ਨਾਲ਼ ਤੀਲਾ ਕੰਬਦਾ ਹੈ। ਉਹਨੇ ਆਪਣੇ ਹੱਥ ਸਾਹਮਣੇ ਵੱਲ ਕੀਤੇ ਜਿਵੇਂ ਉਹ ਆਪਣੀਆਂ ਟੇਢੀਆਂ ਉਂਗਲੀਆਂ ਨਾਲ਼ ਕਿਸੇ ਚੀਜ਼ ਨੂੰ ਫੜ੍ਹ ਕੇ ਉਸਦੇ ਟੁਕੜੇ-ਟੁਕੜੇ ਕਰ ਦੇਣਾ ਚਾਹੁੰਦਾ ਹੋਵੇ। ਉਹਦੀਆਂ ਅੱਖਾਂ ਵਿੱਚ ਖ਼ੂਨ ਉੱਤਰ ਰਿਹਾ ਸੀ ਅਤੇ ਉਸਦੇ ਗੁਸੈਲ ਚਿਹਰੇ ਦਾ ਰੰਗ ਲਾਲ ਹੋ ਰਿਹਾ ਸੀ। ਉਸਦੀਆਂ ਅੱਖਾਂ ਬਾਹਰ ਨਿਕਲ਼ ਰਹੀਆਂ ਸਨ ਅਤੇ ਪਲਕਾਂ ਭਾਰੀ ਹੋ ਰਹੀਆਂ ਸਨ। ਉਹਨੇ ਇੱਕ ਚੱਕਰ ਲਗਾਇਆ ਜਿਵੇਂ ਉਹ ਆਪਣੇ ਸਾਹਮਣੇ ਅਜਗਰ ਦੇਖ ਰਿਹਾ ਹੋਵੇ, ਜੋ ਉਸਨੂੰ ਨਿਗਲ ਜਾਣਾ ਚਾਹੁੰਦਾ ਹੈ। ਇਸ ਤੋਂ ਬਾਅਦ ਉਹਨੇ ਮੇਰੇ ਵੱਲ ਦੇਖਿਆ ਅਤੇ ਉਸਦੇ ਚਿਹਰੇ ਦਾ ਰੰਗ ਜਲਦੀ ਹੀ ਪਹਿਲਾਂ ਵਾਲ਼ੀ ਹਾਲਤ ਵਿੱਚ ਆ ਗਿਆ। ਉਸਦਾ ਗੁੱਸਾ ਅਤੇ ਉਤੇਜਨਾ ਦੁੱਖ ਅਤੇ ਤਕਲੀਫ ਵਿੱਚ ਬਦਲ ਗਿਆ ਅਤੇ ਉਹਨੇ ਰੋਂਦੇ ਹੋਏ ਕਿਹਾ, "ਉਹ ਔਰਤ ਹੈ। ਹਾਂ, ਉਹ ਔਰਤ ਹੈ, ਜਿਸਨੂੰ ਮੈਂ ਗਰੀਬੀ ਅਤੇ ਗੁਲਾਮੀ ਦੀ ਖੱਡ ਵਿੱਚੋਂ ਕੱਢ ਕੇ ਉਸਦੇ ਸਾਹਮਣੇ ਖਜ਼ਾਨੇ ਸਜਾ ਦਿੱਤੇ ਅਤੇ ਉਹਨੂੰ ਇੰਨਾ ਕਾਬਿਲ ਬਣਾ ਦਿੱਤਾ ਕਿ ਉਸਦੇ ਕੀਮਤੀ ਕੱਪੜਿਆਂ, ਅਨੋਖੀ ਸੁੰਦਰਤਾ ਅਤੇ ਸ਼ਾਨ ਤੋਂ ਔਰਤਾਂ ਸੜਣ। ਉਹ ਔਰਤ, ਜਿਸਨੂੰ ਮੇਰਾ ਦਿਲ ਪਿਆਰ ਕਰਦਾ ਸੀ ਅਤੇ ਜਿਸਦੇ ਪੈਰਾਂ 'ਤੇ ਮੈਂ ਪਿਆਰ ਅਤੇ ਮਿਹਰਬਾਨੀ ਵਾਰ ਦਿੱਤੀ ਅਤੇ ਉਸਨੂੰ ਆਪਣੀ ਉਦਾਰਤਾ ਅਤੇ ਕ੍ਰਿਪਾ ਨਾਲ਼ ਉੱਚਾ ਚੁੱਕਿਆ।"

"ਉਹ ਔਰਤ ਮੈਂ ਜਿਸਦਾ ਸੱਚਾ ਸਾਥੀ, ਚੰਗਾ ਮਿੱਤਰ ਅਤੇ ਈਮਾਨਦਾਰ ਪਤੀ ਸੀ। ਉਹ ਔਰਤ ਧੋਖੇਬਾਜ਼ ਅਤੇ ਬੇਵਫ਼ਾ ਸਾਬਿਤ ਹੋਈ ਅਤੇ ਹੁਣ ਗਰੀਬੀ ਦੀਆਂ ਘਿਣੌਨੀਆਂ ਹਾਲਤਾਂ ਵਿੱਚ ਜ਼ਿੰਦਗੀ ਬਿਤਾਉਣ ਲਈ ਕਿਸੇ ਦੂਸਰੇ ਮਰਦ ਕੋਲ਼ ਚਲੀ ਗਈ ਹੈ। ਉਹ ਔਰਤ ਜਿਸਦਾ ਮੈਂ ਪ੍ਰੇਮੀ ਸੀ। ਉਹ ਸੁੰਦਰ ਚਿੜੀ, ਜਿਸਨੂੰ ਮੈਂ ਦਿਲ ਦੀਆਂ ਧੜਕਨਾਂ, ਅੱਖਾਂ ਦੀਆਂ ਪੁਤਲੀਆਂ ਦੀ ਰੋਸ਼ਨੀ ਪਿਲਾਈ। ਆਪਣੇ ਕਾਲਜ਼ੇ ਨੂੰ ਉਹਦਾ ਪਿੰਜਰਾ ਬਣਾਇਆ ਅਤੇ ਜਿਗਰ ਦਾ ਟੁਕੜਾ ਖਾਣ ਨੂੰ ਦਿੱਤਾ। ਉਹ ਚਿੜੀ ਮੇਰੇ ਹੱਥੋਂ ਨਿਕਲ਼ ਗਈ ਹੈ ਅਤੇ ਉੱਡ ਕੇ ਦੂਸਰੇ ਪਿੰਜਰੇ 'ਚ ਚਲੀ ਗਈ ਹੈ, ਜੋ ਝਰਬੇਰੀ ਦੇ ਤੀਲਿਆਂ ਦਾ ਬਣਿਆ ਹੈ, ਜਿਸ ਵਿੱਚ ਖਾਣ ਲਈ ਕੰਡੇ ਅਤੇ ਕੀੜੇ-

ਮਕੌੜੇ ਅਤੇ ਪੀਣ ਲਈ ਜ਼ਹਿਰ ਹੈ। ਉਹ ਪਵਿੱਤਰ ਦੇਵਤੇ ਨੇ, ਜਿੰਨ੍ਹੇ ਮੇਰੇ ਪਿਆਰ ਦਾ ਬਾਗ ਲਾਇਆ, ਭਿਆਨਕ ਸ਼ੈਤਾਨ ਦਾ ਰੂਪ ਧਾਰ ਲਿਆ ਅਤੇ ਹਨ੍ਹੇਰੇ ਵਿੱਚ ਜਾ ਫਸਿਆ ਤਾਂ ਕਿ ਉਹਦੇ ਪਾਪ ਅਤੇ ਉਸਦੇ ਕੁਕਰਮ ਮੈਨੂੰ ਦੁੱਖ ਵਿੱਚ ਧੱਕ ਦੇਣ।"

ਰਸ਼ੀਦ ਬੇਗ ਚੁੱਪ ਹੋ ਗਿਆ ਅਤੇ ਉਹਨੇ ਰੁਮਾਲ ਨਾਲ਼ ਆਪਣੇ ਚਿਹਰੇ ਨੂੰ ਢੱਕ ਲਿਆ, ਤਾਂ ਕਿ ਜ਼ਰਾ ਸਾਹ ਲੈ ਸਕੇ। ਇਸਦੇ ਬਾਅਦ ਫਿਰ ਬੋਲਿਆ—

"ਮੈਂ ਬੱਸ ਇਨਾ ਹੀ ਕਹਿ ਸਕਦਾ ਹਾਂ। ਇਸ ਤੋਂ ਵੱਧ ਹੋਰ ਕੁਝ ਨਾ ਪੁੱਛ ਅਤੇ ਮੇਰੀਆਂ ਮੁਸੀਬਤਾਂ ਨੂੰ ਲੈ ਕੇ ਫਰਿਆਦ ਨਾ ਕਰ। ਗੂੰਗਾ ਬਣ ਕੇ ਮੇਰੇ ਹਾਲ 'ਤੇ ਛੱਡ ਦੇ। ਹੋ ਸਕਦਾ ਸ਼ਾਂਤੀ ਮੇਰੇ ਹਿੱਤ 'ਚ ਸਹੀ ਸਾਬਿਤ ਹੋਵੇ।"

ਮੈਂ ਆਪਣੀ ਜਗ੍ਹਾ ਤੋਂ ਉੱਠਿਆ। ਮੇਰੀਆਂ ਅੱਖਾਂ ਹੰਝੂਆਂ ਨਾਲ਼ ਭਿੱਜੀਆਂ ਸਨ ਅਤੇ ਹਮਦਰਦੀ ਨਾਲ਼ ਮੇਰਾ ਦਿਲ ਭਰ ਗਿਆ ਸੀ। ਇਸ ਲਈ ਮੈਂ ਚੁੱਪਚਾਪ ਇੰਞ ਵਿਦਾ ਹੋ ਗਿਆ, ਜਿਵੇਂ ਉਹਦੀਆਂ ਗੱਲਾਂ ਅਰਥਹੀਣ ਸਨ। ਉਸਦਾ ਜਖ਼ਮੀ ਦਿਲ ਸੋਗ ਮਨਾ ਰਿਹਾ ਸੀ ਅਤੇ ਰੱਬ ਨੂੰ ਮਨਜ਼ੂਰ ਨਹੀਂ ਸੀ ਕਿ ਕੋਈ ਉਹਦੇ ਦਿਲ ਦੇ ਹਨ੍ਹੇਰੇ ਨੂੰ ਰੁਸ਼ਨਾ ਦਵੇ।

ਕੁਝ ਦਿਨਾਂ ਬਾਅਦ ਮੈਂ ਗੁਲਬਦਨ ਨੂੰ ਇੱਕ ਛੋਟੇ ਮਕਾਨ 'ਚ ਮਿਲ਼ਿਆ ਜੋ ਰੁੱਖਾਂ ਤੇ ਫੁੱਲਾਂ ਨਾਲ਼ ਘਿਰਿਆ ਸੀ। ਗੁਲਬਦਨ ਜਦੋਂ ਰਸ਼ੀਦ ਬੇਗ ਨਾਮਾਨ ਦੇ ਘਰ ਸੀ, ਉਦੋਂ ਉਸਨੇ ਮੇਰਾ ਨਾਂ ਸੁਣਿਆ ਸੀ। ਉਹ ਮਨੁੱਖ, ਜਿਸਦਾ ਦਿਲ ਤੋੜਿਆ ਜਾ ਚੁੱਕਿਆ ਸੀ ਅਤੇ ਜੋ ਜੀਵਨ ਦੀਆਂ ਹਨ੍ਹੇਰੀਆਂ ਖਾਈਆਂ 'ਚ ਠੋਕਰਾਂ ਖਾ-ਖਾ ਕੇ ਮਰਨ ਲਈ ਛੱਡ ਦਿੱਤਾ ਗਿਆ ਸੀ।

ਮੈਂ ਗੁਲਬਦਨ ਦੀਆਂ ਉਜਲੀਆਂ ਅੱਖਾਂ ਦੇਖੀਆਂ ਅਤੇ ਉਸਦੀ ਮਿੱਠੀ ਅਵਾਜ਼ ਦਾ ਗੀਤ ਸੁਣਿਆ, ਤਾਂ ਮੈਂ ਆਪਣੇ ਦਿਲ 'ਚ ਕਿਹਾ, "ਕੀ ਇਹ ਸੰਭਵ ਹੈ ਕਿ ਇਹ ਉਜਲਾ ਚਿਹਰਾ ਇੱਕ ਦੁਸ਼ਟ ਆਤਮਾ ਅਤੇ ਅਪਰਾਧੀ ਦਿਲ ਨੂੰ ਢੱਕੀ ਬੈਠਾ ਹੋਵੇ? ਕੀ ਇਹੀ ਉਹ ਬੇਵਫ਼ਾ ਔਰਤ ਹੈ? ਕੀ ਇਹੀ ਉਹ ਔਰਤ ਸੀ ਜਿਸਨੂੰ ਮੈਂ ਕਈ ਵਾਰ ਕਲਪਨਾ ਦੀਆਂ ਅੱਖਾਂ ਨਾਲ਼ ਦੇਖਿਆ? ਹਾਂ, ਇੰਞ ਦੇਖਿਆ ਹੈ, ਜਿਵੇਂ ਉਹ ਸੁੰਦਰ ਪੰਛੀ ਰੂਪੀ ਇੱਕ ਸੋਹਣੀ ਸੱਪਣੀ ਹੋਵੇ।"

ਪਰ ਮੈਂ ਇਨ੍ਹਾਂ ਵਿਚਾਰਾਂ ਨੂੰ ਛੱਡ ਦਿੱਤਾ ਅਤੇ ਆਪਣੇ ਦਿਲ ਨੂੰ ਕਿਹਾ, "ਜਿਸ ਚੀਜ਼ ਨੇ ਇਸ ਵਿਚਾਰੇ ਮਨੁੱਖ ਨੂੰ ਬਰਬਾਦ ਕੀਤਾ ਹੈ, ਕੀ ਉਹ ਇਹੀ ਸੋਹਣਾ ਚਿਹਰਾ ਨਹੀਂ ਹੋ ਸਕਦਾ? ਅਤੇ ਕੀ ਅਸੀਂ ਦੇਖਿਆ ਸੁਣਿਆ ਨਹੀਂ ਕਿ ਬਾਹਰੀ ਖ਼ੂਬਸੂਰਤੀ ਅੰਦਰੂਨੀ ਤਬਾਹੀ ਅਤੇ ਡੂੰਘੇ ਦੁੱਖ ਦਾ ਕਾਰਨ ਹੋ ਜਾਂਦੇ ਹਨ? ਕੀ ਉਹੀ ਚੰਨ, ਜੋ ਕਵੀਆਂ ਦੀਆਂ ਸੂਖਮ ਕਲਪਨਾਵਾਂ ਵਿੱਚ ਜਗਮਗਾਉਂਦਾ ਹੈ। ਸਮੁੰਦਰ ਵਿੱਚ ਜਵਾਰਭਾਟਾ ਪੈਦਾ ਕਰਕੇ ਤੂਫਾਨ ਦਾ ਕਾਰਨ ਨਹੀਂ ਬਣ ਜਾਂਦਾ?"

ਅਸੀਂ ਦੋਵੇਂ ਬੈਠ ਗਏ ਅਤੇ ਗੁਲਬਦਨ ਨੇ ਇਵੇਂ ਜਿਵੇਂ ਉਹਨੂੰ ਮੇਰੀ ਚਿੰਤਾ ਦਾ ਪਤਾ ਹੋਵੇ, ਇਹ ਨਹੀਂ ਚਾਹਿਆ ਕਿ ਮੇਰੀਆਂ ਹੈਰਾਨੀਆਂ ਅਤੇ ਸ਼ੱਕ ਦਰਮਿਆਨ ਜੋ ਯੁੱਧ ਹੋ ਰਿਹਾ ਹੈ, ਉਹ ਜ਼ਿਆਦਾ ਦੇਰ ਤੱਕ ਚੱਲਦਾ ਰਹੇ। ਇਸ ਲਈ ਉਸਨੇ ਆਪਣੇ ਸੁੰਦਰ ਸਿਰ ਨੂੰ ਗੋਰੇ ਹੱਥਾਂ ਨਾਲ਼ ਸਹਾਰਾ ਦਿੱਤਾ ਅਤੇ ਬੋਲੀ, "ਹੇ ਭਲੇ ਮਨੁੱਖ, ਮੈਂ ਹੁਣ ਤੋਂ ਪਹਿਲਾਂ ਤੈਨੂੰ ਕਦੇ ਨਹੀਂ ਮਿਲ਼ੀ ਪਰ ਤੇਰੇ ਵਿਚਾਰਾਂ ਦਾ ਹਾਲ ਲੋਕਾਂ ਦੇ

ਮੂੰਹੋਂ ਸੁਣ ਚੁੱਕੀ ਹਾਂ। ਮੈਂ ਜਾਣਦੀ ਹਾਂ ਕਿ ਤੂੰ ਪੀੜਤ ਔਰਤ ਸਮਾਜ ਦਾ ਹਮਦਰਦ ਹੈਂ। ਉਨ੍ਹਾਂ ਦੀਆਂ ਕਮਜ਼ੋਰੀਆਂ ਨਾਲ਼ ਤੈਨੂੰ ਹਮਦਰਦੀ ਹੈ ਅਤੇ ਤੂੰ ਉਨ੍ਹਾਂ ਦੇ ਹਾਲਾਤ ਤੋਂ ਜਾਣੂ ਹੈਂ। ਇਸ ਲਈ ਮੈਂ ਚਾਹੁੰਦੀ ਹਾਂ ਕਿ ਆਪਣੇ ਦਿਲਾਂ ਦਾ ਹਾਲ ਤੈਨੂੰ ਸੁਣਾਵਾਂ ਅਤੇ ਆਪਣਾ ਦਿਲ ਖੋਲ੍ਹ ਕੇ ਤੇਰੇ ਸਾਹਮਣੇ ਰੱਖ ਦਵਾਂ, ਤਾਂ ਕਿ ਤੂੰ ਸਾਡੀਆਂ ਮੁਸੀਬਤਾਂ ਨੂੰ ਦੇਖ ਸਕੇ ਅਤੇ ਲੋਕਾਂ ਨੂੰ ਦੱਸ ਸਕੇਂ ਕਿ ਗੁਲਬਦਨ ਬੇਵਫਾ ਜਾਂ ਦੁਸ਼ਟ ਔਰਤ ਨਹੀਂ।

"ਮੇਰੀ ਉਮਰ ਅਠ੍ਹਾਰਾਂ ਸਾਲਾਂ ਦੀ ਸੀ ਕਿ ਰੱਬ ਨੇ ਮੇਰੀ ਕਿਸਮਤ ਨੂੰ ਰਸ਼ੀਦ ਬੇਗ ਨਾਮਾਨ ਨਾਲ਼ ਜੋੜ ਦਿੱਤਾ। ਉਸਦੀ ਉਮਰ ਲਗਭਗ ਚਾਲ਼ੀ ਸਾਲ ਸੀ। ਉਹਨੇ ਪਿਆਰ ਦੀਆਂ ਪੀਂਘਾਂ ਚੜ੍ਹਾਈਆਂ ਅਤੇ ਅੰਤ ਵਿੱਚ ਮੈਨੂੰ ਆਪਣੀ ਪਤਨੀ ਅਤੇ ਸ਼ਾਨਦਾਰ ਮਕਾਨ ਦੀ ਮਾਲਿਕ ਬਣਾ ਦਿੱਤਾ। ਮੇਰੇ ਚਾਰੇ ਪਾਸੇ ਨੌਕਰਾਂ-ਚਾਕਰਾਂ ਦੀ ਵੱਡੀ ਭੀੜ ਸੀ। ਉਹਨੇ ਮੈਨੂੰ ਕੀਮਤੀ ਰੇਸ਼ਮੀ ਕੱਪੜੇ ਪੁਆਏ। ਮੇਰੇ ਸਿਰ, ਬਾਹਾਂ ਅਤੇ ਗਰਦਨ ਨੂੰ ਹੀਰਿਆਂ ਨਾਲ਼ ਸਜਾਇਆ ਅਤੇ ਮੈਨੂੰ ਇੱਕ ਤੋਹਫ਼ੇ ਦੇ ਰੂਪ ਵਿੱਚ ਆਪਣੇ ਦੋਸਤਾਂ, ਜਾਣੂਆਂ ਦੇ ਮਕਾਨਾਂ 'ਚ ਲੈ ਕੇ ਘੁੰਮਿਆ ਫਿਰਿਆ। ਫਿਰ ਉਹਦੇ ਬੁੱਲ੍ਹਾਂ 'ਤੇ ਜਿੱਤ ਅਤੇ ਸਫਲਤਾ ਦੀ ਮੁਸਕਾਨ ਨੱਚਦੀ ਸੀ। ਉਹ ਹੈਰਾਨੀ ਅਤੇ ਅਹਿਸਾਨਮੰਦੀ ਨਾਲ਼ ਮੇਰੇ ਵੱਲ ਵੇਖਦਾ ਸੀ ਅਤੇ ਜਦੋਂ ਔਰਤਾਂ ਮੇਰੀ ਸੁੰਦਰਤਾ ਅਤੇ ਫੈਸ਼ਨ ਦੀਆਂ ਤਾਰੀਫਾਂ ਕਰਦੀਆਂ, ਤਾਂ ਉਸਦਾ ਸਿਰ ਘੁਮੰਡ ਨਾਲ਼ ਉੱਚਾ ਹੋ ਜਾਂਦਾ। ਪਰ ਸ਼ਾਇਦ ਉਹ ਔਰਤਾਂ ਦੀਆਂ ਉਹ ਕਾਨਾਫੂਸੀਆਂ ਨਹੀਂ ਸੁਣਦਾ ਸੀ; ਜੋ ਆਮਤੌਰ 'ਤੇ ਉਹ ਕਰਿਆ ਕਰਦੀਆਂ ਸਨ। ਇੱਕ ਕਹਿੰਦੀ ਕਿ ਉਹ ਰਸ਼ੀਦ ਬੇਗ ਦੀ ਪਤਨੀ ਹੈ ਜਾਂ ਧੀ। ਦੂਸਰੀ ਕਹਿੰਦੀ, ਜੇਕਰ ਰਸ਼ੀਦ ਬੇਗ ਜਵਾਨੀ ਦੇ ਦਿਨਾਂ 'ਚ ਵਿਆਹ ਕਰਦਾ, ਤਾਂ ਉਸਦੀ ਧੀ ਦੀ ਉਮਰ ਗੁਲਬਦਨ ਨਾਲ਼ੋਂ ਵੱਧ ਹੁੰਦੀ।

"ਇਹ ਸਾਰਾ ਕੁਝ ਉਸ ਵੇਲ਼ੇ ਹੋਇਆ, ਜਦੋਂ ਮੈਂ ਜੀਵਨ ਦੇ ਭੇਦ ਤੋਂ ਅਣਜਾਣ ਸੀ। ਮੇਰੇ ਦਿਲ 'ਚ ਅਜੇ ਪਿਆਰ ਦੀ ਪਵਿੱਤਰ ਚਿਣਗ ਨਹੀਂ ਜਾਗੀ ਸੀ ਅਤੇ ਮੇਰੇ ਦਿਲ ਵਿੱਚ ਕਾਮਨਾਵਾਂ ਦਾ ਬੀਜ਼ ਨਹੀਂ ਬੀਜਿਆ ਗਿਆ ਸੀ। ਹਾਂ, ਇਹ ਸਾਰਾ ਕੁਝ ਉਸ ਸਮੇਂ ਹੋਇਆ, ਜਦੋਂ ਕਿ ਮੈਂ ਸੋਹਣੇ ਕੱਪੜਿਆਂ ਅਤੇ ਕੀਮਤੀ ਗਹਿਣਿਆਂ ਨੂੰ ਹੀ, ਜਿਨ੍ਹਾਂ ਨੂੰ ਪਹਿਨਿਆ ਕਰਦੀ ਸੀ, ਕਿਸਮਤ ਦੀ ਸਿਖ਼ਰ ਸਮਝਦੀ ਸੀ ਅਤੇ ਜਦੋਂ ਕਿ ਮੈਂ ਅਜੇ ਨਹੀਂ ਜਾਗੀ ਸੀ ਪਰ ਜਦੋਂ ਮੈਂ ਜਾਗੀ ਅਤੇ ਚਾਨਣ ਨੇ ਮੇਰੇ ਦਿਲ ਨੂੰ ਉਜਾਲੇ ਨਾਲ਼ ਭਰ ਦਿੱਤਾ ਅਤੇ ਪਵਿੱਤਰ ਚਿਣਗ ਨੇ ਮੇਰੇ ਦਿਲ 'ਚ ਸਾੜ ਜਿਹਾ ਪੈਦਾ ਕਰ ਦਿੱਤਾ, ਤਾਂ ਮੇਰੀ ਆਤਮਾ ਪੀੜ ਮਹਿਸੂਸ ਕਰਨ ਲੱਗੀ। ਜਦੋਂ ਮੈਂ ਜਾਗੀ ਤਾਂ ਮੈਂ ਦੇਖਿਆ ਕਿ ਮੇਰੇ ਖੰਭ ਸੱਜੇ-ਖੱਬੇ ਹਿੱਲ ਰਹੇ ਹਨ ਅਤੇ ਮੈਨੂੰ ਉਡਾ ਕੇ ਪਿਆਰ ਦੇ ਅੰਬਰੀਂ ਲੈ ਜਾਣਾ ਚਾਹੁੰਦੇ ਹਨ, ਪਰ ਜਦੋਂ ਮੈਂ ਖੁਦ ਨੂੰ ਉਸ ਧਾਰਮਿਕ ਰਸਮ ਦੀਆਂ ਜੰਜੀਰਾਂ ਵਿੱਚ ਜਕੜਿਆ ਦੇਖਿਆ, ਜਿਨ੍ਹਾਂ ਨੇ ਮੇਰੀ ਦੇਹ ਨੂੰ ਬੰਧਨਾਂ ਅਤੇ ਉਨ੍ਹਾਂ ਰਸਮਾਂ ਨੂੰ ਸਮਝਣ ਤੋ ਪਹਿਲਾਂ ਜਕੜ ਦਿੱਤਾ ਸੀ ਤਾਂ ਮੈਂ ਕੰਬ ਉੱਠੀ। ਜਦੋਂ ਮੈਂ ਜਾਗੀ ਅਤੇ ਉਨ੍ਹਾਂ ਗੱਲਾਂ ਤੋਂ ਜਾਣੂ ਹੋਈ, ਤਾਂ ਮੈਨੂੰ ਪਤਾ ਲੱਗਿਆ ਕਿ ਔਰਤ ਦੀ ਖੁਸ਼ਕਿਸਮਤੀ ਮਰਦ ਦੀ ਕੁਲੀਨਤਾ ਗੌਰਵ, ਸ਼ਾਨ ਅਤੇ ਕ੍ਰਿਪਾ ਵਿੱਚ ਨਹੀਂ, ਸਗੋਂ ਪਿਆਰ ਵਿੱਚ ਹੈ, ਜੋ ਉਸਦੀ ਆਤਮਾ ਨੂੰ ਮਰਦ ਦੀ ਆਤਮਾ ਵਿੱਚ ਡੁੱਬੋ ਦਿੰਦੀ ਹੈ ਅਤੇ ਉਸਦੇ

ਪਿਆਰ ਨੂੰ ਮਰਦ ਦੇ ਦਿਲ ਵਿੱਚ ਰੱਖ ਕੇ ਦੋਵਾਂ ਨੂੰ ਦੋ ਸਰੀਰ ਅਤੇ ਇੱਕ ਜਾਨ ਕਰ ਦਿੰਦੀ ਹੈ। ਜਦੋਂ ਉਹ ਦਰਦ ਭਰਿਆ ਸੱਚ ਮੇਰੇ ਅੱਗੇ ਪ੍ਰਗਟ ਹੋਇਆ, ਤਾਂ ਮੈਂ ਦੇਖਿਆ ਕਿ ਮੈਂ ਰਸ਼ੀਦ ਨਾਮਾਨ ਦੇ ਘਰ ਵਿੱਚ ਇੱਕ ਚੋਰ ਵਾਂਗ ਹਾਂ। ਮੈਂ ਉਸਦੀ ਰੋਟੀ ਖਾਂਦੀ ਹਾਂ ਤੇ ਰਾਤ ਦੇ ਹਨ੍ਹੇਰੇ ਵਿੱਚ ਲੁਕ ਜਾਂਦੀ ਹਾਂ। ਮੈਂ ਸਮਝ ਲਿਆ ਕਿ ਮੈਂ ਜੋ ਸਮਾਂ ਰੋਜ਼ ਉਸਦੀ ਸੰਗਤ 'ਚ ਗੁਜ਼ਾਰਦੀ ਹਾਂ, ਉਹ ਅਜਿਹਾ ਝੂਠ ਹੈ, ਜੋ ਮੇਰੇ ਮੱਥੇ 'ਤੇ ਧੋਖੇ ਦੇ ਅੱਖਰਾਂ ਨਾਲ਼ ਲਿਖਿਆ ਜਾ ਰਿਹਾ ਹੈ ਅਤੇ ਅਕਾਸ਼ ਅਤੇ ਧਰਤੀ ਇਸਨੂੰ ਦੇਖ ਰਹੇ ਹਨ ਅਤੇ ਮੈਂ ਉਸਦੀ ਕ੍ਰਿਪਾ ਬਦਲੇ ਉਸਨੂੰ ਦਿਲੀ ਪਿਆਰ ਨਹੀਂ ਕਰ ਸਕਦੀ ਅਤੇ ਨਾ ਉਸਦੀ ਭਲਾਈ ਅਤੇ ਪਿਆਰ ਦੇ ਬਦਲੇ ਵਿੱਚ ਆਪਣਾ ਪਿਆਰ ਦੇ ਸਕਦੀ ਹਾਂ। ਮੇਰੇ ਦਿਲ ਵਿੱਚ ਇਹ ਵਿਚਾਰ ਆਇਆ ਅਤੇ ਉਹ ਸੀ ਕਿ ਮੈਂ ਉਸ ਨਾਲ਼ ਪਿਆਰ ਕਰਨਾ ਸਿੱਖ ਸਕਾਂ। ਮੈਂ ਉਸ ਨਾਲ਼ ਪਿਆਰ ਕਰਨਾ ਨਾ ਸਿੱਖ ਸਕੀ ਕਿਉਂਕਿ ਪਿਆਰ ਅਜਿਹੀ ਤਾਕਤ ਹੈ ਜਿਸਨੂੰ ਦਿਲ ਪ੍ਰਾਪਤ ਨਹੀਂ ਕਰ ਸਕਦਾ, ਸਗੋਂ ਇਹ ਦਿਲਾਂ ਨੂੰ ਪ੍ਰਾਪਤ ਕਰਦੀ ਹੈ। ਮੈਂ ਰੱਬ ਅੱਗੇ ਅਰਦਾਸ ਕੀਤੀ ਅਤੇ ਉਸਦੇ ਅੱਗੇ ਰੋਈ ਅਤੇ ਰਾਤ ਦੇ ਸੰਨਾਟੇ ਵਿੱਚ ਅਕਾਸ਼ ਅੱਗੇ ਬੇਕਾਰ ਤਰਲੇ ਕੀਤੇ ਕਿ ਹੇ ਅਸਮਾਨ! ਮੇਰੀ ਆਤਮਾ ਨੂੰ ਉਸ ਮਰਦ ਦੀ ਆਤਮਾ ਨਾਲ਼ ਮਿਲ਼ਾ ਦੇ ਜਿਸਨੂੰ ਮੈਂ ਆਪਣਾ ਜੀਵਨ-ਸਾਥੀ ਬਣਾਇਆ ਹੈ। ਪਰ ਅਸਮਾਨ ਨੇ ਅਜਿਹਾ ਨਾ ਕੀਤਾ ਕਿਉਂਕਿ ਪਿਆਰ ਸਾਡੀਆਂ ਆਤਮਾਵਾਂ 'ਤੇ ਰੱਬ ਵੱਲੋਂ ਪੈਦਾ ਹੁੰਦਾ ਹੈ, ਮੰਗਣ ਨਾਲ਼ ਨਹੀਂ ਮਿਲ਼ਦਾ।

"ਇਸੇ ਤਰ੍ਹਾਂ ਮੈਂ ਉਸ ਆਦਮੀ ਘਰ ਪੂਰੇ ਦੋ ਸਾਲ ਰੋਂਦੀ ਰਹੀ। ਮੈਂ ਚਿੜੀਆਂ ਦੀ ਅਜ਼ਾਦੀ ਤੋਂ ਸੜਦੀ ਸੀ ਅਤੇ ਮੇਰੀਆਂ ਸਹੇਲੀਆਂ ਮੇਰੇ ਕੈਦਖਾਨੇ 'ਤੇ ਦੁਖੀ ਹੁੰਦੀਆਂ ਸਨ। ਮੈਂ ਰਾਤ ਦਿਨ ਰੋਣ 'ਚ ਲੱਗੀ ਰਹਿੰਦੀ ਸੀ ਅਤੇ ਰੋਜ਼ ਦੀ ਭੁੱਖ ਅਤੇ ਪਿਆਸ ਨਾਲ਼ ਮਰੀ ਜਾਂਦੀ ਸੀ। ਅੰਤ ਉਨ੍ਹਾਂ ਹਨ੍ਹੇਰੇ ਦਿਨਾਂ ਵਿੱਚ ਇੱਕ ਦਿਨ ਮੈਨੂੰ ਹਨ੍ਹੇਰੇ ਪਿੱਛੇ ਰੌਸ਼ਨੀ ਦੀ ਹਲਕੀ-ਜਿਹੀ ਕਿਰਨ ਨਜ਼ਰ ਆਈ, ਜੋ ਮੇਰੀਆਂ ਅੱਖਾਂ 'ਚੋਂ ਨਿਕਲ਼ ਰਹੀ ਸੀ। ਮੈਂ ਦੇਖਿਆ ਕਿ ਇੱਕ ਨੌਜਵਾਨ ਜੀਵਨ ਦੇ ਵਹਾਅ ਵਿੱਚ ਇਕੱਲਾ ਵਹਿ ਰਿਹਾ ਸੀ ਅਤੇ ਉਸ ਮਕਾਨ ਵਿੱਚ ਕਿਤਾਬਾਂ ਅਤੇ ਕਾਗਜ਼ਾਂ ਵਿਚਾਲੇ ਇੱਕਲਾ ਹੀ ਜੀਵਨ ਜੀਅ ਰਿਹਾ ਹੈ।

ਮੈਂ ਆਪਣੀਆਂ ਅੱਖਾਂ ਬੰਦ ਕਰ ਲਈਆਂ ਤਾਂ ਕਿ ਮੈਂ ਉਸ ਕਿਰਨ ਨੂੰ ਨਾ ਦੇਖ ਸਕਾਂ। ਮੈਂ ਖੁਦ ਨੂੰ ਕਿਹਾ ਕਿ ਤੇਰੀ ਕਿਸਮਤ ਵਿੱਚ ਕਬਰ ਦਾ ਹਨ੍ਹੇਰਾ ਲਿਖਿਆ ਹੈ, ਤੂੰ ਰੌਸ਼ਨੀ ਦਾ ਲਾਲਚ ਕਿਉਂ ਕਰਦੀ ਹੈਂ? ਇਸ ਤੋਂ ਬਾਅਦ ਮੈਂ ਦੇਵਲੋਕ ਦਾ ਇੱਕ ਗੀਤ ਸੁਣਿਆ, ਜਿਸਦੀ ਲੈਅ ਨੇ ਮੈਨੂੰ ਤੜਫਾ ਸੁੱਟਿਆ। ਮੈਂ ਆਪਣੇ ਕੰਨ ਬੰਦ ਕਰ ਲਏ ਅਤੇ ਖੁਦ ਨੂੰ ਕਿਹਾ, "ਤੇਰੀ ਕਿਸਮਤ 'ਚ ਰੋਣਾ ਲਿਖਿਆ ਹੈ, ਤੂੰ ਗੀਤਾਂ ਦਾ ਲਾਲਚ ਕਿਉਂ ਕਰਦੀ ਹੈਂ?" ਮੈਂ ਆਪਣੇ ਕੰਨਾਂ ਨੂੰ ਬੰਦ ਕਰ ਲਿਆ ਤਾਂ ਕਿ ਮੈਂ ਗੀਤ ਨਾ ਸੁਣ ਸਕਾਂ ਪਰ ਮੇਰੀਆਂ ਅੱਖਾਂ ਉਸ ਕਿਰਨ ਨੂੰ ਦੇਖਦੀਆਂ ਰਹੀਆਂ; ਹਾਲਾਂਕਿ ਉਹ ਬੰਦ ਸਨ। ਮੈਂ ਡਰ ਨਾਲ਼ ਘਬਰਾ ਗਈ। ਇੱਕ ਫਕੀਰ ਅਮੀਰ ਦੇ ਮਹਿਲ ਕੋਲ਼ ਇੱਕ ਹੀਰੇ ਵਾਂਗ ਪਿਆ ਸੀ। ਮੇਰੇ ਵਿੱਚ ਨਾ ਇਹ ਹਿੰਮਤ ਸੀ ਕਿ ਮੈਂ ਉਹਨੂੰ ਚੁੱਕ ਲਵਾਂ ਅਤੇ ਨਾ ਮੈਂ ਉਸਨੂੰ ਛੱਡ ਸਕਦੀ ਸੀ। ਮੈਂ ਰੋਣਾ ਸ਼ੁਰੂ ਕਰ ਦਿੱਤਾ। ਮੈਂ ਕਸ਼ਟਾਂ ਵਿੱਚ ਘਿਰੀ ਹੋਈ ਸੀ। ਅੰਤ ਮੈਂ ਉਡੀਕ ਅਤੇ ਬੇਚੈਨੀ ਦੇ ਝਟਕਿਆਂ ਨਾਲ਼

ਜ਼ਮੀਨ 'ਤੇ ਆ ਡਿੱਗੀ।

ਇੱਥੇ ਗੁਲਬਦਨ ਇੱਕ ਪਲ ਲਈ ਰੁਕੀ ਅਤੇ ਉਹਨੇ ਆਪਣੀਆਂ ਵੱਡੀਆਂ-ਵੱਡੀਆਂ ਅੱਖਾਂ ਬੰਦ ਕਰ ਲਈਆਂ, ਜਿਵੇਂ ਅਤੀਤ ਦਾ ਉਹ ਨਜ਼ਾਰਾ ਅੱਖਾਂ ਸਾਹਮਣੇ ਘੁੰਮ ਰਿਹਾ ਹੈ ਅਤੇ ਮੇਰੀਆਂ ਅੱਖਾਂ ਨਾਲ਼ ਮਿਲਾਉਣ ਦੀ ਜ਼ੁਰੱਅਤ ਨਹੀਂ ਕਰ ਸਕਦੀਆਂ ਸੀ। ਇਸ ਤੋਂ ਬਾਅਦ ਉਹਨੇ ਅੱਖਾਂ ਖੋਲ੍ਹ ਲਈਆਂ ਅਤੇ ਕਿਹਾ, "ਉਹ ਮਨੁੱਖ ਜੋ ਇਸ ਸੰਸਾਰ ਵਿੱਚ ਆਉਂਦੇ ਹਨ ਅਤੇ ਅਸਲੀ ਜੀਵਨ ਦੇ ਅਨੰਦ ਤੋਂ ਜਾਣੂ ਹੋਣ ਤੋਂ ਪਹਿਲਾਂ ਹੀ ਵਾਪਸ ਚਲੇ ਜਾਂਦੇ ਹਨ, ਉਹ ਔਰਤ ਦੇ ਦਰਦ ਤੋਂ ਜਾਣੂ ਨਹੀਂ ਹੋ ਸਕਦੇ ਜਿਸਦੇ ਇੱਕ ਪਾਸੇ ਉਹ ਮਰਦ ਹੈ, ਜਿਸਦਾ ਪਿਆਰ ਉਹਨੂੰ ਰੱਬ ਵੱਲੋਂ ਦਿੱਤਾ ਗਿਆ ਹੈ ਅਤੇ ਦੂਜੇ ਪਾਸੇ ਉਹ ਮਰਦ ਹੈ, ਜਿਸ ਨਾਲ਼ ਉਹ ਦੁਨੀਆਵਾਦੀ ਧਾਰਮਿਕ-ਰਸਮ ਨਾਲ਼ ਬੰਨ੍ਹੀ ਹੈ। ਉਹ ਇੱਕ ਦਰਦ ਭਰੀ ਕਹਾਣੀ ਹੈ, ਜੋ ਔਰਤ ਦੇ ਖ਼ੂਨ ਤੇ ਹੰਝੂਆਂ ਨਾਲ਼ ਲਿਖੀ ਜਾਂਦੀ ਹੈ ਅਤੇ ਜਿਸਨੂੰ ਪੜ੍ਹ ਕੇ ਮਰਦ ਹੱਸਦੇ ਹਨ ਕਿਉਂਕਿ ਉਹ ਇਸਨੂੰ ਸਮਝ ਨਹੀਂ ਸਕਦੇ ਅਤੇ ਜੇਕਰ ਸਮਝ ਲੈਣ ਤਾਂ ਉਨ੍ਹਾਂ ਦਾ ਹਾਸਾ ਦੁੱਖ ਅਤੇ ਗਮ ਵਿੱਚ ਬਦਲ ਜਾਂਦਾ ਹੈ ਅਤੇ ਉਹ ਗੁੱਸੇ 'ਚ ਔਰਤ ਦੇ ਸਿਰ 'ਤੇ ਵਰ੍ਹ ਪੈਂਦੇ ਹਨ ਅਤੇ ਉਸਦੇ ਕੰਨਾਂ ਨੂੰ ਲਾਹਨਤ ਅਤੇ ਭੰਡੀ ਨਾਲ਼ ਭਰ ਦਿੰਦੇ ਹਨ।

"ਇਹ ਇੱਕ ਦਰਦ ਭਰੀ ਕਹਾਣੀ ਹੈ, ਜਿਸ ਦਾ ਨਾਟਕ ਰਾਤ ਦੇ ਹਨ੍ਹੇਰੇ 'ਚ ਹਰ ਔਰਤ ਦੇ ਦਿਲ 'ਚ ਖੇਡਿਆ ਜਾਂਦਾ ਹੈ, ਜਿਸਦਾ ਸਰੀਰ ਇਸ ਤੋਂ ਪਹਿਲਾਂ ਕਿ ਉਹ ਵਿਆਹ ਦੀ ਅਸਲੀਅਤ ਤੋਂ ਜਾਣੂ ਹੋਵੇ, ਕਿਸੇ ਮਰਦ ਦੇ ਚੁੰਗਲ ਵਿੱਚ ਕੈਦ ਹੋ ਜਾਂਦਾ ਹੈ। ਉਹ ਆਪਣੀ ਆਤਮਾ ਨੂੰ ਕਿਸੇ ਦੂਸਰੇ ਮਰਦ ਲਈ ਤੜਫਦੀ ਹੋਈ ਮਹਿਸੂਸ ਕਰਦੀ ਹੈ, ਜਿਸਨੂੰ ਉਹ ਸੱਚਾ ਪਿਆਰ ਕਰਦੀ ਹੈ। ਇਹ ਇੱਕ ਭਿਆਨਕ ਦਵੰਦ ਹੈ, ਜਿਸਦਾ ਆਰੰਭ ਔਰਤ ਦੀ ਕਮਜ਼ੋਰੀ ਦੇ ਪ੍ਰਗਟ ਹੋਣ ਨਾਲ਼ ਹੁੰਦਾ ਹੈ ਅਤੇ ਅੰਤ ਉਸ ਸਮੇਂ ਤੱਕ ਨਹੀਂ ਹੁੰਦਾ, ਜਦੋਂ ਤੱਕ ਕਿ ਕਮਜ਼ੋਰੀ ਨੂੰ ਤਾਕਤ ਦੀ ਗੁਲਾਮੀ ਤੋਂ ਛੁਟਕਾਰਾ ਨਾ ਮਿਲ਼ ਜਾਵੇ। ਮਨੁੱਖ ਦੀਆਂ ਬੁਰੀਆਂ ਧਾਰਮਿਕ ਰਸਮਾਂ ਅਤੇ ਦਿਲ ਦੇ ਪਵਿੱਤਰ ਭਾਵਾਂ ਦਰਮਿਆਨ ਇਹ ਇੱਕ ਭਿਆਨਕ ਯੁੱਧ ਹੈ। ਉਹੀ ਪਵਿੱਤਰ ਭਾਵ, ਜਿਸਦੇ ਕਾਰਨ ਮੈਂ ਕੱਲ੍ਹ ਤੱਕ ਜ਼ਮੀਨ 'ਤੇ ਪਈ ਮੌਤ ਦੀ ਇਛੁੱਕ ਸੀ ਅਤੇ ਖ਼ੂਨ ਦੇ ਅੱਥਰੂ ਰੋਂਦੀ ਸੀ।"

"ਪਰ ਮੈਂ ਉੱਠੀ ਅਤੇ ਮੈਂ ਖ਼ੁਦ ਨੂੰ ਨਾਰੀ ਜਾਤੀ ਦੀ ਮੂਰਖਤਾ ਤੋਂ ਅਜ਼ਾਦ ਕਰ ਲਿਆ ਅਤੇ ਆਪਣੇ ਪੈਰਾਂ ਨੂੰ ਕਮਜ਼ੋਰੀ ਅਤੇ ਗੁਲਾਮੀ ਦੀ ਫਾਂਸੀ ਤੋਂ ਅਜ਼ਾਦ ਕਰ ਲਿਆ ਅਤੇ ਅਜ਼ਾਦੀ ਦੇ ਵਾਤਾਵਰਣ ਵਿੱਚ ਉੱਡਣ ਲੱਗੀ। ਹੁਣ ਮੈਂ ਕਿਸਮਤ ਵਾਲ਼ੀ ਹਾਂ, ਕਿਉਂਕਿ ਮੈਨੂੰ ਉਸ ਮਰਦ ਦੀ ਸੰਗਤ ਪ੍ਰਾਪਤ ਹੈ, ਜਿਸਦੇ ਦਿਲੋਂ ਪਿਆਰ ਦੀ ਲਾਟ ਮੇਰੇ ਵੱਲ ਵਧੀ। ਹੁਣ ਇਸ ਸੰਸਾਰ ਦੀ ਕੋਈ ਤਾਕਤ ਇੰਨੀ ਪ੍ਰਬਲ ਨਹੀਂ ਕਿ ਮੇਰੀ ਇਸ ਖ਼ੁਸ਼ਕਿਸਮਤੀ ਨੂੰ ਮੇਰੇ ਕੋਲੋਂ ਖੋਹ ਸਕੇ ਕਿਉਂਕਿ ਸਾਡੀਆਂ ਆਤਮਾਵਾਂ ਪਿਆਰ ਅਤੇ ਮੋਹ ਦੇ ਧਾਗੇ ਵਿੱਚ ਬੰਨ੍ਹੀਆਂ ਜਾ ਚੁੱਕੀਆਂ ਹਨ।"

ਗੁਲਬਦਨ ਨੇ ਮੇਰੇ ਵੱਲ ਅਰਥ ਭਰੇ ਢੰਗ ਨਾਲ਼ ਦੇਖਿਆ, ਜਿਵੇਂ ਇਹ ਚਾਹੁੰਦੀ ਹੋਵੇ ਕਿ ਆਪਣੀਆਂ ਅੱਖਾਂ ਨਾਲ਼ ਮੇਰੇ ਦਿਲ ਦੇ ਅੰਦਰ ਦੀ ਹਾਲਤ ਦੇਖ ਕੇ ਸਮਝ

ਲਵੇ ਕਿ ਮੇਰੇ ਭਾਵਾਂ 'ਤੇ ਉਸਦੇ ਕਹਿਣ ਦਾ ਕੀ ਪ੍ਰਭਾਵ ਹੋਇਆ ਹੈ ਅਤੇ ਉਹ ਮੇਰੇ ਅੰਦਰੋਂ ਕੋਈ ਅਵਾਜ਼ ਸੁਣਨਾ ਚਾਹੁੰਦੀ ਹੋਵੇ। ਪਰ ਮੈਂ ਚੁੱਪ ਰਿਹਾ ਤਾਂ ਕਿ ਮੈਂ ਉਸਦੀ ਗੱਲਬਾਤ ਦੇ ਵਹਾਅ ਵਿੱਚ ਰੁਕਾਵਟ ਪੈਦਾ ਨਾ ਕਰ ਦੇਵਾਂ। ਗੁਲਬਦਨ ਨੇ ਗੱਲਾਂ ਜਾਰੀ ਰੱਖੀਆਂ। ਉਸਦੀ ਅਵਾਜ਼ ਵਿੱਚ ਖਿੱਚ, ਪਿਆਰ ਅਤੇ ਉਲਾਸ ਦੀ ਮਿਠਾਸ ਸੀ। ਉਹਨੇ ਕਿਹਾ, "ਲੋਕ ਤੈਨੂੰ ਕਹਿਣਗੇ ਕਿ ਗੁਲਬਦਨ ਬੇਵਫ਼ਾ ਤੇ ਦਗਾਬਾਜ਼ ਔਰਤ ਹੈ, ਜਿਸਨੇ ਦਿਲ ਦੀ ਭਾਵਨਾ ਨੂੰ ਅਪਨਾ ਲਿਆ ਅਤੇ ਜੋ ਉਸ ਵਿਅਕਤੀ ਨੂੰ ਛੱਡ ਕੇ ਚਲੀ ਗਈ ਜਿਸਨੇ ਉਸਦੀ ਇੱਜ਼ਤ ਵਧਾਈ ਅਤੇ ਉਸਨੂੰ ਆਪਣੇ ਘਰ ਦੀ ਮਾਲਿਕ ਬਣਾ ਲਿਆ। ਲੋਕ ਤੈਨੂੰ ਕਹਿਣਗੇ ਕਿ ਗੁਲਬਦਨ ਬਦਚਲਨ ਹੈ, ਜਿਸਨੇ ਵਿਆਹ ਦੀ ਪਵਿੱਤਰ ਧਾਰਮਿਕ ਰਸਮ ਨੂੰ ਤੋੜਿਆ ਅਤੇ ਇਸਦੀ ਬਜਾਇ ਕੰਡਿਆਂ ਦੇ ਬਣੇ ਪਿੰਜਰੇ ਵਿੱਚ ਚਲੀ ਗਈ। ਉਹਨੇ ਆਪਣੇ ਕੱਪੜੇ ਲਾਹ ਸੁੱਟੇ ਅਤੇ ਪਾਪ ਅਤੇ ਬੇਸ਼ਰਮੀ ਦਾ ਚੋਲ਼ਾ ਪਾ ਕੇ ਦੁਸ਼ਟ ਬਣ ਗਈ। ਉਹ ਤੈਨੂੰ ਕਹਿਣਗੇ ਕਿ ਗੁਲਬਦਨ ਨੇ ਸ਼ਰਮ ਦਾ ਬੁਰਕਾ ਲਾਹ ਸੁੱਟਿਆ ਹੈ ਪਰ ਇਹ ਲੋਕ ਖਾਲੀ ਗੁਫਾਵਾਂ ਵਾਂਗ ਹਨ ਜੋ ਅਵਾਜ਼ ਨੂੰ ਵਾਪਸ ਮੋੜ ਦਿੰਦੀਆਂ ਹਨ ਪਰ ਲੋਕ ਮਾਅਨੇ ਨਹੀਂ ਸਮਝਦੇ। ਉਹ ਕੁਦਰਤ ਦੇ ਰੱਬੀ ਕਾਨੂੰਨ ਤੋਂ ਜਾਣੂ ਨਹੀਂ ਅਤੇ ਧਰਮ ਦੇ ਅਸਲੀ ਲਾਭ ਨੂੰ ਨਹੀਂ ਸਮਝਦੇ। ਉਹ ਨਹੀਂ ਜਾਣਦੇ ਕਿ ਅਪਰਾਧੀ ਕੌਣ ਹੈ ਅਤੇ ਕੌਣ ਨਹੀਂ। ਉਹ ਆਪਣੇ ਘਟੀਆ ਨਜ਼ਰੀਏ ਨਾਲ਼ ਸਿਰਫ਼ ਕਰਮਾਂ ਦੇ ਬਾਹਰੀ ਰੂਪ ਨੂੰ ਦੇਖਦੇ ਹਨ ਅਤੇ ਉਨ੍ਹਾਂ ਦੇ ਭੇਦਾਂ 'ਤੇ ਨਜ਼ਰ ਨਹੀਂ ਸੁੱਟਦੇ। ਉਹ ਜਹਾਲਤ ਨਾਲ਼ ਫੈਸਲਾ ਕਰਦੇ ਹਨ ਅਤੇ ਸਭ ਲਈ ਇੱਕੋ ਜਿਹਾ ਫਤਵਾ ਦਿੰਦੇ ਹਨ। ਉਨ੍ਹਾਂ ਸਾਹਮਣੇ ਅਪਰਾਧੀ, ਭਲਾ ਅਤੇ ਦੁਸ਼ਟ ਸਾਰੇ ਇੱਕੋ ਬਰਾਬਰ ਹਨ। ਹਾਏ ਮਾੜੀ ਕਿਸਮਤ! ਉਨ੍ਹਾਂ ਲੋਕਾਂ ਦੀ, ਜਿਨ੍ਹਾਂ ਦਾ ਇਹ ਫੈਸਲਾ ਕਰਦੇ ਹਨ ਅਤੇ ਹਾਏ ਬਦਕਿਸਮਤ! ਉਨ੍ਹਾਂ ਦੀ ਜਿੰਨ੍ਹਾਂ ਦੇ ਪੱਖ ਵਿੱਚ ਇਹ ਫੈਸਲਾ ਦਿੰਦੇ ਹਨ।

"ਜੇਕਰ ਮੈਂ ਬਦਚਲਨ ਅਤੇ ਧੋਖੇਬਾਜ ਸੀ ਤਾਂ ਰਸ਼ੀਦ ਨਾਮਾਨ ਦੇ ਘਰ ਵਿੱਚ, ਜਿਸ ਨੇ ਇਸ ਤੋਂ ਪਹਿਲਾਂ ਕਿ ਸਿਰਜਣਹਾਰ ਮੈਨੂੰ ਆਤਮਾ ਅਤੇ ਪਿਆਰ ਦੇ ਸਬੰਧ 'ਚ ਸਮਝ ਬਖਸ਼ਦਾ। ਰਸਮਾਂ ਅਤੇ ਪਰੰਪਰਾ ਅਧੀਨ ਮੈਨੂੰ ਆਪਣੀ ਪਤਨੀ ਬਣਾ ਲਿਆ। ਆਪਣੀ ਅਤੇ ਪਰਮਾਤਮਾ ਦੀ ਨਜ਼ਰ ਵਿੱਚ ਮੈਂ ਨੀਚ ਤੇ ਬਦਚਲਨ ਸੀ ਕਿਉਂਕਿ ਮੈਂ ਭੀਖ ਦਾ ਟੁਕੜਾ ਖਾਂਦੀ ਸੀ ਅਤੇ ਆਪਣੇ ਸਰੀਰ ਨਾਲ਼ ਉਸਦੀ ਕਾਮ-ਵਾਸਨਾ ਪੂਰੀ ਕਰਦੀ ਸੀ, ਪਰ ਹੁਣ ਮੈਂ ਪਵਿੱਤਰ ਹਾਂ ਕਿਉਂਕਿ ਪਿਆਰ ਦੇ ਸਲੀਕੇ ਨੇ ਮੈਨੂੰ ਅਜ਼ਾਦ ਕਰ ਦਿੱਤਾ ਹੈ। ਮੈਂ ਸ਼ੁੱਧ ਅਤੇ ਪਵਿੱਤਰ ਹਾਂ ਕਿਉਂਕਿ ਮੈਂ ਆਪਣੇ ਸਰੀਰ ਨੂੰ ਰੋਟੀ ਬਦਲੇ ਅਤੇ ਜੀਵਨ ਨੂੰ ਕੱਪੜਿਆਂ ਬਦਲੇ ਵੇਚਣਾ ਛੱਡ ਦਿੱਤਾ ਹੈ। ਹਾਂ, ਉਸ ਵੇਲ਼ੇ ਮੈਂ ਕੁਲਟਾ ਅਤੇ ਅਪਰਾਧੀ ਸੀ ਪਰ ਲੋਕ ਮੈਨੂੰ ਸ਼ਰੀਫ ਬੀਵੀ ਸਮਝਦੇ ਸਨ; ਅਤੇ ਅੱਜ ਮੈਂ ਸ਼ੁੱਧ ਅਤੇ ਪਵਿੱਤਰ ਹਾਂ, ਪਰ ਲੋਕ ਮੈਨੂੰ ਨੀਚ ਅਤੇ ਪਾਪੀ ਸਮਝਦੇ ਹਨ ਕਿਉਂਕਿ ਉਹ ਲੋਕਾਂ ਦੇ ਵਿਅਕਤੀਤਵ ਦੇ ਸਬੰਧ ਵਿੱਚ ਉਨ੍ਹਾਂ ਦੇ ਜਿਸਮਾਂ ਅਨੁਸਾਰ ਸੋਚ ਬਣਾਉਂਦੇ ਹਨ ਅਤੇ ਆਤਮਾ ਦਾ ਅਨੁਮਾਨ ਨਿਰਜੀਵ ਉਪਕਰਣ ਨਾਲ਼ ਕਰਦੇ ਹਨ।"

ਗੁਲਬਦਨ ਖਿੜਕੀ ਕੋਲ ਗਈ ਅਤੇ ਉਹਨੇ ਸੱਜੇ ਪਾਸੇ ਸ਼ਹਿਰ ਵੱਲ ਇਸ਼ਾਰਾ ਕੀਤਾ। ਉਹਦੀ ਅਵਾਜ਼ ਪਹਿਲਾਂ ਨਾਲ਼ੋਂ ਉੱਚੀ ਹੋ ਗਈ ਅਤੇ ਉਹਨੇ ਅਜਿਹੀ ਨਫ਼ਰਤ

ਨਾਲ਼ ਕਿਹਾ ਜਿਵੇਂ ਉਹਨੂੰ ਰਸਤਿਆਂ ਵਿੱਚ ਛੱਤਾਂ ਅਤੇ ਖਿੜਕੀਆਂ ਵਿੱਚ ਪਤਨ ਅਤੇ ਬਦਸੂਰਤੀ ਦੇ ਚਿੰਨ੍ਹ ਦਿਖਾਈ ਦੇ ਰਹੇ ਹਨ। ਉਹਨੇ ਕਿਹਾ, "ਦੇਖੋ! ਉਸ ਗਗਨ ਛੂੰਹਦੇ ਸ਼ਾਨਦਾਰ ਮਹਿਲ ਨੂੰ ਦੇਖੋ। ਇਸ ਵਿੱਚ ਵੱਡਾ ਇੱਜ਼ਤਦਾਰ ਵਿਅਕਤੀ ਰਹਿੰਦਾ ਹੈ। ਉਸ ਮਹਿਲ ਦੀਆਂ ਕੰਧਾਂ 'ਤੇ ਕਸ਼ੀਦਾਕਾਰੀ ਦੇ ਰੇਸ਼ਮੀ ਪਰਦੇ ਧੋਖੇਬਾਜ਼ੀ ਅਤੇ ਝੂਠ ਦਾ ਸਬੂਤ ਦੇ ਰਹੇ ਹਨ। ਉਸਦੀਆਂ ਛੱਤਾਂ ਸੁਨਹਿਰੀ ਵੇਲ਼-ਬੂਟਿਆਂ ਨਾਲ਼ ਸੱਜੀਆਂ ਹਨ। ਪਰ ਇਨ੍ਹਾਂ ਹੇਠ ਬਨਾਵਟ ਦੇ ਪਹਿਲੂ ਵਿੱਚ ਝੂਠ ਰਹਿੰਦਾ ਹੈ। ਉਨ੍ਹਾਂ ਕੁੜੀਆਂ ਨੂੰ ਦੇਖੋ, ਜਿਨ੍ਹਾਂ ਤੋਂ ਸ਼ਰਾਫਤ ਅਤੇ ਸੁਸ਼ੀਲਤਾ ਟਪਕਦੀ ਹੈ ਪਰ ਸੱਚ ਇਹ ਹੈ ਕਿ ਉਨ੍ਹਾਂ ਅੰਦਰ ਬੇਵਫਾਈ ਅਤੇ ਤਬਾਹੀ ਲੁਕੀ ਹੈ। ਉਹ ਕਲਸ਼ਦਾਰ ਕਬਰਾਂ ਹਨ, ਜਿਨ੍ਹਾਂ ਵਿੱਚ ਅੱਖਾਂ ਦੇ ਸੁਰਮੇ ਅਤੇ ਬੁੱਲ੍ਹਾਂ ਦੀ ਸੁਰਖੀ ਦੀ ਤਹਿ ਵਿੱਚ ਨਾਰੀ ਦਾ ਕਪਟ ਅਤੇ ਚਲਾਕੀ ਲੁਕੀ ਹੈ ਅਤੇ ਉਨ੍ਹਾਂ ਦੇ ਕੰਨਾਂ ਵਿੱਚ ਪੁਰਸ਼ਾਂ ਦੇ ਘੁਮੰਡ ਅਤੇ ਪਸ਼ੂਪੁਣੇ, ਧਨ-ਦੌਲਤ ਦੀ ਚਮਕ-ਦਮਕ ਬਣ ਕੇ ਬੈਠੀ ਹੈ। ਉਸ ਮਹਿਲ ਦੀਆਂ ਕੰਧਾਂ ਮਾਣ ਅਤੇ ਸ਼ਾਨ ਨਾਲ਼ ਅਕਾਸ਼ ਤੱਕ ਪਹੁੰਚ ਰਹੀਆਂ ਹਨ। ਪਰ ਜੇਕਰ ਉਨ੍ਹਾਂ ਨੂੰ ਉਸ ਧੋਖੇ ਅਤੇ ਝੂਠ ਦਾ ਪਤਾ ਹੋਵੇ, ਜੋ ਉਨ੍ਹਾਂ 'ਤੇ ਛਾਏ ਹਨ ਤਾਂ ਉਹ ਫੱਟ ਜਾਣ ਅਤੇ ਟੁਕੜੇ-ਟੁਕੜੇ ਹੋ ਕੇ ਜ਼ਮੀਨ 'ਤੇ ਡਿੱਗ ਪੈਣ। ਇਹ, ਉਹ ਮਕਾਨ ਹਨ ਕਿ ਇੱਕ ਪੇਂਡੂ ਜਿਨ੍ਹਾਂ ਵੱਲ ਹੰਝੂ ਭਰ ਕੇ ਦੇਖਦਾ ਹੈ। ਪਰ ਜੇਕਰ ਉਸਨੂੰ ਪਤਾ ਲੱਗ ਜਾਵੇ ਕਿ ਇਨ੍ਹਾਂ ਮਕਾਨਾਂ ਵਿੱਚ ਰਹਿਣ ਵਾਲ਼ਿਆਂ ਦੇ ਦਿਲ ਵਿੱਚ ਅਸਲੀ ਪਿਆਰ ਦੀ ਇੱਕ ਬੂੰਦ ਤੱਕ ਮੌਜੂਦ ਨਹੀਂ ਜਿਸ ਨਾਲ਼ ਉਸਦੀ ਪਤਨੀ ਦਾ ਦਿਲ ਭਰਿਆ ਹੋਇਆ ਹੈ, ਤਾਂ ਉਸਨੂੰ ਉਨ੍ਹਾਂ ਦੀ ਹਾਲਤ 'ਤੇ ਤਰਸ ਆ ਜਾਵੇ।"

ਗੁਲਬਦਨ ਨੇ ਮੇਰਾ ਹੱਥ ਫੜ੍ਹਿਆ ਤੇ ਮੈਨੂੰ ਖਿੜਕੀ ਕੋਲ਼ ਲੈ ਗਈ, ਜਿੱਥੋਂ ਮਹਿਲ ਨਜ਼ਰ ਆ ਰਹੇ ਸਨ। ਉਹਨੇ ਕਿਹਾ, "ਆ, ਮੈਂ ਤੈਨੂੰ ਉਨ੍ਹਾਂ ਲੋਕਾਂ ਦੇ ਭੇਦ ਦੱਸਾਂ, ਜਿਨ੍ਹਾਂ ਦੀ ਉਦਾਹਰਣ ਬਣਨਾ ਤੂੰ ਕਦੇ ਵੀ ਪਸੰਦ ਨਹੀਂ ਕਰੇਂਗਾ। ਉਸ ਮਹਿਲ ਵੱਲ ਦੇਖ, ਜਿਸਦੇ ਖੰਭੇ ਸੰਗਮਰਮਰ ਦੇ ਬਣੇ ਹਨ। ਜਿਨ੍ਹਾਂ ਦੇ ਛੱਜੇ ਪਿੱਤਲ ਦੇ ਹਨ ਅਤੇ ਜਿਸਦੀਆਂ ਖਿੜਕੀਆਂ ਸ਼ੀਸ਼ੇ ਦੀਆਂ ਹਨ। ਉਸ ਮਹਿਲ ਵਿੱਚ ਇੱਕ ਅਮੀਰ ਰਹਿੰਦਾ ਹੈ ਜਿਸਨੂੰ ਧਨ-ਦੌਲਤ ਆਪਣੇ ਕੰਜੂਸ ਪਿਤਾ ਪਾਸੋਂ ਵਿਰਾਸਤ ਵਿੱਚ ਮਿਲੀ ਹੈ। ਦੋ ਸਾਲ ਪਹਿਲਾਂ ਉਹਨੇ ਇੱਕ ਔਰਤ ਨਾਲ਼ ਵਿਆਹ ਕੀਤਾ ਸੀ, ਜਿਸ ਬਾਰੇ ਉਹਨੂੰ ਇਸ ਤੋਂ ਵੱਧ ਨਹੀਂ ਸੀ ਪਤਾ ਕਿ ਉਹਦਾ ਪਿਤਾ ਉੱਚੇ ਘਰਾਣੇ ਦਾ ਹੈ ਅਤੇ ਜਿਸਦਾ ਰੁਤਬਾ ਇੱਜ਼ਤਦਾਰ ਲੋਕਾਂ ਵਿੱਚ ਬਹੁਤ ਉੱਚਾ ਸੀ। ਵਿਆਹ ਨੂੰ ਅਜੇ ਇੱਕ ਮਹੀਨਾ ਹੀ ਬੀਤਿਆ ਕਿ ਉਹਨੇ ਪਤਨੀ ਨੂੰ ਤੜਫਣ ਲਈ ਛੱਡ ਦਿੱਤਾ ਅਤੇ ਆਪ ਵਾਸ਼ਨਾਵਾਂ ਦੀਆਂ ਮਾਰੀਆਂ ਛਮਕਾਂ ਨਾਲ਼ ਮੌਜਾਂ ਉਡਾਉਣ ਲੱਗਾ। ਉਹਨੇ ਵਿਚਾਰੀ ਨੂੰ ਉਸ ਮਹਿਲ ਵਿੱਚ ਇੰਞ ਛੱਡ ਦਿੱਤਾ ਜਿਵੇਂ ਸ਼ਰਾਬੀ ਖਾਲੀ ਸੁਰਾਹੀ ਛੱਡ ਕੇ ਚਲਿਆ ਜਾਂਦਾ ਹੈ। ਔਰਤ ਰੋਂਦੀ ਰਹੀ, ਗਮ ਅਤੇ ਗੁੱਸੇ ਭਰੀਆਂ ਜਾਨਕੱਢੂ ਤਕਲੀਫਾਂ ਵਿੱਚ ਫਸੀ ਰਹੀ ਪਰ ਜਦੋਂ ਉਹਨੂੰ ਆਪਣੀ ਗਲਤੀ ਦਾ ਅਹਿਸਾਸ ਹੋਇਆ ਤਾਂ ਉਹਨੇ ਸੰਤੋਖ ਕਰ ਲਿਆ। ਉਹ ਸਮਝ ਗਈ ਕਿ ਉਹਦੇ ਅੱਥਰੂ ਉਨ੍ਹਾਂ ਅੱਥਰੂਆਂ ਨਾਲ਼ੋਂ ਵੱਧ ਕੀਮਤੀ ਹਨ, ਜੋ ਉਸਦੇ ਪਤੀ ਵਰਗੇ ਮਨੁੱਖ ਲਈ ਵਹਾਏ ਜਾਣ। ਹੁਣ ਉਹ ਔਰਤ ਇੱਕ ਨੌਜਵਾਨ ਅਤੇ ਸੋਹਣੇ ਪੁਰਸ਼ ਦੇ ਪਿਆਰ ਵਿੱਚ ਦੱਬੀ ਹੈ। ਉਸਦੇ ਪਿਆਰ 'ਚ

ਦਿਲ-ਨੱਕੋਨੱਕ ਹੈ ਅਤੇ ਉਹ ਆਪਣੇ ਪਤੀ ਦੀ ਜਾਇਦਾਦ ਨਾਲ਼, ਜੋ ਉਹਦੇ ਆਲ਼ੇ-ਦੁਆਲ਼ੇ ਖਿੰਡੀ ਪਈ ਹੈ, ਆਪਣੇ ਪ੍ਰੇਮੀ ਦੀਆਂ ਜੇਬ੍ਹਾਂ ਭਰਦੀ ਰਹਿੰਦੀ ਹੈ।

"ਹੁਣ ਉਸ ਮਹਿਲ ਵੱਲ ਦੇਖ, ਜਿਸਦੇ ਆਸ-ਪਾਸ ਬਗੀਚਾ ਹੈ। ਉਸ ਵਿੱਚ ਇੱਕ ਅਜਿਹਾ ਆਦਮੀ ਰਹਿੰਦਾ ਹੈ ਜਿਸਦਾ ਖਾਨਦਾਨ ਪੁਰਾਣੇ ਜ਼ਮਾਨੇ, ਵਿੱਚ ਰਾਜ ਕਰਦਾ ਸੀ ਪਰ ਅੱਜਕੱਲ੍ਹ ਪੈਸੇ ਦੀ ਕਮੀ ਅਤੇ ਖ਼ਾਨਦਾਨ ਦੇ ਲੋਕਾਂ ਦੇ ਆਲਸ ਸਦਕਾ ਇਹ ਖਾਨਦਾਨ ਆਪਣੀ ਉੱਚੀ ਜਗ੍ਹਾ ਤੋਂ ਡਿੱਗ ਗਿਆ ਹੈ। ਕੁਝ ਸਾਲ ਹੋਏ ਨੇ ਉਸ ਆਦਮੀ ਨੇ ਬਦਸੂਰਤ ਪਰ ਅਮੀਰ ਔਰਤ ਨਾਲ਼ ਵਿਆਹ ਕੀਤਾ ਅਤੇ ਉਸਦਾ ਪੈਸਾ ਹੜਪਣ ਤੋਂ ਬਾਅਦ ਉਹਨੂੰ ਭੁਲਾ ਦਿੱਤਾ ਅਤੇ ਇੱਕ ਖ਼ੂਬਸੂਰਤ ਨਾਰੀ ਨਾਲ਼ ਸਬੰਧ ਬਣਾ ਕੇ ਆਪਣੀ ਪਤਨੀ ਨੂੰ ਅਪਮਾਨ ਨਾਲ਼ ਆਪਣੀਆਂ ਉਂਗਲਾਂ ਚਬਾਉਣ ਲਈ ਛੱਡ ਦਿੱਤਾ। ਹੁਣ ਉਹ ਵਾਲ਼ਾਂ ਨੂੰ ਸੰਵਾਰਨ, ਅੱਖਾਂ ਵਿੱਚ ਸੁਰਮਾ ਪਾਉਣ, ਬੁੱਲ੍ਹਾਂ ਅਤੇ ਗੱਲ੍ਹਾਂ 'ਤੇ ਸੁਰਖੀ ਪਾਊਡਰ ਮਲ਼ਣ ਅਤੇ ਆਪਣੇ ਸਰੀਰ ਨੂੰ ਮਖਮਲ਼ ਅਤੇ ਜ਼ਰੀ ਦੇ ਕੱਪੜਿਆਂ ਨਾਲ਼ ਸਜਾਉਣ 'ਤੇ ਘੰਟਿਆਂ ਬੱਧੀ ਖਰਚ ਕਰ ਦਿੰਦੀ ਹੈ ਤਾਂ ਕਿ ਕੋਈ ਵਿਅਕਤੀ ਉਹਦੇ 'ਤੇ ਮੋਹਿਤ ਹੋ ਜਾਵੇ, ਪਰ ਵਿਚਾਰੀ ਸਫਲ ਨਹੀਂ ਹੋਈ।"

"ਹੁਣ ਉਸ ਵੱਡੇ ਮਹਿਲ ਵੱਲ ਦੇਖ, ਜੋ ਵੇਲ਼-ਬੂਟਿਆਂ ਦੀਆਂ ਤਸਵੀਰਾਂ ਨਾਲ਼ ਸੱਜਿਆ ਹੈ। ਇਹ ਇੱਕ ਖ਼ੂਬਸੂਰਤ ਪਰ ਬਦਚਲਨ ਔਰਤ ਦਾ ਮਹਿਲ ਹੈ, ਉਹਦਾ ਪਹਿਲਾ ਪਤੀ ਮਰ ਗਿਆ ਸੀ ਜੋ ਅਥਾਹ ਪੈਸਾ ਛੱਡ ਗਿਆ। ਉਹਨੇ ਲੋਕਾਂ ਦੇ ਤਾਅਨਿਆਂ ਤੋਂ ਬਚਣ ਲਈ ਇੱਕ ਕਮਜ਼ੋਰ ਸਰੀਰ ਅਤੇ ਘੱਟ ਦਿਮਾਗ ਵਾਲ਼ੇ ਆਦਮੀ ਨਾਲ਼ ਵਿਆਹ ਕਰ ਲਿਆ ਅਤੇ ਹੁਣ ਉਹ ਸ਼ਹਿਦ ਦੀ ਮੱਖੀ ਵਾਂਗ ਹੈ, ਜੋ ਫੁੱਲਾਂ ਤੋਂ ਰਸ ਚੂਸਦੀ ਫਿਰਦੀ ਹੈ।"

"ਹੁਣ ਉਸ ਮਹਿਲ ਵੱਲ ਦੇਖ ਜਿਸਦੇ ਕਮਰੇ ਵੱਡੇ ਅਤੇ ਦਹਿਲੀਜ਼ਾਂ ਸੋਹਣੀਆਂ ਹਨ। ਇਹ ਅਜਿਹੇ ਆਦਮੀ ਦਾ ਮਹਿਲ ਹੈ, ਜੋ ਬੜਾ ਚਲਾਕ ਅਤੇ ਲਾਲਚੀ ਹੈ। ਉਹਦੀ ਪਤਨੀ ਦੇ ਸਰੀਰ 'ਚ ਸੁਹੱਪਣ ਦੇ ਸਾਰੇ ਲੱਛਣ ਅਤੇ ਆਤਮਾ ਵਿੱਚ ਮਧੁਰਤਾ ਅਤੇ ਕੋਮਲਤਾ ਦਾ ਹਰ ਪੱਖ ਮੌਜੂਦ ਹੈ। ਉਹਦੇ ਵਿਅਕਤੀਤਵ ਵਿੱਚ ਸਰੀਰਕ ਅਤੇ ਆਤਮਿਕ ਗੁਣਾਂ ਦਾ ਮੇਲ਼ ਇੰਝ ਹੈ ਜਿਵੇਂ ਕਵਿਤਾ ਵਿੱਚ ਛੰਦਾਂ ਦੇ ਸੰਗੀਤ ਅਤੇ ਅਰਥ ਦੀ ਖਾਸੀਅਤ ਦਾ ਮੇਲ਼ ਹੁੰਦਾ ਹੈ। ਉਹ ਅਜਿਹੀ ਔਰਤ ਸੀ ਕਿ ਪਿਆਰ 'ਚ ਹੀ ਜ਼ਿੰਦਗੀ ਬਿਤਾਉਂਦੀ ਅਤੇ ਪਿਆਰ 'ਚ ਹੀ ਮਰਦੀ ਪਰ ਹੋਰ ਕੁੜੀਆਂ ਵਾਂਗ ਉਹਦੇ ਪਿਤਾ ਨੇ ਉਸਦੇ ਬਾਲਗ ਹੋਣ ਤੋਂ ਪਹਿਲਾਂ ਉਸਦੀ ਗਰਦਨ 'ਚ ਬੇਮੇਲ਼ ਅਤੇ ਬੇਕਾਰ ਵਿਆਹ ਦੀ ਫਾਂਸੀ ਪਾ ਦਿੱਤੀ। ਹੁਣ ਉਹ ਕਮਜ਼ੋਰ ਹੈ ਅਤੇ ਕੈਦ ਦੀ ਗਰਮੀ ਨਾਲ਼ ਮੋਮਬੱਤੀ ਵਾਂਗ ਪਿਘਲ ਰਹੀ ਹੈ। ਹੌਲ਼ੀ-ਹੌਲ਼ੀ ਇਵੇਂ ਕਮਜ਼ੋਰ ਹੋ ਰਹੀ ਹੈ ਜਿਵੇਂ ਤੂਫਾਨ ਦੇ ਸਾਹਮਣੇ ਖ਼ੁਸ਼ਬੂ। ਉਹ ਕਿਸੇ ਅਜਿਹੇ ਵਿਅਕਤੀ ਨਾਲ਼ ਪਿਆਰ ਕਰਨਾ ਚਾਹੁੰਦੀ ਸੀ, ਜਿਸਨੂੰ ਉਹ ਚੰਗੀ ਤਰ੍ਹਾਂ ਜਾਣਦੀ ਹੋਵੇ ਪਰ ਉਹਨੂੰ ਕੋਈ ਨਜ਼ਰ ਨਹੀਂ ਆਉਂਦਾ। ਉਹ ਆਪਣੇ ਇਸ ਰੁੱਖੇ ਜੀਵਨ ਤੋਂ ਛੁਟਕਾਰਾ ਅਤੇ ਅਜਿਹੇ ਵਿਅਕਤੀ ਦੀ ਗੁਲਾਮੀ ਤੋਂ ਅਜ਼ਾਦੀ ਲਈ, ਜਿਸਦੇ ਦਿਨ-ਰਾਤ ਪੈਸਾ ਜਮ੍ਹਾ ਕਰਨ 'ਚ ਹੀ ਬੀਤਦੇ ਹਨ, ਮੌਤ ਨੂੰ ਗਲ਼ੇ ਲਾਉਣ ਦੀ ਇੱਛਾ ਰੱਖਦੀ ਹੈ ਅਤੇ ਉਸਦਾ ਪਤੀ ਉਸ ਵੇਲ਼ੇ ਨੂੰ ਦੰਦ ਪੀਂਹਦਾ ਹੈ, ਜਦੋਂ ਉਸਨੇ ਅਜਿਹੀ ਔਰਤ ਨਾਲ਼ ਵਿਆਹ ਕੀਤਾ, ਜਿਸਦੇ ਕੋਈ ਲੜਕਾ

ਪੈਦਾ ਨਹੀਂ ਹੁੰਦਾ, ਜੋ ਉਸਦੀ ਜਾਇਦਾਦ ਅਤੇ ਪੈਸੇ ਦਾ ਵਾਰਿਸ ਬਣੇ।"

"ਹੁਣ ਉਸ ਇਕੱਲੇ ਮਹਿਲ ਨੂੰ ਵੇਖ, ਜੋ ਬਾਗਾਂ ਵਿਚਾਲੇ ਮੌਜੂਦ ਹੈ। ਇਹ ਮਹਿਲ ਇਕ ਕਵੀ ਦਾ ਹੈ, ਜਿਸ ਦਾ ਧਰਮ ਅਧਿਆਤਮਤ ਹੈ। ਉਸਦੀ ਪਤਨੀ ਘੱਟ ਅਕਲ ਅਤੇ ਸਖ਼ਤ ਦਿਲ ਵਾਲ਼ੀ ਹੈ। ਉਹ ਉਸਦੀ ਕਵਿਤਾ 'ਤੇ ਹੱਸਦੀ ਹੈ ਕਿਉਂਕਿ ਉਸਨੂੰ ਸਮਝ ਨਹੀਂ ਸਕਦੀ। ਉਹ ਉਸਦੇ ਕੰਮਾਂ ਦਾ ਮਜ਼ਾਕ ਉਡਾਉਂਦੀ ਹੈ ਅਤੇ ਕਹਿੰਦੀ ਹੈ ਕਿ ਬੜੇ ਅਜੀਬ ਹਨ। ਕਵੀ ਹੁਣ ਇੱਕ ਵਿਆਹੀ ਔਰਤ ਦੇ ਪਿਆਰ 'ਚ ਗ੍ਰਿਫਤਾਰ ਹੋ ਗਿਆ ਹੈ। ਉਸਦੇ ਦਿਲ 'ਚ ਆਪਣੇ ਧਿਆਨ ਦੀ ਰੌਸ਼ਨੀ ਚਮਕ ਰਹੀ ਹੈ ਅਤੇ ਉਹ ਆਪਣੀ ਮੁਸਕਰਾਹਟ ਅਤੇ ਸੁਭਾਅ ਨਾਲ਼ ਆਪਣੇ ਵਿਚਾਰਾਂ ਨੂੰ ਉਸਦੇ ਦਿਲ ਤੱਕ ਪਹੁੰਚਾਉਂਦੀ ਹੈ।"

ਗੁਲਬਦਨ ਕੁਝ ਦੇਰ ਲਈ ਚੁੱਪ ਹੋ ਗਈ ਅਤੇ ਖਿੜਕੀ ਕੋਲ਼ ਪਈ ਕੁਰਸੀ 'ਤੇ ਬੈਠ ਗਈ ਜਿਵੇਂ ਉਹ ਉਨ੍ਹਾਂ ਭੇਦਭਰੇ ਮਹਿਲਾਂ ਦੇ ਧੋਖੇ ਨੂੰ ਦੇਖ ਕੇ ਥੱਕ ਗਈ ਹੈ। ਇਸ ਤੋਂ ਬਾਅਦ ਉਹ ਫਿਰ ਬੋਲੀ, "ਇਹ ਉਹ ਮਹਿਲ ਹੈ, ਜਿਸ ਵਿੱਚ ਮੈਂ ਰਹਿਣ ਲਈ ਕਦੇ ਵੀ ਰਾਜ਼ੀ ਨਹੀਂ ਹੋ ਸਕਦੀ। ਇਹੀ ਉਹ ਕਬਰਾਂ ਹਨ, ਜਿਨ੍ਹਾਂ ਵਿਚ ਮੈਂ ਆਪਣੇ ਜੀਵਨ ਨੂੰ ਦਬਾਉਣਾ ਨਹੀਂ ਚਾਹੁੰਦੀ। ਇਹੀ ਉਹ ਲੋਕ ਹਨ ਜਿਨ੍ਹਾਂ ਦੇ ਪੰਜੇ 'ਚੋਂ ਮੈਂ ਛੁਟਕਾਰਾ ਪਾ ਲਿਆ ਹੈ ਅਤੇ ਉਨ੍ਹਾਂ ਦੇ ਸਮਾਜ ਤੋਂ ਮੁਕਤੀ ਪਾ ਲਈ ਹੈ। ਇਹੀ ਉਹ ਲੋਕ ਹਨ ਜੋ ਔਰਤਾਂ ਦੇ ਜਿਸਮ ਨਾਲ਼ ਵਿਆਹ ਕਰ ਲੈਂਦੇ ਹਨ ਪਰ ਉਨ੍ਹਾਂ ਦੀ ਆਤਮਾ ਨਾਲ਼ ਨਫ਼ਰਤ ਕਰਦੇ ਹਨ। ਮੈਂ ਉਨ੍ਹਾਂ 'ਤੇ ਕੋਈ ਦੋਸ਼ ਨਹੀਂ ਲਗਾਉਂਦੀ ਸਗੋਂ ਹਮਦਰਦੀ ਕਰਦੀ ਹਾਂ। ਮੈਂ ਉਨ੍ਹਾਂ ਨੂੰ ਨਫਰਤ ਨਹੀਂ ਕਰਦੀ ਸਗੋਂ ਮੁਆਫੀ ਮੰਗਦੀ ਹੋਈ ਉਨ੍ਹਾਂ ਦੀ ਇਸ ਗੱਲ ਤੋਂ ਨਫਰਤ ਕਰਦੀ ਹਾਂ ਕਿ ਉਹ ਧੋਖੇਬਾਜ਼ੀ ਝੂਠ ਅਤੇ ਚਲਾਕੀ ਦੇ ਗੁਲਾਮ ਹੋ ਜਾਂਦੇ ਹਨ ਅਤੇ ਮੈਂ ਤੇਰੇ ਸਾਹਮਣੇ ਉਨ੍ਹਾਂ ਦੇ ਦਿਲਾਂ ਅਤੇ ਰਹਿਣ-ਸਹਿਣ ਦੇ ਭੇਦ ਦਾ ਇਸ ਲਈ ਵਰਣਨ ਨਹੀਂ ਕਰ ਰਹੀ ਹਾਂ ਕਿ ਮੈਂ ਪਰਦਾ ਰੱਖਣ ਦੀ ਇੱਛੁਕ ਹਾਂ। ਮੈਂ ਇਹ ਇਸ ਲਈ ਕਿਹਾ ਹੈ ਕਿ ਤੈਨੂੰ ਇਸ ਜਾਤੀ ਦੀ ਅਸਲੀਅਤ ਦੱਸਾਂ, ਜੋ ਮੇਰੇ ਬਾਰੇ ਹਰ ਤਰ੍ਹਾਂ ਦੀਆਂ ਬੁਰਾਈਆਂ ਕਰਦੇ ਹਨ ਅਤੇ ਕਹਿੰਦੇ ਹਨ ਕਿ ਮੈਂ ਆਪਣੀ ਵਾਸਨਾ ਲਈ ਉਨ੍ਹਾਂ ਦਾ ਸਾਥ ਛੱਡ ਦਿੱਤਾ। ਮੈਂ ਉਨ੍ਹਾਂ ਦੇ ਮਾਇਆ ਜਾਲ਼ ਵਿੱਚੋਂ ਨਿਕਲ਼ ਗਈ ਅਤੇ ਮੇਰੀਆਂ ਅੱਖਾਂ ਇਨਸਾਫ, ਸੱਚ ਅਤੇ ਪਿਆਰ ਦੀ ਰੋਸ਼ਨੀ ਦੇਖਣ ਲੱਗੀਆਂ। ਉਨ੍ਹਾਂ ਨੇ ਮੈਨੂੰ ਆਪਣੇ ਭਾਈਚਾਰੇ 'ਚੋਂ ਬਾਹਰ ਕੱਢ ਦਿੱਤਾ ਹੈ ਅਤੇ ਮੈਂ ਖੁਸ਼ ਹਾਂ ਕਿਉਂਕਿ ਨਫਰਤ ਉਨ੍ਹਾਂ ਨੂੰ ਕੀਤੀ ਜਾਂਦੀ ਹੈ ਜਿਸ ਦੀ ਆਤਮਾ ਜ਼ੁਲਮ ਵਿਰੁੱਧ ਸਿਰ ਚੁੱਕੇ। ਮੈਂ ਕੱਲ੍ਹ ਇੱਕ ਮੇਨੂ ਦੀ ਔਕਾਤ ਰੱਖਦੀ ਸੀ ਅਤੇ ਰਸ਼ੀਦ ਬੇਗ ਮੇਰੇ ਕੋਲ਼ ਉਦੋਂ ਹੀ ਆਉਂਦਾ ਜਦੋਂ ਉਸਨੂੰ ਭੁੱਖ ਲੱਗਦੀ ਸੀ ਪਰ ਸਾਡੀਆਂ ਦੋਵਾਂ ਦੀਆਂ ਆਤਮਾਵਾਂ ਇਕ ਦੂਸਰੇ ਤੋਂ ਦੂਰ ਸਨ। ਜਦੋਂ ਮੈਨੂੰ ਸੱਚਾਈ ਦਾ ਪਤਾ ਲੱਗਾ ਤਾਂ ਮੈਂ ਗੁਲਾਮੀ ਤੋਂ ਇਨਕਾਰ ਕਰ ਦਿੱਤਾ। ਮੈਂ ਮਹਿਸੂਸ ਕੀਤਾ ਕਿ ਮੈਂ ਸਾਰੀ ਉਮਰ ਇੱਕ ਭਿਆਨਕ ਮੂਰਤੀ ਅੱਗੇ ਝੁਕ ਕੇ ਨਹੀਂ ਬਿਤਾ ਸਕਦੀ। ਇਸ ਲਈ ਮੈਂ ਧਾਰਮਿਕ ਰਸਮਾਂ ਨੂੰ ਛੱਡ ਦਿੱਤਾ ਅਤੇ ਆਪਣੇ ਰਿਸ਼ਤੇ ਤੋੜ ਦਿੱਤੇ ਪਰ ਮੈਂ ਇਹ ਉਸ ਵੇਲ਼ੇ ਤੱਕ ਨਹੀਂ ਕੀਤਾ ਜਦੋਂ ਤੱਕ ਕਿ ਪਿਆਰ ਦੀ ਗੂੰਜ ਮੇਰੇ ਕੰਨਾਂ ਵਿਚ ਨਾ ਪਹੁੰਚੀ। ਮੈਂ ਰਸ਼ੀਦ ਨਾਮਾਨ ਦੇ ਘਰੋਂ ਨਿਕਲ਼ੀ ਜਿਵੇਂ ਇੱਕ ਕੈਦੀ ਕੈਦਖਾਨੇ 'ਚੋਂ ਭੱਜ ਨਿਕਲ਼ਦਾ

ਹੈ। ਮੈਂ ਸ਼ਾਨੋ-ਸ਼ੌਕਤ ਅਤੇ ਰੁਤਬਾ ਛੱਡ ਦਿੱਤਾ ਅਤੇ ਆਪਣੇ ਪ੍ਰੇਮੀ ਦੇ ਮਕਾਨ ਵਿੱਚ ਆ ਗਈ, ਜਿੱਥੇ ਸਜਾਵਟ ਨਹੀਂ ਸੀ। ਮੈਂ ਜਾਣਦੀ ਹਾਂ ਕਿ ਮੈਂ ਜੋ ਕੁਝ ਵੀ ਕਰ ਰਹੀ ਹਾਂ, ਉਹ ਸਹੀ ਤੇ ਉੱਚਿਤ ਹੈ ਕਿਉਂਕਿ ਸਿਰਜਣਹਾਰ ਦੀ ਇੱਛਾ ਇਹ ਨਹੀਂ ਹੋ ਸਕਦੀ ਕਿ ਮੈਂ ਆਪਣੇ ਹੱਥੀਂ ਆਪਣੇ ਖੰਭ ਕੱਟ ਲਵਾਂ ਅਤੇ ਗੋਡਿਆਂ 'ਚ ਸਿਰ ਲੁਕਾ ਕੇ ਤੜਫਦੀ ਰਹਾਂ ਅਤੇ ਇਹ ਕਹਿੰਦੀ ਰਹਾਂ ਕਿ ਜ਼ਿੰਦਗੀ 'ਚ ਮੇਰੀ ਕਿਸਮਤ ਇਹੋ ਜਿਹੀ ਹੀ ਸੀ। ਸਿਰਜਣਹਾਰ ਦੀ ਇੱਛਾ ਇਹ ਨਹੀਂ ਹੋ ਸਕਦੀ ਕਿ ਮੈਂ ਰੋਂਦੀ ਅਤੇ ਘੁੱਟਦੀ ਰਹਾਂ ਕਿ ਸਵੇਰ ਕਦੋਂ ਹੋਵੇਗੀ ਅਤੇ ਜਦੋਂ ਸਵੇਰ ਹੋ ਜਾਵੇ ਤਾਂ ਇਹ ਕਹਾਂ ਕਿ ਦਿਨ ਕਦੋਂ ਬੀਤੇਗਾ। ਸਿਰਜਣਹਾਰ ਦੀ ਮਰਜ਼ੀ ਇਹ ਕਦੇ ਨਹੀਂ ਹੋ ਸਕਦੀ ਕਿ ਮਨੁੱਖ ਬਰਬਾਦ ਹੋ ਜਾਵੇ ਕਿਉਂਕਿ ਸਿਰਜਣਹਾਰ ਨੇ ਮਨੁੱਖ ਦੇ ਦਿਲ ਦੀ ਗਹਿਰਾਈ ਵਿੱਚ ਭਲਾਈ ਦੀ ਇੱਛਾ ਲੁਕੋ ਰੱਖੀ ਹੈ ਅਤੇ ਮਨੁੱਖ ਦੀ ਭਲਾਈ ਵਿੱਚ ਪਰਮਾਤਮਾ ਦੀ ਰੌਸ਼ਨੀ ਮੌਜੂਦ ਹੈ।

"ਇਹੀ ਹੈ ਮੇਰੀ ਕਹਾਣੀ ਹੇ ਸੱਜਣ! ਅਕਾਸ਼ ਅਤੇ ਧਰਤੀ ਦੇ ਸਾਹਮਣੇ ਮੇਰਾ ਇਹੀ ਕਹਿਣਾ ਹੈ। ਮੈਂ ਚੀਕ-ਚੀਕ ਕੇ ਕਹਿੰਦੀ ਹਾਂ ਪਰ ਲੋਕ ਆਪਣੇ ਕੰਨ ਬੰਦ ਕਰ ਲੈਂਦੇ ਹਨ ਅਤੇ ਨਹੀਂ ਸੁਣਦੇ। ਉਹ ਆਪਣੀ ਆਤਮਾ ਦੀ ਅਵਾਜ਼ ਦੀ ਵੀ ਪਰਵਾਹ ਨਹੀਂ ਕਰਦੇ ਕਿਉਂਕਿ ਉਹ ਇਸ ਗੱਲੋਂ ਡਰਦੇ ਹਨ ਕਿ ਸਮਾਜ ਦੀਆਂ ਨੀਹਾਂ ਨਾ ਹਿੱਲ ਜਾਣ! ਮੈਂ ਵੀ ਉਨ੍ਹਾਂ ਹੀ ਮੁਸੀਬਤਾਂ ਵਿੱਚ ਫਸੀ ਰਹੀ ਭਾਵੇਂ ਮੈਨੂੰ ਕਿਸਮਤ ਦੀ ਝਲਕ ਦਿਖਾਈ ਦਿੱਤੀ। ਹੁਣ ਜੇ ਮੈਨੂੰ ਮੌਤ ਵੀ ਆ ਜਾਵੇ ਤਦ ਵੀ ਮੇਰੀ ਆਤਮਾ ਸਭ ਤੋਂ ਉੱਚੀ ਕੁਦਰਤ ਦੇ ਸਾਹਮਣੇ ਡਰ ਅਤੇ ਸ਼ੱਕ ਬਿਨਾਂ ਜਾ ਖੜ੍ਹੀ ਹੋਵੇਗੀ ਅਤੇ ਉਹ ਖੁਸ਼ੀ ਅਤੇ ਉਮੀਦ ਨਾਲ਼ ਭਰੀ ਹੋਵੇਗੀ। ਮੈਂ ਆਪਣੇ ਗਿਆਨ ਦੇ ਪਰਦਿਆਂ ਨੂੰ ਵੱਡੇ-ਵੱਡੇ ਸ਼ਾਸਤਰੀਆਂ ਅੱਗੇ ਖੋਲ੍ਹ ਕੇ ਰੱਖ ਦਿੱਤਾ ਹੈ ਅਤੇ ਮੈਂ ਬਿਨਾਂ ਕਿਸੇ ਝਿਜਕ ਦੇ ਕਹਿ ਦਿੱਤਾ ਹੈ ਕਿ ਮੈਂ ਕੋਈ ਅਜਿਹਾ ਕੰਮ ਨਹੀਂ ਕਰਾਂਗੀ ਜੋ ਮੇਰੀ ਆਤਮਾ ਨਾ ਚਾਹੇ ਅਤੇ ਮਨੁੱਖ ਦੀ ਆਤਮਾ ਰੱਬ ਦੇ ਵਜੂਦ ਦਾ ਚਮਤਕਾਰ ਹੈ। ਮੈਂ ਅਜਿਹਾ ਦਿਲ ਦੀ ਅਵਾਜ਼ ਅਤੇ ਦੇਵਤਿਆਂ ਦੀ ਅਵਾਜ਼ ਦੇ ਬਜਾਇ ਕਿਸੇ ਆਵਾਜ਼ ਦਾ ਹੁਕਮ ਨਹੀਂ ਮੰਨਾਂਗੀ।"

"ਇਹ ਹੈ ਮੇਰੀ ਕਹਾਣੀ, ਜਿਸ ਨੂੰ ਬੇਰੂਤ ਦੇ ਲੋਕ ਜੀਵਨ ਲਈ ਸ਼ਰਾਪ ਅਤੇ ਸਮਾਜ ਦੇ ਸਰੀਰ ਲਈ ਜ਼ਖਮ ਸਮਝਦੇ ਹਨ ਪਰ ਉਹ ਉਸ ਵੇਲ਼ੇ ਸ਼ਰਮਿੰਦਾ ਹੋਣਗੇ, ਜਦੋਂ ਉਹ ਪਿਆਰ ਦੀ ਅਸਲੀਅਤ ਤੋਂ ਜਾਣੂ ਹੋਣਗੇ। ਉਹ ਪਿਆਰ ਜੋ ਉਨ੍ਹਾਂ ਦੇ ਹਨ੍ਹੇਰੇ ਦਿਲਾਂ ਵਿੱਚ ਮੌਜੂਦ ਹੈ। ਉਨ੍ਹਾਂ ਦੇ ਦਿਲਾਂ ਵਿੱਚ ਇਹ ਸੱਚ ਉਸੇ ਤਰ੍ਹਾਂ ਪੈਦਾ ਹੋਵੇਗਾ, ਜਿਵੇਂ ਮਨੁੱਖਾਂ ਲੱਦੀ ਜ਼ਮੀਨ 'ਚੋਂ ਸੂਰਜ ਫੁੱਲਾਂ ਨੂੰ ਪੈਦਾ ਕਰਦਾ ਹੈ। ਉਸ ਵੇਲ਼ੇ ਉਹ ਮੇਰੀ ਕਬਰ ਕੋਲੋਂ ਲੰਘਣਗੇ ਤਾਂ ਉੱਥੇ ਠਹਿਰ ਜਾਣਗੇ ਅਤੇ ਕਹਿਣਗੇ ਕਿ ਇੱਥੇ ਉਸ ਗੁਲਬਦਨ ਦੀ ਕਬਰ ਹੈ, ਜਿਨ੍ਹੇ ਸਮਾਜ ਦੇ ਸੜੇ-ਗਲ਼ੇ ਬੰਧਨਾਂ ਤੋਂ ਖੁਦ ਨੂੰ ਅਜ਼ਾਦ ਕਰਾਇਆ ਅਤੇ ਇਹ ਇਸ ਲਈ ਕੀਤਾ ਕਿ ਸੱਚੇ ਪਿਆਰ ਦੀ ਮਰਿਆਦਾ ਨੂੰ ਬਣਾਈ ਰੱਖੇ।"

ਗੁਲਬਦਨ ਦੀ ਗੱਲ ਅਜੇ ਖ਼ਤਮ ਨਹੀਂ ਹੋਈ ਸੀ ਕਿ ਦਰਵਾਜ਼ਾ ਖੁੱਲ੍ਹਿਆ ਅਤੇ ਇੱਕ ਸੁੰਦਰ ਛੈਲ ਬਾਂਕਾ ਅੰਦਰ ਆਇਆ। ਉਸਦੀਆਂ ਅੱਖਾਂ 'ਚੋਂ ਜਾਦੂ ਭਰੀਆਂ

ਕਿਰਨਾਂ ਨਿਕਲ਼ ਰਹੀਆਂ ਸਨ ਅਤੇ ਉਸਦੇ ਬੁੱਲ੍ਹਾਂ 'ਤੇ ਮਧੁਰ ਮੁਸਕਰਾਹਟ ਖੇਡ ਰਹੀ ਸੀ। ਗੁਲਬਦਨ ਖ਼ੜ੍ਹੀ ਹੋ ਗਈ ਅਤੇ ਪੂਰੇ ਆਦਰ ਨਾਲ਼ ਉਸਦੀ ਬਾਂਹ ਫੜ੍ਹ ਕੇ ਮੇਰੇ ਕੋਲ਼ ਲੈ ਆਈ। ਉਹਨੇ ਨੌਜਵਾਨ ਨੂੰ ਮੇਰਾ ਨਾਮ ਬੜੇ ਆਦਰ ਨਾਲ਼ ਅਤੇ ਮੈਨੂੰ ਉਸਦਾ ਨਾਮ ਬੜੀ ਸਾਦਗੀ ਨਾਲ਼ ਦੱਸਿਆ। ਮੈਂ ਫੌਰਨ ਸਮਝ ਗਿਆ ਕਿ ਇਹ ਉਹੀ ਨੌਜਵਾਨ ਹੈ ਜਿਸ ਲਈ ਗੁਲਬਦਨ ਨੇ ਸੰਸਾਰ ਨੂੰ ਝੁਠਲਾਇਆ ਅਤੇ ਉਸਦੇ ਗੀਤਾਂ ਅਤੇ ਰੂੜ੍ਹੀਆਂ ਦਾ ਵਿਰੋਧ ਕੀਤਾ।

ਅਸੀਂ ਤਿੰਨੋਂ ਬੈਠ ਗਏ ਅਤੇ ਚੁੱਪ ਛਾ ਗਈ। ਇੰਵ ਲੱਗਿਆ ਕਿ ਸਾਡੀਆਂ ਆਤਮਾਵਾਂ ਸਵਰਗ ਵੱਲ ਉੱਡ ਰਹੀਆਂ ਹਨ। ਮੈਂ ਉਨ੍ਹਾਂ ਵੱਲ ਦੇਖਿਆ, ਉਹ ਦੋਵੇਂ ਇੱਕ-ਦੂਜੇ ਨੇੜੇ ਬੈਠੇ ਸਨ ਅਤੇ ਇੰਞ ਲੱਗਦਾ ਸੀ ਕਿ ਦੋਨਾਂ ਦਰਮਿਆਨ ਕੋਈ ਦੂਰੀ ਨਹੀਂ। ਮੈਂ ਗੁਲਬਦਨ ਦੀ ਕਹਾਣੀ ਦਾ ਮਤਲਬ ਫੌਰਨ ਸਮਝ ਗਿਆ ਅਤੇ ਇਹ ਵੀ ਸਮਝ ਗਿਆ ਕਿ ਸਮਾਜ ਦੇ ਵਿਰੁੱਧ ਜੋ ਬਾਗੀ ਆਤਮਾਵਾਂ ਨੂੰ ਨਫਰਤ ਕਰਦੇ ਹਨ, ਉਨ੍ਹਾਂ ਦੇ ਦੋਸ਼ਾਂ ਦੇ ਕੀ ਅਰਥ ਹਨ। ਮੈਂ ਦੇਖਿਆ ਕਿ ਮੇਰੇ ਸਾਹਮਣੇ ਦੋ ਸਰੀਰ ਹਨ ਪਰ ਉਨ੍ਹਾਂ ਵਿੱਚ ਸਿਰਫ਼ ਇੱਕੋਂ ਦੈਵੀ ਆਤਮਾ ਦਾ ਵਾਸ ਹੈ। ਦੋਵੇਂ ਜੁਆਨੀ ਅਤੇ ਏਕਤਾ ਦੇ ਬੁੱਤ ਹਨ। ਉਨ੍ਹਾਂ ਦੇ ਦਿਲਾਂ 'ਚ ਸੱਚਾ, ਪਿਆਰ ਵੱਸਿਆ ਹੈ ਅਤੇ ਉਹ ਲੋਕਾਂ ਦੇ ਦੋਸ਼ਾਂ ਦੀ ਪਰਵਾਹ ਨਹੀਂ ਕਰਦੇ। ਦੋਵੇਂ ਇਕਾਂਗੀ ਹਨ ਅਤੇ ਦੋਵਾਂ ਦੇ ਚਿਹਰਿਆਂ ਵਿੱਚ ਪੂਰਨ ਪਵਿੱਤਰਤਾ ਦੀ ਝਲਕ ਨਜ਼ਰ ਆ ਰਹੀ ਹੈ। ਮੈਂ ਆਪਣੇ ਜੀਵਨ ਵਿੱਚ ਪਹਿਲੀ ਵਾਰ ਇਹ ਨਜ਼ਾਰਾ ਦੇਖਿਆ ਕਿ ਅਜਿਹੇ ਔਰਤ ਤੇ ਮਰਦ ਦੇ ਆਲ਼ੇ-ਦੁਆਲ਼ੇ ਖੁਸ਼ਕਿਸਮਤੀ ਨੱਚ ਰਹੀ ਹੈ ਜਿਨ੍ਹਾਂ ਨੂੰ ਸਮਾਜ ਨੇ ਬਾਹਰ ਕੱਢ ਦਿੱਤਾ ਹੈ।"

ਥੋੜ੍ਹੀ ਦੇਰ ਮੈਂ ਬੈਠਿਆ ਰਿਹਾ ਪਰ ਇਸ ਤੋਂ ਬਾਅਦ ਕਿਸੇ ਪ੍ਰਕਾਰ ਦੀ ਗੱਲ ਕੀਤੇ ਬਿਨਾਂ ਉੱਥੋਂ ਵਿਦਾ ਹੋਇਆ ਅਤੇ ਉਸ ਛੋਟੇ ਮਕਾਨ 'ਚੋਂ, ਜੋ ਪ੍ਰੇਮ ਅਤੇ ਪਿਆਰ ਦਾ ਮੰਦਰ ਸੀ, ਬਾਹਰ ਨਿਕਲ਼ਿਆ। ਮੈਂ ਉਨ੍ਹਾਂ ਗਲ਼ੀਆਂ ਅਤੇ ਉਨ੍ਹਾਂ ਮਹਿਲਾਂ ਵਿਚਕਾਰੋਂ ਲੰਘਿਆ, ਜਿਨ੍ਹਾਂ ਦੇ ਭੇਦ ਗੁਲਬਦਨ ਨੇ ਉਜਾਗਰ ਕੀਤੇ ਸਨ। ਮੈਂ ਉਸਦੀਆਂ ਗੱਲਾਂ ਨੂੰ ਸ਼ੁਰੂ ਤੋਂ ਲੈ ਕੇ ਅੰਤ ਤੱਕ ਵਿਚਾਰ ਕਰ ਰਿਹਾ ਸੀ ਪਰ ਅਜੇ ਮੈਂ ਉਸ ਇਲਾਕੇ 'ਚੋਂ ਨਿਕਲ਼ਿਆ ਨਹੀਂ ਸੀ ਕਿ ਮੈਨੂੰ ਰਸ਼ੀਦ ਨਾਮਾਨ ਯਾਦ ਆ ਗਿਆ। ਮੈਂ ਆਪਣੇ ਦਿਲ 'ਚ ਕਿਹਾ, ਉਹ ਵਿਚਾਰਾ ਬਰਬਾਦ ਹੋ ਗਿਆ ਹੈ। ਕੀ ਅਕਾਸ਼ ਉਸਦੀ ਗੱਲ ਸੁਣੇਗਾ, ਜਦੋਂ ਉਸਦੇ ਸਾਹਮਣੇ ਗੁਲਬਦਨ ਵੀ ਆਪਣੇ ਉੱਪਰ ਅੱਤਿਆਚਾਰ ਦੀ ਸ਼ਿਕਾਇਤ ਕਰੇਗੀ? ਕੀ ਉਹ ਔਰਤ ਦੋਸ਼ੀ ਹੈ, ਜਿਸਨੇ ਉਹਨੂੰ ਛੱਡ ਦਿੱਤਾ ਅਤੇ ਆਪਣੀ ਅਜ਼ਾਦ ਇੱਛਾ ਦੀ ਆਗਿਆ ਮੰਨੀ? ਜਾਂ ਉਹ ਵਿਅਕਤੀ ਦੋਸ਼ੀ ਹੈ ਜਿਸਨੇ ਉਹਦੇ ਨਾਲ਼ ਉਸ ਸਮੇਂ ਵਿਆਹ ਕੀਤਾ ਜਦੋਂ ਉਸਦੀ ਆਤਮਾ, ਪਿਆਰ ਤੋਂ ਜਾਣੂ ਨਹੀਂ ਸੀ? ਦੋਵਾਂ ਵਿੱਚੋਂ ਜ਼ਾਲਮ ਕੌਣ ਹੈ, ਨਿਰਦੋਸ਼ ਕੌਣ? ਦੋਵਾਂ ਵਿੱਚੋਂ ਅਪਰਾਧੀ ਕੌਣ ਹੈ ਨਿਰ-ਅਪਰਾਧੀ ਕੌਣ?

ਇਸ ਤੋਂ ਬਾਅਦ ਮੈਂ ਆਪਣੇ ਦਿਲ ਵਿੱਚ ਇਹ ਸੋਚਣ ਲੱਗਾ ਕਿ ਸੰਸਾਰ ਵਿੱਚ ਅਜਿਹੀਆਂ ਔਰਤਾਂ ਦੀ ਬਹੁਤਾਤ ਹੈ, ਜੋ ਆਪਣੇ ਗਰੀਬ ਪਤੀਆਂ ਨੂੰ ਛੱਡ ਕੇ ਅਮੀਰਾਂ ਨਾਲ਼ ਸਬੰਧ ਜੋੜ ਲੈਂਦੀਆਂ ਹਨ ਕਿਉਂਕਿ ਉਨ੍ਹਾਂ ਦੀ ਦਿਲੀ ਇੱਛਾ ਹੁੰਦੀ ਹੈ ਕਿ ਉਹ ਕੀਮਤੀ ਕੱਪੜੇ ਪਾਉਣ ਅਤੇ ਅੱਯਾਸ਼ੀ ਦਾ ਜੀਵਨ ਜੀਣ। ਇਹ ਇੱਛਾ

ਉਨ੍ਹਾਂ ਨੂੰ ਅੰਨ੍ਹਾਂ ਕਰ ਦਿੰਦੀ ਹੈ ਅਤੇ ਉਹ ਘਿਨੌਣਾ ਅਤੇ ਸ਼ਰਮਨਾਕ ਜੀਵਨ ਬਿਤਾਉਣ ਨੂੰ ਤਿਆਰ ਹੋ ਜਾਂਦੀਆਂ ਹਨ। ਪਰ ਕੀ ਗੁਲਬਦਨ ਨੂੰ ਵੀ ਇਹੀ ਲਾਲਚ ਸੀ, ਜੋ ਇਕ ਧਨਾਢ ਦੇ ਸ਼ਾਨਦਾਰ ਮਹਿਲ 'ਚੋਂ ਨਿਕਲ਼ ਕੇ ਇੱਕ ਗਰੀਬ ਦੀ ਝੌਂਪੜੀ ਵਿੱਚ ਪਹੁੰਚ ਗਈ ਹੈ ਜਿੱਥੇ ਪੁਰਾਣੀਆਂ ਕਿਤਾਬਾਂ ਦੇ ਢੇਰ ਦੀ ਬਜਾਏ ਹੋਰ ਕੋਈ ਚੀਜ਼ ਨਹੀਂ? ਅਕਸਰ ਔਰਤਾਂ ਅਜਿਹੀਆਂ ਹਨ ਜੋ ਨਾਰੀ ਦੇ ਸਲੀਕੇ ਅਤੇ ਸ਼ਰਮ ਨੂੰ ਮਾਰ ਦਿੰਦੀਆਂ ਹਨ ਅਤੇ ਵਾਸਨਾ ਨੂੰ ਜਿੰਦਾ ਰੱਖਦੀਆਂ ਹਨ। ਉਹ ਆਪਣੇ ਪਤੀਆਂ ਨੂੰ ਆਪਣੀ ਵਾਸਨਾ ਦੀ ਪੂਰਤੀ ਲਈ ਪਹਿਲਾਂ ਛੱਡ ਦਿੰਦੀਆਂ ਹਨ ਅਤੇ ਖੁਦ ਨੂੰ ਆਪਣੇ ਪਸੰਦੀਦਾ ਨੌਜਵਾਨ ਦੇ ਸਪੁਰਦ ਕਰ ਦਿੰਦੀਆਂ ਹਨ ਅਤੇ ਕੀ ਉਹ ਅਜਿਹਾ ਨਹੀਂ ਕਰ ਸਕਦੀ ਸੀ ਕਿ ਉਹ ਆਪਣੀਆਂ ਵਾਸਨਾਵਾਂ ਨੂੰ ਆਪਣੇ ਪਤੀ ਦੇ ਘਰ ਹੀ ਰਹਿ ਕੇ ਪੂਰਾ ਕਰ ਲੈਂਦੀ ਅਤੇ ਉਨ੍ਹਾਂ ਵਿਅਕਤੀਆਂ ਨਾਲ਼ ਗੁਪਤ ਸਬੰਧ ਬਣਾ ਲੈਂਦੀ, ਜੋ ਉਸਦੇ ਸੁਹੱਪਣ 'ਤੇ ਫਿਦਾ ਹਨ ਅਤੇ ਉਸਦੇ ਪਿਆਰ 'ਤੇ ਜਾਨ ਦਿੰਦੇ ਸਨ? ਗੁਲਬਦਨ ਇੱਕ ਪੀੜਤ ਔਰਤ ਸੀ। ਉਹ ਖੁਸ਼ਹਾਲੀ ਚਾਹੁੰਦੀ ਸੀ ਅਤੇ ਖੁਸ਼ਹਾਲੀ ਉਹਨੂੰ ਮਿਲ਼ ਗਈ। ਇਹੀ ਉਹ ਸੱਚ ਹੈ ਜਿਸ ਕਾਰਨ ਸਮਾਜ ਉਸਨੂੰ ਨਫ਼ਰਤ ਦੀ ਨਿਗਾਹ ਨਾਲ਼ ਦੇਖਦਾ ਹੈ ਅਤੇ ਧਰਮ ਦਾ ਕਾਨੂੰਨ ਉਸਨੂੰ ਮੌਤ ਦੀ ਸਜ਼ਾ ਦਾ ਦੋਸ਼ੀ ਮੰਨਦਾ ਹੈ।

ਉਸ ਦੇ ਬਾਅਦ ਮੈਨੂੰ ਖਿਆਲ਼ ਆਇਆ ਕਿ ਔਰਤ ਲਈ ਠੀਕ ਹੈ ਕਿ ਉਹ ਆਪਣੀ ਭਲਾਈ ਨੂੰ ਪਤੀ ਦੀ ਬਰਬਾਦੀ ਦੀ ਕੀਮਤ ਚੁਕਾ ਕੇ ਖਰੀਦੇ? ਉਸਦਾ ਜਵਾਬ ਮੇਰੇ ਦਿਮਾਗ ਨੇ ਇਹ ਦਿੱਤਾ ਕਿ ਮਰਦ ਲਈ ਠੀਕ ਹੈ ਕਿ ਉਹ ਆਪਣੀ ਭਲਾਈ ਲਈ ਆਪਣੀ ਔਰਤ ਦੀਆਂ ਇੱਛਾਵਾਂ ਨੂੰ ਗੁਲਾਮ ਬਣਾ ਲਵੇ?

ਮੈਂ ਤੁਰੀ ਜਾ ਰਿਹਾ ਸੀ ਅਤੇ ਗੁਲਬਦਨ ਦੀ ਅਵਾਜ ਮੇਰੇ ਕੰਨਾਂ 'ਚ ਗੂੰਜ ਰਹੀ ਸੀ। ਆਖਿਰ ਮੈਂ ਸ਼ਹਿਰ ਕੋਲ਼ ਪੁੱਜਾ। ਸੂਰਜ ਡੁੱਬ ਰਿਹਾ ਸੀ। ਬਾਗ-ਬਗੀਚੇ ਸ਼ਾਂਤੀ ਦੇ ਪਰਦੇ 'ਚ ਲੁਕ ਜਾਣਾ ਚਾਹੁੰਦੇ ਸਨ। ਪੰਛੀ ਸ਼ਾਮ ਦੇ ਗੀਤ ਗਾ ਰਹੇ ਸਨ। ਮੈਂ ਠਹਿਰ ਗਿਆ ਅਤੇ ਦਿਲ 'ਚ ਕਿਹਾ ਕਿ ਅਜ਼ਾਦ ਅਕਾਸ਼ ਦੇ ਸਾਹਮਣੇ ਰੁੱਖ ਹਵਾ ਦੇ ਬੁੱਲ੍ਹਿਆਂ ਦਾ ਅਨੰਦ ਲੈ ਰਹੇ ਹਨ ਅਤੇ ਸੂਰਜ ਅਤੇ ਚੰਨ ਦੀਆਂ ਕਿਰਨਾਂ ਨਾਲ਼ ਹੁਲਾਸ ਭਰੇ ਹਨ। ਇਹ ਅਜ਼ਾਦੀ ਦੇ ਵਾਤਾਵਰਣ ਵਿੱਚ ਮਸਤੀ ਮਨਾ ਰਹੇ ਹਨ। ਇਹ ਫੁੱਲ ਅਜ਼ਾਦੀ ਦੇ ਵਾਤਾਵਰਣ ਵਿੱਚ ਖੁਸ਼ਬੂ ਫੈਲਾ ਰਹੇ ਹਨ ਅਤੇ ਉਨ੍ਹਾਂ ਦੀਆਂ ਅੱਖਾਂ ਦੇ ਸਾਹਮਣੇ ਆਉਣ ਵਾਲ਼ੀ ਸਵੇਰ ਦੇ ਸੋਹਣੇ ਨਜ਼ਾਰੇ ਦਿੱਸ ਰਹੇ ਹਨ। ਇਸ ਧਰਤੀ 'ਤੇ ਜੋ ਚੀਜ਼ ਹੈ, ਆਪਣੇ ਸੁਭਾਅ ਅਨੁਸਾਰ ਜੀਵਨ ਬਿਤਾਉਂਦੀ ਹੈ ਅਤੇ ਅਜ਼ਾਦੀ 'ਤੇ ਮਾਣ ਕਰਦੀ ਹੈ ਪਰ ਮਨੁੱਖ ਇਸ ਪ੍ਰਸਾਦ ਤੋਂ ਵਾਂਝਾ ਹੈ ਕਿਉਂਕਿ ਉਨ੍ਹਾਂ ਦੀਆਂ ਪਵਿੱਤਰ ਆਤਮਾਵਾਂ ਸੰਸਾਰ ਦੇ ਸੀਮਤ ਕਾਨੂੰਨ ਨਾਲ਼ ਬੱਝੀਆਂ ਹਨ। ਉਨ੍ਹਾਂ ਦੀਆਂ ਆਤਮਾਵਾਂ ਅਤੇ ਉਨ੍ਹਾਂ ਦੇ ਸਰੀਰਾਂ ਲਈ ਇੱਕੋ ਜਿਹਾ ਕਾਨੂੰਨ ਬਣਾਇਆ ਗਿਆ ਹੈ ਅਤੇ ਉਨ੍ਹਾਂ ਦੀਆਂ ਇੱਛਾਵਾਂ ਨੂੰ ਇੱਕ ਗੁਪਤ ਅਤੇ ਤੰਗ ਕਾਲ਼-ਕੋਠੜੀ ਵਿੱਚ ਬੰਦ ਕਰ ਦਿੱਤਾ ਗਿਆ ਹੈ। ਉਨ੍ਹਾਂ ਦੀ ਸਮਝ ਲਈ ਡੂੰਘੀ ਅਤੇ ਹਨ੍ਹੇਰੀ ਕਬਰ ਖੋਦੀ ਗਈ ਹੈ ਅਤੇ ਜੇਕਰ ਕੋਈ ਉਨ੍ਹਾਂ 'ਚੋਂ ਉਨ੍ਹਾਂ ਦੇ ਸਮਾਜ ਅਤੇ ਕਾਨੂੰਨ ਤੋਂ ਵੱਖ ਹੋ ਜਾਵੇ ਤਾਂ ਕਹਿੰਦੇ ਹਨ ਕਿ ਇਹ ਵਿਅਕਤੀ ਬਾਗੀ ਅਤੇ ਦੁਸ਼ਟ ਹੈ। ਉਹ ਭਾਈਚਾਰੇ 'ਚੋਂ ਬਾਹਰ ਕੱਢ ਦਿੱਤਾ ਗਿਆ ਹੈ ਅਤੇ ਮੌਤ ਦੀ ਸਜਾ ਦੇ ਕਾਬਲ ਹੈ ਪਰ ਕੀ ਮਨੁੱਖ

ਨੂੰ ਤਬਾਹੀ ਤੱਕ ਇਸ ਬੁਰੇ ਸਮਾਜ ਦੀ ਗੁਲਾਮੀ ਵਿੱਚ ਜੀਵਨ ਜੀਂਦੇ ਰਹਿਣਾ ਚਾਹੀਦਾ ਹੈ ਜਾਂ ਆਪਣੀ ਆਤਮਾ ਨੂੰ ਉਨ੍ਹਾਂ ਬੰਧਨਾਂ 'ਚੋਂ ਅਜ਼ਾਦ ਕਰਾ ਲੈਣਾ ਚਾਹੀਦਾ ਹੈ? ਕੀ ਮਨੁੱਖ ਨੂੰ ਮਿੱਟੀ ਵਿੱਚ ਹੀ ਪਏ ਰਹਿਣਾ ਚਾਹੀਦਾ ਹੈ ਜਾਂ ਆਪਣੀਆਂ ਅੱਖਾਂ ਨੂੰ ਸੂਰਜ ਬਣਾ ਲੈਣਾ ਚਾਹੀਦਾ ਹੈ ਤਾਂ ਕਿ ਉਸਦੇ ਸਰੀਰ ਦਾ ਪਰਛਾਵਾਂ ਕੂੜੇ-ਕਰਕਟ 'ਤੇ ਪੈਂਦਾ ਹੋਇਆ ਨਜ਼ਰ ਨਾ ਆਵੇ?

ਸਮੁੰਦਰੀ ਬਾਲਿਕਾਵਾਂ

ਨੇੜੇ ਦੇ ਦੀਪਾਂ ਵਿੱਚ, ਜਿੱਥੇ ਸੂਰਜ ਚੜ੍ਹਦਾ ਹੈ, ਘੇਰੇ ਹੋਏ ਸਮੁੰਦਰ ਦੀ ਗੰਭੀਰ ਡੂੰਘਾਈ ਹੈ। ਜਿੱਥੇ ਮੋਤੀਆਂ ਦੀ ਬਹੁਤਾਤ ਹੈ, ਲੰਬੇ ਸੁਨਹਿਰੀ ਵਾਲ਼ਾਂ ਵਾਲੀਆਂ ਸਮੁੰਦਰੀ-ਬਾਲਿਕਾਵਾਂ ਇੱਕ ਨੌਜਵਾਨ ਦੇ ਮਰੇ ਸਰੀਰ ਨੂੰ ਘੇਰੇ ਖੜ੍ਹੀਆਂ ਹਨ। ਸੰਗੀਤ ਰੂਪੀ ਅਵਾਜ਼ਾਂ ਨਾਲ਼ ਆਪਸ ਵਿੱਚ ਗੱਲਬਾਤ ਕਰਦੇ ਹੋਏ ਉਨ੍ਹਾਂ ਬਾਲਿਕਾਵਾਂ ਨੇ ਆਪਣੀ ਤੇਜ਼ ਨੀਲੀਆਂ ਅੱਖਾਂ ਨਾਲ਼ ਉਸ ਲਾਸ਼ ਨੂੰ ਟਿਕਟਿਕੀ ਲਗਾ ਕੇ ਦੇਖਿਆ। ਡੂੰਘਾਈਆਂ ਰਾਹੀਂ ਸੁਣੇ ਗਏ ਅਤੇ ਲਹਿਰਾਂ ਰਾਹੀਂ ਸਮੁੰਦਰ ਕੰਢੇ 'ਤੇ ਪਹੁੰਚਾਇਆ ਗਿਆ ਇਹ ਵਾਰਤਾਲਾਪ ਉਲਾਸ-ਭਰੀ ਮੱਧਮ ਹਵਾ ਨੇ ਮੈਨੂੰ ਸੁਣਾਇਆ।

ਉਨ੍ਹਾਂ ਸਮੁੰਦਰੀ ਬਾਲਿਕਾਵਾਂ ਵਿੱਚੋਂ ਇੱਕ ਨੇ ਕਿਹਾ, "ਇਹ ਉਹੀ ਇਨਸਾਨ ਹੈ, ਜਿਸਨੇ ਕੱਲ੍ਹ ਸਾਡੀ ਸਮੁੰਦਰੀ-ਦੁਨੀਆ ਵਿੱਚ ਪ੍ਰਵੇਸ਼ ਕੀਤਾ ਸੀ, ਜਦੋਂ ਕਿ ਸਾਡਾ ਸਮੁੰਦਰ ਜਵਾਰ ਨਾਲ਼ ਉਛਾਲ਼ੇ ਮਾਰ ਰਿਹਾ ਸੀ।"

ਦੂਜੀ ਬੋਲੀ, "ਸਮੁੰਦਰ ਗੁੱਸੇ 'ਚ ਨਹੀਂ ਸੀ। ਖ਼ੁਦ ਨੂੰ ਮਜ਼ਬੂਤੀ ਨਾਲ਼ ਦੇਵ ਸੰਤਾਨ ਕਹਿਣ ਵਾਲ਼ਾ ਮਨੁੱਖ ਉਸ ਨਾਲ਼ ਲੋਹ-ਯੁੱਧ ਕਰ ਰਿਹਾ ਸੀ ਅਤੇ ਇਸ ਯੁੱਧ ਦੇ ਸਿੱਟੇ ਵਜੋਂ ਉਸਦਾ ਲਹੂ ਇਸ ਹੱਦ ਤੱਕ ਵਹਿੰਦਾ ਰਿਹਾ ਕਿ ਸਮੁੰਦਰ ਦਾ ਰੰਗ ਲਾਲ ਹੋ ਗਿਆ। ਇਹ ਮਨੁੱਖ-ਯੁੱਧ ਦਾ ਸ਼ਿਕਾਰ ਸੀ।"

ਤੀਜੀ ਨੇ ਹਿੰਮਤ ਨਾਲ਼ ਕਿਹਾ, "ਯੁੱਧ ਕੀ ਹੁੰਦਾ ਹੈ ਮੈਨੂੰ ਨਹੀਂ ਪਤਾ, ਪਰ ਮੈਂ ਜਾਣਦੀ ਹਾਂ ਕਿ ਭੂਮੀ ਨੂੰ ਜਿੱਤਣ ਤੋਂ ਬਾਅਦ ਮਨੁੱਖ ਦੀ ਪ੍ਰਵਿਰਤੀ ਹਮਲਾਵਰ ਹੋ ਗਈ ਅਤੇ ਹੁਣ ਉਹ ਸਮੁੰਦਰ ਨੂੰ ਜਿੱਤਣ ਲਈ ਦ੍ਰਿੜ-ਸੰਕਲਪ ਹੈ। ਉਸੇ ਦੇ ਨਤੀਜੇ ਵਜੋਂ ਉਸਦਾ ਸਮੁੰਦਰ 'ਤੇ ਪਹੁੰਚਣਾ ਹੋਇਆ। ਉਸਦੇ ਇਸ ਲਾਲਚ ਨਾਲ਼ ਸਾਡੇ ਪ੍ਰਚੰਡ ਸਮੁੰਦਰ ਦੇਵਤਾ, ਵਰੁਣ ਗੁੱਸੇ ਹੋ ਗਏ। ਵਰੁਣ ਦੇ ਗੁੱਸੇ ਨੂੰ ਸ਼ਾਂਤ ਕਰਨ ਲਈ (ਭਾਵ ਉਨ੍ਹਾਂ ਨੂੰ ਖ਼ੁਸ਼ ਕਰਨ ਲਈ), ਮਨੁੱਖਾਂ ਨੇ ਉਨ੍ਹਾਂ ਨੂੰ ਤੋਹਫਿਆਂ ਅਤੇ ਕੁਰਬਾਨੀਆਂ ਦਾ ਅਰਗ ਦੇਣਾ ਸ਼ੁਰੂ ਕੀਤਾ। ਸਾਡੇ ਵਿੱਚ ਜੋ ਅੱਜ ਇਹ ਮਰਿਆ ਸਰੀਰ ਹੈ। ਇਹ ਸਾਡੇ ਮਹਾਨ ਅਤੇ ਉੱਗਰ ਵਰੁਣ ਦੇਵਤਾ ਨੂੰ ਇਨਸਾਨਾਂ ਦੁਆਰਾ ਸਮਰਪਿਤ ਤਾਜ਼ਾ ਤੋਹਫ਼ਾ ਹੈ।

ਚੌਥੀ ਨੇ ਮਜ਼ਬੂਤੀ ਨਾਲ਼ ਪ੍ਰਵਾਨ ਕੀਤਾ, "ਕਿੰਨੇ ਮਹਾਨ ਸਾਡੇ ਵਰੁਣ ਦੇਵਤਾ ਹਨ ਪਰ ਉਨ੍ਹਾਂ ਦਾ ਦਿਲ ਕਿੰਨਾ ਕਠੋਰ ਹੈ। ਜੇ ਮੈਂ ਸਮੁੰਦਰ ਦੀ ਸੁਲਤਾਨ ਹੁੰਦੀ ਤਾਂ ਅਜਿਹੇ ਦਾਨ ਨੂੰ ਅਸਵੀਕਾਰ ਕਰ ਦਿੰਦੀ। ਹੁਣ ਆਓ, ਸਾਨੂੰ ਇਸਦੀ ਜਾਂਚ ਕਰਨੀ ਚਾਹੀਦੀ ਹੈ। ਉਮੀਦ ਹੈ ਅਸੀਂ ਖ਼ੁਦ ਨੂੰ ਮਨੁੱਖ-ਜਾਤੀ ਦੇ ਸਾਹਮਣੇ ਪੇਸ਼ ਕਰ ਸਕਦੀਆਂ ਹਾਂ।

ਸਮੁੰਦਰੀ ਬਾਲਿਕਾਵਾਂ ਮਰੇ ਨੌਜਵਾਨ ਕੋਲ਼ ਗਈਆਂ। ਉਨ੍ਹਾਂ ਨੇ ਉਸਦੀਆਂ ਜੇਬ੍ਹਾਂ ਦੀ ਤਲਾਸ਼ੀ ਲਈ। ਛਾਤੀ ਨੇੜਲੀ ਜੇਬ੍ਹ ਵਿੱਚ ਇੱਕ ਪੱਤਰ ਮਿਲ਼ਿਆ। ਦੂਸਰਿਆਂ ਨੂੰ ਸੁਣਾਉਂਦੀ ਹੋਈ ਇੱਕ ਸਮੁੰਦਰੀ ਬਾਲਿਕਾ ਨੇ ਜ਼ੋਰ ਨਾਲ਼ ਉਸ ਪੱਤਰ ਨੂੰ ਪੜ੍ਹਿਆ:

"ਮੇਰੇ ਪਿਆਰੇ,

ਅੱਧੀ ਰਾਤ ਮੁੜ ਤੋਂ ਆਈ ਹੈ ਅਤੇ ਮੇਰੇ ਵਗਦੇ ਹੰਝੂਆਂ ਤੋਂ ਇਲਾਵਾ ਮੇਰੇ ਵਿੱਚ ਹਿੰਮਤ ਨਹੀਂ ਹੈ ਅਤੇ ਯੁੱਧ ਦੇ ਲਹੂ-ਲੁਹਾਨ ਪੰਜਿਆਂ ਵਿਚਾਲੇ ਤੇਰੀ ਵਾਪਸੀ ਦੀ ਜੋ ਉਮੀਦ ਹੈ, ਇਸ ਤੋਂ ਬਿਨਾਂ ਮੈਨੂੰ ਕੋਈ ਸੁੱਖ ਨਹੀਂ ਹੈ। ਤੇਰੀ ਵਿਦਾਈ ਵੇਲ਼ੇ ਜੋ ਤੇਰੇ ਭਾਵ ਸਨ, ਉਨ੍ਹਾਂ ਨੂੰ ਮੈਂ ਕਦੇ ਭੁੱਲ ਨਹੀਂ ਸਕਦੀ। ਤੂੰ ਕਿਹਾ ਸੀ ਕਿ "ਹਰੇਕ ਵਿਅਕਤੀ ਨੂੰ ਆਪਣੇ ਹੰਝੂਆਂ ਦਾ ਹੀ ਇੱਕ ਸਹਾਰਾ ਹੈ। ਜਿਸਦਾ ਫਲ ਕਿਸੇ ਨੇ ਕਿਸੇ ਦਿਨ ਜ਼ਰੂਰ ਮਿਲਦਾ ਹੈ।"

"ਮੇਰੇ ਪਿਆਰੇ, ਮੈਨੂੰ ਕੀ ਕਹਿਣਾ ਚਾਹੀਦਾ ਹੈ, ਮੈਂ ਨਹੀਂ ਜਾਣਦੀ। ਪਰ ਮੇਰੀ ਆਤਮਾ ਹੱਡ-ਮਾਸ ਦੇ ਇਸ ਸਰੀਰ ਵਿੱਚ ਖ਼ੁਦ ਵਿਚਰਦੀ ਹੈ। ਮੇਰੀ ਆਤਮਾ ਵਿਘਟਨ ਤੋਂ ਦੁੱਖ ਕੱਟਦੇ ਹੋਏ ਵੀ, ਪਿਆਰ ਦੁਆਰਾ ਉਮੀਦ ਨਾਲ਼ ਬੰਨ੍ਹੀ ਹੋਈ ਹੈ। ਇਹ ਪਿਆਰ ਦੁੱਖ ਨੂੰ ਅਨੰਦ ਅਤੇ ਦੁੱਖ ਨੂੰ ਸੁੱਖ ਪ੍ਰਦਾਨ ਕਰਦਾ ਹੈ। ਪਿਆਰ ਸਾਡੇ ਦਿਲਾਂ ਨੂੰ ਮਿਲਾਉਂਦਾ ਹੈ ਅਤੇ ਜਦੋਂ ਅਸੀਂ ਉਸ ਦਿਨ ਦਾ ਚਿੰਤਨ ਕੀਤਾ, ਜਿਸ ਦਿਨ ਪਰਮਾਤਮਾ ਦੇ ਸ਼ਕਤੀਸ਼ਾਲੀ ਸਾਹ ਨਾਲ ਸਾਡੇ ਦੋ ਦਿਲ ਇੱਕ ਹੋਏ ਸਨ, ਉਦੋਂ ਯੁੱਧ ਭਿਆਨਕ ਰੂਪ ਨਾਲ਼ ਚੀਕਿਆ ਅਤੇ ਆਪਣੇ ਆਗੂਆਂ ਦੁਆਰਾ ਪ੍ਰੋਤਸ਼ਾਹਿਤ ਹੁੰਦੇ ਹੋਏ, ਤੂੰ ਆਪਣਾ ਕਰਤੱਵ ਸਮਝ ਕੇ ਉਨ੍ਹਾਂ ਦੀ ਪਾਲਣਾ ਕੀਤੀ।"

"ਇਹ ਕਿਹੋ ਜਿਹਾ ਕਰਤੱਵ ਹੈ ਜੋ ਪ੍ਰੇਮੀਆਂ ਨੂੰ ਵੱਖ ਕਰਦਾ ਹੈ, ਇਸਤਰੀਆਂ ਨੂੰ ਵਿਧਵਾ ਬਣਾਉਂਦਾ ਹੈ ਅਤੇ ਬੱਚਿਆਂ ਨੂੰ ਅਨਾਥ? ਇਹ ਕਿਹੋ ਜਿਹੀ ਦੇਸ਼ ਭਗਤੀ ਹੈ, ਜੋ ਯੁੱਧਾਂ ਨੂੰ ਉਤੇਜਿਤ ਕਰਦੀ ਹੈ ਅਤੇ ਆਮ ਚੀਜ਼ਾਂ ਲਈ ਰਾਜਾਂ ਦਾ ਨਾਸ਼ ਕਰਦੀ ਹੈ? ਇਹ ਕਿਹੋ ਜਿਹਾ ਕਰਤੱਵ ਹੈ ਕਿ ਜੋ ਦਹਿਸ਼ਦਗਰਦੀ ਦੀ ਸ਼ਾਨ ਲਈ ਉਨ੍ਹਾਂ ਗਰੀਬਾਂ ਪੇਂਡੂਆਂ ਨੂੰ ਮਰਨ ਲਈ ਸੱਦਾ ਦਿੰਦਾ ਹੈ, ਜਿਨ੍ਹਾਂ ਗਰੀਬਾਂ 'ਤੇ ਨਾ ਸ਼ਕਤੀਸ਼ਾਲੀ ਨਜ਼ਰ ਚੁੱਕਦਾ ਹੈ ਨਾ ਅਮੀਰ ਲੋਕ? ਜੇ ਕਰਤੱਵ ਰਾਸ਼ਟਰਾਂ ਦੀ ਸੰਧੀ ਨੂੰ ਭੰਗ ਕਰਦਾ ਹੈ ਦੇਸ਼-ਭਗਤੀ ਮਨੁੱਖੀ-ਜੀਵਨ ਦੀ ਸ਼ਾਂਤੀ ਵਿੱਚ ਰੁਕਾਵਟ ਪਾਉਂਦੀ ਹੈ, ਤਦ ਸਾਨੂੰ ਕਹਿਣਾ ਚਾਹੀਦਾ ਹੈ—

ਅਜਿਹੇ ਕਰਤੱਵ ਨੂੰ ਅਤੇ ਅਜਿਹੀ ਦੇਸ਼-ਭਗਤੀ ਨੂੰ ਨਮਸਕਾਰ!"

"ਨਹੀਂ-ਨਹੀਂ, ਮੇਰੇ ਪਿਆਰੇ! ਮੇਰੇ ਸ਼ਬਦਾਂ ਦਾ ਵਿਚਾਰ ਨਾ ਕਰ। ਆਪਣੇ ਦੇਸ਼ ਲਈ ਬਹਾਦਰ ਅਤੇ ਵਫ਼ਾਦਾਰ ਬਣ। ਪਿਆਰ ਵਿੱਚ ਅੰਨ੍ਹੇ ਬਣ ਕੇ ਅਤੇ ਵਿਛੋੜੇ ਅਤੇ ਇਕੱਲੇਪਨ ਤੋਂ ਘਬਰਾ ਕੇ ਕੁਆਰੀ ਕੰਨਿਆ ਦੀਆਂ ਗੱਲਾਂ 'ਤੇ ਧਿਆਨ ਨਾ ਦੇ ...ਜੇ ਮੇਰੇ ਇਸ ਜੀਵਨ ਵਿੱਚ ਸਾਨੂੰ ਪਿਆਰ ਨਹੀਂ ਮਿਲ਼ੇਗਾ ਤਾਂ ਅਗਲੇ ਜਨਮ ਵਿੱਚ ਉਹ ਨਿਸ਼ਚਿਤ ਹੀ ਸਾਨੂੰ ਪ੍ਰਾਪਤ ਹੋਵੇਗਾ।

ਤੇਰੀ ਸਦਾ"

ਸਮੁੰਦਰੀ ਬਾਲਿਕਾਵਾਂ ਨੇ ਉਸ ਚਿੱਠੀ ਨੂੰ ਉਸ ਮ੍ਰਿਤਕ ਦੀ ਜੇਬ੍ਹ ਵਿੱਚ ਦੋਬਾਰਾ ਰੱਖ ਦਿੱਤਾ ਅਤੇ ਖਾਮੋਸ਼-ਅਹਿੱਲ ਹੋ ਕੇ ਦੁੱਖ ਨਾਲ਼ ਤੈਰਦੀਆਂ ਹੋਈਆਂ ਉਸ ਜਗ੍ਹਾ ਤੋਂ ਦੂਰ ਚਲੀਆਂ ਗਈਆਂ।

ਉਸ ਮ੍ਰਿਤਕ ਸਿਪਾਹੀ ਦੇ ਸਰੀਰ ਤੋਂ ਦੂਰ ਜਾ ਕੇ ਸਾਰੀਆਂ ਸਮੁੰਦਰੀ ਬਾਲਿਕਾਵਾਂ ਇਕੱਠੀਆਂ ਹੋਈਆਂ ਅਤੇ ਉਨ੍ਹਾਂ ਵਿੱਚੋਂ ਇੱਕ ਨੇ ਕਿਹਾ, "ਵਰੁਣ ਦੇਵਤਾ ਦੇ ਪੱਥਰ ਦਿਲ ਨਾਲ਼ੋਂ ਕਿਤੇ ਵੱਧ ਮਨੁੱਖੀ ਦਿਲ ਕਠੋਰ ਹੈ।"

ਖੋਜ

ਇੱਕ ਹਜ਼ਾਰ ਸਾਲ ਪਹਿਲਾਂ ਲੇਬਨਾਨ ਦੀ ਢਾਲ 'ਤੇ ਦੋ ਦਾਰਸ਼ਨਿਕ ਆ ਮਿਲ਼ੇ। ਇੱਕ ਨੇ ਦੂਸਰੇ ਤੋਂ ਪੁੱਛਿਆ, "ਕਿੱਥੇ ਜਾ ਰਿਹਾਂ ਹੈਂ ਤੂੰ?"

ਦੂਸਰੇ ਨੇ ਉੱਤਰ ਦਿੱਤਾ, "ਮੈਂ ਤਾਂ ਜੁਆਨੀ ਦੇ ਫੁਹਾਰੇ ਦੀ ਤਲਾਸ਼ ਵਿੱਚ ਜਾ ਰਿਹਾ ਹਾਂ। ਮੇਰੇ ਧਿਆਨ ਵਿੱਚ ਇਨ੍ਹਾਂ ਕਈਆਂ ਪਹਾੜੀਆਂ ਵਿਚਾਲੇ ਉਸਦਾ ਸ੍ਰੋਤ ਫੁੱਟਦਾ ਹੈ। ਮੈਨੂੰ ਕੁਝ ਅਜਿਹੇ ਲਿਖਿਤ ਸਬੂਤ ਮਿਲੇ ਹਨ ਜੋ ਉਸਦਾ ਮੂਲ਼ ਪੂਰਬ ਵੱਲ ਦੱਸਦੇ ਹਨ। ਪਰ ਤੂੰ? ਤੂੰ ਕੀ ਖੋਜ ਰਿਹਾ ਹੈਂ?"

ਪਹਿਲੇ ਆਦਮੀ ਨੇ ਜਵਾਬ ਦਿੱਤਾ, "ਮੈਂ ਤਾਂ ਮੌਤ ਦੇ ਭੇਦ ਦੀ ਤਲਾਸ਼ ਵਿੱਚ ਹਾਂ।"

ਉਦੋਂ ਦੋਵਾਂ ਦਾਰਸ਼ਨਿਕਾਂ ਨੇ ਇੱਕ-ਦੂਜੇ ਦੇ ਪ੍ਰਤੀ ਇਹੀ ਧਾਰਨਾ ਬਣਾ ਲਈ ਕਿ ਦੂਸਰਾ ਉਸਦੀ ਮਹਾਨ ਵਿੱਦਿਆ ਤੋਂ ਬਿਲਕੁੱਲ ਅਣਜਾਣ ਹੈ। ਉਹ ਆਪਸ ਵਿੱਚ ਲੜਦੇ-ਝਗੜਦੇ ਅਤੇ ਇੱਕ-ਦੂਸਰੇ ਦੇ ਅਧਿਆਤਮਿਕ ਅੰਧਵਿਸ਼ਵਾਸ ਦੀ ਅਲੋਚਨਾ ਕਰਨ ਲੱਗੇ।

ਦੋਵਾਂ ਦਾਰਸ਼ਨਿਕਾਂ ਦੇ ਸ਼ੋਰ ਨਾਲ ਸਾਰਾ ਵਾਯੂਮੰਡਲ ਗੂੰਜ ਉੱਠਿਆ।

ਤਦ ਉੱਧਰੋਂ ਇੱਕ ਅਜਨਬੀ ਆ ਨਿਕਲ਼ਿਆ, ਜੋ ਆਪਣੇ ਪਿੰਡ ਵਿੱਚ ਮਹਾਂਮੂਰਖ ਸਮਝਿਆ ਜਾਂਦਾ ਸੀ। ਜਦੋਂ ਉਸਨੇ ਦੋਵਾਂ ਨੂੰ ਗਰਮਗਰਮ ਬਹਿਸ ਕਰਦੇ ਹੋਏ ਦੇਖਿਆ ਤਾਂ ਉਹ ਥੋੜ੍ਹੀ ਦੇਰ ਖੜ੍ਹਾ-ਖੜ੍ਹਾ ਉਨ੍ਹਾਂ ਦੇ ਤਰਕਾਂ ਨੂੰ ਸੁਣਦਾ ਰਿਹਾ।

ਉਸਦੇ ਬਾਅਦ ਉਹ ਉਨ੍ਹਾਂ ਦੇ ਨੇੜੇ ਆ ਕੇ ਬੋਲਿਆ, "ਭਲੇ ਮਨੁੱਖੋ, ਇੰਵ ਪ੍ਰਤੀਤ ਹੁੰਦਾ ਹੈ ਕਿ ਤੁਸੀਂ ਦੋਵੇਂ ਅਸਲ ਵਿੱਚ ਇੱਕ ਹੀ ਸਿਧਾਂਤ ਨੂੰ ਮੰਨਣ ਵਾਲ਼ੇ ਹੋ ਅਤੇ ਤੁਸੀਂ ਦੋਵੇਂ ਕਹਿ ਵੀ ਇੱਕ ਹੀ ਗੱਲ ਰਹੇ ਹੋ। ਫ਼ਰਕ ਤਾਂ ਸਿਰਫ ਸ਼ਬਦਾਂ ਦਾ ਹੈ। ਤੁਹਾਡੇ ਵਿੱਚੋਂ ਇੱਕ ਤਾਂ ਜੁਆਨੀ ਦੇ ਫੁਹਾਰੇ ਦੀ ਤਲਾਸ਼ ਕਰ ਰਿਹਾ ਹਾਂ, ਦੂਸਰਾ ਮੌਤ ਦੇ ਭੇਦ ਨੂੰ ਲੱਭਣਾ ਚਾਹੁੰਦਾ ਹੈ, ਪਰ ਹਨ ਤਾਂ ਦੋਵੇਂ ਇੱਕ ਹੀ, ਅਤੇ ਦੋਵੇਂ ਹੀ ਇੱਕ ਰੂਪ ਹੋ ਕੇ ਤੁਹਾਡੇ ਦੋਵਾਂ ਵਿੱਚ ਵੱਸਦੇ ਹਨ।"

ਉਹ ਅਣਜਾਣ 'ਮਹਾਤਮਾਓ, ਤੁਹਾਡੇ ਕੋਲ਼ੋਂ ਵਿਦਾ ਲੈਂਦਾ ਹਾਂ' ਕਹਿ ਕੇ ਚਲਾ ਗਿਆ। ਜਾਂਦੇ ਸਮੇਂ ਉਹ ਖ਼ੂਬ ਹੱਸਿਆ।

ਦੋਵਾਂ ਦਾਰਸ਼ਨਿਕਾਂ ਨੇ ਚੁੱਪਚਾਪ ਕੁਝ ਪਲਾਂ ਲਈ ਇੱਕ-ਦੂਸਰੇ ਵੱਲ ਦੇਖਿਆ ਅਤੇ ਉਦੋਂ ਉਹ ਦੋਵੇਂ ਵੀ ਹੱਸ ਪਏ, ਅਤੇ ਉਨ੍ਹਾਂ ਵਿੱਚ ਇੱਕ ਨੇ ਕਿਹਾ, "ਚੰਗਾ, ਤਾਂ ਹੁਣ ਅਸੀਂ ਦੋਵੇਂ ਮਿਲ਼ ਕੇ ਖੋਜ ਕਰੀਏ ਨਾ?"

ਇੱਕ ਬੋਲ਼ੀ ਔਰਤ

ਕਿਸੇ ਅਮੀਰ ਆਦਮੀ ਦੀ ਇੱਕ ਮੁਟਿਆਰ ਪਤਨੀ ਸੀ, ਜੋ ਬਿਲਕੁਲ ਬੋਲ਼ੀ ਸੀ।

ਇੱਕ ਦਿਨ ਸਵੇਰੇ ਜਦੋਂ ਉਹ ਲੋਕ ਨਾਸ਼ਤਾ ਰਹੇ ਸਨ, ਉਸਨੇ ਆਪਣੇ ਪਤੀ ਨੂੰ ਕਿਹਾ, "ਕੱਲ੍ਹ ਜਦੋਂ ਮੈਂ ਬਜ਼ਾਰ ਗਈ ਸੀ, ਤਦ ਉੱਥੇ ਦਮਿਸ਼ਕ ਦੇ ਰੇਸ਼ਮੀ ਥਾਣ, ਭਾਰਤ ਦੀਆਂ ਚਾਦਰਾਂ, ਫਰਾਂਸ ਦੇ ਕੰਠਹਾਰ ਅਤੇ ਯਮਨ ਦੀਆਂ ਚੂੜੀਆਂ ਦੇਖਣ ਵਿੱਚ ਆਈਆਂ ਸਨ। ਲੱਗਦਾ ਹੈ ਕਿ ਇਹ ਵਸਤੂਆਂ ਹੁਣੇ-ਹੁਣੇ ਸਾਡੇ ਨਗਰ ਦੇ ਕਾਫਲ਼ੇ ਨਾਲ਼ ਆਈਆਂ ਹਨ ਅਤੇ ਜ਼ਰਾ ਮੈਨੂੰ ਦੇਖੋ, ਮੈਂ ਇੱਕ ਸੰਪੰਨ ਵਿਅਕਤੀ ਦੀ ਇਸਤਰੀ ਹੁੰਦੇ ਹੋਏ ਚਿਥੜੇ ਪਾਈ ਫਿਰਦੀ ਹਾਂ। ਮੈਂ ਉਨ੍ਹਾਂ ਸੁੰਦਰ ਵਸਤੂਆਂ ਵਿੱਚੋਂ ਕੁਝ ਜ਼ਰੂਰ ਖਰੀਦਾਂਗੀ।"

ਉਸਦੇ ਪਤੀ ਨੇ ਕੌਫ਼ੀ ਪੀਂਦੇ ਹੋਏ ਕਿਹਾ, "ਮੇਰੀ ਪਿਆਰੀ, ਕੋਈ ਕਾਰਨ ਨਹੀਂ ਕਿ ਤੂੰ ਬਜ਼ਾਰ ਵਿੱਚ ਜਾ ਕੇ ਆਪਣੀ ਪਸੰਦ ਦੀਆਂ ਚੀਜ਼ਾਂ ਨਾ ਖਰੀਦੇਂ।"

ਉਦੋਂ ਉਸ ਬੋਲ਼ੀ ਇਸਤਰੀ ਨੇ ਕਿਹਾ, "ਨਹੀਂ, ਤੂੰ ਸਦਾ ਨਹੀਂ-ਨਹੀਂ ਕਹਿ ਦਿੰਦਾ ਹੈਂ। ਕੀ ਮੈਂ ਇਹ ਚਿਥੜੇ ਲਪੇਟੇ ਆਪਣੇ ਮਿੱਤਰਾਂ ਦੇ ਸਾਹਮਣੇ, ਆਪਣੇ ਘਰਵਾਲ਼ਿਆਂ ਅਤੇ ਤੇਰੇ ਨਾਮ ਨੂੰ ਸ਼ਰਮਿੰਦਾ ਕਰਦੀ ਰਹਾਂ?"

ਪਤੀ ਨੇ ਕਿਹਾ, "ਮੈਂ ਤਾਂ ਕਦੇ 'ਨਹੀਂ' ਨਹੀਂ ਕੀਤੀ। ਤੂੰ ਬੇਝਿਜਕ ਬਜ਼ਾਰ ਵਿੱਚ ਜਾ ਕੇ ਸੁੰਦਰ ਤੋਂ ਸੁੰਦਰ ਕੱਪੜੇ ਅਤੇ ਬੇਸ਼ਕੀਮਤੀ ਗਹਿਣੇ, ਜੋ ਤੇਰੇ ਨਗਰ ਵਿੱਚੋਂ ਆਏ ਹੋਏ ਹਨ, ਖਰੀਦ।"

ਫਿਰ ਵੀ ਉਸਦੀ ਪਤਨੀ ਨੇ ਆਪਣੇ ਪਤੀ ਦੇ ਸ਼ਬਦਾਂ ਨੂੰ ਸੁਣਨ ਵਿੱਚ ਭੁੱਲ ਕੀਤੀ ਅਤੇ ਉਸਨੇ ਜਵਾਬ ਦਿੱਤਾ, "ਸਾਰੇ ਅਮੀਰਾਂ ਵਿੱਚ ਤੇਰੇ ਨਾਲ਼ ਵੱਧ ਕੇ ਕ੍ਰਿਪਾਲੂ ਕੋਈ ਦੂਸਰਾ ਨਹੀਂ। ਤੂੰ ਸੁੰਦਰਤਾ ਅਤੇ ਸਜਾਵਟ ਦੀ ਹਰੇਕ ਚੀਜ਼ ਲਈ ਮਨ੍ਹਾਂ ਕਰ ਦਿੰਦਾ ਹੈਂ ਜਦ ਕਿ ਨਗਰ ਦੀ ਮੇਰੀ ਹੀ ਉਮਰ ਵਾਲ਼ੀਆਂ ਹੋਰ ਇਸਤਰੀਆਂ ਸੁੰਦਰ-ਸੁੰਦਰ ਕੀਮਤੀ ਕੱਪੜਿਆਂ ਨਾਲ਼ ਸੱਜ-ਧੱਜ ਕੇ ਨਗਰ ਦੇ ਬਗੀਚਿਆਂ ਵਿੱਚ ਘੁੰਮਦੀਆਂ ਹਨ।"

ਇੰਨਾ ਕਹਿ ਕੇ ਉਹ ਰੋਣ ਲੱਗੀ ਅਤੇ ਜਦੋਂ ਉਸਦੇ ਹੰਝੂ ਉਸਦੇ ਛਾਤੀ 'ਤੇ ਡਿੱਗਣ ਲੱਗੇ ਤਾਂ ਉਹ ਮੁੜ ਚਿਲਾ ਕੇ ਬੋਲੀ, "ਜਦੋਂ ਕਦੇ ਮੈਨੂੰ ਕਿਸੇ ਕੱਪੜੇ ਜਾਂ ਗਹਿਣੇ ਦੀ ਚਾਹਤ ਹੁੰਦੀ ਹੈ, ਤਾਂ ਤੂੰ ਸਦਾ ਨਾ ਕਹਿ ਦਿੰਦਾ ਹੈਂ।"

ਪਤੀ ਬੇਚੈਨ ਹੋ ਕੇ ਗਿਆ ਅਤੇ ਖੜ੍ਹਾ ਹੋ ਕੇ ਆਪਣੇ ਬਟੂਏ 'ਚੋਂ ਮੁੱਠੀ ਭਰ ਅਸ਼ਰਫੀਆਂ ਕੱਢ ਕੇ ਉਸਦੇ ਸਾਹਮਣੇ ਰੱਖ ਦਿੱਤੀਆਂ ਅਤੇ ਬੜੀ ਨਿਮਰਤਾ ਨਾਲ਼ ਬੋਲਿਆ, "ਮੇਰੀ ਪਿਆਰੀ! ਬਜ਼ਾਰ ਜਾ ਕੇ ਜੋ ਤੇਰੀ ਇੱਛਾ ਹੋਵੇ ਖ੍ਰੀਦ ਲਿਆ।"

ਉਸ ਦਿਨ ਤੋਂ ਜਦੋਂ ਕਦੇ ਉਸ ਬੋਲ਼ੀ ਇਸਤਰੀ ਨੂੰ ਕਿਸੇ ਵਸਤੂ ਦੀ ਲੋੜ ਹੁੰਦੀ ਸੀ, ਤਾਂ ਉਹ ਆਪਣੇ ਪਤੀ ਦੇ ਸਾਹਮਣੇ ਆਪਣੀਆਂ ਅੱਖਾਂ ਵਿੱਚ ਮੋਤੀ ਵਰਗੇ ਹੰਝੂ ਭਰ ਕੇ ਖੜ੍ਹੀ ਹੋ ਜਾਂਦੀ ਸੀ ਅਤੇ ਉਸਦਾ ਪਤੀ ਚੁੱਪਚਾਪ ਮੁੱਠੀ ਭਰ ਅਸ਼ਰਫੀਆਂ

ਉਸਦੇ ਆਂਚਲ ਵਿੱਚ ਪਾ ਦਿੰਦਾ ਸੀ।

ਇੱਕ ਵਾਰ, ਸੰਯੋਗ ਦੀ ਗੱਲ ਕਿ ਉਹ ਮੁਟਿਆਰ ਕਿਸੇ ਦੂਸਰੇ ਨੌਜਵਾਨ ਨੂੰ ਪਿਆਰ ਕਰਨ ਲੱਗੀ, ਜਿਸਨੂੰ ਬੜੀ ਲੰਬੀਆਂ-ਲੰਬੀਆਂ ਯਾਤਰਾਵਾਂ ਕਰਨ ਦਾ ਸ਼ੌਕ ਸੀ। ਜਦੋਂ ਕਦੇ ਉਹ ਪ੍ਰਵਾਸ ਵਿੱਚ ਹੁੰਦਾ ਤਾਂ ਉਹ ਇਕਾਂਤ ਕਮਰੇ ਵਿੱਚ ਬੈਠ ਕੇ ਰੋਂਦੀ ਸੀ।

ਇੱਧਰ ਜਦੋਂ ਕਦੇ ਪਤੀ ਉਸਨੂੰ ਇੰਞ ਰੋਂਦੇ ਹੋਏ ਦੇਖ ਲੈਂਦਾ ਤਾਂ ਉਹ ਆਪਣੇ ਮਨ ਵਿੱਚ ਕਹਿਣ ਲੱਗਦਾ, "ਬਜ਼ਾਰ ਵਿੱਚ ਸ਼ਾਇਦ ਕੋਈ ਨਵਾਂ ਕਾਫਲ਼ਾ ਰੇਸ਼ਮੀ ਕੱਪੜੇ ਅਤੇ ਬਹੁਕੀਮਤੀ ਗਹਿਣੇ ਲੈ ਕੇ ਆਇਆ ਹੋਵੇਗਾ।"

ਅਤੇ ਉਹ ਮੁੱਠੀ ਭਰ ਅਸ਼ਰਫੀਆਂ ਲੈ ਕੇ ਉਸਦੇ ਸਾਹਮਣੇ ਰੱਖ ਦਿੰਦਾ ਸੀ।

ਦੋ ਕਵਿਤਾਵਾਂ

ਕਈ ਸਦੀਆਂ ਲੰਘ ਗਈਆਂ, ਜਦੋਂ ਏਥਨਜ਼ ਦੇ ਰਾਜਮਾਰਗ 'ਤੇ ਦੋ ਕਵੀਆਂ ਦੀ ਮੁਲਾਕਾਤ ਹੋਈ। ਦੋਨੋਂ ਇੱਕ-ਦੂਸਰੇ ਨੂੰ ਦੇਖ ਕੇ ਫੁੱਲੇ ਨਾ ਸਮਾਏ।

ਉਨ੍ਹਾਂ ਵਿੱਚੋਂ ਇੱਕ ਨੇ ਦੂਸਰੇ ਤੋਂ ਪੁੱਛਦੇ ਹੋਏ ਕਿਹਾ, "ਇੱਧਰ ਤੂੰ ਕਿਹੜੀ ਕਵਿਤਾ ਲਿਖੀ ਹੈ? ਉਹ ਤੇਰੀ ਵੀਨਾ ਦੀ ਤਾਨ 'ਤੇ ਤਾਂ ਖੂਬ ਜੰਮਦੀ ਹੋਵੇਗੀ?"

ਦੂਸਰੇ ਕਵੀ ਨੇ ਮਾਣ ਨਾਲ਼ ਜਵਾਬ ਦਿੱਤਾ, "ਹਾਂ, ਅਜੇ ਮੈਂ ਇੱਕ ਰਚਨਾ ਖਤਮ ਕੀਤੀ ਹੈ, ਉਹ ਮੇਰੀਆਂ ਹੋਰ ਕਵਿਤਾਵਾਂ ਵਿੱਚੋਂ ਤਾਂ ਸਰਵਉੱਚ ਹੈ ਹੀ, ਪਰ ਸ਼ਾਇਦ ਗ੍ਰੀਕ ਭਾਸ਼ਾ ਵਿੱਚ ਪ੍ਰਨੀਤ ਸਾਰੀਆਂ ਕਵਿਤਾਵਾਂ ਨਾਲ਼ੋਂ ਵੀ ਸਰਵਉੱਚ ਹੋਵੇਗੀ। ਇਹ ਕਵਿਤਾ ਮੇਰੇ ਪਰਮ ਇਸ਼ਟ ਦੇਵ ਦੀ ਉਸਤਤ ਵਿੱਚ ਲਿਖੀ ਗਈ ਹੈ।"

ਉਦੋਂ ਉਸਨੇ ਆਪਣੇ ਕੱਪੜਿਆਂ ਅੰਦਰੋਂ ਇੱਕ ਹੱਥਲਿਖਤ ਕੱਢਦੇ ਹੋਏ ਕਿਹਾ, "ਇਹ ਦੇਖ, ਇਹ ਮੇਰੇ ਕੋਲ਼ ਹੈ ਅਤੇ ਇਸਨੂੰ ਸੁਣ ਕੇ ਮੈਨੂੰ ਬੜੀ ਖੁਸ਼ੀ ਹੋਵੇਗੀ। ਚੱਲ, ਉਸ ਸਫੈਦ ਸਨੋਵਰ ਦੀ ਛਾਵੇਂ ਬੈਠੀਏ।"

ਉਸ ਕਵੀ ਨੇ ਆਪਣੀ ਕਵਿਤਾ ਸੁਣਾਈ, ਜੋ ਕਾਫ਼ੀ ਲੰਬੀ ਸੀ।

ਦੂਸਰੇ ਕਵੀ ਨੇ ਨਿਮਰਤਾ ਪੂਰਵਕ ਕਿਹਾ, "ਅਸਲ ਵਿੱਚ ਇਹ ਬੜੀ ਹੀ ਉੱਚਕੋਟੀ ਦੀ ਕਵਿਤਾ ਹੈ। ਇਹ ਯੁੱਗ-ਯੁੱਗ ਤੱਕ ਜ਼ਿੰਦਾ ਰਹਿਣ ਵਾਲ਼ੀ ਚੀਜ਼ ਹੈ। ਇਸ ਨਾਲ਼ ਤੇਰੀ ਪ੍ਰਸਿੱਧੀ ਅਮਰ ਰਹੇਗੀ।"

ਹੁਣ ਪਹਿਲੇ ਕਵੀ ਨੇ ਜ਼ਰਾ ਅਣਗਹਿਲੀ ਨਾਲ਼ ਪੁੱਛਿਆ, "ਚੰਗਾ ਇਹ ਤਾਂ ਦੱਸ, ਇਨ੍ਹੀਂ ਦਿਨੀਂ ਤੂੰ ਕੀ ਲਿਖਦਾ ਹੈਂ?"

ਦੂਸਰੇ ਨੇ ਜਵਾਬ ਦਿੱਤਾ, "ਮੈਂ ਲਿਖਿਆ ਤਾਂ ਹੈ, ਪਰ ਬਹੁਤ ਥੋੜ੍ਹਾ। ਉਹ ਵੀ ਕੇਵਲ ਅੱਠ ਲਾਈਨਾਂ—ਇੱਕ ਖੇਡ ਵਿੱਚ ਰੁੱਝੇ ਬੱਚੇ ਦੀ ਯਾਦ ਵਿੱਚ" ਅਤੇ ਉਸਨੇ ਉਹ ਲਾਈਨਾਂ ਪੜ੍ਹ ਕੇ ਸੁਣਾ ਦਿੱਤੀਆਂ।

ਪਹਿਲੇ ਕਵੀ ਨੇ ਕਿਹਾ, "ਇਹ ਜ਼ਿਆਦਾ ਬੁਰੀ ਤਾਂ ਨਹੀਂ ਹੈ, ਕੁਝ ਜ਼ਿਆਦਾ ਬੁਰੀ ਤਾਂ ਨਹੀਂ ਹੈ।"

ਬੱਸ, ਉਹ ਚੱਲ ਪਏ।

ਅਤੇ ਹੁਣ ਦੋ ਹਜ਼ਾਰ ਸਾਲ ਬੀਤ ਜਾਣ ਬਾਅਦ ਵੀ ਉਸ ਕਵੀ ਦੀਆਂ ਅੱਠ ਲਾਈਨਾਂ ਹਰੇਕ ਭਾਸ਼ਾ ਵਿੱਚ ਬੜੇ ਚਾਅ ਅਤੇ ਪਿਆਰ ਨਾਲ਼ ਪੜ੍ਹੀ ਜਾਂਦੀਆਂ ਹਨ।

ਹਾਂ, ਦੂਸਰੀ ਕਵਿਤਾ ਅਸਲ ਵਿੱਚ ਕਿੰਨੀਆਂ ਸਦੀਆਂ ਤੋਂ ਲਾਇਬ੍ਰੇਰੀਆਂ ਅਤੇ ਵਿਦਵਾਨਾਂ ਦੀਆਂ ਅਲਮਾਰੀਆਂ ਵਿੱਚ ਸੁਰੱਖਿਅਤ ਜ਼ਰੂਰ ਰੱਖੀ ਰਹੀ ਹੈ ਅਤੇ ਲੋਕਾਂ ਦਾ ਉਸਦੇ ਵੱਲ ਧਿਆਨ ਵੀ ਜਾਂਦਾ ਹੈ, ਫਿਰ ਵੀ ਨਾ ਤਾਂ ਲੋਕ ਪਸੰਦ ਹੀ ਕਰਦੇ ਹਨ ਅਤੇ ਨਾ ਪੜ੍ਹਦੇ ਹੀ ਹਨ।

ਜ਼ਾਦ ਦੀ ਸਮਰ-ਭੂਮੀ

ਜ਼ਾਦ ਦੀ ਸੜਕ 'ਤੇ ਚੱਲਦੇ ਹੋਏ ਇੱਕ ਰਾਹੀ ਦੀ ਮੁਲਾਕਾਤ ਨੇੜੇ ਹੀ ਪਿੰਡ ਦੇ ਰਹਿਣ ਵਾਲ਼ੇ ਇੱਕ ਆਦਮੀ ਨਾਲ਼ ਹੋਈ। ਰਾਹੀਂ ਨੇ ਸਾਹਮਣੇ ਵਾਲ਼ੇ ਫੈਲੇ ਖੇਤਰ ਵੱਲ ਹੱਥ ਨਾਲ਼ ਇਸ਼ਾਰਾ ਕਰਦੇ ਹੋਏ ਉਸਨੂੰ ਪੁੱਛਿਆ, "ਇਹ ਉਹੀ ਯੁੱਧਭੂਮੀ ਹੈ ਨਾ, ਜਿੱਥੇ ਬਾਦਸ਼ਾਹ ਆਲਮ ਆਪਣੇ ਦੁਸ਼ਮਣਾਂ 'ਤੇ ਜੇਤੂ ਹੋਇਆ ਸੀ?"

ਉਸ ਆਦਮੀ ਨੇ ਜਵਾਬ ਦਿੰਦੇ ਹੋਏ ਕਿਹਾ, "ਇਹ ਸਥਾਨ ਕਦੇ ਯੁੱਧਭੂਮੀ ਨਹੀਂ ਰਿਹਾ, ਇੱਥੇ ਤਾਂ ਕਿਸੇ ਸਮੇਂ ਜ਼ਾਦ ਨਾਮਕ ਇੱਕ ਵੱਡਾ ਨਗਰ ਸੀ, ਜੋ ਸਾੜ ਕੇ ਸੁਆਹ ਕਰ ਦਿੱਤਾ ਗਿਆ ਸੀ ਅਤੇ ਦੇਖੋ, ਇਸ ਲਈ ਹੁਣ ਇਹ ਬੜੀ ਉਪਜਾਊ ਭੂਮੀ ਹੈ।"

ਉਸ ਰਾਹੀ ਅਤੇ ਉਸ ਆਦਮੀ ਨੇ ਆਪਣਾ-ਆਪਣਾ ਰਾਹ ਫੜ ਲਿਆ।

ਉਹ ਰਾਹੀ ਮੁਸ਼ਕਿਲ ਨਾਲ਼ ਅੱਧਾ ਮੀਲ ਵੀ ਨਹੀਂ ਜਾ ਸਕਿਆ ਹੋਵੇਗਾ ਕਿ ਉਸਨੂੰ ਇੱਕ ਹੋਰ ਆਦਮੀ ਮਿਲ਼ਿਆ ਅਤੇ ਉਸ ਤੋਂ ਵੀ ਉਸਨੇ ਉਸੇ ਭੂਮੀ ਵੱਲ ਇਸ਼ਾਰਾ ਕਰਦੇ ਹੋਏ ਪੁੱਛਿਆ, "ਤਾਂ ਇੱਥੇ ਕਿਸੇ ਸਮੇਂ ਜ਼ਾਦ ਨਾਮਕ ਵੱਡਾ ਨਗਰ ਸੀ?"

ਉਸ ਆਦਮੀ ਨੇ ਜਵਾਬ ਦਿੱਤਾ, "ਇਸ ਜਗ੍ਹਾ ਕਦੇ ਕੋਈ ਨਗਰ ਸੀ ਹੀ ਨਹੀਂ। ਹਾਂ, ਇੱਥੇ ਕਿਸੇ ਜ਼ਮਾਨੇ ਵਿੱਚ ਇੱਕ ਮੱਠ ਜ਼ਰੂਰ ਸੀ, ਜਿਸਨੂੰ ਦੱਖਣ ਦੇ ਲੋਕਾਂ ਨੇ ਨਸ਼ਟ ਕਰ ਸੁੱਟਿਆ ਸੀ।"

ਥੋੜ੍ਹੀ ਦੇਰ ਬਾਅਦ ਉਸ ਰਾਹੀ ਨੂੰ, ਜ਼ਾਦ ਦੀ ਉਸੇ ਸੜਕੇ 'ਤੇ ਤੀਸਰਾ ਆਦਮੀ ਮਿਲ਼ਿਆ ਅਤੇ ਉਸ ਤੋਂ ਵੀ ਉਸਨੇ ਉਸ ਵਿਸ਼ਾਲ ਮੈਦਾਨ ਵੱਲ ਹੱਥ ਚੁੱਕ ਕੇ ਪੁੱਛਿਆ, "ਇਸੇ ਸਥਾਨ 'ਤੇ ਤਾਂ ਕਦੇ ਇੱਕ ਬਹੁਤ ਵੱਡਾ ਮੱਠ ਸੀ ਨਾ?"

ਪਰ ਉਸ ਆਦਮੀ ਨੇ ਜਵਾਬ ਦਿੱਤਾ, "ਇੱਥੇ ਆਸਪਾਸ ਤਾਂ ਕਦੇ ਕੋਈ ਮੱਠ ਨਹੀਂ ਰਿਹਾ। ਹਾਂ, ਸਾਡੇ ਪੂਰਵਜ ਕਿਹਾ ਕਰਦੇ ਸਨ ਕਿ ਇੱਕ ਵਾਰ ਇਸ ਜਗ੍ਹਾ 'ਤੇ ਬਹੁਤ ਵੱਡਾ ਗ੍ਰਹਿ-ਪਿੰਡ ਟੁੱਟ ਕੇ ਜ਼ਰੂਰ ਡਿੱਗਿਆ ਸੀ।"

ਉਦੋਂ ਉਹ ਰਾਹੀ ਹੈਰਾਨ ਪ੍ਰੇਸ਼ਾਨ ਹੁੰਦਾ ਹੋਇਆ ਅੱਗੇ ਵਧਿਆ ਕਿ ਉਸਦੀ ਮੁਲਾਕਾਤ ਇੱਕ ਬਜ਼ੁਰਗ ਨਾਲ਼ ਹੋ ਗਈ, ਜਿਸਦਾ ਸੁਆਗਤ ਕਰਦੇ ਹੋਏ ਉਸਨੇ ਪੁੱਛਿਆ, "ਸ਼੍ਰੀਮਾਨ, ਇਸ ਸੜਕ 'ਤੇ ਮੇਰੀ ਤਿੰਨ ਆਦਮੀਆਂ ਨਾਲ਼ ਮੁਲਾਕਾਤ ਹੋ ਚੁੱਕੀ ਹੈ, ਜੋ ਇੱਥੋਂ ਦੇ ਰਹਿਣ ਵਾਲ਼ੇ ਹਨ ਅਤੇ ਹਰੇਕ ਤੋਂ ਮੈਂ ਇਸ ਫੈਲੇ ਖੇਤਰ ਬਾਰੇ ਪੁੱਛ-ਗਿੱਛ ਕੀਤੀ ਅਤੇ ਹਰੇਕ ਨੇ ਇੱਕ-ਦੂਜੇ ਦੀ ਗੱਲ ਦਾ ਖੰਡਨ ਕਰਦੇ ਹੋਏ ਬਿਲਕੁੱਲ ਦੂਸਰੇ ਤੋਂ ਵੱਖ ਗੱਲ ਦੱਸੀ।"

ਉਦੋਂ ਉਸ ਬੁੱਢੇ ਪੁਰਖ ਨੇ ਆਪਣਾ ਸਿਰ ਸਿੱਧਾ ਕਰਦੇ ਹੋਏ ਜਵਾਬ ਦਿੱਤਾ, "ਮੇਰੇ ਦੋਸਤ, ਹਰੇਕ ਵਿਅਕਤੀ ਨੇ ਤੁਹਾਨੂੰ ਸੱਚੀ ਗੱਲ ਹੀ ਕਹੀ ਹੈ। ਪਰ ਇਨ੍ਹਾਂ ਗੱਲਾਂ ਨੂੰ ਸੁਣ ਕੇ ਉਨ੍ਹਾਂ 'ਤੇ ਸਮੂਹਿਕ ਅਤੇ ਵਿਆਪਕ ਨਜ਼ਰ ਤੋਂ ਵਿਚਾਰ ਕਰਕੇ ਸੱਚ ਦੀ ਖੋਜ ਕਰਨ ਵਾਲ਼ੇ ਵਿਰਲੇ ਹੀ ਮਿਲਣਗੇ।"

ਡੱਡੂ

ਗਰਮੀ ਦਾ ਦਿਨ ਸੀ। ਇੱਕ ਡੱਡੂ ਨੇ ਆਪਣੀ ਸਾਥਣ ਨੂੰ ਕਿਹਾ, "ਲੱਗਦਾ ਹੈ ਕਿ ਸਾਡੇ ਰਾਤ ਦੇ ਗੀਤਾਂ ਨਾਲ਼ ਕਿਨਾਰੇ ਦੇ ਮਕਾਨ ਵਾਲ਼ਿਆਂ ਨੂੰ ਕੁਝ ਅਸੁਵਿਧਾ ਤਾਂ ਜ਼ਰੂਰ ਹੁੰਦੀ ਹੋਵੇਗੀ।"

ਸੁਣ ਕੇ ਉਸਦੀ ਸਾਥਣ ਨੇ ਕਿਹਾ, "ਹਾਂ, ਕੀ ਉਹ ਦਿਨ ਦੇ ਸਮੇਂ ਆਪਣੇ ਵਾਰਤਾਲਾਪ ਨਾਲ਼ ਸਾਡੀ ਸ਼ਾਂਤੀ ਨੂੰ ਭੰਗ ਨਹੀਂ ਕਰਦੇ?"

ਡੱਡੂ ਬੋਲਿਆ, "ਪਰ, ਇਹ ਤਾਂ ਮੰਨਣਾ ਹੀ ਚਾਹੀਦਾ ਹੈ ਕਿ ਰਾਤ ਦੇ ਸਮੇਂ ਗਾਉਂਦੇ ਹੋਏ ਅਸੀਂ ਕੁਝ ਬੇਇਨਸਾਫੀ ਕਰ ਦਿੰਦੇ ਹਾਂ।"

ਇਸ 'ਤੇ ਸਾਥਣ ਬੋਲੀ, "ਅਰੇ, ਉਹ ਵੀ ਤਾਂ ਦਿਨ ਦੇ ਸਮੇਂ ਫਾਲਤੂ ਦੀ ਬਕਵਾਸ ਕਰਦੇ ਅਤੇ ਸ਼ੋਰ ਮਚਾਉਂਦੇ ਹਨ।"

ਡੱਡੂ ਨੇ ਕਿਹਾ, "ਚੰਗਾ, ਉਸ ਮੋਟੇ ਡੱਡੂ ਬਾਰੇ ਵੀ ਤਾਂ ਸੋਚ ਜੋ ਆਪਣੀ ਕੁਰੱਖਤ ਅਵਾਜ਼ ਨਾਲ਼ ਸਾਰੇ ਗੁਆਂਢ ਦੀ ਨੀਂਦ ਹਰਾਮ ਕਰਦਾ ਰਹਿੰਦਾ ਹੈ।"

ਸਾਥਣ ਨੇ ਕਿਹਾ, "ਪਰ ਤੂੰ ਉਨ੍ਹਾਂ ਰਾਜ ਨੇਤਾਵਾਂ, ਧਰਮ ਗੁਰੂਆਂ ਅਤੇ ਵਿਗਿਆਨਿਕਾਂ ਦੀ ਗੱਲ ਸੋਚ, ਜੋ ਕਿਨਾਰੇ 'ਤੇ ਆ ਕੇ ਆਪਣੀਆਂ ਹੂਕਾਂ ਤੇ ਪੁਕਾਰਾਂ ਅਤੇ ਚੀਕ-ਪੁਕਾਰਾਂ ਨਾਲ਼ ਜ਼ਮੀਨ-ਅਸਮਾਨ ਗੂੰਜਾ ਸੁੱਟਦੇ ਹਨ।"

ਉਦੋਂ ਡੱਡੂ ਬੋਲਿਆ, "ਕੁਝ ਵੀ ਹੋਵੇ, ਘੱਟੋ-ਘੱਟ ਅਸੀਂ ਇਨ੍ਹਾਂ ਮਨੁੱਖਾਂ ਨਾਲ਼ੋਂ ਵੱਧ ਸੱਭਿਅਕ ਬਣੀਏ ਅਤੇ ਰਾਤ ਦੇ ਸਮੇਂ ਬਿਲਕੁੱਲ ਸ਼ਾਂਤ ਰਹੀਏ। ਆਪਣਾ ਸੰਗੀਤ ਆਪਣੇ ਦਿਲ ਵਿੱਚ ਹੀ ਸਮਾਈ ਰੱਖੀਏ, ਭਾਵੇਂ ਚੰਦਰਮਾ ਸਾਡਾ ਸੁਰ ਅਤੇ ਤਾਰੇ ਸਾਡਾ ਸੰਗੀਤ ਸੁਣਨ ਲਈ ਸਾਨੂੰ ਪ੍ਰੇਰਿਤ ਕਿਉਂ ਨਾ ਕਰਨ। ਸਾਨੂੰ ਘੱਟੋ-ਘੱਟ ਇੱਕ-ਦੋ ਜਾਂ ਫਿਰ ਤਿੰਨ ਰਾਤ ਚੁੱਪ ਰਹਿ ਕੇ ਦੇਖਣਾ ਚਾਹੀਦਾ ਹੈ।"

ਸਾਥਣ ਬੋਲੀ, "ਬਹੁਤ ਚੰਗਾ, ਮੈਨੂੰ ਪ੍ਰਵਾਨ ਹੈ। ਦੇਖੀਏ, ਤੇਰੇ ਦਿਲ ਦੀ ਇਸ ਉਦਾਰਤਾ ਦਾ ਕੀ ਨਤੀਜਾ ਨਿਕਲਦਾ ਹੈ।"

ਉਸੇ ਰਾਤ ਨੂੰ ਸਾਰੇ ਡੱਡੂ ਚੁੱਪ ਰਹੇ, ਦੂਸਰੀ ਰਾਤ ਨੂੰ ਵੀ ਅਤੇ ਤੀਸਰੀ ਰਾਤ ਨੂੰ ਵੀ।

ਪਰ ਹੈਰਾਨੀ ਦੀ ਗੱਲ ਸੀ ਕਿ ਇਕ ਗਾਲ਼ੜੀ ਇਸਤਰੀ, ਜੋ ਕਿ ਝੀਲ ਦੇ ਕਿਨਾਰੇ ਰਹਿੰਦੀ ਹੁੰਦੀ ਸੀ, ਜਦੋਂ ਤੀਸਰੇ ਦਿਨ ਸਵੇਰੇ ਨਾਸ਼ਤਾ ਕਰਨ ਬੈਠੀ ਤਾਂ ਆਪਣੇ ਪਤੀ ਨੂੰ ਚਿੱਲਾ ਕੇ ਬੋਲੀ, "ਤਿੰਨ ਰਾਤਾਂ ਬੀਤ ਗਈਆਂ, ਮੈਨੂੰ ਨੀਂਦ ਨਹੀਂ ਆਈ। ਮੇਰੇ ਕੰਨਾਂ ਵਿੱਚ ਜਦੋਂ ਤੱਕ ਡੱਡੂਆਂ ਦੀ ਅਵਾਜ਼ ਆਉਂਦੀ ਰਹਿੰਦੀ ਸੀ, ਮੇਰੀ ਨੀਂਦ ਸੁਰੱਖਿਅਤ ਰਹਿੰਦੀ ਸੀ। ਜ਼ਰੂਰ ਕੋਈ ਹਾਦਸਾ ਵਾਪਰਿਆ ਹੈ, ਜਿਸ ਕਰਕੇ ਤਿੰਨ ਰਾਤਾਂ ਤੋਂ ਡੱਡੂਆਂ ਨੇ ਗਾਉਣਾ ਬੰਦ ਕੀਤਾ ਹੋਇਆ ਹੈ। ਮੈਂ ਤਾਂ ਉਨੀਂਦਰੇ ਦੇ ਕਾਰਨ ਬੱਸ ਪਾਗਲ ਜਿਹੀ ਹੋ ਰਹੀ ਹਾਂ।"

ਉਸ ਡੱਡੂ ਨੇ ਸੁਣ ਕੇ ਆਪਣੀ ਸਾਥਣ ਵੱਲ ਮੂੰਹ ਕਰਦੇ ਹੋਏ ਅੱਖਾਂ ਮਟਕਾ ਕੇ ਕਿਹਾ, "ਅਸੀਂ ਵੀ ਇਸ ਲਗਾਤਾਰ ਚੁੱਪ ਦੇ ਕਾਰਨ ਪਾਗਲ ਜਿਹੇ ਹੋ ਰਹੇ ਹਾਂ।

ਕਿਉਂ ਹੈ ਨਾ ਇੰਞ ਹੀ?"

ਤਦ ਉਸਦੀ ਸਾਥਣ ਨੇ ਜਵਾਬ ਦਿੱਤਾ, "ਜੀ ਹਾਂ, ਰਾਤ ਦੀ ਸ਼ਾਂਤੀ ਤਾਂ ਸਾਡੇ ਲਈ ਅਸਹਿ ਸੀ ਅਤੇ ਹੁਣ ਮੈਂ ਇੰਞ ਸੋਚਦੀ ਹਾਂ ਕਿ ਜੋ ਆਪਣੀ ਸ਼ਾਂਤੀ ਨੂੰ ਰੌਲ਼ੇ ਨਾਲ਼ ਭਰਪੂਰ ਰੱਖਣਾ ਚਾਹੁੰਦੇ ਹਨ, ਉਨ੍ਹਾਂ ਲੋਕਾਂ ਦੀ ਸੁਵਿਧਾ ਦਾ ਧਿਆਨ ਰੱਖਦੇ ਹੋਏ ਸਾਨੂੰ ਗਾਉਣਾ ਬੰਦ ਨਹੀਂ ਕਰਨਾ ਚਾਹੀਦਾ।"

ਉਸ ਰਾਤ ਨੂੰ ਚੰਦਰਮਾ ਦਾ ਉਨ੍ਹਾਂ ਦੇ ਸੁਰ ਦਾ ਅਤੇ ਗ੍ਰਹਿਆਂ ਦਾ ਉਨ੍ਹਾਂ ਦੇ ਸੰਗੀਤ ਦਾ ਸੱਦਾ ਕਰਨਾ ਬੇਕਾਰ ਨਹੀਂ ਗਿਆ।

ਦੋ ਰੱਖਿਅਕ ਦੇਵਦੂਤ

ਇੱਕ ਸ਼ਾਮ ਨੂੰ ਨਗਰ ਦੇ ਦਰਵਾਜੇ 'ਤੇ ਦੋ ਦੇਵਦੂਤ ਮਿਲ਼ੇ। ਆਪਸ ਵਿੱਚ ਦੁਆ-ਸਲਾਮ ਤੋਂ ਬਾਅਦ ਉਨ੍ਹਾਂ ਵਿੱਚ ਗੱਲਬਾਤ ਚੱਲ ਪਈ।

ਇੱਕ ਦੇਵਦੂਤ ਨੇ ਪੁੱਛਿਆ, "ਅੱਜਕੱਲ੍ਹ ਤੇਰੇ ਜ਼ਿੰਮੇ ਕਿਹੜਾ ਕੰਮ ਲਗਾਇਆ ਗਿਆ ਹੈ?"

ਦੂਸਰੇ ਨੇ ਜਵਾਬ ਦਿੱਤਾ, "ਮੈਨੂੰ ਤਾਂ ਇੱਕ ਮਹਾਂਪਤਿਤ ਮਨੁੱਖ ਦਾ ਅਧਿਆਪਕ ਨਿਯੁੱਕਤ ਕੀਤਾ ਗਿਆ ਹੈ। ਉਹ ਉਸ ਹੇਠਾਂ ਵਾਲ਼ੀ ਘਾਟੀ ਵਿੱਚ ਰਹਿੰਦਾ ਹੈ ਅਤੇ ਬੜਾ ਹੀ ਦੁਰਾਚਾਰੀ ਅਤੇ ਚਰਿੱਤਰਹੀਣ ਹੈ। ਭਾਈ, ਵਿਸ਼ਵਾਸ ਕਰ, ਉਹ ਕੰਮ ਬੜਾ ਹੀ ਅਹਿਮ ਹੈ। ਮੈਨੂੰ ਘੋਰ ਮਿਹਨਤ ਕਰਨੀ ਪੈਂਦੀ ਹੈ ਇਸ ਵਿੱਚ।"

ਪਹਿਲਾ ਦੇਵਦੂਤ ਬੋਲਿਆ, "ਹੂੰਅ, ਇਹ ਤਾਂ ਸਧਾਰਨ-ਜਿਹਾ ਕੰਮ ਹੈ। ਮੇਰਾ ਕਿੰਨੇ ਹੀ ਪਾਪੀਆਂ ਨਾਲ਼ ਵਾਹ ਪੈ ਚੁੱਕਾ ਹੈ, ਕਿੰਨੀ ਹੀ ਵਾਰ ਮੈਂ ਉਨ੍ਹਾਂ ਦਾ ਅਧਿਆਪਕ ਰਹਿ ਚੁੱਕਾ ਹਾਂ। ਪਰ ਹੁਣ ਮੈਨੂੰ ਇੱਕ ਧਰਮਾਤਮਾ ਦੀ ਨਿਗਰਾਨੀ ਕਰਨ ਦਾ ਕੰਮ ਸੌਂਪਿਆ ਗਿਆ ਹੈ। ਇੱਥੋਂ ਥੋੜ੍ਹੀ ਹੀ ਦੂਰ ਹੈ ਉਸਦੀ ਝੌਂਪੜੀ। ਸੱਚ ਮੰਨ ਭਾਈ, ਇਹ ਕੰਮ ਬੇਹੱਦ ਔਖਾ ਅਤੇ ਸਾਵਧਾਨੀ ਵਾਲ਼ਾ ਹੈ।"

ਦੂਸਰੇ ਦੇਵਦੂਤ ਨੇ ਕਿਹਾ, "ਹੂੰਅ, ਇਹ ਕੇਵਲ ਤੇਰਾ ਹੰਕਾਰ ਹੈ। ਭਲ਼ਾ, ਪਾਪੀ ਦੇ ਅਧਿਆਪਕ ਨਾਲ਼ੋਂ ਧਰਮਾਤਮਾ ਦਾ ਕੰਮ ਵੱਧ ਔਖਾ ਹੋ ਸਕਦਾ ਹੈ।"

ਪਹਿਲੇ ਨੇ ਉੱਤਰ ਦਿੱਤਾ, "ਤੇਰੀ ਇੰਨੀ ਹਿੰਮਤ! ਤੂੰ ਮੈਨੂੰ ਹੰਕਾਰੀ ਕਹਿੰਦਾ ਹੈਂ। ਮੇਰਾ ਕਹਿਣਾ ਪੂਰੀ ਤਰ੍ਹਾਂ ਸੱਚ ਹੈ। ਮੇਰੇ ਵਿਚਾਰ ਨਾਲ਼ ਹੰਕਾਰੀ ਤੂੰ ਖ਼ੁਦ ਹੈਂ।

ਤਦ ਦੋਵਾਂ ਦੇਵਦੂਤਾਂ ਵਿੱਚ ਲੜਾਈ ਹੋ ਗਈ। ਗੱਲਾਂ ਤੋਂ ਨੌਬਤ ਹੱਥੋਪਾਈ 'ਤੇ ਜਾ ਪਹੁੰਚੀ।

ਉਹ ਲੜਨ ਵਿੱਚ ਰੁੱਝੇ ਸਨ ਕਿ ਦੇਵਦੂਤਾਂ ਦਾ ਪ੍ਰਧਾਨ ਉੱਧਰੋਂ ਨਿਕਲਿਆ। ਉਹਨੇ ਵਿੱਚ ਪੈ ਕੇ ਬਚਾਅ ਕਰਦੇ ਹੋਏ ਕਿਹਾ, "ਸ਼੍ਰੀ, ਤੁਸੀਂ ਲੜਦੇ ਕਿਉਂ ਹੋ? ਨਗਰ ਦੇ ਦਰਵਾਜ਼ੇ 'ਤੇ ਦੇਵਦੂਤਾਂ ਦਾ ਆਪਸ ਵਿੱਚ ਲੜਨਾ ਕਿੰਨੀ ਸ਼ਰਮ ਦੀ ਗੱਲ ਹੈ। ਦੱਸੋ ਕਿਸ ਗੱਲ 'ਤੇ ਤੁਹਾਡਾ ਝਗੜਾ ਹੋ ਰਿਹਾ ਹੈ?"

ਉਦੋਂ ਉਹ ਦੋਵੇਂ ਇੱਕੋ ਵਾਰ ਬੋਲੇ ਅਤੇ ਹਰੇਕ ਆਪਣੇ ਸੌਂਪੇ ਕੰਮ ਦੀ ਮਹੱਤਤਾ ਸਾਬਿਤ ਕਰਦੇ ਹੋਏ ਖ਼ੁਦ ਨੂੰ ਵੱਧ ਮਾਣ ਦਾ ਪਾਤਰ ਦੱਸਣ ਲੱਗਿਆ।

ਪ੍ਰਧਾਨ ਨੇ ਸਿਰ ਹਿਲਾਉਂਦੇ ਹੋਏ ਮਨ-ਹੀ-ਮਨ ਕੁਝ ਸੋਚਿਆ ਤੇ ਫਿਰ ਕਿਹਾ, "ਮੇਰੇ ਮਿੱਤਰੋ! ਮੈਂ ਅਜੇ ਇਹ ਕਹਿਣਾ ਨਹੀਂ ਚਾਹੁੰਦਾ ਕਿ ਤੁਹਾਡੇ ਦੋਵਾਂ ਵਿੱਚੋਂ ਕੌਣ ਵੱਧ ਪ੍ਰਸ਼ੰਸਾ ਅਤੇ ਪੁਰਸਕਾਰ ਦਾ ਹੱਕਦਾਰ ਹੈ ਪਰ ਕਿਉਂਕਿ ਤੁਸੀਂ ਦੋਵੇਂ ਇੱਕ-ਦੂਜੇ ਦੇ ਕੰਮ ਨੂੰ ਸੌਖਾ ਕਹਿ ਰਹੇ ਹੋ। ਇਸ ਲਈ ਸ਼ਾਂਤੀ ਅਤੇ ਸੁਰੱਖਿਆ ਦੇ ਮਕਸਦ ਵਜੋਂ ਮੈਂ ਆਪਣੇ ਹੱਕ ਦਾ ਇਸਤੇਮਾਲ ਕਰਦੇ ਹੋਏ ਆਗਿਆ ਦਿੰਦਾ ਹਾਂ ਕਿ ਤੁਸੀਂ ਆਪਸ ਵਿੱਚ ਆਪਣੇ ਕੰਮ ਬਦਲ ਲਵੋਂ। ਜਾਓ, ਹੁਣ ਖ਼ੁਸ਼ੀ-ਖ਼ੁਸ਼ੀ ਆਪਣਾ ਕੰਮ ਕਰੋ।"

ਇਹ ਆਗਿਆ ਲੈ ਕੇ ਦੋਵੇਂ ਫ਼ਰਿਸ਼ਤੇ ਆਪਣੇ-ਆਪਣੇ ਰਾਹ ਚੱਲ ਪਏ।

ਦੋਵੇਂ ਹੀ ਮੁੜ-ਮੁੜ ਕੇ ਪ੍ਰਧਾਨ ਵੱਲ ਗੁੱਸੇ-ਭਰੀ ਨਜ਼ਰ ਨਾਲ਼ ਦੇਖਦੇ ਜਾਂਦੇ ਸਨ। ਉਹ ਮਨ-ਹੀ-ਮਨ ਸੋਚ ਰਹੇ ਸਨ—ਹੂੰਅ, ਇਹ ਦੇਵਦੂਤਾਂ ਦੇ ਪ੍ਰਧਾਨ! ਇਨ੍ਹਾਂ ਦਾ ਇਹੀ ਵਤੀਰਾ ਹੈ। ਇਸਦੇ ਕਾਰਨ ਸਾਡਾ ਜੀਵਨ ਔਖੇ ਤੋਂ ਔਖਾ ਹੁੰਦਾ ਜਾ ਰਿਹਾ ਹੈ।"

ਅਤੇ ਪ੍ਰਧਾਨ ਉੱਥੇ ਖੜ੍ਹਾ-ਖੜ੍ਹਾ ਮਨ-ਹੀ-ਮਨ ਸੋਚ ਰਿਹਾ ਸੀ, "ਇਨ੍ਹਾਂ ਰੱਖਿਅਕ ਦੇਵਦੂਤਾਂ ਦੇ ਪ੍ਰਤੀ ਵੱਧ ਸੁਚੇਤ ਰਹਿਣ, ਉਨ੍ਹਾਂ ਦੀ ਵੱਧ ਨਿਗਰਾਨੀ ਰੱਖਣ ਦੀ ਜ਼ਰੂਰਤ ਹੈ।"

ਬਾਦਸ਼ਾਹ

ਸਾਦਿਕ ਸਾਮਰਾਜ ਦੀ ਪ੍ਰਜਾ ਨੇ ਬਗ਼ਾਵਤ ਦੇ ਨਾਅਰੇ ਮਾਰਦੇ ਹੋਏ ਆਪਣੇ ਬਾਦਸ਼ਾਹ ਦਾ ਮਹਿਲ ਘੇਰ ਲਿਆ।

ਬਾਦਸ਼ਾਹ ਰਾਜਮਹਿਲ ਦੀਆਂ ਪੌੜੀਆਂ ਉੱਤਰਿਆ। ਉਸਦੇ ਇੱਕ ਹੱਥ ਵਿੱਚ ਰਾਜਮੁਕਟ ਸੀ ਅਤੇ ਦੂਸਰੇ ਵਿੱਚ ਰਾਜਦੰਡ।

ਬਾਦਸ਼ਾਹ ਦੇ ਆਉਣ ਨਾਲ਼ ਭੀੜ ਵਿੱਚ ਸੱਨਾਟਾ ਪਸਰ ਗਿਆ। ਉਹ ਸਭ ਦੇ ਸਾਹਮਣੇ ਖੜ੍ਹਾ ਹੋ ਕੇ ਬੋਲਿਆ, "ਦੋਸਤੋ! ਹੁਣ ਸਾਡੇ ਦਰਮਿਆਨ ਰਾਜਾ-ਪ੍ਰਜਾ ਦਾ ਸਬੰਧ ਖ਼ਤਮ ਹੋ ਗਿਆ ਹੈ। ਲਓ, ਇਹ ਰਾਜਮੁਕਟ ਅਤੇ ਰਾਜਦੰਡ ਹਾਜ਼ਰ ਹਨ। ਹੁਣ ਮੈਂ ਤੁਹਾਡੇ ਵਿੱਚੋਂ ਇੱਕ ਬਣ ਕੇ ਰਹਾਂਗਾ। ਮੈਂ ਪਹਿਲਾਂ ਮਨੁੱਖ ਹਾਂ ਤੇ ਬਾਅਦ ਵਿੱਚ ਕੁਝ ਹੋਰ। ਮਨੁੱਖ ਹੋਣ ਦੇ ਨਾਤੇ ਮੈਂ ਵੀ ਤੁਹਾਡੇ ਨਾਲ਼ ਰਲ਼ ਕੇ ਮਿਹਨਤ ਕਰਾਂਗਾਂ, ਜਿਸ ਨਾਲ਼ ਸਾਡੇ ਸਾਰਿਆਂ ਦੀ ਕਿਸਮਤ ਹੋਰ ਵੀ ਵਧੀਆ ਬਣ ਸਕੇ। ਕਿਸੇ ਹਾਕਮ ਦੀ ਜ਼ਰੂਰਤ ਹੀ ਕੀ ਹੈ? ਚਲੋ, ਹੁਣ ਅਸੀਂ ਸਾਰੇ ਰਲ਼ ਕੇ ਆਪਣੇ ਖੇਤਾਂ ਅਤੇ ਅੰਗੂਰਾਂ ਦੇ ਬਾਗ ਵਿੱਚ ਆਪਣੇ ਹੱਥਾਂ ਨਾਲ਼ ਕੰਮ ਕਰੀਏ। ਹੁਣ ਮੈਨੂੰ ਕ੍ਰਿਪਾ ਕਰ ਕੇ ਇੱਕ ਖੇਤ ਜਾਂ ਅੰਗੂਰਾਂ ਦਾ ਬਾਗ ਦੱਸ ਦਵੋ, ਜਿੱਥੇ ਮੈਂ ਕੰਮ ਕਰ ਸਕਾਂ।"

ਇਹ ਸੁਣ ਕੇ ਸਾਰੇ ਹੈਰਾਨ ਅਤੇ ਸ਼ਾਂਤ ਰਹਿ ਗਏ। ਜਿਸ ਬਾਦਸ਼ਾਹ ਤੋਂ ਉਹ ਇੰਨੇ ਅਸੰਤੁਸ਼ਟ ਸਨ, ਉਹੀ ਰਾਜਮੁਕਟ ਅਤੇ ਰਾਜਦੰਡ ਛੱਡ ਕੇ ਉਨ੍ਹਾਂ ਵਿੱਚ ਸ਼ਾਮਲ ਹੋ ਗਿਆ ਸੀ।

ਸਾਰਿਆਂ ਨੇ ਆਪੋ-ਆਪਣਾ ਰਾਹ ਫੜਿਆ। ਬਾਦਸ਼ਾਹ ਵੀ ਇੱਕ ਆਦਮੀ ਨਾਲ਼ ਇੱਕ ਖੇਤ ਵੱਲ ਚਲਾ ਗਿਆ।

ਇਹ ਤਾਂ ਹੋਇਆ, ਪਰ ਬਾਦਸ਼ਾਹ ਦੀ ਕਮੀ ਵਿੱਚ ਸਾਦਿਕ ਸਾਮਰਾਜ ਦਾ ਰਾਜਪ੍ਰਬੰਧ ਭਲੀ-ਭਾਂਤੀ ਨਾ ਚੱਲ ਸਕਿਆ। ਅਸੰਤੋਖ ਦੇ ਬੱਦਲ ਫਿਰ ਮੰਡਰਾਉਣ ਲੱਗੇ। ਲੋਕਾਂ ਨੇ ਗਲ਼ੀ-ਗਲ਼ੀ ਪੁਕਾਰਨਾ ਸ਼ੁਰੂ ਕਰ ਦਿੱਤਾ, "ਸ਼ਾਸਨ ਦੇ ਬਿਨਾਂ ਕੰਮ ਨਹੀਂ ਚੱਲ ਸਕਦਾ ਅਤੇ ਉਸ ਲਈ ਸਾਨੂੰ ਸ਼ਾਸਕ ਚਾਹੀਦਾ ਹੀ ਹੈ।"

ਉਦੋਂ ਬੁੱਢੇ ਅਤੇ ਜਵਾਨ ਸਾਰੇ ਇੱਕੋ ਸੁਰ ਵਿੱਚ ਬੋਲ ਉੱਠੇ, "ਅਸੀਂ ਆਪਣੇ ਬਾਦਸ਼ਾਹ ਨੂੰ ਗੱਦੀ 'ਤੇ ਫਿਰ ਤੋਂ ਬਿਰਾਜਮਾਨ ਕਰਾਂਗੇ।"

ਹੁਣ ਸਾਰੇ ਮਿਲ਼ ਕੇ ਬਾਦਸ਼ਾਹ ਕੋਲ਼ ਪਹੁੰਚੇ, ਜੋ ਇੱਕ ਖੇਤ ਵਿੱਚ ਕੰਮ ਕਰ ਰਿਹਾ ਸੀ। ਲੋਕ ਉਸਨੂੰ ਵਾਪਿਸ ਲਿਆਏ। ਦੁਬਾਰਾ ਉਸਨੂੰ ਸਿੰਘਾਸਨ 'ਤੇ ਬਿਠਾਇਆ ਗਿਆ। ਫਿਰ ਉਸਦੇ ਸਿਰ 'ਤੇ ਰਾਜਮੁਕਟ ਸਜਾਇਆ ਗਿਆ ਅਤੇ ਉਸਦੇ ਹੱਥ ਵਿੱਚ ਰਾਜਦੰਡ ਦਿੱਤਾ ਗਿਆ। ਲੋਕਾਂ ਨੇ ਕਿਹਾ, "ਯੋਗਤਾ ਅਤੇ ਨਿਆਂ ਦੇ ਨਾਲ਼ ਤੂੰ ਸਾਡੇ 'ਤੇ ਸ਼ਾਸਨ ਕਰ।"

ਬਾਦਸ਼ਾਹ ਨੇ ਕਿਹਾ, "ਹਾਂ, ਮੈਂ ਪੂਰੀ ਯੋਗਤਾ ਨਾਲ਼ ਸ਼ਾਸ਼ਨ ਕਰਾਂਗਾ ਅਤੇ ਅਕਾਸ਼ ਅਤੇ ਧਰਤੀ ਦੇ ਦੇਵਤਾਵਾਂ ਨੂੰ ਮੇਰੀ ਅਰਦਾਸ ਹੈ ਕਿ ਮੈਨੂੰ ਨਿਆਂਪੂਰਨ ਸ਼ਾਸ਼ਨ ਕਰਨ ਦੀ ਯੋਗਤਾ ਪ੍ਰਦਾਨ ਕਰਨ।"

ਇਸਦੇ ਬਾਅਦ ਉਸਦੇ ਸਾਹਮਣੇ ਕੁਝ ਇਸਤਰੀ-ਪੁਰਖ ਇੱਕ ਜਗੀਰਦਾਰ ਦੇ ਬੁਰੇ ਵਰਤਾਉ ਦੀ ਸ਼ਿਕਾਇਤ ਲੈ ਕੇ ਆ ਪਹੁੰਚੇ। ਉਹ ਉਨ੍ਹਾਂ ਨੂੰ ਖ੍ਰੀਦੇ ਗੁਲਾਮ ਨਾਲੋਂ ਵੱਧ ਨਹੀਂ ਸਮਝਦਾ ਸੀ।

ਬਾਦਸ਼ਾਹ ਨੇ ਫੌਰਨ ਉਸ ਜਗੀਰਦਾਰ ਨੂੰ ਬੁਲਾਇਆ ਅਤੇ ਉਸਨੂੰ ਕਿਹਾ, "ਰੱਬ ਦੀ ਨਿਆਂ-ਤਕੜੀ ਵਿੱਚ ਹਰੇਕ ਮਨੁੱਖ ਦੇ ਜੀਵਨ ਦਾ ਤੋਲ ਬਰਾਬਰ ਹੈ। ਤੂੰ ਆਪਣੇ ਖੇਤਾਂ ਅਤੇ ਅੰਗੂਰਾਂ ਦੇ ਬਾਗਾਂ ਵਿੱਚ ਕੰਮ ਕਰਨ ਵਾਲ਼ੇ ਲੋਕਾਂ ਦੇ ਜੀਵਨ ਦਾ ਕੋਈ ਵੀ ਮੁੱਲ ਨਹੀਂ ਸਮਝਦਾ। ਇਸ ਲਈ ਤੈਨੂੰ ਜਲਾਵਤਨ ਦੀ ਆਗਿਆ ਦਿੱਤੀ ਜਾਂਦੀ ਹੈ। ਤੈਨੂੰ ਸਦਾ ਲਈ ਇਸ ਰਾਜ ਦੀ ਸੀਮਾ ਦੇ ਬਾਹਰ ਜਾਣਾ ਹੋਵੇਗਾ।"

ਦੂਸਰੇ ਦਿਨ ਫਿਰ ਕੁਝ ਲੋਕਾਂ ਦੀ ਭੀੜ ਪਹਾੜੀ ਦੇ ਪਾਰ ਰਹਿਣ ਵਾਲ਼ੀ ਇੱਕ ਰਾਣੀ ਦੇ ਅੱਤਿਆਚਾਰ ਦੀ ਕਹਾਣੀ ਲੈ ਕੇ ਬਾਦਸ਼ਾਹ ਕੋਲ਼ ਪਹੁੰਚੀ। ਫੌਰਨ ਹੀ ਰਾਣੀ ਨੂੰ ਦਰਬਾਰ ਵਿੱਚ ਸੱਦਿਆ ਗਿਆ। ਉਸਨੂੰ ਜਲਾਵਤਨ ਦੀ ਸਜ਼ਾ ਦਿੰਦੇ ਹੋਏ ਬਾਦਸ਼ਾਹ ਨੇ ਕਿਹਾ, "ਸਾਡੇ ਨਾਲ਼ੋਂ ਉਹ ਵੱਧ ਆਦਰ ਦੇ ਅਧਿਕਾਰੀ ਹਨ, ਜੋ ਸਾਡੇ ਖੇਤ ਜੋਤਦੇ-ਬੀਜਦੇ ਅਤੇ ਸਾਡੇ ਅੰਗੂਰਾਂ ਦੇ ਬਾਗਾਂ ਦੀ ਸੰਭਾਲ਼ ਕਰਦੇ ਹਨ। ਸੱਚਮੁੱਚ ਉਹ ਮਹਾਨ ਹਨ ਕਿਉਂਕਿ ਅਸੀਂ ਉਨ੍ਹਾਂ ਦੀ ਹੀ ਤਿਆਰ ਕੀਤੀਆਂ ਹੋਈਆਂ ਰੋਟੀਆਂ ਖਾਂਦੇ ਅਤੇ ਉਨ੍ਹਾਂ ਦੀ ਤਿਆਰ ਕੀਤੀ ਹੋਈ ਸ਼ਰਾਬ ਪੀਂਦੇ ਹਾਂ। ਤੂੰ ਇਸ ਤੱਥ ਨੂੰ ਨਹੀਂ ਸਮਝਦੀ, ਇਸ ਰਾਜ ਤੋਂ ਨਿਕਲ਼ ਜਾ।"

ਉਦੋਂ ਕੁਝ ਹੋਰ ਵੀ ਇਸਤਰੀ-ਪੁਰਖ ਆਏ ਅਤੇ ਬੋਲੇ ਕਿ ਪਾਦਰੀ ਨੇ ਗਿਰਜਾਘਰ ਬਣਵਾਉਣ ਲਈ ਉਨ੍ਹਾਂ ਨੂੰ ਪੱਥਰ ਢੋਹਣ ਅਤੇ ਗੱਡਣ ਲਈ ਮਜ਼ਬੂਰ ਕੀਤਾ ਅਤੇ ਮਜ਼ਦੂਰੀ ਦੇ ਨਾਮ 'ਤੇ ਅੰਗੂਠਾ ਦਿਖਾ ਦਿੱਤਾ, ਜਦੋਂ ਕਿ ਇਹ ਸਭ ਨੂੰ ਪਤਾ ਸੀ ਕਿ ਸੋਨੇ ਚਾਂਦੀ ਨਾਲ਼ ਉਸਦੀ ਤਿਜੋਰੀ ਭਰੀ ਹੋਈ ਸੀ ਅਤੇ ਉਨ੍ਹਾਂ ਵਿਚਾਰਿਆਂ ਦੇ ਭੁੱਖ ਨਾਲ਼ ਢਿੱਡ ਅਤੇ ਪਿੱਠ ਇੱਕ ਹੋ ਰਹੇ ਸਨ।

ਇਸ ਗੱਲ 'ਤੇ ਬਾਦਸ਼ਾਹ ਨੇ ਪਾਦਰੀ ਨੂੰ ਵੀ ਸੱਦਾ ਭੇਜਿਆ। ਜਦੋਂ ਉਹ ਹਾਜ਼ਰ ਹੋਇਆ ਬਾਦਸ਼ਾਹ ਨੇ ਕਿਹਾ, "ਤੂੰ ਜਿਸ ਕ੍ਰਾਸ ਨੂੰ ਆਪਣੇ ਦਿਲ ਦੇ ਨੇੜੇ ਧਾਰਨ ਕੀਤਾ ਹੋਇਆ ਹੈ, ਉਹ ਹੈ ਜੀਵਨ ਨੂੰ ਜੀਵਨ ਦੇਣ ਦਾ ਪ੍ਰਤੀਕ। ਪਰ ਇਸਦੇ ਉਲਟ ਤੂੰ ਜੀਵਨ ਨਾਲ਼ ਜੀਵਨ ਦਾ ਅਗਵਾ ਕੀਤਾ ਅਤੇ ਬਦਲੇ ਵਿੱਚ ਦਿੱਤਾ ਕੁਝ ਵੀ ਨਹੀਂ। ਇਸ ਲਈ ਇਸ ਰਾਜ ਨੂੰ ਛੱਡ ਕੇ ਤੈਨੂੰ ਜਾਣਾ ਹੀ ਤੇਰੇ ਲਈ ਉੱਚਿਤ ਹੈ। ਮੇਰੀ ਆਗਿਆ ਹੈ ਕਿ ਫਿਰ ਕਦੇ ਇੱਥੇ ਵਾਪਸ ਨੂੰ ਆਵੀਂ।"

ਇਂਵ ਪੂਰਨਮਾਸ਼ੀ ਤੱਕ ਹਰ ਰੋਜ਼ ਇਸਤਰੀ-ਪੁਰਖ ਆ-ਆ ਕੇ ਬਾਦਸ਼ਾਹ ਦੇ ਸਾਹਮਣੇ ਆਪਣਾ ਦੁੱਖੜਾ ਰੋਂਦੇ ਰਹੇ ਅਤੇ ਪੰਦਰਾਂ ਦਿਨਾਂ ਤੱਕ ਕਿਸੇ-ਨਾ-ਕਿਸੇ ਅਨਿਆਈ ਨੂੰ ਜਲਾਵਤਨ ਦੀ ਸਜ਼ਾ ਦਿੱਤੀ ਜਾਂਦੀ ਰਹੀ।

ਸਾਦਿਕਵਾਸੀ ਹੈਰਾਨ ਹੋ ਗਏ ਅਤੇ ਮਨ ਵਿੱਚ ਬੜੇ ਹੀ ਖੁਸ਼ ਰਹਿਣ ਲੱਗੇ।

ਇੱਕ ਦਿਨ ਫਿਰ ਬੁੱਢਿਆਂ ਅਤੇ ਨੌਜਵਾਨਾਂ ਨੇ ਆ ਕੇ ਰਾਜ-ਮਹਿਲ ਨੂੰ ਘੇਰ ਲਿਆ ਅਤੇ ਫਿਰ ਬਾਦਸ਼ਾਹ ਨੂੰ ਹਾਜ਼ਰ ਹੋਣ ਲਈ ਮਜ਼ਬੂਰ ਕੀਤਾ। ਬਾਦਸ਼ਾਹ ਫਿਰ ਇੱਕ ਹੱਥ ਵਿੱਚ ਰਾਜਮੁਕਟ ਅਤੇ ਦੂਜੇ ਹੱਥ ਵਿੱਚ ਰਾਜਦੰਡ ਲੈ ਕੇ ਆਇਆ।

ਉਸਨੇ ਉਨ੍ਹਾਂ ਤੋਂ ਪੁੱਛਿਆ, "ਹੁਣ ਤੁਸੀਂ ਮੇਰੇ ਤੋਂ ਹੋਰ ਕੀ ਚਾਹੁੰਦੇ ਹੋ? ਜੋ-

ਜੋ ਵਸਤੂਆਂ ਤੁਸੀਂ ਮੈਨੂੰ ਦਿੱਤੀਆਂ ਸਨ, ਉਹੀ ਫਿਰ ਤੁਹਾਨੂੰ ਵਾਪਸ ਸੌਂਪਣ ਮੈਂ ਆ ਗਿਆ ਹਾਂ।"

ਪਰ ਲੋਕ ਚਿਲਾ ਉੱਠੇ, "ਨਹੀਂ-ਨਹੀਂ, ਤੁਸੀਂ ਤਾਂ ਨਿਆਂ ਲਈ ਸਮਰਪਿਤ ਬਾਦਸ਼ਾਹ ਹੋ। ਤੁਸੀਂ ਜ਼ਹਿਰੀਲੇ ਸੱਪਾਂ ਤੋਂ ਇਸ ਰਾਜ ਨੂੰ ਮੁਕਤ ਕਰ ਦਿੱਤਾ ਹੈ। ਖ਼ੂੰਖਾਰ ਭੇੜੀਆਂ ਦਾ ਨਾਮ ਮਿਟਾ ਦਿੱਤਾ ਹੈ। ਅੱਜ ਤਾਂ ਅਸੀਂ ਤੁਹਾਡੇ ਪ੍ਰਤੀ ਆਪਣਾ ਧੰਨਵਾਦ ਪ੍ਰਗਟ ਕਰਨ ਦੇ ਉਦੇਸ਼ ਨਾਲ਼ ਆਏ ਹਾਂ। ਇਸ ਰਾਜਮੁਕਟ ਦੀ ਸ਼ੋਭਾ ਆਪਣੇ ਮੱਥੇ 'ਤੇ ਅਤੇ ਇਸ ਰਾਜਦੰਡ ਦੀ ਸ਼ਾਨ ਆਪਣੇ ਹੱਥਾਂ ਵਿੱਚ ਰਹਿਣ ਵਿੱਚ ਹੀ ਹੈ।"

ਬਾਦਸ਼ਾਹ ਨੇ ਕਿਹਾ, "ਮੈਂ ਨਹੀਂ, ਆਪਣੇ ਬਾਦਸ਼ਾਹ ਤਾਂ ਤੁਸੀਂ ਖੁਦ ਹੋ। ਜਿਸ ਤਰ੍ਹਾਂ ਤੁਸੀਂ ਮੈਨੂੰ ਅਯੋਗ ਅਤੇ ਕਮਜ਼ੋਰ ਸਮਝ ਰਹੇ ਸੀ, ਅਸਲੀਅਤ ਵਿੱਚ, ਉਸ ਸਮੇਂ ਤੁਸੀਂ ਕਮਜ਼ੋਰ ਅਤੇ ਅਯੋਗ ਸੀ। ਹੁਣ ਤਾਂ ਰਾਜ ਦਾ ਕੰਮ ਸੁਚਾਰੂ ਰੂਪ ਨਾਲ਼ ਚੱਲ ਰਿਹਾ ਹੈ, ਇਸਦਾ ਕਾਰਨ ਤੁਹਾਡੀ ਦ੍ਰਿੜ ਭਾਵਨਾ ਹੈ। ਮੈਂ ਤਾਂ ਤੁਹਾਡੀਆਂ ਸਭ ਦੀਆਂ ਭਾਵਨਾਵਾਂ ਦਾ ਸਿਰਫ ਪ੍ਰਤੀਕ ਹੀ ਹਾਂ। ਮੇਰਾ ਵਜੂਦ ਤਾਂ ਸਿਰਫ ਤੁਹਾਡੇ ਕੰਮਾਂ ਵਿੱਚ ਸਮਾਇਆ ਹੈ। ਸੰਸਾਰ ਵਿੱਚ ਸ਼ਾਸਕ ਨਾਮ ਦੀ ਕੋਈ ਵਸਤੂ ਨਹੀਂ। ਸਵੈਸ਼ਾਸ਼ਿਤ ਹੀ ਆਪਣਾ ਸ਼ਾਸਨ ਕਰਨ ਵਾਲ਼ੇ ਹਨ।"

ਸਮਰਾਟ ਨੇ ਮੁਕਟ ਅਤੇ ਰਾਜਦੰਡ ਸਮੇਤ ਫਿਰ ਆਪਣੇ ਮਹਿਲ ਵਿੱਚ ਪ੍ਰਵੇਸ਼ ਕੀਤਾ ਅਤੇ ਬੁੱਢਿਆਂ ਅਤੇ ਨੌਜਵਾਨਾਂ ਨੇ ਆਪਣਾ-ਆਪਣਾ ਰਾਹ ਫੜ੍ਹਿਆ। ਉਹ ਸਾਰੇ ਸੰਤੁਸ਼ਟ ਸਨ।

ਉਨ੍ਹਾਂ ਵਿੱਚੋਂ ਹਰੇਕ ਸਮਝਦਾ ਸੀ, ਜਿਵੇਂ ਉਹ ਖੁਦ ਬਾਦਸ਼ਾਹ ਹੋਣ ਅਤੇ ਉਨ੍ਹਾਂ ਦੇ ਇੱਕ ਹੱਥ ਵਿੱਚ ਰਾਜਮੁਕਟ ਅਤੇ ਦੂਸਰੇ ਵਿੱਚ ਰਾਜਦੰਡ ਹੈ।

ਆਤਮਾ ਦਾ ਤੋਹਫਾ

ਬਾਪ ਜਦੋਂ ਮਰਿਆ, ਉਸ ਸਮੇਂ ਉਹ ਦੁੱਧ ਪੀਂਦੀ ਬੱਚੀ ਸੀ ਅਤੇ ਜਦੋਂ ਮਾਂ ਮਰੀ ਤਦ ਅੱਠ-ਨੌ ਸਾਲ ਦੀ ਭੋਲ਼ੀ-ਭਾਲ਼ੀ ਲੜਕੀ, ਜਿਸ ਨੂੰ ਲਾਚਾਰੀ ਅਤੇ ਕੰਗਾਲੀ ਨੇ ਇਕ ਗਰੀਬ ਗੁਆਂਢੀ ਦੇ ਟੁਕੜਿਆਂ 'ਤੇ ਲਿਆ ਸੁੱਟਿਆ। ਇਹ ਗੁਆਂਢੀ ਲੇਬਨਾਨ ਦੀਆਂ ਮਨੋਹਾਰੀ ਘਾਟੀਆਂ 'ਚ ਖੇਤੀ ਕਰਦਾ ਸੀ ਅਤੇ ਉੱਥੇ ਇਕ ਝੌਂਪੜੀ ਵਿੱਚ ਆਪਣੇ ਟੱਬਰ ਨਾਲ਼ ਅਨਾਜ਼ ਅਤੇ ਫਲਾਂ 'ਤੇ ਜ਼ਿੰਦਗੀ ਜਿਉਂਦਾ ਸੀ।

ਬਾਪ ਵੱਲੋਂ ਉਸ ਵਿਚਾਰੀ ਨੂੰ ਮਰਨ ਵਾਲ਼ੇ ਦਾ ਨਾਮ ਅਤੇ ਅਖਰੋਟ ਸਫਤਾਲੂ ਦੇ ਰੁੱਖਾਂ ਨਾਲ਼ ਘਿਰੀ ਹੋਈ ਇੱਕ ਛੋਟੀ ਜਿਹੀ ਝੌਂਪੜੀ ਵਿਰਾਸਤ 'ਚ ਮਿਲ਼ੀ ਸੀ। ਮਾਂ ਵੱਲੋਂ ਦੁੱਖ ਦੇ ਹੰਝੂ ਅਤੇ ਕੰਗਾਲੀ ਦਾ ਅਪਮਾਨ ਅਤੇ ਬੇਇਜ਼ਤੀ! ਹੁਣ ਉਹ ਆਪਣੇ ਪਿੰਡ ਵਿੱਚ ਪਰਦੇਸੀ ਸੀ ਅਤੇ ਉਨ੍ਹਾਂ ਉੱਚੀਆਂ ਚੱਟਾਨਾਂ ਅਤੇ ਸੰਘਣੇ ਰੁੱਖਾਂ ਵਿੱਚ ਇਕੱਲੀ।

ਉਸਦੇ ਰੋਜ਼ ਦੇ ਕੰਮ ਦਾ ਸਿਲਸਿਲਾ ਇਹ ਸੀ ਕਿ ਉਹ ਤੜਕੇ ਨੰਗੀਂ ਪੈਰੀਂ ਦੁੱਧ ਦੇਣ ਵਾਲੀਆਂ ਗਾਵਾਂ-ਮੱਝਾਂ ਦਾ ਝੁੰਡ ਹੱਕਦੀ ਹਰੀਆਂ-ਭਰੀਆਂ ਚਰਾਂਦਾ ਵਿੱਚ ਜਾਂਦੀ ਅਤੇ ਰੁੱਖਾਂ ਦੀਆਂ ਛਾਵਾਂ ਹੇਠ ਬੈਠ ਚਿੜੀਆਂ ਨਾਲ਼ ਗਾਉਂਦੀ, ਨਹਿਰ ਨਾਲ਼ ਰੋਂਦੀ, ਗਾਵਾਂ-ਮੱਝਾਂ ਨੂੰ ਉਨ੍ਹਾਂ ਦੇ ਚਾਰੇ ਦੀ ਬਹੁਤਾਤ 'ਤੇ ਈਰਖਾ ਦੀ ਨਜ਼ਰ ਨਾਲ਼ ਦੇਖਦੀ ਅਤੇ ਫੁੱਲਾਂ ਦਾ ਖਿੜਨਾ ਅਤੇ ਤਿਤਲੀਆਂ ਦਾ ਉੱਡਣਾ ਤੱਕਦੀ। ਸ਼ਾਮ ਨੂੰ ਜਦੋਂ ਭੁੱਖ ਲੱਗਦੀ ਤਾਂ ਉਹ ਘਰ ਵਾਪਸ ਆਉਂਦੀ ਅਤੇ ਆਪਣੇ ਮਾਲਿਕ ਦੀ ਛੋਟੀ ਕੁੜੀ ਨਾਲ਼ ਬੈਠ ਕੇ ਥੋੜ੍ਹੇ-ਜਿਹੇ ਸੁੱਕੇ ਫਲ ਅਤੇ ਜੈਤੂਨ ਦੇ ਤੇਲ ਅਤੇ ਸਿਰਕੇ ਵਿੱਚ ਡੁੱਬੀਆਂ ਸਬਜ਼ੀਆਂ ਨਾਲ਼ ਜਵਾਰ ਦੀ ਰੋਟੀ ਕੰਗਾਲਾਂ ਵਾਂਗ ਖਾਂਦੀ। ਉਸ ਦੇ ਬਾਅਦ ਸੁੱਕੇ ਘਾਹ ਦੇ ਬਿਸਤਰੇ 'ਤੇ ਆਪਣੀਆਂ ਬਾਹਾਂ ਦਾ ਸਿਰਹਾਣਾ ਬਣਾ ਕੇ ਲੇਟ ਜਾਂਦੀ ਅਤੇ ਆਪਣੀ ਬਦਕਿਸਮਤੀ 'ਤੇ ਠੰਢੇ ਸਾਹ ਭਰਦੀ ਅਤੇ ਇਸ ਉਮੀਦੇ ਸੌਂ ਜਾਂਦੀ ਕਿ ਕਾਸ਼, ਜੀਵਨ ਇਕ ਡੂੰਘੀ ਨੀਂਦ ਹੁੰਦਾ ਜਿਸ ਨੂੰ ਨਾ ਸੁਪਨੇ ਤੋੜ ਸਕਦੇ, ਨਾ ਜਾਗ ਛੂਹ ਸਕਦੀ। ਸਵੇਰੇ ਜਦੋਂ ਉਸਦਾ ਮਾਲਿਕ ਉਸ ਨੂੰ ਜਗਾਉਂਦਾ ਤਾਂ ਉਹ ਘਬਰਾ ਕੇ ਉੱਠ ਬੈਠਦੀ। ਉਸਦੇ ਡਰ ਨਾਲ਼ ਕੰਬਦੀ ਅਤੇ ਗੁੱਸੇ ਤੋਂ ਡਰਦੀ ਹੋਈ।

ਸਾਲੋ-ਸਾਲ ਲੰਘਦੇ ਗਏ ਅਤੇ ਗਰੀਬ ਰੇਹਾਨਾ ਉਸੇ ਤਰ੍ਹਾਂ ਉਨ੍ਹਾਂ ਟਿੱਲਿਆਂ ਅਤੇ ਘਾਟੀਆਂ ਵਿੱਚ ਵੱਧਦੀ ਫੁੱਲਦੀ ਰਹੀ। ਉਮਰ ਦੇ ਨਾਲ਼-ਨਾਲ਼ ਉਸਦੀਆਂ ਮੁਸੀਬਤਾਂ ਵੀ ਵੱਧ ਰਹੀਆਂ ਸਨ। ਉਸਦੇ ਅੰਦਰ ਅਣਜਾਣੇ ਹੀ ਕੋਮਲ ਭਾਵਨਾਵਾਂ ਪੈਦਾ ਹੋ ਰਹੀਆਂ ਸਨ ਜਿਵੇਂ ਫੁੱਲਾਂ ਦੀਆਂ ਡੂੰਘਾਈਆਂ ਵਿੱਚ ਖੁਸ਼ਬੂ ਪੈਦਾ ਹੁੰਦੀ ਹੈ। ਦਿਲ ਦੀਆਂ ਧੜਕਨਾਂ ਅਤੇ ਸ਼ੌਕ ਉਸ ਨੂੰ ਚਾਰੇ ਪਾਸਿਉਂ ਘੇਰ ਰਹੇ ਸਨ-ਜਿਵੇਂ ਡੰਗਰ ਝਰਨੇ ਨੂੰ ਘੇਰ ਲੈਂਦੇ ਹਨ।

ਹੁਣ ਉਹ ਸਮਝ-ਬੂਝ ਵਾਲ਼ੀ ਕੁੜੀ ਸੀ। ਉਸ ਵਧੀਆ ਅਤੇ ਅਣਛੂਹੀ ਜ਼ਮੀਨ ਵਾਂਗ, ਜੋ ਆਤਮ-ਦਰਸ਼ਨ ਦੇ ਬੀਜਾਂ ਅਤੇ ਅਨੁਭਵ ਦੇ ਪੈਰਾਂ ਤੋਂ ਅਣਜਾਣ ਹੋਵੇ।

ਹੁਣ ਉਸ ਦੇ ਅੰਦਰ ਇੱਕ ਪਵਿੱਤਰ ਆਤਮਾ ਨੇ ਜਨਮ ਲਿਆ ਜਿਸਨੂੰ

ਰੱਬੀ-ਇੱਛਾ ਨੇ ਆਪਣੀ ਜਾਦੂ ਭਰੀ ਚਰਾਂਦ ਵਿੱਚ ਸੁੱਟ ਦਿੱਤਾ ਸੀ, ਜਿੱਥੇ ਜੀਵਨ ਮੌਸਮ ਦੇ ਬਦਲਾਅ ਨਾਲ਼ ਬਦਲਦਾ ਰਹਿੰਦਾ ਹੈ।

ਆਪਣੀਆਂ ਇਨ੍ਹਾਂ ਚੰਗਿਆਈਆਂ ਕਾਰਨ ਉਹ ਇੰਞ ਪ੍ਰਤੀਤ ਹੁੰਦੀ ਸੀ, ਜਿਵੇਂ ਅਣਜਾਣ ਰੱਬੀ ਨੂਰ ਧਰਤੀ ਅਤੇ ਸੂਰਜ ਵਿਚਾਲੇ ਚਮਕ ਰਿਹਾ ਹੋਵੇ।

ਅਸੀਂ, ਜਿਨ੍ਹਾਂ ਦੀ ਜ਼ਿੰਦਗੀ ਦਾ ਜ਼ਿਆਦਾਤਰ ਹਿੱਸਾ ਸੱਭਿਅਕ ਸ਼ਹਿਰਾਂ ਵਿੱਚ ਬੀਤਦਾ ਹੈ, ਲੇਬਨਾਨ ਦੇ ਪੇਂਡੂ ਜ਼ਿੰਦਗੀ ਬਾਰੇ ਕੁਝ ਨਹੀਂ ਜਾਣਦੇ। ਅਸੀਂ ਨਵੀਂ ਸੱਭਿਅਤਾ ਦੀ ਧਾਰਾ ਵਿੱਚ ਵਹਿੰਦੇ ਹਾਂ। ਇੱਥੋਂ ਤੱਕ ਕਿ ਉਸ ਸਿੱਧੇ ਸਾਦੇ, ਸਾਫ-ਸੁਥਰੇ ਅਤੇ ਸੁੰਦਰ ਜੀਵਨ ਦੇ ਦਰਸ਼ਨ ਨੂੰ ਭੁੱਲ ਜਾਂਦੇ ਹਾਂ ਜਾਂ ਜਾਣ-ਬੁੱਝ ਕੇ ਭੁਲਾ ਦਿੰਦੇ ਹਾਂ। ਉਹ ਜ਼ਿੰਦਗੀ ਜੋ ਧਿਆਨ ਦੇਣ 'ਤੇ ਸਾਨੂੰ ਬਸੰਤ ਵਿੱਚ ਹੱਸਦੀ ਗਰਮੀਆਂ ਵਿੱਚ ਫਲਾਂ ਨਾਲ਼ ਲੱਦੀ ਹੋਈ, ਪਤਝੜ ਦੇ ਦਿਨਾਂ ਵਿੱਚ ਸੋਨਾ ਵਿਖੇਰਦੀ, ਠੰਢ ਵਿੱਚ ਸ਼ਾਂਤੀ ਲਿਆਉਣ ਵਾਲ਼ੀ ਅਤੇ ਆਪਣੇ ਹਰ ਦੌਰ ਵਿੱਚ ਕੁਦਰਤੀ ਤੋਹਫ਼ੇ ਦੇਣ ਵਾਲ਼ੀ ਹੁੰਦੀ ਹੈ। ਭੌਤਿਕ ਨਜ਼ਰੀਏ ਤੋਂ ਅਸੀਂ ਪੇਂਡੂਆਂ ਨਾਲ਼ੋਂ ਵਧੇ-ਚੜ੍ਹੇ ਹਾਂ ਪਰ ਆਤਮਿਕ ਨਜ਼ਰੀਏ ਤੋਂ ਉਹ ਸਾਡੀ ਤੁਲਨਾ ਵਿੱਚ ਕਿਤੇ ਵੱਧ ਚੰਗੇ ਹਨ। ਅਸੀਂ ਬੀਜ਼ਦੇ ਬਹੁਤ ਕੁਝ ਹਾਂ ਪਰ ਕੱਟਦੇ ਕੁਝ ਨਹੀਂ। ਇਸਦੇ ਉਲਟ, ਉਹ ਜੋ ਕੁਝ ਬੀਜਦੇ ਹਨ, ਉਹੀ ਕੱਟਦੇ ਹਨ। ਅਸੀਂ ਖੁਦਗਰਜੀ ਅਤੇ ਲੋੜਾਂ ਦੇ ਗੁਲਾਮ ਹਾਂ। ਉਹ ਸੰਤੋਖ ਦੇ ਪੁਤਲੇ ਹਨ। ਅਸੀਂ ਮਾਯੂਸੀ, ਡਰ ਅਤੇ ਉਦਾਸੀ ਦੀ ਕੌੜੀ ਜ਼ਿੰਦਗੀ ਦੀ ਸ਼ਰਾਬ ਪੀਂਦੇ ਹਾਂ। ਉਹ ਪਵਿੱਤਰ, ਸ਼ੁੱਧ, ਸਾਫ-ਸੁਥਰੀ ਜ਼ਿੰਦਗੀ ਜਿਉਂਦੇ ਹਨ।

ਰੇਹਾਨਾ ਹੁਣ ਸੋਲਾਂ ਸਾਲਾਂ ਦੀ ਸੀ। ਉਸਦੀ ਆਤਮਾ ਇੱਕ ਸ਼ੁੱਧ ਸ਼ੀਸ਼ੇ ਵਾਂਗ ਸੀ, ਜਿਸ ਵਿੱਚ ਹਰਿਆਲੀ ਅਤੇ ਫੁੱਲਾਂ ਦੀ ਸ਼ੋਭਾ ਦਾ ਪ੍ਰਤੀਬਿੰਬ ਪੈਂਦਾ ਹੈ। ਉਸਦਾ ਦਿਲ ਘਾਟੀਆਂ ਦੇ ਖਾਲੀ ਥਾਂ ਵਾਂਗ ਸੀ, ਜਿਸ ਵਿੱਚ ਹਰ ਅਵਾਜ਼ ਗੂੰਜਦੀ ਹੈ।

ਕੁਦਰਤ ਦੇ ਰੋਣ ਦੇ ਦਿਨ ਸਨ। ਰੇਹਾਨਾ ਇੱਕ ਝਰਨੇ ਕੋਲ਼ ਬੈਠੀ ਸੀ। ਉਹ ਝਰਨਾ ਜ਼ਮੀਨ 'ਤੇ ਹੁੰਦੇ ਹੋਏ ਵੀ ਉਸ ਤੋਂ ਇੰਨਾ ਦੂਰ ਸੀ-ਜਿਵੇਂ ਕਵੀ ਦੀ ਪ੍ਰਤਿਭਾ ਉਸਦੀਆਂ ਭੌਤਿਕ ਹਾਲਤਾਂ ਤੋਂ ਅਣਛੂਹੀ ਹੁੰਦੀ ਹੈ। ਉਹ ਪੀਲ਼ੇ ਪੱਤਿਆਂ ਨੂੰ ਦੇਖਣ ਵਿੱਚ ਮਗਨ ਸੀ, ਜਿਨ੍ਹਾਂ ਨਾਲ਼ ਹਵਾ ਦੀਆਂ ਲਹਿਰਾਂ ਖੇਡ ਰਹੀਆਂ ਸਨ-ਜਿਵੇਂ ਮੌਤ ਇਨਸਾਨ ਦੀ ਜਾਨ ਨਾਲ਼ ਖੇਡਦੀ ਹੈ। ਉਸ ਨੇ ਉਨ੍ਹਾਂ ਮੁਰਝਾਏ ਹੋਏ ਫੁੱਲਾਂ ਵੱਲ ਧਿਆਨ ਮਾਰਿਆ ਜੋ ਟਹਿਣੀਆਂ ਨਾਲ਼ੋਂ ਡਿੱਗ ਕੇ ਆਪਣੇ ਬੀਜ਼ਾਂ ਨੂੰ ਧਰਤੀ ਹਵਾਲੇ ਕਰ ਰਹੇ ਸਨ ਜਿਵੇਂ ਹਨ੍ਹੇਰ-ਗਰਦੀ ਦੇ ਜ਼ਮਾਨੇ ਵਿੱਚ ਔਰਤਾਂ ਆਪਣੇ ਗਹਿਣੇ ਮਿੱਟੀ ਵਿੱਚ ਦਬਾ ਦਿੰਦੀਆਂ ਹਨ।

ਉਹ ਫੁੱਲਾਂ ਅਤੇ ਰੁੱਖਾਂ ਨੂੰ ਦੇਖ ਰਹੀ ਸੀ ਅਤੇ ਗਰਮੀਆਂ ਰੁੱਤੇ ਵਿਛੋੜੇ ਦਾ ਦੁੱਖ ਭਰਿਆ ਅਹਿਸਾਸ ਉਸਦੇ ਦਿਲ ਨੂੰ ਬੇਚੈਨ ਕਰ ਰਿਹਾ ਸੀ। ਉਸਨੇ ਸੁਣਿਆ ਕਿ ਘਾਟੀ ਘੋੜੇ ਦੀਆਂ ਟਾਪਾਂ ਨਾਲ਼ ਗੂੰਜ ਰਹੀ ਹੈ। ਪਿੱਛੇ ਮੁੜ ਕੇ ਦੇਖਿਆ ਤਾਂ ਇੱਕ ਘੋੜ ਸਵਾਰ ਹੌਲ਼ੀ-ਹੌਲ਼ੀ ਉਸ ਵੱਲ ਆ ਰਿਹਾ ਸੀ। ਝਰਨੇ ਕੋਲ਼ ਪਹੁੰਚ ਕੇ ਉਹ ਘੋੜੇ ਤੋਂ ਉੱਤਰ ਗਿਆ। ਉਸਦੀ ਪੁਸ਼ਾਕ ਅਤੇ ਰੰਗ-ਰੂਪ ਤੋਂ ਉਸਦੀ ਖੁਸ਼ਹਾਲੀ ਅਤੇ ਹੁਸ਼ਿਆਰੀ ਪ੍ਰਗਟ ਹੋ ਰਹੀ ਸੀ। ਉਸ ਨੇ ਬੜੇ ਸਲੀਕੇ ਨਾਲ਼ ਜੋ ਖਾਸ ਪੁਰਸ਼ ਦਾ ਹੀ ਕੰਮ ਹੁੰਦਾ ਹੈ, ਰੇਹਾਨਾ ਨੂੰ ਸਲਾਮ ਕੀਤਾ ਅਤੇ ਕਿਹਾ, "ਮੈਂ ਸ਼ਹਿਰ ਦਾ ਰਸਤਾ ਭੁੱਲ

ਗਿਆ ਹਾਂ। ਕੀ ਤੂੰ ਮੇਰੀ ਮਦਦ ਕਰ ਸਕਦੀ ਹੈਂ?"

ਉਹ ਇੱਕਦਮ ਇੰਞ ਖੜ੍ਹੀ ਹੋ ਗਈ ਜਿਵੇਂ ਝਰਨੇ ਦੇ ਕਿਨਾਰੇ ਦੇ ਰੁੱਖ ਦੀ ਟਹਿਣੀ। ਫਿਰ ਉਹਨੇ ਜਵਾਬ ਦਿੱਤਾ, "ਮੈਨੂੰ ਸ਼ਹਿਰ ਦਾ ਰਾਹ ਪਤਾ ਨਹੀਂ, ਪਰ ਮੈਂ ਹੁਣੇ ਜਾ ਕੇ ਆਪਣੇ ਮਾਲਿਕ ਤੋਂ ਪੁੱਛ ਲੈਂਦੀ ਹਾਂ। ਉਹ ਜਾਣਦਾ ਹੈ।"

ਇਹ ਸ਼ਬਦ ਉਸਨੇ ਸਖਤ ਦਿਲ ਕਰਕੇ ਕਹੇ। ਸ਼ਰਮ ਨੇ ਉਸਦੀ ਸੁੰਦਰਤਾ ਅਤੇ ਮੋਹਕਤਾ 'ਤੇ ਚਾਰ ਚੰਨ ਲਗਾ ਦਿੱਤੇ ਪਰ ਜਦੋਂ ਉਹ ਜਾਣ ਲੱਗੀ ਤਾਂ ਅਜਨਬੀ ਨੇ ਉਸ ਨੂੰ ਰੋਕ ਲਿਆ। ਜਵਾਨੀ ਦੀ ਸ਼ਰਾਬ ਉਸਦੀਆਂ ਰਗਾਂ ਵਿੱਚ ਲਹਿਰਾਂ ਮਾਰ ਰਹੀ ਸੀ ਅਤੇ ਉਸਦੀਆਂ ਅੱਖਾਂ ਇੱਕ ਨਾ-ਵਰਣਨਯੋਗ ਅਨੰਦ ਨਾਲ਼ ਚਮਕ ਰਹੀਆਂ ਸਨ। ਉਹ ਕਹਿਣ ਲੱਗਾ, "ਨਹੀਂ! ਨਹੀਂ! ਤੂੰ ਜਾ ਨਾ!"

ਰੇਹਾਨਾ ਨੇ ਉਸਦੀ ਅਵਾਜ਼ ਵਿੱਚ ਇੱਕ ਸੰਭਾਵਨਾ ਦਾ ਅਹਿਸਾਸ ਕੀਤਾ, ਜਿਸਨੇ ਉਸਦੇ ਪੈਰਾਂ ਵਿੱਚ ਸੰਗਲ਼ ਪਾ ਦਿੱਤਾ ਅਤੇ ਉਹ ਜਿੱਥੇ ਸੀ, ਉੱਥੇ ਬੁੱਤ ਬਣੀ ਖੜ੍ਹੀ ਰਹੀ। ਉਹਨੇ ਸ਼ਰਮ ਨਾਲ਼ ਉੱਡਦੀ ਹੋਈ ਨਜ਼ਰ ਉਸ ਅਜਨਬੀ 'ਤੇ ਸੁੱਟੀ। ਉਹ ਉਸ ਨੂੰ ਘੂਰ ਰਿਹਾ ਸੀ—ਇੱਕ ਅਜਿਹੀ ਸ਼ਾਨ ਨਾਲ਼, ਜਿਸਦਾ ਮਤਲਬ ਉਸਦੀ ਸਮਝ ਵਿੱਚ ਨਹੀਂ ਆਇਆ। ਉਹ ਮੁਸਕਰਾ ਰਿਹਾ ਸੀ—ਇੱਕ ਅਜਿਹੇ ਜਾਦੂ ਭਰੇ ਢੰਗ ਨਾਲ਼, ਜਿਸਦੀ ਮਿਠਾਸ ਰੇਹਾਨਾ ਨੂੰ ਰੁਆ ਦਿੰਦੀ। ਉਹ ਮਜ਼ਾ ਲੈ ਲੈ ਕੇ ਪਿਆਰ ਭਰੀ ਨਜ਼ਰ ਨਾਲ਼ ਰੇਹਾਨਾ ਦੇ ਨੰਗੇ ਪੈਰਾਂ, ਸੁੰਦਰ ਬਾਹਾਂ, ਚਮਕਦਾਰ ਗਰਦਨ ਅਤੇ ਸੰਘਣੇ ਨਰਮ ਅਤੇ ਨਾਜ਼ੁਕ ਵਾਲ਼ਾਂ ਨੂੰ ਦੇਖ ਰਿਹਾ ਸੀ। ਉਹ ਸ਼ੱਕ ਅਤੇ ਹੈਰਾਨੀ ਨਾਲ਼ ਇਸ ਗੱਲ 'ਤੇ ਗੌਰ ਕਰ ਰਿਹਾ ਸੀ ਕਿ ਸੂਰਜ ਨੇ ਕਿਵੇਂ ਉਸਦੇ ਚਿਹਰੇ ਨੂੰ ਚਮਕਦਾਰ ਬਣਾਇਆ ਹੈ ਅਤੇ ਕੁਦਰਤ ਨੇ ਕਿਵੇ ਉਸਦੀਆਂ ਬਾਹਾਂ ਨੂੰ ਇੰਨੀ ਸਮਰੱਥਾ ਦਿੱਤੀ ਹੈ।

ਪਰ ਰੇਹਾਨਾ? ਉਹ ਸ਼ਰਮ ਨਾਲ਼ ਨੀਵੀਂ ਨਜ਼ਰ ਕਰੀ ਖੜ੍ਹੀ ਸੀ। ਅਣਜਾਣ ਕਾਰਨ ਕਰਕੇ ਉਹ ਨਾ ਉੱਥੋਂ ਹਿਲਣਾ ਚਾਹੁੰਦੀ ਸੀ, ਨਾ ਉਸ ਨਾਲ਼ ਗੱਲਬਾਤ ਕਰ ਸਕਦੀ ਸੀ।

ਉਸ ਦਿਨ ਸ਼ਾਮ ਨੂੰ ਦੁਧਾਰੂ ਗਾਵਾਂ-ਮੱਝਾਂ ਇਕੱਲੀਆਂ ਆਪਣੇ ਵਾੜੇ 'ਚ ਵਾਪਸ ਆਈਆਂ। ਰਾਤ ਨੂੰ ਜਦੋਂ ਰੇਹਾਨਾ ਦਾ ਮਾਲਿਕ ਖੇਤੋਂ ਮੁੜਿਆ ਤਾਂ ਉਹਨੂੰ ਲੱਭਣ ਲਈ ਨਿਕਲ਼ਿਆ। ਪਰ ਉਸਦਾ ਕੋਈ ਪਤਾ ਨਹੀਂ ਸੀ। ਉਹਨੇ 'ਰੇਹਾਨਾ! ਰੇਹਾਨਾ!' ਕਹਿ ਕੇ ਉਸਨੂੰ ਬੁਲਾਉਣਾ ਸ਼ੁਰੂ ਕੀਤਾ ਪਰ ਰੁੱਖਾਂ 'ਚ ਸਰਸਰਾਉਂਦੀ ਹਵਾ ਅਤੇ ਘਾਟੀਆਂ ਦੇ ਸਿਵਾ ਕਿਸੇ ਨੇ ਜਵਾਬ ਨਾ ਦਿੱਤਾ। ਮਜ਼ਬੂਰ ਅਤੇ ਨਿਰਾਸ਼ ਹੋ ਕੇ ਉਹ ਆਪਣੀ ਝੌਂਪੜੀ ਵਿੱਚ ਵਾਪਸ ਆਇਆ ਅਤੇ ਉਸਨੇ ਆਪਣੀ ਔਰਤ ਨੂੰ ਇਸ ਘਟਨਾ ਦਾ ਹਾਲ ਸੁਣਾਇਆ। ਉਹ ਇਸ ਯਕੀਨੋਂ ਬਾਹਰੀ ਗੱਲ ਨੂੰ ਸੁਣ ਕੇ ਹੈਰਾਨ ਰਹਿ ਗਈ। ਦੁੱਖ ਵਿੱਚ ਉਹ ਵਿਚਾਰੀ ਸਾਰੀ ਰਾਤ ਹੌਲ਼ੀ-ਹੌਲ਼ੀ ਰੋਂਦੀ ਅਤੇ ਆਪਣੇ ਦਿਲ ਵਿੱਚ ਕਹਿੰਦੀ ਰਹੀ, "ਮੈਂ ਇੱਕ ਵਾਰ ਸੁਪਨੇ ਵਿੱਚ ਦੇਖਿਆ ਸੀ ਕਿ ਰੇਹਾਨਾ ਇੱਕ ਜੰਗਲੀ ਹਿੰਸਕ ਪਸ਼ੂ ਦੇ ਚੁੰਗਲ ਵਿੱਚ ਫਸੀ ਹੈ। ਉਹ ਪਸ਼ੂ ਉਸਨੂੰ ਪਾੜ ਰਿਹਾ ਹੈ ਅਤੇ ਉਹ ਹੱਸ ਵੀ ਰਹੀ ਹੈ ਅਤੇ ਰੋ ਵੀ ਰਹੀ ਹੈ।"

ਇਸ ਛੋਟੇ ਜਿਹੇ ਸੋਹਣੇ ਪਿੰਡ ਵਿੱਚ ਲੋਕਾਂ ਨੂੰ ਰੇਹਾਨਾ ਬਾਰੇ ਸਿਰਫ਼ ਇੰਨਾ ਹੀ ਪਤਾ ਸੀ। ਮੈਨੂੰ ਉਸਦੀ ਜਾਣਕਾਰੀ ਪਿੰਡ ਦੇ ਇੱਕ ਬੁੱਢੇ ਆਦਮੀ ਤੋਂ ਮਿਲ਼ੀ,

ਜਿਸਦੇ ਸਾਹਮਣੇ ਰੇਹਾਨਾ ਛੋਟੀ ਤੋਂ ਵੱਡੀ ਹੋਈ ਅਤੇ ਇੱਕੋ ਦਮ ਲਾਪਤਾ ਹੋਈ ਸੀ ਇੰਝ ਆਪਣੀ ਯਾਦਗਾਰ ਵਜੋਂ ਪਿੱਛੇ ਕੁਝ ਛੱਡਿਆ ਵੀ ਤਾਂ ਆਪਣੀ ਮਾਲਕਿਨ ਦੀ ਅੱਖ 'ਚ ਦੋ ਬੂੰਦ ਅੱਥਰੂ ਜਾਂ ਮਿੱਠੀ ਯਾਦ, ਜੋ ਉਸ ਘਾਟੀ ਵਿੱਚ ਸਵੇਰੇ-ਸਵੇਰੇ ਖੁਸ਼ਬੂਦਾਰ ਹਵਾ ਦੀਆਂ ਨਰਮ ਅਤੇ ਕੋਮਲ ਲਹਿਰਾਂ ਨਾਲ਼ ਵਹਿੰਦੀ ਹੈ ਅਤੇ ਨਸ਼ਟ ਹੋ ਜਾਂਦੀ ਹੈ, ਜਿਵੇਂ ਖਿੜਕੀ ਦੇ ਕੱਚ 'ਤੇ ਬੱਚੇ ਦੇ ਮੂੰਹ ਦੀ ਭਾਫ਼!

ਸੰਨ 1900 ਈਸਵੀ ਦੀ ਗੱਲ ਹੈ। ਪਤਝੜ ਦਾ ਮੌਸਮ ਸੀ ਕਿ ਮੈਂ ਆਪਣੀਆਂ ਛੁੱਟੀਆਂ ਦੇ ਦਿਨ ਉੱਤਰੀ ਲੇਬਨਾਨ ਵਿੱਚ ਬਿਤਾ ਕੇ ਵਾਪਸ ਆਇਆ ਅਤੇ ਕਾਲੇਜ ਦੇ ਖੁੱਲ੍ਹਣ ਤੋਂ ਪਹਿਲਾਂ ਲਗਾਤਾਰ ਇੱਕ ਹਫ਼ਤੇ ਤੱਕ ਆਪਣੇ ਦੋਸਤਾਂ ਨਾਲ਼ ਘੁੰਮਦਾ-ਫਿਰਦਾ, ਅਜ਼ਾਦੀ ਨਾਲ਼ ਉਸ ਸੁੱਖ ਦਾ ਅਨੰਦ ਲੁੱਟਦਾ ਰਿਹਾ, ਜਿਸ ਨਾਲ਼ ਜਵਾਨੀ ਨੂੰ ਬੇਹੱਦ ਪਿਆਰ ਹੈ ਅਤੇ ਜਿਸਦਾ ਅਨੁਭਵ ਉਹ ਮਾਂ-ਬਾਪ ਜਾਂ ਕਰੀਬੀ ਰਿਸ਼ਤੇਦਾਰਾਂ ਦੇ ਘਰਾਂ ਵਿੱਚ ਵੀ ਕਰਦੀ ਹੈ ਅਤੇ ਸਕੂਲ ਕਾਲਜਾਂ ਦੀ ਚਾਰ ਦੀਵਾਰੀ ਵਿੱਚ ਵੀ। ਸਾਡੀ ਸਭ ਦੀ ਹਾਲਤ ਉਸ ਵੇਲ਼ੇ ਉਨ੍ਹਾਂ ਪੰਛੀਆਂ ਵਾਂਗ ਸੀ, ਜੋ ਪਿੰਜਰੇ ਦਾ ਦਰਵਾਜ਼ਾ ਖੁੱਲ੍ਹਾ ਦੇਖਣ ਅਤੇ ਜਿਨ੍ਹਾਂ ਦਾ ਦਿਲ ਉੱਡਣ ਦੇ ਅਨੰਦ ਅਤੇ ਚਹਿਚਹਾਉਣ ਦੀ ਖੁਸ਼ੀ ਨਾਲ਼ ਭਰ ਜਾਵੇ।

ਜਵਾਨੀ ਇੱਕ ਸੁੰਦਰ ਸੁਪਨਾ ਹੈ ਜਿਸਦੀ ਮਿਠਾਸ ਕਿਤਾਬਾਂ ਦੀ ਬਰੀਕ ਅਤੇ ਛਪੀਆਂ ਹੋਈਆਂ ਸਮੱਸਿਆਵਾਂ ਨੂੰ ਆਪਣਾ ਗੁਲਾਮ ਬਣਾ ਕੇ ਇੱਕ ਦੁੱਖਦ ਚੇਤਨਾ ਵਿੱਚ ਬਦਲ ਦਿੰਦੀ ਹੈ। ਤਾਂ ਕੀ ਕਦੇ ਉਹ ਦਿਨ ਵੀ ਆਵੇਗਾ? ਜਦੋਂ ਮਹਾਨ ਦਾਰਸ਼ਨਿਕ ਜਵਾਨੀ ਦੀਆਂ ਕਲਪਨਾਵਾਂ ਅਤੇ ਦਰਸ਼ਨ ਦੀ ਮਿਠਾਸ ਨੂੰ ਇੱਕ ਕਰ ਦੇਣਗੇ ਜਿਵੇਂ ਝਿੜਕ ਦੋ ਨਫਰਤ ਕਰਨ ਵਾਲ਼ੇ ਦਿਲਾਂ ਨੂੰ ਆਪਸ ਵਿੱਚ ਮਿਲ਼ਾ ਦਿੰਦੀ ਹੈ? ਕਦੇ ਉਹ ਦਿਨ ਵੀ ਆਵੇਗਾ, ਜਦੋਂ ਕੁਦਰਤ ਮਨੁੱਖ ਦੀ ਅਧਿਆਪਿਕਾ, ਮਨੁੱਖਤਾ ਉਸਦੀ ਕਿਤਾਬ ਅਤੇ ਜਿੰਦਗੀ ਉਸਦਾ ਸਕੂਲ ਹੋਣਗੇ? ਕੋਈ ਮੈਨੂੰ ਦੱਸ ਦੇਵੇ ਕਿ ਕੀ ਮੇਰੀ ਇਹ ਇੱਛਾ ਕਦੇ ਪੂਰੀ ਹੋਵੇਗੀ?

ਜਦੋਂ ਕਿ ਅਸੀਂ ਜਾਣਦੇ ਨਹੀਂ ਪਰ ਅਨੁਭਵ ਕਰਦੇ ਹਾਂ ਕਿ ਅਸੀਂ ਬੜੀ ਤੇਜ਼ੀ ਨਾਲ਼ 'ਆਤਮਿਕ ਤਰੱਕੀ' ਵੱਲ ਜਾ ਰਹੇ ਹਾਂ ਅਤੇ ਉਹ ਤਰੱਕੀ ਕੁਦਰਤ ਦੀ ਸੁੰਦਰਤਾ ਦਾ ਅਹਿਸਾਸ ਹੈ, ਜੋ ਸਾਨੂੰ ਆਪਣੇ ਦਿਲ ਦੀਆਂ ਭਾਵਨਾਵਾਂ ਰਾਹੀਂ ਪ੍ਰਾਪਤ ਹੁੰਦਾ ਹੈ ਅਤੇ ਖੁਸ਼ਕਿਸਮਤੀ ਅਤੇ ਮਿੱਤਰਤਾ ਦੀ ਬਹੁਤਾਤ ਹੈ, ਜੋ ਉਸ ਖੂਬਸੂਰਤੀ ਪ੍ਰਤੀ ਸਾਡੇ ਪਿਆਰ ਦਾ ਸਬੂਤ ਹੈ।

ਇੱਕ ਦਿਨ ਮੈਂ ਚੌਕ ਵਿੱਚ ਕਿਸੇ ਉੱਚੀ ਜਗ੍ਹਾ 'ਤੇ ਬੈਠਿਆ ਉਨ੍ਹਾਂ ਹੰਗਾਮਿਆਂ ਨੂੰ ਦੇਖ ਰਿਹਾ ਸੀ, ਜੋ ਸ਼ਹਿਰ ਦੇ ਮੈਦਾਨਾਂ 'ਚ ਹਮੇਸ਼ਾ ਪਾਏ ਜਾਂਦੇ ਹਨ। ਦੁਕਾਨਦਾਰਾਂ ਅਤੇ ਫੇਰੀ ਵਾਲ਼ਿਆਂ ਦੀਆਂ ਅਵਾਜ਼ਾਂ ਸੁਣ ਰਿਹਾ ਸੀ, ਜੋ ਉਹ ਆਪਣੇ ਮਾਲ਼ ਜਾਂ ਖਾਣ-ਪੀਣ ਦੀਆਂ ਚੀਜਾਂ ਦੀ ਤਾਰੀਫ ਵਿੱਚ ਲਗਾ ਰਹੇ ਸਨ। ਤਦ ਹੀ ਪੰਜ ਸਾਲ ਦਾ ਇੱਕ ਬੱਚਾ ਫਟੇ ਪੁਰਾਣੇ ਕੱਪੜੇ ਪਾਈ ਮੋਢੇ 'ਤੇ ਛੋਟੀ ਜਿਹੀ ਟੋਕਰੀ ਚੁੱਕੀ, ਜਿਸ ਵਿੱਚ ਫੁੱਲਾਂ ਦੇ ਹਾਰ ਸਨ, ਮੇਰੇ ਕੋਲ਼ ਆਇਆ ਅਤੇ ਘੁੱਟੀ ਹੋਈ ਅਵਾਜ਼ ਵਿੱਚ, ਜਿਸ ਵਿੱਚ ਪਰੰਪਰਾਗਤ ਪਤਨ ਅਤੇ ਤਬਾਹੀ ਪ੍ਰਗਟ ਹੋ ਰਹੀ ਸੀ, ਕਹਿਣ ਲੱਗਿਆ, "ਬਾਬੂ ਜੀ ਫੁੱਲ ਲਵੋਗੇ?"

ਮੈਂ ਉਸਦੇ ਛੋਟੇ-ਜਿਹੇ ਪੀਲ਼ੇ ਚਿਹਰੇ ਵੱਲ ਦੇਖਿਆ। ਉਸਦੀਆਂ ਅੱਖਾਂ ਬਦਕਿਸਮਤੀ ਅਤੇ ਕੰਗਾਲੀ ਦੇ ਪਰਛਾਵਿਆਂ ਨਾਲ਼ ਧੁੰਦਲੀਆਂ ਹੋ ਰਹੀਆਂ ਸਨ। ਮੂੰਹ ਥੋੜ੍ਹਾ ਜਿਹਾ ਖੁੱਲ੍ਹਿਆ ਹੋਇਆ ਸੀ ਜਿਵੇਂ ਬੀਮਾਰ ਦੀ ਛਾਤੀ ਦਾ ਡੂੰਘਾ ਜ਼ਖਮ ਹੋਵੇ। ਗੁੱਟ ਨੰਗੇ ਅਤੇ ਪਤਲੇ ਜਿਹੇ। ਛੋਟਾ ਜਿਹਾ ਨਾਜ਼ੁਕ ਸਰੀਰ ਫੁੱਲਾਂ ਦੀ ਟੋਕਰੀ 'ਤੇ ਝੁਕਿਆ ਸੀ ਜਿਵੇਂ ਹਰੇ-ਭਰੇ ਪੌਦਿਆਂ ਵਿੱਚ ਮੁਰਝਾਏ ਹੋਏ ਪੀਲ਼ੇ ਗੁਲਾਬ ਦੀ ਟਹਿਣੀ ਹੋਵੇ। ਮੈਂ ਇੱਕੋ ਪਲ਼ 'ਚ ਉਸਦਾ ਉਹ ਦਿਲ-ਟੁੰਬਵਾਂ ਰੂਪ ਦੇਖਿਆ ਅਤੇ ਮੇਰੇ ਅੰਦਰ ਦਾ ਪਿਆਰ ਅਤੇ ਦਇਆ ਉਸ ਮੁਸਕਰਾਹਟ ਦੀ ਸ਼ਕਲ ਵਿੱਚ ਜ਼ਾਹਿਰ ਹੋਈ ਜੋ ਅੱਥਰੂਆਂ ਨਾਲ਼ੋਂ ਜ਼ਿਆਦਾ ਕੌੜੀ ਹੁੰਦੀ ਹੈ। ਉਹ ਮੁਸਕਰਾਹਟ, ਜੋ ਸਾਡੇ ਧੁਰ-ਅੰਦਰ ਦੀਆਂ ਡੂੰਘਾਈਆਂ 'ਚੋਂ ਉੱਭਰ ਕੇ ਬੁੱਲ੍ਹਾਂ 'ਤੇ ਆਉਂਦੀ ਹੈ ਅਤੇ ਜੇ ਅਸੀਂ ਉਸ ਤੋਂ ਭੱਜਣ ਦੀ ਕੋਸ਼ਿਸ਼ ਕਰਦੇ ਹਾਂ ਤਾਂ ਉਹ ਸਾਡੀਆਂ ਅੱਖਾਂ ਵਿੱਚ ਪਹੁੰਚਦੀ ਹੈ ਅਤੇ ਅੱਥਰੂ ਬਣ ਕੇ ਸਾਡੀਆਂ ਗੱਲ੍ਹਾਂ 'ਤੇ ਤਿਲਕ ਆਉਂਦੀ ਹੈ।

ਮੈਂ ਕੁਝ ਫੁੱਲ ਖਰੀਦੇ ਅਤੇ ਉਸ ਨਾਲ਼ ਗੱਲਾਂ ਕਰਨ ਲੱਗਿਆ। ਮੈਨੂੰ ਪਤਾ ਸੀ ਕਿ ਉਸਦੀਆਂ ਦੁੱਖ ਭਰੀਆਂ ਨਜ਼ਰਾਂ ਪਿੱਛੇ ਇੱਕ ਛੋਟਾ-ਜਿਹਾ ਦਿਲ ਹੈ, ਜਿਸ ਵਿੱਚ ਅਨਾਦਿ ਅਤੇ ਅਮਰ ਫਕੀਰਾਂ ਦੀ ਦੁੱਖ ਭਰੀ ਕਹਾਣੀ ਦਾ ਅਧਿਆਏ ਲੁਕਿਆ ਹੈ। ਉਹ ਦੁੱਖ ਭਰੀ ਕਹਾਣੀ ਜੋ ਦਿਨ-ਰਾਤ ਸੰਸਾਰ ਦੇ ਰੰਗ ਮੰਚ 'ਤੇ ਖੇਡੀ ਜਾਂਦੀ ਹੈ ਪਰ ਬਹੁਤ ਘੱਟ ਲੋਕ ਉਸਦੀ ਟੀਸ ਨੂੰ ਦੇਖਣ ਦੇ ਸੰਭਾਵਨਾ ਰੱਖਦੇ ਹਨ।

ਜਦੋਂ ਮੈਂ ਪਿਆਰ ਭਰੇ ਬੋਲਾਂ 'ਚ ਉਸ ਨਾਲ਼ ਹਮਦਰਦੀ ਨਾਲ਼ ਗੱਲਾਂ ਕਰਨ ਲੱਗਿਆ ਤਾਂ ਉਸਦਾ ਡਰ ਦੂਰ ਹੋਇਆ ਅਤੇ ਉਹ ਮੈਨੂੰ ਹੈਰਾਨੀ ਨਾਲ਼ ਦੇਖਣ ਲੱਗਿਆ ਕਿਉਂਕਿ ਉਹ ਵੀ ਆਪਣੇ ਜਿਹੇ ਮਹੁਤਾਜਾ ਵਾਂਗ ਉਨ੍ਹਾਂ ਨੌਜਵਾਨਾਂ ਦੀਆਂ ਝਿੜਕਾਂ ਸੁਣਨ ਦਾ ਆਦੀ ਸੀ, ਜੋ ਆਮ ਕਰਕੇ ਸੜਕ 'ਤੇ ਭੀਖ ਮੰਗਣ ਵਾਲ਼ੇ ਨੌਜਵਾਨ ਕੁੜੀਆਂ ਮੁੰਡਿਆਂ ਨੂੰ ਇਵੇਂ ਦੇਖਦੇ ਹਨ। ਜਿਵੇਂ ਉਹ ਇੱਕ ਗੰਦੀ ਅਤੇ ਅਪਵਿੱਤਰ ਚੀਜ਼ ਹੈ, ਜਿਸਦੀ ਕੋਈ ਹਸਤੀ ਨਹੀਂ। ਉਨ੍ਹਾਂ ਰੱਬ ਦੇ ਬਣਾਏ ਬੰਦਿਆਂ ਨੂੰ ਕਦੇ ਇਹ ਖਿਆਲ ਨਹੀਂ ਹੁੰਦਾ ਕਿ ਉਹ ਗਰੀਬ ਵੀ ਉਨ੍ਹਾਂ ਕਿਸਮਤ ਦੇ ਮਾਰਿਆਂ ਵਿੱਚੋਂ ਇੱਕ ਹੈ, ਜਿਨ੍ਹਾਂ ਦੀਆਂ ਛਾਤੀਆਂ ਦੁਨੀਆ ਦੇ ਤੀਰਾਂ ਨਾਲ਼ ਵਿੰਨ੍ਹੀਆਂ ਹਨ।

ਮੈਂ ਉਹਨੂੰ ਪੁੱਛਿਆ, "ਤੇਰਾ ਨਾਮ ਕੀ ਹੈ।" ਜ਼ਮੀਨ ਤੋਂ ਬਿਨਾਂ ਨਜ਼ਰ ਚੁੱਕੇ ਉਸਨੇ ਜਵਾਬ ਦਿੱਤਾ, "ਫਵਾਦ।"

"ਤੂੰ ਕਿਸਦਾ ਪੁੱਤਰ ਹੈਂ?" ਮੈਂ ਅੱਗੇ ਪੁੱਛਿਆ। "ਤੇਰੇ ਰਿਸ਼ਤੇਦਾਰ ਕਿੱਥੇ ਹਨ?"

"ਮੈਂ ਰੇਹਾਨਾ ਦਾ ਪੁੱਤਰ ਹਾਂ।" ਉਸਨੇ ਜਵਾਬ ਦਿੱਤਾ।

"ਅਤੇ ਤੇਰਾ ਬਾਪ ਕਿੱਥੇ ਹੈ?"

ਜਵਾਬ ਵਿੱਚ ਉਸਨੇ ਇਵੇਂ ਸਿਰ ਹਿਲਾਇਆ, ਜਿਵੇਂ ਉਹ ਬਾਪ ਦੇ ਅਰਥ ਹੀ ਨਾ ਜਾਣਦਾ ਹੋਵੇ।

"ਫਵਾਦ! ਤੇਰੀ ਮਾਂ ਕਿੱਥੇ ਏ?"

"ਉਹ ਘਰ 'ਚ ਬੀਮਾਰ ਪਈ ਏ।"

ਬੱਚੇ ਦੇ ਮੂੰਹੋਂ ਨਿਕਲ਼ੇ ਹੋਏ ਇਹ ਸੰਖੇਪ ਸ਼ਬਦ ਮੇਰੇ ਕੰਨਾਂ 'ਚ ਪਹੁੰਚੇ ਅਤੇ

ਮੇਰੀਆਂ ਭਾਵਨਾਵਾਂ ਨੇ ਅਨੋਖੀਆਂ ਤਸਵੀਰਾਂ ਅਤੇ ਦੁੱਖ ਭਰੇ ਪਰਛਾਵੇਂ ਬਣਾਉਂਦੇ ਹੋਏ ਅਸਲੀਅਤ ਦੀ ਕਲਪਨਾ ਕਰ ਲਈ। ਮੈਂ ਉਸੇ ਪਲ ਸਮਝ ਗਿਆ ਕਿ ਗਰੀਬ ਰੇਹਾਨਾ, ਜਿਸਦੀ ਕਹਾਣੀ ਮੈਂ ਪਿੰਡ ਦੇ ਇੱਕ ਬੁੱਢੇ ਕੋਲੋਂ ਸੁਣੀ ਸੀ, ਅੱਜ ਕੱਲ੍ਹ ਬੇਰੂਤ ਵਿੱਚ ਹੈ ਅਤੇ ਬੀਮਾਰ ਹੈ। ਉਹ ਜਵਾਨ ਸੁੰਦਰੀ ਜੋ ਕੱਲ੍ਹ ਤੱਕ ਘਾਟੀ ਦੇ ਰੁੱਖਾਂ ਵਿੱਚ ਸੰਤੋਖ ਅਤੇ ਬੇਫਿਕਰੀ ਦੀ ਜ਼ਿੰਦਗੀ ਜੀਅ ਰਹੀ ਸੀ, ਅੱਜ ਸ਼ਹਿਰ ਵਿੱਚ ਹੈ ਅਤੇ ਕੰਗਾਲੀ ਅਤੇ ਮਜ਼ਬੂਰੀ ਦੀ ਜ਼ਿੰਦਗੀ ਜੀਅ ਰਹੀ ਹੈ। ਉਹ ਅਨਾਥ ਕੁੜੀ, ਜਿਸਨੇ ਸੋਹਣੀਆਂ ਚਰਾਂਦਾਂ ਵਿੱਚ ਗਾਵਾਂ-ਮੱਝਾਂ ਚਰਾਉਂਦੇ ਹੋਏ ਆਪਣੀ ਜਵਾਨੀ ਦਾ ਸ਼ੁਰੂਆਤੀ ਸਮਾਂ ਕੁਦਰਤ ਦੀਆਂ ਹਥੇਲੀਆਂ 'ਤੇ ਬਿਤਾਇਆ ਸੀ, ਅੱਜ ਸੜੀ ਹੋਈ ਸੱਭਿਅਤਾ ਦੇ ਹੜ੍ਹ ਵਿੱਚ ਵਹਿ ਕੇ ਅਸਫਲਤਾ ਅਤੇ ਬਦਕਿਸਮਤੀ ਦੇ ਖ਼ੂਨੀ ਚੁੰਗਲ ਦਾ ਸ਼ਿਕਾਰ ਹੋ ਗਈ ਹੈ।

ਮੈਂ ਚੁੱਪਚਾਪ ਬੈਠਾ ਇਨ੍ਹਾਂ ਸਾਰੀਆਂ ਗੱਲਾਂ ਬਾਰੇ ਸੋਚ ਰਿਹਾ ਸੀ ਅਤੇ ਉਹ ਬੱਚਾ ਇੱਕ ਅਜੀਬ ਹੈਰਾਨੀ ਦੀ ਹਾਲਤ ਵਿੱਚ ਮੇਰੇ ਵੱਲ ਨਜ਼ਰ ਜਮਾਈ ਅਹਿਲ ਖੜ੍ਹਾ ਸੀ ਜਿਵੇਂ ਆਪਣੀ ਪਵਿੱਤਰ ਅਤੇ ਮਾਸੂਮ ਆਤਮਾ ਦੀਆਂ ਅੱਖਾਂ ਨਾਲ਼ ਮੇਰੇ ਧੁਰ ਅੰਦਰ ਦੀ ਬਰਬਾਦੀ ਦਾ ਦਰਦਨਾਕ ਨਜ਼ਾਰਾ ਦੇਖ ਰਿਹਾ ਹੋਵੇ। ਜਦੋਂ ਉਹਨੇ ਜਾਣ ਦਾ ਇਰਾਦਾ ਕੀਤਾ ਤਾਂ ਮੈਂ ਉਹਦਾ ਹੱਥ ਫੜ੍ਹ ਲਿਆ ਅਤੇ ਕਿਹਾ, "ਮੈਨੂੰ ਆਪਣੀ ਮਾਂ ਕੋਲ਼ ਲੈ ਚੱਲੋ, ਮੈਂ ਉਹਨੂੰ ਦੇਖਣਾ ਚਾਹੁੰਦਾ ਹਾਂ।"

ਉਹ ਹੈਰਾਨ ਹੋ ਕੇ ਚੁੱਪਚਾਪ ਮੇਰੇ ਅੱਗੇ-ਅੱਗੇ ਹੋ ਤੁਰਿਆ। ਉਹ ਮੁੜ-ਮੁੜ ਕੇ ਦੇਖ ਰਿਹਾ ਸੀ, ਇਹ ਦੇਖਣ ਲਈ ਕਿ ਮੈਂ ਉਸਦੇ ਪਿੱਛੇ ਆ ਵੀ ਰਿਹਾ ਹਾਂ ਜਾਂ ਨਹੀਂ।

ਮੈਂ ਉਨ੍ਹਾਂ ਗੰਦੀਆਂ ਗਲ਼ੀਆਂ ਤੇ ਮੁਹੱਲੇ ਪਾਰ ਕਰ ਰਿਹਾ ਸੀ, ਜਿੱਥੋਂ ਦਾ ਵਾਤਾਵਰਣ ਮੌਤ ਦੇ ਸਾਹਾਂ ਨਾਲ਼ੋਂ ਵੀ ਭਾਰਾ ਸੀ। ਉਨ੍ਹਾਂ ਟੁੱਟੇ-ਫੁੱਟੇ ਮਕਾਨਾਂ ਕੋਲ਼ੋਂ ਲੰਘ ਰਿਹਾ ਸੀ, ਜਿੱਥੇ ਹਨ੍ਹੇਰੇ ਪਰਦਿਆਂ 'ਚ ਲੁਕ ਕੇ ਬਦਮਾਸ਼ ਜ਼ੁਰਮ ਕਰਦੇ ਹਨ। ਉਨ੍ਹਾਂ ਚੁਰਾਹਿਆਂ ਨੂੰ ਪਾਰ ਕਰ ਰਿਹਾ ਸੀ, ਜਿਨ੍ਹਾਂ ਦੇ ਸੱਜੇ-ਖੱਬੇ ਕਾਲ਼ੇ ਸੱਪਾਂ ਵਾਂਗ ਵੱਲ਼ ਖਾਂਦੀਆਂ ਹੋਈਆਂ ਸੜਕਾਂ ਸਨ। ਮੇਰੇ 'ਤੇ ਇੱਕ ਅਣਜਾਣ ਡਰ ਭਾਰੂ ਸੀ। ਉਹ ਮੁੰਡਾ ਮੇਰੇ ਅੱਗੇ-ਅੱਗੇ ਸੀ, ਜਿਸਦੇ ਬਚਪਨ ਅਤੇ ਮਨ ਦੀ ਪਵਿੱਤਰਤਾ ਨੇ ਉਸ ਵਿੱਚ ਨਿਡਰਤਾ ਭਰ ਦਿੱਤੀ ਸੀ। ਇੱਕ ਅਜਿਹੀ ਨਿਡਰਤਾ ਜਿਸ ਨੂੰ ਉਹ ਵਿਅਕਤੀ ਮਹਿਸੂਸ ਹੀ ਨਹੀਂ ਕਰ ਸਕਦਾ, ਜੋ ਉਸ ਸ਼ਹਿਰ ਦੇ ਬਦਮਾਸ਼ਾਂ ਤੋਂ ਜਾਣੂ ਹੋਵੇ। ਜਿਸਨੂੰ ਪੂਰਬੀ ਲੋਕ 'ਸ਼ਾਮ ਦੀ ਦੁਲਹਨ' ਅਤੇ 'ਬਦਮਾਸ਼ਾਂ ਦੇ ਤਾਜ਼ ਦਾ ਮੋਤੀ' ਕਹਿੰਦੇ ਹਨ।

ਇੱਕ ਮੁਹੱਲੇ ਦੇ ਆਖਿਰੀ ਸਿਰੇ 'ਤੇ ਜਾ ਕੇ ਉਹ ਮੁੰਡਾ ਛੋਟੇ ਜਿਹੇ ਮਕਾਨ 'ਚ ਦਾਖਲ ਹੋਇਆ, ਜਿਸਦਾ ਸਿਰਫ ਇੱਕ ਟੁੱਟਿਆ-ਭੱਜਿਆ ਹਿੱਸਾ ਸਮੇਂ ਦੀਆਂ ਮਾਰਾਂ ਤੋਂ ਬਚਿਆ ਹੋਇਆ ਸੀ। ਉਸਦੇ ਪਿੱਛੇ-ਪਿੱਛੇ ਮੈਂ ਵੀ ਉਸ ਮਕਾਨ ਵਿੱਚ ਚਲਾ ਗਿਆ। ਹਰ ਕਦਮ ਨਾਲ਼ ਮੇਰੀ ਧੜਕਨ ਵੱਧਦੀ ਜਾ ਰਹੀ ਸੀ। ਅੰਤ ਵਿੱਚ ਮੈਂ ਉਸ ਸਿੱਲ੍ਹ ਭਰੇ ਕਮਰੇ ਵਿੱਚ ਪਹੁੰਚਿਆ, ਜਿਸ ਵਿੱਚ ਸਮਾਨ ਦੇ ਨਾਮ 'ਤ ਸਿਰਫ ਇੱਕ ਟੁੱਟਿਆ ਦੀਵਾ ਸੀ, ਜਿਸਦੀ ਪੀਲ਼ੀ ਰੋਸ਼ਨੀ ਦੇ ਤੀਰ ਹਨ੍ਹੇਰੇ ਦੀ ਛਾਤੀ ਵਿੱਚ ਛੇਦ ਕਰ ਰਹੇ ਸਨ ਅਤੇ ਇੱਕ ਟੁੱਟੀ-ਭੱਜੀ ਮੰਜੀ 'ਤੇ ਇੱਕ ਔਰਤ ਪਈ ਹੋਈ ਸੀ। ਉਸਦਾ

ਮੂੰਹ ਵਿਹੜੇ ਵੱਲ ਸੀ, ਜਿਵੇਂ ਉਸ ਰਾਹੀਂ ਦੁਨੀਆ ਦੇ ਜ਼ੁਲਮਾਂ ਤੋਂ ਬਚ ਰਹੀ ਸੀ ਜਾਂ ਫਿਰ ਉਸਦੇ ਪੱਥਰਾਂ 'ਚੋਂ ਇੱਕ ਅਜਿਹਾ ਦਿਲ ਲੱਭ ਰਹੀ ਸੀ, ਜੋ ਮਨੁੱਖ ਨਾਲੋਂ ਜ਼ਿਆਦਾ ਨੇਰਮ ਅਤੇ ਮੁਲਾਇਮ ਸੀ।

ਬੱਚਾ ਉਸ ਕੋਲ ਗਿਆ ਅਤੇ 'ਮਾਂ' ਕਹਿ ਕੇ ਉਸਨੇ ਅਵਾਜ਼ ਦਿੱਤੀ। ਉਸ ਔਰਤ ਨੇ ਘਬਰਾ ਕੇ ਅੱਖਾਂ ਖੋਲ੍ਹੀਆਂ ਅਤੇ ਇਹ ਦੇਖ ਕੇ ਕਿ ਉਹ ਮੇਰੇ ਵੱਲ ਇਸ਼ਾਰਾ ਕਰ ਰਿਹਾ ਹੈ, ਉਹ ਆਪਣੀ ਸੜੀ-ਗਲ਼ੀ ਬੁੱਕਲ ਵਿੱਚ ਕੰਬ ਗਈ। ਇੱਕ ਅਜਿਹੀ ਦਰਦਨਾਕ ਅਵਾਜ਼ ਵਿੱਚ, ਜੋ ਆਤਮਿਕ ਟੀਸ ਅਤੇ ਕੌੜੇ ਹੌਕਿਆਂ ਨਾਲ਼ ਭਰੀ ਸੀ। ਉਸਨੇ ਮੇਰੇ ਵੱਲ ਦੇਖ ਕੇ ਕਿਹਾ, "ਤੂੰ ਕੀ ਚਾਹੁੰਦਾ ਹੈਂ? ਕੀ ਤੂੰ ਇਸ ਕਰਕੇ ਆਇਆ ਹੈਂ ਕਿ ਮੇਰੀ ਜ਼ਿੰਦਗੀ ਦੇ ਆਖਰੀ ਪਲ ਖਰੀਦ ਕੇ ਆਪਣੀ ਵਾਸਨਾ ਨਾਲ਼ ਨਾਪਾਕ ਕਰ ਦੇਵੇਂ? ਜਾਹ, ਮੇਰੇ ਕੋਲ਼ੋਂ ਚਲਾ ਜਾ! ਬਜ਼ਾਰ ਉਨ੍ਹਾਂ ਔਰਤਾਂ ਨਾਲ਼ ਭਰਿਆ ਪਿਆ ਹੈ, ਜੋ ਕੌਲ਼ਿਆਂ ਦੇ ਭਾਅ ਆਪਣਾ ਸਰੀਰ ਅਤੇ ਆਤਮਾ ਵੇਚ ਦਿੰਦੀਆਂ ਹਨ। ਹੁਣ ਮੇਰੇ ਕੋਲ਼ ਕੁਝ ਹੈ ਵੀ ਨਹੀਂ। ਜਿਸ ਨੂੰ ਮੈਂ ਵੇਚ ਸਕਾਂ, ਸਿਵਾਏ ਉਨ੍ਹਾਂ ਬਚੇ ਹੋਏ ਸਾਹਾਂ ਦੇ, ਜਿਨ੍ਹਾਂ ਨੂੰ ਮੌਤ ਜਲਦੀ ਹੀ ਕਬਰ ਦੇ ਅਰਾਮ ਦੇ ਬਦਲੇ ਖਰੀਦੇਗੀ।"

ਮੈਂ ਉਸਦੀ ਮੰਜੀ ਕੋਲ਼ ਖੜ੍ਹਾ ਹੋ ਗਿਆ। ਉਸਦੇ ਇਨ੍ਹਾਂ ਸ਼ਬਦਾਂ ਨੇ ਮੇਰੇ ਧੁਰ-ਅੰਦਰ ਨੂੰ ਅਕਹਿ ਟੀਸ ਨਾਲ਼ ਭਰ ਦਿੱਤਾ। ਇਸ ਲਈ ਕਿ ਉਹ ਉਸਦੀ ਬਦਕਿਸਮਤੀ ਦੀ ਸੰਖੇਪ ਕਹਾਣੀ ਕਹਿ ਰਹੇ ਸਨ।

ਮੈਂ ਦੁਖੀ ਬੋਲਾਂ ਵਿੱਚ ਉਸਨੂੰ ਕਿਹਾ, "ਰੇਹਾਨਾ! ਮੇਰੇ ਤੋਂ ਡਰ ਨਾ। ਮੈਂ ਤੇਰੇ ਕੋਲ਼ ਭੁੱਖੇ ਜਾਨਵਰ ਦੀ ਹੈਸੀਅਤ ਨਾਲ਼ ਨਹੀਂ, ਹਮਦਰਦੀ ਰੱਖਣ ਵਾਲ਼ੇ ਇਨਸਾਨ ਦੀ ਹੈਸੀਅਤ ਨਾਲ਼ ਆਇਆ ਹਾਂ। ਮੈਂ ਲੇਬਨਾਨੀ ਹਾਂ ਅਤੇ ਇੱਕ ਵਕਫ਼ੇ ਤੱਕ ਉਨ੍ਹਾਂ ਘਾਟੀਆਂ ਅਤੇ ਪਿੰਡਾਂ ਵਿੱਚ ਰਿਹਾ ਹਾਂ, ਜੋ ਸਨੋਵਰ ਦੇ ਜੰਗਲ ਕੋਲ਼ ਹਨ। ਕਿਸਮਤ ਦੀ ਮਾਰੀ ਰੇਹਾਨਾ, ਮੇਰੇ ਕੋਲ਼ ਡਰ ਨਾ!"

ਉਸਨੇ ਮੇਰੇ ਇਹ ਸ਼ਬਦ ਸੁਣੇ ਅਤੇ ਉਹ ਜਾਣ ਗਈ ਕਿ ਉਹ ਉਸ ਆਤਮਾ ਦੀਆਂ ਡੂੰਘਿਆਈਆਂ 'ਚੋ ਨਿਕਲ਼ ਰਹੇ ਸਨ, ਜਿਸ ਨੂੰ ਉਸਦੇ ਦੁੱਖ ਨਾਲ ਹਮਦਰਦੀ ਸੀ। ਉਹ ਆਪਣੇ ਬਿਸਤਰੇ 'ਚ ਇੰਵ ਕੰਬ ਉੱਠੀ, ਜਿਵੇਂ ਬਿਨਾਂ ਪੱਤਿਆਂ ਦੀਆਂ ਟਹਿਣੀਆਂ ਸਰਦੀ ਦੀਆਂ ਹਵਾਵਾਂ ਦੇ ਸਾਹਮਣੇ ਕੰਬਦੀਆਂ ਹਨ। ਉਸਨੇ ਦੋਵਾਂ ਹੱਥਾਂ ਨਾਲ਼ ਆਪਣਾ ਚਿਹਰਾ ਲੁਕਾ ਲਿਆ, ਜਿਵੇਂ ਖੁਦ ਨੂੰ ਉਸ ਯਾਦ ਤੋਂ ਬਚਾਉਣਾ ਚਾਹੁੰਦੀ ਹੋਵੇ, ਜੋ ਆਪਣੀ ਮਿਠਾਸ ਦੀ ਨਜ਼ਰ ਤੋਂ ਭਿਆਨਕ ਅਤੇ ਆਪਣੀ ਸੁੰਦਰਤਾ ਦੀ ਨਜ਼ਰ ਤੋਂ ਕੌੜੀ ਸੀ।

ਥੋੜ੍ਹੀ ਦੇਰ ਦੀ ਚੁੱਪ ਦੇ ਬਾਅਦ, ਜੋ ਹੌਕਿਆਂ ਨਾਲ਼ ਭਰੀ ਸੀ, ਕੰਬਦੇ ਹੋਏ ਮੋਢਿਆਂ ਵਿੱਚੋਂ ਉਸਦਾ ਚਿਹਰਾ ਦਿਖਾਈ ਦਿੱਤਾ ਅਤੇ ਮੈਂ ਦੇਖਿਆ ਕਿ ਉਸਦੀਆਂ ਅੰਦਰ ਵੜੀਆਂ ਅੱਖਾਂ ਕਮਰੇ ਦੀ ਇੱਕ ਨਿਰਜੀਵ ਚੀਜ਼ 'ਤੇ ਜੰਮੀਆਂ ਹੋਈਆਂ ਹਨ। ਸੁੱਕੇ ਬੁੱਲ੍ਹ ਨਿਰਾਸ਼ਾ ਨਾਲ਼ ਫੜਕ ਰਹੇ ਸਨ; ਗਲ਼ੇ ਵਿੱਚ ਡੂੰਘੀ ਅਤੇ ਟੁੱਟਦੀ ਹੋਈ ਹੂਕ ਮੌਤ ਦੀ ਖਰਖਰਾਹਟ ਹੈ। ਅਰਦਾਸ ਅਤੇ ਬੇਨਤੀ ਨਾਲ਼ ਉੱਭਰਦੀ ਅਤੇ ਟੁੱਟਦੀ ਹੋਈ ਹੂਕ ਨਾਲ਼ ਕਮਜ਼ੋਰੀ ਅਤੇ ਦੁੱਖ ਨਾਲ਼ ਡਿਗਦੀ ਅਵਾਜ਼ ਵਿੱਚ ਕਿਹਾ, "ਤੂੰ ਇੱਕ ਉਪਕਾਰ ਕਰਨ ਵਾਲ਼ੇ ਅਤੇ ਹਮਦਰਦੀ ਰੱਖਣ ਵਾਲ਼ੇ ਦੀ ਹੈਸੀਅਤ ਨਾਲ਼ ਆਇਆ

ਹੈਂ। ਜੇ ਅਪਰਾਧ ਕਰਨ ਵਾਲ਼ਿਆਂ 'ਤੇ ਉਪਕਾਰ ਕਰਨਾ ਚੰਗੀ ਗੱਲ ਹੈ ਅਤੇ ਪਾਪੀਆਂ ਨਾਲ਼ ਮਿਹਰਬਾਨੀ ਨਾਲ਼ ਪੇਸ਼ ਆਉਣਾ ਨੇਕੀ ਹੈ ਤਾਂ ਰੱਬ ਤੈਨੂੰ ਇਸਦਾ ਪੁੰਨ ਦੇ ਦੇਵੇ। ਪਰ ਮੈਂ ਬੇਨਤੀ ਕਰਦੀ ਹਾਂ ਕਿ ਜਿੱਥੋਂ ਆਇਆ ਹੈਂ ਉਲਟੇ ਪੈਰੀਂ ਉੱਥੇ ਵਾਪਸ ਚਲਾ ਜਾ। ਤੇਰਾ ਇੱਥੇ ਰੁਕਣਾ ਤੇਰੇ ਲਈ ਸ਼ਰਮਿੰਦਗੀ ਅਤੇ ਬਦਨਾਮੀ ਦਾ ਕਾਰਨ ਬਣ ਜਾਵੇਗਾ ਅਤੇ ਮੇਰੀ ਹਾਲਤ ਪ੍ਰਤੀ ਤੇਰੀ ਇਹ ਹਮਦਰਦੀ ਤੈਨੂੰ ਦੁਨੀਆ ਦੀਆਂ ਨਜ਼ਰਾਂ ਵਿੱਚ ਕਲੰਕਿਤ ਕਰ ਦੇਵੇਗੀ। ਜਾਹ, ਇਸ ਤੋਂ ਪਹਿਲਾਂ ਕਿ ਇਸ ਗੰਦੇ ਅਤੇ ਅਪਵਿੱਤਰਤਾ ਨਾਲ਼ ਭਰੇ ਹੋਏ ਕਮਰੇ ਵਿੱਚ ਤੈਨੂੰ ਕੋਈ ਦੇਖ ਲਵੇ, ਇੱਥੋਂ ਚਲਾ ਜਾ। ਇਸ ਗਲੀ 'ਚੋਂ ਲੰਘਦੇ ਵੇਲ਼ੇ ਆਪਣੇ ਮੂੰਹ 'ਤੇ ਕੱਪੜਾ ਪਾ ਲਵੀਂ, ਨਹੀਂ ਤਾਂ ਕਿਸੇ ਆਉਂਦੇ ਜਾਂਦੇ ਦੀ ਨਜ਼ਰ ਤੇਰੇ 'ਤੇ ਪੈ ਜਾਵੇਗੀ ਤੇ ਤੂੰ ਮੁਫਤ ਵਿੱਚ ਬਦਨਾਮ ਹੋ ਜਾਵੇਂਗਾ। ਉਹ ਦਇਆ ਅਤੇ ਹਮਦਰਦੀ, ਜੋ ਤੇਰੇ ਦਿਲ ਵਿੱਚ ਹੈ, ਮੈਨੂੰ ਮੁੜ ਤੋਂ ਨੇਕ ਰਸਤੇ 'ਤੇ ਨਹੀਂ ਲਿਆ ਸਕਦੀ। ਮੇਰੇ ਦੋਸ਼ਾਂ ਨੂੰ ਨਹੀਂ ਮਿਟਾ ਸਕਦੀ। ਮੇਰੇ ਦਿਲ ਉੱਤੋਂ ਮੌਤ ਦੇ ਤਾਕਤਵਰ ਹੱਥ ਨੂੰ ਨਹੀਂ ਹਟਾ ਸਕਦੀ। ਮੈਨੂੰ ਮੇਰੀ ਬਦਕਿਸਮਤੀ ਅਤੇ ਪਾਪ ਨੇ ਇਨ੍ਹਾਂ ਹਨੇਰੀਆਂ ਡੂੰਘਾਈਆਂ ਵਿੱਚ ਸੁੱਟ ਦਿੱਤਾ ਹੈ। ਰੱਬ ਵਾਸਤੇ ਤੂੰ ਆਪਣੀ ਹਮਦਰਦੀ ਕਾਰਨ ਇਸ ਗੰਦੀ ਨਾਲ਼ੀ ਵਿੱਚ ਨਾ ਡਿੱਗ!"

ਕੁਝ ਰੁਕ ਕੇ ਉਹਨੇ ਕਿਹਾ, "ਮੈਂ ਉਸ ਕੋੜ੍ਹੀ ਵਾਂਗ ਹਾਂ, ਜੋ ਕਬਰਿਸਤਾਨ ਵਿੱਚ ਬੈਠਾ ਹੋਵੇ। ਇਸ ਲਈ ਤੈਨੂੰ ਚਾਹੀਦਾ ਹੈ ਕਿ ਤੂੰ ਮੇਰੇ ਕੋਲ਼ ਨਾ ਆ, ਨਹੀਂ ਤਾਂ ਸਮਾਜ ਤੈਨੂੰ ਬੇਇਜ਼ਤ ਕਰ ਦੇਵੇਗਾ। ਇਸ ਨਾ-ਮਾਫ਼ੀ ਯੋਗ ਅਪਰਾਧ ਦੀ ਸਜ਼ਾ ਵਜੋਂ ਤੇਰੇ ਸਾਰੇ ਸਮਾਜਿਕ ਹੱਕ ਤੇਰੇ ਕੋਲ਼ੋਂ ਖੋਹ ਲਏ ਜਾਣਗੇ ਅਤੇ ਤੂੰ ਕਿਤੇ ਮੂੰਹ ਦਿਖਾਉਣ ਕਾਬਿਲ ਨਹੀਂ ਰਹੇਂਗਾ। ਜਾਹ, ਤੁਰੰਤ ਵਾਪਸ ਚਲਾ ਜਾਹ ਅਤੇ ਧਿਆਨ ਰੱਖੀਂ, ਉਨ੍ਹਾਂ ਪਵਿੱਤਰ ਘਾਟੀਆਂ ਵਿੱਚ ਮੇਰਾ ਨਾਮ ਆਪਣੀ ਜ਼ੁਬਾਨ 'ਤੇ ਨਾ ਲਿਆਵੀਂ ਕਿਉਂਕਿ ਆਜੜੀ ਆਪਣੇ ਝੁੰਡ ਦੀ ਰਾਖੀ ਲਈ ਛੂਤ ਰੋਗ ਤੋਂ ਪੀੜਤ ਭੇਡ ਨੂੰ ਤਿਆਗ ਦਿੰਦਾ ਹੈ। ਜੇ ਮੇਰੇ ਬਾਰੇ ਤੇਰੇ ਕੋਲ਼ੋਂ ਕੋਈ ਪੁੱਛੇ ਤਾਂ ਕਹੀਂ ਕਿ ਰੇਹਾਨਾ ਮਰ ਗਈ। ਇਸ ਤੋਂ ਇਲਾਵਾ ਹੋਰ ਕੁਝ ਨਾ ਕਹੀਂ।"

ਉਸਨੇ ਆਪਣੇ ਬੱਚੇ ਦੇ ਛੋਟੇ-ਛੋਟੇ ਹੱਥ ਆਪਣੇ ਹੱਥ ਵਿੱਚ ਫੜੇ ਅਤੇ ਉਨ੍ਹਾਂ ਨੂੰ ਦੁੱਖ ਭਰਿਆ ਚੁੰਮਣ ਦਿੱਤਾ। ਉਸ ਦੇ ਬਾਅਦ ਉਹਨੇ ਇੱਕ ਹੌਕਾ ਲਿਆ ਅਤੇ ਕਹਿਣ ਲੱਗੀ, "ਲੋਕ ਮੇਰੇ ਬੱਚੇ ਨੂੰ ਅਪਮਾਨ ਅਤੇ ਨਫ਼ਰਤ ਨਾਲ਼ ਦੇਖਣਗੇ ਅਤੇ ਕਹਿਣਗੇ, "ਇਹ ਪਾਪ ਦਾ ਫਲ ਹੈ! ਇਹ ਰੇਹਾਨਾ ਵੇਸ਼ਵਾ ਦਾ ਪੁੱਤਰ ਹੈ! ਇਹ ਵਿਭਚਾਰ ਦੀ ਪੈਦਾਇਸ਼ ਹੈ! ਇਹ ਹਰਾਮੀ ਹੈ!" ਅਜਿਹੇ ਕਈ ਲੋਕ ਹਨ, ਜੋ ਇਸ ਬਾਰੇ ਇਹੀ ਕੁਝ ਕਹਿਣਗੇ, ਇਸ ਲਈ ਕਿ ਉਹ ਅੰਨ੍ਹੇ ਹਨ, ਉਨ੍ਹਾਂ ਨੂੰ ਦਿਖਦਾ ਨਹੀਂ। ਉਹ ਮੂਰਖ ਹਨ, ਜੋ ਨਹੀਂ ਜਾਣਦੇ ਕਿ ਇਸਦੀ ਮਾਂ ਨੇ ਆਪਣੇ ਦੁੱਖਾਂ ਅਤੇ ਅੱਥਰੂਆਂ ਨਾਲ਼ ਇਸਦੇ ਬਚਪਨ ਨੂੰ ਨੁਹਾ ਦਿੱਤਾ ਹੈ। ਆਪਣੀ ਬਦਕਿਸਮਤੀ ਅਤੇ ਬਦਹਾਲੀ ਨਾਲ਼ ਇਸਦੀ ਜ਼ਿੰਦਗੀ ਦਾ ਪਰਛਤਾਵਾ ਕਰ ਲਿਆ ਹੈ।

"ਮੈਂ ਮਰ ਜਾਵਾਂਗੀ ਅਤੇ ਗਲ਼ੀ ਦੇ ਬੱਚਿਆਂ ਵਿੱਚ ਇਸ ਨੂੰ ਲਵਾਰਿਸ ਬਣਾ ਕੇ ਛੱਡ ਜਾਵਾਂਗੀ। ਇਹ ਇਸ ਜ਼ਾਲਮ ਜ਼ਿੰਦਗੀ ਵਿੱਚ ਇਕੱਲਾ ਰਹਿ ਜਾਵੇਗਾ। ਮੈਂ ਇਸ ਵਾਸਤੇ ਕੁਝ ਨਹੀਂ ਛੱਡਾਂਗੀ ਸਿਵਾਏ ਡਰਾਉਣੀ ਯਾਦ ਦੇ, ਜੋ ਇਸਨੂੰ ਸ਼ਰਮਿੰਦਾ

ਕਰੇਗੀ। ਜੇ ਇਹ ਡਰਪੋਕ ਨਿਕਲਿਆ ਅਤੇ ਇਸਦਾ ਖ਼ੂਨ ਉਬਾਲੇਗੀ, ਜੇ ਇਹ ਬਹਾਦਰ ਅਤੇ ਨਿਆਈ ਸਾਬਤ ਹੋਇਆ।"

"ਜੇ ਦੁਨੀਆ ਨੇ ਇਹਦਾ ਸਾਥ ਦਿੱਤਾ ਅਤੇ ਇਹ ਸ਼ਕਤੀਸ਼ਾਲੀ ਨੌਜਵਾਨ ਬਣ ਗਿਆ ਤਾਂ ਰੱਬ ਉਸ ਪੁਰਸ਼ ਨੂੰ ਲੱਭਣ ਵਿੱਚ ਇਸਦੀ ਮਦਦ ਕਰੇਗਾ, ਜਿਸ ਨੇ ਇਹ ਨੂੰ ਅਤੇ ਇਹਦੀ ਮਾਂ ਨੂੰ ਦੁਨੀਆ ਵਿੱਚ ਅਛੂਤਾਂ ਨਾਲੋਂ ਵੀ ਨੀਵਾਂ ਬਣਾ ਦਿੱਤਾ ਅਤੇ ਜੇ ਇਹ ਮਰ ਗਿਆ, ਜੀਵਨ ਦੇ ਜਾਲ਼ ਤੋਂ ਇਸ ਨੇ ਮੁਕਤੀ ਪਾ ਲਈ ਤਾਂ ਇਹ ਉਸ ਲੋਕ ਵਿੱਚ ਮੈਨੂੰ ਆਪਣੀ ਉਡੀਕ ਕਰਦਾ ਹੋਇਆ ਲੱਭ ਲਵੇਗਾ, ਜਿੱਥੇ ਚਾਰੇ ਪਾਸੇ ਰੋਸ਼ਨੀ ਹੀ ਰੋਸ਼ਨੀ ਅਤੇ ਸੁੱਖ ਹੀ ਸੁੱਖ ਹੈ।"

ਮੈਂ ਆਪਣੀਆਂ ਦਿਲੀ ਭਾਵਨਾਵਾਂ ਨੂੰ ਪ੍ਰਗਟ ਕਰਦੇ ਹੋਏ ਕਿਹਾ, "ਰੇਹਾਨਾ, ਮੰਨਿਆ ਕਿ ਤੂੰ ਕਬਰਿਸਤਾਨ ਵਿੱਚ ਬੈਠੀ ਹੈਂ, ਪਰ ਫਿਰ ਵੀ ਤੂੰ ਕੋੜ੍ਹੀ ਨਹੀਂ ਹੈਂ; ਮੰਨਿਆ ਕਿ ਦੁਨੀਆ ਨੇ ਤੈਨੂੰ ਬੁਰੇ ਲੋਕਾਂ ਦੇ ਹਵਾਲੇ ਕਰ ਦਿੱਤਾ ਹੈ, ਫਿਰ ਵੀ ਤੂੰ ਨੀਚ ਨਹੀਂ ਹੈਂ। ਸਰੀਰ ਦੀ ਗੰਦਗੀ ਆਤਮਾ ਦੀ ਪਵਿੱਤਰਤਾ ਨੂੰ ਨਹੀਂ ਛੂ ਸਕਦੀ ਜਿਵੇਂ ਬਰਫ਼ ਦੀਆਂ ਪਰਤਾਂ ਜ਼ਿੰਦਾ ਬੀਜ਼ਾਂ ਨੂੰ ਨਹੀਂ ਮਾਰ ਸਕਦੀਆਂ। ਇਹ ਜੀਵਨ ਹੈ ਕੀ? ਸਿਰਫ ਸੁੱਖ ਅਤੇ ਦੁੱਖ ਦਾ ਭੰਡਾਰ ਹੈ, ਜਿਸ ਵਿੱਚੋਂ ਦਾਣਾ ਕੱਢਣ ਤੋਂ ਪਹਿਲਾਂ ਇਨਸਾਨ ਦੀ ਉਮਰ ਕੁਚਲ-ਕੁਚਲ ਕੇ ਰੱਖ ਦਿੰਦੀ ਹੈ ਪਰ ਅਫਸੋਸ ਕਣਕ ਦੇ ਉਨ੍ਹਾਂ ਸਿੱਟਿਆਂ 'ਤੇ ਹੈ, ਜੋ ਅਨਾਜ ਭੰਡਾਰ ਨਾਲੋਂ ਵੱਖ ਪਏ ਹਨ! ਕੀੜੀਆਂ ਉਨ੍ਹਾਂ ਨੂੰ ਚੁੱਕ ਕੇ ਲੈ ਜਾਂਦੀਆਂ ਹਨ, ਪੰਛੀ ਚੁੱਗ ਲੈਂਦੇ ਹਨ ਅਤੇ ਉਹ ਕਿਸਾਨ ਦੇ ਘਰਾਂ ਤੱਕ ਨਹੀਂ ਪਹੁੰਚ ਸਕਦੇ।"

"ਤੂੰ ਅੱਤਿਆਚਾਰ-ਪੀੜਤ ਹੈਂ, ਰੇਹਾਨਾ! ਪਰ ਅੱਤਿਆਚਾਰੀ ਨਹੀਂ ਹੈਂ। ਅੱਤਿਆਚਾਰੀ ਉਹ ਨੀਚ ਹਨ, ਜੋ ਪੈਸੇ ਨਾਲ਼ ਜਿੰਨਾਂ ਮਰਜੀ ਉੱਚਾ ਕਿਉਂ ਨਾ ਹੋਵੇ ਪਰ ਆਤਮਾ ਦੀ ਨਜ਼ਰ ਤੋਂ ਬੇਹੱਦ ਪਤਿੱਤ ਹਨ। ਤੂੰ ਅੱਤਿਆਚਾਰ-ਪੀੜਤ ਹੈਂ, ਪਰ ਮਨੁੱਖ ਲਈ ਅੱਤਿਆਚਾਰ ਪੀੜਤ ਹੋਣਾ ਅੱਤਿਆਚਾਰੀ ਹੋਣ ਨਾਲੋਂ ਬਿਹਤਰ ਹੈ, ਜੋ ਆਪਣੇ ਹੱਥੀਂ ਜ਼ਿੰਦਗੀ ਦੇ ਫੁੱਲਾਂ ਨੂੰ ਮਸਲ਼ ਦਿੰਦਾ ਹੈ, ਆਪਣੀਆਂ ਘ੍ਰਿਣਤ ਇੱਛਾਵਾਂ ਨਾਲ਼ ਸੁੰਦਰ ਭਾਵਨਾਵਾਂ ਨੂੰ ਮਿੱਟੀ 'ਚ ਮਿਲ਼ਾ ਦਿੰਦਾ ਹੈ।"

"ਰੇਹਾਨਾ! ਆਤਮਾ ਇਕ ਸੁਨਹਿਰੀ ਕੜੀ ਹੈ; ਜੋ ਰੱਬੀ ਜੰਜੀਰ ਨਾਲੋਂ ਟੁੱਟ ਕੇ ਡਿੱਗ ਪਈ ਹੈ। ਇਸ ਕੜੀ ਨੂੰ ਭਬਕਦੀ ਹੋਈ ਅੱਗ ਦੀਆਂ ਲਾਟਾਂ ਨਿਗਲ਼ ਲੈਂਦੀਆਂ ਹਨ ਅਤੇ ਇਸ ਦਾ ਰੂਪ ਬਦਲ ਦਿੰਦੀਆਂ ਹਨ। ਇਸ ਦੀ ਸਾਰੀ ਸੁੰਦਰਤਾ ਨਸ਼ਟ ਹੋ ਜਾਂਦੀ ਹੈ, ਪਰ ਇਸ ਕੜੀ ਨਾਲ਼ ਸੋਨੇ ਨੂੰ ਕਿਸੇ ਦੂਸਰੀ ਧਾਤੂ ਵਿੱਚ ਨਹੀਂ ਬਦਲਦੀ; ਸਗੋਂ ਇਸਦੀ ਚਮਕ ਵਿੱਚ ਹੋਰ ਵਾਧਾ ਕਰ ਦਿੰਦੀ ਹੈ। ਪਰ ਅਫਸੋਸ ਇਸ ਸੁੱਕੀ ਲੱਕੜੀ ਉੱਤੇ ਹੈ ਜਿਸ ਨੂੰ ਅੱਗ ਦੀਆਂ ਲਾਟਾਂ ਸਾੜ ਕੇ ਸੁਆਹ ਕਰ ਦਿੰਦੀਆਂ ਹਨ ਅਤੇ ਹਵਾ ਉਸਦੀ ਸੁਆਹ ਨੂੰ ਜੰਗਲ਼ ਵਿੱਚ ਉਡਾ ਦਿੰਦੀ ਹੈ।

"ਰੇਹਾਨਾ! ਬੇਸ਼ੱਕ ਤੂੰ ਉਹ ਫੁੱਲ ਹੈਂ, ਜੋ ਇਨਸਾਨੀ ਸਰੀਰ ਵਿੱਚ ਲੁਕੇ ਹੋਏ ਜਾਨਵਰ ਦੇ ਪੈਰਾਂ ਹੇਠ ਕੁਚਲਿਆ ਗਿਆ ਹੈ। ਤੈਨੂੰ ਫੌਲਾਦੀ ਜੁੱਤਿਆ ਨੇ ਬੇਰਹਿਮੀ ਨਾਲ਼ ਕੁਚਲ ਸੁੱਟਿਆ ਹੈ ਪਰ ਡਰ ਦੀ ਕੋਈ ਗੱਲ ਨਹੀਂ। ਤੇਰੀ ਖੁਸ਼ਬੂ, ਜੋ ਵਿਧਵਾਵਾਂ ਦੇ ਦੁੱਖ-ਦਰਦ, ਅਨਾਥਾਂ ਦੀ ਪੁਕਾਰ ਅਤੇ ਗਰੀਬਾਂ ਦੀ ਹਾਅ ਨਾਲ਼ ਅਕਾਸ਼ ਵੱਲ

ਜਾ ਰਹੀ ਹੈ, ਦਇਆ ਅਤੇ ਨਿਆਂ ਦਾ ਝਰਨਾ ਹੈ। ਰੇਹਾਨਾ, ਸਬਰ ਕਰ ਕਿ ਤੂੰ ਕੁਚਲਿਆ ਹੋਇਆ ਫੁੱਲ ਹੈਂ, ਕੁਚਲਣ ਵਾਲਾ ਪੈਰ ਨਹੀਂ।"

ਮੈਂ ਬੋਲ ਰਿਹਾ ਸੀ ਅਤੇ ਉਹ ਸੁਣ ਰਹੀ ਸੀ। ਮੈਂ ਉਸਨੂੰ ਜੋ ਤਸੱਲੀ ਦਿੱਤੀ ਸੀ, ਜੋ ਹੌਂਸਲਾ ਬੰਨ੍ਹਿਆ ਸੀ, ਉਸ ਨਾਲ਼ ਉਸ ਦਾ ਪੀਲ਼ਾ ਚਿਹਰਾ ਚਮਕ ਉੱਠਿਆ ਜਿਵੇਂ ਡੁੱਬਣ ਵਾਲ਼ੇ ਸੂਰਜ ਦੀਆਂ ਸੋਹਣੀਆਂ ਕਿਰਨਾਂ ਬੱਦਲਾਂ ਨੂੰ ਚਮਕਾ ਦਿੰਦੀਆਂ ਹਨ। ਉਹਨੇ ਮੈਨੂੰ ਆਪਣੇ ਪਲੰਗ ਕੋਲ਼ ਬੈਠ ਜਾਣ ਦਾ ਇਸ਼ਾਰਾ ਕੀਤਾ। ਮੈਂ ਬੈਠ ਗਿਆ। ਮੇਰੀ ਨਜ਼ਰ ਉਸਦੇ ਚਿਹਰੇ 'ਤੇ ਟਿਕੀ ਹੋਈ ਸੀ, ਜੋ ਉਸਦੀ ਦੁੱਖੀ ਆਤਮਾ ਦੇ ਭੇਦਾਂ ਨੂੰ ਪ੍ਰਗਟ ਕਰ ਰਿਹਾ ਸੀ। ਉਸ ਵਿਅਕਤੀ ਦੇ ਮੂੰਹ 'ਤੇ ਕੇਂਦਰਿਤ ਸੀ, ਜਿਸ ਨੂੰ ਪਤਾ ਸੀ ਕਿ ਉਸਦੀ ਮੌਤ ਨੇੜੇ ਹੈ। ਉਸ ਨੌਜਵਾਨ ਔਰਤ ਦੇ ਚਿਹਰੇ ਨੂੰ ਦੇਖ ਰਹੀ ਸੀ, ਜਿਸਨੂੰ ਆਪਣੇ ਫਟੇ-ਪੁਰਾਣੇ ਬਿਸਤਰੇ ਦੇ ਚਾਰੇ ਪਾਸੇ ਮੌਤ ਦੇ ਭਿਆਨਕ ਪੈਰਾਂ ਦੀ ਚਾਪ ਸੁਣਾਈ ਦੇ ਰਹੀ ਸੀ। ਉਸ ਠੁਕਰਾਈ ਹੋਈ ਔਰਤ ਦੇ ਮੂੰਹ ਨੂੰ ਤੱਕ ਰਹੀ ਸੀ ਜੋ ਕੱਲ੍ਹ ਤੱਕ ਲੇਬਨਾਨ ਦੀਆਂ ਸੁਹਾਨੀਆਂ ਘਾਟੀਆਂ ਵਿੱਚ ਸ਼ਕਤੀ ਅਤੇ ਜ਼ਿੰਦਗੀ ਨਾਲ਼ ਭਰਪੂਰ ਜ਼ਿੰਦਗੀ ਬਿਤਾ ਰਹੀ ਸੀ, ਪਰ ਅੱਜ ਬੇਜਾਨ ਪਈ ਜ਼ਿੰਦਗੀ ਦੇ ਬੰਧਨਾਂ ਤੋਂ ਮੁਕਤ ਹੋਣ ਦੀ ਉਡੀਕ ਕਰ ਰਹੀ ਸੀ।

ਥੋੜ੍ਹੀ ਦੇਰ ਦੀ ਜੜ੍ਹਤਾ ਤੋਂ ਬਾਅਦ ਉਸਨੇ ਆਪਣੀ ਬਚੀ-ਖੁਚੀ ਸ਼ਕਤੀ ਜਮ੍ਹਾਂ ਕੀਤੀ ਅਤੇ ਉਹ ਇੰਞ ਬੋਲਣ ਲੱਗੀ ਕਿ ਅੱਥਰੂ ਉਸਦੇ ਸ਼ਬਦਾਂ ਦੇ ਨਾਲ਼-ਨਾਲ਼ ਨਿਕਲਣ ਲੱਗੇ ਅਤੇ ਉਸਦੀ ਸ਼ਕਤੀ ਉਸਦੇ ਸਾਹਾਂ ਨਾਲ਼ ਘੁੱਟਣ ਲੱਗੀ, "ਹਾਂ, ਮੈਂ ਅੱਤਿਆਚਾਰ ਪੀੜਤ ਹਾਂ; ਉਸ ਹਿੰਸਕ ਪਸ਼ੂ ਦਾ ਸ਼ਿਕਾਰ ਹਾਂ, ਜੋ ਆਦਮੀ ਵਿੱਚ ਲੁਕਿਆ ਹੈ ਮੈਂ ਪੈਰ ਹੇਠ ਕੁਚਲਿਆ ਹੋਇਆ ਫੁੱਲ ਹਾਂ। ਮੈਂ ਝਰਨੇ ਕੰਢੇ ਬੈਠੀ ਸੀ ਕਿ ਇੱਕ ਅਜਨਬੀ ਆਦਮੀ ਘੋੜੇ 'ਤੇ ਸਵਾਰ ਉੱਥੇ ਆ ਗਿਆ। ਉਸਨੇ ਮੇਰੇ ਨਾਲ਼ ਪਿਆਰ ਭਰੀਆਂ ਗੱਲਾਂ ਕੀਤੀਆਂ ਅਤੇ ਦੱਸਿਆ ਕਿ ਮੈਂ ਸੁੰਦਰ ਹਾਂ ਅਤੇ ਉਹ ਮੈਨੂੰ ਪਿਆਰ ਕਰਦਾ ਹੈ ਅਤੇ ਜ਼ਿੰਦਗੀ ਭਰ ਪਿਆਰ ਕਰਦਾ ਰਹੇਗਾ। ਉਹਨੇ ਕਿਹਾ ਕਿ ਜੰਗਲ ਜੰਗਲੀਆਂ ਨਾਲ਼ ਭਰਿਆ ਪਿਆ ਹੈ ਅਤੇ ਘਾਟੀਆਂ ਪੰਛੀਆਂ ਅਤੇ ਗਿੱਦੜਾਂ ਦਾ ਘਰ ਹਨ। ਉਸ ਤੋਂ ਬਾਅਦ ਉਹ ਮੇਰੇ 'ਤੇ ਝੁਕਿਆ ਅਤੇ ਆਪਣੀ ਛਾਤੀ ਨਾਲ਼ ਚਿਪਕਾ ਕੇ ਉਸਨੇ ਮੈਨੂੰ ਪਿਆਰ ਕੀਤਾ। ਮੈਂ ਉਸ ਵੇਲ਼ੇ ਤੱਕ ਚੁੰਮਣ ਦੇ ਅਨੰਦ ਨੂੰ ਨਹੀਂ ਜਾਣਦੀ ਸੀ। ਇਸ ਲਈ ਕਿ ਮੈਂ ਇੱਕ ਠੁਕਰਾਈ ਹੋਈ ਅਨਾਥ ਕੁੜੀ ਸੀ। ਉਸ ਨੇ ਮੈਨੂੰ ਘੋੜੇ ਦੀ ਪਿੱਠ 'ਤੇ ਆਪਣੇ ਪਿੱਛੇ ਬਿਠਾਇਆ ਅਤੇ ਇੱਕ ਸੁੰਦਰ ਪਰ ਇਕੱਲੇ ਮਕਾਨ ਵਿੱਚ ਲੈ ਗਿਆ। ਉੱਥੇ ਮੈਂ ਉਸਦੇ ਨਾਲ਼ ਰਹਿਣ ਲੱਗੀ। ਉਹ ਮੇਰੇ ਲਈ ਵੰਨ-ਸੁਵੰਨੇ ਤੋਹਫ਼ੇ ਲਿਆਉਂਦਾ—ਰੇਸ਼ਮੀ ਕੱਪੜੇ, ਵਧੀਆ ਖੁਸ਼ਬੂਆਂ, ਖਾਣ ਦੀਆਂ ਸੁਆਦੀ ਚੀਜ਼ਾਂ ਅਤੇ ਕੀਮਤੀ ਸ਼ਰਾਬਾਂ। ਉਸ ਨੇ ਉਹ ਸਭ ਕੁਝ ਕੀਤਾ—ਮੁਸਕਰਾਉਂਦੇ ਹੋਏ ਆਪਣੀਆਂ ਵਾਸਨਾਵਾਂ ਦੀ ਗੰਦਗੀ ਅਤੇ ਉਦੇਸ਼ਾਂ ਦੇ ਪਸ਼ੂਪੁਣੇ ਨੂੰ ਸ਼ਬਦਾਂ ਦੀ ਮਿਠਾਸ ਅਤੇ ਆਕਰਸ਼ਕ ਇਸ਼ਾਰਿਆਂ ਵਿੱਚ ਲੁਕਾਉਂਦੇ ਹੋਏ—ਪਰ ਜਦੋਂ ਮੈਂ ਆਪਣੇ ਸਰੀਰ ਨਾਲ਼ ਉਹਦੀਆਂ ਵਾਸਨਾਵਾਂ ਦਾ ਢਿੱਡ ਭਰ ਦਿੱਤਾ ਤੇ ਆਪਣੀ ਆਤਮਾ ਨੂੰ ਅਪਮਾਨ ਅਤੇ ਕਲੰਕ ਨਾਲ਼ ਬੋਝਲ ਬਣਾ ਲਿਆ ਤਾਂ ਉਹ ਮੇਰੇ ਪ੍ਰਤੀ ਲਾਪਰਵਾਹ ਹੋ ਗਿਆ। ਮੇਰੇ ਢਿੱਡ ਵਿੱਚ ਭੜਕਦੀ ਅੱਗ ਦੀ ਜੀਵੰਤ ਲਾਟ ਛੱਡ ਕੇ, ਜੋ ਮੇਰੇ ਕਾਲਜੇ ਤੋਂ

ਖ਼ੁਰਾਕ ਦੇ ਕੇ ਵੇਖਦੇ ਹੀ ਵੇਖਦੇ ਵੱਧਣ ਲੱਗੀ, ਉਹ ਪਤਾ ਨਹੀਂ ਕਿੱਧਰ ਭੱਜ ਗਿਆ। ਇਓਂ ਮੈਂ ਇਸ ਹਨ੍ਹੇਰੀ ਖਾਈ ਵਿੱਚ ਆ ਡਿੱਗੀ, ਜਿੱਥੇ ਚੁਫੇਰੇ ਨਫ਼ਰਤ ਅਤੇ ਦੁੱਖ ਦਾ ਧੂੰਆਂ ਅਤੇ ਦੁੱਖ ਅਤੇ ਕਲੇਸ਼ ਦੀ ਕੜਵਾਹਟ ਹੈ। ਇਓਂ ਮੇਰੀ ਜ਼ਿੰਦਗੀ ਦੋ ਹਿੱਸਿਆਂ ਵਿੱਚ ਵੰਡੀ ਗਈ—ਇੱਕ ਕਮਜ਼ੋਰ ਅਤੇ ਦਰਦਨਾਕ ਹਿਸਾ ਅਤੇ ਦੂਸਰਾ ਛੋਟਾ ਹਿਸਾ, ਜੋ ਅਨੰਤ ਵਾਯੂਮੰਡਲ ਵਿੱਚ ਉੱਡ ਜਾਣ ਲਈ ਰਾਤ ਦੀ ਸ਼ਾਂਤੀ ਵਿੱਚ ਚਿਲਾਇਆ ਸੀ।

"ਉਹ ਜ਼ਾਲਮ ਮੈਨੂੰ ਅਤੇ ਮੇਰੇ ਦੁੱਧ-ਪੀਂਦੇ ਬੱਚੇ ਨੂੰ ਉਸ ਸੁੰਨਸਾਨ ਮਕਾਨ ਵਿੱਚ ਛੱਡ ਕੇ ਤੁਰਦਾ ਬਣਿਆ ਅਤੇ ਅਸੀਂ ਦੋਵੇਂ ਭੁੱਖ, ਸਰਦੀ ਅਤੇ ਇਕੱਲੇਪਨ ਦੇ ਦੁੱਖ ਸਹਿਣ ਲੱਗੇ। ਹੌਕਿਆਂ ਅਤੇ ਵਿਰਲਾਪਾਂ ਬਗੈਰ ਸਾਡਾ ਨਾ ਕੋਈ ਮਦਦਗਾਰ ਸੀ ਅਤੇ ਨਾ ਡਰ ਅਤੇ ਧੜਕਨਾਂ ਬਗੈਰ ਕੋਈ ਸਾਡੇ ਨਾਲ਼ ਗੱਲਬਾਤ ਕਰਨ ਵਾਲ਼ਾ ਹੀ ਸੀ।"

"ਅੰਤ ਵਿੱਚ ਉਸਦੇ ਦੋਸਤਾਂ ਨੂੰ ਮੇਰੀ ਦੁਰਦਸ਼ਾ ਦਾ ਪਤਾ ਚੱਲਿਆ ਤਾਂ ਉਹ ਮੇਰੇ ਕੋਲ਼ ਆਏ ਪਰ ਉਨ੍ਹਾਂ ਵਿੱਚੋਂ ਹਰ ਇੱਕ ਆਪਣੀ ਦੌਲਤ ਨਾਲ਼ ਮੇਰੀ ਇੱਜ਼ਤ ਖਰੀਦਣਾ ਚਾਹੁੰਦਾ ਸੀ; ਮੇਰਾ ਜਿਸਮ ਪਾਉਣਾ ਚਾਹੁੰਦਾ ਸੀ! ਉਸਦੇ ਬਦਲੇ ਮੈਨੂੰ ਰੋਟੀ ਦੇਣਾ ਚਾਹੁੰਦਾ ਸੀ।"

"ਹਾਏ! ਕਿੰਨੀ ਵਾਰ ਮੈਂ ਚਾਹਿਆ ਕਿ ਗਲ਼ਾ ਘੁੱਟ ਕੇ ਆਪਣੀ ਜ਼ਿੰਦਗੀ ਖਤਮ ਕਰ ਦਵਾਂ, ਪਰ ਨਾ ਕਰ ਸਕੀ ਕਿਉਂਕਿ ਮੈਂ ਇਕੱਲੀ ਨਹੀਂ ਸੀ। ਹੁਣ ਮੇਰੇ ਜੀਵਨ ਵਿੱਚ ਮੇਰਾ ਬੱਚਾ ਵੀ ਸ਼ਾਮਿਲ ਸੀ, ਜਿਸ ਨੂੰ ਰੱਬ ਨੇ ਸਵਰਗ ਦੇ ਸੁਖਦ-ਭਵਨਾਂ ਵਿੱਚੋਂ ਇਸ ਸੰਸਾਰ ਵਿੱਚ ਧੱਕ ਦਿੱਤਾ ਸੀ—ਬਿਲਕੁੱਲ ਉਵੇਂ, ਜਿਵੇਂ ਮੈਨੂੰ ਪਵਿੱਤਰ ਜੀਵਨ ਤੋਂ ਦੂਰ ਕਰਕੇ ਇਸ ਨਰਕ ਦੀਆਂ ਡੂੰਘਾਈਆਂ ਵਿੱਚ ਸੁੱਟ ਦਿੱਤਾ ਸੀ।"

"ਪਰ ਹੁਣ ਉਹ ਵਕਤ ਆ ਗਿਆ, ਜਿਸਦੀ ਉਡੀਕ ਮੈਂ ਕਈ ਦਿਨਾਂ ਤੋਂ ਕਰ ਰਹੀ ਸੀ। ਮੇਰੀ ਜ਼ਿੰਦਗੀ ਦਾ ਮਾਲਿਕ, ਉਹ ਯਮਦੂਤ, ਲੰਬੇ ਵਿਛੋੜੇ ਦੇ ਬਾਅਦ ਮੈਨੂੰ ਲੈਣ ਆਇਆ ਹੈ ਤਾਂ ਕਿ ਮੈਂ ਉਸਦੇ ਨਰਮ ਅਤੇ ਮੁਲਾਇਮ ਬਿਸਤਰੇ 'ਤੇ ਅਰਾਮ ਕਰਾਂ।"

ਇੱਕ ਡੂੰਘੀ ਚੁੱਪ ਤੋਂ ਬਾਅਦ, ਜੋ ਉੱਡਣ ਵਾਲ਼ੀਆਂ ਆਤਮਾਵਾਂ ਦੀ ਛੂਹ ਵਾਂਗ ਸੀ, ਉਹਨੇ ਆਪਣੀਆਂ ਅੱਖਾਂ ਖੋਲ੍ਹੀਆਂ, ਜਿਨ੍ਹਾਂ 'ਤੇ ਮੌਤ ਨਜ਼ਰ ਆ ਰਹੀ ਸੀ ਅਤੇ ਉਹ ਹੌਲ਼ੀ-ਹੌਲ਼ੀ ਕਹਿਣ ਲੱਗੀ, "ਹੇ ਅਦਿੱਖ ਨਿਆਂ-ਦੇਵਤਾ! ਤੂੰ ਜੋ ਇਨ੍ਹਾਂ ਭਿਆਨਕ ਘਟਨਾਵਾਂ ਦੇ ਪਿੱਛੇ ਲੁਕਿਆ ਹੋਇਆ ਹੈਂ, ਤੂੰ ਹੀ ਮੇਰੀ ਯਾਤਰੂ ਆਤਮਾ ਦੀ ਪੁਕਾਰ ਅਤੇ ਮੱਧਮ ਦਿਲ ਦੀ ਅਵਾਜ਼ ਸੁਣਨ ਵਾਲ਼ਾ ਹੈਂ। ਤੇਰੇ ਅੱਗੇ, ਸਿਰਫ ਤੇਰੇ ਅੱਗੇ ਮੈਂ ਅਰਦਾਸ ਕਰਦੀ ਹਾਂ ਕਿ ਤੂੰ ਮੇਰੇ 'ਤੇ ਦਇਆ ਕਰ, ਆਪਣੇ ਸੱਜੇ ਹੱਥ ਨਾਲ਼ ਮੇਰੇ ਬੱਚੇ ਦਾ ਹੱਥ ਫੜ ਅਤੇ ਖੱਬੇ ਹੱਥ ਨਾਲ਼ ਮੇਰੀ ਆਤਮਾ ਦਾ ਤੋਹਫ਼ਾ ਪ੍ਰਵਾਨ ਕਰ!"

ਉਸਦੀ ਸ਼ਕਤੀ ਖ਼ਤਮ ਹੋਣ ਲੱਗੀ। ਉਸ ਵਿੱਚ ਕਮਜ਼ੋਰੀ ਹੋਰ ਵੱਧ ਗਈ। ਉਸਨੇ ਦੁੱਖ ਅਤੇ ਦਰਦ ਭਰੀ ਨਜ਼ਰ ਆਪਣੇ ਬੱਚੇ 'ਤੇ ਸੁੱਟੀ ਅਤੇ ਉਸਦੀਆਂ ਅੱਖਾਂ ਹੌਲ਼ੀ-ਹੌਲ਼ੀ ਬੰਦ ਹੋਣ ਲੱਗੀਆਂ। ਬੜੇ ਦੁਖੀ ਸੁਰ ਵਿੱਚ, ਜੋ ਜੜ੍ਹਤਾ ਨਾਲ਼ੋਂ ਵਧੇਰੇ

ਨੇੜੇ ਸੀ, ਉਹਨੇ ਕਿਹਾ, "ਹੇ ਅਕਾਸ਼ ਵਿੱਚ ਰਹਿਣ ਵਾਲ਼ੇ! ਤੇਰਾ ਨਾਮ ਸਦਾ ਪਵਿੱਤਰ ਰਹੇ! ਤੇਰਾ ਭੇਜਿਆ ਹੋਇਆ ਮੌਤ ਦਾ ਦੂਤ ਆ ਗਿਆ ਹੈ। ਤੇਰੀ ਇੱਛਾ ਜਿਵੇਂ ਅਕਾਸ਼ ਵਿੱਚ ਸਰਵਉੱਤਮ ਹੈ, ਉਵੇਂ ਉਹ ਧਰਤੀ 'ਤੇ ਵੀ ਰਹੇ ...ਹੇ ਰੱਬਾ ...ਸਾਡੇ ਅਪਰਾਧਾਂ ਨੂੰ...ਮੁਆਫ ਕਰਨਾ!"

ਉਸਦੀ ਅਵਾਜ਼ ਬੰਦ ਹੋ ਗਈ, ਪਰ ਬੁੱਲ੍ਹ ਥੋੜ੍ਹੀ ਦੇਰ ਤੱਕ ਹਿਲਦੇ ਰਹੇ। ਫਿਰ ਬੁੱਲ੍ਹਾਂ ਦੇ ਬੰਦ ਹੋਣ ਨਾਲ਼ ਉਸਦੇ ਸਰੀਰ ਦੀਆਂ ਸਾਰੀਆਂ ਹਰਕਤਾਂ ਬੰਦ ਹੋ ਗਈਆਂ। ਉਸ ਤੋਂ ਬਾਅਦ ਉਹਦੇ ਸਰੀਰ ਵਿੱਚ ਕੰਬਣੀ ਛਿੜੀ ਅਤੇ ਮੂੰਹੋਂ ਹਲਕਾ ਜਿਹਾ ਹੌਕਾ ਨਿਕਲ਼ਿਆ। ਚਿਹਰੇ 'ਤੇ ਪੀਲ਼ਾਪਨ ਆ ਗਿਆ ਅਤੇ ਆਤਮਾ ਉੱਡ ਗਈ ਪਰ ਉਸਦੀਆਂ ਅੱਖਾਂ ਇੱਕ ਕਾਲਪਨਿਕ ਵਸਤੂ 'ਤੇ ਜੰਮੀਆਂ ਰਹੀਆਂ।

ਸਵੇਰੇ ਰੇਹਾਨਾ ਦੀ ਲਾਸ਼ ਲੱਕੜੀ ਦੇ ਤਾਬੂਤ ਵਿੱਚ ਰੱਖੀ ਗਈ ਅਤੇ ਫਕੀਰਾਂ ਦੇ ਮੋਢਿਆਂ 'ਤੇ ਸ਼ਹਿਰੋਂ ਦੂਰ ਇੱਕ ਮੈਦਾਨ ਵਿੱਚ ਦਫਨਾ ਦਿੱਤੀ ਗਈ। ਪਾਦਰੀ ਨੇ ਉਸਦੇ ਜਨਾਜ਼ੇ 'ਤੇ ਨਮਾਜ਼ ਪੜ੍ਹਨ ਤੋਂ ਮਨ੍ਹਾ ਕਰ ਦਿੱਤਾ। ਲੋਕਾਂ ਨੇ ਉਸਦੀ ਲਾਸ਼ ਨੂੰ ਕਬਰਿਸਤਾਨ ਵਿੱਚ ਦਫਨਾਉਣ ਦੀ ਇਜਾਜ਼ਤ ਨਾ ਦਿੱਤੀ, ਜਿੱਥੇ ਸਲੀਬ ਕਬਰਾਂ ਦੀ ਰੱਖਿਆ ਕਰਦਾ ਹੈ। ਉਹ ਦੁਰੇਡੇ ਮੈਦਾਨ ਵਿੱਚ ਉਸਦੇ ਜਨਾਜ਼ੇ ਨਾਲ਼ ਕੋਈ ਨਹੀਂ ਗਿਆ, ਸਿਵਾਏ ਉਸਦੇ ਪੁੱਤਰ ਅਤੇ ਇੱਕ ਨੌਜਵਾਨ ਦੇ, ਜਿਸ ਨੂੰ ਸੰਸਾਰ ਦੀਆਂ ਸਮੱਸਿਆਵਾਂ ਨੇ ਹਮਦਰਦੀ ਦਾ ਪਾਠ ਪੜ੍ਹਾਇਆ ਸੀ।

ਬਾਲ-ਯੀਸੂ

ਪਿਆਰੇ, ਇਸ ਦੁਨੀਆ ਵਿੱਚ ਕੱਲ੍ਹ ਮੈਂ ਇਕੱਲਾ ਸੀ ਅਤੇ ਮੇਰਾ ਇਕੱਲਾਪਨ ਮੌਤ ਦੇ ਬਰਾਬਰ ਜ਼ਾਲਮ ਸੀ। ਭਾਰੀਆਂ ਚੱਟਾਨਾਂ ਦੀ ਛਾਂਵੇਂ ਵੱਧਦੇ ਹੋਏ ਫੁੱਲ ਵਾਂਗ ਮੈਂ ਇਕੱਲਾ ਸੀ ਅਤੇ ਮੇਰੇ ਇਸ ਇਕੱਲੇ ਵਜੂਦ 'ਤੇ ਜ਼ਿੰਦਗੀ ਨੇ ਕੋਈ ਧਿਆਨ ਨਹੀਂ ਦਿੱਤਾ ਅਤੇ ਮੈਂ ਵੀ ਜ਼ਿੰਦਗੀ ਦੇ ਵਜੂਦ 'ਤੇ ਧਿਆਨ ਨਹੀਂ ਦਿੱਤਾ।

ਅੱਜ ਮੇਰੀ ਆਤਮਾ ਚੇਤੰਨ ਹੈ ਅਤੇ ਤੂੰ ਇਸਦੇ ਕੋਲ਼ ਖੜ੍ਹਾ ਹੈਂ, ਜਿਸ ਨੂੰ ਇਹ ਦੇਖਦੀ ਹੈ ਅਤੇ ਇਸਦਾ ਮੁੱਖ-ਮੰਡਲ ਜਲੌਅ ਨਾਲ਼ ਰੋਸ਼ਨ ਹੈ। ਇਹ ਤੈਨੂੰ ਅਪੀਲ ਕਰਦੀ ਹੈ ਜਿਵੇਂ ਬਲ਼ਦੀ ਝਾੜੀ ਨੂੰ ਦੇਖ ਕੇ ਆਜੜੀ ਨੇ ਅਪੀਲ ਕੀਤੀ ਸੀ।

ਕੱਲ੍ਹ ਹਵਾ ਬਹੁਤ ਤੇਜ਼ ਸੀ ਅਤੇ ਸੂਰਜ ਦੀਆਂ ਕਿਰਨਾਂ ਸੁਸਤ ਸਨ। ਧੁੰਦ ਨਾਲ਼ ਧਰਤੀ ਢੱਕੀ ਹੋਈ ਸੀ ਅਤੇ ਭਿਆਨਕ ਤੂਫ਼ਾਨ ਵਾਂਗ ਸਮੁੰਦਰੀ ਲਹਿਰਾਂ ਗਰਜ ਰਹੀਆਂ ਸਨ।

ਇਸੇ ਤਰ੍ਹਾਂ ਮੈਂ ਉਸਨੂੰ ਦੇਖਿਆ ਅਤੇ ਆਪਣੇ ਨੇੜੇ "ਖ਼ੁਦ" ਨੂੰ ਪੀੜਤ ਖੜ੍ਹੇ ਹੋ ਕੇ ਰੋਣ ਤੋਂ ਇਲਾਵਾ ਕੁਝ ਨਹੀਂ ਦੇਖਿਆ। ਹਨ੍ਹੇਰੇ ਦੇ ਪਰਛਾਵੇਂ ਭੁੱਖੇ-ਪਿਆਸੇ ਪਹਾੜੀ ਕਾਵਾਂ ਵਾਂਗ ਮੇਰੇ ਆਲ਼ੇ-ਦੁਆਲ਼ੇ ਮੰਡਰਾਉਂਦੇ ਸਨ।

ਅੱਜ ਹਵਾ ਸ਼ਾਂਤ ਹੈ ਅਤੇ ਸਾਰੀ ਕੁਦਰਤ ਰੌਸ਼ਨੀ ਨਾਲ਼ ਨਹਾਈ ਹੋਈ ਹੈ। ਸਮੁੰਦਰੀ ਲਹਿਰਾਂ ਵੀ ਸ਼ਾਂਤ ਹਨ ਅਤੇ ਬੱਦਲ ਖਿੰਡ ਗਏ ਹਨ। ਜਿੱਥੇ ਕਿਤੇ ਵੀ ਮੈਂ ਦੇਖਦਾ ਹਾਂ, ਤੈਨੂੰ ਹੀ ਦੇਖਦਾ ਹਾਂ ਅਤੇ ਝੀਲ ਦੀ ਸ਼ਾਂਤ ਸਤ੍ਹਾ ਸਨਾਤ ਪੰਛੀਆਂ ਰਾਹੀਂ ਉਛਾਲ਼ੀਆਂ ਗਈਆਂ ਚਮਕਦੀਆਂ ਫੁਹਾਰਾਂ ਵਾਂਗ, ਜੀਵਨ ਦੇ ਭੇਦਾਂ ਨੂੰ ਤੇਰੇ ਆਸ-ਪਾਸ ਦੇਖਦਾ ਹਾਂ।

ਕੱਲ੍ਹ ਦੀ ਸ਼ਾਮ ਵਿੱਚ ਰਾਤ ਦਾ ਵਿਚਾਰ ਕਰਦਾ ਹੋਇਆ ਮੈਂ ਅਵਾਜ਼ ਦੇ ਬਿਨਾਂ ਸ਼ਬਦ ਸੀ। ਅੱਜ ਦਿਨਾਂ ਦੀ ਜ਼ੁਬਾਨ ਦੀ ਮਿਠਾਸ 'ਤੇ ਮੈਂ ਪ੍ਰਸੰਨ ਗੀਤ ਬਣ ਗਿਆ ਹਾਂ। ਸਵੇਰ, ਸ਼ਬਦ ਉਚਾਰਨ ਅਤੇ ਚੁੰਮਨ ਤੋਂ ਪੈਦਾ ਹੋਈ ਮੇਰੀ ਜੀਵਨਸ਼ਕਤੀ ਇੱਕੋ ਪਲ ਵਿੱਚ ਲੰਘ ਗਈ।

ਮੇਰੇ ਪਿਆਰੇ, ਉਸ ਪਲ ਨੇ ਮੇਰੀ ਆਤਮਾ ਦੇ ਅਤੀਤ ਨੂੰ ਉਸਦੇ ਭਵਿੱਖ ਨਾਲ਼ ਜੋੜ ਦਿੱਤਾ। ਧਰਤੀ ਦੀ ਹਨ੍ਹੇਰੇ ਭਰੀ ਛਾਤੀ ਤੋਂ ਦਿਨ ਦੇ ਪ੍ਰਕਾਸ਼ ਵੱਲ ਵਧਣ ਵਾਲ਼ਾ ਇਹ ਖੇਤ, ਗੁਲਾਬ ਵਰਗਾ ਸੀ।

ਯੁੱਗਾਂ-ਯੁੱਗਾਂ ਦੇ ਯੀਸ਼ੂ ਦਾ ਜਨਮ ਮੇਰੀਆਂ ਅੱਖਾਂ ਦੇ ਸਾਹਮਣੇ ਜੀਵਨ ਦਾ ਉਹ ਪਲ ਸੀ ਜੋ ਪਵਿੱਤਰ ਅਤੇ ਪ੍ਰੇਮ ਨਾਲ਼ ਭਰਪੂਰ ਸੀ। ਮੇਰੇ ਧੁਰ-ਅੰਦਰਲੇ ਹਨ੍ਹੇਰੇ ਨੂੰ ਉਸ ਨੇ ਰੋਸ਼ਨ ਕਰ ਦਿੱਤਾ, ਮੇਰੀ ਤਕਲੀਫ਼ ਅਤੇ ਨਿਰਾਸ਼ਾ ਨੂੰ ਸੁਖਾਲ਼ਾ ਕਰ ਦਿੱਤਾ।

ਵੱਖ-ਵੱਖ ਅਕਾਰਾਂ ਅਤੇ ਰੂਪਾਂ ਵਿੱਚ ਪ੍ਰੇਮ-ਜੋਤੀ ਦਾ ਅਵਤਾਰ ਧਾਰਨ ਹੁੰਦਾ ਹੈ, ਪਰ ਧਰਤੀ 'ਤੇ ਪਹੁੰਚ ਕੇ ਉਹ ਜੋਤੀ ਏਕਰੂਪਾਕਾਰ ਹੋ ਜਾਂਦੀ ਹੈ।

ਮਨੁੱਖੀ ਦਿਲ ਨੂੰ ਰੋਸ਼ਨ ਕਰਨ ਵਾਲ਼ੀ ਛੋਟੀ ਜਵਾਲਾ ਉਸ ਮਹਾਨ ਸਮੁੱਚੀ ਜਵਾਲਾ ਵਾਂਗ ਹੈ, ਜੋ ਰਾਸ਼ਟਰਾਂ ਦੇ ਹਨ੍ਹੇਰੇ ਨੂੰ ਰੁਸ਼ਨਾਉਣ ਲਈ ਹੁੰਦੀ ਹੈ। ਮਨੁੱਖ ਜਾਤੀ

ਦੀ ਆਤਮਾ ਵਿੱਚ ਪੰਜ ਤੱਤ, ਇਛਾਵਾਂ ਅਤੇ ਚੇਤਨਾਵਾਂ ਅਭੇਦ ਰੂਪ ਵਿੱਚ ਮੌਜੂਦ ਹਨ। ਉਸ ਜਵਾਲਾ ਵਿੱਚ ਇਹ ਪੰਜ ਤੱਤ ਨਹੀਂ ਹੁੰਦੇ ਹਨ।

ਮੁੱਢਲੇ ਯੁੱਗ ਤੋਂ ਰਾਸ਼ਟਰਾਂ ਦੀ ਗੁਲਾਮੀ ਤੋਂ ਖੁਦ ਨੂੰ ਅਜ਼ਾਦ ਕਰਾਉਣ ਲਈ ਯਹੂਦਾ ਦੀਆਂ ਔਲਾਦਾਂ ਉਸ ਸ਼ਕਤੀਮਾਨ ਰੱਬ ਦੇ ਰੂਪ ਦੀ ਉਡੀਕ ਕਰ ਰਹੀਆਂ ਹਨ।

ਉਸ ਮਹਾਨ ਆਤਮਾ ਨੇ ਯੂਨਾਨ ਵਿੱਚ ਦੇਖਿਆ ਕਿ ਬ੍ਰਹਿਸਪਤੀ (ਜੂਪੀਟਰ) ਅਤੇ ਵਿੱਦਿਆ ਦੇਵੀ (ਮਿਨਰਵਾ) ਦੀ ਪੂਜਾ ਪਾਠ ਕੋਈ ਮਹੱਤਵ ਨਹੀਂ ਰੱਖਦੀ ਸੀ ਅਤੇ ਆਤਮਾ ਸੰਤੁਸ਼ਟ ਵੀ ਨਹੀਂ ਸੀ।

ਰੋਮ ਵਿੱਚ ਖਾਸ ਵਿਚਾਰ ਦਾ ਪਾਲਣ ਹੁੰਦਾ ਸੀ ਅਤੇ ਲੋਕਾਂ ਦਾ ਮੰਨਣਾ ਸੀ ਕਿ ਸੂਰਜ (ਅਪੋਲੋ) ਦੀ ਪਵਿੱਤਰਤਾ ਮਨੁੱਖੀ-ਭਾਵਨਾ ਭਾਵ ਕਲਪਨਾ ਤੋਂ ਪਰ੍ਹੇ ਸੀ। ਰਤੀ ਦੇਵੀ (ਵੀਨਸ) ਦੀ ਸੁੰਦਰਤਾ ਬੁਢਾਪੇ ਦੇ ਨੇੜੇ ਸੀ।

ਕੌਮਾਂ ਨੇ ਉਸਦੇ ਕਾਰਨ ਨੂੰ ਜਾਣੇ ਬਿਨਾਂ ਅਹਿਮ ਘਟਨਾਵਾਂ ਦੀ ਪੇਸ਼ਕਾਰੀ ਲਈ, ਆਤਮਾ ਦੀ ਭੁੱਖ ਨੂੰ ਸਮਝਿਆ। ਜੀਵਨ ਦੀ ਸੁੰਦਰਤਾ ਅਤੇ ਸੂਰਜ ਪ੍ਰਕਾਸ਼-ਪੁੰਜ ਵਿੱਚ ਆਪਣੇ ਗੁਆਂਢੀ ਦੇ ਹਿੱਤ ਲਈ ਅਤੇ ਅਜ਼ਾਦੀ-ਪ੍ਰਾਪਤੀ ਲਈ ਇਹ ਅਵਿਨਾਸ਼ੀ ਰਾਸ਼ਟਰ ਬੇਚੈਨ ਹੋਏ ਸਨ। ਅਸਲ ਵਿੱਚ ਇਹ ਉਹੀ ਅਜ਼ਾਦੀ ਹੈ ਜੋ ਮਨੁੱਖ ਨੂੰ ਬਿਨ੍ਹਾਂ ਡਰ ਅਤੇ ਥਰਥਰਾਹਟ ਦੇ ਅਦਿੱਖ ਸ਼ਕਤੀ ਦੇ ਨੇੜੇ ਖਿੱਚਦੀ ਹੈ।

ਮਨੁੱਖੀ-ਦਿਲ ਦੀਆਂ ਇਛਾਵਾਂ ਅਮਰ ਸੰਸਾਰ-ਵਿਆਪੀ ਆਤਮਾ ਦੇ ਨੇੜੇ ਆਉਣ ਵਿੱਚ ਡਰ ਨਾਲ਼ ਦ੍ਰਿਸ਼ ਵਸਤੂਆਂ ਵਿੱਚ ਦੁਖੀ ਹੋ ਰਹੀਆਂ ਸਨ। ਇਨ੍ਹਾਂ ਸਭ ਨੂੰ ਵਾਪਰਿਆਂ ਦੋ ਹਜ਼ਾਰ ਸਾਲ ਬੀਤ ਗਏ ਸਨ। ਉਨ੍ਹੀਂ ਦਿਨੀ ਜੰਗਲ-ਦੇਵਤਾ 'ਪਾਨ' ਆਜੜੀਆਂ ਦੀਆਂ ਆਤਮਾਵਾਂ ਨੂੰ ਡਰਾ ਰਿਹਾ ਸੀ ਅਤੇ ਸੂਰਜ ਨਗਰ 'ਬਾਲਵੇਕ' ਦੇ ਪਾਦਰੀ ਉਨ੍ਹਾਂ ਆਜੜੀਆਂ ਦੇ ਸਨਮਾਨ ਅਤੇ ਤਕਲੀਫ਼-ਦੇਹ ਛਾਤੀਆਂ ਨੂੰ ਸਤਾ ਰਹੇ ਸਨ।

ਇੱਕ ਰਾਤ, ਨਹੀਂ, ਇੱਕ ਘੰਟਾ, ਇੱਕ ਪਲ ਯੁੱਗਾਂ ਨਾਲ਼ੋਂ ਛੋਟੇ ਹੁੰਦੇ ਗਏ, ਕਿਉਂਕਿ ਇਹ ਪਲ ਯੁੱਗਾਂ ਦੀ ਤੁਲਨਾ ਵਿੱਚ ਵੱਧ ਸ਼ਕਤੀਸ਼ਾਲੀ ਸਨ, ਆਤਮਾ ਦੇ ਬੁੱਲ ਭੱਦੇ ਹੋਏ ਸਨ ਅਤੇ ਆਤਮਾ ਨਾਲ਼ ਸ਼ੁਰੂ ਤੋਂ ਹੀ ਜੋ ਜ਼ਿੰਦਗੀ ਦੀ ਧੁਨ ਸੀ। ਉਨ੍ਹਾਂ ਲੋਕਾਂ ਨੇ ਉਹਨੂੰ ਪ੍ਰਵਾਹਿਤ ਕੀਤਾ ਸੀ।

ਚੰਨ ਅਤੇ ਤਾਰਿਆਂ ਦੀਆਂ ਕਿਰਨਾਂ ਨਾਲ਼ ਇਸ ਆਤਮਾ ਨੇ ਅਵਤਾਰ ਧਾਰਿਆ। ਉਸ ਵੇਲ਼ੇ ਇਹ ਬਚਪਨ ਵਿੱਚ ਸੀ। ਇਹ ਆਤਮਾ ਉਸੇ ਆਮ ਜਗ੍ਹਾ 'ਤੇ ਸੀ, ਜਿੱਥੇ ਰਾਤ ਦੇ ਸੰਕਟਾਂ ਵਿੱਚ ਆਪਣੀਆਂ ਭੇਡਾਂ ਦੀ ਰੱਖਿਆ ਆਜੜੀਆਂ ਨੇ ਕੀਤੀ ਸੀ। ਇਹ ਆਤਮਾ ਘਾਟੀ ਦੀ ਸੁੱਕੀ ਘਾਹ 'ਤੇ ਸੁੱਤਾ ਹੋਇਆ ਇੱਕ ਸ਼ਿਸ਼ੂ ਸੀ।

ਇੱਕ ਰਾਜਾ ਅਜਿਹੇ ਸਿੰਘਾਸਨ 'ਤੇ ਬਿਰਾਜਮਾਨ ਹੋਇਆ ਜੋ ਗੁਲਾਮੀ ਦੇ ਬੋਝ ਹੇਠ ਵਲੂੰਧਰੇ ਹੋਏ ਦਿਲਾਂ ਤੋਂ ਬਣਿਆ ਸੀ। ਰੱਬ ਲਈ ਜਿਨ੍ਹਾਂ ਦੀਆਂ ਆਤਮਾਵਾਂ ਭੁੱਖੀਆਂ ਸਨ ਅਤੇ ਗਿਆਨ ਪਿਆਸਾ ਸੀ।

ਆਪਣੀ ਮਾਂ ਦੇ ਕੱਪੜਿਆਂ ਵਿੱਚ ਲਪੇਟਿਆ ਹੋਇਆ ਇਹ ਦੁੱਧ ਵਾਂਗ ਗੋਰਾ

ਬੱਚਾ ਸੀ, ਜਿਸਨੇ ਬ੍ਰਹਿਸਪਤੀ 'ਜੁਪੀਟਰ' ਦੇ ਹੱਥੋਂ ਸ਼ਕਤੀ ਦੀ ਸਜ਼ਾ ਨੂੰ ਆਪਣੀ ਨਿਮਰਤਾ ਨਾਲ਼ ਤੋੜ ਦਿੱਤਾ ਅਤੇ ਇਸਨੂੰ ਲੈ ਕੇ ਉਸ ਬੇਸਹਾਰਾ ਆਜੜੀ ਨੂੰ ਦੇ ਦਿੱਤਾ, ਜੋ ਆਪਣੀਆਂ ਭੇਡਾਂ ਨਾਲ਼ ਧਰਤੀ 'ਤੇ ਅਰਾਮ ਕਰ ਰਿਹਾ ਸੀ।

ਇਹ ਬੱਚਾ ਉਹੀ ਸੀ, ਜਿਸਨੇ ਵਿੱਦਿਆ ਦੇਵੀ 'ਮਿਨਰਵਾ' ਤੋਂ ਗਿਆਨ ਲੈ ਕੇ ਉਸ ਸਾਫ਼-ਦਿਲ ਮਛੇਰੇ ਦੀ ਜ਼ੁਬਾਨ 'ਤੇ ਰੱਖ ਦਿੱਤਾ, ਜੋ ਝੀਲ ਕੰਢੇ ਮੱਛੀ ਮਾਰਨ ਲਈ ਬੈਠਾ ਸੀ।

ਜਿਸਨੇ ਆਪਣੀ ਕਹਾਣੀ ਰਾਹੀਂ ਸੂਰਜ ਦੇਵ 'ਅਪੋਲੋ' ਤੋਂ ਸੁੱਖ ਨੂੰ ਕੈਦ ਕਰਕੇ ਉਸ ਟੁੱਟੇ ਦਿਲ ਵਾਲ਼ੇ ਵਿਅਕਤੀ ਨੂੰ ਸਮਰਪਿਤ ਕਰ ਦਿੱਤਾ, ਜੋ ਦਰਵਾਜ਼ੇ ਦੇ ਬਾਹਰ ਅਰਜ਼ੀ ਲਈ ਖੜ੍ਹਾ ਸੀ। ਆਪਣੇ ਸੁਹੱਪਣ ਰਾਹੀਂ ਰਤੀਦੇਵੀ 'ਵੀਨਸ' ਦੀ ਸੁੰਦਰਤਾ ਨੂੰ ਖੋਹ ਕੇ, ਉਸ ਨੀਚ ਔਰਤ ਦੀ ਆਤਮਾ ਵਿੱਚ ਸਮੋਂ ਦਿੱਤਾ, ਜੋ ਔਰਤ ਆਪਣੇ ਜ਼ਾਲਮਾਂ ਤੋਂ ਪੀੜਤ ਸੀ।

ਇਹ ਉਹੀ ਸੀ, ਜਿਸਨੇ ਆਪਣੀ ਸ਼ਕਤੀ ਦੇ ਸਹਾਰੇ ਸੂਰਜ ਮੰਦਿਰ 'ਬਾਲਵੇਕ ਸਥਿਤ' ਨੂੰ ਹੇਠਾਂ ਲਿਆ ਕੇ ਉਸ ਗਰੀਬ ਕਿਸਾਨ ਦੀ ਭੂਮੀ 'ਤੇ ਸਥਾਪਿਤ ਕਰ ਦਿੱਤਾ, ਜੋ ਆਪਣੀ ਸਖਤ ਮਿਹਨਤ ਨਾਲ਼ ਖੇਤ ਵਿੱਚ ਬੀਜਾਂ ਨੂੰ ਬੀਜਦਾ ਸੀ।

ਪਿਆਰੇ, ਕੀ ਮੇਰਾ ਦੁੱਖ-ਭੋਗ ਬੀਤੇ ਸਾਲ ਦੇ ਇਸਰਾਈਲ ਜਾਤੀਆਂ ਦਾ ਦੁੱਖ-ਭੋਗ ਨਹੀਂ ਸੀ?

ਦਿਨਾਂ ਦੇ ਬੰਧਨਾਂ ਤੋਂ ਛੁਟਕਾਰਾ ਦਵਾਉਣ ਲਈ ਰਾਤ ਦੀ ਸ਼ਾਂਤੀ ਵਿੱਚ ਈਸਾ ਮਸੀਹ ਦੇ ਆਉਣ ਦੀ ਉਡੀਕ ਵਿੱਚ ਕੀ ਮੈਂ ਸਾਵਧਾਨ ਨਹੀਂ ਰਿਹਾ?

ਕੀ ਮੈਨੂੰ ਇਸਦੀ ਜਾਣਕਾਰੀ ਨਹੀਂ ਸੀ ਕਿ ਪੁਰਾਤਨਤਾ ਵਿੱਚ ਰਾਸ਼ਟਰਾਂ ਨਾਲ਼ ਆਤਮਾ ਦੀ ਭੁੱਖ ਭਿਆਨਕ ਸੀ?

ਸ਼ਿਸ਼ੂ ਦੇ ਚਾਮਲ਼ ਜਾਣ ਵਾਂਗ ਅਣਜਾਣ ਥਾਵਾਂ ਵਿੱਚ ਕੀ ਮੈਂ ਜੀਵਨ-ਰਾਹ 'ਤੇ ਨਹੀਂ ਚੱਲਿਆ? ਕੀ ਮੇਰੀ ਆਤਮਾ ਅਜਿਹੇ ਬੀਜ ਵਾਂਗ ਨਹੀਂ ਸੀ, ਜਿਸਨੂੰ ਪੱਥਰ 'ਤੇ ਬੀਜਿਆ ਜਾਂਦਾ ਹੈ ਅਤੇ ਅਜਿਹੇ ਬੀਜ ਨੂੰ ਪੰਛੀ ਨਾ ਖਾਂਦੇ ਹਨ ਅਤੇ ਨਾ ਹੀ ਨਸ਼ਟ ਅਤੇ ਅਜਿਹੇ ਪਦਾਰਥ ਨੂੰ ਨਾ ਸਥਿਰਤਾ ਮਿਲੀ, ਨਾ ਸਜੀਵਤਾ?

ਮੇਰੇ ਸੁਪਨਿਆਂ ਨੇ ਜਦੋਂ ਹਨ੍ਹੇਰੇ ਨਾਲ਼ ਢਕੀ ਥਾਂ ਦੀ ਭਾਲ਼ ਕੀਤੀ ਸੀ, ਉਸ ਸਮੇਂ ਸਾਰਾ ਕੁਝ ਬੀਤ ਗਿਆ ਸੀ ਅਤੇ ਉਦੋਂ ਮੇਰਾ ਸੁਪਨਾ ਪ੍ਰਕਾਸ਼ ਦੇ ਨੇੜੇ ਆਉਣ ਵਿੱਚ ਡਰ ਰਿਹਾ ਸੀ।

ਇੱਕ ਰਾਤ ਨਹੀਂ, ਇੱਕ ਘੰਟਾ, ਇੱਕ ਪਲ ਮੇਰੇ ਜੀਵਨ ਦੇ ਸਾਲਾਂ ਤੋਂ ਪ੍ਰਥਾਮਿਕ ਹੋ ਗਿਆ ਕਿਉਂਕਿ ਉਹ ਪਲ ਮੇਰੇ ਜੀਵਨ ਦੇ ਸਾਰੇ ਸਾਲਾਂ 'ਚੋਂ ਕਿਤੇ ਵੱਧ ਸੁੰਦਰ ਸੀ। ਰੱਬ ਦੇ ਅਕਾਸ਼-ਸਥਿਤ ਰੁਸ਼ਨਾਏ ਉਸ ਪਲ, ਆਤਮਾ ਨੇ ਮੇਰੇ ਲਈ ਅਵਤਾਰ ਧਾਰਿਆ ਅਤੇ ਉਸ ਆਤਮਾ ਨੇ ਤੇਰੀਆਂ ਅੱਖਾਂ ਨਾਲ਼ ਮੇਰੇ 'ਤੇ ਨਜ਼ਰ ਸੁੱਟੀ ਅਤੇ ਤੇਰੇ ਬੋਲਚਾਲ ਨਾਲ਼ ਉਹ ਆਤਮਾ ਮੈਨੂੰ ਬੋਲੀ। ਉਸ ਨਜ਼ਰ ਅਤੇ ਬੋਲਚਾਲ ਨਾਲ਼ ਪਿਆਰ ਪ੍ਰਗਟ ਹੋਇਆ ਅਤੇ ਇਸ ਪਿਆਰ ਨੂੰ ਮੇਰੇ ਟੁੱਟੇ ਦਿਲ ਵਿੱਚ ਅਰਾਮ ਮਿਲ਼ਿਆ।

ਇਹ ਸ਼ਕਤੀਸ਼ਾਲੀ ਪਿਆਰ ਸੀ, ਜੋ ਮੇਰੇ ਦਿਲ ਦੀ ਨੁਕਰੇ ਬੈਠਾ ਸੀ। ਪਿਆਰ ਜੋ ਸੁੰਦਰ ਸੀ ਅਤੇ ਜੋ ਦੁੱਖ ਦੇ ਪਰਦੇ ਨਾਲ਼ ਢਕਿਆ ਸੀ। ਰੂਹ ਦੀ ਛਾਤੀ 'ਤੇ ਪਿਆ

ਹੋਇਆ ਖ਼ੂਬਸੂਰਤ ਦੁੱਧ ਮੂੰਹੀਂ ਬੱਚਾ ਮੇਰੇ ਸੰਤਾਪ ਨੂੰ ਅਨੰਦ ਵਿੱਚ ਅਤੇ ਮੇਰੇ ਗੁੱਸੇ ਨੂੰ ਮਾਣ ਵਿੱਚ ਬਦਲ ਰਿਹਾ ਹੈ ਅਤੇ ਮੇਰੇ ਇਕੱਲੇਪਨ ਨੂੰ ਸੁਖਦ ਬਣਾ ਰਿਹਾ ਹੈ।

ਅਵਿਨਾਸ਼ੀ ਖ਼ੁਸ਼ਬੂ ਦੇ ਰਾਜ-ਸਿੰਘਾਸਨ 'ਤੇ ਰਾਜਾ ਬਿਰਾਜਮਾਨ ਹੋਇਆ, ਜਿਸਨੇ ਆਪਣੀ ਅਵਾਜ਼ ਨਾਲ ਮੇਰੇ ਬੇਚੈਨ ਦਿਨਾਂ ਨੂੰ ਜੀਵਨ ਪ੍ਰਦਾਨ ਕੀਤਾ ਅਤੇ ਆਪਣੀ ਛੂਹ ਨਾਲ਼ ਮੇਰੀਆਂ ਨਮ ਅੱਖਾਂ ਨੂੰ ਪ੍ਰਕਾਸ਼ਮਾਨ ਕੀਤਾ, ਜਿਨ੍ਹਾਂ ਵਿੱਚ ਸੱਜੇ ਹੱਥ ਨੇ ਨਿਰਾਸ਼ਾ ਦੀ ਖਾਈ 'ਚੋਂ ਉਮੀਦ ਨੂੰ ਉਭਾਰਿਆ।

ਮੇਰੇ ਪਿਆਰੇ, ਰਾਤ ਦੀ ਮਿਆਦ ਮੁੱਕਣ ਵਾਲ਼ੀ ਹੈ ਅਤੇ 'ਹੁਣ' ਸਵੇਰਾ ਨਿਕਟ ਹੈ। ਜਲਦੀ ਹੀ ਪੂਰਨ ਉਜਾਲਾ ਨੇੜੇ ਹੈ। ਜਲਦੀ ਹੀ ਪੂਰੀ ਤਰ੍ਹਾਂ ਉਜਾਲਾ ਹੋਵੇਗਾ ਕਿਉਂਕਿ ਸ਼ਿਸ਼ੂ ਯੀਸ਼ੂ ਦੇ ਸਾਹ ਨੇ ਅਕਾਸ਼ ਨੂੰ ਭਰ ਦਿੱਤਾ ਹੈ ਅਤੇ ਉਹ ਵਿਸ਼ੇਸ਼ ਵਾਯੂਮੰਡਲ ਵਿੱਚ ਲੁਪਤ ਹੋ ਗਿਆ ਹੈ।

ਮੇਰਾ ਜੀਵਨ ਦੁੱਖ ਦੀ ਕਹਾਣੀ ਸੀ ਪਰ ਹੁਣ ਇਹ ਜੀਵਨ ਅਨੰਦਮਈ ਹੋ ਗਿਆ ਹੈ। ਇਹ ਜੀਵਨ ਪਰਮ ਸੁੱਖ ਵਿੱਚ ਬਦਲ ਜਾਵੇਗਾ ਕਿਉਂਕਿ ਸ਼ਿਸ਼ੂ ਦੀਆਂ ਬਾਹਾਂ ਨੇ ਮੇਰੇ ਦਿਲ ਨੂੰ ਗਲ਼ੇ ਲਗਾਇਆ ਹੈ ਅਤੇ ਮੇਰੀ ਆਤਮਾ ਨੂੰ ਗਲ਼ੇ ਲਗਾਇਆ ਹੈ।

ਬੇਮਿਸਾਲ ਕੁਰਬਾਨੀ

ਇੱਕ ਆਦਮੀ ਦੀ ਪਤਨੀ ਦਾ ਦੇਹਾਂਤ ਹੋ ਗਿਆ। ਉਸ ਲਈ ਪਤੀ ਦਾ ਪਿਆਰ ਬਹੁਤ ਹੀ ਕੋਮਲ ਸੀ। ਇੱਕ ਨੌਜਵਾਨ ਧੀ ਨੂੰ ਉਹ ਪਿੱਛੇ ਛੱਡ ਗਈ। ਧੀ ਲਈ ਪਿਤਾ ਦਾ ਪਿਆਰ ਬੇਅੰਤ ਸੀ। ਰੰਡਾ ਹੋਣ ਕਰਕੇ ਇਕੱਲੇਪਨ ਨਾਲ਼ ਉਹ ਬੇਚੈਨ ਹੋ ਗਿਆ। ਇਸ ਲਈ ਉਹ ਕਿਸੇ ਮੱਠ ਵਿੱਚ ਪੱਕੇ ਤੌਰ 'ਤੇ ਰਹਿਣ ਬਾਰੇ ਸੋਚਣ ਲੱਗਾ। ਜਿਵੇਂ-ਜਿਵੇਂ ਸਮਾਂ ਗੁਜ਼ਰਦਾ ਗਿਆ। ਮੱਠ-ਪ੍ਰਵੇਸ਼ ਦੀ ਉਸਦੀ ਇੱਛਾ ਦਿਨੋਂ-ਦਿਨ ਵੱਧਦੀ ਗਈ। ਪਰਬਤਾਂ ਦੇ ਪਾਰ ਅਣਜਾਣ ਭੂ-ਭਾਗ ਦੀ ਇੱਕ ਘਾਟੀ ਵਿੱਚ ਇੱਕ ਮੱਠ ਸੀ। ਮੱਠ ਵਿੱਚ ਔਰਤ ਦਾ ਪ੍ਰਵੇਸ਼ ਬੰਦ ਸੀ। ਇਸ ਲਈ ਧੀ ਨੂੰ ਛੱਡ ਕੇ ਮੱਠ-ਨਿਵਾਸ ਦੀ ਗੰਭੀਰ ਸਮੱਸਿਆ ਦਰਪੇਸ਼ ਆ ਗਈ। ਪਿਤਾ ਅਤੇ ਧੀ ਇੱਕ-ਦੂਜੇ ਤੋਂ ਵੱਖ ਹੋਣਾ ਵੀ ਨਹੀਂ ਚਾਹੁੰਦੇ ਸਨ। ਕੋਈ ਅਜਿਹਾ ਰਿਸ਼ਤੇਦਾਰ ਵੀ ਨਹੀਂ ਸੀ ਜਿਸ ਦੀ ਦੇਖਰੇਖ ਵਿੱਚ ਧੀ ਨੂੰ ਛੱਡਿਆ ਜਾਂਦਾ।

ਤਦ ਲੜਕੀ ਨੇ ਆਪਣੇ ਸਿਰ ਦੇ ਵਾਲ਼ ਕਟਵਾ ਲਏ ਅਤੇ ਲੜਕੇ ਦਾ ਪਹਿਰਾਵਾ ਪਾ ਲਿਆ। ਲੜਕੀ ਦਾ ਪਹਿਰਾਵਾ ਦੇਖ ਕੇ ਕੋਈ ਨਹੀਂ ਕਹਿ ਸਕਦਾ ਸੀ ਕਿ ਉਹ ਲੜਕਾ ਨਹੀਂ ਹੈ। ਉਨ੍ਹਾਂ ਦੋਨਾਂ ਵਿਅਕਤੀਆਂ ਨੇ ਮੱਠ-ਪ੍ਰਵੇਸ਼ ਲਈ ਮੱਠ-ਪ੍ਰਧਾਨ ਨੂੰ ਦਾਖਲਾ ਪੱਤਰ ਭੇਜਿਆ, ਜਿਸਦੀ ਪ੍ਰਵਾਨਗੀ ਮਿਲ਼ ਗਈ।

ਮੱਠ ਦਾ ਇੱਕ ਜ਼ਰੂਰੀ ਨਿਯਮ ਭੀਖ ਮੰਗਣ ਦਾ ਸੀ। ਭੀਖ ਲਈ ਮੱਠ ਦੇ ਦੋ-ਦੋ ਆਦਮੀਆਂ ਦੀ ਟੋਲੀ ਮੱਠ ਤੋਂ ਬਾਹਰ ਜਾਂਦੀ ਸੀ। ਪਿਤਾ ਅਤੇ ਪੁੱਤਰ ਵੀ ਇੰਞ ਹੀ ਭੀਖ ਲਈ ਨੇੜੇ ਦੇ ਪਿੰਡਾਂ ਵਿੱਚ ਭੇਜੇ ਜਾਂਦੇ ਸਨ।

ਇੱਕ ਦਿਨ ਪਿਤਾ ਅਤੇ ਪੁੱਤਰ ਦੋਵੇਂ ਭੀਖ ਲਈ ਨੇੜੇ ਦੀ ਸਰਾਂ ਵਿੱਚ ਗਏ। ਸਰਾਂ ਦੇ ਰਖਵਾਲ਼ੇ ਦੀ ਇੱਕ ਸੁੰਦਰ ਕੰਨਿਆ ਸੀ ਜਿਸਦਾ ਸੁਭਾਅ ਬੇਹੱਦ ਆਲਸੀ ਅਤੇ ਗੁੱਸੇ ਵਾਲਾ ਸੀ। ਟੋਕਾ-ਟਾਕੀ ਦੇ ਨਾਲ਼-ਨਾਲ਼ ਉਹ ਕਾਮੁਕ ਸੁਭਾਅ ਵਾਲ਼ੀ ਸੀ। ਮੱਠ ਤੋਂ ਭੀਖ ਲਈ ਆਏ ਪਿਤਾ ਦੇ ਨਾਲ਼ ਉਸ ਦੇ ਕਿਸ਼ੋਰ ਨੂੰ ਦੇਖ ਕੇ ਉਹ ਕੁੜੀ ਉਸ 'ਤੇ ਮੋਹਿਤ ਹੋ ਗਈ। ਵਿਲਾਸੀ ਸੁਭਾਅ ਵਜੋਂ ਉਹਨੇ ਕਾਮ-ਵਾਸ਼ਨਾ ਦੀ ਤ੍ਰਿਪਤੀ ਲਈ ਉਸ ਲੜਕੇ ਨਾਲ਼ ਸਹਿਵਾਸ ਦੀ ਤੀਬਰ ਇੱਛਾ ਕੀਤੀ। ਉਸ ਲੜਕੇ ਦੀ ਹਾਲਤ ਅਜੀਬ ਹੋ ਗਈ। ਅਜਿਹੀ ਹਾਲਤ ਵਿੱਚ ਲੜਕੀ ਦੀ ਬੇਨਤੀ ਨੂੰ ਸਭਿਅਕ ਰੂਪ ਵਿੱਚ ਠੁਕਰਾਉਣ ਤੋਂ ਇਲਾਵਾ ਉਸ ਲੜਕੇ ਕੋਲ ਹੋਰ ਕੋਈ ਉਪਾਅ ਹੀ ਕੀ ਸੀ? ਇਸ ਲਈ ਉਸਦੀ ਬੇਨਤੀ ਦੀ ਅਣਦੇਖੀ ਕਰਕੇ ਉਹ ਲੜਕਾ ਆਪਣੇ ਪਿਤਾ ਨਾਲ਼ ਮੱਠ ਵਾਪਸ ਚਲਾ ਗਿਆ।

ਪਿਤਾ ਅਤੇ ਪੁੱਤਰ ਦੇ ਜਾਣ ਦੇ ਇੱਕ ਹਫ਼ਤੇ ਦੇ ਅੰਦਰ ਸਰਾਂ-ਰੱਖਿਅਕ ਦੀ ਧੀ ਨੇ ਕਿਸੇ ਦੂਸਰੇ ਪੁਰਖ ਨਾਲ਼ ਸਰੀਰਕ-ਸਬੰਧ ਸਥਾਪਿਤ ਕਰ ਲਏ ਜਿਸਦੇ ਸਿੱਟੇ ਵਜੋਂ ਉਹ ਗਰਭਵਤੀ ਹੋ ਗਈ। ਕੁਝ ਦਿਨਾਂ ਤੱਕ ਉਹ ਉਸ ਪਾਪ ਨੂੰ ਲੁਕਾਉਂਦੀ ਰਹੀ ਪਰ ਜਦੋਂ ਗਰਭ ਦੇ ਲੱਛਣ ਦਿੱਸਣ ਲੱਗੇ ਤਾਂ ਉਹਨੇ ਆਪਣੇ ਪਿਤਾ ਨੂੰ ਕਿਹਾ ਕਿ ਮੱਠ ਦੇ ਉਸ ਲੜਕੇ ਨੇ ਇਹ ਸਭ ਕੀਤਾ ਹੈ।

ਜਦੋਂ ਤੱਕ ਬੱਚੇ ਦਾ ਜਨਮ ਨਹੀਂ ਹੋ ਗਿਆ, ਉਨ੍ਹਾਂ ਦੋਵੇਂ ਪਿਉ-ਧੀ ਨੇ ਉਡੀਕ ਕੀਤੀ। ਬੱਚੇ ਦੇ ਪੈਦਾ ਹੁੰਦੇ ਹੀ ਆਪਣੀ ਧੀ ਅਤੇ ਨਵਜੰਮੇ ਬੱਚੇ ਨੂੰ ਲੈ ਕੇ ਸਰਾਂ-ਰੱਖਿਅਕ ਮੱਠ-ਪ੍ਰਧਾਨ ਕੋਲ ਗਿਆ। ਮੱਠ ਦੇ ਉਸ ਲੜਕੇ ਉੱਤੇ ਇਸ ਬੱਚੇ ਦਾ ਪਿਤਾ ਹੋਣ ਦਾ ਦੋਸ਼ ਲਗਾਇਆ ਗਿਆ। ਸੁਣ ਕੇ ਲੜਕਾ ਅਵਾਕ ਰਹਿ ਗਿਆ ਪਰ ਇਸ ਵਿਸ਼ੇ 'ਤੇ ਚੁੱਪ ਰਹਿਣ ਤੋਂ ਇਲਾਵਾ ਹੋਰ ਕੋਈ ਚਾਰਾ ਨਹੀਂ ਸੀ। ਇਨਕਾਰ ਕਰਨ 'ਤੇ ਲੜਕੀ ਹੋਣ ਦਾ ਭੇਦ ਖੁੱਲ੍ਹ ਜਾਂਦਾ, ਜਿਸ ਨਾਲ਼ ਪਿਤਾ ਅਤੇ ਪੁੱਤਰੀ ਦੋਵਾਂ ਦੀ ਹਾਰ ਹੁੰਦੀ। ਬੇਇਜ਼ਤੀ ਤੋਂ ਬਚਣ ਲਈ ਲੜਕੇ ਨੇ ਇਸ ਕਲੰਕ ਨੂੰ ਪ੍ਰਵਾਨ ਕਰ ਲਿਆ। ਹਾਲਾਤਾਂ ਕਰਕੇ ਇਹ ਜ਼ਰੂਰੀ ਸੀ।

ਮੱਠ-ਪ੍ਰਧਾਨ ਨੇ ਸਜ਼ਾ-ਵਜੋਂ ਉਸ ਲੜਕੇ ਨੂੰ ਮੱਠ ਛੱਡ ਕੇ ਨੇੜੇ ਹੀ ਝੌਂਪੜੀ ਵਿੱਚ ਉਸ ਬੱਚੇ ਨਾਲ਼ ਇਕੱਲੇ ਰਹਿਣ ਦੀ ਆਗਿਆ ਦਿੱਤੀ। ਲੜਕੇ ਅਤੇ ਉਸ ਬੱਚੇ ਦੀ ਪਰਵਰਿਸ਼ ਲਈ ਮੱਠ ਤੋਂ ਰੋਜ਼ਾਨਾ ਜ਼ਰੂਰੀ ਭੋਜਨ-ਪਾਣੀ ਮਿਲ਼ਣ ਦਾ ਬੰਦੋਬਸਤ ਕਰ ਦਿੱਤਾ ਗਿਆ। ਉਸ ਝੌਂਪੜੀ ਵਿਚ ਉਸ ਬੱਚੇ ਨਾਲ਼ ਉਹ ਲੜਕੀ ਰਹਿਣ ਲੱਗੀ। ਆਪਣੇ ਪਿਤਾ ਅਤੇ ਮੱਠ ਤੋਂ ਵੱਖ ਹੋ ਕੇ ਅਤੇ ਸ਼ਰਮ ਦੇ ਬੋਝ ਹੇਠ ਦੱਬ ਕੇ ਉਹ ਲੜਕੀ ਮਜ਼ਬੂਰ ਹੋ ਕੇ ਇਕੱਲੇਪਨ 'ਚ ਆਪਣੇ ਦਿਨ ਬਿਤਾਉਣ ਲੱਗੀ।

ਇੱਕ ਬਰਫੀਲੀ ਰਾਤ ਨੂੰ ਮੱਠ-ਵਾਸੀਆਂ ਨੂੰ ਬੱਚੇ ਦੇ ਡਰ ਭਰੀ ਕੁਰਲਾਹਟ ਨੇ ਹੈਰਾਨ ਕਰ ਦਿੱਤਾ। ਸਵੇਰ ਹੁੰਦੇ ਹੀ ਮੱਠ-ਵਾਸੀ ਉਸ ਝੌਂਪੜੀ ਵਿੱਚ ਗਏ। ਕੀ ਦੇਖਦੇ ਹਨ ਕਿ ਮੱਠ ਦਾ ਉਹ ਲੜਕਾ ਮਰਿਆ ਪਿਆ ਹੈ। ਉਸਦੇ ਜਿਸਮ 'ਤੇ ਕੋਈ ਕੱਪੜਾ ਨਹੀਂ ਸੀ। ਇਸ ਤੋਂ ਪਤਾ ਲੱਗਿਆ ਕਿ ਉਹ ਲੜਕਾ ਨਹੀਂ, ਲੜਕੀ ਸੀ। ਬੱਚਾ ਉਸ ਦੇ ਨਾਲ਼ ਹੀ ਬੈਠਾ ਸੀ।

ਇੰਞ ਲੜਕੀ ਦੀ ਅਸਲੀ ਕਹਾਣੀ ਤੋਂ ਲੋਕ ਜਾਣੂ ਹੋਏ।

ਇੱਕ ਮੁਸਕਾਨ, ਇੱਕ ਹੰਝੂ

ਸੂਰਜ ਨੇ ਉਨ੍ਹਾਂ ਹਰੇ-ਭਰੇ ਬਗੀਚਿਆਂ 'ਚੋਂ ਆਪਣੇ ਕੱਪੜੇ ਸਮੇਟ ਲਏ ਅਤੇ ਦੂਰ ਦੁਮੇਲ ਤੋਂ ਚੜ੍ਹ ਕੇ ਚੰਦਰਮਾ ਨੇ ਆਪਣੀ ਸ਼ੀਤਲ ਚਾਨਣੀ ਹੁਣ ਹੋਰ ਖਿੰਡਾ ਦਿੱਤੀ। ਮੈਂ ਉੱਥੋਂ ਇੱਕ ਰੁੱਖ ਹੇਠਾਂ ਬੈਠਾ ਸ਼ਾਮ ਦੇ ਬਦਲਦੇ ਰੰਗਾਂ ਨੂੰ ਦੇਖਣ ਲੱਗਦਾ। ਰੁੱਖ ਦੀਆਂ ਟਹਿਣੀਆਂ ਦੇ ਪਾਰ ਮੈਂ ਖਿੰਡੇ ਸਿਤਾਰਿਆਂ ਨੂੰ ਦੇਖਿਆ, ਜੋ ਨੀਲ਼ੇ ਰੰਗ ਦੇ ਗਲੀਚੇ 'ਤੇ ਸਿੱਕੇ ਵਾਂਗ ਖਿਲਰੇ ਹੋਏ ਲੱਗਦੇ ਸਨ ਅਤੇ ਦੂਰ ਘਾਟੀ ਵਿੱਚੋਂ ਆਉਂਦਾ ਝਰਨਿਆਂ ਦਾ ਮਿੱਠਾ ਸੰਗੀਤ ਸੁਣਦਾ ਰਿਹਾ।

ਜਦੋਂ ਪੰਛੀਆਂ ਨੇ ਪੱਤਿਆਂ ਨਾਲ਼ ਢੱਕੀਆਂ ਟਹਿਣੀਆਂ ਵਿੱਚ ਖ਼ੁਦ ਨੂੰ ਸੁਰੱਖਿਅਤ ਕਰ ਲਿਆ, ਫੁੱਲਾਂ ਨੇ ਆਪਣੀਆਂ ਅੱਖਾਂ ਮੀਚ ਲਈਆਂ ਅਤੇ ਸ਼ਾਂਤੀ ਦਾ ਸਾਮਰਾਜ ਕਾਇਮ ਹੋ ਗਿਆ, ਤਾਂ ਮੇਰੇ ਕੰਨਾਂ ਵਿੱਚ ਘਾਹ 'ਤੇ ਪੈਂਦੀ ਹਲਕੀ ਪੈਰਾਂ ਦੀ ਅਵਾਜ਼ ਸੁਣਾਈ ਦਿੱਤੀ। ਮੈਂ ਜਿਵੇਂ ਮੁੜਿਆ ਤਾਂ ਮੈਂ ਇੱਕ ਨੌਜਵਾਨ ਅਤੇ ਮੁਟਿਆਰ ਨੂੰ ਆਪਣੇ ਵੱਲ ਆਉਂਦੇ ਦੇਖਿਆ। ਉਹ ਰੁਕ ਗਏ ਅਤੇ ਇੱਕ ਰੁੱਖ ਹੇਠ ਬੈਠ ਗਏ।

ਨੌਜਵਾਨ ਨੇ ਆਪਣੇ ਚਾਰੇ ਪਾਸੇ ਦੇਖਿਆ ਅਤੇ ਕਿਹਾ, "ਮੇਰੇ ਕੋਲ਼ ਬੈਠੋ ਪਿਆਰੇ, ਅਤੇ ਧਿਆਨ ਨਾਲ਼ ਮੇਰੇ ਸ਼ਬਦਾਂ ਨੂੰ ਸੁਣ। ਮੁਸਕਰਾ, ਕਿਉਂਕਿ ਤੇਰੀ ਮੁਸਕਾਨ, ਸਾਡੇ ਸਾਹਮਣੇ ਜੋ ਕੁਝ ਵੀ ਹੈ, ਉਸਦੀ ਪ੍ਰਤੀਕ ਹੈ। ਪ੍ਰਸੰਨ ਹੋ, ਕਿਉਂਕਿ ਦਿਨ ਵੀ ਸਾਡੇ ਹੀ ਲਈ ਖ਼ੁਸ਼ ਹੁੰਦੇ ਹਨ। ਫਿਰ ਵੀ ਮੇਰੀ ਆਤਮਾ ਕਹਿੰਦੀ ਹੈ ਕਿ ਤੇਰਾ ਦਿਲ ਇੱਛਾਵਾਂ ਨਾਲ਼ ਭਰਿਆ ਪਿਆ ਹੈ, ਅਤੇ ਜਾਣਦੀ ਹੈਂ, ਪਿਆਰ-ਵਿਹਾਰ ਵਿੱਚ ਸ਼ੱਕ ਕਰਨਾ ਅਪਰਾਧ ਹੈ।

"ਆਉਣ ਵਾਲ਼ੇ ਦਿਨਾਂ ਵਿੱਚ ਕੀ ਤੂੰ ਇਨ੍ਹਾਂ ਵਿਸ਼ਾਲ ਮੈਦਾਨਾਂ ਦੀ ਰਾਣੀ ਬਣਨਾ ਚਾਹੇਂਗੀ, ਜਿਸਨੂੰ ਚੰਨ ਦੀ ਚਾਨਣੀ ਰੁਸ਼ਨਾ ਦਿੰਦੀ ਹੈ ਅਤੇ ਮਹਿਲ ਦੀ ਮਹਾਰਾਣੀ ਬਣਨਾ ਪਸੰਦ ਕਰੇਂਗੀ, ਜੋ ਮਹਾਰਾਜਿਆਂ ਦੇ ਰਾਜ-ਪ੍ਰਸਾਦ ਵਾਂਗ ਹੈ? ਮੇਰੇ ਸੁੰਦਰ ਘੋੜੇ ਤੈਨੂੰ ਅਨੰਦ-ਵਿਲਾਸ ਦੀਆਂ ਥਾਵਾਂ 'ਤੇ ਲੈ ਜਾਣਗੇ ਅਤੇ ਮੇਰੇ ਰੱਥ ਤੈਨੂੰ ਮਨੋਹਰ ਥਾਵਾਂ ਅਤੇ ਨਾਚਘਰਾਂ ਵਿੱਚ ਪਹੁੰਚਾ ਆਉਣਗੇ।

"ਮੁਸਕਰਾ ਪ੍ਰੇਮੀ! ਜਿਵੇਂ ਮੇਰੇ ਖਜਾਨਿਆਂ ਵਿੱਚ ਸੋਨਾ ਮੁਸਕਰਾਉਂਦਾ ਹੈ। ਮੇਰੇ ਵੱਲ ਦੇਖ, ਜਿਵੇਂ ਮੇਰੇ ਪਿਤਾ ਦੇ ਅਨਮੋਲ ਰਤਨ ਮੈਨੂੰ ਦੇਖਦੇ ਰਹਿੰਦੇ ਹਨ। ਮੇਰੇ ਵੱਲ ਧਿਆਨ ਦੇ, ਮੇਰੀ ਪਿਆਰੀ! ਕਿਉਂਕਿ ਮੇਰਾ ਦਿਲ ਸਿਰਫ਼ ਤੇਰੇ ਸਾਹਮਣੇ ਆਪਣੇ ਗੁਪਤ ਭੇਦਾਂ ਨੂੰ ਖੋਲ੍ਹਣਾ ਚਾਹੁੰਦਾ ਹੈ। ਸਾਡੇ ਸਾਹਮਣੇ ਅਨੰਦ ਦਾ ਇੱਕ ਸਾਲ ਪਿਆ ਹੈ—ਇੱਕ ਸਾਲ, ਜੋ ਅਸੀਂ ਸੋਨੇ ਦੀਆਂ ਮੁਦਰਾ ਨਾਲ਼ ਨੀਲ਼ ਨਦੀ ਦੇ ਮਹਿਲਾਂ ਅਤੇ ਲੇਬਨਾਨ ਦੇ ਦੇਵਦਾਰਾਂ ਦੀ ਛਾਵੇਂ ਬਿਤਾ ਆਵਾਂਗੇ। ਤੂੰ ਰਾਜਿਆਂ ਅਤੇ ਪ੍ਰਸਿੱਧ ਪੁਰਖਾਂ ਦੀਆਂ ਪੁੱਤਰੀਆਂ ਨੂੰ ਮਿਲੇਂਗੀ ਅਤੇ ਉਹ ਲੋਕ ਤੇਰੇ ਕੱਪੜੇ ਅਤੇ ਸ਼ਿੰਗਾਰ ਨਾਲ਼ ਈਰਖਾ ਕਰਨਗੀਆਂ। ਮੈਂ ਤੈਨੂੰ ਉਹ ਸਭ ਕੁਝ ਦਵਾਂਗਾ। ਕੀ ਇਨ੍ਹਾਂ ਸਭ ਲਈ ਤੇਰੀ ਕ੍ਰਿਪਾ-ਦ੍ਰਿਸ਼ਟੀ ਨਹੀਂ ਪ੍ਰਾਪਤ ਹੋਵੇਗੀ? ਆਹ! ਤੇਰੀ ਮੁਸਕਾਨ ਕਿੰਨੀ ਮਿੱਠੀ ਹੈ! ਇਹੀ ਤਾਂ ਮੇਰੀ ਕਿਸਮਤ ਦੀ ਮੁਸਕਾਨ ਹੈ।"

ਕੁਝ ਸਮੇਂ ਬਾਅਦ ਉਹ ਲੋਕ ਉੱਥੋਂ ਧੀਮੀ ਗਤੀ ਨਾਲ਼ ਆਪਣੇ ਪੈਰਾਂ ਹੇਠ ਕੋਮਲ ਫੁੱਲਾਂ ਨੂੰ ਮਿੱਧਦੇ ਹੋਏ ਇੰਞ ਚੱਲੇ, ਜਿਵੇਂ ਅਮੀਰ ਦੇ ਪੈਰ ਗਰੀਬ ਦੇ ਦਿਲ ਨੂੰ ਮਿੱਧਦੇ ਜਾ ਰਹੇ ਹਨ। ਇੰਞ ਉਹ ਮੇਰੀਆਂ ਅੱਖਾਂ ਤੋਂ ਓਹਲੇ ਹੋ ਗਏ, ਅਤੇ ਮੈਂ ਪਿਆਰ-ਵਿਹਾਰ ਵਿੱਚ ਪੈਸੇ ਦੀ ਹਾਲਤ 'ਤੇ ਸੋਚਦਾ ਰਹਿ ਗਿਆ। ਮੈਂ ਪੈਸੇ ਬਾਰੇ ਸੋਚਿਆ, ਜੋ ਮਨੁੱਖ ਦੀਆਂ ਸਾਰੀਆਂ ਨੀਚਤਾਵਾਂ ਦਾ ਮੁੱਢ-ਕਾਰਨ ਹੈ ਅਤੇ ਮੈਂ ਪਿਆਰ ਬਾਰੇ ਸੋਚਿਆ, ਜੋ ਪ੍ਰਕਾਸ਼ ਅਤੇ ਖੁਸ਼ੀ ਦਾ ਸਾਧਨ ਹੈ।

ਮੈਂ ਵਿਚਾਰਾਂ ਦੀ ਦੁਨੀਆ ਵਿੱਚ ਭਟਕਦਾ ਰਿਹਾ। ਉਦੋਂ ਇੱਕੋਦਮ ਮੇਰੀ ਨਜ਼ਰ ਦੋ ਅਕਾਰਾਂ 'ਤੇ ਪਈ, ਜੋ ਮੇਰੇ ਸਾਹਮਣਿਓਂ ਲੰਘ ਕੇ ਘਾਹ 'ਤੇ ਜੰਮ ਗਏ। ਉਹ ਸਨ ਇੱਕ ਨੌਜਵਾਨ ਅਤੇ ਇੱਕ ਸੁੰਦਰੀ, ਜੋ ਮੈਦਾਨ ਵਿਚਕਾਰ ਇੱਕ ਕੋਨੇ ਵਿੱਚ ਵੱਸੀਆਂ ਕਿਸਾਨਾਂ ਦੀਆਂ ਝੌਂਪੜੀਆਂ ਵਿੱਚੋਂ ਆਏ ਸਨ।

ਕੁਝ ਪਲ ਦੀ ਚੁੱਪੀ ਦੇ ਬਾਅਦ, ਜੋ ਰੜਕ ਰਹੀ ਸੀ, ਮੈਂ ਹੌਕਿਆਂ ਨਾਲ਼ ਇਹ ਸ਼ਬਦ ਜ਼ਖਮੀ ਬੁੱਲ੍ਹਾਂ ਤੋਂ ਨਿਕਲ਼ਦੇ ਹੋਏ ਸੁਣੇ:

"ਆਪਣੇ ਹੰਝੂਆਂ ਨੂੰ ਪੂੰਝ ਲਾ, ਮੇਰੀ ਪਿਆਰੀ, ਕਿਉਂਕਿ ਪਿਆਰ, ਜਿਸ ਨੇ ਸਾਡੀਆਂ ਅੱਖਾਂ ਖੋਲ੍ਹ ਦਿੱਤੀਆਂ ਅਤੇ ਸਾਨੂੰ ਆਪਣਾ ਗੁਲਾਮ ਬਣਾ ਲਿਆ ਹੈ, ਸਾਨੂੰ ਧੀਰਜ ਅਤੇ ਸਹਿਣਸ਼ੀਲਤਾ ਦੀਆਂ ਬਰਕਤਾਂ ਪ੍ਰਦਾਨ ਕਰੇਗਾ। ਆਪਣੇ ਹੰਝੂਆਂ ਨੂੰ ਪੂੰਝ ਸੁੱਟੋ ਅਤੇ ਧੀਰਜ ਕਰੋ, ਕਿਉਂਕਿ ਅਸੀਂ ਪਿਆਰ ਦੀ ਯਾਦਗਾਰ ਕਾਇਮ ਕਰ ਲਈ ਹੈ ਅਤੇ ਉਸੇ ਪਿਆਰ ਲਈ ਅਸੀਂ ਕੰਗਾਲੀ ਦੇ ਤਸੀਹੇ, ਬਦਕਿਸਮਤੀ, ਕੜਵਾਹਟ ਅਤੇ ਬਿਰਹਾ ਦਾ ਕਸ਼ਟ ਸਹਾਂਗੇ।"

"ਮੈਂ ਸਮੇਂ ਨਾਲ਼ ਉਦੋਂ ਤੱਕ ਸੰਤੁਸ਼ਟ ਨਹੀਂ ਹੋਵਾਂਗਾ, ਜਦੋਂ ਤੱਕ ਕਿ ਉਨ੍ਹਾਂ ਵਿੱਚੋਂ ਅਜਿਹਾ ਖਜ਼ਾਨਾ ਇਕੱਠਾ ਨਾ ਕਰ ਲਵਾਂ, ਜੋ ਤੇਰੇ ਹੱਥਾਂ ਰਾਹੀਂ ਗ੍ਰਹਿਣ ਕਰਨ ਯੋਗ ਹੋਵੇ। ਪਿਆਰ, ਜੋ ਰੱਬ ਹੈ, ਸਾਡੇ ਇਨ੍ਹਾਂ ਹੌਕਿਆਂ ਅਤੇ ਹੰਝੂਆਂ ਦੀ ਭੇਂਟ ਜ਼ਰੂਰ ਹੀ ਪ੍ਰਵਾਨ ਕਰੇਗਾ, ਅਤੇ ਉਸਦੇ ਲਈ ਸਾਨੂੰ ਉੱਚਿਤ ਫਲ਼ ਵੀ ਦਵੇਗਾ। ਤਾਂ ਹੁਣ ਵਿਦਾ ਦੇ ਮੇਰੀ ਪਿਆਰੀ, ਕਿਉਂਕਿ ਹੁਣ ਮੈਂ ਚੱਲਦਾ ਹਾਂ, ਚੰਦ ਡੁੱਬਣ ਲੱਗਾ ਹੈ।"

ਮੈਂ ਇੱਕ ਕੋਮਲ ਅਵਾਜ਼ ਸੁਣੀ, ਜਿਸ ਵਿੱਚ ਕੋਈ ਸਿਸਕੀਆਂ ਲੈ ਰਿਹਾ ਸੀ। ਉਹ ਇੱਕ ਅਣਵਿਆਹੀ ਸੁੰਦਰੀ ਦੀ ਅਵਾਜ਼ ਸੀ, ਜਿਸ ਵਿੱਚ ਸਮਾਇਆ ਸੀ ਪਿਆਰ ਦਾ ਦਰਦ, ਬਿਰਹਾ ਦਾ ਦੁੱਖ ਅਤੇ ਵਹਿ ਰਹੀ ਸੀ ਧੀਰਜ ਦੀ ਮਿਠਾਸ!

"ਵਿਦਾ ਪਿਆਰੀ!"

ਉਹ ਵਿਛੜ ਗਏ ਅਤੇ ਮੈਂ ਪਤਾ ਨਹੀਂ ਕਦੋਂ ਤੱਕ ਉਸੇ ਰੁੱਖ ਹੇਠਾਂ ਹੀ ਬੈਠਾ ਰਿਹਾ। ਫਿਰ ਦਿਆਲਤਾ ਦੀਆਂ ਉਂਗਲੀਆਂ ਮੈਨੂੰ ਖਿੱਚ ਲੈ ਗਈਆਂ ਅਤੇ ਇਸ ਅਦਭੁੱਤ ਸ੍ਰਿਸ਼ਟੀ ਦੇ ਭੇਦਾਂ ਨੇ ਮੈਨੂੰ ਉਦਾਸ ਕਰ ਦਿੱਤਾ।

ਉਸ ਸਮੇਂ ਮੈਂ ਕੁਦਰਤ ਵੱਲ ਦੇਖਿਆ, ਜੋ ਗਹਿਰੀ ਨੀਂਦ ਵਿੱਚ ਲੀਨ ਸੀ। ਉਦੋਂ ਮੈਂ ਸੋਚਿਆ ਤਾਂ ਇੱਕ ਅਜਿਹੀ ਵਸਤੂ ਨੂੰ ਲੱਭਿਆ, ਜੋ ਸੁਤੰਤਰ ਅਤੇ ਅਨੰਤ ਹੈ—ਇੱਕ ਅਜਿਹੀ ਵਸਤੂ, ਜੋ ਸੋਨੇ ਦੇ ਬਦਲੇ ਵੀ ਨਹੀਂ ਖਰੀਦੀ ਜਾ ਸਕਦੀ। ਮੈਂ ਇੱਕ ਅਜਿਹੀ ਵਸਤੂ ਨੂੰ ਲੱਭ ਲਿਆ, ਜਿਸ 'ਤੇ ਪਤਝੜ ਦੇ ਹੰਝੂਆਂ ਦਾ ਕੋਈ ਅਸਰ ਨਹੀਂ ਪੈਂਦਾ ਅਤੇ ਗਰੀਬੀ ਅਤੇ ਕਸ਼ਟ ਜਿਸਨੂੰ ਖ਼ਤਮ ਨਹੀਂ ਕਰ ਸਕਦੇ—ਇੱਕ ਅਜਿਹੀ

ਵਸਤੂ, ਜੋ ਬਸੰਤ ਵਿੱਚ ਫੱਲਦੀ ਹੈ ਅਤੇ ਗਰਮੀਆਂ ਵਿੱਚ ਫਲ਼ ਦਿੰਦੀ ਹੈ। ਉੱਥੇ ਮੈਂ ਲੱਭਿਆ 'ਪਿਆਰ'।

ਕਵੀ ਦੀ ਮੌਤ

ਰਾਤ ਨੇ ਨਗਰ 'ਤੇ ਆਪਣੇ ਖੰਭ ਫੈਲਾ ਦਿੱਤੇ ਅਤੇ ਬਰਫ਼ ਨੇ ਉਸਨੂੰ ਆਪਣੀ ਚਾਦਰ ਵਿੱਚ ਲਪੇਟ ਲਿਆ। ਸ਼ੀਤ ਦੇ ਮਾਰੇ ਲੋਕ ਆਪਣੇ-ਆਪਣੇ ਘਰਾਂ ਵਿੱਚ ਜਾ ਲੁਕੇ। ਸੀ-ਸੀ ਕਰਦੀ ਹਵਾ ਮਕਾਨਾਂ ਵਿਚਾਲਿਓਂ ਇੰਞ ਚੱਲ ਰਹੀ ਸੀ, ਜਿਵੇਂ ਕਬਰਾਂ ਵਿਚਾਲੇ ਕੋਈ ਆਦਮੀ ਮਰੇ ਲੋਕਾਂ ਲਈ ਵਿਰਲਾਪ ਕਰ ਰਿਹਾ ਹੋਵੇ।

ਉਸ ਨਗਰ ਦੀ ਬਾਹਰੀ ਸੀਮਾ 'ਤੇ ਇੱਕ ਪੁਰਾਣਾ ਮਕਾਨ ਸੀ। ਉਸਦੀ ਖਸਤਾ-ਹਾਲਤ ਕੰਧਾਂ 'ਤੇ ਬਰਫ਼ ਦਾ ਬੋਝ ਇੰਞ ਪਿਆ ਸੀ ਜਿਵੇਂ ਹੁਣ ਡਿੱਗੀ, ਹੁਣ ਡਿੱਗੀ। ਉਸ ਮਕਾਨ ਦੇ ਇੱਕ ਕੋਨੇ ਵਿੱਚ ਇੱਕ ਅਣਟੁੱਟੀ ਮੰਜੀ 'ਤੇ ਫਟਿਆ-ਪੁਰਾਣਾ ਬਿਸਤਰਾ ਸੀ, ਜਿਸ 'ਤੇ ਇੱਕ ਮਰਨਾਉ ਵਿਅਕਤੀ ਲੇਟਿਆ ਹੋਇਆ ਦੀਵੇ ਦੀ ਕੰਬਦੀ ਲੋਅ ਨੂੰ, ਜੋ ਹਨ੍ਹੇਰੇ ਨਾਲ਼ ਜੂਝ ਰਹੀ ਸੀ, ਅਪਲਕ ਦੇਖ ਰਿਹਾ ਸੀ। ਉਸਦੀ ਜੁਆਨੀ ਦਾ ਹੁਣੇ ਮਧੁਰ ਸਮਾਂ ਹੀ ਸੀ; ਪਰ ਉਹ ਜਾਣਦਾ ਸੀ ਕਿ ਜੀਵਨ ਦੇ ਬੰਧਨਾਂ ਤੋਂ ਉਸਦੀ ਮੁਕਤੀ ਦਾ ਮੌਕਾ ਨੇੜੇ ਆ ਗਿਆ ਹੈ। ਉਹ ਮੌਤ ਦੇ ਆਉਣ ਦੀ ਉਡੀਕ ਕਰ ਰਿਹਾ ਸੀ। ਉਸਦੇ ਪੀਲੇ ਚਿਹਰੇ 'ਤੇ ਉਮੀਦ ਦੀ ਜੋਤੀ ਖੇਡ ਰਹੀ ਸੀ ਅਤੇ ਉਸਦੇ ਬੁੱਲ੍ਹਾਂ 'ਤੇ ਇੱਕ ਦਰਦਭਰੀ ਮੁਸਕਾਨ ਸੀ।

ਉਹ ਇੱਕ ਕਵੀ ਸੀ, ਜੋ ਲੋਕਾਂ ਦੇ ਦਿਲਾਂ ਨੂੰ ਆਪਣੇ ਮਨੋਹਰ ਗੀਤਾਂ ਨਾਲ਼ ਖੁਸ਼ ਕਰਨ ਲਈ ਆਇਆ ਸੀ। ਪਰ ਹੁਣ ਉਹ ਅਮੀਰਾਂ ਦੇ ਇਸ ਜੀਵਨਲੋਕ ਵਿੱਚ ਭੁੱਖ ਨਾਲ਼ ਤੜਫ-ਤੜਫ ਕੇ ਮਰ ਰਿਹਾ ਸੀ। ਇੱਕ ਕੋਮਲ ਆਤਮਾ, ਜੋ ਈਸ਼ਵਰ ਦੇ ਅਸ਼ੀਰਵਾਦ-ਸਰੂਪ ਜੀਵਨ ਵਿੱਚ ਮਨੋਹਰਤਾ ਪੈਦਾ ਕਰਨ ਆਈ ਸੀ, ਇਸ ਤੋਂ ਪਹਿਲਾਂ ਕਿ ਮਨੁੱਖਤਾ ਉਸ 'ਤੇ ਮੁਸਕਰਾਵੇ, ਇਸ ਸੰਸਾਰ ਤੋਂ ਵਿਦਾ ਲੈ ਰਹੀ ਸੀ।

ਉਹ ਆਖਰੀ ਸਾਹ ਲੈ ਰਿਹਾ ਸੀ ਅਤੇ ਉਸਦੇ ਕੋਲ ਸਿਵਾ ਇੱਕ ਦੀਵੇ ਦੇ, ਜੋ ਇਕਾਂਤ ਜੀਵਨ ਵਿੱਚ ਉਸਦਾ ਸਾਥੀ ਸੀ ਅਤੇ ਕੁਝ ਕਾਗਜ਼ ਦੇ ਕੱਟੇ-ਫਟੇ ਟੁਕੜਿਆਂ ਦੇ, ਜਿਨ੍ਹਾਂ 'ਤੇ ਉਸਦੀ ਨਿਮਰ ਆਤਮਾ ਦੇ ਪ੍ਰਤੀਬਿੰਬ ਸਨ, ਹੋਰ ਅਤੇ ਕੁਝ ਨਾ ਸੀ।

ਮਰ ਰਹੇ ਨੌਜਵਾਨ ਨੇ ਆਪਣੀ ਨਸ਼ਟ ਹੁੰਦੀ ਸ਼ਕਤੀ ਨੂੰ ਸਮੇਟ ਲਿਆ, ਆਪਣੀਆਂ ਬਾਹਾਂ ਨੂੰ ਅਕਾਸ਼ ਵੱਲ ਚੁੱਕਿਆ ਅਤੇ ਆਪਣੀਆਂ ਮੁਰਝਾਈਆਂ ਪਲਕਾਂ ਇੰਞ ਹਿਲਾਈਆਂ, ਜਿਵੇਂ ਉਸਦੀਆਂ ਬੁੱਝਦੀਆਂ ਅੱਖਾਂ ਉਸ ਟੁੱਟੀ-ਭੱਜੀ ਝੌਂਪੜੀ ਦੀ ਛੱਤ ਨੂੰ ਤੋੜ ਦੇਣਗੀਆਂ, ਤਾਂਕਿ ਉਹ ਬੱਦਲਾਂ ਤੋਂ ਦੂਰ ਸਿਤਾਰਿਆਂ ਨੂੰ ਦੇਖ ਸਕੇ। ਉਦੋਂ ਉਸਨੇ ਕਿਹਾ:

"ਹੁਣ ਆ, ਓ ਸਰਵਉੱਚ ਯਮਦੂਤ, ਮੇਰੀ ਆਤਮਾ ਤੇਰੇ ਲਈ ਬੇਚੈਨ ਹੈ। ਮੇਰੇ ਕੋਲ ਆ ਅਤੇ ਇਨ੍ਹਾਂ ਸੰਸਾਰਿਕ ਸੰਗਲਾਂ ਨੂੰ ਢਿੱਲਾ ਕਰ ਦਵੇ, ਕਿਉਂਕਿ ਮੈਂ ਇਨ੍ਹਾਂ ਨੂੰ ਘਸੀਟਦੇ-ਘਸੀਟਦੇ ਥੱਕ ਗਿਆ ਹਾਂ। ਆ, ਏ ਮਿੱਠੀ ਮੌਤ, ਅਤੇ ਮੈਨੂੰ ਇਨ੍ਹਾਂ ਮਨੁੱਖਾਂ ਤੋਂ ਦੂਰ ਲੈ ਚੱਲ, ਜੋ ਮੈਨੂੰ ਆਪਣੇ ਦਰਮਿਆਨ ਇੱਕ ਅਜਨਬੀ ਸਮਝਦੇ ਹਨ, ਕਿਉਂਕਿ ਮੈਂ ਦੇਵਤਿਆਂ ਦੀ ਬਾਣੀ ਮਨੁੱਖੀ-ਭਾਸ਼ਾ ਵਿੱਚ ਬਿਆਨ ਕੀਤੀ। ਜਲਦੀ ਕਰ, ਕਿਉਂਕਿ

ਮਨੁੱਖਾਂ ਨੇ ਮੇਰਾ ਅਪਮਾਨ ਕਰ ਦਿੱਤਾ ਅਤੇ ਮੈਨੂੰ ਭੁੱਲ ਜਾਣ ਦੀ ਖੱਡ ਵਿੱਚ ਧੱਕ ਦਿੱਤਾ, ਇਸ ਲਈ ਕਿ ਮੈਂ ਉਸਦੇ ਵਾਂਗ ਦੂਸਰੇ ਦੇ ਧਨ ਨੂੰ ਈਰਖਾ ਨਾਲ਼ ਨਹੀਂ ਦੇਖਿਆ ਅਤੇ ਨਾ ਉਸ ਵਿਅਕਤੀ ਤੋਂ ਨਾਜ਼ਾਇਜ ਲਾਭ ਲਿਆ,' ਜੋ ਮੇਰੇ ਨਾਲ਼ੋਂ ਕਮਜ਼ੋਰ ਸੀ। ਨੇੜੇ ਆ, ਪਿਆਰੀ ਮੌਤ। ਅਤੇ ਮੈਨੂੰ ਇੱਥੋਂ ਲੈ ਚੱਲ, ਕਿਉਂਕਿ ਮੇਰੀ ਜਾਤੀ ਦੇ ਲੋਕਾਂ ਨੂੰ ਹੁਣ ਮੇਰੀ ਲੋੜ ਨਹੀਂ ਹੈ। ਮੈਨੂੰ ਆਪਣੀ ਪਿਆਰ-ਭਰੀ ਛਾਤੀ ਨਾਲ਼ ਲਗਾ ਲੈ, ਮੇਰੇ ਬੁੱਲ੍ਹਾਂ ਨੂੰ ਚੁੰਮ ਲੈ—ਉਨ੍ਹਾਂ ਬੁੱਲ੍ਹਾਂ ਨੂੰ, ਜਿਨ੍ਹਾਂ ਨੇ ਕਦੇ ਮਾਂ ਦਾ ਚੁੰਬਨ ਨਹੀਂ ਲਿਆ, ਨਾ ਭੈਣ ਦੀਆਂ ਗੱਲ੍ਹਾਂ ਛੂਹੀਆਂ ਅਤੇ ਨਾ ਪ੍ਰੇਮਿਕਾ ਦੇ ਚੁੰਮਨ ਦਾ ਅਨੁਭਵ ਕੀਤਾ। ਜਲਦੀ ਆ ਅਤੇ ਮੈਨੂੰ ਗਲ਼ੇ ਨਾਲ਼ ਲਗਾ, ਮੌਤ, ਮੇਰੀ ਪਿਆਰੀ!"

ਉਦੋਂ ਤੱਕ ਮਰ ਰਹੇ ਨੌਜਵਾਨ ਦੀ ਮੰਜੀ ਕੋਲ਼ ਆ ਇੱਕ ਇਸਤਰੀ ਦੀ ਮੂਰਤੀ ਖੜ੍ਹੀ ਹੋਈ, ਜਿਸਦਾ ਸੁਹੱਪਣ ਰੂਹਾਨੀ ਸੀ। ਉਹ ਬਰਫ਼ ਵਰਗੇ ਸਫੈਦ ਕੱਪੜਿਆਂ ਵਿੱਚ ਲਿਪਟੀ ਸੀ ਅਤੇ ਉਸਦੇ ਹੱਥਾਂ ਵਿੱਚ ਸਵਰਗ ਦੇ ਕਮਲ-ਫੁੱਲਾਂ ਦਾ ਮੁਕਟ ਸੀ।

ਉਸ ਇਸਤਰੀ ਨੇ ਕਵੀ ਦੇ ਨੇੜੇ ਆ ਕੇ ਉਸਨੂੰ ਗਲ਼ੇ ਲਗਾਇਆ ਅਤੇ ਉਸਦੀਆਂ ਅੱਖਾਂ ਨੂੰ ਬੰਦ ਕਰ ਦਿੱਤਾ, ਤਾਂਕਿ ਉਹ ਆਤਮ-ਅੱਖਾਂ ਨਾਲ਼ ਉਸਨੂੰ ਦੇਖ ਸਕੇ। ਉਸਦੇ ਬੁੱਲ੍ਹਾਂ ਦਾ ਉਸਨੇ ਪਿਆਰ ਨਾਲ਼ ਇੱਕ ਚੁੰਮਨ ਲਿਆ—ਇੱਕ ਅਜਿਹਾ ਚੁੰਮਨ, ਜਿਸ ਨੇ ਉਸਦੇ ਬੁੱਲ੍ਹਾਂ 'ਤੇ ਪੂਰਣ ਸੰਤੋਖ ਦੀ ਇੱਕ ਮੁਸਕਾਨ ਖਿੰਡਾ ਦਿੱਤੀ ਅਤੇ ਉਸੇ ਪਲ ਧਰਤੀ ਅਤੇ ਹਨ੍ਹੇਰੇ ਕੋਨੇ ਵਿੱਚ ਖਿੰਡੇ ਕੁਝ ਕੱਟੇ-ਫਟੇ ਕਾਗਜ਼ਾਂ ਤੋਂ ਇਲਾਵਾ ਉੱਥੇ ਕੁਝ ਵੀ ਬਾਕੀ ਨਹੀਂ ਰਿਹਾ।

ਸਰਦੀਆਂ ਬੀਤ ਗਈਆਂ ਅਤੇ ਉਸ ਨਗਰ ਦੇ ਲੋਕ ਅਗਿਆਨ ਅਤੇ ਮੂਰਖਤਾ ਵਿੱਚ ਹੀ ਪਏ ਰਹੇ। ਜਦੋਂ ਉਹ ਗੂੜ੍ਹੀ ਨੀਂਦ ਤੋਂ ਜਾਗੇ ਅਤੇ ਉਨ੍ਹਾਂ ਦੀਆਂ ਅੱਖਾਂ ਨੇ ਗਿਆਨ ਦਾ ਸਵੇਰਾ ਦੇਖਿਆ ਤਾਂ ਉਨ੍ਹਾਂ ਨੇ ਨਗਰ ਵਿਚਾਲੇ ਕਵੀ ਦੀ ਇੱਕ ਮੂਰਤੀ ਦੀ ਸਥਾਪਨਾ ਕੀਤੀ। ਹਰੇਕ ਸਾਲ ਦੇ ਇੱਕ ਤੈਅ ਸਮੇਂ 'ਤੇ ਉੱਥੇ ਉਸਦੇ ਸਾਹਮਣੇ ਇੱਕ ਪੂਰਬ ਮਨਾਉਣ ਲੱਗੇ।

ਕਿੰਨੇ ਮੂਰਖ ਹਨ ਲੋਕ!

ਖੰਡਰਾਂ ਦੇ ਵਿੱਚ

ਸੂਰਜ ਨਗਰ ਨੂੰ ਚੰਦਰਮਾ ਨੇ ਇੱਕ ਖੂਬਸੂਰਤ ਜਾਲੀਦਾਰ ਚਾਦਰ ਨਾਲ ਢੱਕ ਦਿੱਤਾ ਅਤੇ ਸੰਪੂਰਨ ਜੀਵ-ਜਗਤ ਵਿੱਚ ਸ਼ਾਂਤੀ ਛਾ ਗਈ। ਡਰਾਉਣੇ ਖੰਡਰ ਵਿਸ਼ਾਲ ਪਿਸ਼ਾਚਾਂ ਵਾਂਗ ਉੱਠ ਖੜ੍ਹੇ ਹੋਏ, ਜਿਵੇਂ ਰਾਤ ਦੇ ਇਸ ਦ੍ਰਿਸ਼ ਦੀ ਖਿੱਲੀ ਉਡਾ ਰਹੇ ਹੋਣ।

ਇਸੇ ਸਮੇਂ ਵਜੂਦਹੀਣ ਦੋ ਅਕਾਰ ਖਲਾਅ ਵਿੱਚੋਂ ਕਿਸੇ ਝੀਲ ਦੀ ਸਤ੍ਹਾ 'ਤੇ ਧੁੰਦ ਵਾਂਗ ਉੱਭਰ ਆਏ। ਉਹ ਇੱਕ ਸੰਗਮਰਮਰ ਦੇ ਖੰਭੇ 'ਤੇ ਬੈਠ ਗਏ, ਜਿਸਨੂੰ ਕਾਲ ਨੇ ਉਸ ਅਦਭੁੱਤ ਭਵਨ ਤੋਂ ਜ਼ਬਰਦਸਤੀ ਖਿੱਚ ਲਿਆ ਸੀ ਅਤੇ ਉਹ ਉਸ ਦ੍ਰਿਸ਼ ਨੂੰ ਦੇਖਣ ਲੱਗੇ, ਜੋ ਕਿਸੇ ਸਮੇਂ ਦੇ ਮਨਮੋਹਕ ਭਵਨਾਂ ਦੀ ਯਾਦ ਦਿਵਾ ਰਿਹਾ ਸੀ। ਕੁਝ ਪਲ ਬਾਅਦ ਉਨ੍ਹਾਂ ਵਿੱਚੋਂ ਇੱਕ ਨੇ ਆਪਣਾ ਸਿਰ ਚੁੱਕਿਆ ਅਤੇ ਇੱਕ ਅਜਿਹੀ ਅਵਾਜ਼ ਵਿੱਚ, ਜੋ ਦੂਰ ਘਾਟੀਆਂ ਤੋਂ ਮੁੜ-ਮੁੜ ਕੇ ਆ ਰਹੀ ਸੀ, ਕਿਹਾ:

"ਪਿਆਰੀ! ਇਹ ਉਨ੍ਹਾਂ ਸਮਾਧੀਆਂ ਦੇ ਖੰਡਰ ਹਨ, ਜਿਨ੍ਹਾਂ ਨੂੰ ਮੈਂ ਤੇਰੇ ਲਈ ਬਣਾਇਆ ਸੀ। ਅਤੇ ਉਹ ਹਨ ਉਸ ਭਵਨ ਦੇ ਖੰਡ੍ਹਰ, ਜੋ ਮੈਂ ਤੇਰੇ ਮਨੋਰੰਜਨ ਲਈ ਬਣਵਾਏ ਸਨ। ਹੁਣ ਉਹ ਖੰਡ੍ਹਰ ਬਣ ਗਏ ਹਨ ਅਤੇ ਹੁਣ ਉੱਥੇ ਬਿਨਾਂ ਉਨ੍ਹਾਂ ਚਿੰਨ੍ਹਾਂ ਦੇ ਕੁਝ ਵੀ ਬਾਕੀ ਨਹੀਂ ਰਿਹਾ ਹੈ, ਜੋ ਸੰਸਾਰ ਨੂੰ ਉਸ ਸ਼ਾਨੋ-ਸ਼ੌਕਤ ਦੀ ਕਹਾਣੀ ਸੁਣਾ ਰਿਹਾ ਹੈ, ਜਿਸਦੀ ਉੱਨਤੀ ਲਈ ਮੈਂ ਆਪਣਾ ਜੀਵਨ ਬਤੀਤ ਕੀਤਾ ਸੀ, ਅਤੇ ਉਸ ਸ਼ਕਤੀ ਨੂੰ, ਜਿਸਦੇ ਮਾਣ ਲਈ ਮੈਂ ਕਮਜ਼ੋਰਾਂ ਨੂੰ ਕੰਮ 'ਤੇ ਲਗਾਇਆ ਸੀ। ਚੰਗੀ ਤਰ੍ਹਾਂ ਦੇਖੋ ਅਤੇ ਸੋਚੋ ਪਿਆਰੇ! ਭੌਤਿਕ ਤੱਤਾਂ ਨੇ ਮੇਰੇ ਬਣਾਏ ਹੋਏ ਇਸ ਨਗਰ ਨੂੰ ਨਸ਼ਟ ਕਰ ਦਿੱਤਾ ਹੈ ਸਦੀਆਂ ਨੇ ਮੇਰੀ ਸਾਰੀ ਸਿਆਣਪ ਨੂੰ ਖ਼ਤਮ ਕਰ ਦਿੱਤਾ ਹੈ ਅਤੇ ਵਿਸਾਰ ਨੇ ਉਸ ਸਾਰੇ ਰਾਜ 'ਤੇ ਦਬਦਬਾ ਜਮਾ ਲਿਆ ਹੈ, ਜਿਸਦੀ ਮੈਂ ਨੀਂਹ ਰੱਖੀ ਸੀ। ਆਹ! ਉਨ੍ਹਾਂ ਪਿਆਰ ਦੇ ਕਣਾਂ ਤੋਂ ਬਿਨਾਂ ਕੁਝ ਵੀ ਤਾਂ ਬਚਿਆ ਨਹੀਂ, ਜਿਨ੍ਹਾਂ ਨੂੰ ਤੇਰੀ ਸ਼ਾਨ ਨੇ ਉਭਾਰਿਆ ਅਤੇ ਉਹ ਸੁੰਦਰਤਾ, ਤੇਰੇ ਪਿਆਰ ਹੀ ਜਿੰਦਾ ਕਰ ਸਕਿਆ।

"ਮੈਂ ਹਵਨ ਕਰਨ ਵਾਲੀ ਥਾਂ ਵਿੱਚ ਪੂਜਾ ਕਰਨ ਵਾਸਤੇ ਇੱਕ ਮੰਦਿਰ ਬਣਵਾਇਆ। ਪੁਜਾਰੀਆਂ ਨੇ ਉਸ ਨੂੰ ਸ਼ੁੱਧ ਕੀਤਾ, ਪਰ ਆਲਸ ਨੇ ਉਸਨੂੰ ਮਿੱਟੀ ਵਿੱਚ ਮਿਲਾ ਦਿੱਤਾ। ਤਦ ਮੈਂ ਮਨ ਵਿੱਚ ਪਿਆਰ ਦਾ ਮੰਦਿਰ ਬਣਵਾਇਆ ਅਤੇ ਰੱਬ ਨੇ ਉਸਨੂੰ ਪਵਿੱਤਰ ਕੀਤਾ। ਇਸਨੂੰ ਕੋਈ ਅੱਪਮਾਨਿਤ ਨਹੀਂ ਕਰ ਸਕਦਾ। ਮੈਂ ਆਪਣੇ ਦਿਨ ਭੌਤਿਕ ਤੱਤਾਂ ਅਤੇ ਵਸਤੂਆਂ ਨੂੰ ਜਾਣਨ ਦੀ ਖੋਜ ਵਿੱਚ ਲੰਘਾ ਦਿੱਤੇ ਅਤੇ ਲੋਕ ਬੋਲੇ, ਅਮਲੀ ਗੱਲਾਂ ਵਿੱਚ ਇਹ ਕਿੰਨਾ ਵਿਦਵਾਨ ਹੈ। ਅਤੇ ਦੇਵਤਿਆਂ ਨੇ ਕਿਹਾ, ਕਿੰਨੀ ਥੋੜ੍ਹੀ ਬੁੱਧੀ ਦਾ ਆਦਮੀ ਹੈ ਇਹ! ਤਦ ਮੈਂ ਤੈਨੂੰ ਦੇਖਿਆ ਪਿਆਰੀ, ਅਤੇ ਪਿਆਰ ਅਤੇ ਉਮੀਦਾ ਦੇ ਗੀਤ ਗਾਏ। ਇਸ 'ਤੇ ਦੇਵਤਾ ਖੁਸ਼ ਹੋ ਉੱਠੇ, ਪਰ ਜਿੱਥੋਂ ਤੱਕ ਮਨੁੱਖਾਂ ਦਾ ਸਬੰਧ ਹੈ, ਉਨ੍ਹਾਂ ਨੇ ਇਸ 'ਤੇ ਕੋਈ ਧਿਆਨ ਨਹੀਂ ਦਿੱਤਾ।

"ਮੇਰੀ ਸ਼ਾਨ ਦੇ ਦਿਨ ਮੇਰੀ ਆਤਮਾ ਅਤੇ ਪ੍ਰਵਿਰਤੀ ਵਿਚਕਾਰ ਇੱਕ ਕੰਧ

ਵਾਂਗ ਸਨ, ਜਿਵੇਂ ਦੂਸਰੇ ਸਾਰੇ ਜੀਵਾਂ ਵਿੱਚ ਹੁੰਦਾ ਹੈ, ਅਤੇ ਤੈਨੂੰ ਪਾ ਲੈਣ ਤੋਂ ਬਾਅਦ ਮੇਰੀ ਮਾਨਸਿਕਤਾ ਵਿੱਚ ਪਿਆਰ ਉਮੜ ਆਇਆ। ਉਸਨੇ ਇਸ ਕੰਧ ਨੂੰ ਢਾਹ ਦਿੱਤਾ। ਉਦੋਂ ਮੈਨੂੰ ਉਨ੍ਹਾਂ ਦਿਨਾਂ 'ਤੇ ਦੁੱਖ ਹੋਇਆ ਜੋ ਨਿਰਾਸ਼ਾ ਦੀਆਂ ਲਹਿਰਾਂ ਦੇ ਅਧੀਨ ਬਿਤਾਏ ਸਨ ਅਤੇ ਜਦੋਂ ਮੈਂ ਇਹ ਸੋਚਦਾ ਸੀ ਕਿ ਸੂਰਜ ਦੇ ਹੇਠ ਸਾਰਾ ਕੁਝ ਬੇਅਰਥ ਹੈ। ਮੈਂ ਆਪਣਾ ਖੋਲ਼ ਧਾਰਨ ਕਰਦਾ ਸੀ ਅਤੇ ਆਪਣੀ ਢਾਲ਼ ਸੰਭਾਲਦਾ ਸੀ ਤਾਂ ਮੇਰੇ ਗਿਰੋਹ ਦੇ ਲੋਕ ਮੇਰੇ ਤੋਂ ਡਰਦੇ ਸਨ, ਅਤੇ ਜਦੋਂ ਪਿਆਰ ਨੇ ਮੈਨੂੰ ਜਗਾਇਆ ਤਾਂ ਮੈਂ ਆਪਣਿਆਂ ਅੱਗੇ ਹੁਸ਼ਿਆਰ ਬਣ ਗਿਆ। ਪਰ ਜਦੋਂ ਮੌਤ ਆਈ ਤਾਂ ਉਸਨੇ ਜਾਲੀਦਾਰ ਅਤੇ ਮਿੱਟੀ ਦੇ ਕੱਪੜਿਆਂ ਨੂੰ ਲਾਹ ਸੁੱਟਿਆ ਅਤੇ ਮੇਰਾ ਪਿਆਰ ਰੱਬੀ-ਪਾਕ ਬਣ ਗਿਆ।"

ਕੁਝ ਦੇਰ ਦੀ ਚੁੱਪੀ ਤੋਂ ਬਾਅਦ ਦੂਸਰਾ ਅਕਾਰ ਬੋਲਿਆ, "ਜਿਵੇਂ ਫੁੱਲ਼ ਮਿੱਟੀ ਵਿੱਚੋ ਖੁਸ਼ਬੂ ਅਤੇ ਜੀਵਨ ਪ੍ਰਾਪਤ ਕਰਦੇ ਹਨ, ਠੀਕ ਉਵੇਂ ਹੀ ਆਤਮਾ ਭੂਤ-ਤੱਤਾਂ ਦੀ ਕਮਜ਼ੋਰੀ ਅਤੇ ਦੋਸ਼ਾਂ ਵਿੱਚੋਂ ਗਿਆਨ ਅਤੇ ਸ਼ਕਤੀ ਦਾ ਨਿਚੋੜ ਲੈਂਦੀ ਹੈ।"

ਇਸਤੋਂ ਬਾਅਦ ਦੋਨੋਂ ਅਕਾਰ ਇੱਕ-ਦੂਜੇ ਵਿੱਚ ਘੁਲ਼-ਮਿਲ਼ ਕੇ ਇੱਕ ਬਣ ਗਏ ਅਤੇ ਚੱਲ ਪਏ।

ਕੁਝ ਸਮੇਂ ਬਾਅਦ ਹਵਾ ਨੇ ਉਨ੍ਹਾਂ ਖੰਡਰਾਂ ਵਿੱਚ ਅਵਾਜ਼ ਦਿੱਤੀ, "ਰੱਬ ਪਿਆਰ ਤੋਂ ਇਲਾਵਾ ਆਪਣੇ ਵਿੱਚ ਕੁਝ ਵੀ ਨਹੀਂ ਰੱਖਦਾ, ਕਿਉਂਕਿ ਸਿਰਫ਼ ਇਹੀ ਉਸਦੀ ਆਪਣੀ ਪਸੰਦ ਹੈ।"

ਨਬੀ ਅਤੇ ਬਾਲਕ

ਇੱਕ ਦਿਨ ਨਬੀ ਸ਼ਰੀਹ ਨੂੰ ਇੱਕ ਬਗੀਚੇ ਵਿੱਚ ਇੱਕ ਬਾਲਕ ਮਿਲ਼ਿਆ। ਬਾਲਕ ਦੌੜਦਾ-ਦੌੜਦਾ ਉਸਦੇ ਕੋਲ ਆਇਆ ਅਤੇ ਬੋਲਿਆ, "ਨਮਸਤੇ ਸ਼੍ਰੀਮਾਨ" ਨਬੀ ਨੇ ਵੀ ਕਿਹਾ, "ਨਮਸਤੇ ਭਾਈ।" ਅਤੇ ਪਲ ਭਰ ਬਾਅਦ ਉਹ ਫਿਰ ਬੋਲਿਆ, "ਹੈਂ ਤੂੰ ਇਕੱਲਾ ਹੀ ਕਿਵੇਂ ਆਇਆ?"

ਇਸ ਗੱਲ 'ਤੇ ਬਾਲਕ ਹੱਸ ਪਿਆ ਅਤੇ ਖੁਸ਼ ਹੋ ਕੇ ਬੋਲਿਆ, "ਆਪਣੀ ਸੇਵਾਦਾਰਨੀ ਕੋਲੋਂ ਪਿੱਛਾ ਛਡਾਉਣ ਵਿੱਚ ਕਾਫ਼ੀ ਸਮਾਂ ਲੱਗ ਗਿਆ ਅਤੇ ਉਹ ਤਾਂ ਹੁਣ ਤੱਕ ਇਹੀ ਸਮਝਦੀ ਹੋਵੇਗੀ ਕਿ ਉਸਦੇ ਕੋਲ ਹੀ ਕਿਸੇ ਝਾੜੀ ਦੇ ਪਿੱਛੇ ਮੈਂ ਲੁਕਿਆ ਬੈਠਾ ਹਾਂ। ਪਰ ਦੇਖੋ ਤਾਂ, ਮੈਂ ਇੱਥੇ ਆ ਧਮਕਿਆ।" ਉਦੋਂ ਉਸਨੇ ਨਬੀ ਨੂੰ ਫਿਰ ਦੇਖਿਆ ਅਤੇ ਪੁੱਛਿਆ, "ਤੁਸੀਂ ਵੀ ਤਾਂ ਇਕੱਲੇ ਹੀ ਹੋ, ਤੇਰੀ ਸੇਵਾਦਾਰਨੀ ਕਿੱਥੇ ਹੈ?"

ਨਬੀ ਨੇ ਜਵਾਬ ਦਿੱਤਾ, "ਆਹ, ਇਹ ਇੱਕ ਨਿਰਾਲੀ ਗੱਲ ਹੈ! ਸੱਚ ਪੁੱਛੋਂ ਤਾਂ ਮੈਂ ਰੋਜ਼ ਉਸ ਤੋਂ ਵੱਖ ਹੋ ਹੀ ਨਹੀਂ ਸਕਦਾ ਅਤੇ ਹੁਣੇ-ਹੁਣੇ ਜਦੋਂ ਮੈਂ ਇਸ ਬਗੀਚੇ ਵਿੱਚ ਆਇਆ ਤਾਂ ਮੈਂ ਦੇਖਿਆ ਕਿ ਉਹ ਮੈਨੂੰ ਝਾੜੀਆਂ ਦੇ ਪਿੱਛੇ ਲੱਭ ਰਹੀ ਹੈ।"

ਇਸ 'ਤੇ ਬਾਲਕ ਨੇ ਤਾੜੀਆਂ ਮਾਰਦੇ ਹੋਏ ਕਿਲਕਾਰੀ ਮਾਰ ਕੇ ਕਿਹਾ, "ਆਹ, ਤਦ ਤਾਂ ਤੂੰ ਵੀ ਮੇਰੇ ਹੀ ਵਾਂਗ ਗੁਆਚ ਗਿਆ ਹੈਂ। ਕੀ ਗੁਆਚ ਜਾਣਾ ਮਜ਼ੇ ਦੀ ਗੱਲ ਨਹੀਂ ਹੈ?" ਉਦੋਂ ਉਸਨੇ ਫਿਰ ਪੁੱਛਿਆ, "ਤੇਰਾ ਨਾਮ ਕੀ ਹੈ?"

ਨਬੀ ਨੇ ਜਵਾਬ ਦਿੱਤਾ, "ਲੋਕ ਮੈਨੂੰ ਨਬੀ ਕਹਿੰਦੇ ਹਨ, ਪਰ ਇਹ ਦੱਸ, ਤੂੰ ਕੌਣ ਹੈਂ?"

"ਮੈਂ, ਮੈਂ ਤਾਂ ਸਿਰਫ਼ ਆਤਮਾ-ਸਰੂਪ ਹਾਂ।" ਬਾਲਕ ਨੇ ਕਿਹਾ, "ਮੇਰੀ ਸੇਵਾਦਾਰਨੀ ਮੈਨੂੰ ਲੱਭ ਰਹੀ ਹੈ ਅਤੇ ਉਸਨੂੰ ਇਸ ਗੱਲ ਦਾ ਪਤਾ ਨਹੀਂ ਹੈ ਕਿ ਮੈਂ ਹਾਂ ਕਿੱਥੇ?"

ਤਦ ਨਬੀ ਨੇ ਅਕਾਸ਼ ਵੱਲ ਦੇਖ ਕੇ ਕਿਹਾ, "ਮੈਂ ਵੀ ਕੁਝ ਦੇਰ ਲਈ ਆਪਣੀ ਸੇਵਾਦਾਰਨੀ ਨਾਲੋਂ ਵਿਛੜ ਗਿਆ ਹਾਂ, ਪਰ ਉਹ ਮੈਨੂੰ ਲੱਭ ਜ਼ਰੂਰ ਲਵੇਗੀ।"

ਉਸੇ ਸਮੇਂ ਉਸ ਬਾਲਕ ਦਾ ਨਾਮ ਲੈ ਕੇ ਇੱਕ ਇਸਤਰੀ ਦੇ ਪੁਕਾਰਨ ਦੀ ਅਵਾਜ਼ ਸੁਣਾਈ ਦਿੱਤੀ। "ਦੇਖੋ," ਬਾਲਕ ਨੇ ਕਿਹਾ, "ਮੈਂ ਕਿਹਾ ਸੀ ਨਾ, ਉਹ ਮੈਨੂੰ ਜ਼ਰੂਰ ਲੱਭ ਲਵੇਗੀ।"

ਅਤੇ ਉਸੇ ਸਮੇਂ ਦੂਸਰੀ ਅਵਾਜ਼ ਸੁਣਾਈ ਦਿੱਤੀ, "ਸ਼ਰੀਹ, ਤੂੰ ਕਿੱਥੇ ਹੈ?"

ਉਦੋਂ ਨਬੀ ਨੇ ਕਿਹਾ, "ਦੇਖੋ, ਮੇਰੇ ਬਾਲਕ, ਉਨ੍ਹਾਂ ਨੇ ਮੈਨੂੰ ਪਾ ਲਿਆ।"

ਅਤੇ ਆਪਣਾ ਮੂੰਹ ਉੱਚਾ ਕਰਕੇ ਸ਼ਰੀਹ ਨੇ ਜਵਾਬ ਦਿੱਤਾ, "ਮੈਂ ਇੱਥੇ ਹਾਂ।'

ਗਰੁੜ ਅਤੇ ਟਟਹਿਰੀ

ਇੱਕ ਉੱਚੇ ਪਰਬਤ ਦੀ ਚੱਟਾਨ 'ਤੇ ਇੱਕ ਟਟਹਿਰੀ ਅਤੇ ਗਰੁੜ ਦੀ ਮੁਲਾਕਾਤ ਹੋਈ। ਟਟਹਿਰੀ ਨੇ ਕਿਹਾ, "ਨਮਸਤੇ, ਸ਼੍ਰੀਮਾਨ।"

ਗਰੁੜ ਨੇ ਉਸਦੇ ਵੱਲ ਨਫਰਤ ਨਾਲ਼ ਦੇਖਿਆ ਅਤੇ ਹੌਲੀ ਜਿਹੇ ਕਿਹਾ, "ਨਮਸਤੇ।"

ਤਦ ਟਟਹਿਰੀ ਨੇ ਕਿਹਾ, "ਉਮੀਦ ਹੈ, ਤੁਸੀਂ ਅਨੰਦ 'ਚ ਹੋਵੋਗੇ।"

ਗਰੁੜ ਨੇ ਕਿਹਾ, "ਹਾਂ-ਹਾਂ ਮੈਂ ਮਜ਼ੇ 'ਚ ਹਾਂ, ਪਰ ਤੈਨੂੰ ਪਤਾ ਹੋਣਾ ਚਾਹੀਦਾ ਹੈ ਕਿ ਮੈਂ ਪੰਛੀਆਂ ਦਾ ਸਮਰਾਟ ਹਾਂ ਅਤੇ ਜਦੋਂ ਤੱਕ ਮੈਂ ਖੁਦ ਹੀ ਗੱਲ ਸ਼ੁਰੂ ਨਾ ਕਰਾਂ ਉਦੋਂ ਤੱਕ ਕਿਸੇ ਪੰਛੀ ਨੂੰ ਮੇਰੇ ਨਾਲ਼ ਗੱਲ ਕਰਨ ਦੀ ਜ਼ੁਰੱਅਤ ਨਹੀਂ ਕਰਨੀ ਚਾਹੀਦੀ।"

ਟਟਹਿਰੀ ਨੇ ਕਿਹਾ, "ਮੇਰੇ ਖਿਆਲ ਵਿੱਚ ਤਾਂ ਅਸੀਂ ਦੋਵੇਂ ਇੱਕੋ ਪਰਿਵਾਰ ਦੇ ਪ੍ਰਾਣੀ ਹਾਂ।"

ਗਰੁੜ ਨੇ ਅੱਖਾਂ ਪਾੜ ਕੇ ਨਫ਼ਰਤ ਨਾਲ਼ ਉਸਦੇ ਵੱਲ ਦੇਖਿਆ ਅਤੇ ਕਿਹਾ, "ਤੈਨੂੰ ਕਿਸ ਮੂਰਖ ਨੇ ਕਿਹਾ ਕਿ ਤੂੰ ਅਤੇ ਮੈਂ ਇੱਕ ਹੀ ਪਰਿਵਾਰ ਦੇ ਹਾਂ।"

ਤਦ ਟਟਹਿਰੀ ਨੇ ਜਵਾਬ ਦਿੱਤਾ, "ਜਨਾਬ, ਤੁਹਾਨੂੰ ਪਤਾ ਹੋਣਾ ਚਾਹੀਦਾ ਹੈ ਕਿ ਮੈਂ ਤੁਹਾਡੇ ਵਾਂਗ ਹੀ ਉੱਚਾ ਉੱਡ ਸਕਦਾ ਹਾਂ ਅਤੇ ਇਸਤੋਂ ਇਲਾਵਾ ਮੈਂ ਆਪਣੇ ਮਿੱਠੇ ਗੀਤ ਨਾਲ਼ ਸੰਸਾਰ ਦੇ ਹੋਰ ਪ੍ਰਾਣੀਆਂ ਨੂੰ ਅਨੰਦ ਦੇਣ ਦੀ ਯੋਗਤਾ ਰੱਖਦਾ ਹਾਂ। ਤੁਸੀਂ ਨਾ ਤਾਂ ਕਿਸੇ ਦਾ ਮਨੋਰੰਜਨ ਕਰ ਸਕਦੇ ਹੋ ਅਤੇ ਨਾ ਅਨੰਦ ਦੇ ਸਕਦੇ ਹੋ।"

ਗਰੁੜ ਨੇ ਗੁੱਸੇ ਨਾਲ਼ ਕਿਹਾ, "ਮਨੋਰੰਜਨ ਅਤੇ ਅਨੰਦ! ਓ ਮੱਕਾਰ ਪ੍ਰਾਣੀ! ਮੈਂ ਚੁੰਝ ਦੀ ਇੱਕ ਸੱਟ ਨਾਲ਼ ਤੇਰਾ ਕੰਮ ਤਮਾਮ ਕਰ ਸਕਦਾ ਹਾਂ। ਤੂੰ ਹੈ ਹੀ ਕੀ, ਮੇਰੇ ਪੰਜਿਆਂ ਦੇ ਬਰਾਬਰ ਵੀ ਨਹੀਂ।"

ਟਟਹਿਰੀ ਉੱਡ ਕੇ ਗਰੁੜ ਦੀ ਪਿੱਠ 'ਤੇ ਜਾ ਬੈਠਾ ਅਤੇ ਉਸਦੇ ਖੰਭ ਛਿੱਲਣ ਲੱਗਾ। ਗਰੁੜ ਨੂੰ ਵੀ ਗੁੱਸਾ ਆ ਗਿਆ ਅਤੇ ਉਸਨੇ ਉਸ ਛੋਟੇ ਜਿਹੇ ਪੰਛੀ ਤੋਂ ਆਪਣਾ ਪਿੱਛਾ ਛਡਾਉਣ ਲਈ ਤੇਜ਼ੀ ਨਾਲ਼ ਖੂਬ ਉੱਚਾ ਉੱਡਦਾ ਗਿਆ ਫਿਰ ਵੀ ਉਸਦਾ ਕੁਝ ਵੱਸ ਨਾ ਚੱਲਿਆ। ਹਾਰ ਕੇ ਉਹ ਮੁੜ ਉਸੇ ਚੱਟਾਨ 'ਤੇ ਉੱਤਰ ਆਇਆ, ਬੁਰੀ ਤਰ੍ਹਾਂ ਖਿੱਝਿਆ ਹੋਇਆ! ਉਹ ਤੁੱਛ ਪ੍ਰਾਣੀ ਹੁਣ ਵੀ ਉਸਦੀ ਪਿੱਠ 'ਤੇ ਸਵਾਰ ਸੀ ਅਤੇ ਗਰੁੜ ਆਪਣੀ ਕਿਸਮਤ ਨੂੰ ਕੋਸ ਰਿਹਾ ਸੀ।

ਉਸੇ ਪਲ ਇੱਕ ਕਛੂਵੀ ਉੱਧਰੋਂ ਨਿਕਲੀ। ਇਹ ਹਾਲ ਦੇਖ ਕੇ ਉਸਨੂੰ ਹਾਸਾ ਆ ਗਿਆ ਅਤੇ ਉਹ ਹੱਸਦੇ-ਹੱਸਦੇ ਲੋਟ-ਪੋਟ ਹੋ ਗਈ।

ਗਰੁੜ ਨੇ ਨਫ਼ਰਤ ਨਾਲ਼ ਕਛੂਵੀ ਵੱਲ ਦੇਖ ਕੇ ਕਿਹਾ, "ਓ! ਧਰਤੀ 'ਤੇ ਹੌਲ਼ੀ-ਹੌਲ਼ੀ ਰੇਂਗਣ ਵਾਲੀ ਤੁੱਛ ਪ੍ਰਾਣੀ! ਤੂੰ ਭਲਾ ਕੀ ਦੇਖ ਕੇ ਹੱਸ ਰਹੀ ਹੈ?"

ਕਛੂਵੀ ਨੇ ਕਿਹਾ, "ਹਾ ਹਾ, ਇਹ ਹੱਸਣ ਦੀ ਗੱਲ ਹੀ ਤਾਂ ਹੈ ਕਿ ਤੈਨੂੰ

ਘੋੜਾ ਬਣਾ ਕੇ ਇੱਕ ਛੋਟਾ-ਜਿਹਾ ਪੰਛੀ ਪਿੱਠ 'ਤੇ ਸਵਾਰੀ ਬੰਨ੍ਹੀ ਬੈਠਾ ਹੈ।"

ਗਰੁੜ ਨੇ ਉਸਨੂੰ ਕਿਹਾ, "ਜਾ-ਜਾ, ਆਪਣਾ ਕੰਮ ਕਰ। ਇਹ ਤਾਂ ਮੇਰੇ ਭਰਾ ਟਟਹਿਰੀ ਅਤੇ ਮੇਰੇ ਵਿਚਲਾ ਪਰਿਵਾਰਕ ਮਾਮਲਾ ਹੈ। ਤੈਨੂੰ ਇਸ ਨਾਲ਼ ਮਤਲਬ?"

ਸੰਵਾਦ—ਨਾਟਕ

ਘਟਨਾਸਥਲ— ਅਖਰੋਟ, ਅਨਾਰ ਅਤੇ ਚਿਨਾਰ ਦੇ ਰੁੱਖਾਂ ਨਾਲ਼ ਘਿਰੀ ਛੋਟੀ-ਜਿਹੀ ਬਗੀਚੀ। ਇਸ ਬਗੀਚੀ ਵਿੱਚ ਔਰੰਟਿਸ ਨਦੀ (ਨਹਿ, ਅਲ ਅਸ) ਅਤੇ ਹਰਮਿਸ ਪਿੰਡ ਵਿਚਾਲੇ ਸਥਿਤ ਇੱਕ ਪੁਰਾਣਾ ਪਰ ਸਾਫ਼-ਸੁਥਰਾ ਇਕੱਲਾ ਘਰ।

ਪਾਤਰ— ਸੰਨ 1883 ਈ० ਦੀ ਮੱਧ ਜੁਲਾਈ ਦੀ ਸ਼ਾਮ।

ਸਮਾਂ— ਨਿਹਾਵਦ ਦਾ ਫਾਰਸ ਦੇਸ਼ ਦਾ ਰਹੱਸਵਾਦੀ ਦਖੇਰਾ ਜੇਨ ਆਬਦੀਨ, ਉਮਰ 40 ਸਾਲ। ਲੇਬਨਾਨੀ ਵਿਦਵਾਨ ਨਜੀਬ ਰਹਮ, ਉਮਰ 30 ਸਾਲ।

ਹਜਰਤ ਅਮੀਨਾ— ਭਵਿੱਖ ਦੱਸਣ ਵਾਲ਼ੀ ਅਤੇ ਰਹੱਸਮਈ ਹੋਣ ਕਾਰਨ ਆਸ-ਪਾਸ ਦੇ ਖੇਤਰ ਵਿੱਚ 'ਘਾਟੀ ਦੀ ਪਰੀ' ਦੇ ਨਾਮ ਨਾਲ਼ ਮਸ਼ਹੂਰ। ਉਮਰ ਅਗਿਆਤ।

(ਜਿਵੇਂ ਹੀ ਪਰਦਾ ਉੱਠਦਾ ਹੈ ਜੇਨ ਆਬਦੀਨ ਰੁੱਖਾਂ ਦੇ ਹੇਠਾਂ ਆਪਣੇ ਇੱਕ ਹੱਥ 'ਤੇ ਸਿਰ ਝੁਕਾਏ ਦਿਖਾਈ ਦਿੰਦਾ ਹੈ। ਉਸਦੇ ਦੂਸਰੇ ਹੱਥ ਵਿੱਚ ਟਹਿਲਣ ਵਾਲ਼ੀ ਇੱਕ ਲੰਬੀ ਸੋਟੀ ਹੈ, ਜਿਸ ਨਾਲ਼ ਉਹ ਜਮੀਨ 'ਤੇ ਗੋਲ਼ਾਕਾਰ ਰੇਖਾ ਬਣਾ ਰਿਹਾ ਹੈ। ਥੋੜ੍ਹੀ ਦੇਰ ਬਾਅਦ ਨਜੀਬ ਰਹਮ ਘੋੜੇ 'ਤੇ ਸਵਾਰ ਹੋ ਕੇ ਪ੍ਰਵੇਸ਼ ਕਰਦਾ ਹੈ। ਉਹ ਘੋੜੇ 'ਤੋਂ ਉਤਰਦਾ ਹੈ, ਰੁੱਖ ਦੇ ਤਣੇ ਨਾਲ਼ ਰੱਸੇ ਨੂੰ ਬੰਨ੍ਹਦਾ ਹੈ ਅਤੇ ਕੱਪੜਿਆਂ ਨੂੰ ਝਾੜ ਕੇ ਜੇਨ ਆਬਦੀਨ ਵੱਲ ਵੱਧਦਾ ਹੈ।)

ਨਜੀਬ—ਮਹਾਰਾਜ, ਤੁਹਾਡਾ ਕਲਿਆਣ ਹੋਵੇ!

ਜੇਨ,—ਤੁਹਾਡਾ ਵੀ ਕਲਿਆਣ ਹੋਵੇ। (ਉਹ ਆਪਣਾ ਚਿਹਰਾ ਘੁੰਮਾਉਂਦੇ ਹੋਏ ਬੁੜਬੁੜ ਕਰਦਾ ਹੈ) ਅਸੀਂ ਸ਼ਾਂਤੀ ਚਾਹੁੰਦੇ ਹਾਂ...ਪਰ ਉੱਤਮਤਾ? ਪਰ ਇਹ ਇੱਕ ਅਲੱਗ ਵਿਸ਼ਾ ਹੈ।

ਨਜੀਬ—ਹਜਰਤ ਅਮੀਨਾ ਦਾ ਕੀ ਇਹੀ ਅਵਾਸ-ਸਥਾਨ ਹੈ?

ਜੇਨ— ਉਸ ਦੇ ਕਈ ਅਵਾਸ-ਸਥਾਨਾਂ ਵਿੱਚੋਂ ਇੱਕ ਇਹ ਵੀ ਹੈ। ਉਹ ਰਹਿੰਦੀ ਕਿਸੇ ਵਿੱਚ ਵੀ ਨਹੀਂ, ਤਾਂ ਵੀ ਹਰ ਜਗ੍ਹਾ ਮੌਜੂਦ ਰਹਿੰਦੀ ਹੈ।

ਨਜੀਬ—ਮੈਂ ਬਹੁਤਿਆਂ ਤੋਂ ਪੁੱਛਿਆ ਕਿ; ਪਰ ਕਿਸੇ ਨੇ ਵੀ ਇੰਞ ਨਹੀਂ ਕਿਹਾ ਕਿ ਹਜਰਤ ਅਮੀਨਾ ਦੇ ਅਣਗਿਣਤ ਘਰ ਹਨ।

ਜੇਨ—ਤੁਹਾਨੂੰ ਇਸ ਕਥਨ ਤੋਂ ਇਹ ਤਾਂ ਪਤਾ ਚੱਲਦਾ ਹੈ ਕਿ ਜਿਨ੍ਹਾਂ ਲੋਕਾਂ ਨੇ ਤੁਹਾਨੂੰ ਇਹ ਸੂਚਨਾ ਦਿੱਤੀ ਹੈ, ਉਨ੍ਹਾਂ ਨੇ ਆਪਣੀ ਚਮੜੀ ਦੀਆਂ ਅੱਖਾਂ ਨਾਲ਼ ਜੋ ਕੁਝ ਦੇਖਿਆ, ਇਸ ਤੋਂ ਇਲਾਵਾ ਕੁਝ ਨਹੀਂ ਦੇਖਿਆ। ਵਿਨਾਸ਼ਕਾਰੀ ਕੰਨਾਂ ਨਾਲ਼ ਉਹ ਲੋਕ ਜੋ ਕੁਝ ਸੁਣਦੇ ਹਨ, ਉਨ੍ਹਾਂ ਲਈ ਉਹੀ ਕਾਫ਼ੀ ਹੈ। ਹਜਰਤ ਅਮੀਨਾ ਸਭ ਥਾਂ ਹੈ (ਆਪਣੀ ਸੋਟੀ ਨਾਲ਼ ਪੂਰਬ ਵੱਲ ਇਸ਼ਾਰਾ ਕਰਦੇ ਹੋਏ) ਅਤੇ ਉਹ ਉੱਥੇ ਪਰਬਤਾਂ ਅਤੇ ਘਾਟੀਆਂ ਵਿੱਚ ਵਿਚਰਦੀ ਰਹਿੰਦੀ ਹੈ।

ਨਜੀਬ—ਕੀ ਉਹ ਅੱਜ ਇੱਥੇ ਆਵੇਗੀ?

ਜੇਨ—ਰੱਬ ਦੀ ਇੱਛਾ, ਉਹ ਅੱਜ ਇੱਥੇ ਆਵੇਗੀ।

ਨਜੀਬ— (ਜੇਨ ਦੇ ਸਾਹਮਣੇ ਇੱਕ ਚੱਟਾਨ 'ਤੇ ਬੈਠਦੇ ਹੋਏ ਅਤੇ ਉਸ 'ਤੇ ਟਿਕਟਿਕੀ ਲਗਾਉਂਦੇ ਹੋਏ) ਤੁਹਾਡੀ ਦਾੜ੍ਹੀ ਤੋਂ ਇਹ ਲੱਗਦਾ ਹੈ ਕਿ ਤੁਸੀਂ ਫਾਰਸਵਾਸੀ ਹੋ।

ਜੇਨ—ਜੀ, ਮੇਰਾ ਜਨਮ ਨਿਹਾਵੰਸ਼ ਵਿੱਚ ਹੋਇਆ, ਸ਼ੀਰਾਜ ਨੇ ਪਾਲ਼ਿਆ-ਪੋਸਿਆ ਅਤੇ ਨੀਸ਼ਾਪੁਰ ਵਿੱਚ ਪੜ੍ਹਾਈ-ਲਿਖਾਈ ਕੀਤੀ। ਸੰਸਾਰ ਵਿੱਚ ਪੂਰਬ ਤੋਂ ਲੈ ਕੇ ਪੱਛਮ ਤੱਕ ਦੀ ਯਾਤਰਾ ਕਰਕੇ ਮੈਂ ਪਰਤਿਆ ਹਾਂ; ਪਰ ਮੈਂ ਖ਼ੁਦ ਨੂੰ ਹਰ ਪੱਖੋਂ ਅਜਨਬੀ ਹੀ ਪਾਇਆ।

ਨਜੀਬ—ਅਸੀਂ ਲੋਕ ਰੋਜ਼ ਅਜਨਬੀ ਹੀ ਹਾਂ।

ਜੇਨ—(ਨਜੀਬ ਦੀ ਟਿੱਪਣੀ ਦੀ ਉਮੀਦ ਕਰਦੇ ਹੋਏ): ਤੇਰਾ ਕਹਿਣਾ ਸੱਚ ਹੈ, ਹਜ਼ਾਰਾਂ ਵਿਅਕਤੀਆਂ ਕੋਲ਼ ਮੇਰਾ ਮੁਲਾਕਾਤ ਹੋਈ ਅਤੇ ਉਨ੍ਹਾਂ ਨਾਲ ਮੇਰੀ ਵਾਰਤਾਲਾਪ ਹੋਈ; ਪਰ ਮੈਨੂੰ ਕੋਈ ਵੀ ਅਜਿਹਾ ਵਿਅਕਤੀ ਨਹੀਂ ਮਿਲ਼ਿਆ ਜੋ ਇਸ ਵਿਰਾਟ ਸੰਸਾਰ ਵਿੱਚ ਛੋਟੇ-ਜਿਹੇ ਜੇਲ੍ਹ ਵਿੱਚ ਖ਼ੁਦ ਨੂੰ ਬੰਦੀ ਬਣਾ ਕੇ ਆਸ-ਪਾਸ ਦੇ ਵਾਤਾਵਰਣ ਤੋਂ ਸੰਤੁਸ਼ਟ ਨਾ ਹੋਵੇ।

ਨਜੀਬ— (ਜੇਨ ਦੇ ਸ਼ਬਦਾਂ ਤੋਂ ਘਬਰਾ ਕੇ) ਕੀ ਮਨੁੱਖ ਸੁਭਾਵਿਕ ਰੂਪ ਨਾਲ਼ ਆਪਣੀ ਜਨਮਭੂਮੀ ਵੱਲ ਆਕਰਸ਼ਿਤ ਨਹੀਂ ਰਹਿੰਦਾ ਹੈ?

ਜੇਨ—ਜਿਸ ਵਿਅਕਤੀ ਦੇ ਦਿਲ ਅਤੇ ਵਿਚਾਰ ਤੰਗ ਰਹਿੰਦੇ ਹਨ, ਉਹੀ ਵਿਅਕਤੀ ਜੀਵਨ ਦੇ ਸੀਮਤ ਪਿਆਰ ਵੱਲ ਝੁਕਦਾ ਹੈ ਅਤੇ ਕਮਜ਼ੋਰ ਨਜ਼ਰ ਵਾਲ਼ਾ ਵਿਅਕਤੀ ਜਿਸ ਰਾਹ 'ਤੇ ਚੱਲਦਾ ਹੈ, ਉਹ ਖ਼ੁਦ ਨੂੰ ਸਿਰਫ ਹੱਥ ਜਿੰਨੀ ਦੂਰੀ ਨਾਲ਼ੋਂ ਵੱਧ ਦੂਰ ਤੱਕ ਦੇਖ ਸਕਣ ਵਿੱਚ ਸਦਾ ਅਯੋਗ ਪਾਉਂਦਾ ਹੈ ਅਤੇ ਨਾ ਹੱਥ ਜਿੰਨੀ ਦੂਰੀ ਨਾਲ਼ੋਂ ਵੱਧ ਆਪਣੇ ਅਰਾਮ-ਘਰ ਨੂੰ ਹੀ ਉਹ ਦੇਖ ਸਕਦਾ ਹੈ।

ਨਜੀਬ—ਸਾਡੇ ਵਿੱਚੋਂ ਕੋਈ ਵੀ ਜੀਵਨ ਦੀ ਡੂੰਘੀ ਡੂੰਘਾਈ ਨੂੰ ਆਪਣੀ ਆਤਮਿਕ ਨਜ਼ਰ ਨਾਲ਼ ਦੇਖਣ ਦਾ ਕਸ਼ਟ ਨਹੀਂ ਕਰਦਾ ਹੈ ਅਤੇ ਕਮਜ਼ੋਰ ਨਜ਼ਰ ਵਾਲ਼ੇ ਵਿਅਕਤੀ ਤੋਂ ਇਹ ਉਮੀਦ ਕਰਨਾ ਦੁੱਖਦ ਨਹੀਂ ਹੈ ਕਿ ਉਹ ਦੂਰ ਦੇਖੇ?

ਜੇਨ—ਤੇਰਾ ਕਹਿਣਾ ਉੱਚਿਤ ਹੈ ਪਰ ਕੀ ਕੱਚੇ ਅੰਗੂਰਾਂ ਤੋਂ ਸ਼ਰਾਬ ਕੱਢਣਾ ਅਣਉਚਿੱਤ ਨਹੀਂ ਹੈ?

ਨਜੀਬ—(ਥੋੜ੍ਹਾ ਧਿਆਨ ਮਗਨ—ਚੁੱਪ ਤੋਂ ਬਾਅਦ) ਬਹੁਤ ਸਾਲਾਂ ਤੋਂ ਹਜਰਤ ਅਮੀਨਾ ਦੀਆਂ ਕਹਾਣੀਆਂ ਸੁਣਦਾ ਆ ਰਿਹਾ ਹਾਂ। ਇਨ੍ਹਾਂ ਕਹਾਣੀਆਂ ਤੋਂ ਪ੍ਰਭਾਵਿਤ ਹੋ ਕੇ ਉਸ ਨੂੰ ਮਿਲ਼ਣ ਅਤੇ ਉਸਦੇ ਭੇਦਾਂ ਨੂੰ ਜਾਣਨ ਲਈ ਉਤਸੁਕ ਸੀ।

ਜੇਨ— ਜਿਵੇਂ ਕੋਈ ਵੀ ਵਿਅਕਤੀ ਬਾਗ ਵਿੱਚ ਸੈਰ ਕਰਨ ਵਾਂਗ ਸਾਗਰ-ਤਲ 'ਤੇ ਸੈਰ ਨਹੀਂ ਕਰ ਸਕਦਾ, ਉਵੇਂ ਹੀ ਸੰਸਾਰ ਵਿੱਚ ਕੋਈ ਵੀ ਅਜਿਹਾ ਵਿਅਕਤੀ ਨਹੀਂ ਹੈ, ਜੋ ਹਜਰਤ ਅਮੀਨਾ ਦੇ ਭੇਦਾਂ ਨੂੰ ਜਾਣਨ ਵਿੱਚ ਸਮਰੱਥ ਹੋਵੇ।

ਨਜੀਬ—ਸ਼੍ਰੀਮਾਨ, ਮੁਆਫ਼ ਕਰੋ, ਕਿਉਂਕਿ ਮੈਂ ਆਪਣਾ ਵਿਚਾਰ ਸਪੱਸ਼ਟ ਰੂਪ ਨਾਲ਼ ਤੇਰੇ ਸਾਹਮਣੇ ਪੇਸ਼ ਨਹੀਂ ਕਰ ਸਕਿਆ। ਮੈਨੂੰ ਇਸਦਾ ਪਤਾ ਹੈ ਕਿ ਹਜਰਤ ਅਮੀਨਾ ਦੇ ਗੁਪਤ ਭੇਦਾਂ ਨੂੰ ਜਾਣਨ ਵਿੱਚ ਮੈਂ ਖ਼ੁਦ ਨੂੰ ਸਦਾ ਅਯੋਗ ਦੇਖਦਾ ਹਾਂ। ਮੇਰੀ ਪ੍ਰਬਲ ਇੱਛਾ ਹੈ ਕਿ ਉਹ ਉੱਚ ਮੀਨਾਰਾਂ ਵਾਲ਼ੀ ਨਗਰੀ—ਇਰਮ—ਵਿੱਚ ਆਪਣੇ

ਦਾਖਲੇ ਦੀ ਅਤੇ ਇਸ ਸੋਨੇ ਦੀ ਨਗਰੀ ਦੇ ਰੀਤੀ-ਰਿਵਾਜ਼ਾਂ ਦੀ ਕਹਾਣੀ ਮੈਨੂੰ ਦੱਸਦੀ।

ਜੇਨ—ਉਸਦੇ ਸੁਪਨ-ਦੁਆਰ 'ਤੇ ਬਿਨਾਂ ਚਲਾਕੀ ਤੋਂ ਕੇਵਲ ਖੜ੍ਹੇ ਹੋ ਜਾਵੋ। ਜੇ ਇਹ ਦੁਆਰ ਖੁੱਲ੍ਹਦਾ ਹੈ ਤਾਂ ਤੁਸੀਂ ਟੀਚੇ 'ਤੇ ਪਹੁੰਚ ਜਾਵੋਗੇ। ਜੇ ਉਹ ਦੁਆਰ ਨਹੀਂ ਖੁੱਲ੍ਹਦਾ ਹੈ ਤਾਂ ਇਸਦੇ ਦੋਸ਼ੀ ਤੁਸੀਂ ਹੋਵੋਗੇ।

ਨਜੀਬ—ਤੇਰੇ ਇਸ ਅਦਭੁੱਤ ਕਹੇ ਨੂੰ ਮੈਂ ਸਮਝ ਨਹੀਂ ਪਾ ਰਿਹਾ ਹਾਂ।

ਜੇਨ—ਮੇਰਾ ਕਥਨ ਆਮ ਹੈ। ਸਿੱਧੀ-ਉਪਲੱਬਧੀ ਨਾਲ਼ ਮੁਕਤੀ ਜੋ ਤੈਨੂੰ ਮਿਲ਼ਦੀ, ਉਸਦੀ ਤੁਲਨਾ ਵਿੱਚ ਮੇਰਾ ਕਿਹਾ ਸਾਧਾਰਨ ਹੈ। ਮਨੁੱਖਾਂ ਨੂੰ ਆਪਣੇ ਵਿਸ਼ੇ ਵਿੱਚ ਜਿੰਨੀ ਜਾਣਕਾਰੀ ਹੈ, ਉਸਤੋਂ ਕਿਤੇ ਵੱਧ ਉਨ੍ਹਾਂ ਲੋਕਾਂ ਦੇ ਵਿਸ਼ੇ ਵਿੱਚ ਹਜਰਤ ਅਮੀਨਾ ਜਾਣਦੀ ਹੈ ਅਤੇ ਮਨੁੱਖਾਂ ਵਿੱਚ ਜੋ ਗੁਪਤ ਹੈ, ਉਸਨੂੰ ਇੱਕ ਨਜ਼ਰ ਵਿੱਚ ਹੀ ਉਹ ਮਹਿਸੂਸ ਕਰ ਸਕਦੀ ਹੈ। ਜੇ ਉਹ ਤੈਨੂੰ ਯੋਗ ਸਮਝੇਗੀ ਤਾਂ ਤੇਰੇ ਨਾਲ਼ ਵਾਰਤਾਲਾਪ ਕਰਨ ਵਿੱਚ ਅਨੰਦਿਤ ਹੋਵੇਗੀ ਅਤੇ ਬਲ਼ਦੇ ਸੱਚੇ-ਰਾਹ 'ਤੇ ਤੈਨੂੰ ਅਗਾਂਹ ਵਧਾਏਗੀ, ਨਹੀਂ ਤਾਂ ਤੇਰੇ ਸ਼ਕਤੀਸ਼ਾਲੀ ਵਜੂਦ ਦੀ ਵੀ ਉਹ ਅਣਦੇਖੀ ਕਰ ਦਵੇਗੀ।

ਨਜੀਬ—ਖੁਦ ਨੂੰ ਯੋਗ ਸਿੱਧ ਕਰਨ ਲਈ ਮੈਨੂੰ ਕੀ ਕਰਨਾ ਚਾਹੀਦਾ ਹੈ?

ਜੇਨ—ਸਿਰਫ ਸ਼ਬਦਾਂ ਅਤੇ ਕੰਮਾਂ ਨਾਲ਼ ਹਜਰਤ ਅਮੀਨਾ ਨੂੰ ਪਾਉਣ ਦੀ ਕੋਸ਼ਿਸ਼ ਕਰਨਾ ਵਿਅਰਥ ਅਤੇ ਅਸ਼ੁੱਭ ਹੈ ਕਿਉਂਕਿ ਨਾ ਉਹ ਸੁਣਦੀ ਹੈ ਅਤੇ ਨਾ ਦੇਖਦੀ ਹੀ ਹੈ ਪਰ ਤੇਰੇ ਅਣਕਹੇ ਸ਼ਬਦਾਂ ਨੂੰ ਉਹ ਆਪਣੇ ਕੰਨਾਂ ਦੀ ਆਤਮਾ ਨਾਲ਼ ਸੁਣੇਗੀ ਅਤੇ ਜਿਸ ਕੰਮ ਨੂੰ ਤੂੰ ਨਹੀਂ ਕਰਦਾ ਹੈਂ, ਉਸਨੂੰ ਉਹ ਆਪਣੀ ਨਜ਼ਰ ਦੀ ਆਤਮਾ ਨਾਲ਼ ਦੇਖੇਗੀ।

ਨਜੀਬ—ਤੇਰੇ ਕਥਨ ਕਿੰਨੇ ਰਹਿਸਮਈ ਅਤੇ ਕਿੰਨੇ ਸੁੰਦਰ ਹਨ।

ਜੇਨ—ਜੇ ਹਜਰਤ ਅਮੀਨਾ ਨਾਲ਼ ਸੌ ਸਾਲਾਂ ਤੱਕ ਵੀ ਮੈਂ ਵਾਰਤਾਲਾਪ ਕਰਦਾ ਤਾਂ ਮੈਂ ਇਹੀ ਕਹਿੰਦਾ ਕਿ ਮੈਨੂੰ ਕੁਝ ਵੀ ਪ੍ਰਾਪਤ ਨਹੀਂ ਹੋਇਆ ਸਗੋਂ ਇਹ ਮੌਨ ਦੀ ਗੁਨਗੁਨਾਹਟ ਹੁੰਦੀ ਹੈ, ਜੋ ਸੁੰਦਰਤਾ ਗੀਤ ਗਾਉਣ ਲਈ ਸੰਘਰਸ਼ ਕਰਦੀ ਰਹਿੰਦੀ ਹੈ।

ਨਜੀਬ—ਕੀ ਤੂੰ ਜਾਣਦਾ ਹੈਂ ਕਿ ਇਸ ਅਦਭੁੱਤ ਨਾਰੀ ਦਾ ਜਨਮ ਕਿੱਥੇ ਹੋਇਆ ਸੀ?

ਜੇਨ—ਸਰੀਰਕ ਰੂਪ ਨਾਲ਼ ਤਾਂ ਇਸਦਾ ਜਨਮ ਦਮਿਸ਼ਕ ਦੇ ਆਸ-ਪਾਸ ਹੋਇਆ, ਪਰ ਦੁਨੀਆ ਦੀਆਂ ਸਾਰੀਆਂ ਵਸਤੂਆਂ ਵਿੱਚ ਜੋ ਸਰਵਉੱਚ ਰੱਬ ਦਾ ਦਿਲ ਹੈ, ਉਹੀ ਇਸਦੀ ਜਨਮ-ਭੂਮੀ ਹੈ।

ਨਜੀਬ—ਇਸਦੇ ਮਾਤਾ-ਪਿਤਾ ਕੌਣ ਹਨ?

ਜੇਨ—ਕੀ ਇਸ ਸਵਾਲ ਦਾ ਕੋਈ ਅਰਥ ਹੋ ਸਕਦਾ ਹੈ? ਕਿਸੇ ਪਦਾਰਥ ਦੇ ਸਿਰਫ ਬਾਹਰੀ ਭਾਗ ਦੀ ਪ੍ਰੀਖਿਆ ਨਾਲ਼ ਕੀ ਤੁਸੀਂ ਮੂਲ਼ ਤਰਲ ਦਾ ਅਧਿਐਨ ਚੰਗੀ ਤਰ੍ਹਾਂ ਕਰ ਸਕਦੇ ਹੋ? ਸਿਰਫ ਸ਼ਰਾਬੀ ਨੂੰ ਦੇਖ ਕੇ ਸ਼ਰਾਬ ਦੇ ਸੁਆਦ ਨੂੰ ਤੁਸੀਂ ਦੱਸ ਸਕਦੇ ਹੋ?

ਨਜੀਬ—ਤੇਰਾ ਕਹਿਣਾ ਸੱਚ ਹੈ। ਫਿਰ ਵੀ, ਆਤਮਾ ਅਤੇ ਸਰੀਰ ਵਿਚਾਲੇ ਬੰਧਨ ਹੋਣਾ ਜ਼ਰੂਰੀ ਹੈ ਜਿਵੇਂ ਦਾ ਬੰਧਨ ਸਰੀਰ ਅਤੇ ਉਸਦੇ ਚੁਗਿਰਦੇ ਵਿਚਾਲੇ ਰਹਿੰਦਾ

ਹੈ ਅਤੇ ਜਦੋਂ ਮੈਨੂੰ ਕਿਸਮਤ 'ਤੇ ਵਿਸ਼ਵਾਸ ਨਹੀਂ ਹੈ, ਤਦ ਮੈਂ ਇਹ ਵਿਸ਼ਵਾਸ ਕਰਦਾ ਹਾਂ ਕਿ ਮੇਰੇ ਲਈ ਹਜਰਤ ਅਮੀਨਾ ਦੇ ਗੁਪਤ ਭੇਦਾਂ ਦੀ ਜਾਣਕਾਰੀ ਨਾਲ਼ੋਂ ਕਿਤੇ ਅਹਿਮ ਹੈ ਉਸਦੇ ਜੀਵਨ ਦੇ ਭੇਦਾਂ ਦਾ ਸੂਖਮ ਨਿਰੀਖਣ।

ਜੇਨ—ਮੈਂ ਉਸਦੀ ਮਾਂ ਬਾਰੇ ਨਹੀਂ ਜਾਣਦਾ ਹਾਂ। ਸਿਰਫ ਇੰਨਾ ਹੀ ਜਾਣਦਾ ਹਾਂ ਕਿ ਆਪਣੀ ਇੱਕੋ ਇੱਕ ਔਲਾਦ ਅਮੀਨਾ ਦੇ ਜਨਮ ਹੁੰਦੇ ਹੀ ਉਹ ਦਿਵੰਗਤ ਹੋ ਗਈ ਸੀ। ਉਸਦੇ ਪਿਤਾ ਪ੍ਰਸਿੱਧ ਅੰਧਨਬੀ ਸ਼ੇਖ ਅਬੁੱਲ ਗਨੀ ਸੀ, ਜੋ ਆਪਣੇ ਸਮੇਂ ਦੇ ਬਹੁਤ ਹੀ ਪਵਿੱਤਰ ਵਿਅਕਤੀ ਸੀ ਅਤੇ ਅਧਿਆਤਮ ਵਿੱਦਿਆ ਵਿੱਚ ਜਿਸਦੀ ਮਾਨਤਾ ਇਮਾਮ ਦੇ ਸਾਹਮਣੇ ਸੀ। ਰੱਬ ਉਸਦੀ ਆਤਮਾ ਨੂੰ ਸ਼ਾਂਤੀ ਦਵੇ। ਆਪਣੀ ਧੀ ਪ੍ਰਤੀ ਉਹ ਮੋਹਿਤ ਸੀ, ਅਤੇ ਖੂਬ ਚੌਕਸ ਹੋ ਕੇ ਉਨ੍ਹਾਂ ਨੇ ਆਪਣੀ ਪੁੱਤਰੀ ਨੂੰ ਸਿੱਖਿਅਤ ਕੀਤਾ। ਉਸਦੇ ਦਿਲ ਵਿੱਚ ਆਪਣੀ ਸੰਪੂਰਨ ਸੰਵੇਦਨਸ਼ੀਲਤਾ ਉਲੇੜ ਦਿੱਤੀ। ਜਿਵੇਂ-ਜਿਵੇਂ ਉਹ ਵੱਧਦੀ ਗਈ, ਉਸਨੇ ਦੇਖਿਆ ਕਿ ਉਸਦੇ ਸਾਰੇ ਗਿਆਨ ਅਤੇ ਬੁੱਧੀ ਨੂੰ ਬੇਟੀ ਨੇ ਆਤਮਸਾਤ ਕਰ ਲਿਆ ਹੈ। ਅਸਲੀਅਤ ਵਿੱਚ ਮਹਾਨ ਪੰਡਿਤ, ਰੱਬੀ ਬਖਸ਼ ਗਿਆਨ ਦੀ ਤੁਲਨਾ ਵਿੱਚ ਨਿਗੂਣਾ ਸੀ। ਆਪਣੀ ਪੁੱਤਰੀ ਦੇ ਵਿਸ਼ੇ ਵਿੱਚ ਪਿਤਾ ਨੇ ਕਿਹਾ, "ਤੰਗ ਹਨ੍ਹੇਰੇ ਨਾਲ਼ ਮਹਾਂਪ੍ਰਕਾਸ਼ ਪੈਦਾ ਹੋਇਆ, ਜਿਸ ਨਾਲ਼ ਮੇਰੇ ਜੀਵਨ ਦਾ ਰਾਹ ਰੁਸ਼ਨਾ ਗਿਆ।" ਜਦੋਂ ਅਮੀਨਾ ਤੇਈ ਸਾਲਾਂ ਦੀ ਸੀ, ਉਹ ਆਪਣੇ ਪਿਤਾ ਨਾਲ਼ ਯਾਤਰਾ ਲਈ ਗਈ ਅਤੇ ਜਦੋਂ ਲੋਕਾਂ ਨੇ ਦਮਿਸ਼ਕ ਦੇ ਮਾਰੂਥਲ ਨੂੰ ਪਾਰ ਕਰਕੇ ਨਿਰਜੀਵ ਭੂਮੀ ਵਿੱਚ ਪ੍ਰਵੇਸ਼ ਕੀਤਾ, ਪ੍ਰਕਾਸ਼ਮਾਨ ਨਗਰ ਓਹਲੇ ਹੋ ਗਿਆ। ਅੰਨ੍ਹੇ ਪਿਤਾ ਨੂੰ ਬੁਖਾਰ ਚੜ੍ਹ ਗਿਆ ਅਤੇ ਮਰ ਗਿਆ। ਅਮੀਨਾ ਨੇ ਉਸ ਨੂੰ ਦਫਨਾ ਦਿੱਤਾ ਅਤੇ ਉਸਦੀ ਕਬਰ ਦੀ ਨਿਗਰਾਨੀ ਸੱਤ ਦਿਨਾਂ ਅਤੇ ਸੱਤ ਰਾਤਾਂ ਤੱਕ ਕਰਦੀ ਰਹੀ। ਉਸਦੀ ਰੂਹ ਨੂੰ ਬੁਲਾਉਂਦੀ ਰਹੀ ਅਤੇ ਆਤਮਾ ਦੇ ਗੁਪਤ ਭੇਦਾਂ ਦੀ ਉਤਸੁਕਤਾ ਕਰਦੀ ਰਹੀ। ਉਸਦੇ ਪਿਤਾ ਦੀ ਰੂਹ ਨੇ ਸੱਤਵੀਂ ਰਾਤ ਨੂੰ ਰਾਤ ਦੇ ਜਗਰਾਤੇ ਤੋਂ ਅਮੀਨਾ ਨੂੰ ਮੁਕਤ ਕਰ ਦਿੱਤਾ ਅਤੇ ਦੱਖਣ-ਪੂਰਬ ਵੱਲ ਯਾਤਰਾ ਦਾ ਆਦੇਸ਼ ਦਿੱਤਾ। ਅਮੀਨਾ ਨੇ ਉਸ ਆਦੇਸ਼ ਦਾ ਪਾਲਣ ਕੀਤਾ।

(ਜੇਨ ਨੇ ਇੱਥੇ ਆ ਕੇ ਬੋਲਣਾ ਬੰਦ ਕਰ ਦਿੱਤਾ, ਦੂਰ ਦੁਮੇਲ ਵੱਲ ਟਿਕਟਿਕੀ ਲਗਾ ਕੇ ਦੇਖਦਾ ਰਿਹਾ। ਕੁਝ ਪਲਾਂ ਬਾਅਦ ਫਿਰ ਬੋਲਿਆ), "ਅਮੀਨਾ ਨੇ ਯਾਤਰਾ ਸ਼ੁਰੂ ਕੀਤੀ ਅਤੇ ਜਦੋਂ ਤੱਕ ਮਾਰੂਥਲ ਵਿਚਾਲੇ, ਜਿਸਨੂੰ ਉਹ ਲੋਕ 'ਰੂਬ-ਅਲ-ਖਾਲੀ ਕਹਿੰਦੇ ਹਨ', ਨਹੀਂ ਪਹੁੰਚ ਗਈ, ਉਦੋਂ ਤੱਕ ਨਿਰੰਤਰ ਚੱਲਦੀ ਰਹੀ। ਮੈਨੂੰ ਨਹੀਂ ਪਤਾ ਕਿਸੇ ਵੀ ਕਾਫਲੇ ਨੇ ਇਸ ਮਾਰੂਥਲ ਨੂੰ ਪਾਰ ਕੀਤਾ ਹੋਵੇ। ਕਿਹਾ ਜਾਂਦਾ ਹੈ ਕਿ ਇਸਲਾਮ ਧਰਮ ਦੇ ਸ਼ੁਰੂਆਤੀ ਦਿਨਾਂ ਵਿੱਚ ਕੁਝ ਯਾਤਰੀ ਇੱਥੇ ਪਹੁੰਚ ਗਏ ਸਨ। ਤੀਰਥ-ਯਾਤਰੀਆਂ ਨੂੰ ਵਿਸ਼ਵਾਸ ਸੀ ਕਿ ਅਮੀਨਾ ਗੁਆਚ ਕੇ ਭੁੱਖ ਨਾਲ਼ ਮਰ ਗਈ—ਇਸ 'ਤੇ ਉਨ੍ਹਾਂ ਲੋਕਾਂ ਨੇ ਸ਼ੋਕ ਮਨਾਇਆ ਅਤੇ ਆਪਣੀ ਵਾਪਸੀ 'ਤੇ ਇਸ ਹਾਦਸੇ ਦੀ ਚਰਚਾ ਦਮਿਸ਼ਕ ਦੇ ਲੋਕਾਂ ਨਾਲ਼ ਕੀਤੀ। ਉਹ ਸਾਰੇ ਲੋਕ, ਜੋ ਸ਼ੇਖ ਅਬੁੱਲ ਗਨੀ ਅਤੇ ਉਸਦੀ ਅਨੋਖੀ ਬੇਟੀ ਨੂੰ ਜਾਣਦੇ ਸਨ, ਇਸ ਹਾਦਸੇ ਨੂੰ ਜਾਣ ਕੇ ਸ਼ੋਕ ਨਾਲ਼ ਦੁੱਖੀ ਹੋਏ; ਪਰ ਜਿਉਂ-ਜਿਉਂ ਸਾਲ ਲੰਘਦੇ ਗਏ, ਉਨ੍ਹਾਂ ਦੋਵਾਂ ਨੂੰ ਭੁਲਾ ਦਿੱਤਾ ਗਿਆ। ਪੰਜ ਸਾਲਾਂ ਬਾਅਦ ਹਜਰਤ ਅਮੀਨਾ ਮੂਸਲ ਵਿੱਚ ਪ੍ਰਗਟ ਹੋਈ ਅਤੇ ਜਿਵੇਂ ਰਾਤ

ਵਿੱਚ ਅਕਾਸ਼ ਵਿੱਚੋਂ ਚਾਂਦੀ ਦੇ ਟੁਕੜੇ ਡਿੱਗਦੇ ਹੋਏ ਚੰਗੇ ਹਨ, ਉਵੇਂ ਉਸ ਦੇ ਅਲੌਕਿਕ ਗਿਆਨ, ਰਹਿਸ ਅਤੇ ਸੁੰਦਰਤਾ ਨਾਲ਼ ਉਸਦੀ ਮੌਜੂਦਗੀ ਨੇ ਲੋਕਾਂ ਨੂੰ ਖੁਸ਼ ਕੀਤਾ।"

ਨਜੀਬ—(ਜੇਨ ਦੀਆਂ ਗੱਲਾਂ ਤੋਂ ਸਿੱਧੇ ਰੂਪ ਨਾਲ਼ ਮੋਹਿਤ ਹੁੰਦੇ ਹੋਏ ਵੀ ਦਖਲ ਕਰਦੇ ਹੋਏ) ਕੀ ਅਮੀਨਾ ਨੇ ਲੋਕਾਂ ਸਾਹਮਣੇ ਆਪਣੀ ਕਿਸੇ ਸ਼ਕਤੀ ਦੀ ਗੱਲ ਕੀਤੀ?

ਜੇਨ—ਆਪਣੇ ਵਿਸ਼ੇ ਵਿੱਚ ਉਸ ਨੇ ਕੁਝ ਵੀ ਨਹੀਂ ਬਿਆਨ ਕੀਤਾ। ਇਮਾਮ ਅਤੇ ਵਿਦਵਾਨਾਂ ਤੋਂ ਬਿਨਾਂ ਪਰਦਾ ਕੀਤੇ, ਅਲੌਕਿਕ ਅਤੇ ਸਨਾਤਨ ਵਿਸ਼ਿਆਂ 'ਤੇ ਉਹ ਬੋਲਦੀ ਰਹੀ ਅਤੇ ਉਨ੍ਹਾਂ ਲੋਕਾਂ ਦੇ ਸਾਹਮਣੇ ਉੱਚ ਮੀਨਾਰਾਂ ਵਾਲ਼ੀ ਨਗਰੀ ਦੇ ਵਿਸ਼ੇ ਵਿੱਚ ਇੰਨੀ ਸੁੰਦਰ ਵਿਆਖਿਆ ਕੀਤੀ ਕਿ ਸ੍ਰੋਤੇ ਹੈਰਾਨ ਅਤੇ ਮੋਹਿਤ ਹੋ ਗਏ। ਇਸ ਨਾਲ਼ ਉਸਦੇ ਚੇਲਿਆਂ ਦੀ ਸੰਖਿਆ ਦਿਨ-ਪ੍ਰਤੀ-ਦਿਨ ਵੱਧਦੀ ਗਈ।

ਇਸ ਨਾਲ਼ ਸ਼ਹਿਰ ਦੇ ਵਿਦਵਾਨ ਲੋਕ ਈਰਖਾ ਨਾਲ਼ ਭਰ ਗਏ ਅਤੇ ਅਮੀਰ ਨੂੰ ਉਨ੍ਹਾਂ ਨੇ ਅਮੀਨਾ ਦੀ ਸ਼ਿਕਾਇਤ ਕੀਤੀ, ਜਿਸਦੇ ਕਾਰਨ ਅਮੀਰ ਨੇ ਆਪਣੇ ਸਾਹਮਣੇ ਪੇਸ਼ ਹੋਣ ਲਈ ਅਮੀਨਾ ਨੂੰ ਸੰਮਨ ਜਾਰੀ ਕਰ ਦਿੱਤਾ। ਜਦੋਂ ਅਮੀਨਾ ਹਾਜ਼ਰ ਹੋਈ, ਉਦੋਂ ਅਮੀਰ ਨੇ ਉਸਨੂੰ ਹੱਥਾਂ ਵਿੱਚ ਸੋਨੇ ਦਾ ਇੱਕ ਪੈਕਟ ਰੱਖਦੇ ਹੋਏ, ਸ਼ਹਿਰ ਦੀ ਸੀਮਾ ਤੋਂ ਦੂਰ ਚਲੇ ਜਾਣ ਲਈ ਕਿਹਾ। ਉਸ ਨੇ ਸੋਨੇ ਨੂੰ ਅਪ੍ਰਵਾਨ ਕਰ ਦਿੱਤਾ ਅਤੇ ਰਾਤ ਹੁੰਦੇ ਹੀ ਸ਼ਹਿਰ ਤੋਂ ਦੂਰ ਇਕੱਲੀ ਚਲੀ ਗਈ। ਕੁਸਤੁਨਤੁਨਿਆ, ਦਮਿਸ਼ਕ, ਹਿਮਸ ਅਤੇ ਤ੍ਰਿਪੋਲੀ ਦੀ ਉਸਨੇ ਯਾਤਰਾ ਕੀਤੀ ਅਤੇ ਹਰੇਕ ਸ਼ਹਿਰ ਵਿੱਚ ਜੋ ਨਾਗਰਿਕ ਉਸਦੇ ਪ੍ਰਵਚਨ ਸੁਣਨ ਇਕੱਠੇ ਹੁੰਦੇ ਸਨ, ਉਨ੍ਹਾਂ ਦੇ ਦਿਲਾਂ ਨੂੰ ਆਪਣੀ ਸ਼ਕਤੀ ਨਾਲ਼ ਰੁਸ਼ਨਾ ਦਿੰਦੀ ਸੀ। ਪਰ ਹਰੇਕ ਸ਼ਹਿਰ ਦੇ ਇਮਾਮਾਂ ਨੇ ਉਸਦਾ ਵਿਰੋਧ ਕੀਤਾ ਅਤੇ ਹਮੇਸ਼ਾ ਲਈ ਜਲਾਵਤਨ ਦੀ ਸਜਾ ਉਸਨੂੰ ਕੱਟਣੀ ਪਈ।

ਅੰਤ ਵਿੱਚ, ਇਕਾਂਤ ਜੀਵਨ-ਜੀਣ ਕਰਕੇ ਇਸ ਜਗ੍ਹਾ 'ਤੇ ਕੁਝ ਸਾਲ ਪਹਿਲਾਂ ਉਹ ਆਈ। ਰੱਬ ਦੇ ਪਿਆਰ ਅਤੇ ਉਸਦੇ ਭੇਦਾਂ ਦੇ ਸਿਮਰਨ ਤੋਂ ਇਲਾਵਾ ਉਸਨੇ ਕਿਸੇ ਹੋਰ ਚੀਜ਼ ਵੱਲ ਧਿਆਨ ਨਹੀਂ ਦਿੱਤਾ। ਹਜ਼ਰਤ ਅਮੀਨਾ ਦੇ ਇਤਿਹਾਸ ਦਾ ਇਹ ਸਿਰਫ ਇੱਕ ਸੰਖੇਪ ਜਿਹਾ ਰੇਖਾ-ਚਿੱਤਰ ਹੈ। ਜੇਕਰ ਉਸਦੇ ਆਦਰਸ਼ ਵਜੂਦ ਦੀ ਜਾਣਕਾਰੀ ਦੀਆਂ ਰੱਬੀ-ਪ੍ਰਦਾਨ ਸ਼ਕਤੀਆਂ ਮੇਰੇ ਵਿੱਚ ਹਨ ਤਾਂ ਵੀ ਦਿਲ ਦੇ ਭਰਪੂਰ ਨਸ਼ੇ ਨਾਲ਼ ਹਜਰਤ ਅਮੀਨਾ ਦੇ ਚਮਤਕਾਰਾਂ ਨੂੰ ਲੌਕਿਕ ਸ਼ਬਦਾਂ ਵਿੱਚ ਬਿਆਨ ਕਰਨ ਵਿੱਚ ਮੇਰੀ ਸ਼ਕਤੀ ਅਸਮਰੱਥ ਹੈ। ਸੰਸਾਰ ਦੇ ਕਈ ਪਿਆਲਿਆਂ ਵਿੱਚੋਂ ਛਲ਼ਕੇ ਗਿਆਨ ਨੂੰ ਮਨੁੱਖ ਕਿਉਂ ਇੱਕ ਪਿਆਲੇ ਵਿੱਚ ਨਹੀਂ ਪਾ ਲੈਂਦਾ ਹੈ?

ਨਜੀਬ—ਸੱਜਣ, ਮਨ ਨੂੰ ਆਕਰਸ਼ਿਤ ਕਰਨ ਵਾਲ਼ੀ ਅਤੇ ਅਹਿਮ ਸੂਚਨਾ ਲਈ ਮੇਰਾ ਧੰਨਵਾਦ ਪ੍ਰਵਾਨ ਕਰੋ। ਹੁਣ ਉਸ ਨੂੰ ਦੇਖਣ ਦੀ ਉਤਸੁਕਤਾ ਹੋਰ ਵੱਧ ਗਈ ਹੈ।

ਜੇਨ—(ਨਜੀਬ 'ਤੇ ਤੇਜ਼ ਨਜ਼ਰ ਨਾਲ਼ ਟਿਕਟਿਕੀ ਲਗਾਉਂਦਾ ਹੋਇਆ) ਕੀ ਤੂੰ ਈਸਾਈ ਨਹੀਂ ਹੈ?

ਨਜੀਬ—ਜੀ ਹਾਂ, ਮੈਂ ਜਨਮ ਤੋਂ ਈਸਾਈ ਸੀ, ਪਰ ਮੇਰੇ ਇੱਜ਼ਤਦਾਰ ਪੁਰਖਿਆਂ ਨੇ ਮੈਨੂੰ ਧਰਮ ਅਤੇ ਨਾਮ ਦਾ ਜੋ ਉਤਰਾਧਿਕਾਰ ਸੌਂਪਿਆ, ਮੈਨੂੰ ਉਸਨੂੰ ਉਵੇਂ ਹੀ

ਵਧਾਉਣਾ ਚਾਹੀਦਾ ਸੀ, ਜਿਵੇਂ ਹੋਰ ਧਰਮਾਂ ਨਾਲ਼ ਅਸੀਂ ਕਰਦੇ ਹਾਂ। ਅਸੀਂ ਖ਼ੁਦ ਨੂੰ ਇੱਕ-ਦੂਜੇ ਧਰਮ ਨਾਲ਼ੋਂ ਪ੍ਰਥਮ ਨਹੀਂ ਪਾਵਾਂਗੇ ਅਤੇ ਭਾਈ-ਚਾਰੇ ਦੇ ਰੂਪ ਵਿੱਚ ਮਹਾਨ ਵਿਸ਼ਵਾਸ ਅਤੇ ਧਰਮ ਦਾ ਅਨੰਦ ਲਵਾਂਗੇ।

ਜੇਨ—ਤੇਰਾ ਕਹਿਣਾ ਸਿਆਣਪ ਹੈ। ਜਿੱਥੋਂ ਤੱਕ ਸਾਂਝੇ ਧਰਮ ਦਾ ਸਵਾਲ ਹੈ, ਹਜਰਤ ਅਮੀਨਾ ਨਾਲ਼ੋਂ ਵੱਧ ਕੋਈ ਨਹੀਂ ਜਾਣਦਾ ਹੈ। ਸਾਰੇ ਮਤਾਂ ਅਤੇ ਪੂਰਵ-ਪਰੰਪਰਾਵਾਂ ਨੂੰ ਮੰਨਣ ਵਾਲ਼ੇ ਆਮ ਲੋਕਾਂ ਲਈ ਉਹ ਰੋਜ ਤੜਕੇ ਦੀਆਂ ਤ੍ਰੇਲ ਦੀਆਂ ਬੂੰਦਾਂ ਦੇ ਸਮਾਨ ਹੈ, ਜੋ ਰੰਗੀਨ ਪੱਤਿਆਂ ’ਤੇ ਮੋਤੀਆਂ ਵਾਂਗ ਚਮਕਦੀਆਂ ਹਨ। ਹਾਂ, ਉਹ ਰੋਜ ਤੜਕੇ ਦੀਆਂ ਤ੍ਰੇਲ ਦੀਆਂ ਬੂੰਦਾਂ ਵਾਂਗ ਹੈ।...(ਇਸ ਜਗ੍ਹਾ ਜੇਨ ਬੋਲਣਾ ਬੰਦ ਕਰਦਾ ਹੈ, ਧਿਆਨ ਨਾਲ਼ ਸੁਣਦੇ ਹੋਏ ਪੂਰਬ ਵੱਲ ਵੇਖਦਾ ਹੈ। ਸਾਵਧਾਨ ਹੋਣ ਲਈ ਨਜੀਬ ਨੂੰ ਚੇਤਾਵਨੀ ਦਿੰਦੇ ਹੋਏ ਉਹ ਖੜ੍ਹਾ ਹੋ ਜਾਂਦਾ ਹੈ ਅਤੇ ਉਤੇਜਿਤ ਫੁਸਫੁਸਾਹਟ ਵਿੱਚ ਸੂਚਿਤ ਕਰਦਾ ਹੈ) ਹਜਰਤ ਅਮੀਨਾ ਆ ਰਹੀ ਹੈ। ਤੁਸੀਂ ਕਿਸਮਤ ਵਾਲ਼ੇ ਹੋ।

ਨਜੀਬ—(ਹਿਚਕਾਉਂਦੇ ਹੋਏ) ਕਈ ਮਹੀਨਿਆਂ ਦੀ ਮੇਰੀ ਤਪੱਸਿਆ ਨੂੰ ਫਲ ਮਿਲ਼ੇਗਾ! (ਨਜੀਬ ਆਪਣੇ ਮੱਥੇ ’ਤੇ ਆਪਣਾ ਹੱਥ ਰੱਖਦਾ ਹੈ, ਜਿਵੇਂ ਆਪਣੀ ਵੇਗਮਈ ਨਾੜੀਆਂ ਨੂੰ ਸ਼ਾਂਤ ਕਰ ਰਿਹਾ ਹੋਵੇ ਅਤੇ ਵਾਤਾਵਰਣ ਵਿੱਚ ਇੱਕ ਬਦਲਾਅ ਮਹਿਸੂਸ ਕਰ ਰਿਹਾ ਹੋਵੇ। ਜੇਨ ਦੀ ਸੰਭਾਵਿਤ ਅਸਫਲਤਾ ਦੇ ਕਥਨਾਂ ਨੂੰ ਯਾਦ ਕਰਦੇ ਹੋਏ ਉਸਦੀ ਖੁਸ਼ੀ ਭਰੀ ਉਡੀਕ ਦਾ ਪ੍ਰਗਟਾਅ ਡੂੰਘੇ ਪ੍ਰਵੇਸ਼ ਵਿੱਚ ਬਦਲਦਾ ਹੈ; ਪਰ ਸੰਗਮਰਮਰੀ ਬੁੱਤ ਵਾਂਗ ਹੁਣ ਉਹ ਗਤੀਰਹਿਤ ਹੈ।)

(ਹਜਰਤ ਅਮੀਨਾ ਪ੍ਰਵੇਸ਼ ਕਰਦੀ ਹੈ, ਉਨ੍ਹਾਂ ਦੋਵਾਂ ਵਿਅਕਤੀਆਂ ਸਾਹਮਣੇ ਖੜ੍ਹੀ ਹੁੰਦੀ ਹੈ। ਉਹਨੇ ਲੰਬਾ ਚੋਗਾ ਪਾਇਆ ਹੈ। ਆਪਣੇ ਲੱਛਣ, ਹਾਵਭਾਵ ਅਤੇ ਸਾਜ-ਸੱਜਾ ਤੋਂ ਉਹ ਆਪਣੇ ਸਮੇਂ ਦੀ ਪੂਰਬ ਦੇਸ਼ ਦੀ ਨਾਰੀ ਨਾਲ਼ੋਂ ਵੱਧ ਉਮਰ ਦੀ ਦੇਵੀ ਵਾਂਗ ਲੱਗਦੀ ਹੈ। ਜਿਸਦੀ ਪੂਜਾ ਪ੍ਰਾਚੀਨ ਕਾਲ਼ ਵਿੱਚ ਹੁੰਦੀ ਸੀ। ਆਮ ਕਰਕੇ ਉਸਦੀ ਉਮਰ ਦੀ ਜਾਣਕਾਰੀ ਲੈਣਾ ਅਸੰਭਵ ਹੈ ਕਿਉਂਕਿ ਉਸਦੇ ਜੁਆਨ ਚਿਹਰੇ ਤੋਂ ਕੁਝ ਵੀ ਪ੍ਰਗਟ ਨਹੀਂ ਹੁੰਦਾ ਹੈ ਅਤੇ ਉਸਦੀਆਂ ਪਾਰਖੀ ਅੱਖਾਂ ਹਜ਼ਾਰਾਂ ਸਾਲਾਂ ਦੇ ਗਿਆਨ ਅਤੇ ਕਸ਼ਟ ਨੂੰ ਦਰਸਾਉਂਦੀਆਂ ਹਨ। ਨਜੀਬ ਅਤੇ ਜੇਨ ਸ਼ਰਧਾ ਨਾਲ਼ ਸਥਿਰ ਹਨ ਜਿਵੇਂ ਕਿਸੇ ਰੱਬੀ ਦੂਤ ਦੇ ਸਾਹਮਣੇ ਉਹ ਹੋਣ।)

ਅਮੀਨਾ—(ਨਜੀਬ ਨੂੰ ਸਥਿਰ ਨਜ਼ਰ ਨਾਲ਼ ਦੇਖਦੀ ਹੋਈ ਆਪਣੀਆਂ ਤੇਜਸਵੀ ਅੱਖਾਂ ਨਾਲ਼ ਜਿਵੇਂ ਉਸਦੇ ਦਿਲ ਵਿੱਚ ਦਾਖਲ ਹੋ ਰਹੀ ਹੋਵੇ, ਸ਼ਾਂਤ, ਵਿਸ਼ਵਾਸਪੂਰਨ ਅਵਾਜ਼ ਵਿੱਚ ਉਹ ਬੋਲਦੀ ਹੈ) ਮੇਰੇ ਵਿਸ਼ੇ ਵਿੱਚ ਜਾਣਨ ਲਈ ਤੁਸੀਂ ਇੱਥੇ ਆਏ ਹੋ; ਪਰ ਜਿਨਾ ਤੁਸੀਂ ਖੁਦ ਨੂੰ ਜਾਣਦੇ ਹੋ, ਉਸ ਨਾਲ਼ੋਂ ਵੱਧ ਮੇਰੇ ਵਿਸ਼ੇ ਵਿੱਚ ਨਹੀਂ ਜਾਣ ਸਕੋਗੇ ਅਤੇ ਤੁਸੀਂ ਓਨਾ ਹੀ ਮੇਰੇ ਵਿਸ਼ੇ ਵਿੱਚ ਸੁਣ ਸਕੋਗੇ ਜਿੰਨਾ ਤੁਸੀਂ ਖੁਦ ਬਾਰੇ ਸੁਣਦੇ ਹੋ।

ਨਜੀਬ—(ਵਿਆਕੁਲ ਅਤੇ ਦੁੱਖ ਦੇ ਡਰ ਦਾ ਪ੍ਰਦਰਸ਼ਨ ਕਰਦੇ ਹੋਏ) ਮੈਂ ਦੇਖਿਆ, ਸੁਣਿਆ ਅਤੇ ਵਿਸ਼ਵਾਸ ਕੀਤਾ ਹੈ। ਮੈਂ ਸੰਤੁਸ਼ਟ ਹਾਂ।

ਅਮੀਨਾ—ਅਧੂਰੀ ਤ੍ਰਿਪਤੀ ਨਾਲ਼ ਸੰਤੁਸ਼ਟ ਨਾ ਹੋਵੋ ਕਿਉਂਕਿ ਇੱਕ ਕੱਚੇ

ਘੜੇ ਨਾਲ਼ ਜੋ ਵਿਅਕਤੀ ਜੀਵਨ-ਬਸੰਤ ਨੂੰ ਗ੍ਰਹਿਣ ਕਰਦਾ ਹੈ, ਉਹ ਦੋ ਭਰੇ ਘੜਿਆਂ ਨਾਲ਼ ਰਵਾਨਾ ਹੋਵੇਗਾ। (ਅਮੀਨਾ ਆਪਣਾ ਇੱਕ ਹੱਥ ਉਸਦੇ ਵੱਲ ਵਧਾਉਂਦੀ ਹੈ। ਪ੍ਰਬਲ ਸੰਵੇਗ ਦੇ ਅਧੀਨ ਹੋ ਕੇ ਉਸਦੇ ਦੋਵੇਂ ਹੱਥਾਂ ਨੂੰ ਸ਼ਰਧਾ ਪੂਰਵਕ ਉਹ ਫੜਦਾ ਹੈ ਅਤੇ ਉਸਦੀਆਂ ਉਂਗਲੀਆਂ ਦਾ ਚੁੰਮਨ ਲੈਂਦਾ ਹੈ। ਉਦੋਂ ਉਹ ਆਪਣਾ ਦੂਸਰਾ ਹੱਥ ਜੇਨ ਆਬੇਦੀਨ ਵੱਲ ਵਧਾਉਂਦੀ ਹੈ ਉਹ ਵੀ ਉਸਨੂੰ ਚੁੰਮਦਾ ਹੈ। ਨਜੀਬ ਨੇ ਜੋ ਪਹਿਲਾਂ ਪਹਿਲ ਸਭਿਅਕ ਵਰਤਾਅ ਕੀਤਾ ਸੀ, ਉਸ ਨਾਲ਼ ਉਹ ਖ਼ੁਸ਼ ਦਿਖਾਈ ਦਿੰਦਾ ਹੈ। ਹਜਰਤ ਅਮੀਨਾ ਹੌਲ਼ੀ-ਹੌਲ਼ੀ ਪਿੱਛੇ ਹੱਟਦੀ ਹੈ।)

ਅਮੀਨਾ—(ਚਿਕਨੀ ਚੱਟਾਨ 'ਤੇ ਬੈਠਦੀ ਹੈ ਅਤੇ ਨਜੀਬ ਨੂੰ ਕਹਿੰਦੀ ਹੈ) ਰੱਬ ਦੀਆਂ ਇਹੀ ਕੁਰਸੀਆਂ ਹਨ। ਬੈਠੋ (ਨਜੀਬ ਨੇੜੇ ਬੈਠ ਜਾਂਦਾ ਹੈ। ਜੇਨ ਵੀ ਬੈਠ ਜਾਂਦਾ ਹੈ। ਅਮੀਨਾ ਨਜੀਬ ਨੂੰ ਮੁੜ ਕਹਿੰਦੀ ਹੈ। ਮੈਂ ਤੇਰੀਆਂ ਅੱਖਾਂ ਵਿੱਚ ਰੱਬ ਦੀ ਸੱਚੀ ਰੌਸ਼ਨੀ ਦੇਖਦੀ ਹਾਂ ਅਤੇ ਜੋ ਰੱਬ ਦੀ ਸੱਚੀ ਰੌਸ਼ਨੀ ਨੂੰ ਦੇਖੇਗਾ, ਉਹ ਮੇਰੇ ਵਿੱਚ ਮੇਰੇ ਅੰਦਰਲੀ ਸੱਚਾਈ ਨੂੰ ਦੇਖੇਗਾ। ਤੂੰ ਸ਼ਰਧਾ ਆਤਮਾ ਹੈਂ ਅਤੇ ਤੂੰ ਸੱਚ ਨੂੰ ਪਿਆਰ ਕਰਦਾ ਹੈਂ, ਇਸ ਲਈ ਸੱਚ ਨੂੰ ਹੋਰ ਵੱਧ ਜਾਣਨ ਦੇ ਇਛੁੱਕ ਹੋ। ਜੇ ਕਹਿਣ ਨੂੰ ਤੇਰੇ ਕੋਲ਼ ਸ਼ਬਦ ਹਨ ਤਾਂ ਤੂੰ ਜੋ ਕੁਝ ਕਹਿਣਾ ਚਾਹੁੰਦਾ ਹੈਂ, ਕਹਿ, ਮੈਂ ਉਸ 'ਤੇ ਧਿਆਨ ਦੇਵਾਂਗੀ ਅਤੇ ਜੇ ਤੇਰੇ ਮਨ ਵਿੱਚ ਕੋਈ ਸਵਾਲ ਹੈ ਤਾਂ ਪੁੱਛ ਅਤੇ ਮੈਂ ਸੱਚਾਈ ਨਾਲ਼ ਜਵਾਬ ਦੇਵਾਂਗੀ।

ਨਜੀਬ—ਆਮ ਲੋਕਾਂ ਵਿੱਚ ਉਪਭੋਗ ਵਿਸ਼ੇ ਵਿੱਚ ਜੋ ਗੱਲਾਂ ਹੁੰਦੀਆਂ ਹਨ, ਉਸ ਨੂੰ ਜਾਣਨ ਲਈ ਮੈਂ ਉਤਸੁਕਤਾ ਪ੍ਰਗਟ ਕਰਨਾ ਚਾਹੁੰਦਾ ਹਾਂ ਪਰ ਜਦੋਂ ਮੈਂ ਖ਼ੁਦ ਨੂੰ ਤੇਰੇ ਸਾਹਮਣੇ ਹਾਜ਼ਰ ਕਰ ਦਿੱਤਾ ਹੈ ਤਾਂ ਜੀਵਨ ਸੱਚ ਅਤੇ ਰੱਬ ਦੇ ਮਾਅਨੇ ਨੂੰ ਸਮਝਣ ਵਿੱਚ ਬੜਾ ਅਪਰਾਧ ਕੀਤਾ ਹੈ ਅਤੇ ਹੁਣ ਸਾਰਾ ਕੁਝ ਮਹੱਤਵਹੀਣ ਹੈ। ਮੈਂ ਉਸ ਮਛੇਰੇ ਵਾਂਗ ਹਾਂ, ਜੋ ਇਸ ਉਮੀਦੇ ਆਪਣਾ ਜਾਲ਼ ਨੂੰ ਸਮੁੰਦਰ ਵਿੱਚ ਸੁੱਟਦਾ ਹੈ ਕਿ ਉਸਦੇ ਜਾਲ਼ ਵਿੱਚ ਦਿਨ ਭਰ ਦੀ ਖ਼ੁਰਾਕ ਕਾਫ਼ੀ ਮਾਤਰਾ ਵਿੱਚ ਹੋਵੇ ਪਰ ਜਾਲ਼ ਖਿੱਚ ਕੇ ਬਾਹਰ ਕੱਢਣ 'ਤੇ ਉਹ ਉਸ ਵਿੱਚ ਅਮੁੱਕ ਰਤਨਾਂ ਦਾ ਸਮੂਹ ਦੇਖਦਾ ਹੈ।

ਅਮੀਨਾ—ਮੈਂ ਤੇਰੇ ਮਨ ਦੀਆਂ ਗੱਲਾਂ ਜਾਣਦੀ ਹਾਂ ਕਿ ਤੂੰ ਉੱਚ ਮੀਨਾਰਾਂ ਵਾਲ਼ੀ ਨਗਰੀ, ਇਰਮ, ਵਿੱਚ ਮੇਰੇ ਪ੍ਰਵੇਸ਼ ਬਾਰੇ ਗੱਲਾਂ ਸੁਣੀਆਂ ਹਨ ਅਤੇ ਹੁਣ ਇਸ ਸੋਨੇ ਦੀ ਨਗਰੀ ਦੇ ਵਿਸ਼ੇ ਵਿੱਚ ਤੂੰ ਕੁਝ ਖ਼ਾਸ ਜਾਣਕਾਰੀ ਚਾਹੁੰਦਾ ਹੈਂ।

ਨਜੀਬ—(ਸ਼ਰਮਾਉਂਦੇ ਹੋਏ ਵੀ ਪ੍ਰਬਲ ਰੂਪ ਨਾਲ਼ ਸ਼ੌਕ ਰੱਖਦੇ ਹੋਏ) ਜੀ ਹਾਂ, ਮੇਰੇ ਬਚਪਨ ਤੋਂ ਹੀ ਇਹ ਉੱਚ ਮੀਨਾਰਾਂ ਵਾਲ਼ੀ ਨਗਰੀ, ਇਰਮ, ਦਾ ਨਾਮ ਮੇਰੇ ਸੁਪਨਿਆਂ ਵਿੱਚ ਆਉਂਦਾ ਰਿਹਾ ਹੈ; ਮੇਰੇ ਚਿੰਤਨ ਨੂੰ ਪੀੜਿਤ ਕਰਦੇ ਹੋਏ ਅਤੇ ਇਸ ਨਗਰੀ ਦੇ ਗੁਪਤ ਅਰਥ ਅਸਧਾਰਨ ਮਹੱਤਵ ਰਾਹੀਂ ਮੇਰੇ ਦਿਲ ਵਿੱਚ ਉੱਥਲ-ਪੁੱਥਲ ਮਚਾਉਂਦਾ ਆ ਰਿਹਾ ਹੈ।

ਅਮੀਨਾ— (ਆਪਣਾ ਸਿਰ ਚੁੱਕਦੀ ਹੈ ਅਤੇ ਆਪਣੀਆਂ ਬੰਦ ਅੱਖਾਂ ਨਾਲ਼ ਅਜਿਹੀ ਅਵਾਜ਼ ਵਿੱਚ ਨਜੀਬ ਨਾਲ਼ ਬੋਲਦੀ ਹੈ, ਜਿਵੇਂ ਇਹ ਅਵਾਜ਼ ਉਸਦੇ ਧੁਰ ਅੰਦਰੋਂ ਨਿਕਲ਼ ਰਹੀ ਹੋਵੇ। ਸੱਚ ਅਤੇ ਵਫ਼ਾਦਾਰੀ ਨਾਲ਼ ਕਹਿੰਦੀ ਹੈ) ਹਾਂ, ਮੈਂ ਸੋਨੇ

ਦੀ ਨਗਰੀ ਵਿੱਚ ਪ੍ਰਵੇਸ਼ ਕੀਤਾ, ਅਸਥਾਈ ਰੂਪ ਨਾਲ਼ ਇਸ ਨਗਰੀ ਵਿੱਚ ਵਾਸ ਕੀਤਾ ਅਤੇ ਉਸਦੀ ਖੁਸ਼ਬੂ ਨਾਲ਼ ਆਪਣੀ ਆਤਮਾ ਨੂੰ, ਇਸਦੇ ਭੇਦਾਂ ਨਾਲ਼ ਦਿਲ ਨੂੰ, ਮਾਣਿਕ-ਮੋਤੀਆਂ ਨਾਲ਼ ਆਪਣੇ ਖਜ਼ਾਨੇ ਨੂੰ, ਸੰਗੀਤ ਨਾਲ਼ ਕੰਨਾਂ ਨੂੰ ਅਤੇ ਇਸ ਨਗਰੀ ਦੀ ਸੁੰਦਰਤਾ ਨਾਲ਼ ਆਪਣੀਆਂ ਅੱਖਾਂ ਨੂੰ ਤ੍ਰਿਪਤ ਕੀਤਾ। ਮੈਂ ਇੱਥੇ ਜੋ ਕੁਝ ਦੇਖਿਆ, ਸੁਣਿਆ ਅਤੇ ਪ੍ਰਾਪਤ ਕੀਤਾ ਹੈ, ਇਸ 'ਤੇ ਸ਼ੱਕ ਨਹੀਂ ਕੀਤਾ ਜਾ ਸਕਦਾ ਹੈ। ਜੋ ਵਿਅਕਤੀ ਇਸ 'ਤੇ ਸ਼ੱਕ ਕਰਦਾ ਹੈ, ਉਹ ਰੱਬ ਅਤੇ ਮਨੁੱਖ ਦੇ ਵਜੂਦ 'ਤੇ ਹੀ ਅਵਿਸ਼ਵਾਸ ਕਰਦਾ ਹੈ।

ਨਜੀਬ—(ਕਠਿਨਾਈ ਅਤੇ ਨਿਮਰਤਾ ਨਾਲ਼ ਹੌਲ਼ੀ-ਹੌਲ਼ੀ ਬੋਲਦਾ ਹੈ) ਤੁਤਲਾ ਕੇ ਬੋਲਣ ਵਾਲ਼ਾ ਕਮਜ਼ੋਰ ਸ਼ਿਸ਼ੂ ਹੀ ਹਾਂ ਮੈਂ ਅਤੇ ਇਸ ਲਈ ਆਪਣੇ ਵਿਚਾਰ ਨੂੰ ਠੀਕ-ਠਾਕ ਬਿਆਨ ਕਰਨ ਵਿੱਚ ਅਸਮਰੱਥ ਹਾਂ। ਕੀ ਤੂੰ ਇਸ ਨਗਰੀ ਦੇ ਵਿਸ਼ੇ ਵਿੱਚ ਕੁਝ ਵਿਆਖਿਆ ਕਰਨ ਦੀ ਖਾਸ ਕ੍ਰਿਪਾ ਕਰੇਂਗੀ ਅਤੇ ਮੇਰੇ ਰਾਹੀਂ ਕੀਤੇ ਬਹੁਤ ਸਾਰੇ ਬੇਅਰਥ ਸਵਾਲਾਂ ਨੂੰ ਮੁਆਫ ਕਰੇਂਗੀ?

ਅਮੀਨਾ—ਜਿਵੇਂ ਤੇਰੀ ਇੱਛਾ ਹੈ, ਪੁੱਛੋ; ਕਿਉਂਕਿ ਸੱਚ ਦੇ ਪ੍ਰਵੇਸ਼ ਦੇ ਮਕਸਦ ਨਾਲ਼ ਰੱਬ ਨੇ ਬਹੁਤ ਸਾਰੇ ਦਰਵਾਜ਼ੇ ਬਣਾਏ ਹਨ। ਜੋ ਵਿਅਕਤੀ ਆਪਣੇ ਪੂਰਨ ਵਿਸ਼ਵਾਸ ਨਾਲ਼ ਉਨ੍ਹਾਂ ਦਰਵਾਜ਼ਿਆਂ ਨੂੰ ਖੜਕਾਉਂਦਾ ਹੈ, ਰੱਬ ਉਸ ਲਈ ਦਰਵਾਜ਼ਾ ਖੋਲ੍ਹ ਦਿੰਦਾ ਹੈ।

ਨਜੀਬ— ਕੀ ਉੱਚ ਮੀਨਾਰਾਂ ਵਾਲ਼ੀ ਨਗਰੀ, ਇਰਮ ਵਿੱਚ ਤੂੰ ਭੌਤਿਕ ਭਾਵ ਅਭੌਤਿਕ ਰੂਪ ਨਾਲ਼ ਪ੍ਰਵੇਸ਼ ਕੀਤਾ? ਕੀ ਇਹ ਸੋਨੇ ਦੀ ਨਗਰੀ ਸੰਸਾਰ ਦੇ ਬਲ਼ਦੇ ਪਦਾਰਥਾਂ ਤੋਂ ਬਣੀ ਹੈ, ਸੰਸਾਰ ਦੇ ਲੁਕੇ ਹਿੱਸੇ ਵਿੱਚ ਸਥਿਤ ਹੈ, ਭਾਵ ਇਹ ਕਲਪਨਿਕ ਅਤੇ ਅਵਿਨਾਸ਼ੀ ਨਗਰੀ ਹੈ, ਜਿੱਥੇ ਸਿਰਫ ਰੱਬੀ ਦੂਤ ਸੁਕਰਾਤ ਹੀ ਪਹੁੰਚ ਸਕਦੇ ਹਨ, ਜਿਨ੍ਹਾਂ ਦੀਆਂ ਆਤਮਾਵਾਂ ਨੂੰ ਅਮਰਤਾ ਦੇ ਵਰਦਾਨ ਨਾਲ਼ ਰੱਬ ਨੇ ਪੂਰਾ ਕਰ ਦਿੱਤਾ ਹੈ?

ਅਮੀਨਾ— ਸੰਸਾਰ ਦੀ ਸਾਰੀਆਂ ਦਿੱਖ ਅਤੇ ਅਦਿੱਖ ਵਸਤੂਆਂ ਸਿਰਫ ਅਵਿਨਾਸ਼ੀ ਹੀ ਹਨ। ਸੋਨੇ ਦੀ ਨਗਰੀ ਵਿੱਚ ਮੇਰਾ ਭੌਤਿਕ ਪ੍ਰਵੇਸ਼ ਹੋਇਆ ਅਤੇ ਮੇਰਾ ਇਹ ਭੌਤਿਕ ਰੂਪ ਮੇਰੀ ਉੱਚਤਰ ਆਤਮਾ ਦਾ ਵਿਨਾਸ਼ਕਾਰੀ ਪ੍ਰਗਟਾਵਾ ਹੀ ਹੈ। ਹੋਰ ਸਾਰੇ ਲੋਕਾਂ ਵਿੱਚ ਇਸ ਆਤਮਾ ਦੀ ਸੁਰੱਖਿਆ ਉਨ੍ਹਾਂ ਦੇ ਅਸਥਾਈ ਧੁਰ ਅੰਦਰੋਂ ਹੁੰਦੀ ਹੈ। ਆਪਣੀ ਆਤਮਾ ਨੂੰ ਆਪਣੇ ਸਰੀਰ ਵਿੱਚ ਲੁਕਾਉਂਦੀ ਹੋਈ ਇਰਮ ਵਿੱਚ ਮੈਂ ਪ੍ਰਵੇਸ਼ ਕੀਤਾ ਕਿਉਂਕਿ ਧਰਤੀ 'ਤੇ ਆਤਮਾ ਅਤੇ ਸਰੀਰ ਦੋਵਾਂ ਦੀਆਂ ਹਾਲਤਾਂ ਬਰਾਬਰ ਰਹਿੰਦੀਆਂ ਹਨ ਅਤੇ ਜੋ ਵਿਅਕਤੀ ਆਤਮਾ ਅਤੇ ਸਰੀਰ ਨਾਲ਼ ਭਾਵ ਸਰੀਰ ਨੂੰ ਆਤਮਾ ਨਾਲ਼ ਪਹਿਲ ਦੇਣ ਦਾ ਯਤਨ ਕਰਦਾ ਹੈ, ਉਹ ਸੱਚ ਦੀ ਉਮੀਦ ਕਰਦਾ ਹੈ। ਫੁੱਲ ਅਤੇ ਇਸਦੀ ਖੁਸ਼ਬੂ ਇੱਕ ਹੈ ਅਤੇ ਉਹ ਵਿਅਕਤੀ ਅੰਨ੍ਹਾ ਹੈ, ਜੋ ਫੁੱਲ ਦੇ ਰੰਗ-ਰੂਪ ਨੂੰ ਇਹ ਵਿਸ਼ਵਾਸ ਕਰਦੇ ਹੋਏ ਅਪ੍ਰਵਾਨ ਕਰ ਦਿੰਦਾ ਹੈ ਕਿ ਫੁੱਲ ਵਿੱਚ ਸਿਰਫ ਖੁਸ਼ਬੂ ਹੀ ਹੈ, ਜੋ ਖੁਸ਼ਬੂ ਨਿਰਮਲ ਅਕਾਸ਼ ਨੂੰ ਮਹਿਕਾਉਂਦੀ ਹੈ ਅਤੇ ਉਸ ਅੰਨ੍ਹੇ ਦਾ ਅਜਿਹਾ ਕਹਿਣਾ ਉਨ੍ਹਾਂ ਪੀੜਤ ਸੁੰਘਣ ਸ਼ਕਤੀ ਤੋਂ ਵਿਹੀਣ ਲੋਕਾਂ ਵਾਂਗ ਹੈ, ਜਿਨ੍ਹਾਂ ਦਾ ਇਹ ਵਿਸ਼ਵਾਸ ਹੈ ਕਿ ਰੂਪ ਅਤੇ ਰੰਗ ਤੋਂ ਇਲਾਵਾ ਫੁੱਲ ਕੁਝ ਨਹੀਂ ਹੈ,

ਉਸ ਵਿੱਚ ਖੁਸ਼ਬੂ ਨਹੀਂ ਹੈ।

ਨਜੀਬ—ਤਦ ਤਾਂ 'ਉੱਚੇ ਮੀਨਾਰਾਂ ਵਾਲ਼ੀ ਨਗਰੀ, ਇਰਮ', ਅਵਿਨਾਸ਼ੀ ਸਥਾਨ ਹੀ ਹੈ!

ਅਮੀਨਾ—(ਸਹਿਜ ਹੋ ਕੇ) ਸਮੇਂ ਅਤੇ ਸਥਾਨ ਦੋਵਾਂ ਅਵਿਨਾਸ਼ੀ ਹਾਲਤਾਂ ਹਨ ਅਤੇ ਜੋ ਕੁਝ ਵੀ ਦਿਖਾਈ ਅਤੇ ਸੁਣਾਈ ਦਿੰਦਾ ਹੈ, ਉਹ ਸਭ ਅਵਿਨਾਸ਼ੀ ਹੈ। ਜੇ ਤੂੰ ਆਪਣੀਆਂ ਅੱਖਾਂ ਬੰਦ ਕਰਦਾ ਹੈਂ, ਤਾਂ ਆਪਣੇ ਦਿਲੋਂ ਸਾਰੀਆਂ ਵਸਤੂਆਂ ਨੂੰ ਮਹਿਸੂਸ ਕਰੇਂਗਾ ਅਤੇ ਸੰਸਾਰ ਨੂੰ, ਉਸਦਾ ਉਦੇਸ਼ ਸਮੁੱਚਤਾ ਨੂੰ ਭੌਤਿਕ ਅਤੇ ਅਭੌਤਿਕ ਰੂਪ ਵਿੱਚ ਦੇਖੇਂਗਾ, ਜ਼ਰੂਰੀ ਕਾਨੂੰਨੀ ਸੰਸਕਾਰ ਨਾਲ਼ ਖੁਦ ਨੂੰ ਜਾਣੂ ਕਰੇਂਗਾ ਅਤੇ ਮੁੱਢ ਦੇ ਪਰ੍ਹੇ ਅਧਿਕਾਰਤ ਕਰਨ ਵਾਲ਼ੀ ਇਸਦੀ ਮਹੱਤਤਾ ਨੂੰ ਸਮਝੇਂਗਾ। ਹਾਂ, ਜੇ ਤੂੰ ਆਪਣੀਆਂ ਅੱਖਾਂ ਬੰਦ ਕਰੇਂਗਾ ਅਤੇ ਆਪਣੇ ਮਨ ਅਤੇ ਚੇਤਨਾ ਨੂੰ ਅਜ਼ਾਦ ਰੱਖੇਂਗਾ ਤਾਂ ਤੂੰ ਵਜੂਦ ਦੇ ਮੁੱਢ ਅਤੇ ਅੰਤ ਦੀ ਖੋਜ ਕਰ ਸਕੇਂਗਾ।...ਉਹ 'ਮੁੱਢ' ਜੋ 'ਅੰਤ' ਵਿੱਚ ਬਦਲ ਜਾਂਦਾ ਹੈ ਅਤੇ ਉਹ 'ਅੰਤ' ਜੋ ਪੱਕੇ ਤੌਰ 'ਤੇ 'ਮੁੱਢ' ਵਿੱਚ ਬਦਲ ਜਾਂਦਾ ਹੈ।

ਨਜੀਬ—ਕੀ ਹਰ ਵਿਅਕਤੀ ਇਸ ਤਰ੍ਹਾਂ ਨਾਲ਼ ਆਪਣੀਆਂ ਅੱਖਾਂ ਬੰਦ ਕਰਕੇ, ਜੀਵਨ ਅਤੇ ਵਜੂਦ ਪਿਛਲੇ ਸੱਚ ਨੂੰ ਦੇਖਣ ਵਿੱਚ ਸਮਰੱਥ ਹੈ?

ਨਜੀਬ—(ਦੋਵੇਂ ਹੱਥਾਂ ਨੂੰ ਛਾਤੀ 'ਤੇ ਰੱਖਦੇ ਹੋਏ) ਤਦ ਇਸ ਸੰਸਾਰ ਦੀਆਂ ਸਾਰੀਆਂ ਵਸਤੂਆਂ ਦਾ, ਜਿਨ੍ਹਾਂ ਨੂੰ ਮੇਰੀ ਮਾਨਸਿਕਤਾ ਅਨੁਭਵ ਕਰਦੀ ਹੈ, ਮੈਂ ਦੇਖ ਸੁਣ ਸਕਦਾ ਹਾਂ ਅਤੇ ਛੂਹ ਸਕਦਾ ਹਾਂ ਅਤੇ ਸੋਚ ਸਕਦਾ ਹਾਂ।

ਅਮੀਨਾ—ਇਸ ਵਿਰਾਟ ਸੰਸਾਰ ਦੀਆਂ ਸਾਰੀਆਂ ਵਸਤੂਆਂ ਤੇਰੇ ਵਿੱਚ, ਤੇਰੇ ਨਾਲ਼ ਅਤੇ ਤੇਰੇ ਲਈ ਬਣੀਆਂ ਹਨ।

ਨਜੀਬ—ਤਦ ਮੈਂ ਵਿਸ਼ਵਾਸ ਨਾਲ਼ ਕਹਿ ਸਕਦਾ ਹਾਂ ਕਿ 'ਉੱਚ ਮੀਨਾਰਾਂ ਵਾਲ਼ੀ ਨਗਰੀ, ਇਰਮ', ਹੁਣ ਵੱਧ ਦੂਰ ਨਹੀਂ ਹੈ, ਸਗੋਂ ਮੇਰੇ ਦਿਲ ਵਿੱਚ ਇਹ ਨਗਰੀ ਉਵੇਂ ਹੀ ਮੌਜੂਦ ਹੈ, ਜਿਵੇਂ ਨਜੀਬ ਰਹਿਮ ਦਾ ਵਜੂਦ।

ਅਮੀਨਾ—ਸ਼੍ਰਿਸ਼ਟੀ ਦੀਆਂ ਸਾਰੀਆਂ ਵਸਤੂਆਂ ਤੇਰੇ ਵਿੱਚ ਮੌਜੂਦ ਹਨ ਅਤੇ ਤੇਰੇ ਵਿੱਚ ਜੋ ਸਾਰੀਆਂ ਵਸਤੂਆਂ ਹਨ, ਉਹ ਸ਼੍ਰਿਸ਼ਟੀ ਵਿੱਚ ਮੌਜੂਦ ਹਨ। ਤੇਰੇ ਵਿੱਚ ਹੋਰ ਨੇੜਲੀਆਂ ਵਸਤੂਆਂ ਵਿਚਾਲੇ ਕੋਈ ਸੀਮਾ ਰੇਖਾ ਨਹੀਂ ਹੈ ਅਤੇ ਤੇਰੇ ਵਿੱਚ ਅਤੇ ਇਰਤਮ ਵਸਤੂਆਂ ਦਰਮਿਆਨ ਕੋਈ ਦੂਰੀ ਨਹੀਂ ਹੈ। ਹੇਠੋਂ ਲੈ ਕੇ ਉਚਾਈ ਤੱਕ, ਸੂਖਮ ਤੋਂ ਲੈ ਕੇ ਸਥੂਲ ਤੱਕ, ਸਾਰੀਆਂ ਵਸਤੂਆਂ ਤੇਰੇ ਅੰਦਰ ਸਮਰੂਪ ਹਨ। ਧਰਤੀ ਦੇ ਸਾਰੇ ਤੱਤ ਇੱਕ ਅਣੂ ਵਿੱਚ ਸਮਾਏ ਹਨ। ਮਨ ਦੀ ਇੱਕ ਗਤੀ ਵਿੱਚ ਵਜੂਦ ਦੇ ਸਾਰੇ ਕਾਨੂੰਨ ਹਨ; ਪਾਣੀ ਦੀ ਬੂੰਦ ਵਿੱਚ ਅਨੰਤ ਪਰਦਿਆਂ ਵਿੱਚ ਭੇਦ ਲੁਕੇ ਹੋਏ ਹਨ। ਤੇਰੇ ਇੱਕ ਸਰੂਪ ਵਿੱਚ ਸੱਤ੍ਹਾ ਦੇ ਸਾਰੇ ਸਰੂਪ ਮੌਜੂਦ ਹਨ।

ਨਜੀਬ— (ਗੰਭੀਰ ਵਿਸ਼ੇ ਹੇਠ ਦੱਬ ਕੇ, ਸੰਖੇਪ ਵਿਰਾਮ ਤੋਂ ਬਾਅਦ ਹੁਕਮ ਦੇ ਪੂਰਨ ਸਮੀਕਰਨ ਦੀ ਪ੍ਰਵਾਨਗੀ ਕਰਦੇ ਹੋਏ ਬੋਲਦਾ ਹੈ) ਮੈਨੂੰ ਪਤਾ ਹੈ ਕਿ 'ਰੂਬ-ਅਲ-ਖਾਲੀ' ਨੇ ਮਾਰੂਥਲ ਵਿੱਚ ਪਹੁੰਚਣ ਤੋਂ ਪਹਿਲਾਂ ਆਪਣੇ ਕਾਫੀ ਦਿਨਾਂ ਤੱਕ ਯਾਤਰਾ ਕੀਤੀ। ਆਪਣੇ ਪਿਤਾ ਦੀ ਰੂਹ ਤੇਰੇ ਵਿੱਚ ਖੁਦ ਪ੍ਰਗਟ ਹੋਈ ਅਤੇ ਜਦੋਂ

ਤੱਕ ਤੂੰ ਸੋਨੇ ਦੀ ਨਗਰੀ ਨਹੀਂ ਪਹੁੰਚ ਗਈ, ਉਦੋਂ ਤੱਕ ਤੇਰੀ ਯਾਤਰਾ ਕ੍ਰਮ ਵਿੱਚ ਇਹ ਰੂਹ ਰਾਹਨੁਮਾਈ ਕਰਦੀ ਰਹੀ। ਜੇ ਕੋਈ ਵਿਅਕਤੀ ਇਸ ਸੋਨੇ ਦੀ ਨਗਰੀ ਵਿੱਚ ਪਹੁੰਚਣ ਦੀ ਕਾਮਨਾ ਕਰਦਾ ਹੈ ਤਾਂ ਉਸ ਨੂੰ ਵੀ ਉਸੇ ਅਵਿਨਾਸ਼ੀ ਹਾਲਤ ਵਿੱਚ ਰਹਿਣਾ ਜ਼ਰੂਰੀ ਹੋਵੇਗਾ, ਜਿਹੋ ਜਿਹੀ ਹਾਲਤ ਉਨ੍ਹੀਂ ਦਿਨੀਂ ਤੇਰੀ ਸੀ। ਕੀ ਇਹ ਜ਼ਰੂਰੀ ਹੈ ਕਿ ਤੇਰੀ ਰਾਹੀਂ ਨਿਗਰਾਨੀ ਉਸ ਅਲੌਕਿਕ ਭੂਮੀ ਵਿੱਚ ਪ੍ਰਵੇਸ਼ ਕਰਨ ਲਈ ਉਹ ਵਿਅਕਤੀ ਤੇਰੇ ਵਰਗਾ ਚਲਾਕ ਹੋਵੇ?

ਅਮੀਨਾ—ਮੈਂ ਮਾਰੂਥਲ ਨੂੰ ਪਾਰ ਕੀਤਾ ਅਤੇ ਸੋਨੇ ਦੀ ਨਗਰੀ ਦੀਆਂ ਮੀਨਾਰਾਂ ਨੂੰ ਦੇਖਣ ਤੋਂ ਪਹਿਲਾਂ ਮੈਨੂੰ ਭੁੱਖ ਦੀ ਕਸਕ, ਪਿਆਸ ਦੀ ਵਿਆਕੁਲਤਾ, ਦਿਨ ਦਾ ਡਰ, ਰਾਤ ਦੀ ਅਮੁੱਕ ਅਤੇ ਸਦਾ ਦੀ ਆਤੰਕ ਭਰੀ ਸ਼ਾਂਤੀ ਆਦਿ ਸਭ ਦਾ ਕਸ਼ਟ ਸਹਿਣਾ ਪਿਆ। ਪਰ ਬਹੁਤ ਸਾਰੇ ਲੋਕ ਅਜਿਹੇ ਵੀ ਹਨ ਜੋ ਮੇਰੇ ਅੱਗੇ ਹੀ ਬਿਨਾਂ ਇੱਕ ਪੈਰ ਚੱਲੇ ਹੀ ਰੱਬ ਦੀ ਇਸ ਸੋਨੇ ਦੀ ਨਗਰੀ ਵਿੱਚ ਪਹੁੰਚ ਗਏ ਅਤੇ ਸਰੀਰ-ਰੂਹ ਦੀ ਚਿੰਤਾ ਕੀਤੇ ਬਿਨਾਂ, ਇਸ ਨਗਰੀ ਦੀ ਸੁੰਦਰਤਾ ਅਤੇ ਚਮਕ ਉਨ੍ਹਾਂ ਲੋਕਾਂ ਵਿੱਚ ਪ੍ਰਗਟ ਹੋਈ। ਮੈਂ ਤੈਨੂੰ ਸੱਚ ਕਹਿੰਦੀ ਹਾਂ ਕਿ ਬਹੁਤਿਆਂ ਨੇ ਇਸ ਪਵਿੱਤਰ ਨਗਰੀ ਦਾ ਦਰਸ਼ਨ ਕੀਤਾ, ਜਦੋਂ ਤੱਕ ਉਨ੍ਹਾਂ ਨੇ ਕਦੇ ਵੀ ਆਪਣੀ ਜਨਮ-ਭੂਮੀ ਨੂੰ ਨਹੀਂ ਛੱਡਿਆ।

(ਹਜਰਤ ਅਮੀਨਾ ਖੁਦ ਦਖਲ ਦਿੰਦੀ ਹੈ ਅਤੇ ਪਲ ਭਰ ਲਈ ਚੁੱਪ ਰਹਿੰਦੀ ਹੈ। ਆਪਣੇ ਨੇੜਲੇ ਰੁੱਖਾਂ ਅਤੇ ਸਦਾਬਹਾਰਾਂ ਵੱਲ ਇਸ਼ਾਰਾ ਕਰਦੀ ਹੈ ਅਤੇ ਮੁੜ ਬੋਲਦੀ ਹੈ) ਸਰਦ ਰੁੱਤ ਰਾਹੀਂ ਮਿੱਟੀ ਵਿੱਚ ਸੁੱਟੇ ਹਰ ਬੀਜ਼ ਦੇ ਗੁੱਦੇ ਤੋਂ ਲੈ ਕੇ ਉਪਰੀ ਪਰਦੇ ਤੱਕ, ਫਟਣ-ਫਟਾਉਣ ਦੇ ਵੱਖ-ਵੱਖ ਰੂਪ ਵਾਪਰਦੇ ਹਨ। ਉਦੋਂ ਪੱਤੀਆਂ ਪੈਦਾ ਹੁੰਦੀਆਂ ਹਨ, ਉਸ ਤੋਂ ਬਾਅਦ ਫੁੱਲ ਨਿਕਲ਼ਦੇ ਹਨ ਅਤੇ ਅੰਤ ਵਿੱਚ ਫਲ। ਪਰ ਜਿਸ ਤਰੀਕੇ ਨਾਲ਼ ਇਸਦਾ ਫੁੱਟਣਾ ਸ਼ੁਰੂ ਹੁੰਦਾ ਹੈ, ਉਸਦੇ ਮੁਕਾਬਲੇ ਇਹ ਪੌਦੇ ਇਕੱਲੇ ਹੀ ਸਫ਼ਰ ਤੈਅ ਕਰਨ ਦਾ ਯਤਨ ਕਰਦੇ ਹਨ ਅਤੇ ਪ੍ਰਕਾਸ਼ ਵਿੱਚ ਸਥਿਰ ਰਹਿਣਾ ਹੀ ਇਨ੍ਹਾਂ ਦਾ ਮਹਾਨ ਉਦੇਸ਼ ਹੈ।

ਜੇਨ—(ਸੁੰਦਰ ਢੰਗ ਨਾਲ਼ ਅੱਗੇ-ਪਿੱਛੇ ਚੱਲਦਾ ਹੈ, ਅਮੀਨਾ ਦੇ ਕਥਨਾਂ ਤੋਂ ਉਹ ਇਸ ਤਰ੍ਹਾਂ ਪ੍ਰਭਾਵਿਤ ਹੈ, ਜਿਵੇਂ ਉਹ ਮਹਾਨ ਸੰਸਾਰ ਵਿੱਚ ਹੋਵੇ। ਉਤੇਜਿਤ ਅਵਾਜ਼ ਵਿੱਚ ਉਸਤਤ ਕਰਦੇ ਹੋਏ ਉਹ ਜ਼ੋਰ ਨਾਲ਼ ਬੋਲਦਾ ਹੈ) ਅੱਲ੍ਹਾ ਮਹਾਨ ਹੈ! ਅੱਲ੍ਹਾ ਰਹਿਮ ਦਿਲ ਹੈ, ਜੋ ਸਾਡੀਆਂ ਜ਼ਰੂਰਤਾਂ ਨੂੰ ਜਾਣਦਾ ਹੈ!

ਅਮੀਨਾ—ਅੱਲ੍ਹਾ ਮਹਾਨ ਹੈ। ਅੱਲ੍ਹਾ ...ਅੱਲ੍ਹਾ ਤੋਂ ਇਲਾਵਾ ਕੁਝ ਨਹੀਂ ਹੈ।

ਜੇਨ—(ਅਮੀਨਾ ਦੇ ਕਥਨਾਂ ਨੂੰ ਸੁਣਾਈ ਪੈਣ ਵਾਲ਼ੀ ਫੁਸਫੁਸਾਹਟ ਵਿੱਚ ਅਤੇ ਡੂੰਘੇ ਦ੍ਰਿਸ਼ਮਾਨ ਕਾਂਬੇ ਵਿੱਚ ਦਹੁਰਾਉਂਦਾ ਹੈ।)

ਨਜੀਬ—(ਹਜਰਤ ਅਮੀਨਾ 'ਤੇ ਆਪਣੀ ਨਜ਼ਰ ਸੁੱਟਦਾ ਹੈ, ਜਿਵੇਂ ਕਬਰ ਹੋਵੇ। ਤੇਜ਼ ਅਤੇ ਰੁੱਖੀ ਧੁਨ ਵਿੱਚ ਉਹ ਬੋਲਦਾ ਹੈ) ਅੱਲ੍ਹਾ ਤੋਂ ਇਲਾਵਾ ਹੋਰ ਕੋਈ ਨਹੀਂ ਹੈ।

ਅਮੀਨਾ—ਅੱਲ੍ਹਾ ਤੋਂ ਇਲਾਵਾ ਕੋਈ ਨਹੀਂ ਹੈ।...ਅੱਲ੍ਹਾ ਤੋਂ ਬਿਨਾਂ ਕੁਝ ਨਹੀਂ ਹੈ। ਇਹ ਸ਼ਬਦ ਬੋਲ ਕੇ ਤੂੰ ਈਸਾਈ ਰਹਿ ਸਕਦਾ ਹੈ, ਕਿਉਂਕਿ ਰੱਬ ਚੰਗੀ ਤਰ੍ਹਾਂ

ਜਾਣਦਾ ਹੈ ਕਿ ਸ਼ਬਦਾਂ ਅਤੇ ਨਾਵਾਂ ਵਿੱਚ ਭੇਦ ਨਹੀਂ ਹੁੰਦਾ ਹੈ। ਰੱਬ ਜੇ ਲਗਾਤਾਰ ਦੇ ਵੱਖ ਰਸਤਿਆਂ 'ਤੇ ਚੱਲਣ ਵਾਲਿਆਂ ਨੂੰ ਆਪਣੀਆਂ ਸ਼ੁਭਕਾਮਨਾਵਾਂ ਦੇਣੋਂ ਅਪ੍ਰਵਾਨ ਕਰਨਗੇ, ਤਾਂ ਕੋਈ ਵੀ ਵਿਅਕਤੀ ਉਨ੍ਹਾਂ ਦੀ ਪੂਜਾ ਨਹੀਂ ਕਰੇਗਾ।

ਨਜੀਬ—(ਸਿਰ ਝੁਕਾਉਂਦਾ ਹੈ, ਅੱਖਾਂ ਬੰਦ ਕਰਦਾ ਹੈ ਅਤੇ ਅੱਲ੍ਹਾ ਲਈ ਕੀਤੀ ਗਈ ਅਮੀਨਾ ਦੀ ਅਰਦਾਸ ਨੂੰ ਦਹੁਰਾਉਂਦਾ ਹੈ ਅਤੇ ਬੋਲਦੇ ਹੋਏ ਸਿਰ ਚੁੱਕਦਾ ਹੈ) ਆਪਣੇ ਵੱਲ ਆਉਣ ਵਾਲੇ ਸੱਚੇ-ਰਾਹ ਦਾ ਨਿਰਦੇਸ਼ਨ ਕਰਨ ਵਾਲੇ ਉਸ ਰੱਬ ਦੀ ਮੈਂ ਪ੍ਰਾਰਥਨਾ ਕਰਾਂਗਾ ਅਤੇ ਆਪਣੇ ਆਖ਼ਰੀ ਸਾਹ ਤੱਕ ਲੋਕਾਂ ਨੂੰ ਇਹ ਕਹਿੰਦਾ ਰਹਾਂਗਾ ਕਿ ਮੈਂ ਸੱਚ ਦਾ ਅਨੁਯਾਈ ਹਾਂ। ਰੱਬ ਨੂੰ ਮੇਰੀ ਅਰਦਾਸ; ਸਿਰਫ ਰੱਬ ਅੱਗੇ ਹੀ ਬੇਨਤੀ ਹੈ—ਜਿੱਥੇ ਕਿਤੇ ਵੀ ਉਹ ਹੋ ਸਕਦਾ ਹੈ ਅਤੇ ਜਿਸ ਨਾਂ ਨੂੰ ਵੀ ਸੰਬੋਧਿਤ ਹੋ ਸਕਦਾ ਹੈ। ਮੈਨੂੰ ਰੱਬ ਨਾਲ਼ ਪਿਆਰ ਹੈ ਅਤੇ ਸਾਰਾ ਜੀਵਨ ਉਸਨੂੰ ਪਿਆਰ ਕਰਦਾ ਰਹਾਂਗਾ।

ਅਮੀਨਾ—ਤੇਰਾ ਜੀਵਨ ਅਨੰਤ ਹੈ ਅਤੇ ਯੁੱਗ-ਯੁੱਗ ਤੱਕ ਤੂੰ ਜਿੰਦਾ ਰਹੇਂਗਾ।

ਨਜੀਬ—ਮੈਂ ਕੌਣ ਹਾਂ ਅਤੇ ਕੀ ਹਾਂ? ਕੀ ਮੈਂ ਅਨੰਤਕਾਲ ਤੱਕ ਰਹਿਣਾ ਹੈ?

ਅਮੀਨਾ—ਤੂੰ, ਤੂੰ ਹੈਂ ਅਤੇ ਇਵੇਂ ਤੂੰ ਰੱਬ ਦਾ ਸਪੱਸ਼ਟ ਪਦਾਰਥ ਹੈਂ ਅਤੇ ਇਸ ਲਈ ਤੂੰ ਸਭ ਕੁਝ ਹੈਂ।

ਨਜੀਬ—ਹਜਰਤ ਅਮੀਨਾ; ਮੈਂ ਜਾਣਦਾ ਹਾਂ ਕਿ ਜਿਨ੍ਹਾਂ ਅਨੁਛੇਦਾਂ ਵਿੱਚ ਮੇਰੇ ਆਪਣੇ 'ਮੈਂ' ਦੀ ਸੰਰਚਨਾ ਹੋਈ ਹੈ, ਮੇਰਾ ਉਹ 'ਮੈਂ' ਉੱਥੇ ਉਦੋਂ ਤੱਕ ਰਹੇਗਾ, ਜਦੋਂ ਤੱਕ ਮੈਂ ਰਹਾਂਗਾ; ਪਰ ਕੀ ਉਹ ਮੇਰਾ ਆਪਣਾ ਚਿੰਤਨ ਰਹੇਗਾ? ਕੀ ਇਹ ਅਸਪੱਸ਼ਟ, ਨਵੀਂ ਚੇਤਨਾ, ਸਵੇਰ ਦੀ ਹਲਕੀ ਨੀਂਦ, ਘਿਰਿਆ ਰਹੇਗਾ? ਕੀ ਇਹ ਉਮੀਦਾਂ ਅਤੇ ਇਛਾਵਾਂ, ਦੁੱਖ ਅਤੇ ਅਨੰਦ ਰਹਿਣਗੇ? ਸੱਚ ਦੇ ਪ੍ਰਕਾਸ਼ ਵਿੱਚ ਪ੍ਰਤਿਭਾ-ਸੰਪੰਨ ਮੇਰੀ ਅਸ਼ਾਂਤ ਨੀਂਦ ਦੀਆਂ ਇਹ ਕੰਬਨਸ਼ੀਲ ਕਲਪਨਾਵਾਂ ਕੀ ਰਹਿਣਗੀਆਂ?

ਅਮੀਨਾ—(ਅਕਾਸ਼ ਵੱਲ ਇੰਞ ਦੇਖਦੀ ਹੈ, ਜਿਵੇਂ ਵਕਫ਼ੇ ਦੇ ਮਹਾਨ ਖਜ਼ਾਨੇ ਵਿੱਚ ਕਿਸੇ ਵਸਤੂ ਦੀ ਤਲਾਸ਼ ਕਰ ਰਹੀ ਹੋਵੇ। ਫਿਰ ਸਪੱਸ਼ਟ ਬੁਲੰਦ ਅਵਾਜ਼ ਵਿੱਚ ਉਹ ਬੋਲਦੀ ਹੈ) ਹਰੇਕ ਵਸਤੂ, ਜਿਸਦਾ ਵਜੂਦ ਹੈ, ਸਦਾ ਰਹਿੰਦੀ ਹੈ ਅਤੇ ਵਜੂਦ ਦਾ ਵਜੂਦ ਇਸਦੇ ਸਦੀਵੀ ਵਜੂਦ ਨੂੰ ਸਿੱਧ ਕਰਦਾ ਹੈ। ਪਰ ਬਿਨਾਂ ਉਸ ਆਤਮਗਿਆਨ ਦੇ, ਜੋ ਪੂਰਵ-ਮਨੁੱਖ ਦਾ ਗਿਆਨ ਹੈ, ਮਨੁੱਖ ਕਦੇ ਨਹੀਂ ਜਾਣ ਸਕੇਗਾ ਕਿ ਇਹ ਵਜੂਦ ਸੀ ਜਾਂ ਵਜੂਦਵਿਹੀਣ। ਜੇ ਸਨਾਤਨ ਵਜੂਦ ਪਰਿਵਰਤਿਤ ਹੁੰਦਾ ਹੈ, ਉਦੋਂ ਉਸ ਨੂੰ ਹੋਰ ਵੀ ਸੁੰਦਰ ਹੋਣਾ ਚਾਹੀਦਾ ਹੈ ਅਤੇ ਜੇ ਇਹ ਲੁਪਤ ਹੁੰਦਾ ਹੈ, ਉਦੋਂ ਇਸਨੂੰ ਹੋਰ ਵੀ ਸ਼ਾਨਦਾਰ ਰੂਪ ਨਾਲ਼ ਵਾਪਸੀ ਕਰਨੀ ਚਾਹੀਦੀ ਹੈ। ਜੇ ਇਹ ਲੁਪਤ ਹੈ, ਤਦ ਇਸ ਨੂੰ ਹੋਰ ਵੀ ਚੇਤਨਾ ਦਾ ਸੁਪਨਾ ਦੇਖਣਾ ਚਾਹੀਦਾ ਹੈ ਕਿਉਂਕਿ ਇਹ ਚੇਤਨਾ ਪੁਨਰਜਨਮ ਨਾਲ਼ੋਂ ਵੀ ਮਹਾਨ ਹੈ।

ਮੈਨੂੰ ਉਨ੍ਹਾਂ ਲੋਕਾਂ 'ਤੇ ਤਰਸ ਆਉਂਦਾ ਹੈ, ਜੋ ਤੱਤਾਂ ਦੀ ਲਗਾਤਾਰਤਾ ਨੂੰ, ਜਿਸਨਾਲ਼ ਦ੍ਰਿਸ਼ਟੀ ਦਾ ਨਿਰਮਾਣ ਹੋਇਆ ਹੈ, ਸੱਚ ਮੰਨਦੇ ਹਨ ਪਰ ਨਾਲ਼ ਹੀ ਦ੍ਰਿਸ਼ਟੀ ਦੇ ਵੱਖ-ਵੱਖ ਪਦਾਰਥਾਂ 'ਤੇ, ਜੋ ਦ੍ਰਿਸ਼ਟੀ ਨੂੰ ਮਾਧਿਅਮ ਦੇ ਰੂਪ ਵਿੱਚ ਪ੍ਰਯੋਗ ਕਰਦੇ ਹਨ, ਸ਼ੱਕ ਪ੍ਰਗਟ ਕਰਦੇ ਹਨ।

ਮੈਨੂੰ ਉਨ੍ਹਾਂ ਲੋਕਾਂ 'ਤੇ ਤਰਸ ਆਉਂਦਾ ਹੈ, ਜੋ ਜੀਵਨ ਨੂੰ ਦੋ ਵਿਭਾਗਾਂ ਵਿੱਚ ਵੰਡਦੇ ਹਨ ਅਤੇ ਨਾਲ਼ ਹੀ ਇੱਕ ਵਿਭਾਗਾਂ 'ਤੇ ਵਿਸ਼ਵਾਸ ਅਤੇ ਦੂਸਰਿਆਂ 'ਤੇ ਸ਼ੱਕ ਪ੍ਰਗਟ ਕਰਦੇ ਹਨ।

ਮੈਂ ਅਜਿਹੇ ਵਿਅਕਤੀ ਲਈ ਦੁੱਖੀ ਹਾਂ, ਜੋ ਪਰਬਤਾਂ ਅਤੇ ਸਮਤਲ ਭੂਮੀਆਂ 'ਤੇ ਜਿੱਥੇ ਸੂਰਜ ਦੀ ਕਿਰਨਾਂ ਪੈਂਦੀਆਂ ਹਨ, ਟਿਕਟਿਕੀ ਲਗਾਉਂਦਾ ਹੈ ਜੋ ਬਰੀਕ ਟਹਿਣੀਆਂ ਦੇ ਗੀਤ ਨੂੰ ਸੁਣਦਾ ਹੈ, ਫੁੱਲਾਂ ਅਤੇ ਵੇਲਾਂ ਦੀ ਖ਼ੁਸ਼ਬੂ ਨੂੰ ਸੁੰਘਦਾ ਹੈ, ਤਦ ਉਹ ਖ਼ੁਦ ਕਹਿੰਦਾ ਹੈ, "ਨਹੀਂ...ਜੋ ਕੁਝ ਵੀ ਮੈਂ ਦੇਖਦਾ ਅਤੇ ਸੁਣਦਾ ਹਾਂ, ਉਨ੍ਹਾਂ ਸਾਰਿਆਂ ਦੀ ਤਬਾਹੀ ਹੋ ਜਾਵੇਗੀ ਅਤੇ ਜੋ ਕੁਝ ਵੀ ਮੈਂ ਜਾਣਦਾ ਹਾਂ ਅਤੇ ਮਹਿਸੂਸ ਕਰਦਾ ਹਾਂ ਉਹ ਸਭ ਅਲੋਪ ਹੋ ਜਾਣਗੇ।" ਹਵਾ ਵਿੱਚ ਵਾਸ਼ਪ ਦੇ ਅਲੋਪ ਹੋ ਜਾਣ ਵਾਂਗ ਇਸ ਹੁਸ਼ਿਆਰ ਆਤਮਾ ਦੀ ਤਬਾਹੀ ਲਾਜ਼ਮੀ ਹੈ, ਜੋ ਆਤਮਾ ਆਪਣੇ ਆਸ-ਪਾਸ ਅਨੰਦ ਅਤੇ ਦੁੱਖਾਂ ਨੂੰ ਸਮਾਈ ਦੇਖਦੀ ਹੈ ਅਤੇ ਸ਼ਰਧਾਪੂਰਵਕ ਇਨ੍ਹਾਂ ਦਾ ਚਿੰਤਨ ਕਰਦੀ ਹੈ, ਅਤੇ ਉਦੋਂ ਉਨ੍ਹਾਂ ਦੇ ਅਨਾਦਿ ਵਜੂਦ ਨੂੰ ਅਪ੍ਰਵਾਨ ਕਰ ਦਿੰਦੀ ਹੈ, ਕਿਉਂਕਿ ਅਜਿਹੀ ਆਤਮਾ ਸੱਚ ਦੀ ਅਵਹੇਲਣਾ ਕਰਕੇ ਹਨ੍ਹੇਰੇ ਨੂੰ ਤਲਾਸ਼ਦੀ ਹੈ। ਅਸਲ ਵਿੱਚ ਆਪਣੇ ਵਜੂਦ ਨੂੰ ਅਪ੍ਰਵਾਨ ਕਰਨ ਵਾਲ਼ੀ ਆਤਮਾ ਹੀ ਜੀਵਤ ਹੈ; ਕਿਉਂਕਿ ਅਜਿਹੀ ਆਤਮਾ ਖ਼ੁਦ ਰੱਬ ਦੀਆਂ ਹੋਰ ਵਿਦਮਾਨ ਵਸਤੂਆਂ ਨੂੰ ਅਪ੍ਰਵਾਨ ਕਰਦੀ ਹੈ।

ਨਜੀਬ—(ਉਤੇਜਿਤ ਹੋ ਕੇ) ਹਜਰਤ ਅਮੀਨਾ, ਮੈਂ ਆਪਣੇ ਵਜੂਦ 'ਤੇ ਵਿਸ਼ਵਾਸ ਕਰਦਾ ਹਾਂ ਅਤੇ ਜੋ ਤੇਰੇ ਉਪਦੇਸ਼ ਨੂੰ ਸੁਣਦਾ ਹੈ, ਪਰ ਉਸ 'ਤੇ ਵਿਸ਼ਵਾਸ ਨਹੀਂ ਕਰਦਾ ਹੈ, ਉਹ ਮਨੁੱਖ ਦੇ ਰੂਪ ਵਿੱਚ ਪੱਥਰ ਨਾਲੋਂ ਵੀ ਗਿਆ ਗੁਜ਼ਰਿਆ ਹੈ।

ਅਮੀਨਾ—ਹਰੇਕ ਆਤਮਾ ਵਿੱਚ ਰੱਬ ਨੇ ਮਹਾਂਪ੍ਰਕਾਸ਼ ਦੇ ਨਿਰਦੇਸ਼ਨ ਲਈ ਇੱਕ ਸੱਚੇ ਸਹਾਇਕ ਦੀ ਨਿਯੁਕਤੀ ਕੀਤੀ ਹੈ; ਪਰ ਖ਼ੁਦ ਨੂੰ ਜੀਵਤ ਰੱਖਣ ਲਈ ਆਪਣੇ 'ਮੈਂ' ਤੋਂ ਬਾਹਰ ਮਨੁੱਖ ਜੀਵਨ-ਘੋਲ਼ ਕਰਦਾ ਹੈ, ਜਦੋਂ ਕਿ ਅਜਿਹਾ ਵਿਅਕਤੀ ਇਹ ਨਹੀਂ ਜਾਣਦਾ ਹੈ ਕਿ ਜਿਸ ਜੀਵਨ ਦੀ ਉਸਨੂੰ ਤਲਾਸ਼ ਹੈ, ਉਹ ਉਸਦੇ ਅੰਦਰ ਹੈ।

ਨਜੀਬ—ਸਰੀਰ ਤੋਂ ਬਾਹਰ ਕੀ ਕੋਈ ਅਜਿਹੀ ਜੋਤ ਹੈ, ਜਿਸ ਨਾਲ਼ ਅੰਦਰ ਦੀ ਡੂੰਘਾਈ ਤੱਕ ਪਹੁੰਚਣ ਦਾ ਸਾਡਾ ਰਾਹ ਰੁਸ਼ਨਾ ਜਾਵੇ? ਕੀ ਇਸ ਵਿੱਚ ਕੋਈ ਅਜਿਹਾ ਵਿਅਕਤੀ ਹੈ, ਜੋ ਸਾਡੀਆਂ ਰੂਹਾਂ ਨੂੰ ਕੰਬਾ ਸਕੇ, ਸਾਡੇ ਜਿੰਦਾ ਹੁੰਦੇ ਵੀ ਵਿਸਰ ਗਇਆਂ ਦੇ ਸੰਪਾਦਨ ਲਈ ਸਾਨੂੰ ਚੇਤੰਨ ਕਰ ਸਕੇ ਅਤੇ ਅਨਾਦਿ ਗਿਆਨ ਦੇ ਰਾਹ ਦੀ ਰਾਹਨੁਮਾਈ ਕਰ ਸਕੇ? (ਪਲ-ਭਰ ਲਈ ਉਹ ਚੁੱਪ ਹੋ ਜਾਂਦਾ ਹੈ, ਜਿਵੇਂ ਡਰਿਆ ਹੋਵੇ। ਤਦ ਉਹ ਮੁੜ ਇਸਤਰ੍ਹਾਂ ਬੋਲਦਾ ਹੈ, ਉਹ ਜਿਵੇਂ ਆਪਣੇ ਅਸੰਤੋਖ ਨੂੰ ਹਰਾ ਰਿਹਾ ਹੋਵੇ): ਕੀ ਤੇਰੇ ਪਿਤਾ ਦੀ ਰੂਹ ਨੇ ਆਤਮਾ ਦੇ ਵਿਨਾਸ਼ਕਾਰੀ ਕੈਦ ਦੇ ਭੇਦ ਤੋਂ ਪਰਦਾ ਨਹੀਂ ਚੁੱਕਿਆ?

ਅਮੀਨਾ—ਖਾਲੀ ਮਕਾਨ ਦੇ ਦਰਵਾਜ਼ੇ ਨੂੰ ਖੜਕਾਉਣਾ, ਕਿਸੇ ਯਾਤਰੀ ਲਈ ਬੇਅਰਥ ਹੈ। ਆਪਣੇ ਅੰਦਰ ਦੇ ਬੇਵਜੂਦ ਅਤੇ ਆਪਣੀ ਪਿੱਠ ਭੂਮੀ ਦੀ ਯਥਾਰਥਤਾ ਦਰਮਿਆਨ ਮਨੁੱਖ ਖਾਮੋਸ਼ ਖੜ੍ਹਾ ਹੈ। ਜੇ ਅਸੀਂ ਆਪਣੇ ਅੰਦਰ ਦੀਆਂ ਵਸਤੂਆਂ ਨੂੰ ਪ੍ਰਾਪਤ ਨਹੀਂ ਕਰ ਕੀਤਾ ਤਾਂ ਉਨ੍ਹਾਂ ਵਸਤੂਆਂ ਨੂੰ, ਜਿਨ੍ਹਾਂ ਨੂੰ ਅਸੀਂ ਵਾਤਾਵਰਣ

ਕਹਿੰਦੇ ਹਾਂ, ਪ੍ਰਾਪਤ ਨਹੀਂ ਕਰ ਸਕਾਂਗੇ। ਮੇਰੇ ਪਿਤਾ ਦੀ ਰੂਹ ਨੇ ਉਦੋਂ ਮੈਨੂੰ ਪੁਕਾਰਿਆ, ਜਦੋਂ ਮੇਰੀ ਆਤਮਾ ਨੇ ਉਨ੍ਹਾਂ ਦੀ ਰੂਹ ਨੂੰ ਲਲਕਾਰਿਆ ਅਤੇ ਮੇਰਾ ਅੰਦਰੂਨੀ ਗਿਆਨ ਜੋ ਕੁਝ ਜਾਣਦਾ ਸੀ, ਉਸਨੇ ਮੇਰੇ ਬਾਹਰੀ ਗਿਆਨ ਨੂੰ ਪੇਸ਼ ਕੀਤਾ। ਇਸ ਲਈ, ਸਧਾਰਨ ਤੌਰ 'ਤੇ ਮੇਰੇ ਅੰਦਰ ਭੁੱਖ ਅਤੇ ਪਿਆਸ ਦੇ ਰਹਿੰਦੇ ਹੋਏ ਵੀ, ਮੈਂ ਭੋਜਨ ਅਤੇ ਪਾਣੀ ਨੂੰ ਆਪਣੇ ਬਾਹਰੀ ਵਾਤਾਵਰਣ ਤੋਂ ਉਪਲਬਧ ਨਹੀਂ ਕੀਤਾ, ਮੇਰੇ ਅੰਦਰ ਇੱਛਾ ਅਤੇ ਪਿਆਰ ਦੇ ਰਹਿੰਦੇ ਹੋਏ ਵੀ, ਮੈਨੂੰ ਆਪਣੀ ਇੱਛਾ ਅਤੇ ਪਿਆਰ ਦਾ ਕੋਈ ਪਾਤਰ ਸੋਨੇ ਦੀ ਨਗਰੀ ਵਿੱਚ ਨਹੀਂ ਮਿਲਿਆ।

ਨਜੀਬ—ਆਪਣੀ ਇੱਛਾ ਅਤੇ ਪਿਆਰ ਦੇ ਨਾੜੀ ਨਾਲੋਂ ਧਾਗਾ ਕੱਟਣ ਵਿੱਚ ਕੀ ਹਰੇਕ ਵਿਅਕਤੀ ਯੋਗ ਹੈ, ਅਤੇ ਆਪਣੀ ਇਸ ਇੱਛਾ ਅਤੇ ਪਿਆਰ ਨੂੰ ਆਪਣੀ ਆਤਮਾ ਅਤੇ ਪੂਰਵ ਆਤਮਾ ਦਰਮਿਆਨ ਸੰਬੰਧ ਸਥਾਪਿਤ ਕਰ ਸਕਦਾ ਹੈ? ਕੀ ਕੋਈ ਅਜਿਹਾ ਸੰਪੂਰਨ ਵਿਅਕਤੀ ਹੈ, ਜੋ ਆਤਮਾਵਾਂ ਨਾਲ ਗੱਲਬਾਤ ਕਰਨ ਵਿੱਚ ਯੋਗ ਹੋਵੇ ਅਤੇ ਉਨ੍ਹਾਂ ਦੇ ਸੰਕਲਪ ਅਤੇ ਉਦੇਸ਼ ਨੂੰ ਸਮਝ ਸਕਣ ਦੀ ਯੋਗਤਾ ਰੱਖਦਾ ਹੋਵੇ?

ਅਮੀਨਾ—ਵਿਨਾਸ਼ਕਾਰੀ ਅਤੇ ਵਿਚਾਰਸ਼ੀਲ ਲੋਕਾਂ ਦਰਮਿਆਨ ਨਿਰੰਤਰ ਸੰਪਰਕ ਸਥਾਪਿਤ ਕਰਦਾ ਹੈ, ਅਤੇ ਸਾਰੀਆਂ ਅਦਿੱਖ ਸ਼ਕਤੀਆਂ ਦੀ ਪ੍ਰਵਿਰਤੀ ਦੇ ਹੁਕਮ ਮੁਤਾਬਿਕ ਕੰਮ ਕਰਦੇ ਹਨ। ਆਮ ਤੌਰ 'ਤੇ ਇਕੱਲਾ ਵਿਅਕਤੀ ਇਹ ਵਿਸ਼ਵਾਸ ਕਰਦੇ ਹੋਏ ਆਪਣਾ ਕੰਮ ਕਰਦਾ ਹੈ ਕਿ ਇਸਦਾ ਪ੍ਰੇਰਣਾ-ਸ੍ਰੋਤ, ਉਸਦਾ ਆਪਣਾ ਅਜ਼ਾਦ ਵਿਚਾਰ, ਆਪਣੀ ਇੱਛਾ ਅਤੇ ਹੁਕਮ ਹੈ, ਪਰ ਅਸਲ ਵਿੱਚ ਉਹ ਕਿਸੇ ਰਾਹੀਂ ਨਿਰਦੇਸ਼ਿਤ ਹੁੰਦਾ ਹੈ ਅਤੇ ਸੂਖਮਤਾ ਤੋਂ ਪ੍ਰੇਰਿਤ ਹੁੰਦਾ ਹੈ। ਬਹੁਤ ਸਾਰੇ ਮਹਾਨ ਵਿਅਕਤੀ ਮਾਣ-ਪ੍ਰਾਪਤੀ ਦੇ ਲਾਲਚ ਨਾਲ, ਅਣਇੱਛਾ ਅਤੇ ਪ੍ਰਤੀਰੋਧ ਦੀ ਮੰਗ ਨੂੰ ਨਿਯੋਜਿਤ ਨਾ ਕਰਦੇ ਹੋਏ, ਆਤਮਾ ਦੀ ਇੱਛਾ 'ਤੇ ਖੁਦ ਨੂੰ ਪੂਰਨਤਾ ਸੰਪੂਰਨਤਾ ਨਾਲ ਉਵੇਂ ਵਾਰ ਦਿੰਦੇ ਹਨ, ਜਿਵੇਂ ਕੁਸ਼ਲ ਸੰਗੀਤਕਾਰ ਦੀ ਪੂਰਨ ਇੱਛਾ 'ਤੇ ਵਾਇਲਨ ਖੁਦ ਨੂੰ ਵਾਰ ਦਿੰਦੀ ਹੈ।

ਅਵਿਨਾਸ਼ੀ ਅਤੇ ਯਥਾਰਥ ਸੰਸਾਰ ਵਿਚਾਲੇ ਇੱਕ ਅਜਿਹਾ ਰਾਹ ਹੈ, ਜਿਸ 'ਤੇ ਅਸੀਂ ਨੀਂਦ ਦੀ ਬੇਹੋਸ਼ੀ ਵਿੱਚ ਘੁੰਮਦੇ ਹਾਂ। ਇਸ ਰਾਹ ਦੀ ਤਾਕਤ ਤੋਂ ਅਣਜਾਣ ਹੁੰਦੇ ਹੋਏ ਵੀ ਅਸੀਂ ਇਸ ਰਾਹ 'ਚੋਂ ਹੋ ਕੇ ਜਾਂਦੇ ਹਾਂ ਅਤੇ ਵਾਪਿਸ ਆਉਂਦੇ ਹਾਂ ਅਤੇ ਆਪਣੇ ਹੱਥਾਂ ਵਿੱਚ ਉਨ੍ਹਾਂ ਬੀਜਾਂ ਨੂੰ ਲੱਭਦੇ ਹਾਂ, ਜਿਨ੍ਹਾਂ ਨੂੰ ਆਪਣੇ ਦੈਨਿਕ ਜੀਵਨ ਦੀ ਉਪਜਾਊ ਭੂਮੀ ਵਿੱਚ, ਸੁੰਦਰਤਾ ਦੀਆਂ ਕਿਰਤਾਂ ਅਤੇ ਸ਼ਬਦ ਪੈਦਾ ਕਰਦੇ ਹੋਏ, ਸਾਵਧਾਨੀ ਨਾਲ ਅਸੀਂ ਬੀਜਦੇ ਹਾਂ। ਸਾਡੇ ਮੌਜੂਦਾ ਜੀਵਨ ਅਤੇ ਬੀਤੇ ਜੀਵਨ ਦਰਮਿਆਨ ਇਹ ਰਾਹ ਨਹੀਂ ਹੈ, ਜਿਸ 'ਤੇ ਨਬੀ, ਕਵੀ ਭਾਵ ਵਿਦਵਾਨ ਆਮ ਲੋਕ ਦੇ ਸਾਹਮਣੇ ਹਾਜ਼ਰ ਹੋਣਗੇ। (ਅਮੀਨਾ ਆਪਣੀ ਅਵਾਜ਼ ਦੀ ਬੇਵਸੀ-ਭਰੀ ਫੁਸਫੁਸਾਹਟ ਨੂੰ ਘੱਟ ਕਰਦੀ ਹੋਈ ਮੁੜ ਕਹਿੰਦੀ ਹੈ) ਮੈਂ ਤੈਨੂੰ ਸੱਚ ਕਹਿੰਦੀ ਹਾਂ—ਆਉਣ ਵਾਲਾ ਸਮਾਂ ਇਹ ਸਿੱਧ ਕਰੇਗਾ ਕਿ ਉੱਚਤਰ ਅਤੇ ਨਿਰੰਤਰ ਸੰਸਾਰ ਵਿਚਾਲੇ ਪੱਕੇ ਤੌਰ 'ਤੇ ਉਹੋ ਜਿਹਾ ਹੀ ਬੰਧਨ ਹੈ, ਜਿਹੋ ਜਿਹਾ ਜ਼ਰੂਰੀ ਬੰਧਨ ਮਾਂ ਅਤੇ ਉਸਦੇ ਸ਼ਿਸ਼ੂ ਵਿਚਾਲੇ ਰਹਿੰਦਾ ਹੈ। ਅੰਦਰਲੀ ਦ੍ਰਿਸ਼ਟੀ ਵਾਤਾਵਰਣ, ਜੋ ਸਾਡੀ ਜ਼ਮੀਰ ਨੂੰ ਆਕਰਸ਼ਿਤ ਕਰਦਾ

ਹੈ, ਗਿਆਨ ਜੋ ਸਾਡੇ ਫੈਸਲੇ ਨੂੰ ਕਰਦਾ ਹੈ ਅਤੇ ਸ਼ਕਤੀ, ਜੋ ਸਾਡੀ ਸ਼ਕਤੀ ਨੂੰ ਬਲਵਾਨ ਬਣਾਉਂਦੀ ਹੈ, ਆਦਿ ਨਾਲ਼ ਅਸੀਂ ਘਿਰੇ ਹਾਂ। ਮੈਂ ਤੈਨੂੰ ਕਹਿੰਦੀ ਹਾਂ ਕਿ ਸਾਡਾ ਸ਼ੱਕ ਝੂਠਾ ਨਹੀਂ ਹੈ। ਉਹ ਸਾਡੇ ਸਮਰਪਨ ਦਾ, ਜਿਸ 'ਤੇ ਅਸੀਂ ਸ਼ੱਕ ਕਰਦੇ ਹਾਂ, ਹਿਮਾਇਤ ਨਹੀਂ ਕਰਦੀ ਹੈ ਅਤੇ ਖੁਦ ਨੂੰ ਆਤਮਤ੍ਰਿਪਤੀ ਵਿੱਚ ਰੁੱਝਿਆ ਰੱਖਣ ਦੇ ਵਿਚਾਰ ਨਾਲ਼, ਉਨ੍ਹਾਂ ਦੀ ਉਦੇਸ਼-ਪ੍ਰੇਰਨਾ ਦੀ ਕਾਮਯਾਬੀ ਨਾਲ਼, ਅਸੀਂ ਲੋਕਾਂ ਨੂੰ ਰਾਹ ਤੋਂ ਭਟਕਾਉਂਦੀ ਨਹੀਂ; ਅਵਿਨਾਸ਼ੀ ਪ੍ਰਾਣੀ ਦੀ ਯਥਾਰਥਤਾ ਪ੍ਰਤੀ ਅੱਖ ਬੰਦ ਕਰਨ ਲੈਣ ਦੀ ਕਿਰਿਆ ਨਾਲ਼ ਉਹ ਅਵਿਨਾਸ਼ੀ ਪ੍ਰਾਣੀ ਸੰਸਾਰ ਦੀਆਂ ਅੱਖਾਂ ਤੋਂ ਅਣਦੇਖਿਆ ਨਹੀਂ ਰਹੇਗਾ, ਅਤੇ ਜੇ ਅਸੀਂ ਘੁੰਮਣਾ ਬੰਦ ਕਰਦੇ ਹਾਂ, ਤਾਂ ਵੀ ਉਨ੍ਹਾਂ ਲੋਕਾਂ ਦੇ ਘੁੰਮਣ ਨਾਲ਼ ਅਸੀਂ ਘੁੰਮ ਰਹੇ ਹਾਂ। ਅਸੀਂ ਖੜ੍ਹੋਤ 'ਚ ਆ ਜਾਂਦੇ ਹਾਂ ਤਾਂ ਵੀ ਉਨ੍ਹਾਂ ਲੋਕਾਂ ਦੀਆਂ ਅਵਾਜ਼ਾਂ ਵਿੱਚ ਅਸੀਂ ਬੋਲ ਰਹੇ ਹੁੰਦੇ ਹਾਂ।

ਸਾਡੀ ਨੀਂਦ ਨਾ ਉਨ੍ਹਾਂ ਦੇ ਜਾਗਰਣ ਤੋਂ ਪ੍ਰਭਾਵਿਤ ਹੋ ਸਕਦੀ ਹੈ, ਨਾ ਸਾਡਾ ਜਾਗਰਣ, ਜੋ ਸਾਡੀਆਂ ਕਲਪਨਾਵਾਂ ਦੀ ਅਧਾਰ ਭੂਮੀ ਹੈ, ਉਨ੍ਹਾਂ ਦੇ ਸੁਪਨਿਆਂ ਨੂੰ ਬਦਲ ਸਕਦਾ ਹੈ, ਕਿਉਂਕਿ ਅਸੀਂ ਅਤੇ ਉਹ ਲੋਕ ਇੱਕ ਸੰਸਾਰ ਰਾਹੀਂ ਜੱਫੀ ਵਿੱਚ ਜਕੜੇ ਦੋ ਸੰਸਾਰ ਹਾਂ। ਅਸੀਂ ਅਤੇ ਉਹ ਲੋਕ ਇੱਕ ਆਤਮਾ ਤੋਂ ਬਣੀਆਂ ਦੋ ਆਤਮਾਵਾਂ ਹਾਂ। ਅਸੀਂ ਅਤੇ ਉਹ ਲੋਕ ਪਰਮ ਅਤੇ ਅਨਾਦਿ ਚੇਤਨਾ ਨਾਲ਼ ਸੰਯੁਕਤ ਦੋ ਸੱਤ੍ਹਾਵਾਂ ਹਾਂ, ਜੋ ਸਰਵਪੱਖੀ ਹਨ ਅਤੇ ਜਿਨ੍ਹਾਂ ਦਾ ਨਾ ਆਦਿ ਹੈ, ਨਾ ਅੰਤ।

ਨਜੀਬ—(ਹੁਣ ਹਜਰਤ ਅਮੀਨਾ ਦੀ ਸਮੀਕਰਨ-ਪੱਧਤੀ ਦੇ ਨਾਲ਼-ਨਾਲ਼ ਚਿੰਤਨ ਅਤੇ ਅਨੁਭਵ ਕਰ ਰਿਹਾ ਹੈ): ਕੀ ਕਦੇ ਅਜਿਹਾ ਦਿਨ ਆਵੇਗਾ, ਜਦੋਂ ਵਿਗਿਆਨਿਕ ਬੋਧ, ਅਨੁਭਵ ਅਤੇ ਲੌਕਿਕ ਪ੍ਰਗਟਾਅ ਰਾਹੀਂ ਮਨੁੱਖ ਰਿਸਰਚ ਕਰ ਸਕੇਗਾ ਕਿ ਆਤਮਾਵਾਂ ਦੀ ਜਾਣਕਾਰੀ, ਰੱਬੀ-ਪ੍ਰੇਰਣਾ ਅਤੇ ਸਾਡੀ ਦਿਲ ਦੀ ਗਤੀ ਚਾਹ ਤੋਂ ਹੁੰਦੀ ਹੈ? ਆਪਣੇ ਆਦਰਸ਼ 'ਮੈਂ' ਦੀ ਲਗਾਤਾਰਤਾ ਦੀ ਸਥਾਪਨਾ ਲਈ, ਅਸੀਂ ਲੋਕਾਂ ਨੂੰ ਕੀ ਮੌਤ ਤੱਕ ਉਡੀਕ ਕਰਨੀ ਪਵੇਗੀ? ਕੀ ਕਦੇ ਅਜਿਹਾ ਦਿਨ ਆਵੇਗਾ, ਜਦੋਂ ਅਸੀਂ ਆਪਣੀਆਂ ਉਂਗਲੀਆਂ ਨਾਲ਼ ਉਨ੍ਹਾਂ ਮਹਾਨ ਭੇਦਾਂ ਦੀ ਛੋਹ ਅਨੁਭਵ ਕਰਨਗੇ, ਜਿਨ੍ਹਾਂ ਨੇ ਅਜੇ ਅਸੀਂ ਆਪਣੇ ਵਿਸ਼ਵਾਸ ਦੀਆਂ ਉਂਗਲੀਆਂ ਨਾਲ਼ ਮਹਿਸੂਸ ਕਰਦੇ ਹਾਂ?

ਅਮੀਨਾ—ਹਾਂ, ਅਜਿਹਾ ਦਿਨ ਆਵੇਗਾ। ਪਰ ਉਹ ਲੋਕ ਕਿੰਨੇ ਨਦਾਨ ਹਨ, ਜੋ ਉਤਸੁਕਤਾ ਬਿਨਾਂ ਆਪਣੇ ਕੁਝ ਰਹਿਸਾਂ ਦੇ ਅਧਾਰ 'ਤੇ ਅਮੂਰਤ ਵਜੂਦ ਨੂੰ ਦੇਖਦੇ ਹਨ, ਪਰ ਉਦੋਂ ਤੱਕ ਉਸ 'ਤੇ ਆਪਣਾ ਸ਼ੱਕ ਪ੍ਰਗਟ ਕਰਦੇ ਹਨ, ਜਦੋਂ ਤੱਕ ਵਜੂਦ ਖੁਦ ਉਨ੍ਹਾਂ ਦੇ ਸਾਰੇ ਭੇਦਾਂ ਦੀ ਪੋਲ਼ ਨਹੀਂ ਖੋਲ੍ਹ ਦਿੰਦਾ। ਕੀ ਦ੍ਰਿਸ਼ ਦੇ ਭੇਦ ਦਾ ਇਹ ਵਿਸ਼ਵਾਸ ਉਨਾ ਹੀ ਸੱਚ ਨਹੀਂ ਹੈ, ਜਿੰਨਾ ਸੱਚ ਅੱਖਾਂ ਦੀ ਰਹਿਸਮਈ ਦ੍ਰਿਸ਼ਟੀ ਹੈ? ਅਤੇ ਉਹ ਵਿਅਕਤੀ ਕਿੰਨੇ ਤੰਗ ਵਿਚਾਰ ਵਾਲਾ ਹੈ, ਜੋ ਕੋਇਲ ਦੇ ਸੰਗੀਤ ਨੂੰ ਸੁਣਦਾ ਹੈ, ਰੁੱਖਾਂ ਦੀਆਂ ਟਹਿਣੀਆਂ 'ਤੇ ਉਸਨੂੰ ਫੁਦਕਦੇ ਦੇਖਦਾ ਵੀ ਹੈ, ਪਰ ਜੋ ਕੁਝ ਵੀ ਉਸਨੇ ਸੁਣਿਆ ਅਤੇ ਦੇਖਿਆ ਹੈ, ਉਸ 'ਤੇ ਉਦੋਂ ਤੱਕ ਸ਼ੱਕ ਕਰਦਾ ਹੈ, ਜਦੋਂ ਤੱਕ ਕਿ ਉਹ ਆਪਣੇ ਹੱਥਾਂ ਨਾਲ਼ ਕੋਇਲ ਨੂੰ ਫੜ ਨਹੀਂ ਲੈਂਦਾ ਹੈ! ਕੀ ਉਸਦੇ ਭੇਦ ਦਾ ਅੰਸ਼ ਕਾਫ਼ੀ ਨਹੀਂ ਸੀ? ਕਿੰਨਾ ਅਨੋਖਾ ਉਹ ਵਿਅਕਤੀ ਹੈ, ਜੋ ਸੁੰਦਰ ਯਥਾਰਥ

ਦੇ ਸੱਚ ਨੂੰ ਸੁਪਨੇ ਵਿੱਚ ਦੇਖਦਾ ਹੈ, ਉਸਦੇ ਬਾਅਦ ਆਪਣੇ ਉਸ ਸੁਪਨੇ ਨੂੰ ਉਹ ਅਕਾਰ ਵਿੱਚ ਪੈਦਾ ਕਰਨ ਦਾ ਯਤਨ ਕਰਦਾ ਹੈ, ਪਰ ਇੰਞ ਕਰਨ ਵਿੱਚ ਸਫਲ ਨਹੀਂ ਹੁੰਦਾ, ਉਦੋਂ ਉਹ ਸੁਪਨੇ 'ਤੇ ਹੀ ਸ਼ੱਕ ਪ੍ਰਗਟ ਕਰਨ ਲੱਗਦਾ ਹੈ, ਅਤੇ ਯਥਾਰਥ ਦੀ ਨਿੰਦਾ ਅਤੇ ਸੁਹੱਪਣ 'ਤੇ ਅਵਿਸ਼ਵਾਸ ਕਰਨ ਲੱਗਦਾ ਹੈ।

ਉਹ ਵਿਅਕਤੀ ਕਿੰਨਾ ਅੰਨ੍ਹਾ ਹੈ, ਜੋ ਕਲਪਨਾ ਕਰਦਾ ਹੈ ਅਤੇ ਸਾਰੇ ਸੱਚੇ ਰੂਪ ਅਤੇ ਕੋਨਿਆਂ ਵਿੱਚ ਪਦਾਰਥ ਦੀ ਯੋਜਨਾ ਬਣਾਉਂਦਾ ਹੈ, ਅਤੇ ਜਦੋਂ ਉਹ ਇਸਨੂੰ ਮਾਪਣ ਅਤੇ ਸ਼ਬਦ ਦੇ ਸਬੂਤਾਂ ਰਾਹੀਂ ਪੂਰੇ ਰੂਪ ਨਾਲ਼ ਸਿੱਧ ਨਹੀਂ ਕਰ ਸਕਦਾ ਹੈ, ਉਦੋਂ ਉਸਨੂੰ ਇਹ ਵਿਸ਼ਵਾਸ ਹੁੰਦਾ ਹੈ ਕਿ ਉਸਦੀ ਯੋਜਨਾ ਅਤੇ ਸੰਕਲਪ ਖੋਖਲੇ ਸਨ। ਪਰ ਜੇ ਉਹ ਈਮਾਨਦਾਰੀ ਨਾਲ਼ ਇਨ੍ਹਾਂ ਵਰਦਾਨਾਂ 'ਤੇ ਉਮੀਦ ਨਾਲ਼ ਸਿਮਰਨ ਕਰਦਾ ਹੈ, ਉਦੋ ਉਹ ਵਿਸ਼ਵਾਸ ਦੇ ਨਾਲ਼ ਮਹਿਸੂਸ ਕਰੇਗਾ ਕਿ ਉਸਦੀ ਯੋਜਨਾ ਉਨੀ ਹੀ ਯਥਾਰਥ ਸੀ, ਜਿੰਨਾ ਯਥਾਰਥ ਅਕਾਸ਼ ਹੈ, ਪਰ ਇਸ ਯੋਜਨਾ ਨੇ ਹੁਣ ਤੱਕ ਸਥਾਈ ਰੂਪ ਧਾਰਣ ਨਹੀਂ ਕੀਤਾ ਹੈ। ਯੋਜਨਾ ਗਿਆਨ ਦਾ ਹਿੱਸਾ ਹੈ, ਜਿਸਨੂੰ ਅੰਕਾਂ ਅਤੇ ਸ਼ਬਦਾਂ ਵਿੱਚ ਸਾਬਿਤ ਨਹੀਂ ਕੀਤਾ ਜਾ ਸਕਦਾ ਹੈ, ਕਿਉਂਕਿ ਇਹ ਇੰਨਾਂ ਉੱਨਤ ਅਤੇ ਪੱਧਰਾ ਹੈ ਕਿ ਇਸ ਨੂੰ ਪਲ ਵਿੱਚ ਕੈਦੀ ਨਹੀਂ ਬਣਾਇਆ ਜਾ ਸਕਦਾ ਹੈ, ਪਰ ਸੱਚ ਨੂੰ ਸਮਰਪਿਤ ਕਰਨ ਲਈ ਸੂਖਮ ਰੂਪ ਨਾਲ਼ ਅਤੀ ਗੰਭੀਰ ਰੂਪ ਨਾਲ਼ ਇਹਦਾ ਵਜੂਦ ਸਮੋਇਆ ਹੈ।

ਨਜੀਬ—(ਵਿਸ਼ਵਾਸ ਕਰਦੇ ਹੋਏ ਵੀ ਸ਼ੱਕੀ ਹੈ) ਕੀ ਸਾਰੇ ਸੰਕਲਪ ਵਿੱਚ ਯਥਾਰਥ ਹੈ ਅਤੇ ਕੀ ਹਰੇਕ ਯੋਜਨਾ ਅਤੇ ਕਲਪਨਾ ਵਿੱਚ ਗਿਆਨ ਸਮੋਇਆ ਹੈ?

ਅਮੀਨਾ—ਅਸਲ ਵਿੱਚ ਆਤਮਾ ਦੇ ਸ਼ੀਸ਼ੇ ਵਿੱਚ ਨਿਰਾਧਾਰ ਵਸਤੂ ਨੂੰ ਸੰਕਲਪ ਵਿੱਚ ਪਰਵਰਤਿਤ ਕਰਨਾ ਅਸੰਭਵ ਹੈ। ਸ਼ਾਂਤ ਝੀਲ ਦੀ ਡੂੰਘਾਈ ਵਿੱਚ ਦੂਰ ਦੇ ਪਰਬਤ, ਰੁੱਖ ਬੱਦਲ ਦੇ ਪ੍ਰਤੀਬਿੰਬ ਨੂੰ ਪੇਸ਼ ਕਰਨਾ ਅਸੰਭਵ ਹੈ। ਜੋ ਪਦਾਰਥ ਹੈ ਹੀ ਨਹੀਂ, ਉਸਦਾ ਪ੍ਰਤੀਬਿੰਬ ਧਰਤੀ 'ਤੇ ਸੁੱਟਣਾ ਪ੍ਰਕਾਸ਼ ਲਈ ਅਸੰਭਵ ਹੈ। ਨਾ ਕੁਝ ਦੇਖਿਆ ਜਾ ਸਕਦਾ ਹੈ ਅਤੇ ਨਾ ਸੁਣਿਆ ਜਾ ਸਕਦਾ ਹੈ ਭਾਵ ਜਦੋਂ ਤੱਕ ਯਥਾਰਥ ਰੂਪ ਵਿੱਚ ਨਾ ਹੋਵੇ, ਇੰਦਰੀਆਂ ਰਾਹੀਂ ਅਨੁਭਵ ਵੀ ਨਹੀਂ ਕੀਤਾ ਜਾ ਸਕਦਾ। ਜਦੋਂ ਤੂੰ ਕਿਸੇ ਵਸਤੂ ਨੂੰ ਜਾਣਦੇ ਹੋ, ਤਾਂ ਉਸ 'ਤੇ ਵਿਸ਼ਵਾਸ ਕਰਦੇ ਹੋ, ਅਤੇ ਸੱਚਾ ਵਿਸ਼ਵਾਸੀ ਵਿਅਕਤੀ ਆਪਣੀ ਅਵਿਨਾਸ਼ੀ ਸਿਆਣਪ ਨਾਲ਼ ਉਸਨੂੰ ਦੇਖਦਾ ਹੈ, ਜਿਸਨੂੰ ਭੂ-ਵਿਗਿਆਨੀ ਆਪਣੀਆਂ ਵਿਨਾਸ਼ਕਾਰੀ ਅੱਖਾਂ ਨਾਲ਼ ਨਹੀਂ ਦੇਖ ਸਕਦਾ ਹੈ, ਅਤੇ ਉਹ ਆਪਣੀ ਅੰਦਰੂਨੀ ਚੇਤਨਾ ਨਾਲ਼ ਜੋ ਸਮਝ-ਬੁੱਝ ਸਕਦਾ ਹੈ, ਉਸਨੂੰ ਬਾਹਰੀ ਪਰਖਣ ਦੀ ਬੇਨਤੀ ਰਾਹੀਂ ਚਿੰਤਨ ਰਾਹੀਂ ਹਾਸਲ ਕਰਨ ਦੀ ਪ੍ਰਕਿਰਿਆ ਨਾਲ਼ ਨਹੀਂ ਸਮਝ ਸਕਦਾ।

ਦੂਸਰਿਆਂ ਰਾਹੀਂ ਵਰਤੇ ਭੇਦਾਂ ਨਾਲੋਂ ਭਿੰਨ ਡੂੰਘੇ ਭੇਦਾਂ ਰਾਹੀਂ ਵਿਸ਼ਵਾਸ ਕਰਨ ਵਾਲਾ ਵਿਅਕਤੀ ਪਵਿੱਤਰ ਯਥਾਰਥਾਂ ਨਾਲ਼ ਆਪਣੀ ਪਛਾਣ ਦਿੰਦਾ ਹੈ, ਜਿਵੇਂ ਵੱਡੀਆਂ ਕੰਧਾਂ ਨਾਲ਼ ਘਿਰੇ ਹੋਣ, ਆਪਣੇ ਭੇਦਾਂ 'ਤੇ ਵਿਸ਼ਵਾਸੀ ਵਿਅਕਤੀ ਨਜ਼ਰ ਮਾਰਦਾ ਹੈ, ਅਤੇ ਜਦੋਂ ਉਹ ਰਾਹ 'ਤੇ ਚੱਲਦਾ ਹੈ ਤਾਂ ਕਹਿੰਦਾ ਹੈ, ਇਸ ਨਗਰੀ ਦਾ ਨਿਕਾਸ ਦੁਆਰ ਨਹੀਂ ਹੈ, ਸਗੋਂ ਇਸਦਾ ਦੁਆਰ ਪੂਰੀ ਤਰ੍ਹਾਂ ਨਾਲ਼ ਅੰਦਰ ਨੂੰ

ਹੀ ਖੁੱਲ੍ਹਦਾ ਹੈ। (ਅਮੀਨਾ ਖੜ੍ਹੀ ਹੁੰਦੀ ਹੈ, ਨਜੀਬ ਵੱਲ ਘੁੰਮਦੀ ਹੈ ਅਤੇ ਕੁਝ ਪਲ ਬਾਅਦ ਕਹਿੰਦੀ ਹੈ) ਵਿਸ਼ਵਾਸੀ ਵਿਅਕਤੀ ਦਾ ਵਜੂਦ ਦਿਨ-ਰਾਤ ਰਹਿੰਦਾ ਹੈ, ਪਰ ਅਵਿਸ਼ਵਾਸੀ ਦਾ ਕੁਝ ਘੰਟਿਆਂ ਲਈ ਹੀ। ਮਨੁੱਖ ਦਾ ਜੀਵਨ ਕਿੰਨਾ ਸੰਖੇਪ ਹੈ, ਜੋ ਆਪਣੇ ਹੱਥ ਨੂੰ ਮੂੰਹ ਅਤੇ ਸੰਸਾਰ ਵਿਚਾਲੇ ਰੱਖਦਾ ਹੈ, ਅਤੇ ਆਪਣੀ ਹਥੇਲੀ ਦੀਆਂ ਤੰਗ ਰੇਖਾਵਾਂ ਤੋਂ ਇਲਾਵਾ ਕੁਝ ਨਹੀਂ ਦੇਖਦਾ ਹੈ!

ਉਨ੍ਹਾਂ ਲੋਕਾਂ ਲਈ ਇਹ ਕਿੰਨਾ ਅਨਿਆ-ਸੰਗਤ ਹੈ, ਜੋ ਆਪਣੀਆਂ ਪਿੱਠਾਂ ਨੂੰ ਸੂਰਜ ਵੱਲ ਰੱਖਦੇ ਹਨ ਅਤੇ ਧਰਤੀ 'ਤੇ ਆਪਣੇ ਭੌਤਿਕ ਸਰੀਰ ਦੇ ਪਰਛਾਵੇਂ ਇਲਾਵਾ ਕੁਝ ਨਹੀਂ ਦੇਖਦੇ!

ਨਜੀਬ—(ਜਾਣ ਦੀ ਤਿਆਰੀ ਵਿੱਚ ਖੜ੍ਹਾ ਹੁੰਦਾ ਹੋਇਆ) ਕੀ ਮੈਂ ਲੋਕਾਂ ਨੂੰ ਕਹਾਂ ਕਿ ਉੱਚ ਮੀਨਾਰਾਂ ਵਾਲੀ ਨਗਰੀ ਇਰਮ ਸੁਪਨਿਆਂ ਦੀ ਅਵਿਨਾਸ਼ੀ ਨਗਰੀ ਹੈ। ਅਤੇ ਹਜਰਤ ਅਮੀਨਾ ਨੂੰ ਇਸ ਨਗਰੀ ਲਈ ਕਾਮਨਾ ਅਤੇ ਸ਼ੱਕ ਸੀ, ਉਦੋਂ ਉਹ ਉੱਥੇ ਵਿਸ਼ਵਾਸ ਦੇ ਰਾਹੀਂ ਪਹੁੰਚੀ?

ਅਮੀਨਾ—ਉਨ੍ਹਾਂ ਲੋਕਾਂ ਨੂੰ ਜਾ ਕੇ ਕਹੋ ਕਿ ਉੱਚ ਮੀਨਾਰਾਂ ਵਾਲੀ ਨਗਰੀ, ਇਰਮ, ਯਥਾਰਥ ਨਗਰੀ ਹੈ ਅਤੇ ਇਸਦਾ ਵਜੂਦ ਉਸੇ ਤਰ੍ਹਾਂ ਹੈ, ਜਿਵੇਂ ਦਾ ਦ੍ਰਿਸ਼ਮਾਨ ਵਜੂਦ ਸਾਗਰ, ਪਰਬਤ, ਜੰਗਲ ਅਤੇ ਮਾਰੂਥਲ ਦਾ ਹੈ ਅਤੇ ਸਦਾ ਤੋਂ ਹੀ ਸਾਰੇ ਯਥਾਰਥ ਹਨ। ਉਨ੍ਹਾਂ ਲੋਕਾਂ ਨੂੰ ਕਹੋ ਕਿ ਹਜ਼ਰਤ ਅਮੀਨਾ ਵਿਸ਼ਾਲ ਮਾਰੂਥਲ ਨੂੰ ਲੰਘ ਕੇ ਹੀ ਉੱਥੇ ਪਹੁੰਚੀ ਸੀ ਅਤੇ ਪਹੁੰਚਣ ਦੇ ਇਸ ਕ੍ਰਮ ਵਿੱਚ ਉਸਨੂੰ ਪਿਆਸ ਦਾ ਦਰਦ, ਭੁੱਖ ਦਾ ਕਸ਼ਟ ਅਤੇ ਇੱਕਲੇਪਨ ਦਾ ਦੁੱਖ ਅਤੇ ਖੁਦ ਨੂੰ ਦਿੱਤਾ ਦੁੱਖ ਝੱਲਣਾ ਪਿਆ ਸੀ। ਉਨ੍ਹਾਂ ਲੋਕਾਂ ਨੂੰ ਕਹੋ ਕਿ ਸੋਨੇ ਦੀ ਨਗਰੀ ਦੀ ਉਸਾਰੀ ਭੌਤਿਕ ਚਮਕਦਾਰ ਪਦਾਰਥਾਂ ਨਾਲ, ਯੁੱਗ-ਯੁੱਗਾਂ ਅਸਧਾਰਣ ਪੁਰਸ਼ਾਂ ਰਾਹੀਂ ਹੋਇਆ ਸੀ ਅਤੇ ਆਮ-ਲੋਕਾਂ ਨੂੰ ਇਸਨੂੰ ਗੁਪਤ ਨਹੀਂ ਰੱਖਿਆ ਗਿਆ, ਸਗੋਂ ਲੋਕ ਖੁਦ ਨੂੰ ਇਸ ਨਾਲ਼ ਸਬੰਧਿਤ ਰੱਖੇ ਰਹਿਣ। ਉਨ੍ਹਾਂ ਲੋਕਾਂ ਨੂੰ ਜਾ ਕੇ ਕਹਿ ਕਿ ਜੋ ਵਿਅਕਤੀ ਇਰਮ ਪਹੁੰਚਣ ਤੋਂ ਪਹਿਲਾਂ ਰਾਹ ਤੋਂ ਬਰਖਾਸਤ ਹੋ ਜਾਂਦਾ ਹੈ, ਇਸ ਲਈ ਦੋਸ਼ੀ ਰਾਹ-ਦਰਸਾਵੇ ਨੂੰ ਠਹਿਰਾਉਣਾ ਚਾਹੀਦਾ ਹੈ, ਨਾ ਕਿ ਉਸਦੇ ਉੱਬੜ-ਖਾਬੜ ਔਖੇ ਰਾਹ ਨੂੰ। ਉਨ੍ਹਾਂ ਲੋਕਾਂ ਨੂੰ ਜਾ ਕੇ ਕਹੋ ਕਿ ਜੋ ਵਿਅਕਤੀ ਆਪਣਾ ਸੱਚ ਦਾ ਦੀਵਾ ਨਹੀਂ ਜਗਾਉਂਦਾ ਹੈ, ਉਸਦਾ ਰਾਹ ਹਨ੍ਹੇਰੇ ਭਰਿਆ ਅਤੇ ਔਖਾ ਹੋਵੇਗਾ। (ਪਿਆਰ ਭਰੀਆਂ ਅੱਖਾਂ ਨਾਲ਼ ਅਮੀਨਾ ਅਕਾਸ਼ ਵੱਲ ਦੇਖਦੀ ਹੈ ਅਤੇ ਉਸਦੇ ਮੂੰਹ-ਮੰਡਲ 'ਤੇ ਮਿੱਠੀ-ਸ਼ਾਂਤੀ ਪੈਦਾ ਹੁੰਦੀ ਹੈ।)

ਨਜੀਬ—(ਸਿਰ ਝੁਕਾਏ ਹੋਏ ਅਮੀਨਾ ਵੱਲ ਹੌਲੀ-ਹੌਲੀ ਪੈਰ ਪੁੱਟਦਾ ਹੈ, ਉਸਦਾ ਹੱਥ ਫੜ੍ਹਦਾ ਹੈ ਅਤੇ ਫੁਸਫਸਾਉਂਦੇ ਹੋਏ ਬੋਲਦਾ ਹੈ) ਹੁਣ ਸ਼ਾਮ ਹੋ ਗਈ ਹੈ ਅਤੇ ਰਾਹ 'ਤੇ ਹਨ੍ਹੇਰੇ ਪੈਣ ਤੋਂ ਪਹਿਲਾਂ ਹੀ ਮੈਨੂੰ ਸ਼ਹਿਰ ਪਹੁੰਚ ਜਾਣਾ ਚਾਹੀਦਾ।

ਅਮੀਨਾ—ਰੱਬ ਦੀ ਰੱਖਿਆ ਵਿੱਚ ਤੂੰ ਆਪਣਾ ਰਾਹ ਰੁਸ਼ਨਾ ਸਕੇਂਗਾ।

ਨਜੀਬ—ਮੇਰੇ ਕੰਬਦੇ ਹੱਥ ਵਿੱਚ ਜਿਸ ਰੋਸ਼ਨ ਪੁੰਜ ਨੂੰ ਤੂੰ ਰੱਖਿਆ ਹੈ, ਉਸਦੀ ਜੋਤ ਨਾਲ਼ ਮੈਂ ਰਾਹ 'ਤੇ ਵੱਧਦਾ ਚਲਾ ਜਾਵਾਂਗਾ।

ਅਮੀਨਾ—ਸੱਚ ਦੇ ਉਸ ਪ੍ਰਕਾਸ਼ ਵਿੱਚ ਤੂੰ ਅੱਗੇ ਵੱਧਦਾ ਜਾਵੇਂਗਾ ਜੋ ਹਨ੍ਹੇਰੀ-

ਤੂਫਾਨ ਵਿੱਚ ਵੀ ਨਹੀਂ ਬੁੱਝ ਸਕਦਾ ਹੈ। (ਅਮੀਨਾ ਦੂਰ ਤੱਕ ਦੇਖਦੀ ਹੈ, ਨਜੀਬ 'ਤੇ ਯਕੀਨ-ਭਰੀ ਆਪਣੀ ਨਜ਼ਰ ਸੁੱਟਦੀ ਹੈ ਅਤੇ ਉਨ੍ਹਾਂ ਦੇ ਚਿਹਰੇ-ਮੁਹਰੇ 'ਤੇ ਮਮਤਾ-ਪਿਆਰ ਦਿਖਾਈ ਪੈਂਦਾ ਹੈ। ਉਹ ਪੂਰਬ ਵੱਲ ਵੱਧਦੀ ਹੈ ਅਤੇ ਰੁੱਖਾਂ ਵਿਚਾਲੇ ਚਲੀ ਜਾਂਦੀ ਹੈ, ਫਿਰ ਨਜ਼ਰੋਂ ਓਹਲੇ ਹੋ ਜਾਂਦੀ ਹੈ।)

ਜੇਨ—(ਨਜੀਬ ਨੂੰ) ਸ਼ਹਿਰ ਤੱਕ ਕੀ ਮੈਂ ਤੇਰਾ ਸਾਥ ਦੇ ਸਕਦਾ ਹਾਂ?

ਨਜੀਬ—ਖੁਸ਼ੀ ਨਾਲ਼। ਮੈਨੂੰ ਇਹ ਵਿਸ਼ਵਾਸ ਸੀ ਕਿ ਤੇਰਾ ਹਜਰਤ ਅਮੀਨਾ ਨਾਲ਼ ਸੰਪਰਕ ਹੈ। 'ਮੇਰਾ ਵੀ ਸੰਪਰਕ ਉਸ ਨਾਲ਼ ਹੁੰਦਾ'—ਇਹ ਮੇਰਾ ਅੰਦਰੂਨੀ ਵਿਚਾਰ ਸੀ ਅਤੇ ਮੈਨੂੰ ਤੇਰੇ ਨਾਲ਼ ਈਰਖਾ ਸੀ।

ਜੇਨ,—ਅਸੀਂ ਸੂਰਜ ਤੋਂ ਦੂਰ ਰਹਿ ਸਕਦੇ ਹਾਂ, ਪਰ ਉਸਦੇ ਨੇੜੇ ਨਹੀਂ, ਤਾਂ ਵੀ ਸੂਰਜ ਸਾਡੇ ਲਈ ਜ਼ਰੂਰੀ ਹੈ। ਮੈਂ ਰੋਜ਼ ਇੱਥੇ ਖੁਦ ਨੂੰ -----ਅਤੇ ਭੇਦ ਜਾਣਨ ਲਈ ਆਉਂਦਾ ਹਾਂ ਅਤੇ ਸੰਤੋਖ ਨਾਲ਼ ਇੱਥੋਂ ਵਿਦਾ ਹੁੰਦਾ ਹਾਂ।

(ਨਜੀਬ ਭੇਦ ਖੋਲ੍ਹਦਾ ਹੈ ਅਤੇ ਘੋੜਾ ਫੜੇ ਹੋਏ ਜੇਨ ਆਬਦੀਨ ਨਾਲ਼ ਬਾਹਰ ਚਲਾ ਜਾਂਦਾ ਹੈ।)

ਪਿਆਰ ਦੀ ਤਾਕਤ

ਜਦੋਂ ਪਿਆਰ ਨੇ ਆਪਣੀਆਂ ਜਾਦੂਭਰੀਆਂ ਕਿਰਨਾਂ ਸਹਾਰੇ ਮੇਰੀਆਂ ਅੱਖਾਂ ਖੋਲ੍ਹੀਆਂ ਅਤੇ ਆਪਣੀਆਂ ਕੋਸੀਆਂ ਉਂਗਲਾਂ ਨਾਲ਼ ਮੇਰੇ ਦਿਲ ਨੂੰ ਪਹਿਲੀ ਵਾਰ ਛੂਹਿਆ, ਤਦ ਮੇਰੀ ਉਮਰ 18 ਸਾਲ ਦੀ ਸੀ। ਆਪਣੇ ਚੰਗੇ ਗੁਣਾਂ ਸਹਾਰੇ ਮੇਰੀ ਆਤਮਾ ਨੂੰ ਜਗਾਉਣ ਵਾਲ਼ੀ ਔਰਤ ਸਲਮਾ ਸੀ। ਉਹ ਮੈਨੂੰ ਉੱਚੀ ਭਾਵਨਾ ਦੇ ਸਵਰਗ ਵਿੱਚ ਲੈ ਗਈ। ਦਿਨ ਮਿੱਠੇ ਸੁਪਨੇ ਵਾਂਗ ਵਿਸ਼ਾਲ ਹੁੰਦਾ ਅਤੇ ਰਾਤ ਨਵੇਂ ਵਿਆਹੇ ਜੋੜੇ ਦੀ ਪਿਆਰ ਭਰੀ ਰਾਤ ਵਾਂਗ ਬੀਤਦੀ।

ਆਪਣੇ ਅਨੋਖੇ ਸੁਹੱਪਣ ਸਹਾਰੇ ਸਲਮਾ ਨੇ ਹੀ ਮੈਨੂੰ ਸੁਹੱਪਣ ਦੀ ਉਪਾਸਨਾ ਦਾ ਮੰਤਰ ਸਿਖਾਇਆ। ਉਹਨੇ ਹੀ ਮੇਰੇ 'ਤੇ ਕ੍ਰਿਪਾ ਕਰਕੇ ਮੇਰੇ ਅੱਗੇ ਪਿਆਰ ਦੇ ਭੇਦ ਨੂੰ ਉਜਾਗਰ ਕੀਤਾ। ਹਾਂ, ਉਹਨੇ ਹੀ ਅਨੰਤ ਜੀਵਨ-ਕਵਿਤਾ ਦੀ ਪਹਿਲੀ ਸਤਰ ਦੀ ਅਵਾਜ਼ ਮੇਰੇਂ ਕੰਨੀਂ ਪਾਈ।

ਕਿਸੇ ਇੱਕ ਨੌਜਵਾਨ ਦੇ ਇਕਾਂਤ ਦੇ ਪਲ ਭਾਵੇਂ ਕਿਸੇ ਨਿਵੇਕਲੀ ਮੁਟਿਆਰ ਦੀ ਯਾਦ ਦੀ ਮਸਤੀ ਨਾਲ਼ ਨਾ ਭਰਦੇ ਹੋਣ, ਕਿਸੇ ਰੂਪਵਤੀ ਮੁਟਿਆਰ ਨੇ ਆਪਣੀ ਕ੍ਰਿਪਾ, ਮਧੁਰਤਾ ਅਤੇ ਉਦਾਰਤਾ ਦੇ ਸਹਾਰੇ ਕਿਸੇ ਨੌਜਵਾਨ ਦੇ ਜਵਾਨ ਸੁਪਨਿਆਂ ਨੂੰ ਕਲੇਸ਼ਦਾਇਕ ਅਤੇ ਦੁਖਦਾਇਕ ਭਿਅੰਕਰ ਚੇਤਨਾ ਵਿੱਚ ਹੀ ਭਾਵੇਂ ਬਦਲ ਦਿੱਤਾ ਹੋਵੇ ਪਰ ਜਿਸ ਸ਼ੁਭ ਵੇਲ਼ੇ ਅਚਾਨਕ ਚੇਤੰਨ ਹੋ ਕੇ ਦੇਖਦੇ-ਦੇਖਦੇ ਆਪਣੇ ਖੁਦ ਦੇ ਦਿਲ ਵਿੱਚ ਅਚਾਨਕ ਬਦਲਾਅ ਲਿਆਂਦਾ ਹੋਵੇ ਅਤੇ ਆਪਣੀ ਆਤਮਾ ਦੀ ਗਹਿਰਾਈ ਵਿੱਚ ਵਿਸ਼ਾਲਤਾ ਦਾ ਆਗਮਨ ਹੋਇਆ ਲੱਗਦਾ ਹੋਵੇ, ਅਜਿਹੇ ਅਨਮੋਲ ਵੇਲੇ ਲਈ ਸਾਡੇ ਵਿੱਚੋਂ ਕਿਹੜਾ ਨੌਜਵਾਨ ਨਹੀਂ ਤਰਸਦਾ ਹੋਵੇਗਾ? ਇੰਞ ਅਚਾਨਕ ਬਦਲੇ ਹੋਏ ਦਿਲ ਦੇ ਭੇਦਾਂ ਨੂੰ ਗੁਪਤ ਰੱਖਣ ਲਈ ਜ਼ਿਆਦਾ ਮੁਸੀਬਤਾਂ ਹੋਣ 'ਤੇ ਵੀ ਇਹ ਬਦਲਾਵ ਲੋੜੀਂਦਾ ਹੈ। ਇੰਞ ਹੰਝੂ, ਇਛਾਵਾਂ ਅਤੇ ਸੰਸਕਾਰ ਤੋਂ ਲੁਕਿਆ ਹੋਇਆ ਵੀ ਇਹ ਪਿਆਰਾ ਲੱਗਦਾ ਹੈ।

ਜੁਆਨੀ ਦੇ ਮਸਤ ਅਤੇ ਬੇਪਰਵਾਹ ਪਲਾਂ ਵਿੱਚ ਸਲਮਾ ਕਿਸੇ ਵੀ ਇੱਕ ਗੱਭਰੂ ਨੂੰ ਆਪਣੇ ਪ੍ਰਤੀ ਆਕਰਸ਼ਿਤ ਹੋਣ ਦੀ ਪ੍ਰੇਰਣਾ ਦੇ ਸਕਦੀ ਹੈ। ਜਿਸ ਨਾਲ਼ ਇਕਾਂਤ ਵਿੱਚ ਉਸ ਗੱਭਰੂ ਦੇ ਦਿਲ ਵਿੱਚ ਕਿਸੇ ਕਾਵਿ-ਮਈ ਉਦੇਸ਼ ਦਾ ਨਿਰਮਾਣ ਹੋਏ ਬਿਨਾਂ ਨਹੀਂ ਰਹਿ ਸਕਦਾ। ਸਲਮਾ ਦਾ ਦਰਸ਼ਨ ਗੱਭਰੂ ਨੂੰ ਦਿਨ ਦੀ ਉਦਾਸੀ ਨੂੰ ਖੁਸ਼ੀ ਵਿੱਚ ਅਤੇ ਰਾਤ ਦੀ ਸ਼ਾਂਤੀ ਨੂੰ ਸੰਗੀਤ ਵਿੱਚ ਬਦਲ ਸਕਦਾ ਹੈ।

ਮੇਰਾ ਮਨ ਇੱਕ-ਪਾਸੇ ਅੰਦਰੂਨੀ ਇੰਦਰੀਆਂ ਦੀਆਂ ਪ੍ਰਵਿਰਤੀਆਂ ਅਤੇ ਦੂਜੇ ਪਾਸੇ ਬਾਹਰਲੀਆਂ ਇੰਦਰੀਆਂ ਦੇ ਹੋਰ ਅਮਲਾਂ ਵਿਚਾਲੇ ਹਾਥੀ ਤੇ ਘੜਿਆਲ ਵਾਂਗ ਉਲਝ ਰਿਹਾ ਸੀ। ਪਰ ਇਹ ਗੱਲ ਤਾਂ ਜਦੋਂ ਤੱਕ ਮੈਂ ਪਿਆਰ ਨੂੰ ਸਲਮਾ ਦੇ ਬੁੱਲ੍ਹਾਂ 'ਤੇ ਰੋਂਦੇ ਅਤੇ ਆਪਣੀ ਆਤਮਾ ਦੇ ਨਾਲ਼ ਕਾਨਾ-ਫੂਸੀ ਕਰਦੇ ਨਹੀਂ ਦੇਖੀ ਸੀ, ਉਸ ਤੋਂ ਪਹਿਲਾਂ ਦੀ ਹੈ।

ਮੇਰੀ ਜ਼ਿੰਦਗੀ ਰੱਬ ਦੇ ਘਰ ਵਿੱਚ ਆਦਮ ਦੇ ਅਨਮੋਲ ਸੁਪਨੇ ਵਾਂਗ ਇਕਾਂਤ,

ਵੀਰਾਨ ਅਤੇ ਉਸ਼ਣਤਾਹੀਣ ਸੀ। ਪਰ ਮੇਰੀ ਇਹ ਹਾਲਤ ਤਾਂ ਸਲਮਾ ਨੂੰ ਕਿਸੇ ਹਨ੍ਹੇਰੇ ਭਰੇ ਸਥਾਨ 'ਤੇ ਰੋਸ਼ਨ ਥੰਮ੍ਹ ਵਾਂਗ ਖੜ੍ਹੀ ਦੇਖਣ ਤੋਂ ਪਹਿਲਾਂ ਦੀ ਹੈ।

ਇਸ ਲਈ ਤਾਂ ਸਲਮਾ ਮੇਰੇ ਭੇਦ ਭਰੇ ਅਤੇ ਅਨੋਖੇ ਦਿਲ ਦੀ ਈਵ (ਹੱਵਾ) ਸੀ। ਉਸਨੇ ਮੇਰੇ ਦਿਲ ਨੂੰ ਜੀਵਨ ਦਾ ਭੇਦ ਸਮਝਾਇਆ ਅਤੇ ਉਸ ਨੂੰ ਸ਼ੀਸ਼ਾ ਬਣਾ ਕੇ ਸੰਸਾਰ ਦੇ ਸਾਹਮਣੇ ਰੱਖਿਆ।

ਈਵ ਨੇ ਆਦਮ ਦੇ ਆਗਿਆਕਾਰੀ ਹੋਣ ਅਤੇ ਭੋਲੇਪਨ ਦਾ ਲਾਭ ਲੈ ਕੇ ਉਸਨੂੰ ਜਾਣਬੁੱਝ ਕੇ ਸਵਰਗ ਵਿੱਚੋਂ ਬਾਹਰ ਕੱਢਣਾ ਦਿੱਤਾ ਸੀ ਪਰ ਸਲਮਾ ਨੇ ਤਾਂ ਮੇਰੀ ਦਿਲੀ-ਸ਼ਕਤੀ ਨੂੰ ਪਛਾਣ ਕੇ ਆਪਣੇ ਪਿਆਰ ਦੀ ਸ਼ਕਤੀ ਦੇ ਹੇਠਾਂ ਮੈਨੂੰ ਪਿਆਰ ਅਤੇ ਪਵਿੱਤਰਤਾ ਦੇ ਸਵਰਗ ਵਿਚ ਪਹੁੰਚਾ ਦਿੱਤਾ ਪਰ ਆਦਮ ਇੰਨਾ ਦੁੱਖੀ ਨਹੀਂ ਹੋਇਆ ਹੋਵੇਗਾ ਜਿੰਨਾ ਮੈਂ ਹਾਂ। ਅੱਗ ਦੀ ਜਿਸ ਤਲਵਾਰ ਨੇ ਆਦਮ ਨੂੰ ਸਵਰਗ ਵਿੱਚੋਂ ਬਾਹਰ ਕੱਢ ਦਿੱਤਾ ਸੀ, ਉਹ ਤਲਵਾਰ ਤਾਂ ਮੈਨੂੰ ਆਪਣੀ ਧਾਰ ਚਮਕ ਨਾਲ਼ ਹੀ ਡਰਾਉਣ ਵਾਲ਼ੀ ਸੀ। ਕਾਰਨ, ਮੈਂ ਵਫਾਦਾਰੀ ਦੀ ਪ੍ਰਣ ਲਵਾਂ, ਉਸ ਤੋਂ ਪਹਿਲਾਂ ਹੀ ਉਸ ਤਲਵਾਰ ਨੇ ਮੈਨੂੰ ਅਪਮਾਨ ਅਤੇ ਤੁਛੱਤਾ ਭਰੇ ਪਿਆਰ ਦੇ ਬਗੀਚੇ ਵਿੱਚੋਂ ਧੱਕ ਕੇ ਬਾਹਰ ਕੱਢ ਦਿੱਤਾ।

ਅਤੇ ਅੱਜ? ਮੇਰਾ ਅੱਜ ਜਿਵੇਂ ਰੋਹਬ ਨਾਲ਼ ਮਹੀਨਾ-ਸਾਲ ਆਦਿ ਕਾਲ਼ ਦੇ ਹਰੇਕ ਨਿਸ਼ਾਨ ਨੂੰ ਆਪਣੇ ਪੈਰਾਂ ਹੇਠ ਕੁਚਲਦੇ ਹੋਏ ਅੱਗੇ ਵਧਿਆ ਹੈ। ਉਵੇਂ ਹੀ ਮੇਰੇ ਲਈ ਪਹਿਲੇ ਸੁਪਨੇ ਵਿੱਚੋਂ ਬਚੀਆਂ ਦਰਦਨਾਕ ਯਾਦਾਂ ਤੋਂ ਇਲਾਵਾ ਹੋਰ ਕੁਝ ਵੀ ਨਹੀਂ ਹੈ। ਇਹ ਯਾਦਾਂ ਮੇਰੇ ਸਿਰ 'ਤੇ ਅਦਿੱਖ ਹੋ ਕੇ ਚੱਕਰ ਤੇ ਚੱਕਰ ਲਾਉਂਦੀਆਂ ਹੋਈਆਂ ਪੱਖਿਆਂ ਵਾਂਗ ਹਨ। ਇਹ ਯਾਦਾਂ ਮੇਰੇ ਭਰਵੱਟਿਆਂ ਦੇ ਨੇੜੇ ਪਏ ਨਿਰਾਸ਼ਾ ਅਤੇ ਦੁੱਖ ਦੇ ਹੰਝੂਆਂ ਦੀਆਂ ਭੇਟ ਮੰਗਦੀਆਂ ਹਨ।

ਅਤੇ ਸਲਮਾ, ਸੁੰਦਰ ਅਤੇ ਮਿੱਠ-ਬੋਲੜੀ ਸਲਮਾ! ਉਹ ਤਾਂ ਇਸ ਸੁੰਦਰ ਦੁਮੇਲ ਦੇ ਉਸ ਪਾਰ ਚਲੀ ਗਈ ਹੈ ਅਤੇ ਹੁਣ ਇਸ ਸੰਸਾਰ ਵਿੱਚ ਮੇਰੇ ਦਿਲ ਦੀ ਦਰਦ ਭਰੀ ਘੁੱਟਣ ਅਤੇ ਸਰੂ-ਰੁੱਖਾਂ ਦੀ ਛਾਵੇਂ ਸੰਗਮਰਮਰ ਦੀ ਉਸਦੀ ਉਹ ਕਬਰ- ਇਨ੍ਹਾਂ ਦੋਵਾਂ ਦੇ ਇਲਾਵਾ ਉਸ ਦੀ ਕੋਈ ਯਾਦ ਨਹੀਂ ਹੈ। ਹੁਣ ਤਾਂ ਬਾਕੀ ਰਹੀ ਹੈ ਉਸਦੀ ਕਬਰ ਅਤੇ ਮੇਰਾ ਦਰਦ ਭਰਿਆ ਦਿਲ। ਬੱਸ, ਇਨ੍ਹਾਂ ਦੋ ਚੀਜ਼ਾਂ ਦੇ ਵਜੂਦ ਦੀ ਮੂਲ਼ ਪਰ ਸੰਪੂਰਨ ਕਹਾਣੀ ਮੈਂ ਦੱਸਣੀ ਹੈ। ਭਾਵ ਸਲਮਾ ਦੇ ਵਜੂਦ 'ਤੇ ਚਾਨਣਾ ਪਾਉਣ ਵਾਲ਼ੀਆਂ ਸਿਰਫ਼ ਦੋ ਵਸਤੂਆਂ ਹਨ:

ਇੱਕ ਹੈ ਕਬਰ ਉੱਤੇ ਛਾਈ ਹੋਈ ਸਾਂਤੀ। ਇਸ ਸ਼ਾਂਤੀ ਨੇ, ਕਬਰ ਦੇ ਹਨ੍ਹੇਰੇ ਵਿੱਚ ਪ੍ਰਭੂ ਦੇ ਜਿਨ੍ਹਾਂ ਭੇਦਾਂ ਦਾ ਭੰਡਾਰ ਹੈ ਉਸ 'ਤੇ ਸੰਸਾਰ ਦੀ ਨਜ਼ਰ ਨਾ ਪੈਣ ਦੇਣ ਲਈ ਉਸ ਨੂੰ ਲੁਕਾ ਰੱਖਿਆ ਹੈ।

ਅਤੇ ਦੂਸਰੀ ਕਬਰਿਸਤਾਨ ਦੇ ਰੁੱਖਾਂ ਦੀਆਂ ਟਹਿਣੀਆਂ। ਇਹ ਟਹਿਣੀਆਂ ਕਬਰਾਂ ਵਿੱਚ ਦਫਨਾਏ ਹੋਏ ਇਸਤਰੀ-ਪੁਰਸ਼ ਦੀਆਂ ਮੁਰਦਾ-ਦੇਹਾਂ ਦੇ ਤੱਤਾਂ ਸਹਾਰੇ ਵੱਧਦੀਆਂ-ਫੁਲਦੀਆਂ ਹੁੰਦੀਆਂ ਹਨ ਅਤੇ ਆਪਣੇ ਪੱਤਿਆਂ ਦੀ ਹਵਾ ਨਾਲ਼ ਹੁੰਦੀ ਅਵਾਜ਼ ਦੁਆਰਾ ਕਬਰ ਦੇ ਭੇਦਾਂ ਨੂੰ ਪ੍ਰਗਟ ਨਹੀਂ ਹੋਣ ਦਿੰਦੀਆਂ।

ਪਰ ਮੇਰੇ ਦਿਲ ਦਾ ਦਰਦ ਉਸਦੇ ਵਜੂਦ ਦੀ ਬੋਲਦੀ ਤਸਵੀਰ ਹੈ। ਇਸੇ

ਕਾਰਨ ਮੇਰੇ ਦਿਲ ਦਾ ਦਰਦ ਹੰਝੂਆਂ 'ਚ ਬਦਲ ਕੇ ਅੱਜ ਤੱਕ ਮੇਰੀਆਂ ਅੱਖਾਂ ਵਿੱਚੋਂ ਟਪਕਦਾ ਹੈ। ਕਾਲ਼ੀ ਸਿਆਹੀ ਵਾਂਗ ਇਹ ਹੰਝੂਆਂ ਦੇ ਤੁਪਕੇ, ਕਾਗਜ਼ 'ਤੇ ਇੱਕ ਕਹਾਣੀ ਦੇ ਰੂਪ ਵਿੱਚ ਇੱਥੇ ਆਕਾਰ ਧਾਰ ਰਹੇ ਹਨ। ਇਸ ਲਈ ਬੇਰੂਤ ਨਗਰ ਦੇ ਨੌਜਵਾਨੋ, ਦੇਵਦਾਰਾਂ ਦੇ ਰੁੱਖਾਂ ਦੇ ਨੇੜੇ ਪੈਣ ਵਾਲ਼ੀਆਂ ਕਬਰਾਂ ਦੀ ਯਾਤਰਾ ਉੱਤੇ ਜੇਕਰ ਜਾਓ ਤਾਂ ਬੜੀ ਹੌਲ਼ੀ ਅਤੇ ਸ਼ਾਂਤੀ ਨਾਲ਼ ਪੈਰ ਧਰਿਓ, ਕਿਤੇ ਤੁਹਾਡੇ ਪੈਰਾਂ ਹੇਠਲੀ ਧਰਤੀ ਹੇਠ ਲੇਟਿਆਂ ਹੋਇਆਂ ਦੀਆਂ ਟੁੱਟੀਆਂ-ਫੁੱਟੀਆਂ ਹੱਡੀਆਂ ਖਿੰਡ-ਪੁੰਡ ਨਾ ਜਾਣ। ਉਨ੍ਹਾਂ ਦੀ ਮਿੱਟੀ ਵਿੱਚ ਸਲਮਾ ਦੀ ਦੇਹ ਵਿਲੀਨ ਹੋ ਗਈ ਹੈ। ਉਸ ਪਵਿੱਤਰ ਮਿੱਟੀ ਦਾ ਸਨਮਾਨ ਰੱਖ ਕੇ ਕਬਰ ਤੋਂ ਦੂਰ, ਇੱਕ ਪਾਸੇ ਸਲੀਕੇ ਅਤੇ ਢੰਗ ਤਰੀਕੇ ਨਾਲ਼ ਖੜ੍ਹੇ ਰਹਿਓ। ਪਿੱਛੇ ਇੱਕ ਠੰਢਾ ਸਾਹ ਲੈ ਕੇ ਮੈਨੂੰ ਯਾਦ ਕਰਨਾ ਅਤੇ ਆਪਣੇ ਅੰਦਰ ਹੀ ਕਹਿਣਾ:

ਇਹੀ ਉਹ ਜਗ੍ਹਾ ਹੈ, ਜਿੱਥੇ ਉਸ ਨੌਜਵਾਨ ਦੀਆਂ ਉਮੀਦਾਂ ਅਤੇ ਇਛਾਵਾਂ ਦੱਬੀਆਂ ਗਈਆਂ ਹਨ; ਇਹੀ ਉਹ ਜਗ੍ਹਾ ਹੈ, ਜਿੱਥੇ ਸਮੇਂ ਦੇ ਗੇੜ ਨੇ ਉਸ ਨੌਜਵਾਨ ਨੂੰ ਸਮੁੰਦਰੋਂ ਪਾਰ ਸੁੱਟ ਦਿੱਤਾ ਹੈ। ਇਸੇ ਜਗ੍ਹਾ 'ਤੇ ਉਸਦੀਆਂ ਖੁਸ਼ੀਆਂ ਕੋਨੇ ਵਿੱਚ ਲੁਕੀਆਂ ਬੈਠੀਆਂ ਹਨ। ਇੱਥੇ ਹੀ ਉਸਦਾ ਸੁੱਖ ਮਿੱਟੀ ਵਿੱਚ ਮਿਲ਼ਿਆ ਹੈ; ਇੱਥੇ ਹੀ ਉਸਦੇ ਹੰਝੂ ਸੁੱਕੇ ਹਨ ਅਤੇ ਇੱਥੇ ਹੀ ਉਸਦੀ ਮੁਸਕਰਾਹਟ ਫਿੱਕੀ ਪੈ ਗਈ ਹੈ।

ਇਨ੍ਹਾਂ ਸ਼ਾਂਤ ਕਬਰਾਂ ਵਿੱਚ ਉਸਦੀ ਉਦਾਸੀਨਤਾ ਸਰੂ ਅਤੇ ਵੇਤਰ ਰੁੱਖਾਂ ਨਾਲ਼ ਵਿਕਸਿਤ ਹੋਈ ਹੈ ਅਤੇ ਇਨ੍ਹਾਂ ਕਬਰਾਂ ਦੇ ਨੇੜੇ ਉਸਦੀ ਆਤਮਾ ਰਾਤ ਨੂੰ ਭਟਕਦੀ ਹੈ। ਇਹ ਭੂਤਕਾਲ ਦੀਆਂ ਯਾਦਾਂ ਨੂੰ ਤਾਜ਼ਾ ਕਰਦੀ ਹੈ ਭਾਵ ਬਿਰਹਾ ਅਤੇ ਇਕੱਲਤਾ ਦੀਆਂ ਧੁੰਦਲੀਆਂ ਤਸਵੀਰਾਂ ਨਾਲ਼ ਉਮੀਦ ਅਤੇ ਨਿਰਾਸ਼ਾ ਦੇ ਗੀਤ ਗਾਉਂਦੀ ਹੈ। ਇਨ੍ਹਾਂ ਸ਼ਰੂ ਅਤੇ ਵੇਤਰ ਰੁੱਖਾਂ ਦੀਆਂ ਟਹਿਣੀਆਂ ਦੇ ਕੋਲ਼ ਉਹ ਜੁਆਨੀ 'ਤੇ ਦੁੱਖ ਮਨਾਉਂਦੀ ਹੈ। ਜੋ ਕੱਲ੍ਹ ਤੱਕ ਜ਼ਿੰਦਗੀ ਵਿੱਚ ਮੁਰਝਾਏ ਬੁੱਲ੍ਹਾਂ 'ਤੇ ਗੀਤ ਸੀ, ਉਹ ਅੱਜ ਧਰਤੀ ਦੀ ਛਾਤੀ 'ਤੇ ਇੱਕ ਖਾਮੋਸ਼ ਭੇਦ ਹੈ।

ਹੇ ਜੁਆਨ ਦੋਸਤੋ, ਜਿਸ ਮੁਟਿਆਰ ਨੂੰ ਤੁਹਾਡਾ ਦਿਲ ਚਾਹੁੰਦਾ ਹੈ, ਉਸਦੀ ਸਹੁੰ ਦੇ ਕੇ ਮੈਂ ਤੁਹਾਨੂੰ ਕਹਿੰਦਾ ਹਾਂ ਕਿ ਇਸ ਔਰਤ ਦੀ ਕਬਰ 'ਤੇ ਜ਼ਰੂਰ ਫੁੱਲ ਚੜ੍ਹਾਇਓ। ਕਾਰਨ, ਇੱਕ ਵਿਸਰੀ ਕਬਰ 'ਤੇ ਤੁਸੀਂ ਜੋ ਫੁੱਲ ਚੜ੍ਹਾਉਂਦੇ ਹੋ, ਉਹ ਸੂਰਜ ਦੀ ਪਹਿਲੀ ਕਿਰਨ ਰੂਪੀ ਦੁਲਹਨ ਦੀਆਂ ਅੱਖਾਂ ਵਿੱਚੋਂ ਵਿਕਸਿਤ ਹੁੰਦੇ ਗੁਲਾਬ ਦੀਆਂ ਪੱਤੀਆਂ 'ਤੇ ਟਪਕਣ ਵਾਲ਼ੀਆਂ ਤ੍ਰੇਲ ਦੀਆਂ ਬੂੰਦਾਂ ਵਾਂਗ ਹਨ।

ਖ਼ਾਮੋਸ਼ ਦਾਸਤਾਨ

ਪਾਠਕੋ, ਜੁਆਨੀ ਦੀ ਪਹਿਲੀ ਕਿਰਨ ਨੂੰ ਜਿਵੇਂ ਤੁਸੀਂ ਯਾਦ ਕਰਦੇ ਹੋ ਉਵੇਂ ਮੈਂ ਵੀ ਕਰਦਾ ਹਾਂ। ਪਰ ਇਸ ਵਿੱਚ ਫਰਕ ਇੰਨਾ ਹੈ ਕਿ ਤੁਸੀਂ ਇਸ ਮਧੁਰ ਸਮੇਂ ਦੇ ਬੀਤ ਜਾਣ 'ਤੇ ਦੁੱਖ ਅਨੁਭਵ ਕਰਦੇ ਹੋ, ਪਰ ਮੈਂ ਇਸ ਕਾਲ ਨੂੰ ਉਵੇਂ ਯਾਦ ਕਰਦਾ ਹਾਂ, ਜਿਵੇਂ ਤੁਰੰਤ ਰਿਹਾਅ ਹੋਇਆ ਨੌਜਵਾਨ ਕੈਦੀ ਜੇਲ਼ ਦੀ ਕਾਲ਼ੀ ਕੰਧ ਅਤੇ ਸੰਗਲਾਂ ਦੇ ਭਾਰ ਨੂੰ ਯਾਦ ਕਰਦਾ ਹੈ।

ਤੁਸੀਂ ਬਚਪਨ ਅਤੇ ਜੁਆਨੀ ਦੇ ਵਿਚਾਲੇ ਆਉਣ ਵਾਲ਼ੇ ਇਸ ਸੁਨਹਿਰੀ ਦੌਰ ਦਾ ਢਿੰਡੋਰਾ ਪਿੱਟਦੇ ਹੋ, ਜੋ ਜੀਵਨ ਦੇ ਦੁੱਖਾਂ ਅਤੇ ਡਰ ਨੂੰ ਖਿੜੇ ਮੱਥੇ ਹਾਸੇ ਵਿੱਚ ਉਡਾ ਦਿੰਦੇ ਹਨ ਅਤੇ ਜਿਵੇਂ ਮਧੂ-ਮੱਖੀ ਫੁੱਲਾਂ ਦੀ ਖ਼ੁਸ਼ਬੂ ਤੋਂ ਮਹਿਕ ਅਤੇ ਬਗੀਚੇ ਦੀ ਮੌਜ ਲੈਂਦੀ ਗੰਦੇ ਤਲਾਬ ਉੱਤੋਂ ਦੇਖਦੇ-ਦੇਖਦੇ ਉੱਡ ਜਾਂਦੀ ਹੈ, ਉਸੇ ਤਰ੍ਹਾਂ ਜੁਆਨੀ ਦਾ ਸੁਨਹਿਰਾ ਸਮਾਂ ਜੀਵਨ ਦੀ ਚਿੰਤਾ ਅਤੇ ਕਾਮਨਾ ਦੇ ਬੋਝ ਨੂੰ ਸਿਰ ਉੱਤੋਂ ਪੰਖ ਫੜਫੜਾਉਂਦੇ ਹੋਏ ਅਸਾਨੀ ਨਾਲ਼ ਪਾਰ ਕਰ ਸਕਦਾ ਹੈ।

ਪਰ ਨੌਜਵਾਨੀ ਦੇ ਇਸ ਸੁਨਹਿਰੇ ਕਾਲ ਦੀ ਯਾਦ ਦਿਵਾਉਣ ਵਾਲ਼ਾ ਸੰਭਾਵਿਤ ਸਾਹਸ ਮੈਂ ਇਕੱਠਾ ਨਹੀਂ ਕਰ ਸਕਦਾ। ਜੇ ਮੈਂ ਕਿਸੇ ਨੂੰ ਯਾਦ ਕਰ ਸਕਣ ਦੀ ਹਿੰਮਤ ਕਰ ਸਕਦਾ ਹਾਂ ਤਾਂ ਸਿਰਫ ਆਪਣੇ ਦਿਲ ਵਿੱਚ ਬੈਠੀ ਇਸ ਖਾਮੋਸ਼ ਅਤੇ ਗੁਪਤ ਦਾਸਤਾਂ ਦੀ। ਦਿਲ ਦੀ ਇਹ ਦਾਸਤਾਂ ਜਦੋਂ ਉੱਠਦੀ ਹੈ ਤਾਂ ਤੂਫਾਨ ਅਤੇ ਹਨ੍ਹੇਰੀ ਵਾਂਗ ਉੱਠਦੀ ਹੈ।

ਦਿਲ ਦੀ ਇਹ ਦਾਸਤਾਂ ਦਿਲ ਦੇ ਨਾਲ਼ ਹੀ ਵਿਕਾਸ ਕਰਦੀ ਹੈ। ਬਾਅਦ ਵਿੱਚ ਇੱਕ ਅਜਿਹਾ ਵੇਲ਼ਾ ਵੀ ਆਉਂਦਾ ਹੈ ਜਦੋਂ ਕਿ ਇਸ ਕਸਕ ਦੀ ਬਹੁਲਤਾ ਖੁਦ ਹੀ ਆਪਣੇ ਲਈ ਅਧਿਆਤਮਿਕ ਗਿਆਨ ਦੇ ਰਸਤੇ ਨੂੰ ਬੰਦ ਕਰ ਦਿੰਦੀ ਹੈ ਅਤੇ ਅੰਦਰੋਂ-ਅੰਦਰੀ ਘੁੱਟਦੀ ਹੈ। ਇਸੇ ਪਲ ਪਿਆਰ ਦਾ ਪ੍ਰਵੇਸ਼ ਹੁੰਦਾ ਹੈ ਅਤੇ ਇਹ ਦਿਲ ਦਾ ਰਸਤਾ ਖੋਲ੍ਹ ਦਿੰਦਾ ਹੈ। ਸਿੱਟੇ ਵਜੋਂ ਦਿਲ ਦਾ ਕੋਨਾ-ਕੋਨਾ ਪਿਆਰ ਦੀ ਰੋਸ਼ਨੀ ਵਿੱਚ ਜਗਮਗਾ ਉੱਠਦਾ ਹੈ।

ਅਜਿਹੀ ਹੀ ਕੁਝ ਹਾਲਤ ਮੇਰੀ ਹੋਈ ਹੈ। ਪਿਆਰ ਨੇ ਮੇਰੇ ਬੋਲਾਂ ਨੂੰ ਵਾਪਸ ਕੀਤਾ ਅਤੇ ਮੈਂ ਬੋਲਣ ਲੱਗਾ। ਉਸਨੇ ਮੇਰੀਆਂ ਪਲਕਾਂ ਨੂੰ ਉੱਚਾ ਕੀਤਾ ਅਤੇ ਮੈਂ ਵਿਰਲਾਪ ਕਰਨ ਲੱਗਿਆ। ਉਹਨੇ ਮੇਰੇ ਗਲ਼ੇ ਦੇ ਭਾਰੀਪਨ ਨੂੰ ਅਤੇ ਮੇਰੀ ਛਾਤੀ ਦੀ ਘੁੱਟਣ ਨੂੰ ਦੂਰ ਕੀਤਾ ਅਤੇ ਮੈਂ ਸਾਹ ਲੈਣ ਲੱਗਾ ਅਤੇ ਦੁੱਖ ਦੀ ਹੌਕਿਆਂ ਭਰੀ ਫਰਿਆਦ ਕਰਨ ਲੱਗਾ।

ਹੇ ਮਨੁੱਖੋ! ਜਿਨ੍ਹਾਂ ਖੇਤਾਂ, ਮੈਦਾਨਾਂ, ਬਗੀਚਿਆਂ ਅਤੇ ਗਲ਼ੀ-ਮੁਹੱਲਿਆਂ ਨੇ ਤੇਰੇ ਬਚਪਨ ਨੂੰ ਦੇਖਿਆ ਹੈ ਅਤੇ ਤੇਰੀਆਂ ਨਿਰਦੋਸ਼ ਗੱਲਾਂ ਨੂੰ ਸੁਣਿਆ ਹੈ, ਉਨ੍ਹਾਂ ਨੂੰ ਜਿਵੇਂ ਤੂੰ ਯਾਦ ਕਰਦਾ ਹੈਂ, ਉਵੇਂ ਹੀ ਮੈਂ ਸਮੇਂ ਦੇ ਪਹੀਏ ਤੋਂ ਬਚੇ ਹੋਏ ਉੱਤਰ ਲੇਬਨਾਨ ਦੇ ਪਹਿਲਾਂ ਦੇ ਖੰਡਰਾਂ ਨੂੰ ਯਾਦ ਕਰਦਾ ਹਾਂ।

ਮੇਰੀ ਹਾਲਾਤ ਅਜਿਹੀ ਹੋ ਗਈ ਹੈ ਕਿ ਜਿਵੇ ਹੀ ਕਿਸੇ ਵੇਲੇ ਸੰਸਾਰ ਵੱਲੋਂ

ਆਪਣੀਆਂ ਅੱਖਾਂ ਹਟਾ ਲੈਂਦਾ ਹਾਂ, ਉਵੇਂ ਹੀ ਲੇਬਨਾਨ ਦੀਆਂ ਇਹ ਝਾੜੀਆਂ ਅਤੇ ਘਾਟੀਆਂ ਮੈਨੂੰ ਜਾਦੂ ਅਤੇ ਤੇਜ਼ ਨਾਲ਼ ਭਰੀਆਂ ਹੋਈਆਂ ਲੱਗਦੀਆਂ ਹਨ। ਇਸਦੇ ਗੌਰਵ ਅਤੇ ਮਾਣ ਭਰੇ ਪਰਬਤ ਆਸਮਾਨ ਨਾਲ਼ ਗੱਲਾਂ ਕਰਦੇ ਹੋਏ ਮੇਰੀ ਨਜ਼ਰੀਂ ਪੈਂਦੇ ਹਨ। ਉਵੇਂ ਹੀ ਕਈ ਵਾਰ ਜਦੋਂ ਸਮਾਜ ਦੇ ਰੌਲ਼ੇ ਤੋਂ ਆਪਣੇ ਕੰਨ ਬੰਦ ਕਰ ਲੈਂਦਾ ਹਾਂ ਤਾਂ ਇਸ ਝਰਨੇ ਦੀ ਰਸੀਲੀ ਧੁਨੀ ਅਤੇ ਇਨ੍ਹਾਂ ਟਹਿਣੀਆਂ ਦੀ ਰੁਮਕਦਕੀ ਹਵਾ ’ਚ ਹੁੰਦੀ ਮਰਮਰ ਅਵਾਜ਼ ਮੇਰੇ ਕੰਨੀਂ ਗੂੰਜਦੀ ਹੈ।

ਪਰ ਸਲਮਾ ਵਿੱਚ ਜੋ ਕਿੰਨੇ ਹੀ ਗੁਣ ਅਤੇ ਵਿਸ਼ੇਸ਼ਤਾਵਾਂ ਸਨ, ਉਨ੍ਹਾਂ ਦਾ ਵਰਣਨ ਹੁਣ ਕਰਦਾ ਹਾਂ। ਬੱਚਾ ਜਿੰਨੇ ਪਿਆਰ ਅਤੇ ਅਨੰਦ ਨਾਲ਼ ਆਪਣੀ ਮਾਂ ਵੱਲ ਦੌੜਦਾ ਹੈ, ਆਕਰਸ਼ਿਤ ਹੁੰਦਾ ਹੈ; ਉਸੇ ਹੀ ਪਿਆਰ ਅਤੇ ਅਨੰਦ ਨਾਲ਼ ਮੈਂ ਇਸ ਮੁਟਿਆਰ ਦੇ ਗੁਣਾਂ ਅਤੇ ਵਿਸ਼ੇਸ਼ਤਾਵਾਂ ਦੇ ਪਿੱਛੇ ਦੌੜਦਾ ਹਾਂ, ਆਕਰਸ਼ਿਤ ਹੁੰਦਾ ਹਾਂ। ਪੰਛੀਆਂ ਦੀਆਂ ਟੋਲੀਆਂ ਨੂੰ ਅਥਾਹ ਅਕਾਸ਼ ਵਿੱਚ ਅਜ਼ਾਦੀ ਨਾਲ਼ ਉੱਡਦੇ ਦੇਖ ਕੇ ਪਿੰਜਰੇ ਵਿੱਚ ਕੈਦ ਪੰਛੀ ਉਸਦੀਆਂ ਸੀਖਾਂ ’ਤੇ ਆਪਣੀ ਚੁੰਝ ਪਟਕਦੇ ਹੋਏ ਜਿਸ ਟੀਸ ਦਾ ਅਨੁਭਵ ਕਰਦਾ ਹੈ, ਇਹੀ ਟੀਸ ਇਸ ਮੁਟਿਆਰ ਦੇ ਗੁਣਾਂ ਨੂੰ ਦੇਖ ਕੇ ਜੁਆਨੀ ਦੇ ਹਨ੍ਹੇਰੇ ਨਾਲ਼ ਘਿਰਿਆ ਹੋਇਆ ਮੇਰਾ ਦਿਲ ਅਨੁਭਵ ਕਰਦਾ ਹੈ। ਹਾਂ, ਉਹ ਸਾਰੇ ਗੁਣ ਮੇਰੇ ਦਿਲ ਨੂੰ ਟੀਸ ਅਤੇ ਚਿੰਤਾ ਦੀ ਕੜਵਾਹਟ ਨਾਲ਼ ਭਰ ਦਿੰਦੇ ਹਨ ਅਤੇ ਮੇਰੇ ਆਸਪਾਸ ਹੈਰਾਨੀ ਅਤੇ ਸ਼ੱਕ ਦੀਆਂ ਉਂਗਲੀਆਂ ਦੇ ਸਹਾਰੇ ਨਿਰਾਸ਼ਾ ਦਾ ਪਰਦਾ ਤਾਣਦੇ ਹਨ। ਇਸ ਲਈ ਹੀ ਜੰਗਲ ਦੇ ਇਕਾਂਤ ਵਿੱਚ ਮੈਂ ਜਿਵੇਂ ਟਹਿਲਣ ਲਈ ਨਿਕਲਿਆ ਹਾਂ, ਉਵੇਂ ਹੀ ਉਦਾਸ ਹੋ ਕੇ ਮੁੜ ਆਇਆ ਹਾਂ। ਅਜਿਹੀ ਹਾਲਤ ਵਿੱਚ ਆਪਣੇ ਦਿਲ ਦੀ ਟੀਸ ਦੇ ਕਾਰਨਾਂ ਨੂੰ ਆਪਣੀ ਨਜ਼ਰ ਸਾਹਮਣੇ ਹੀ ਅਲੋਪ ਹੁੰਦੇ ਦੇਖਦਾ ਹਾਂ। ਸ਼ਾਮ ਵੇਲ਼ੇ ਸੂਰਜੀ ਕਿਰਨਾਂ ਨਾਲ਼ ਰੰਗੇ ਬੱਦਲਾਂ ਨੂੰ ਜਿਵੇਂ ਹੀ ਮੈਂ ਦੇਖਦਾ ਹਾਂ, ਉਵੇਂ ਹੀ ਮੇਰੇ ਮਨ ਵਿੱਚ ਇੱਕ ਤਰ੍ਹਾਂ ਦੀ ਬੇਚੈਨੀ ਪੈਦਾ ਹੁੰਦੀ ਹੈ। ਇਸ ਉਕਤਾ ਦੇਣ ਵਾਲ਼ੀ ਬੇਚੈਨੀ ਦਾ ਅਰਥ ਆਪਣੀ ਅਗਿਆਨਤਾ ਦੇ ਕਾਰਨ ਮੈ ਸਮਝ ਨਹੀਂ ਸਕਦਾ ਅਤੇ ਜਿਉਂ ਹੀ ਕੋਇਲ ਦੀ ਕੰਨਾਂ ਨੂੰ ਸਕੂਨ ਦੇਣ ਵਾਲ਼ੀ ਕੂ-ਹੂ ਅਤੇ ਝਰਨਿਆਂ ਦੀ ਮਿੱਠੀ ਅਵਾਜ਼ ਮੇਰੀ ਕੰਨੀਂ ਪੈਂਦੀ ਹੈ, ਉਵੇਂ ਹੀ ਅਨੰਦ ਮਹਿਸੂਸ ਕਰਨ ਬਦਲੇ ਮੈਂ ਦੁੱਖ ਦਾ ਅਨੁਭਵ ਕਰਦਾ ਹਾਂ—ਦੁੱਖ ਦਾ ਮੂਰਤੀਮਾਨ ਸਰੂਪ ਬਣ ਜਾਂਦਾ ਹਾਂ। ਇਸ ਸ਼ੌਕ ਦੇ ਪੈਦਾ ਹੋਣ ਪਿੱਛੇ ਜਿਸਦਾ ਹੱਥ ਕੰਮ ਕਰ ਰਿਹਾ ਹੈ, ਇਸਦਾ ਕੋਈ ਵੀ ਗਿਆਨ ਮੈਨੂੰ ਨਹੀਂ ਹੁੰਦਾ।

ਕਿਹਾ ਜਾਂਦਾ ਹੈ ਕਿ ਅਗਿਆਨ ਬੇਫਿਕਰੀ ਦਾ ਝੂਲਾ ਹੈ ਅਤੇ ਬੇਫਿਕਰੀ ਸੁੱਖ-ਚੈਨ ਦੀ ਮੰਜੀ। ਪਰ ਜੋ ਲੋਕ ਮੁਰਦੇ ਵਾਂਗ ਜਨਮ ਲੈਂਦੇ ਹਨ ਅਤੇ ਜੜ੍ਹ ਵਾਂਗ ਜਿਉਂਦੇ ਹਨ, ਉਨ੍ਹਾਂ ਲਈ ਇਹ ਕਾਨੂੰਨ ਸੱਚਾ ਹੈ ਕਿਉਂਕਿ ਜਿਵੇਂ ਹੀ ਚੇਤੰਨ ਭਾਵਨਾਵਾਂ ਦੇ ਆਸਪਾਸ ਇਹ ਅੰਨ੍ਹਾ-ਅਗਿਆਨ ਆਪਣਾ ਡੇਰਾ ਲਾਉਂਦਾ ਹੈ, ਉਵੇਂ ਹੀ ਜ਼ਿੰਦਗੀ ਸੱਤਵੇਂ ਨਰਕ ਨਾਲੋਂ ਵੀ ਵੱਧ ਬੁਰੀ ਅਤੇ ਮੌਤ ਨਾਲ਼ੋਂ ਵੀ ਵੱਧ ਕੌੜਾ ਬਣ ਜਾਂਦੀ ਹੈ।

ਇਸ ਭਾਵਨਾ ਨਾਲ਼ ਭਰਿਆ ਨੌਜਵਾਨ ਹੀ ਸ਼੍ਰਿਸ਼ਟੀ ਦੀ ਸਭ ਤੋਂ ਵੱਧ ਸੋਗਮਈ ਰਚਨਾ ਹੈ, ਜਿਸਨੂੰ ਸੰਸਾਰ ਵਿੱਚ ਵੱਡੇ-ਵੱਡੇ ਅਨੁਭਵ ਕਰਨੇ ਪੈਂਦੇ ਹਨ ਪਰ ਅਮਲ

ਵਿੱਚ ਬਹੁਤ ਘੱਟ ਵਰਤੋਂ ਕਰਨ ਦਾ ਜਿਨ੍ਹਾਂ ਨੂੰ ਗਿਆਨ ਹੁੰਦਾ ਹੈ। ਅਜਿਹਾ ਨੌਜਵਾਨ ਦੋ ਵਿਨਾਸ਼ਕ ਅਤੇ ਵਿਭਿੰਨ ਸ਼ਕਤੀਆਂ ਵਿਚਾਲੇ ਫਸਿਆ ਹੋਇਆ ਹੁੰਦਾ ਹੈ। ਇੱਕ ਗੁਪਤ ਸ਼ਕਤੀ ਹੈ, ਜੋ ਉਸਨੂੰ ਕਲਪਨਾ ਦੀ ਦੁਨੀਆ ਵਿੱਚ ਲੈ ਜਾਂਦੀ ਹੈ ਅਤੇ ਪਰਬਤ ਦੇ ਉਸ ਪਾਰੋਂ ਆਏ ਅਤੇ ਸੁਪਨੇ ਵਿੱਚ ਕਲਪਨਾ ਦੇ ਉੱਪਰ ਰਚੀ ਸੰਸਾਰ ਦੀ ਸੁੰਦਰਤਾ ਦਾ ਦਰਸ਼ਨ ਕਰਾਉਂਦੀ ਹੈ। ਦੂਸਰੀ ਪ੍ਰਗਟ ਸ਼ਕਤੀ ਹੈ ਜੋ ਇਸਦੇ ਪੈਰਾਂ ਨੂੰ ਜ਼ਮੀਨ ’ਤੇ ਹੀ ਚਿਪਕਾਈ ਰੱਖਦੀ ਹੈ ਅਤੇ ਉਸਦੀ ਨਜ਼ਰ ਨੂੰ ਧੂੜ-ਮਿੱਟੀ ਦੀ ਸਹਾਇਤਾ ਨਾਲ਼ ਢੱਕ ਕੇ ਹਨ੍ਹੇਰੇ ਕਬਰਿਸਤਾਨ ਵਿੱਚ ਬੇਸਹਾਰਾ ਅਤੇ ਦੋਸਤ ਤੋਂ ਸੱਖਣਾ ਛੱਡ ਦਿੰਦੀ ਹੈ। ਅਜਿਹੇ ਹਨ੍ਹੇਰੇ ਕਬਰਿਸਤਾਨ ਵਿੱਚ ਉਹ ਲੜਖੜਾਉਂਦਾ ਅਤੇ ਠੋਕਰਾਂ ਖਾਂਦਾ ਹੋਇਆ ਡਰਿਆ ਮੌਤ ਦੇ ਮੂੰਹ ਜਾ ਪੈਂਦਾ ਹੈ।

ਟੀਸ ਦਾ, ਦੁੱਖ ਦਾ ਪੰਜਾ ਦੇਖਣ ਵਿੱਚ ਕੋਮਲ ਅਤੇ ਮੁਲਾਇਮ ਲੱਗਦਾ ਹੈ ਪਰ ਅਸਲ ਵਿੱਚ ਉਹ ਬਹੁਤ ਕਠੋਰ ਹੁੰਦਾ ਹੈ। ਉਹ ਦਿਲ ’ਤੇ ਅਧਿਕਾਰ ਜਮਾਉਂਦਾ ਹੈ ਅਤੇ ਇਕਾਂਤ ਲੱਭਦੇ ਹੀ ਉਸਨੂੰ ਬਹੁਤ ਤੰਗ ਕਰਦਾ ਹੈ ਕਿਉਂਕਿ ਜਿਵੇਂ ਟੀਸ ਦਾ ਦੁੱਖ ਅਧਿਆਤਮਿਕ ਪ੍ਰਵਿਰਤੀ ਦਾ ਪੋਸ਼ਕ ਹੈ, ਉਵੇਂ ਇਕੱਲਤਾ ਟੀਸ ਦੀ ਮਦਦ ਕਰਦੀ ਹੈ। ਜਿਸਦੇ ਧੁਰ ਅੰਦਰ ਦੇ ਇੱਕ ਪਾਸੇ ਇਕੱਲਤਾ ਦਾ ਪ੍ਰਭਾਵ ਹੈ ਅਤੇ ਦੂਜੇ ਪਾਸੇ ਟੀਸ ਦੀ ਪੀੜ ਹੈ; ਉਸ ਨੌਜਵਾਨ ਦੀ ਆਤਮਾ ਖਿੜਦੇ ਵੇਲ਼ੇ ਹਵਾ ਵਿੱਚ ਥਰਥਰਾਉਂਦੀ, ਸਵੇਰ ਦੀਆਂ ਕਿਰਨਾਂ ਲਈ ਆਪਣੀ ਛਾਤੀ ਖੁੱਲ੍ਹੀ ਕਰਦੀ ਅਤੇ ਰਾਤ ਦੀ ਸਿਰਫ਼ ਕਲਪਨਾ ਨਾਲ਼ ਹੀ ਮੁਰਝਾ ਜਾਣ ਵਾਲ਼ੀ ਚਮੇਲੀ ਦੇ ਫੁੱਲ ਵਾਂਗ ਹੈ। ਇਸ ਲਈ ਇਹ ਨੌਜਵਾਨ ਬਦਕਿਸਮਤ ਹੈ ਕਿਉਂਕਿ ਇਸ ਕਿਸਮਤਹੀਣ ਨੌਜਵਾਨ ਕੋਲ ਨਾ ਤਾਂ ਰਹਿੰਦਾ ਹੈ ਦਿਲ ਬਹਿਲਾਵੇ ਦਾ ਸਾਧਨ, ਜਿਸ ਨਾਲ਼ ਉਹ ਆਪਣੀ ਚਿੰਤਾ ਭੁੱਲ ਸਕੇ ਅਤੇ ਨਾ ਹੁੰਦਾ ਹੈ ਇਸਦੀ ਟੀਸ ਵਿੱਚ ਹਿੱਸਾ ਲੈਣ ਵਾਲ਼ਾ ਜਾਂ ਇਸ ’ਤੇ ਪਿਆਰ ਵਰ੍ਹਾਉਣ ਵਾਲ਼ਾ ਜਾਂ ਇਸ ਨਾਲ਼ ਹਮਦਰਦੀ ਪ੍ਰਗਟਾਉਣ ਵਾਲ਼ਾ ਕੋਠੀ ਇੱਕ-ਅੱਧਾ ਵਿਅਕਤੀ। ਇਸ ਬਦਕਿਸਮਤ ਨੌਜਵਾਨ ਲਈ ਜ਼ਿੰਦਗੀ ਕੈਦਖਾਨੇ ਦੀ ਹਨ੍ਹੇਰੀ ਕੋਠੜੀ ਹੈ, ਜਿਸ ਵਿੱਚ ਦੇਖਣ ਲਈ ਮਕੜੀ ਦਾ ਜਾਲ਼ਾ ਅਤੇ ਸੁਣਨ ਲਈ ਕਾਲ਼ੇ ਹਨ੍ਹੇਰੇ ਵਿੱਚ ਰੇਂਗਦੇ ਹੋਏ ਜੀਵ-ਜੰਤੂਆਂ ਦੀ ਸਰਸਰਾਹਟ ਦੇ ਇਲਾਵਾ ਹੋਰ ਕੁਝ ਨਹੀਂ ਹੁੰਦਾ।

ਬੱਸ ਇੰਞ ਬਾਲ-ਕਾਲ ਰੂਪੀ ਯਾਤਰਾ ਦੀ ਮੇਰੀ ਦਿਲੀ ਟੀਸ ਸ਼ੁਰੂ ਤੋਂ ਹੀ ਸਾਥੀ ਰਹੀ ਹੈ। ਇਸੇ ਟੀਸ ਦੀ ਤੀਬਰਤਾ ਅਤੇ ਬਹੁਲਤਾ ਨੇ ਹੀ ਮੈਨੂੰ ਮਨੋਰੰਜਨ ਵੱਲ਼ ਨਹੀਂ ਜਾਣ ਦਿੱਤਾ ਅਤੇ ਨਾ ਮੈਨੂੰ ਕਿਸੇ ਮਿੱਤਰ ਦੀ ਲੋੜ ਮਹਿਸੂਸ ਹੋਣ ਦਿੱਤੀ ਕਿਉਂਕਿ ਮੈਂ ਜਿੱਥੇ-ਜਿੱਥੇ ਜਾਂਦਾ, ਉੱਥੇ-ਉੱਥੇ ਇਹ ਟੀਸ ਦੇ ਪਰਛਾਵੇਂ ਵਾਂਗ ਮੇਰੇ ਪਿੱਛੇ ਆਉਂਦੀ ਅਤੇ ਮੇਰਾ ਹੱਥ ਨਾਲ਼ ਛੱਡਦੀ। ਕੁਝ ਦਿਨਾਂ ਤੋਂ ਤਾਂ ਇਹ ਮੇਰੇ ਮਨ ਦਾ ਇੱਕ ਰੋਗ ਹੀ ਬਣ ਗਈ। ਇਸਨੇ ਮੈਨੂੰ ਇਕੱਲਤਾ ਪ੍ਰੇਮੀ ਬਣਾ ਦਿੱਤਾ। ਮੇਰੀ ਆਤਮਾ ਦੀ ਖੇਡ-ਕੁੱਦ ਦੀ ਸਾਰੀ ਰੁਚੀ ਇਸਨੇ ਬੰਦ ਕਰ ਦਿੱਤੀ। ਇਸਨੇ ਮੇਰੇ ਮੋਢੇ ਤੋਂ ਜੁਆਨੀ ਰੂਪੀ ਖੰਭਾਂ ਨੂੰ ਉਖਾੜ ਸੁੱਟਿਆ। ਇਸ ਸੰਘਰਸ਼ ਭਰੇ ਜੀਵਨ ਵਿੱਚ ਮੇਰੀ ਹਾਲਤ ਕਿਵੇਂ ਦਵੰਦਮਈ ਬਣੀ, ਉਹ ਦੱਸਦਾ ਹਾਂ। ਕਿਸੇ ਪਹਾੜੀ ਝੀਲ ਦੇ ਖੜ੍ਹੇ ਪਾਣੀ ਵਿੱਚ ਅਕਾਸ਼ ਦੇ ਰੰਗ-ਬਰੰਗੇ ਬੱਦਲਾਂ ਦੇ ਰੰਗਾਂ ਦੀ ਅਤੇ ਰੁੱਖਾਂ ਦੀਆਂ ਲਚਕ ਭਰੀਆਂ ਟਹਿਣੀਆਂ

ਦਾ ਪਰਛਾਵਾਂ ਪੈਂਦਾ ਹੋਵੇ ਪਰ ਉਸ ਪਾਣੀ ਦੀ ਰਾਸ ਧੁਨ ਕਰਕੇ ਸਮੁੰਦਰ ਨਾਲ਼ ਮਿਲਾਪ ਲਈ ਜਾਣ ਦਾ ਕੋਈ ਵੀ ਰਾਹ ਨਾ ਹੋਵੇ, ਅਜਿਹੇ ਕਿਸੇ ਬਦਕਿਸਮਤ ਬੰਨ੍ਹੀ ਹੋਈ ਝੀਲ ਵਾਂਗ ਮੇਰੀ ਹਾਲਤ ਹੋ ਗਈ ਹੈ।

ਅਠ੍ਹਾਰਾਂ ਸਾਲਾਂ ਦੀ ਉਮਰ ਵਿੱਚ ਮੇਰਾ ਜੀਵਨ ਅਜਿਹਾ ਹੀ ਸੀ ਪਰ ਮੇਰੇ ਜੀਵਨ ਦਾ ਅਠ੍ਹਾਰਵਾਂ ਸਾਲ ਮੇਰੀ ਪੂਰੀ ਉਮਰ ਦਾ ਉੱਚ ਅਤੇ ਅਹਿਮ ਸਾਲ ਸੀ, ਜਿਵੇਂ ਪਰਬਤ ਦੀ ਚੋਟੀ ਹੋਵੇ। ਇਸ ਸਾਲ ਦੀ ਕ੍ਰਿਪਾ ਨਾਲ਼ ਮੈਨੂੰ ਸੰਸਾਰ ਸਬੰਧੀ ਵਿਚਾਰ ਕਰਨ ਦੀ ਕਲਾ ਪ੍ਰਾਪਤ ਹੋਈ। ਇਸਨੇ ਹੀ ਮੈਨੂੰ ਮਨੁੱਖ ਦੇ ਵੱਖ-ਵੱਖ ਰਸਤੇ, ਉਸਦੀ ਭਾਵਨਾ ਦੇ ਬਾਗ, ਉਸ ਉੱਤੇ ਪੈਂਦੀਆਂ ਮੁਸੀਬਤਾਂ ਦੀ ਪਗਡੰਡੀਆਂ ਅਤੇ ਕਾਨੂੰਨੀ ਅਤੇ ਸਮਾਜਿਕ ਬੰਧਨਾਂ ਦੇ ਟੋਏ ਬਹੁਤ ਨੇੜਿਉਂ ਦੱਸੇ।

ਇਸ ਸਾਲ ਵਿੱਚ ਮੈਨੂੰ ਨਵਾਂ-ਜਨਮ ਮਿਲ਼ਿਆ, ਜੇਕਰ ਇੰਞ ਕਹਾਂ ਤਾਂ ਵੀ ਅਤਿਕਥਨੀ ਨਹੀਂ ਹੋਵੇਗੀ ਕਿਉਂਕਿ ਜਿਸ ਆਦਮੀ ਨੂੰ ਆਪਣੇ ਜੀਵਨ ਵਿੱਚ ਟੀਸ, ਦੁੱਖ, ਦਰਦ ਦੀ ਲੋੜ ਨਹੀਂ ਮਹਿਸੂਸ ਹੁੰਦੀ, ਜਿਸਨੇ ਨਿਰਾਸ਼ਾ ਅਤੇ ਹਾਰ ਦੀ ਗਰਭ 'ਚ ਪੈਰ ਨਹੀਂ ਪਸਾਰੇ ਅਤੇ ਜਿਸਨੇ ਪਿਆਰ ਦੇ ਸੁਪਨਿਆਂ ਦੇ ਹਿਲੋਰਿਆਂ ਵਿੱਚ ਖੁਦ ਨੂੰ ਨਹੀਂ ਝੁਲਾਇਆ, ਉਸ ਲਈ ਇਹ ਸਰਲ ਜੀਵਨ ਵਜੂਦ ਰੂਪੀ ਕਿਤਾਬ ਦੇ ਕੋਰੇ ਪੰਨੇ ਤੋਂ ਵੱਧ ਮਹੱਤਵ ਨਹੀਂ ਰੱਖਦਾ।

ਇਸੇ ਸਾਲ ਇੱਕ ਸੁੰਦਰ ਮੁਟਿਆਰ ਦੇ ਭਰਵੱਟਿਆਂ ਦੇ ਆਸਰੇ ਰਹਿ ਕੇ ਸਵਰਗ ਦੇ ਦੇਵਤਿਆਂ ਨੂੰ ਆਪਣੇ ਸਾਹਮਣੇ ਨਜ਼ਰ ਸੁੱਟਦੇ ਮੈਂ ਦੇਖਿਆ ਅਤੇ ਇਸੇ ਸਾਲ ਪਾਪੀ ਪੁਰਖ ਦੇ ਦਿਲ ਵਿੱਚ ਨਰਕ ਦੇ ਰਾਖਸ਼ ਨੂੰ ਜ਼ੋਰ-ਜ਼ੋਰ ਦੀ ਚੀਕ ਚਿਹਾੜਾ ਮਚਾਉਂਦੇ, ਇਧਰ-ਉਧਰ ਭੱਜਦੇ ਦੇਖਿਆ। ਜਿਸ ਵਿਅਕਤੀ ਦੇ ਜ਼ਿੰਦਗੀ ਦੇ ਉੱਥਾਨ ਅਤੇ ਪਤਨ ਵਿੱਚ ਦੇਵਤਿਆਂ ਅਤੇ ਰਾਖਸ਼ਾਂ ਦਾ ਬਸੇਰਾ ਨਹੀਂ ਦਿੱਖਦਾ, ਉਸਨੂੰ ਰੱਬ ਦੇ ਦਰਸ਼ਨ ਕਦੀ ਵੀ ਨਹੀਂ ਹੋ ਸਕਦੇ ਅਤੇ ਭਾਵਨਾਵਾਂ ਤੋਂ ਸਦਾ ਹੀ ਉਹ ਵਾਂਝਾ ਰਹਿੰਦਾ ਹੈ।

ਮੌਤ ਦਾ ਪੰਜਾ

ਇਸੇ ਅਨੋਖੇ ਸਾਲ ਦੇ ਬਸੰਤ ਰੁੱਤ ਦੀ ਗੱਲ ਹੈ। ਮੈਂ ਬੇਰੂਤ ਨਗਰ ਵਿੱਚ ਸਾਂ। ਸਾਰੇ ਪਾਸੇ ਹਰਿਆਲੀ ਵਿਛਾਉਂਦੀ ਅਤੇ ਫੁੱਲਾਂ ਦੀ ਵਰਖਾ ਦੇ ਸਹਾਰੇ ਉਲਾਸ ਪੈਦਾ ਕਰਨ ਵਾਲ਼ੀ ਪ੍ਰਕਿਰਤੀ ਦੀਆਂ ਖੇਡਾਂ ਨਾਲ਼ ਅਪ੍ਰੈਲ ਮਹੀਨੇ ਦਾ ਅਰੰਭ ਹੋਇਆ। ਬੇਰੂਤ ਦੇ ਬਗੀਚਿਆਂ ਵਿੱਚ ਹਰਿਆਲੀ ਅਤੇ ਖੁਸ਼ਹਾਲੀ ਛਾਈ ਹੋਈ ਸੀ। ਇੰਞ ਲੱਗਦਾ ਸੀ ਜਿਵੇਂ ਧਰਤੀ ਨੇ ਆਪਣੇ ਭੇਦਾਂ ਭਰੇ ਭੰਡਾਰ ਨੂੰ ਅਕਾਸ਼ ਦੇ ਸਾਹਮਣੇ ਖੋਲ੍ਹ ਦਿੱਤਾ। ਸੇਬ ਅਤੇ ਬਦਾਮ ਦੇ ਰੁੱਖਾਂ ਨੇ ਖੁਸ਼ਬੂ-ਭਰੇ ਸਫੈਦ ਕੱਪੜਿਆਂ ਦੀ ਪੌਸ਼ਾਕ ਪਾਈ ਹੋਈ ਹੈ। ਇਮਾਰਤਾਂ ਵਿਚਕਾਰ ਖੜ੍ਹੇ ਚਿੱਟੇ ਚੋਲ਼ੇ ਧਾਰਨ ਕੀਤੇ ਹੋਏ ਇਨ੍ਹਾਂ ਰੁੱਖਾਂ ਨੂੰ ਕੁਦਰਤੀ ਦੇਵੀ ਨੇ ਜਿਵੇਂ ਕਵੀ ਅਤੇ ਸਾਹਿਤਕਾਂ ਵਰਗੇ ਰਸੀਆਂ ਲਈ ਨਵੀਂ ਵਿਆਹੀ ਦੇ ਸ਼ਿੰਗਾਰ ਨਾਲ਼ ਲੱਦੀਆਂ ਅਪਸਰਾਵਾਂ ਨੂੰ ਭੇਜਿਆ ਹੋਵੇ, ਇੰਞ ਲੱਗਦਾ ਸੀ।

ਆਮ ਤੌਰ 'ਤੇ ਸਾਰੇ ਪਾਸੇ ਬਸੰਤ ਰੁੱਤ ਮਨੋਹਰ ਹੁੰਦੀ ਹੈ ਪਰ ਸਾਡੇ ਇਸ ਕਾਲ਼ੇ ਲੋਕਾਂ ਦੇ ਦੇਸ਼ ਵਿੱਚ ਇਸ ਦੀ ਖਿੱਚ ਕਿਤੇ ਵੱਧ ਹੁੰਦੀ ਹੈ। ਬਸੰਤ ਮਾਸੂਮ ਕੁਦਰਤ ਦੇਵੀ ਦੀ ਜਾਨ ਹੈ। ਸਾਰੀ ਧਰਤੀ ਦੀ ਪਰਿਕਰਮਾ ਬਸੰਤ ਰੁੱਤ ਬੜੀ ਤੇਜ਼ ਗਤੀ ਨਾਲ਼ ਕਰਦੀ ਹੈ ਪਰ ਪਰਿਕਰਮਾ ਕਰਦੇ ਕਰਦੇ ਜਦੋਂ ਇਹ ਸਾਡੇ ਕਾਲ਼ੇ ਲੋਕਾਂ ਦੇ ਦੇਸ਼ਾਂ ਵਿੱਚ ਆਉਂਦੀ ਹੈ; ਤਦ ਇਹ ਆਪਣੀ ਰਫਤਾਰ ਹੌਲ਼ੀ ਕਰ ਲੈਂਦੀ ਹੈ। ਕਾਲ਼ੇ ਲੋਕਾਂ ਦੇ ਦੇਸ਼ ਦੇ ਪਵਿੱਤਰ ਵਾਤਾਵਰਨ ਵਿੱਚ ਉੱਡਦੇ ਸਾਡੇ ਦੁੱਖ ਭੰਜਕ ਬਾਦਸ਼ਾਹ ਅਤੇ ਸ਼ੁਭ ਕੰਮ ਕਰਨ ਵਾਲ਼ੇ ਸੰਤਾਂ ਨੂੰ ਆਤਮਾ ਨਾਲ਼ ਪਿਆਰ ਵਿੱਚ ਪੈ ਕੇ ਪਿੱਛੇ ਮੁੜ-ਮੁੜ ਕੇ ਉਨ੍ਹਾਂ ਨੂੰ ਦੇਖਦੀ ਹੈ। ਯਹੂਦੀ ਧਰਮ-ਪੰਥ ਦੇ ਅਲੌਕਿਕ ਅਤੇ ਮਿੱਠੇ ਗੀਤਾਂ ਵਿੱਚ ਆਪਣਾ ਸੁਰ ਮਿਲਾਉਂਦੀ ਹੈ ਅਤੇ ਲੇਬਨਾਨ ਦੇ ਪਵਿੱਤਰ ਦੇਵਦਾਰ ਰੁੱਖਾਂ ਦੀਆਂ ਟਹਿਣੀਆਂ ਰੂਪੀ ਯੰਤਰ ਨਾਲ਼ ਇਸਦੇ ਪ੍ਰਾਚੀਨ ਸ਼ਾਨ 'ਚ ਗਾਉਣ ਵਾਲ਼ੇ ਤਰਾਨੇ ਛੇੜਦੀ ਹੈ।

ਬੇਰੂਤ ਨਗਰ ਦੀ ਬਸੰਤ ਰੁੱਤ ਹੋਰ ਰੁੱਤਾਂ ਦੇ ਮੁਕਾਬਲੇ ਵੱਧ ਸੁੰਦਰ ਅਤੇ ਆਕਰਸ਼ਕ ਹੁੰਦੀ ਹੈ। ਇਸਦਾ ਕਾਰਨ ਇਹ ਹੈ ਕਿ ਇਸ ਰੁੱਤ ਵਿੱਚ ਸਰਦੀ ਦਾ ਚਿੱਕੜ-ਪਾਣੀ ਨਹੀਂ ਹੁੰਦਾ ਅਤੇ ਨਾ ਹੀ ਹੁੰਦੀ ਹੈ ਗਰਮੀ ਦੀ ਉੱਡਦੀ ਮਿੱਟੀ। ਸਰਦੀ ਦੀ ਵਰਖਾ ਅਤੇ ਗਰਮੀ ਦੇ ਵਿਚਾਲੇ ਇਸ ਰੁੱਤ ਵਿੱਚ ਬੇਰੂਤ ਨਗਰੀ ਸਮੁੰਦਰ ਵਿੱਚ ਇਸ਼ਨਾਨ ਕਰਕੇ ਸੂਰਜ ਦੇ ਪ੍ਰਕਾਸ਼ ਵਿੱਚ ਆਪਣਾ ਸਰੀਰ ਅਤੇ ਵਾਲ਼ ਸੁਕਾਉਣ ਲਈ ਖੜ੍ਹੀ ਹੋਈ ਕਿਸੇ ਇੱਕ ਸੁੰਦਰ ਕੋਮਲ ਮੁਟਿਆਰ ਵਾਂਗ ਲੱਗਦੀ ਹੈ।

ਅਪ੍ਰੈਲ ਮਹੀਨੇ ਦਾ ਮਨ ਨੂੰ ਮਸਤ ਕਰਨ ਵਾਲ਼ਾ ਕੁਦਰਤੀ ਸੁਹੱਪਣ ਅਤੇ ਜੀਵਨਦਾਇਕ ਹਾਸਾ ਪੂਰੀ ਬਹਾਰ ਵਿੱਚ ਖਿੜਿਆ ਹੋਇਆ ਸੀ। ਇਸ ਸਮੇਂ ਮੈਂ ਆਪਣੇ ਇੱਕ ਮਿੱਤਰ ਨੂੰ ਮਿਲ਼ਣ ਗਿਆ। ਇਹ ਮਿੱਤਰ ਸਮਾਜ ਦੇ ਰੌਲ਼ੇ ਤੋਂ ਦੂਰ ਇਕਾਂਤ ਜਗ੍ਹਾ ਵਿੱਚ ਸ਼ਾਂਤੀ ਅਤੇ ਸੰਤੋਖ ਦਾ ਜੀਵਨ ਬਿਤਾਉਂਦਾ ਸੀ। ਅਸੀਂ ਦੋਵੇਂ ਆਪਣੀਆਂ-ਆਪਣੀਆਂ ਇਛਾਵਾਂ-ਉਮੀਦਾਂ ਦੇ ਚਿੱਤਰਾਂ ਨੂੰ ਸ਼ਬਦਾਂ ਵਿੱਚ ਬੰਨ੍ਹ ਰਹੇ ਸੀਂ। ਠੀਕ ਉਸੇ ਸਮੇਂ ਇੱਕ ਪੈਂਹਠ ਸਾਲ ਦੇ ਬੁੱਢੇ ਪੁਰਖ ਨੇ ਉਸ ਹਿੱਸੇ ਵਿੱਚ ਪ੍ਰਵੇਸ਼ ਕੀਤਾ। ਬੁੱਢੇ

ਪੁਰਖ ਦੇ ਢਿੱਲੇ ਪਰ ਸਾਫ਼-ਸੁੱਥਰੇ ਕੱਪੜੇ ਅਤੇ ਖਸਤਾ ਪਰ ਤੇਜਸਵੀ ਦੇਹ ਉਸ ਦੀ ਮਹੱਤਤਾ ਅਤੇ ਪ੍ਰਸਿੱਧੀ ਦੀ ਵਾਹਕ ਸੀ।

ਬੁੱਢੇ ਪੁਰਖ ਦਾ ਆਦਰ ਕਰਨ ਦੀ ਨਜ਼ਰ ਤੋਂ ਮੈਂ ਉੱਠ ਖੜ੍ਹਾ ਹੋਇਆ ਪਰ ਉਸਦੇ ਨਾਲ਼ ਮੈਂ ਸਲੀਕੇ ਨਾਲ਼ ਹੱਥ ਮਿਲਾਵਾਂ ਕਿ ਉਸ ਤੋਂ ਪਹਿਲਾਂ ਹੀ ਮੇਰਾ ਮਿੱਤਰ ਅੱਗੇ ਆ ਗਿਆ ਅਤੇ ਨਵੇਂ ਆਉਣ ਵਾਲ਼ੇ ਵੱਲ ਇਸ਼ਾਰਾ ਕਰਕੇ ਕਹਿਣ ਲੱਗਾ, "ਤੁਸੀਂ ਹਜਰਤ ਫਾਰਿਸ ਆਫੰਦੀ ਕਰਾਮਾ ਹੋ।"

ਨਿਰੰਤਰ ਉਸਨੇ ਪ੍ਰਸ਼ੰਸਾ ਭਰੇ ਸ਼ਬਦਾਂ ਵਿੱਚ ਉਸ ਬਜ਼ੁਰਗ ਨਾਲ਼ ਮੇਰੀ ਪਛਾਣ ਕਰਾਈ। ਬਜ਼ੁਰਗ ਪੁਰਖ ਥੋੜ੍ਹੀ ਦੇਰ ਤੱਕ ਬਹੁਤ ਧਿਆਨ ਨਾਲ਼ ਮੈਨੂੰ ਦੇਖਦਾ ਰਿਹਾ। ਫਿਰ ਜਿਸ 'ਤੇ ਸ਼ੁਭ ਸੁੰਦਰ ਵਾਲ਼ ਬਰਫ਼ ਵਾਂਗ ਜੱਚਦੇ ਸਨ, ਆਪਣੇ ਉਸ ਵਿਸ਼ਾਲ ਮੱਥੇ 'ਤੇ ਹੱਥ ਨੂੰ ਰੱਖ ਸੋਚਣ ਲੱਗਾ, ਜਿਵੇਂ ਆਪਣੇ ਯਾਦਦਾਸ਼ਤ 'ਤੇ ਬਹੁਤ ਪਹਿਲਾਂ ਪਏ ਹੋਏ ਕਿਸੇ ਚਿੱਤਰ-ਪ੍ਰਤੀਬਿੰਬ ਨੂੰ ਤਾਜ਼ਾ ਕਰ ਰਿਹਾ ਹੋਵੇ।

ਫਿਰ ਮੁਸਕਰਾ ਕੇ ਮੇਰੇ ਬੇਹੱਦ ਨੇੜੇ ਆਇਆ ਅਤੇ ਖੁਸ਼ੀ ਭਰੇ ਸੁਰ ਵਿੱਚ ਜ਼ੋਰ ਨਾਲ਼ ਕਹਿਣ ਲੱਗਾ, "ਅਰੇ ਹਾਂ, ਤੂੰ ਤਾਂ ਮੇਰੇ ਇੱਕ ਪੁਰਾਣੇ ਮਿੱਤਰ ਦਾ ਪੁੱਤਰ ਹੈਂ। ਤੇਰੇ ਪਿਤਾ ਮੇਰੇ ਬੜੇ ਪੁਰਾਣੇ ਮਿੱਤਰ ਹਨ ਅਤੇ ਉਸਦੇ ਨਾਲ਼ ਤਾਂ ਮੈਂ ਆਪਣੀ ਉਮਰ ਦਾ ਚੌਥਾ ਹਿੱਸਾ ਬਤੀਤ ਕੀਤਾ ਹੈ। ਤੈਨੂੰ ਦੇਖ ਕੇ ਮੈਨੂੰ ਕਿੰਨਾ ਅਨੰਦ ਮਿਲ਼ਿਆ ਹੈ, ਜਿਵੇਂ ਮੈਂ ਆਪਣੇ ਮਿੱਤਰ—ਤੇਰੇ ਪਿਤਾ—ਨੂੰ ਹੀ ਮਿਲ਼ ਰਿਹਾ ਹੋਵਾਂ।"

ਉਸਦੇ ਇਸ ਕਥਨ ਦਾ ਮੇਰੇ ਉੱਪਰ ਬੜਾ ਹੀ ਅਸਰ ਪਿਆ। ਮੇਰੇ ਦਿਲ ਵਿੱਚ ਇੱਕ ਅਨੁਮਾਨ ਜਾਗਿਆ। ਜਿਵੇਂ ਹਨ੍ਹੇਰੀ ਦੇ ਆਉਣ ਤੋਂ ਪਹਿਲਾਂ ਪੰਛੀਆਂ ਦੇ ਅੰਦਰ ਪੈਦਾ ਹੋਈ ਸੁੱਤੇ ਸਿੱਧ ਭਾਵਨਾ ਉਨ੍ਹਾਂ ਨੂੰ ਘਰ ਵੱਲ ਲੈ ਜਾਂਦੀ ਹੈ, ਉਵੇਂ ਮੇਰੇ ਦਿਲ ਵਿੱਚ ਪੈਦਾ ਹੋਇਆ ਇਹ ਸਹਿਜ ਭਾਵਨਾ ਮੈਨੂੰ ਹੌਲ਼ੀ-ਹੌਲ਼ੀ ਉਸ ਦੇ ਬੇਹੱਦ ਨੇੜੇ ਲੈ ਆਈ।

ਅਸੀਂ ਸਾਰੇ ਬੈਠ ਗਏ ਅਤੇ ਫਾਰਿਸ ਕਰਾਮਾ ਨੇ ਉਸਦਾ ਮੇਰੇ ਪਿਤਾ ਨਾਲ਼ ਸਬੰਧ ਸੀ, ਇਸਦਾ ਵਰਣਨ ਸ਼ੁਰੂ ਕੀਤਾ। ਮੇਰੇ ਪਿਤਾ ਨਾਲ਼ ਆਪਣੀ ਜੁਆਨੀ ਦਾ ਜੋ ਸਮਾਂ ਉਸਨੇ ਬਿਤਾਇਆ ਸੀ, ਉਸਨੂੰ ਉਹ ਮੁੜ-ਮੁੜ ਯਾਦ ਕਰਨ ਲੱਗਾ। ਕਾਲ਼ ਰਾਹੀਂ ਦਿਲ ਰੂਪੀ ਕਫਨ ਵਿੱਚ ਲਪੇਟ ਕੇ ਉਸਦੇ ਅੰਦਰ ਦਫਨਾਏ ਭੂਤਕਾਲ ਵਿੱਚ ਉਨ੍ਹਾਂ ਯਾਦਾਂ ਨੂੰ ਉਹ ਸੁਣਾਉਣ ਲੱਗਾ।

ਜਿਵੇਂ ਪ੍ਰਦੇਸ਼ ਵਿੱਚ ਵੱਸਣ ਵਾਲ਼ੇ ਮਨੁੱਖ, ਦਿਲ ਵਿੱਚ ਵਿਭਿੰਨ ਅਨੰਦ ਅਤੇ ਅਰਮਾਨਾਂ ਨਾਲ਼ ਆਪਣੀ ਜਨਮਭੂਮੀ ਵੱਲ ਪਰਤਦੇ ਹਨ, ਉਵੇਂ ਬੁਜ਼ਰਗ ਮਨੁੱਖ ਕਲਪਨਾ ਰਾਹੀਂ ਆਪਣੀ ਜੁਆਨੀ ਦੇ ਦਿਨਾਂ ਵੱਲ ਪੈਰ ਵਧਾ ਰਿਹਾ ਸੀ। ਜਿਵੇਂ ਕੋਈ ਇੱਕ ਕਵੀ ਆਪਣੀ ਸਰਵਉੱਚ ਕਵਿਤਾ ਨੂੰ ਰਾਤ-ਦਿਨ ਗੁਣਗੁਣਾ ਕੇ ਮਜ਼ਾ ਲੈਂਦਾ ਹੈ, ਉਵੇਂ ਉਹ ਆਪਣੀ ਜੁਆਨੀ ਦੀਆਂ ਗੱਲਾਂ ਨੂੰ ਲੜੀਵਾਰ ਯਾਦ ਕਰਦਾ ਹੋਇਆ ਅਨੰਦਿਤ ਹੋ ਰਿਹਾ ਸੀ। ਇੰਦ ਆਤਮਾ ਭੂਤਕਾਲ ਦੀ ਤਲਹੱਟੀਆਂ ਵਿੱਚ ਹੀ ਵਿਚਰਦੀ ਰਹਿੰਦੀ ਹੈ ਕਿਉਂਕਿ ਉਸਦੀ ਨਜ਼ਰ ਵਰਤਮਾਨ ਕਾਲ਼ ਦੀ ਬੇਪਰਵਾਹੀ ਦੇ ਸਾਹਮਣੇ ਵਹੀ ਜਾਂਦੇ ਹੋਏ ਇਨ੍ਹਾਂ ਲੋਕਾਂ ਨੂੰ ਦੇਖਦੀ ਹੈ ਅਤੇ ਭਵਿੱਖਕਾਲ ਮੌਤ ਦੀ ਧੁੰਦ ਅਤੇ ਕਬਰ ਦੇ ਹਨ੍ਹੇਰੇ ਦਾ ਬੁਰਕਾ ਲੈ ਕੇ ਉਸਦੇ ਸਾਹਮਣੇ ਆਉਂਦਾ ਹੈ।

ਦੇਖਦੇ-ਦੇਖਦੇਂ ਸਰਕ ਜਾਣ ਵਾਲ਼ੇ ਘਾਹ 'ਤੇ ਪਈ ਰੁੱਖਾਂ ਦੀ ਛਾਂ ਵਾਂਗ ਇੱਕ ਘੰਟਾ ਭੂਤਕਾਲ ਦੀਆਂ ਇਨ੍ਹਾਂ ਗੱਲਾਂ ਨੂੰ ਸੁਣਦੇ ਹੋਏ ਕਿਵੇਂ ਗੁਜ਼ਰ ਗਿਆ, ਇਸਦਾ ਪਤਾ ਤੱਕ ਨਾ ਚੱਲਿਆ। ਇਸਦੇ ਬਾਅਦ ਫਾਰਿਸ ਕਰਾਮਾ ਜਾਣ ਲਈ ਉੱਠ ਖੜ੍ਹਾ ਹੋਇਆ। ਵਿਦਾ ਲੈਣ ਲਈ ਉਸਦੇ ਕੋਲ਼ ਗਿਆ ਤਾਂ ਮੇਰੇ ਮੋਢੇ 'ਤੇ ਹੱਥ ਰੱਖ ਕੇ ਕਹਿਣ ਲੱਗਾ, "ਭਾਈ, ਤੇਰੇ ਪਿਤਾ ਨੂੰ ਮਿਲ਼ਿਆਂ ਅੱਜ ਵੀਹ ਸਾਲ ਹੋਣ ਵਾਲ਼ੇ ਹਨ ਪਰ ਇਸ ਲੰਬੇ ਕਾਲ਼ ਦੇ ਵਿਛੋੜੇ ਦੀ ਪੂਰਤੀ ਕਰਨ ਲਈ ਤੂੰ ਮੈਨੂੰ ਘੱਟ-ਘੱਟ ਮਿਲ਼ਦਾ ਰਹੇਂਗਾ, ਇਸਦੀ ਮੈਂ ਤੇਰੇ ਤੋਂ ਉਮੀਦ ਕਰਾਂ ਤਾਂ ਅਣਉੱਚਿਤ ਗੱਲ ਨਹੀਂ ਹੋਵੇਗੀ?"

ਆਗਿਆਕਾਰੀ ਪੁੱਤਰ ਨੂੰ ਆਪਣੇ ਪਿਤਾ ਦੇ ਮਿੱਤਰ ਦੇ ਸਾਹਮਣੇ ਜਿਸ ਦਿਆਲਤਾ ਨਾਲ਼ ਵਰਤਾਅ ਕਰਨਾ ਚਾਹੀਦਾ ਹੈ, ਉਸੇ ਦਿਆਲਤਾ ਨਾਲ਼ ਮੈਂ ਆਪਣਾ ਮੱਥਾ ਉਸਦੇ ਸਾਹਮਣੇ ਝੁਕਾਇਆ ਅਤੇ ਕਿਹਾ, "ਤੇਰੀ ਆਗਿਆ ਦਾ ਜ਼ਰੂਰ ਪਾਲਣ ਕਰਾਂਗਾ।"

ਫਾਰਿਸ ਕਰਾਮਾ ਦੇ ਚਲੇ ਜਾਣ ਤੋਂ ਬਾਅਦ ਉਸ ਬਾਰੇ ਬਹੁਤ ਕੁਝ ਜਾਣਨ ਦੀ ਮੈਂ ਉਤਸੁਕਤਾ ਪ੍ਰਗਟ ਕੀਤੀ। ਮੇਰੇ ਮਿੱਤਰ ਨੇ ਸਪੱਸ਼ਟ ਰੂਪ ਨਾਲ਼ ਕਹਿਣਾ ਸ਼ੁਰੂ ਕੀਤਾ:

"ਭਾਈ, ਸਾਰੇ ਬੇਰੂਤ ਨਗਰ ਵਿੱਚ ਇੱਕ ਇਸ ਫਾਰਿਸ ਕਰਾਮਾ ਤੋਂ ਬਿਨਾਂ ਦੂਸਰੇ ਕਿਸੇ ਮਨੁੱਖ ਨੂੰ ਮੈਂ ਨਹੀਂ ਜਾਣਦਾ। ਇਸ ਬਾਰੇ ਇਹ ਕਹਿਣਾ ਔਖਾ ਹੈ ਕਿ ਇਸਦੀ ਮਹੱਤਤਾ ਦਾ ਕਾਰਨ ਇਸਦੀ ਦੌਲਤ ਹੈ ਜਾਂ ਇਸਦੀ ਦੌਲਤ ਦੇ ਕਾਰਨ ਇਸਦੀ ਮਹੱਤਤਾ ਹੈ। ਹਾਂ, ਜੋ ਇਸ ਦੁਨੀਆ ਵਿੱਚ ਆਉਂਦਾ ਹੈ ਅਤੇ ਆਪਣੇ ਸਾਰੇ ਜੀਵਨ ਵਿਚਾਲੇ ਕਿਸੇ ਵੀ ਜੀਵ ਨੂੰ ਦੁੱਖ ਦਿੱਤੇ ਬਿਨਾਂ ਇੱਥੋਂ ਕੂਚ ਕਰਦਾ ਹੈ, ਉਸ ਤਰ੍ਹਾਂ ਦੇ ਗਿਣਤੀ ਦੇ ਲੋਕਾਂ ਵਿੱਚੋਂ ਇਹ ਇੱਕ ਹੈ।"

"ਇਸ ਤਰ੍ਹਾਂ ਦੇ ਮਨੁੱਖ ਸਧਾਰਨ ਤੌਰ 'ਤੇ ਕਿਸਮਤਹੀਣ ਅਤੇ ਅੱਤਿਆਚਾਰ ਪੀੜਤ ਹੁੰਦੇ ਹਨ, ਕਿਉਂਕਿ ਧੋਖੇ ਅਤੇ ਬੇਈਮਾਨੀ ਦੇ ਮੂਰਤੀਮਾਨ ਪੁਤਲੇ ਵਰਗੇ ਲੋਕਾਂ ਦੇ ਪੰਜੇ ਤੋਂ ਬਚਾਉਣ ਵਾਲ਼ੇ ਹੁਸ਼ਿਆਰ ਅਤੇ ਚਾਲਾਕੀ ਦੇ ਰਾਹ 'ਤੇ ਆਉਣਾ-ਜਾਣਾ ਇਨ੍ਹਾਂ ਲੋਕਾਂ ਲਈ ਸੰਭਵ ਨਹੀਂ ਹੁੰਦਾ।

"ਫਾਰਿਸ ਕਰਾਮਾ ਦੀ ਇਕਲੌਤੀ ਔਲਾਦ ਇੱਕ ਪੁੱਤਰੀ ਹੈ, ਜੋ ਕਿ ਆਪਣੇ ਪਿਤਾ ਨਾਲ਼ ਨਗਰ ਦੇ ਬਾਹਰ ਇੱਕ ਸੁੰਦਰ ਬੰਗਲੇ ਵਿੱਚ ਰਹਿੰਦੀ ਹੈ। ਸੁਭਾਅ ਅਤੇ ਦਿਆਲਤਾ ਬਾਰੇ ਤਾਂ ਉਸਨੂੰ ਫਾਰਿਸ ਕਰਾਮਾ ਦੀ ਜੀਉਂਦੀ ਜਾਗਦੀ ਤਸਵੀਰ ਹੀ ਸਮਝੋ ਅਤੇ ਸੁੰਦਰਤਾ ਅਤੇ ਕੋਮਲਤਾ ਵਿੱਚ ਸਾਰੀਆਂ ਮੁਟਿਆਰਾਂ ਵਿੱਚ ਇਸ ਨੂੰ ਹੀ ਸਰਵਉੱਚ ਕਹਿਣਾ ਪੈਂਦਾ ਹੈ। ਪਰ ਮੇਰੀ ਧਾਰਨਾ ਹੈ ਕਿ ਇਹ ਲੜਕੀ ਆਪਣੇ ਪਿਤਾ ਵਾਂਗ ਕਿਸਮਤਹੀਣ ਹੋਣ ਵਾਲ਼ੀ ਹੈ ਕਿਉਂਕਿ ਇਸਦੇ ਪਿਤਾ ਦੀ ਦੌਲਤ ਅਤੇ ਪ੍ਰਸਿੱਧੀ ਨੇ ਉਸਨੂੰ ਇੱਕ ਭਿਆਨਕ ਅਤੇ ਹਨ੍ਹੇਰੇ ਨਰਕ ਕੰਢੇ ਲਿਆ ਕੇ ਖੜ੍ਹਾ ਕਰ ਦਿੱਤਾ ਹੈ।"

ਆਖ਼ਰੀ ਵਾਕ ਕਹਿੰਦੇ ਸਮੇਂ ਮੇਰੇ ਇਸ ਮਿੱਤਰ ਦੇ ਚਿਹਰੇ 'ਤੇ ਦੁੱਖ ਅਤੇ ਤਕਲੀਫ਼ ਦੇ ਚਿੰਨ੍ਹ ਨਾਲੋਂ ਨਾਲ਼ ਪ੍ਰਗਟ ਹੋਏ। ਫਿਰ ਵੀ ਉਸਨੇ ਆਪਣਾ ਭਾਸ਼ਨ ਅਖੀਰ ਤੱਕ ਚਾਲੂ ਰੱਖਿਆ:

"ਫਾਰਿਸ ਕਰਾਮਾ ਦਿਲ ਦਾ ਉਦਾਰ ਅਤੇ ਸੁਭਾਅ ਦਾ ਸੱਜਣ ਹੈ, ਇਹ ਠੀਕ ਹੈ, ਪਰ ਉਸਦਾ ਮਨ ਬੜਾ ਕਮਜ਼ੋਰ ਹੈ। ਲੋਕਾਂ ਦੇ ਲੋਭ-ਲਾਲਚ ਤੇ ਛਲ-ਕਪਟ ਨੇ ਉਸ ਨੂੰ ਅੰਨ੍ਹਾ ਅਤੇ ਗੂੰਗਾ ਬਣਾ ਦਿੱਤਾ ਹੈ। ਇੰਨਾ ਹੋਣ 'ਤੇ ਵੀ ਉਸਦੀ ਪੁੱਤਰੀ ਉਸਦੀ ਹਰੇਕ ਆਗਿਆ ਅਤੇ ਇਛਾਵਾਂ ਦਾ ਪਾਲਣ ਕਰਦੀ ਹੈ ਅਤੇ ਚਾਹੇ ਇਹ ਆਗਿਆਵਾਂ ਉਸਦੀ ਆਪਣੀ ਸੁਭਾਵਿਕ ਇਛਾਵਾਂ ਦੇ ਵਿਰੁੱਧ ਹੀ ਕਿਉਂ ਨਾ ਹੋਣ।"

"ਉਸ ਪਿਤਾ-ਪੁੱਤਰੀ ਦੇ ਜੀਵਨ ਵਿੱਚ ਲੁਕੀ ਹੋਈ ਇਹ ਨਫਰਤਯੋਗ ਕਮਜ਼ੋਰ ਕੜੀ ਹੈ। ਸੰਯੋਗਵਸ ਇੱਕ ਵਿਅਕਤੀ ਨੇ ਇਸ ਕਮਜ਼ੋਰ ਹਿੱਸੇ ਨੂੰ ਦੇਖ ਲਿਆ ਹੈ। ਇਹ ਮਨੁੱਖ ਲੋਭ, ਲਾਲਚ, ਛਲ-ਕਪਟ, ਬੇਈਮਾਨੀ ਅਤੇ ਤੇਜ਼ ਦਿਮਾਗ ਦਾ ਸਜੀਵ ਪੁਤਲਾ ਹੈ। ਇਹ ਮਤਰਾਨ ਨਾਮ ਦਾ ਇੱਕ ਪਾਦਰੀ ਹੈ—ਧਾਰਮਿਕ ਗੁਰੂ ਹੈ। ਉਸਦੇ ਬੁਰੇ ਕੰਮ ਬਾਈਬਲ ਦੀ ਕ੍ਰਿਪਾ ਛਾਵੇਂ ਹੁੰਦੇ ਰਹਿਣ ਕਰਕੇ ਆਮ ਜਨਤਾ ਵਿੱਚ ਚੰਗੇ ਕੰਮ ਵਜੋਂ ਲੀਨ ਹੋ ਜਾਂਦੇ ਹਨ। ਉਹ ਇਸ ਧਾਰਮਿਕ ਨਗਰ ਵਿੱਚ ਸਰਵਉੱਚ ਧਰਮ ਗੁਰੂ ਮੰਨਿਆ ਜਾਂਦਾ ਹੈ। ਉਸਦਾ ਡਰ ਜਨਤਾ ਦੇ ਸਰੀਰ ਵਿੱਚ ਵੜ ਕੇ ਉਨ੍ਹਾਂ ਦੀ ਆਤਮਾ 'ਤੇ ਛਾਇਆ ਹੋਇਆ ਹੈ। ਲੋਕ ਆਪਣੇ ਕਮਜ਼ੋਰ ਦਿਮਾਗ, ਵਿਸ਼ਵਾਸ ਅਤੇ ਅੰਧਵਿਸ਼ਵਾਸ ਦੇ ਕਾਰਨ ਉਸ ਸਾਹਮਣੇ ਇਵੇਂ ਝੁਕ ਜਾਂਦੇ ਹਨ, ਜਿਵੇਂ ਕਸਾਈ ਦੇ ਸਾਹਮਣੇ ਭੇਡ-ਬੱਕਰੀਆਂ ਦੀ ਧੌਣ।

"ਉਸਦਾ ਇੱਕ ਭਤੀਜਾ ਹੈ। ਜਿਵੇਂ ਪੋਖਰਾਂ ਅਤੇ ਤਲਾਬਾਂ ਦੇ ਅੰਦਰ ਸੱਪ ਅਤੇ ਬਿੱਛੂ ਵਰਗੇ ਤੈਰਾਕੀ ਇੱਕ-ਦੂਜੇ ਨੂੰ ਖਾਂਦੇ ਡੁੱਬਦੇ-ਉਤਾਰਦੇ ਰਹਿੰਦੇ ਹਨ, ਉਸੇ ਰੀਤ ਨਾਲ਼ ਉਸਦੇ ਇਸ ਭਤੀਜੇ ਦੇ ਅੰਦਰ ਛਲ-ਕਪਟ ਅਤੇ ਪਾਪੀ ਚਰਿੱਤਰ ਦੇ ਬੁਰੇ ਵਿਚਾਰ ਰਾਤ-ਦਿਨ ਪ੍ਰਵਾਹ ਕਰਦੇ ਰਹਿੰਦੇ ਹਨ। ਮੈਂ ਜਾਣਦਾ ਹਾਂ ਕਿ ਉਹ ਦਿਨ ਬਹੁਤ ਦੂਰ ਨਹੀਂ ਹੈ, ਜਦੋਂ ਕਿ ਪਾਦਰੀ ਮਤਰਾਨ ਕਾਲ਼ੇ ਰੰਗ ਦੀ ਪੁਸ਼ਾਕ ਪਾ ਕੇ ਸੱਜੇ ਹੱਥ ਆਪਣੇ ਭਤੀਜੇ ਨੂੰ ਅਤੇ ਖੱਬੇ ਹੱਥ ਫਾਰਿਸ ਕਰਾਮਾ ਦੀ ਪੁੱਤਰੀ ਨੂੰ ਖੜ੍ਹਾ ਰੱਖੇਗਾ ਅਤੇ ਆਪਣੇ ਪਾਪੀ ਅਤੇ ਦੋਸ਼ੀ ਹੱਥਾਂ ਨਾਲ਼ ਉਨ੍ਹਾਂ ਦੋਵਾਂ ਦੇ ਮੱਥੇ 'ਤੇ ਵਿਆਹ ਦਾ ਮੁਕਟ ਪਹਿਨਾਵੇਗਾ।"

"ਉਹ ਇੱਕ ਪਵਿੱਤਰ ਸਰੀਰ ਨੂੰ ਇੱਕ ਸੜੀ-ਗਲ਼ੀ ਲਾਸ਼ ਨਾਲ਼ ਵਿਆਹ ਦੇ ਮੰਤਰ ਰੂਪੀ ਜੰਜੀਰਾਂ ਨਾਲ਼ ਜਕੜ ਦਵੇਗਾ ਅਤੇ ਇੱਕ ਆਤਮਾ ਨੂੰ ਬੇਕਾਰ ਦੇ ਕਾਨੂੰਨ ਦੇ ਸਹਾਰੇ ਬੰਨ੍ਹ ਕੇ ਇੱਕ ਜੜ੍ਹ—ਦਿਲ ਰਹਿਤ—ਮਨੁੱਖ ਨੂੰ ਉਸਦੀ ਰਾਤ ਅਨੰਦਦਾਇਕ ਬਿਤਾਉਣ ਲਈ ਸੌਂਪ ਦਵੇਗਾ।"

"ਫਾਰਿਸ ਕਰਾਮਾ ਅਤੇ ਉਸ ਦੀ ਪੁੱਤਰੀ ਬਾਰੇ ਜੋ ਕੁਝ ਤੈਨੂੰ ਕਹਿਣਾ ਚਾਹੁੰਦਾ ਸੀ, ਉਹ ਸਭ ਮੈਂ ਕਹਿ ਦਿੱਤਾ।"

"ਤੂੰ ਇਸ ਬਾਰੇ ਹੋਰ ਕੁਝ ਨਾ ਪੁੱਛੀ, ਕਿਉਂਕਿ ਜਿਵੇਂ ਮੌਤ ਦਾ ਵਰਣਨ ਕਰਨ ਨਾਲ਼ ਉਸਦੀ ਭਿਅੰਕਰਤਾ ਵੱਧ ਮਹਿਸੂਸ ਹੁੰਦੀ ਹੈ, ਉਵੇਂ ਦੁੱਖ ਦਾ ਵਰਣਨ ਕਰਨ ਨਾਲ਼ ਦੁੱਖ ਬੜਾ ਅਸਹਿ ਹੋ ਜਾਂਦਾ ਹੈ।"

ਇੰਨਾ ਕਹਿ ਕੇ ਮੇਰੇ ਮਿੱਤਰ ਨੇ ਆਪਣਾ ਮੂੰਹ ਫੇਰ ਲਿਆ ਅਤੇ ਖਿੜਕੀ ਦੇ ਬਾਹਰੀ ਵਾਤਾਵਰਨ ਵਿੱਚ ਨਜ਼ਰ ਸੁੱਟਣ ਲੱਗਾ, ਜਿਵੇਂ ਅਨੰਤ ਵਾਤਾਵਰਨ ਵਿੱਚ

ਉਹ ਦਿਨ ਅਤੇ ਰਾਤ ਦੇ ਭੇਦ ਦੀ ਖੋਜ ਕਰ ਰਿਹਾ ਹੋਵੇ।

ਮੈਂ ਆਪਣੀ ਜਗ੍ਹਾ ਤੋਂ ਉੱਠਿਆ ਅਤੇ ਆਪਣੇ ਮਿੱਤਰ ਤੋਂ ਵਿਦਾ ਦੀ ਨਜ਼ਰ ਨਾਲ਼ ਹੱਥ ਮਿਲਾਉਂਦਾ ਹੋਇਆ ਬੋਲਿਆ, "ਮੈਂ ਕੱਲ੍ਹ ਫਾਰਿਸ ਕਰਾਮਾ ਨੂੰ ਮਿਲਣ ਲਈ ਜਾਣ ਵਾਲ਼ਾ ਹਾਂ। ਇਸ ਨਾਲ਼ ਵਾਅਦੇ ਦਾ ਪਾਲਣ ਹੋਵੇਗਾ ਅਤੇ ਆਪਣੇ ਪਿਤਾ ਨਾਲ਼ ਜੋ ਪਿਆਰ ਹੈ, ਮੈਂ ਉਸਨੂੰ ਅਜੇ ਤੱਕ ਭੁੱਲਿਆ ਨਹੀਂ ਹਾਂ, ਮੇਰੇ ਜਾਣ ਨਾਲ਼ ਉਸਦੀ ਵੀ ਇੱਜ਼ਤ ਹੋਵੇਗੀ।"

ਮੇਰੇ ਮਿੱਤਰ ਦਾ ਚਿਹਰਾ ਫਿੱਕਾ ਪੈ ਗਿਆ ਅਤੇ ਮੈਂ ਉਸਦੀ ਦੇਹ ਉੱਤੇ ਕੰਬਣੀ ਦਾ ਅਨੁਭਵ ਕੀਤਾ। ਮੇਰੇ ਇਸ ਸੰਖੇਪ ਕਥਨ ਨਾਲ਼ ਉਸ ਦੇ ਧੁਰ ਅੰਦਰ ਵਿੱਚ ਇੱਕ ਨਵੀਂ ਅਤੇ ਭਿਅੰਕਰ ਚਿੰਤਾ ਪੈਦਾ ਹੋਈ। ਉਸਨੇ ਮੇਰੇ ਉੱਪਰ ਇੱਕ ਡੂੰਘੀ ਅਤੇ ਅਨੋਖੀ ਨਜ਼ਰ ਸੁੱਟੀ, ਉਸ ਨਜ਼ਰ ਵਿੱਚ ਪਿਆਰ, ਮਮਤਾ ਅਤੇ ਭਿਆਨਕਤਾ ਦਾ ਮਿਸ਼ਰਨ ਸੀ। ਅਜਿਹੀ ਨਜ਼ਰ ਪੈਗੰਬਰਾਂ ਦੀ ਆਤਮਾ ਦੀ ਡੂੰਘਾਈ ਵਿੱਚ ਪੈਦਾ ਹੁੰਦੀ ਹੈ, ਜਿਸ ਤੋਂ ਪੈਗੰਬਰਾਂ ਦੀ ਖ਼ੁਦ ਦੀ ਆਤਮਾ ਤੱਕ ਅਣਜਾਣ ਹੁੰਦੀ ਹੈ।

ਆਪਣੇ ਮਿੱਤਰ ਨੂੰ ਇਸ ਹਾਲਤ ਵਿੱਚ ਛੱਡ ਕੇ ਆਪਣੇ ਖਿਲਰੇ ਵਿਚਾਰਾਂ ਵਿੱਚ ਖੁੱਭਿਆ ਮੈਂ ਦੋਸਤ ਦੇ ਘਰ ਦੇ ਦਰਵਾਜ਼ੇ ਵੱਲ ਵਧਿਆ। ਪਿੱਛੇ ਮੁੜ ਕੇ ਜੋ ਦੇਖਿਆ ਤਾਂ ਉਸਦੀਆਂ ਦੋਵੇਂ ਹੀ ਅੱਖਾਂ ਹੈਰਾਨੀ ਨਾਲ਼ ਮੇਰਾ ਪਿੱਛਾ ਕਰ ਰਹੀਆਂ ਸਨ ਅਤੇ ਜਿਸ ਜਗ੍ਹਾ 'ਤੇ ਆਪਸੀ ਨਜ਼ਰ ਰਾਹੀਂ ਆਤਮਾ ਦਾ ਮਿਲਾਪ ਹੁੰਦਾ ਹੈ ਅਤੇ ਪਿਆਰ ਦੀ ਗੋਦ ਵਿੱਚ ਆਤਮਾ ਦਾ ਵਿਕਾਸ ਹੁੰਦਾ ਹੈ, ਉਸੇ ਅਨੰਦਲੋਕ ਵੱਲ ਜਦੋਂ ਤੱਕ ਮੇਰੀ ਆਤਮਾ ਇਸ ਜੜ੍ਹ ਸੰਸਾਰ ਨੂੰ ਛੱਡ ਕੇ ਉੱਡ ਕੇ ਨਹੀਂ ਗਈ, ਉਦੋਂ ਤੱਕ ਉਸਦੀ ਨਜ਼ਰ ਵਿੱਚ ਲੁਕਿਆ ਹੋਇਆ ਅਰਥ ਮੈਂ ਸਮਝ ਨਹੀਂ ਸਕਿਆ।

ਪ੍ਰਥਮ ਮਿਲਾਪ

ਕਿੰਨੇ ਹੀ ਦਿਨਾਂ ਬਾਅਦ, ਜਦੋਂ ਕਿ ਮੇਰਾ ਮਨ ਇੱਕਲਾਪੇ ਤੋਂ ਉੱਬ ਚੁੱਕਾ ਸੀ ਅਤੇ ਮੇਰੀਆਂ ਅੱਖਾਂ ਉਦਾਸ ਪੁਸਤਕਾਂ ਨੂੰ ਪੜ੍ਹਦੇ-ਪੜ੍ਹਦੇ ਥੱਕ ਚੁੱਕੀਆਂ ਸਨ, ਉਦੋਂ ਫਾਰਿਸ ਕਰਾਮਾ ਵੱਲ ਜਾਣ ਲਈ ਮੈਂ ਗੱਡੀ 'ਤੇ ਬੈਠਿਆ। ਜਿਸ ਪਾਸੇ ਮੈਂ ਜਾ ਰਿਹਾ ਸੀ, ਉਸ ਪਾਸੇ ਦੇਵਦਾਰ ਦਾ ਜੰਗਲ ਸੀ। ਉਸ ਜੰਗਲ ਵੱਲ ਬੇਰੂਤ ਵਾਸੀ ਘੁੰਮਣ ਜਾਂਦੇ ਹਨ। ਦੇਵਦਾਰ ਦੇ ਜੰਗਲ ਕੋਲ਼ ਪਹੁੰਚਦੇ ਸਾਰ ਹੀ ਕੋਚਵਾਨ ਨੇ ਇੱਕ ਸੜਕ ਵੱਲ ਗੱਡੀ ਵਧਾਈ। ਉਸ ਜਗ੍ਹਾ ਵੇਤਰ ਰੁੱਖਾਂ ਦੇ ਪਿੱਛੇ ਸੜਕ ਦੇ ਦੋਨੋਂ ਪਾਸੇ ਛੋਟੇ-ਛੋਟੇ ਪੌਦੇ, ਅੰਗੂਰ ਦੀਆਂ ਵੇਲਾਂ ਅਤੇ ਹਵਾ ਵਿੱਚ ਲਹਿਰਾਉਂਦੇ ਰੰਗ-ਬਿਰੰਗੇ ਫੁੱਲ ਸਨ।

ਗੱਡੀ ਇੱਕ ਵੱਡੇ ਸਾਰੇ ਬੰਗਲੇ ਸਾਹਮਣੇ ਆ ਕੇ ਖੜ੍ਹੀ ਹੋ ਗਈ। ਬੰਗਲੇ ਦੇ ਚਾਰੇ ਪਾਸੇ ਬਗੀਚਾ ਸੀ। ਬਾਗ ਵਿੱਚ ਰੁੱਖਾਂ ਦੀਆਂ ਟਹਿਣੀਆਂ ਇਝ ਫੱਲੀਆਂ ਹੋਈਆਂ ਸਨ ਜਿਵੇਂ ਇੱਕ-ਦੂਸਰੇ ਨੂੰ ਜੱਫੀ ਪਾ ਰਹੀਆਂ ਹੋਣ। ਉੱਥੋਂ ਦਾ ਵਾਤਾਵਰਨ ਗੁਲਾਬ ਅਤੇ ਚਮੇਲੀ ਦੇ ਫੁੱਲਾਂ ਦੀ ਖੁਸ਼ਬੂ ਨਾਲ਼ ਮਹਿਕ ਰਿਹਾ ਸੀ।

ਗੱਡੀ ਤੋਂ ਉੱਤਰ ਕੇ ਮੈਂ ਕੁਝ ਹੀ ਕਦਮ ਚੱਲਿਆਂ ਹੋਵਾਂਗਾ ਕਿ ਉੱਥੇ ਫਾਰਿਸ ਕਰਾਮਾ ਮੇਰਾ ਸਵਾਗਤ ਕਰਨ ਲਈ ਬੰਗਲੇ ਦੇ ਦਰਵਾਜੇ ਦੇ ਬਾਹਰ ਆਉਂਦੇ ਹੋਏ ਦਿਖਾਈ ਦਿੱਤਾ। ਸ਼ਾਇਦ ਘੋੜਿਆਂ ਦੀ ਟਾਪ ਦੀ ਅਵਾਜ਼ ਨੇ ਮੇਰੇ ਆਉਣ ਦੀ ਖਬਰ ਉਹਨੂੰ ਦੇ ਦਿੱਤੀ ਹੋਵੇਗੀ। ਮੈਨੂੰ ਦੇਖ ਕੇ ਉਹ ਬੜਾ ਖੁਸ਼ ਹੋਇਆ ਅਤੇ ਖੁਸ਼ੀ-ਖੁਸ਼ੀ ਮੈਨੂੰ ਬੰਗਲੇ ਅੰਦਰ ਲੈ ਗਿਆ। ਕਿਸੇ ਇੱਕ ਮੋਹ ਭਰੇ ਪਿਤਾ ਵਾਂਗ ਉਹਨੇ ਮੈਨੂੰ ਆਪਣੇ ਕੋਲ ਬਿਠਾਇਆ ਅਤੇ ਮੇਰੇ ਅਤੀਤ ਬਾਰੇ ਪੁੱਛਣ ਲੱਗਾ। ਇਸ ਤੋਂ ਬਾਅਦ ਮੇਰੇ ਭਵਿੱਖ ਦੇ ਕੰਮਾਂ-ਕਾਰਾਂ, ਅਕਾਂਖਿਆਵਾਂ ਬਾਰੇ ਜਾਣਨ ਦੀ ਇੱਛਾ ਜਤਾਈ। ਸੁਪਨੇ, ਕਲਪਨਾਵਾਂ ਅਤੇ ਉਮੀਦਾਂ ਦੀ ਦੁਨੀਆ ਨਾਲ਼ ਸਬੰਧ ਰੱਖਣ ਵਾਲ਼ੇ ਸੰਗੀਤ ਭਰੇ ਸੁਰਾਂ ਵਿੱਚ ਮੈਂ ਉਸਨੂੰ ਮੋੜਵਾਂ ਜਵਾਬ ਦਿੱਤਾ। ਜਦੋਂ ਤੱਕ ਵਿਚਾਰ ਅਤੇ ਕਲਪਨਾ ਦੀਆਂ ਲਹਿਰਾਂ ਜੀਵਨ ਨੂੰ ਸੰਘਰਸ਼ ਲਈ ਅਮਲੀ ਰੂਪੀ ਸਮੁੰਦਰ ਦੇ ਪਿਛਵਾੜੇ 'ਚ ਨਹੀਂ ਸੁੱਟ ਦਿੰਦੀਆਂ, ਉਦੋਂ ਤੱਕ ਇਹ ਸੰਗੀਤਮਈ ਸੁਰ ਨੌਜਵਾਨ ਦੇ ਜੀਵਨ ਦਾ ਇੱਕ ਜ਼ਰੂਰੀ ਅੰਗ ਬਣੀ ਰਹਿੰਦੀ ਹੈ।

ਨੌਜਵਾਨ ਦੀਆਂ ਬਾਹਾਂ ਦੇ ਪੰਖ ਕੋਮਲ ਭਾਵਨਾ ਅਤੇ ਮੋਹਕ ਕਲਪਨਾ ਦੇ ਮਿਸ਼ਰਣ ਨਾਲ਼ ਬਣੇ ਹੁੰਦੇ ਹਨ। ਉਹ ਨੌਜਵਾਨਾਂ ਨੂੰ ਦੁਮੇਲ ਦੇ ਉਸ ਪਾਰ ਉਡਾ ਕੇ ਲੈ ਜਾਂਦੇ ਹਨ। ਜਿੱਥੋਂ ਦੁਨੀਆ ਸਤਰੰਗੀ ਪੀਂਘ ਦੇ ਰੰਗ ਨਾਲ਼ ਰੰਗੀ ਹੋਈ ਜ਼ਿੰਦਗੀ ਦੀ ਅਹਿਮੀਅਤ ਅਤੇ ਮਾਣ ਦੇ ਗੀਤ ਗਾਉਂਦੀ ਹੋਈ ਦਿਖਾਈ ਦਿੰਦੀ ਹੈ।

ਪਰ ਅਜਿਹੇ ਕੋਮਲ ਪੰਖਾਂ ਵਾਲ਼ੀਆਂ ਬਾਹਾਂ ਤੂਫ਼ਾਨ ਨਾਲ਼ ਬਹੁਤੀ ਦੇਰ ਤੱਕ ਟੱਕਰ ਨਹੀਂ ਲੈ ਸਕਦੀਆਂ। ਫਲਸਰੂਪ ਉਨ੍ਹਾਂ ਨੂੰ ਅਸਲੀਅਤ ਦੀ ਦੁਨੀਆਂ ਵਿੱਚ ਪਟਕਾ ਦਿੰਦੀਆਂ ਹਨ।

ਅਤੇ ਅਸਲੀਅਤ ਦੀ ਦੁਨੀਆ ਇੱਕ ਸ਼ੀਸ਼ਾ ਹੈ, ਜਿਸ ਵਿੱਚ ਆਤਮਾ ਨਕਲੀ

ਅਤੇ ਉਸਦਾ ਰੂਪ ਭੱਦਾ ਦਿਖਾਈ ਦਿੰਦਾ ਹੈ।

ਥੋੜ੍ਹਾ ਸਮਾਂ ਬੀਤਣ 'ਤੇ ਰੇਸ਼ਮੀ ਪਰਦੇ ਦੇ ਪਿੱਛੋਂ ਸਫੈਦ ਕੀਮਤੀ ਰੇਸ਼ਮੀ ਪੁਸ਼ਾਕ ਪਾ ਕੇ ਇੱਕ ਸੁੰਦਰ ਮੁਟਿਆਰ ਬਾਹਰ ਆਈ। ਮੁਟਿਆਰ ਦੇ ਸਵਾਗਤ ਲਈ ਮੈਂ ਖੜ੍ਹਾ ਹੋ ਗਿਆ। ਮੇਰੇ ਨਾਲ਼ ਫਾਰਿਸ ਕਰਾਮਾ ਵੀ ਉੱਠ ਖੜ੍ਹਾ ਹੋਇਆ ਅਤੇ ਮੈਨੂੰ ਆਉਣ ਵਾਲ਼ੀ ਤੋਂ ਜਾਣੂ ਕਰਾਉਂਦੇ ਹੋਏ ਬੋਲੇ, "ਇਹ ਮੇਰੀ ਪੁੱਤਰੀ ਸਲਮਾ ਹੈ"।

ਫਿਰ ਮੇਰਾ ਨਾਮ ਦੱਸ ਕੇ ਕਹਿਣ ਲੱਗੇ, "ਮੇਰੇ ਜਿਸ ਮਿੱਤਰ ਨੂੰ ਕਾਲ਼ ਨੇ ਮੇਰੀ ਨਜ਼ਰਾਂ ਤੋਂ ਲੁਕੋ ਲਿਆ ਹੈ, ਉਹੀ ਮੰਨੋ ਅੱਜ ਆਪਣੇ ਪੁੱਤਰ ਦੇ ਰੂਪ 'ਚ ਮੇਰੇ ਸਾਹਮਣੇ ਖੜ੍ਹਾ ਹੈ। ਬੇਟੀ, ਮੈਂ ਇਸ ਵਿੱਚ ਕੁਝ ਨਕਲੀ ਤਾਂ ਨਹੀਂ ਕਹਿ ਰਿਹਾਂ ਹਾਂ?"

ਮੁਟਿਆਰ ਮੇਰੇ ਵੱਲ ਸੁਭਾਵਿਕ ਰੂਪ ਵਿੱਚ ਅੱਗੇ ਵਧੀ ਅਤੇ ਮੇਰੀਆਂ ਅੱਖਾਂ 'ਤੇ ਨਜ਼ਰ ਜਮਾਂ ਕੇ ਦੇਖਣ ਲੱਗੀ, ਮੰਨੋ ਮੇਰੀਆਂ ਅੱਖਾਂ 'ਤੇ ਇਸ ਵੇਲ਼ੇ ਮੇਰੀ ਮੌਜੂਦਗੀ ਅਤੇ ਮੇਰਾ ਆਉਣਾ ਇੱਥੇ ਕਿਵੇਂ ਹੋਇਆ ਹੈ, ਇਹ ਜਾਣ ਲੈਣਾ ਚਾਹੁੰਦੀ ਹੋਵੇ।

ਬਾਅਦ 'ਚ ਹੱਥ ਮਿਲਾਉਣ ਲਈ ਉਹਨੇ ਆਪਣਾ ਚਮੇਲੀ ਦੇ ਫੁੱਲ ਵਰਗਾ ਗੋਰਾ ਮੁਲਾਇਮ ਹੱਥ ਮੇਰੇ ਵੱਲ ਵਧਾਇਆ।

ਕਵੀ ਨੇ ਦਿਲ ਵਿੱਚ ਪਵਿੱਤਰ ਦ੍ਰਿਸ਼ ਦੀ ਝਾਕੀ ਹੋਣ 'ਤੇ ਜਿਵੇਂ ਅਦਭੁੱਤ ਅਤੇ ਨਵੀਂ ਭਾਵਨਾ ਦਾ ਪ੍ਰਾਣ ਸੰਚਾਲਿਤ ਹੋ ਉੱਠਦਾ ਹੈ, ਉਵੇਂ ਦਾ ਹੀ ਪ੍ਰਾਣ-ਸੰਚਾਰ ਉਸਦੇ ਨਾਲ਼ ਹੱਥ ਮਿਲਾਉਂਦੇ ਹੋਏ, ਉਸਦੀ ਹਥੇਲੀ ਨਾਲ਼ ਆਪਣੇ ਹਥੇਲੀ ਦੀ ਛੂਹ ਕਰਦੇ ਹੋਏ ਮੇਰੇ ਦਿਲ ਵਿੱਚ ਹੋਇਆ।

ਮੈਂ ਪੂਰੀ ਤਰ੍ਹਾਂ ਸ਼ਾਂਤ ਬੈਠਾ ਸੀ। ਇੰਜ ਪ੍ਰਤੀਤ ਹੁੰਦਾ ਸੀ ਜਿਵੇਂ ਸਲਮਾ ਆਪਣੇ ਨਾਲ਼ ਇੱਕ ਦੈਵੀ ਆਤਮਾ ਲੈ ਕੇ ਕਮਰੇ ਵਿੱਚ ਆਈ ਹੋਵੇ। ਉਸ ਦੈਵੀ ਆਤਮਾ ਨੇ ਹੀ ਕਮਰੇ ਦੇ ਵਾਯੂਮੰਡਲ ਵਿੱਚ ਸ਼ਾਂਤੀ ਅਤੇ ਪ੍ਰਕਾਸ਼ ਫੈਲਾਇਆ ਸੀ। ਮੰਨੋ ਮੇਰੇ ਦਿਲ ਦੀਆਂ ਸਾਰੀਆਂ ਭਾਵਨਾਵਾਂ ਜਾਣ ਗਈਆਂ ਹੋਣ। ਇੰਞ ਮੇਰੇ ਸਾਹਮਣੇ ਦੇਖਣ ਤੋਂ ਬਾਅਦ ਉਹ ਮੁਸਕਰਾਉਂਦੀ ਹੋਈ ਕਹਿਣ ਲੱਗੀ, "ਪਿਤਾ ਜੀ ਨੇ ਆਪਣੀ ਜਵਾਨੀ ਦੀਆਂ ਕਹਾਣੀਆਂ ਸੁਣਾਉਣ ਵੇਲ਼ੇ ਤੁਹਾਡੇ ਪਿਤਾ ਦਾ ਕਈ ਵਾਰ ਜ਼ਿਕਰ ਕੀਤਾ ਹੈ। ਇਸ ਕਰਕੇ ਮੈਂ ਤੁਹਾਡੇ ਪਿਤਾ ਜੀ ਤੋਂ ਚੰਗੀ ਤਰ੍ਹਾਂ ਜਾਣੂ ਹੋ ਗਈ ਹਾਂ। ਇਸ ਲਈ ਪਹਿਲਾਂ-ਪਹਿਲ ਹੀ ਆਪਣੀ ਜੋ ਪਛਾਣ ਹੋਈ ਹੈ, ਉਸ ਨੂੰ ਮੰਨਣ ਲਈ ਮੈਂ ਤਿਆਰ ਨਹੀਂ ਹਾਂ।"

ਫਾਰਿਸ ਕਰਾਮਾ ਬੇਟੀ ਦੇ ਇਸ ਕਥਨ ਤੋਂ ਬੜੇ ਖੁਸ਼ ਹੋਏ ਅਤੇ ਕਹਿਣ ਲੱਗੇ, "ਭਾਈ, ਸਲਮਾ ਬੜੀ ਹੀ ਭਾਵੁਕ ਅਤੇ ਧਾਰਮਿਕ ਸੁਭਾਅ ਵਾਲ਼ੀ ਕੁੜੀ ਹੈ। ਇੰਨਾ ਹੀ ਨਹੀਂ, ਇਸਨੂੰ ਤਾਂ ਸਾਰੇ ਪਦਾਰਥ ਅਧਿਆਤਮਕ ਵਾਤਾਵਰਨ ਵਿੱਚ ਹੀ ਤੈਰਦੇ ਦਿਖਾਈ ਦਿੰਦੇ ਹਨ।"

ਬਾਅਦ ਵਿੱਚ ਫਾਰਿਸ ਕਰਾਮਾ ਨੇ ਯਤਨਸ਼ੀਲਤਾ ਅਤੇ ਸੰਪੂਰਨ ਹਮਦਰਦੀ ਨਾਲ਼ ਮੇਰੇ ਬਾਰੇ ਕਹਿਣਾ ਸ਼ੁਰੂ ਕੀਤਾ, ਜਿਵੇਂ ਮੇਰੇ ਵਿਅਕਤੀਤਵ ਵਿੱਚ ਉਸ ਨੂੰ ਕੋਈ ਦੈਵੀ ਭੇਦ ਨਜ਼ਰ ਆ ਰਿਹਾ ਹੋਵੇ, ਜੋ ਉਹਨੂੰ ਆਪਣੀਆਂ ਯਾਦਾਂ ਦੇ ਪੰਖਾਂ 'ਤੇ ਬੈਠਾ ਕੇ ਅਤੀਤ ਦੇ ਵਧੀਆ ਸਮੇਂ ਵੱਲ ਲੈ ਕੇ ਜਾ ਰਿਹਾ ਹੋਵੇ।

ਫਾਰਿਸ ਕਰਾਮਾ ਮੇਰੇ 'ਤੇ ਆਪਣੀ ਨਜ਼ਰ ਜਮ੍ਹਾ ਕੇ ਆਪਣੇ ਜਵਾਨੀ ਦੇ

ਧੁੰਦਲੇ ਦਿਨਾਂ ਦੀ ਸ਼੍ਰਿਸ਼ਟੀ ਵੱਲ ਜਾ ਰਿਹਾ ਸੀ; ਅਤੇ ਮੈਂ ਸੰਸਾਰ ਅਤੇ ਸਭ ਗੱਲਾਂ ਨੂੰ ਭੁਲਾ ਕੇ ਆਪਣੇ ਭਵਿੱਖ ਬਾਰੇ ਸੁਪਨੇ ਦੇਖ ਰਿਹਾ ਸੀ। ਜਿਵੇਂ ਰੁੱਤਾਂ ਦੀ ਸਰਦੀ-ਗਰਮੀ ਦੇ ਪੂਰਾ-ਪੂਰਾ ਅਨੁਭਵ ਵਾਲ਼ੇ ਨਰਮ ਪੌਦੇ 'ਤੇ ਕੋਈ ਇੱਕ ਵੱਡਾ ਰੁੱਖ ਆਪਣਾ ਪਰਛਾਵਾਂ ਸੁੱਟਦਾ ਹੋਵੇ, ਉਸੇ ਗੀਤ ਨਾਲ਼ ਉਹ ਮੇਰੇ ਉੱਪਰ ਕ੍ਰਿਪਾ ਭਰੀ ਨਜ਼ਰ ਸੁੱਟ ਰਿਹਾ ਸੀ। ਜਿਸ ਨੇ ਆਪਣੀਆਂ ਮਜ਼ਬੂਤ ਜੜ੍ਹਾਂ ਨੂੰ ਪਤਾਲ ਤੱਕ ਫੈਲਾਇਆ ਹੋਵੇ, ਮੌਸਮਾਂ ਦੀ ਸਰਦੀ-ਗਰਮੀ ਦਾ ਪੂਰਾ ਪੂਰਾ ਅਨੁਭਵ ਲਿਆ ਹੋਵੇ। ਪਵਨ ਦੇ ਤੂਫ਼ਾਨ ਵਿੱਚ ਕਿੰਨੀ ਹੀ ਵਾਰ ਟੱਕਰ ਬਰਦਾਸ਼ਤ ਕੀਤੀ ਹੋਵੇ, ਅਜਿਹੇ ਵਿਸ਼ਾਲ ਰੁੱਖ ਵਾਂਗ ਉਹ ਸੀ। ਅਤੇ ਜਿਸ ਨੇ ਬਸੰਤ ਰੁੱਤ ਬਿਨਾਂ ਦੂਸਰੀ ਕਿਸੇ ਰੁੱਤ ਨੂੰ ਦੇਖਿਆ ਨਹੀਂ ਸੀ, ਸਵੇਰ ਦੀ ਰੁਮਕਦੀ ਖ਼ੁਸ਼ਬੂਭਰੀ ਪੌਣ ਬਿਨਾਂ ਦੂਸਰੀ ਕਿਸੇ ਪੌਣ ਦਾ ਅਨੁਭਵ ਨਹੀਂ ਕੀਤਾ ਸੀ, ਅਜਿਹੇ ਨਰਮ ਪੌਦੇ ਵਾਂਗ ਮੈਂ ਸੀ।

ਪਰ ਸਲਮਾ! ਉਹ ਤਾਂ ਸ਼ਾਂਤ ਬੈਠੀ ਸੀ ਕਦੇ ਮੇਰੇ ਵੱਲ ਤੇ ਕਦੇ ਆਪਣੇ ਪਿਤਾ ਵੱਲ ਦੇਖਦੀ ਸੀ ਜਿਵੇਂ ਸਾਡੇ ਦੋਵਾਂ ਦੇ ਚਿਹਰੇ ਇੱਕ ਪੁਸਤਕ ਦੇ ਦੋ ਸਫ਼ੇ ਹੋਣ, ਜਿਨ੍ਹਾਂ ਵਿੱਚ ਮਨੁੱਖ ਜਾਤੀ ਦੀ ਕਹਾਣੀ ਦੇ ਪਹਿਲੇ ਅਤੇ ਆਖ਼ਰੀ ਪੈਰ੍ਹੇ ਨੂੰ ਪੜ੍ਹ ਰਹੀ ਹੋਵੇ।

ਬੰਗਲੇ ਦੀ ਚਾਰ ਦੀਵਾਰੀ ਅਤੇ ਵਿਸ਼ਾਲ ਬਗੀਚੇ ਦੇ ਉੱਪਰੋਂ ਦਿਨ ਠੰਢੇ ਸਾਹ ਲੈਂਦਾ ਹੋਇਆ ਬੀਤ ਗਿਆ ਅਤੇ ਸੂਰਜ, ਬੰਗਲੇ ਵਿੱਚ ਬੈਠੇ-ਬੈਠੇ ਹੀ ਸਾਹਮਣੇ ਦਿਖਦੀ ਲੇਬਨਾਨ ਦੇਸ਼ ਦੀਆਂ ਪਰਬਤਮਾਲਾਵਾਂ ਦੇ ਉੱਚੇ ਸਿਖਰ 'ਤੋਂ ਆਪਣੇ ਚੁੰਮਣ ਦਾ ਪੀਲ਼ਾ ਨਿਸ਼ਾਨ ਬਣਾ ਕੇ ਛਿਪ ਗਿਆ।

ਫਾਰਿਸ ਕਰਾਮਾ ਆਪਣੇ ਜੀਵਨ ਦੀਆਂ ਯਾਦਾਂ ਸੁਣਾਉਂਦਾ ਹੋਇਆ ਮੈਨੂੰ ਹੈਰਾਨੀ 'ਚ ਡੁਬੋ ਰਿਹਾ ਸੀ ਅਤੇ ਮੈਂ ਆਪਣੀ ਜਵਾਨੀ ਦਾ ਸੰਗੀਤ ਛੋਹ ਕੇ ਉਸਨੂੰ ਅਨੰਦਿਤ ਕਰ ਰਿਹਾ ਸੀ। ਪਰ ਸਲਮਾ ਤਾਂ ਝਰੋਖਿਆਂ ਕੋਲ਼ ਚੁੱਪ-ਚਾਪ ਬੈਠੀ ਸਾਨੂੰ ਦੋਵਾਂ ਨੂੰ ਦੁੱਖ ਅਤੇ ਨਮ ਨਜ਼ਰ ਨਾਲ਼ ਦੇਖ ਰਹੀ ਸੀ। ਉਹ ਸ਼ਾਂਤ ਚਿੱਤ ਬੈਠੀ ਸਾਡੀਆਂ ਗੱਲਾਂ ਸੁਣ ਰਹੀ ਸੀ ਜਿਵੇਂ ਉਹ ਸਮਝਦੀ ਸੀ ਕਿ ਸੁੰਦਰਤਾ ਕੋਲ਼ ਆਪਣੀ ਇੱਕ ਵੱਖਰੀ ਹੀ ਅਲੌਕਿਕ ਭਾਸ਼ਾ ਹੈ, ਜੋ ਕਿ ਗਲ਼ੇ ਅਤੇ ਜ਼ੁਬਾਨ ਵਿੱਚੋਂ ਪ੍ਰਗਟ ਹੋਣ ਵਾਲ਼ੀ ਟੁੱਟੀ ਭੱਜੀ ਭਾਸ਼ਾਂ ਨਾਲ਼ੋਂ ਕਿਤੇ ਵੱਧ ਉੱਨਤ ਹੈ। ਉਹ ਇੱਕ ਅਮਰ ਭਾਸ਼ਾ ਹੈ ਅਤੇ ਜਿਸ ਤਰ੍ਹਾਂ ਸ਼ਾਂਤ ਸਾਗਰ ਨਦੀ-ਨਾਲ਼ੇ ਦੇ ਗੀਤਾਂ ਨੂੰ ਆਪਣੇ ਪੇਟ ਵਿੱਚ ਸਮੋ ਕੇ ਉਸ ਨੂੰ ਅਨੰਤ ਸ਼ਾਂਤੀ ਵਿੱਚ ਬਦਲ ਦਿੰਦੀ ਹੈ, ਉਵੇਂ ਹੀ ਇਹ ਭਾਸ਼ਾ ਕੁੱਲ ਮਨੁੱਖੀ ਸੰਗੀਤ ਨੂੰ ਆਪਣੇ ਵਿੱਚ ਸਮੋ ਕੇ ਇੱਕ ਮੂਕ ਭਾਵਨਾ ਨੂੰ ਜਨਮ ਦਿੰਦੀ ਹੈ।

ਸਲਮਾ ਦੀ ਸੁੰਦਰਤਾ ਦੇ ਦਰਸ਼ਨ ਕਰਕੇ ਸੁੰਦਰਤਾ ਕੀ ਹੈ, ਇਹ ਮੈਂ ਸਿੱਖਿਆ ਹੈ।

ਸੁੰਦਰਤਾ ਜੀਵਨ ਦੀ ਇੱਕ ਧੜਕਨ ਹੈ, ਜਿਸਨੂੰ ਪਾ ਕੇ ਆਤਮਾ ਨੂੰ ਸੁੱਖ ਦਾ ਅਹਿਸਾਸ ਹੁੰਦਾ ਹੈ ਅਤੇ ਜਿਸਦੇ ਪ੍ਰਭਾਵ ਦੇ ਅਧਾਰ 'ਤੇ ਆਤਮਾ ਉੱਨਤ ਹੁੰਦੀ ਹੈ ਪਰ ਕਲਪਨਾ ਅਤੇ ਵਿਚਾਰ ਉਸਦੇ ਸਾਹਮਣੇ ਬੇਵੱਸ ਹੋ ਜਾਂਦੇ ਹਨ ਕਿਉਂਕਿ ਉਹ ਇਸਨੂੰ ਕਿਸੇ ਵੀ ਤਰ੍ਹਾਂ ਸ਼ਬਦ ਦੇਣ ਦੀ ਕੋਸ਼ਿਸ਼ ਕਰਦੇ ਹਨ ਪਰ ਇਸਦੀ ਵਿੱਚ ਉਸਨੂੰ ਸਫ਼ਲਤਾ ਨਹੀਂ ਮਿਲਦੀ।

ਸੁੰਦਰਤਾ ਇੱਕ ਅੱਥਰੂ ਹੈ, ਜੋ ਅੱਖਾਂ 'ਚੋਂ ਨਿਕਲ਼ ਕੇ ਦਰਸ਼ਕ ਦੀ ਭਾਵਨਾ ਅਤੇ ਪ੍ਰੇਮੀ ਦੀ ਹਾਲਤ ਦਰਮਿਆਨ ਝੂਲਦਾ ਹੈ।

ਸੱਚੀ ਸੁੰਦਰਤਾ ਤਾਂ ਉਸ ਪ੍ਰਕਾਸ਼ ਦੀਆਂ ਕਿਰਨਾਂ ਹਨ, ਜੋ ਆਪਣੀ ਆਤਮਾ ਦੇ ਪਵਿੱਤਰ ਮੂਲ਼ ਸਥਾਨ ਵਿੱਚੋਂ ਨਿਕਲ਼ ਕੇ ਆਪਣੇ ਬਾਹਰੀ ਸਰੀਰ ਨੂੰ ਪ੍ਰਕਾਸ਼ਿਤ ਕਰਦੀਆਂ ਹਨ ਜਿਵੇਂ ਬੀਜ਼ ਦੇ ਧੁਰ ਅੰਦਰੋਂ ਜੀਵਨ ਵਿਕਸਿਤ ਹੁੰਦਾ ਹੈ ਅਤੇ ਪਿੱਛੋਂ ਉਸ ਵਿੱਚੋਂ ਖੁਸ਼ਬੂਦਾਰ ਸੁਹਾਵਨਾ ਫੁੱਲ ਪ੍ਰਾਪਤ ਹੁੰਦਾ ਹੈ।

ਸੱਚੀ ਸੁੰਦਰਤਾ ਇਸਤਰੀ ਅਤੇ ਪੁਰਸ਼ ਦਰਮਿਆਨ ਇੱਕ ਸੰਪੂਰਨ ਸਮਝੌਤਾ ਹੈ, ਜੋ ਇੱਕ ਪਲ ਵਿੱਚ ਦੋਵਾਂ ਨੂੰ ਪੂਰਨਤਾ ਤੱਕ ਪਹੁੰਚਾ ਦਿੰਦਾ ਹੈ ਅਤੇ ਦੋਵਾਂ ਦੀਆਂ ਆਤਮਾਵਾਂ ਦਰਮਿਆਨ ਸੰਸਾਰ ਵਿੱਚ ਇਨ੍ਹਾਂ ਦਾ ਸਰਵਉੱਚ ਸਬੰਧ ਸਥਾਪਿਤ ਕਰਦਾ ਹੈ। ਆਤਮਾਵਾਂ ਦੇ ਵਿਚਾਲੇ ਇਸ ਸਰਵਉੱਚ ਸਬੰਧ ਨੂੰ ਅਸੀਂ ਪਿਆਰ ਦਾ ਨਾਮ ਦਿੱਤਾ ਹੈ।

ਇਸ ਦਿਨ ਦੀ ਸ਼ਾਮ ਨੂੰ ਮੇਰੀ ਆਤਮਾ ਸਲਮਾ ਦੀ ਆਤਮਾ ਤੋਂ ਕਿਉਂ ਨਾ ਜਾਣੂ ਹੁੰਦੀ ਅਤੇ ਇਸ ਪਛਾਣ ਨਾਲ਼ ਮੈਂ ਸਲਮਾ ਵਿੱਚ ਸੰਸਾਰ ਦੀ ਸਭ ਤੋਂ ਖੂਬਸੂਰਤ ਇਸਤਰੀ ਨੂੰ ਕਿਉਂ ਨਾ ਦੇਖਦਾ? ਭਾਵ ਜਿਸਦਾ ਕਿਤੇ ਵੀ ਕੋਈ ਵਜੂਦ ਨਹੀਂ ਸੀ, ਅਜਿਹੀਆਂ ਕਲਪਨਾਵਾਂ ਦੇ ਧੁੰਦਲੇ ਚਿੱਤਰਾਂ ਦੇ ਭੁੱਲ-ਭੁਲੇਖੇ ਵਿੱਚ ਕੀ ਸਾਨੂੰ ਦੋਵਾਂ ਨੂੰ ਜਵਾਨੀ ਦੇ ਨਸ਼ੇ ਨੇ ਨਹੀਂ ਪਾ ਦਿੱਤਾ ਸੀ? ਜਵਾਨੀ ਨੇ ਕੀ ਮੈਨੂੰ ਅੰਨ੍ਹਾ ਨਹੀਂ ਬਣਾਇਆ, ਜਿਸਦੇ ਕਾਰਨ ਸਲਮਾ ਦੀਆਂ ਅੱਖਾਂ ਵਿੱਚ ਪ੍ਰਕਾਸ਼ ਦੀਆਂ ਕਿਰਨਾਂ, ਉਸਦੇ ਸਰੀਰ ਵਿੱਚ ਨਰਮੀ ਅਤੇ ਉਸਦੇ ਪੂਰੇ ਵਿਅਕਤੀਤਵ ਵਿੱਚ ਸ਼ਹਿਦ ਭਰਿਆ ਹੋਇਆ ਮੈਨੂੰ ਦਿਖਦਾ ਸੀ। ਕਿਉਂ ਇਹੀ ਕਿਰਨਾਂ ਇੰਨੀਆਂ ਨਰਮ ਅਤੇ ਇੰਨੀਆਂ ਮਿਠਾਸ ਭਰੀਆਂ ਸਨ, ਜਿਨ੍ਹਾਂ ਨੇ ਜਗਤ ਦੇ ਸੁੱਖ-ਦੁਖ ਦੇ ਖੇਡ ਦਿਖਾਉਣ ਲਈ ਮੇਰੀਆਂ ਅੱਖਾਂ ਖੋਲ੍ਹ ਦਿੱਤੀਆਂ ਸਨ?

ਇਸਦੀ ਕਿਸੇ ਵੀ ਤਰ੍ਹਾਂ ਦੀ ਚੇਤਨਾ ਮੈਨੂੰ ਨਹੀਂ ਸੀ। ਮੈਂ ਤਾਂ ਇੰਨਾ ਹੀ ਕਹਿ ਸਕਦਾ ਹਾਂ ਕਿ ਜੋ ਭਾਵਨਾ ਇਸ ਸਮੇਂ ਪ੍ਰਗਟ ਹੋਈ, ਉਸਦਾ ਮੈਨੂੰ ਇਸਤੋਂ ਪਹਿਲਾਂ ਕੁਝ ਵੀ ਗਿਆਨ ਨਹੀਂ ਸੀ। ਜਿਵੇਂ ਸ਼੍ਰਿਸ਼ਟੀ ਦੇ ਜਨਮ ਤੋਂ ਪਹਿਲਾਂ ਅਥਾਹ ਸਮੁੰਦਰ 'ਤੇ ਆਤਮਾ ਉੱਡਦੀ ਸੀ, ਉਸੇ ਰੀਤ ਨਾਲ਼ ਉਨ੍ਹਾਂ ਨਵੀਆਂ ਭਾਵਨਾਵਾਂ ਨੇ ਮੇਰੇ ਅੰਦਰ ਹੌਲ਼ੀ ਹੌਲ਼ੀ ਪ੍ਰਵੇਸ਼ ਕੀਤਾ ਸੀ ਅਤੇ ਜਿਵੇਂ ਆਤਮਾ ਦੀ ਇੱਛਾ ਨਾਲ਼ ਇੱਕ ਦੇ ਪਿੱਛੇ ਇੱਕ ਵਸਤੂਆਂ ਦੇ ਜਨਮ ਨਾਲ਼ ਸ਼੍ਰਿਸ਼ਟੀ ਦਾ ਵਿਸਤਾਰ ਹੋਇਆ, ਉਸੇ ਰੀਤ ਨਾਲ਼ ਇਸ ਭਾਵਨਾ ਵਿੱਚੋਂ ਮੇਰੀ ਕਿਸਮਤ ਅਤੇ ਬਦਕਿਸਮਤ ਦੀ ਉੱਤਪਤੀ ਹੋਈ।

ਜਿਸਨੇ ਮੈਨੂੰ ਤੇ ਸਲਮਾ ਨੂੰ ਇੱਕੋ ਸਥਾਨ 'ਤੇ ਪਹਿਲਾਂ-ਪਹਿਲ ਹੀ ਇਕੱਠੇ ਕੀਤਾ ਸੀ, ਉਸ ਸਮੇਂ ਦਾ ਇਹ ਆਉਣਾ ਹੋਇਆ ਅਤੇ ਈਸ਼ਵਰ ਦੀ ਇੱਛਾ ਨੇ ਮੈਨੂੰ ਡਰ ਅਤੇ ਬੇਪਰਵਾਹੀ ਦੇ ਬੰਧਨਾਂ ਤੋਂ ਮੁਕਤ ਕੀਤਾ, ਜਿਸ ਨਾਲ਼ ਮੈਂ ਅਜ਼ਾਦੀ ਦੀ ਬੇਚੈਨੀ ਨਾਲ਼ ਪਿਆਰ ਦੀ ਸਵਾਰੀ ਵਿੱਚ ਸ਼ਾਮਿਲ ਹੋ ਸਕਾਂ।

ਇਸ ਦੁਨੀਆ ਵਿੱਚ ਪਿਆਰ ਹੀ ਸੱਚੀ ਅਜ਼ਾਦੀ ਹੈ। ਜਿਸ ਸਥਾਨ 'ਤੇ ਮਨੁੱਖੀ ਕਾਨੂੰਨ ਅਤੇ ਰੀਤੀ-ਰਿਵਾਜ਼ ਪਹੁੰਚ ਨਹੀਂ ਸਕਦੇ ਅਤੇ ਜਿੱਥੇ ਭੌਤਿਕ ਆਗਿਆ

ਦੇ ਬੰਧਨਾਂ ਦੀ ਕੋਈ ਥਾਂ ਬਿਲਕੁੱਲ ਵੀ ਨਹੀਂ ਹੈ, ਅਜਿਹੇ ਚੋਟੀ ਦੇ ਸਥਾਨ 'ਤੇ ਪਿਆਰ ਹੀ ਆਤਮਾ ਨੂੰ ਫੜ੍ਹ ਕੇ ਲੈ ਜਾਂਦਾ ਹੈ।

ਜਿਵੇਂ ਹੀ ਮੈਂ ਵਿਦਾ ਲੈਣ ਲਈ ਤਿਆਰ ਹੋਇਆ, ਉਵੇਂ ਹੀ ਫਾਰਿਸ ਕਰਾਮਾ ਮੇਰੇ ਨੇੜੇ ਆਇਆ ਅਤੇ ਆਪਣੇਪਣ ਨਾਲ਼ ਕਹਿਣ ਲੱਗਾ, "ਕਿਉਂ ਭਾਈ, ਹੁਣ ਤਾਂ ਤੂੰ ਇਸ ਘਰ ਦਾ ਰਾਹ ਦੇਖ ਲਿਆ ਹੈ। ਇਸ ਘਰ ਨੂੰ ਆਪਣਾ ਹੀ ਘਰ ਸਮਝ ਕੇ ਭਵਿੱਖ ਵਿੱਚ ਆਉਂਦਾ ਰਹੇਂਗਾ, ਅਜਿਹੀ ਮੈਨੂੰ ਉਮੀਦ ਹੈ ਅਤੇ ਮੈਨੂੰ ਆਪਣੇ ਪਿਤਾ ਦੀ ਜਗ੍ਹਾ 'ਤੇ ਅਤੇ ਸਲਮਾ ਨੂੰ ਆਪਣੀ ਭੈਣ ਦੀ ਜਗ੍ਹਾ 'ਤੇ ਤੂੰ ਮੰਨਣਾ ਹੈ। ਕਿਉਂ ਸਲਮਾ, ਠੀਕ ਹੈ ਨਾ?"

ਸਲਮਾ ਨੇ ਪ੍ਰਵਾਨਗੀ 'ਚ ਸਿਰ ਹਿਲਾਇਆ ਅਤੇ ਜਿਵੇਂ ਕਿਸੇ ਭਟਕੇ ਹੋਏ ਰਾਹਗੀਰ ਨੂੰ ਉਸਦਾ ਕੋਈ ਕਰੀਬੀ ਜਾਣਕਾਰ ਮਿਲ ਜਾਵੇ ਅਤੇ ਉਸਦੇ ਸਾਹਮਣੇ ਜਿਸ ਨਜ਼ਰ ਨਾਲ਼ ਦੇਖੇ, ਉਸੇ ਨਜ਼ਰ ਨਾਲ਼ ਸਲਮਾ ਨੇ ਮੇਰੇ ਵੱਲ ਵੇਖਿਆ।

ਫਾਰਿਸ ਕਰਾਮਾ ਨੇ ਜੋ ਸ਼ਬਦ ਕਹੇ ਸੀ, ਉਹ ਸ਼ਬਦ ਮੈਨੂੰ ਪਿਆਰ ਦੇ ਦਰਬਾਰ ਵਿੱਚ ਉਸਦੀ ਬੇਟੀ ਦੇ ਨਾਲ਼ ਖੜ੍ਹਾ ਕਰਨ ਵਾਲ਼ੇ ਮੰਗਲਾਚਰਨ ਦੇ ਰੂਪ ਵਿੱਚ ਸਨ, ਭਾਵ ਉਹ ਇੱਕ ਸ਼ਕਤੀ ਦੇ ਵਾਹਕ ਸਨ, ਜਿਨ੍ਹਾਂ ਨੇ ਸਾਡੀਆਂ ਆਤਮਾਵਾਂ ਨੂੰ ਉਤੇਜਿਤ ਕਰਕੇ ਪ੍ਰਕਾਸ਼ ਅਤੇ ਅੱਗ ਦੇ ਨੇੜੇ ਲਿਆਉਣਾ ਸੀ। ਇਨ੍ਹਾਂ ਸ਼ਬਦਾਂ ਨੇ ਇੱਕ ਪਿਆਲੇ ਦਾ ਰੂਪ ਧਾਰਨ ਕਰ ਲਿਆ, ਜਿਸ ਵਿੱਚ ਕਿ ਸਾਨੂੰ ਸਵਰਗ ਦੇ ਅੰਮ੍ਰਿਤ ਨੂੰ ਅਤੇ ਨਰਕ ਦੇ ਜ਼ਹਿਰ ਨੂੰ ਵੀ ਪੀਣਾ ਸੀ।

ਮੈਂ ਬੰਗਲੇ ਤੋਂ ਬਾਹਰ ਨਿਕਲ਼ਿਆ। ਫਾਰਿਸ ਕਰਾਮਾ ਅਤੇ ਸਲਮਾ ਮੈਨੂੰ ਬਾਗ ਦੇ ਫਾਟਕ ਤੱਕ ਛੱਡਣ ਆਏ। ਅੰਤ ਵਿੱਚ ਮੈਂ ਦੋਵਾਂ ਤੋਂ ਵਿਦਾ ਲਈ। ਪਿਆਸੇ ਬੁੱਲ੍ਹ ਪਾਣੀ ਨਾਲ਼ ਭਰੇ ਪਿਆਲੇ ਦੀ ਛੋਹ ਨਾਲ਼ ਹੋਏ ਕੰਪਨ ਵਰਗਾ ਅਨੁਭਵ ਕਰਦੇ ਹਨ, ਉਵੇਂ ਦਾ ਕੰਪਨ ਮੇਰਾ ਧੁਰ ਅੰਦਰ ਮਹਿਸੂਸ ਕਰਨ ਲੱਗਾ।

ਸਫੈਦ ਜਵਾਲਾ

ਅਪ੍ਰੈਲ ਮਹੀਨਾ ਖਤਮ ਹੋਇਆ। ਇਸ ਦਰਮਿਆਨ ਫਾਰਿਸ ਕਰਾਮਾ ਵੱਲ ਮੇਰਾ ਆਉਣਾ-ਜਾਣਾ ਚੱਲਦਾ ਰਿਹਾ। ਹਰ ਵਕਤ ਸਲਮਾ ਨਾਲ ਮੁਲਾਕਾਤ ਜ਼ਰੂਰ ਹੁੰਦੀ। ਮੈਂ ਅਤੇ ਸਲਮਾ ਗੱਲ ਕਰਦੇ-ਕਰਦੇ ਬਾਗ ਦੇ ਕਿਸੇ ਕੋਨੇ ਵੱਲ ਚਲੇ ਜਾਂਦੇ। ਉੱਥੇ ਮੈਂ ਸਲਮਾ ਸਾਹਮਣੇ ਬੈਠ ਕੇ ਉਸਦੇ ਗੁਣਾਂ ਦਾ ਵਿਚਾਰ ਕਰਦਾ। ਉਸਦੇ ਭੋਲੇ ਸੁਭਾਅ 'ਤੇ ਮਨੋਂ-ਮਨੀਂ ਧੰਨ ਧੰਨ ਕਰਦਾ। ਉਸਦੀ ਖਾਮੋਸ਼ ਦਿਲ ਦੀ ਕਸਕ ਦੀ ਪੁਕਾਰ ਸੁਣਦਾ ਅਤੇ ਮਨ ਵਿਚ ਉਸਦੇ ਵੱਲ ਅਗਿਆਤ ਰੂਪ ਨਾਲ ਆਕਰਸ਼ਿਤ ਕਰਨ ਵਾਲੀ ਕਿਸੇ ਅਦਿੱਖ ਹੱਥ ਦੇ ਵਜੂਦ ਦਾ ਅਹਿਸਾਸ ਕਰਦਾ।

ਸਲਮਾ ਦੀ ਹਰੇਕ ਮੁਲਾਕਾਤ ਉਸਦੇ ਸੁਹੱਪਣ ਅਤੇ ਰੂਪ ਦੀ ਅਦਭੁੱਤ ਮਨੋਹਰਤਾ ਅਤੇ ਉਸਦੀ ਆਤਮਾ ਦੇ ਡੂੰਘੇ ਭੇਦਾਂ ਨੂੰ ਮੇਰੇ ਦਿਲ ਵਿੱਚ ਪ੍ਰਗਟ ਕਰਦੀ। ਅੰਤ ਵਿੱਚ ਉਸਦਾ ਵਜੂਦ ਮੇਰੇ ਲਈ ਇੱਕ ਕਿਤਾਬ ਬਣ ਗਿਆ। ਉਸ ਕਿਤਾਬ ਦਾ ਮੈਂ ਬਾਰ-ਬਾਰ ਅਧਿਐਨ ਕਰਦਾ। ਉਸਦੇ ਗੀਤ ਨੂੰ ਬਾਰ-ਬਾਰ ਗੁਣਗੁਣਾਉਂਦਾ। ਇਸ ਕਿਰਿਆ ਦੀ ਸਮਾਪਤੀ ਕਰਨਾ ਮੇਰੇ ਵੱਸੋਂ ਬਾਹਰੀ ਗੱਲ ਸੀ।

ਜਿਸ ਇਸਤਰੀ ਨੂੰ ਕੁਦਰਤ ਨੇ ਸੁੰਦਰ ਰੂਪ ਦੇ ਨਾਲ-ਨਾਲ ਸੁੰਦਰ ਸੁਭਾਅ ਵੀ ਦਿੱਤਾ ਹੈ, ਉਹ ਇਕ ਪ੍ਰਗਟ ਪਰ ਕੋਮਲ ਤੱਥ ਹੈ। ਉਸਦੇ ਪਿਆਰ ਰਾਹੀਂ ਅਸੀਂ ਉਸਨੂੰ ਸਮਝ ਤਾਂ ਜ਼ਰੂਰ ਸਕਦੇ ਹਾਂ ਅਤੇ ਪਵਿੱਤਰਤਾ ਰਾਹੀਂ ਉਸਨੂੰ ਛੂਹ ਵੀ ਸਕਦੇ ਹਾਂ ਪਰ ਉਸਦੀ ਅਸਲੀਅਤ ਦਾ ਜੇਕਰ ਆਪਣੇ ਸ਼ਬਦਾਂ ਵਿੱਚ ਵਰਣਨ ਕਰਨਾ ਚਾਹੀਏ ਤਾਂ ਉਹ ਹੈਰਾਨੀ ਅਤੇ ਸ਼ੱਕ ਦੀ ਧੁੰਦ ਪਿੱਛੇ ਲੁਕ ਕੇ ਸਾਡੀ ਦ੍ਰਿਸ਼ਟੀ ਤੋਂ ਓਹਲੇ ਹੋ ਜਾਂਦੀ ਹੈ।

ਸਲਮਾ ਬਾਰੇ ਵੀ ਇਹੀ ਗੱਲ ਹੈ। ਉਹ ਬਾਹਰੀ ਅਤੇ ਅੰਦਰੂਨੀ ਸੁਹੱਪਣ ਦੀ ਇੱਕ ਕੋਮਲ ਮੂਰਤ ਸੀ। ਇੱਥੋਂ ਤੱਕ ਕਿ ਜੋ ਵਿਅਕਤੀ ਉਸ ਤੋਂ ਜਾਣੂ ਨਹੀਂ ਹੈ, ਉਸਦੇ ਸਾਹਮਣੇ ਉਸਦੇ ਗੁਣਾਂ ਦਾ ਵਰਣਨ ਕਰਨਾ ਕਿਵੇਂ ਸੰਭਵ ਹੈ? ਮੌਤ ਦੀ ਛਾਵੇਂ ਬੈਠਾ ਹੋਇਆ ਮਨੁੱਖ ਕਿਵੇਂ ਬੁੱਲਬੁੱਲ ਦਾ ਗੀਤ, ਫੁੱਲਾਂ ਦੀ ਕਾਨਾਫੂਸੀ ਅਤੇ ਨਦੀ ਦੇ ਸੰਗੀਤ ਨੂੰ ਯਾਦ ਕਰ ਸਕਦਾ ਹੈ? ਕਿਵੇਂ ਭਾਰੀਆਂ ਜ਼ੰਜੀਰਾਂ ਵਿੱਚ ਜਕੜਿਆ ਹੋਇਆ ਕੈਦੀ ਹਰ ਰੋਜ਼ ਦੀ ਖੁਸ਼ਬੂਦਾਰ ਹਵਾ ਦੀਆਂ ਲਹਿਰਾਂ ਨਾਲ਼ ਦੌੜ ਸਕਦਾ ਹੈ?

ਪਰ ਕੀ ਕਈ ਵਾਰੀ ਚੁੱਪੀ ਹੀ ਬੋਲਾਂ ਨਾਲੋਂ ਵੱਧ ਯੋਗ ਨਹੀਂ ਹੁੰਦੀ? ਇਸ ਲਈ ਸਲਮਾ ਨਾਲ਼ ਸਬੰਧਿਤ ਮੈਂ ਆਪਣੇ ਵਿਚਾਰ ਟੁੱਟੀ-ਫੁੱਟੀ ਭਾਸ਼ਾ ਵਿੱਚ ਜੇ ਪ੍ਰਗਟ ਕਰਾਂ ਤਾਂ ਇਸ ਵਿੱਚ ਬੁਰਾ ਕੀ ਹੈ? ਅਜਿਹੀ ਹਾਲਤ ਵਿੱਚ ਸੋਨੇ ਦੀ ਰੇਖਾ ਰਾਹੀਂ ਮੈਂ ਇਸ ਤੱਥ ਦਾ ਚਿੱਤਰ ਨਹੀਂ ਬਣਾ ਸਕਦਾ। ਹਾਂ ਫਿਰ ਵੀ ਉਸਦਾ ਚਿੱਤਰ ਜਿਹੋ ਜਿਹਾ ਬਣ ਸਕਦਾ ਹੈ, ਉਹੋ ਜਿਹਾ ਹੀ ਬਣਾਉਣਾ ਚਾਹੀਦਾ ਹੈ ਕਿਉਂਕਿ ਸਹਾਰਾ ਦੇ ਮਾਰੂਥਲ ਦੇ ਭੁੱਖੇ ਮੁਸਾਫਿਰ ਨੂੰ ਜੇਕਰ ਰਸੀਲਾ ਭੋਜਨ ਨਾ ਮਿਲੇ ਤਾਂ ਉਹ ਰੁੱਖੀ-ਸੁੱਕੀ ਰੋਟੀ ਦੇ ਟੁਕੜੇ ਤੋਂ ਇਨਕਾਰ ਨਹੀਂ ਕਰੇਗਾ, ਇਹ ਪੱਕੀ ਗੱਲ ਹੈ।

ਸਲਮਾ ਦੀ ਛਮਕ ਵਰਗੀ ਦੇਹ ਸੀ। ਰੇਸ਼ਮੀ ਪੁਸ਼ਾਕ ਵਿੱਚ ਉਹ ਇੰਝ ਲੱਗਦੀ

ਸੀ ਜਿਵੇਂ ਮਘੋਰਿਆਂ ਵਿੱਚੋਂ ਪ੍ਰਵੇਸ਼ ਕਰਦੀਆਂ ਚੰਦਰਮਾ ਦੀਆਂ ਕਿਰਨਾਂ। ਉਸਦੀ ਮਨੋਹਰ ਚਾਲ ਸਿੱਧੀ, ਹੌਲ਼ੀ ਅਤੇ ਸੰਤੁਲਿਤ ਸੀ—ਜਿਵੇਂ ਈਰਾਨੀ ਸੰਗੀਤ ਹੋਵੇ। ਉਸਦੀ ਗੱਲਬਾਤ ਕੋਮਲ ਅਤੇ ਮਿੱਠੀ ਸੀ। ਜਿਵੇਂ ਹਵਾ ਦੀਆਂ ਲਹਿਰਾਂ ਰਾਹੀਂ ਫੁੱਲਾਂ ਤੋਂ ਤ੍ਰੇਲ ਦੀ ਬੂੰਦ-ਰੂਪੀ ਮੋਤੀ ਟਪਕਦੇ ਹਨ, ਉਵੇਂ ਹੀ ਪਿਆਰੇ ਲੱਗਣ ਵਾਲ਼ੇ ਬੋਲ ਉਸਦੇ ਠੰਡੇ ਸਾਹ ਵਿੱਚੋਂ ਪੁਣ ਕੇ ਉਸਦੇ ਗੁਲਾਬੀ ਬੁੱਲ੍ਹਾਂ ਤੋਂ ਟਪਕਦੇ ਅਤੇ ਉਸਦਾ ਚਿਹਰਾ! ਅਜਿਹਾ ਕੌਣ ਹੈ, ਜੋ ਉਸਦੇ ਚਿਹਰੇ ਦੇ ਸੁੱਹਪਣ ਦਾ ਸਹੀ-ਸਹੀ ਵਰਣਨ ਕਰ ਸਕੇ? ਜਿਸਨੇ ਪੀਲ਼ੇ ਰੰਗ ਦੇ ਪਾਰਦਰਸ਼ਕ ਪਰਦੇ ਵਿੱਚ ਲੁਕਣ ਦੇ ਨਾਲ਼-ਨਾਲ਼ ਖੁਦ ਨੂੰ ਖੁੱਲ੍ਹਾ ਵੀ ਰੱਖਿਆ ਹੈ, ਉਸ ਵਿੱਚੋਂ ਖਾਮੋਸ਼ ਅਤੇ ਦੁੱਖੀ ਚਿਹਰੇ ਦਾ ਜਿਉਂ-ਦਾ-ਤਿਉਂ ਚਿੱਤਰ ਅੰਕਿਤ ਕਰ ਸਕਣ ਵਾਲ਼ੇ ਕਿਹੜੇ ਸ਼ਬਦ ਹਨ? ਭਾਵ ਜੋ ਹਰੇਕ ਪਲ ਇੱਕ ਪਵਿੱਤਰ ਦੁੱਖੀ ਆਤਮਾ ਦੇ ਦਰਦ ਨੂੰ ਪ੍ਰਗਟ ਕਰਦਾ ਹੈ ਅਤੇ ਇਸ ਦੁਨੀਆ 'ਚੋਂ ਹਜ਼ਾਰਾਂ ਕੋਹਾਂ ਦੂਰੋਂ ਆਉਣ ਵਾਲ਼ੇ ਅਧਿਆਤਮਿਕ ਸੰਸਾਰ ਦੀ ਝਾਕੀ ਦਰਸ਼ਕਾਂ ਨੂੰ ਕਰਾਉਂਦਾ ਹੈ, ਉਸਦੀ ਅਜਿਹੀ ਦੇਹ ਦੇ ਪੈਰ ਦੇ ਨਹੁੰ ਤੋਂ ਲੈ ਕੇ ਸਿਰ ਦੇ ਵਾਲ਼ਾਂ ਤੱਕ ਦਾ ਵਰਣਨ ਕਰਨ ਦੀ ਸ਼ਕਤੀ ਕਿਸ ਭਾਸ਼ਾ ਵਿੱਚ ਹੈ?

ਮਨੁੱਖ ਨੇ ਸੁੰਦਰਤਾ ਦਾ ਜੋ ਮਾਪਦੰਡ ਨਿਸ਼ਚਿਤ ਕੀਤਾ ਹੈ, ਉਸ ਨਾਲ਼ ਸਲਮਾ ਦੇ ਚਿਹਰੇ ਦੇ ਸੁਹੱਪਣ ਨੂੰ ਨਹੀਂ ਮਾਪਿਆ ਜਾ ਸਕਦਾ, ਕਿਉਂਕਿ ਉਸਦੇ ਚਿਹਰੇ ਦਾ ਸੁਹੱਪਣ ਉੱਚ ਵਿਚਾਰ ਅਤੇ ਮਿੱਠੇ ਸੁਪਨੇ ਵਾਂਗ ਹੈ, ਜੋ ਬੇਅੰਤ ਅਤੇ ਭੋਲ਼ੇ ਹਨ। ਉਸਨੂੰ ਨਾ ਤਾਂ ਚਿੱਤਰਕਾਰ ਦਾ ਬੁਰਸ਼ ਆਕਾਰ ਦੇ ਸਕਦਾ ਹੈ ਅਤੇ ਨਾ ਕਾਰੀਗਰ ਦੀ ਛੈਣੀ ਹੀ ਉਸਨੂੰ ਤ੍ਰਾਸ਼ ਸਕਦੀ ਹੈ।

ਸਲਮਾ ਦਾ ਸੁਹੱਪਣ ਉਸਦੇ ਸੁਨਹਿਰੀ ਵਾਲ਼ਾਂ ਵਿੱਚ ਨਹੀਂ ਸੀ। ਉਹ ਤਾਂ ਉਸਦੇ ਜਲੌਅ ਵਿੱਚ ਸੀ, ਜੋ ਕਿ ਉਨ੍ਹਾਂ ਵਾਲ਼ਾਂ ਦੇ ਚਾਰੇ ਪਾਸੇ ਘਿਰਿਆ ਸੀ। ਉਸਦਾ ਸੁਹੱਪਣ ਉਸਦੀਆਂ ਵਿਸ਼ਾਲ ਅੱਖਾਂ ਵਿੱਚ ਨਹੀਂ ਸੀ, ਉਨ੍ਹਾਂ ਦੀ ਚਮਕ ਵਿੱਚ ਸੀ ਜੋ ਕਿ ਉਸਦੀਆਂ ਅੱਖਾਂ ਵਿੱਚ ਦਿਖਾਈ ਦਿੰਦੀ ਸੀ। ਉਸਦਾ ਸੁਹੱਪਣ ਉਸਦੇ ਗੁਲਾਬੀ ਬੁੱਲ੍ਹਾਂ ਵਿੱਚ ਨਹੀਂ ਸੀ ਪਰ ਉਸਦੇ ਮਨੋਹਰਤਾ ਵਿੱਚ ਸੀ, ਜੋ ਕਿ ਉਸਦੇ ਬੁੱਲ੍ਹਾਂ ਵਿੱਚੋਂ ਟਪਕਦੀ ਸੀ। ਉਸਦਾ ਸੁਹੱਪਣ ਉਸਦੀ ਜਵਾਨ ਗਰਦਨ ਵਿੱਚ ਨਹੀਂ ਸੀ ਸਗੋਂ ਉਸਦੇ ਮਰੋੜ ਵਿੱਚ ਸੀ, ਜੋ ਕਿ ਸੁਭਾਵਿਕ ਰੂਪ ਨਾਲ਼ ਗਰਦਨ ਝੁਕਾਉਣ ਨਾਲ਼ ਪੈਦਾ ਹੁੰਦਾ ਸੀ।

ਸਲਮਾ ਦਾ ਸੁਹੱਪਣ ਉਸਦੀ ਦੇਹ ਦੀਆਂ ਵਿਸ਼ੇਸ਼ਤਾਵਾਂ ਵਿੱਚ ਨਹੀਂ, ਉਸਦੀ ਆਤਮਾ ਦੀ ਮਹਾਨਤਾ ਵਿੱਚ ਸੀ। ਉਸਦੀ ਆਤਮਾ ਬੇਅੰਤ ਭੂਮੀ ਅਤੇ ਅਨੰਤ ਅਕਾਸ਼ ਦਰਮਿਆਨ ਤਰੰਗਿਤ ਹੁੰਦੀ ਸਫੈਦ ਅੱਗ ਦੀ ਜਵਾਲਾ ਵਾਂਗ ਸੀ।

ਸਲਮਾ ਦਾ ਸੁਹੱਪਣ ਕਵੀਆਂ ਦੀਆਂ ਉਨ੍ਹਾਂ ਸੂਖਮ ਕਲਪਨਾਵਾਂ ਨਾਲ਼ ਸਬੰਧ ਕਾਇਮ ਕਰਦਾ ਹੈ, ਜਿਨ੍ਹਾਂ ਦੀ ਛਾਂ ਸਾਨੂੰ ਕਾਲ਼ੇ ਲੋਕਾਂ ਦੇ ਦੇਸ਼ ਦੇ ਅਮਰਗੀਤ ਅਤੇ ਚਿੱਤਰਾਂ ਵਿੱਚ ਦ੍ਰਿਸ਼ਟੀਗੋਚਰ ਹੁੰਦੀ ਹੈ। ਪਰ ਕਲਪਨਾਸ਼ੀਲ ਕਵੀ ਅਤੇ ਚਿੱਤਰਕਾਰ ਬਦਕਿਸਮਤ ਹਨ ਕਿਉਂਕਿ ਉਹ ਖੁਦ ਅਤੇ ਉਨ੍ਹਾਂ ਦੀਆਂ ਸੰਪੂਰਨ ਆਤਮਿਕ ਮਹਾਨਤਾਵਾਂ ਹੰਝੂਆਂ ਦੇ ਪਰਦਿਆਂ ਨਾਲ਼ ਢੱਕੀਆਂ ਰਹਿੰਦੀਆਂ ਹਨ।

ਸਲਮਾ ਸੋਚਦੀ ਵੱਧ ਸੀ, ਪਰ ਬੋਲਦੀ ਬਹੁਤ ਘੱਟ ਸੀ। ਉਸਦੀ ਅਜਿਹੀ

ਮਿੱਠ ਬੋਲੀ ਵਿੱਚ ਵਿਸ਼ੇਸ਼ ਸ਼ਾਂਤੀ ਵਿੱਚ ਇੱਕ ਤਰ੍ਹਾਂ ਦਾ ਸੰਗੀਤ ਛਿੜ ਰਿਹਾ ਸੀ, ਜੋ ਉਸਦੇ ਨੇੜੇ ਬੈਠਣ ਵਾਲ਼ਿਆਂ ਨੂੰ ਸੁਪਨਿਆਂ ਦੇ ਦੂਰਵਰਤੀ ਪਵਿੱਤਰ ਥਾਵਾਂ ਵਿੱਚ ਖਿੱਚ ਲੈ ਜਾਂਦਾ ਸੀ। ਇਹ ਸੰਗੀਤ ਉਨ੍ਹਾਂ ਨੂੰ ਸਲਮਾ ਦੇ ਦਿਲ ਦੇ ਕਾਂਬੇ ਨੂੰ ਸੁਣ ਸਕਣ ਦੀ ਅਤੇ ਉਸਦੇ ਵਿਚਾਰ ਅਤੇ ਭਾਵਾਂ ਨੂੰ ਆਪਣੀ ਨਜ਼ਰ ਸਾਹਮਣੇ ਘੁੰਮਦੇ ਹੋਏ ਦੇਖ ਸਕਣ ਦੀ ਯੋਗਤਾ ਪ੍ਰਦਾਨ ਕਰਦਾ ਸੀ।

ਪਰ ਜਿਵੇਂ ਸਲਮਾ ਦੇ ਸੱਚੇ ਕਿਰਦਾਰ ਅਤੇ ਗੁਣ-ਰੂਪੀ ਸੋਨੇ ਵਿੱਚ ਖੁਸ਼ਬੂ ਮਿਲ਼ੀ ਸੀ, ਉਵੇਂ ਹੀ ਉਸਦੀ ਸਭ ਤੋਂ ਵੱਡੀ ਵਿਸ਼ੇਸ਼ਤਾ ਤਾਂ ਉਸਨੂੰ ਨਿਰਾਧਾਰ ਅਤੇ ਜਖ਼ਮੀ ਕਰਨ ਵਾਲ਼ੀ ਦਿਲੀ-ਕਸਕ ਸੀ। ਇਹ ਦਿਲੀ-ਕਸਕ ਇੱਕ ਬਾਰੀਕ ਸ਼ਾਲ ਵਾਂਗ ਸੀ, ਜਿਸਦੀ ਬੁੱਕਲ ਮਾਰਨ ਨਾਲ਼ ਸਲਮਾ ਦੇ ਸਰੀਰਕ ਸੁਹੱਪਣ ਵਿੱਚ ਤੇਜ਼ ਅਤੇ ਵਿਲੱਖਣਤਾ ਦਾ ਵਾਧਾ ਹੁੰਦਾ ਸੀ। ਜਿਵੇਂ ਰੋਜ਼ ਦੀ ਧੁੰਦ ਪਿੱਛੇ ਫੁੱਲਾਂ ਨਾਲ਼ ਢਕੀਆਂ ਰੁੱਖਾਂ ਦੀਆਂ ਟਹਿਣੀਆਂ ਦੇ ਧੁੰਦਲੇ ਪਰ ਸੁੰਦਰ ਨਜ਼ਾਰੇ ਦਿਖਾਈ ਦਿੰਦੇ ਹਨ, ਉਵੇਂ ਇਸ ਸ਼ਾਲ ਦੀ ਬੁਨਾਵਟ ਪਿੱਛੇ ਸਲਮਾ ਦੀ ਆਤਮਾ ਦਾ ਤੇਜ਼ ਝਲਕਦਾ ਸੀ।

ਇਸੇ ਦਿਲੀ-ਕਸਕ ਨੇ ਮੇਰੀ ਅਤੇ ਸਲਮਾ ਦੀਆਂ ਆਤਮਾਵਾਂ ਵਿਚਾਲੇ ਮਿਲਾਪ ਦਾ ਸਬੰਧ ਪੈਦਾ ਕੀਤਾ। ਉਸਦੇ ਸਹਾਰੇ ਹੀ ਸਾਡੇ ਵਿੱਚੋਂ ਇੱਕ ਦੇ ਮਨ ਦੇ ਗਿਆਨ ਦਾ ਅਸਰ ਦੂਸਰੇ ਦੇ ਚਿਹਰੇ 'ਤੇ ਸਪੱਸ਼ਟ ਰੂਪ ਨਾਲ਼ ਦਿਖਾਈ ਦੇਣ ਲੱਗਿਆ ਅਤੇ ਇੱਕ ਦੇ ਦਿਲ ਵਿੱਚ ਉੱਠਦੀ ਟੀਸ ਦੀਆਂ ਅਵਾਜ਼ਾਂ ਦੂਸਰੇ ਦੇ ਦਿਲ ਦੇ ਪਰਦੇ 'ਤੇ ਪੈਂਦੀਆਂ ਸੁਣਾਈ ਦਿੱਤੀਆਂ।

ਇੰਞ ਲੱਗਦਾ ਸੀ ਜਿਵੇਂ ਕੁਦਰਤ ਨੇ ਸਾਨੂੰ ਦੋਵਾਂ ਨੂੰ ਇੱਕ-ਦੂਜੇ ਲਈ ਲਕਵਾਗ੍ਰਸਤ ਬਣਾ ਦਿੱਤਾ ਹੋਵੇ। ਜਦੋਂ ਇੱਕ ਅੰਗ ਦੂਸਰੇ ਅੰਗ ਨਾਲ਼ ਪਵਿੱਤਰਤਾ ਨਾਲ਼ ਜੁੜਦਾ ਹੈ, ਉਦੋਂ ਇੱਕ ਸੰਪੂਰਨ ਵਿਅਕਤੀਤਵ ਖੜ੍ਹਾ ਹੁੰਦਾ ਹੈ ਅਤੇ ਜਦੋਂ ਇੱਕ-ਦੂਜੇ ਤੋਂ ਵੱਖ ਹੁੰਦਾ ਹੈ, ਉਦੋਂ ਆਪਣੀ ਆਤਮਾ ਵਿੱਚ ਇੱਕ ਕਲੇਸ਼ ਭਰੀ ਕਮੀ ਮਹਿਸੂਸ ਹੁੰਦੀ ਹੈ।

ਆਪਣੇ ਦੇਸ਼ ਤੋਂ ਹਜ਼ਾਰਾਂ ਕੋਹ ਦੂਰ ਪ੍ਰਦੇਸ਼ਾਂ ਵਿੱਚ ਪਿਆ ਹੋਇਆ ਇੱਕ ਮਨੁੱਖ ਆਪਣੇ ਹਮ ਵਤਨ ਨਾਲ਼ ਮਿਲਦੇ ਹੋਏ ਜੋ ਅਨੰਦ ਮਹਿਸੂਸ ਕਰਦਾ ਹੈ, ਉਹ ਅਨੰਦ ਇੱਕ ਦੁਖੀ ਅਤੇ ਉਦਾਸ ਮਨੁੱਖ ਉਸਦੇ ਵਰਗਾ ਹੀ ਗੁਣ, ਹਾਲਤ ਅਤੇ ਅਨੁਭਵ ਵਾਲ਼ੇ ਮਨੁੱਖ ਨਾਲ਼ ਮਿਲਦੇ ਹੋਏ ਮਹਿਸੂਸ ਕਰਦਾ ਹੈ।

ਜਿਨ੍ਹਾਂ ਦਿਲਾਂ ਨੂੰ ਦਿਲੀ-ਕਸਕ ਦੇ ਰੋਗ ਨੇ ਇੱਕ-ਦੂਜੇ ਦੇ ਨੇੜੇ ਲਿਆ ਦਿੱਤਾ ਹੈ, ਉਹ ਨਾ ਤਾਂ ਸੁੱਖ ਅਤੇ ਸੰਤੋਖ ਦੇ ਅਨੰਦ ਤੋਂ ਵੱਖ ਹੋ ਸਕਦੇ ਹਨ ਅਤੇ ਨਾ ਚੈਨ ਅਤੇ ਆਰਾਮ ਦੇ ਸ਼ੋਰ ਤੋਂ ਵੱਖ ਹੋ ਸਕਦੇ ਹਨ ਕਿਉਂਕਿ ਦੋਵੇਂ ਆਤਮਾਵਾਂ ਦੀ ਦਿਲੀ-ਕਸਕ ਰਾਹੀਂ ਪੈਦਾ ਹੋਇਆ ਸਬੰਧ ਬਹੁਤ ਮਜ਼ਬੂਤ ਹੁੰਦਾ ਹੈ ਅਤੇ ਉਹ ਪਿਆਰ ਜਿਸ ਨੂੰ ਅੱਖਾਂ ਨੇ ਆਪਣੇ ਅੱਥਰੂਆਂ ਨਾਲ਼ ਨੁਆ ਦਿੱਤਾ ਹੈ, ਸਦਾ ਲਈ ਪਵਿੱਤਰ, ਸੁੰਦਰ ਅਤੇ ਟਿਕਾਊ ਬਣ ਜਾਂਦਾ ਹੈ।

ਤੂਫ਼ਾਨ

ਕਿੰਨੇ ਹੀ ਦਿਨਾਂ ਪਿੱਛੋਂ ਫਾਰਿਸ ਕਰਾਮਾ ਨੇ ਮੈਨੂੰ ਆਪਣੇ ਭਵਨ ਵਿੱਚ ਰਾਤ ਦੇ ਭੋਜਨ ਲਈ ਸੱਦਿਆ। ਮੈਂ ਖੁਸ਼ੀ ਖੁਸ਼ੀ ਉਸਦੇ ਘਰ ਗਿਆ। ਕਾਰਨ, ਕੁਦਰਤ ਨੇ ਹੀ ਜਿਸ ਨੂੰ ਸੁਹਾਵਨੀ ਬਣਾਇਆ ਸੀ, ਉਸ ਸਲਮਾ ਦੀ ਮਿਲਨ-ਰੂਪੀ ਪਵਿੱਤਰ ਰੋਟੀ ਦੀ ਭੁੱਖ ਤਾਂ ਮੇਰੀ ਆਤਮਾ ਅਨੁਭਵ ਕਰਨ ਲੱਗੀ ਸੀ। ਉਹ ਅਧਿਆਤਮਕ ਜਗਤ ਦੀ ਰੋਟੀ ਸੀ, ਜਿਸ ਨੂੰ ਆਪਣੀ ਆਤਮਾ ਦੇ ਮੂੰਹ ਰਾਹੀਂ ਖਾਧਾ ਜਾਂਦਾ ਸੀ ਅਤੇ ਇਸ ਨੂੰ ਖਾਣ ਉਪਰੰਤ ਨਿਰੰਤਰ ਭੁੱਖ ਸ਼ਾਂਤ ਹੋਣ ਦੇ ਬਦਲੇ ਉਲਟੇ ਹੋਰ ਵੱਧ ਜਾਂਦੀ ਸੀ। ਇਸ ਰੂਪਹਿਰੀ ਰੋਟੀ ਦਾ ਸਵਾਦ ਅਰਬਸਤਾਨ ਦੇ ਕੇਸੇ, ਇਟਲੀ ਵਿੱਚ ਦਾਂਤੇ ਅਤੇ ਗ੍ਰੀਸ ਵਿੱਚ ਸੈਫੂ ਨੇ ਚਖਿਆ ਹੀ ਸੀ ਕਿ ਉਨ੍ਹਾਂ ਦੇ ਮਨ ਵਿੱਚ ਹੋਰ ਦੇਹ ਚੇਤਨਾ ਚਮਕ ਉੱਠੀ ਇਸ ਰੋਟੀ ਦੇ ਆਟੇ ਨੂੰ ਕੁਦਰਤ ਨੇ ਚੁੰਮਨਾਂ ਦੀ ਮਧੁਰਤਾ ਅਤੇ ਹੰਝੂਆਂ ਦੀ ਕੜਵਾਹਟ ਨਾਲ਼ ਗੁੰਨ੍ਹਿਆ ਅਤੇ ਚੇਤੰਨ ਅਤੇ ਭਾਵਨਾਸ਼ੀਲ ਆਤਮਾਵਾਂ ਨੇ ਆਹਾਰ ਲਈ ਇਸਦਾ ਨਿਰਮਾਣ ਕੀਤਾ; ਜਿਸ ਨਾਲ਼ ਆਤਮਾ ਉਸਦੇ ਸਵਾਦ ਨਾਲ਼ ਅਨੰਦ ਪ੍ਰਾਪਤ ਕਰੇ ਅਤੇ ਉਸਦੇ ਅਸਰ ਹੇਠ ਖ਼ੁਦ ਦੀ ਇੱਛਾ ਨਾਲ਼ ਆਪਣੇ ਉੱਪਰ ਦੁਖ ਝੱਲਣਾ ਸਿਖੇ।

ਬੰਗਲੇ ਵਿੱਚ ਪਹੁੰਚ ਕੇ ਮੈਂ ਦੇਖਿਆ ਕਿ ਸਲਮਾ ਬਾਗ ਦੇ ਇੱਕ ਕੋਨੇ ਵਿੱਚ ਆਪਣੇ ਸਿਰ ਨੂੰ ਰੁੱਖ ਦੇ ਤਣੇ ਨਾਲ਼ ਟਿਕਾਈ ਲੱਕੜੀ ਦੇ ਬੈਂਚ 'ਤੇ ਬੈਠੀ ਹੈ। ਸਫੈਦ ਕੱਪੜਿਆਂ ਵਿੱਚ ਉਹ ਕਿੰਨੀ ਸੋਹਣੀ ਦਿਖਾਈ ਦਿੰਦੀ ਸੀ, ਜਿਵੇਂ ਕਲਪਨਾ ਦੀ ਪਰੀ ਇਸ ਸਥਾਨ ਦੀ ਦੇਖਭਾਲ਼ ਕਰ ਰਹੀ ਹੈ। ਮੈਂ ਹੌਲ਼ੀ ਹੌਲ਼ੀ ਉਸਦੇ ਵੱਲ ਅੱਗੇ ਵਧਿਆ ਅਤੇ ਜਿਵੇਂ ਭਗਤ ਅਗਨੀਪੂਜਕ ਪਵਿੱਤਰ ਅਗਨੀ ਕੋਲ਼ ਬੈਠੇ, ਉਵੇਂ ਹੀ ਉਸਦੇ ਨੇੜੇ ਬੈਠ ਗਿਆ। ਜਿਵੇਂ ਹੀ ਮੈਂ ਉਸਦੇ ਨਾਲ਼ ਗੱਲਾਂ ਕਰਨ ਦੀ ਕੋਸ਼ਿਸ਼ ਕੀਤੀ। ਉਵੇਂ ਹੀ ਮੈਨੂੰ ਆਪਣੀ ਜੀਭ ਚਿਪਕ ਜਾਣ ਅਤੇ ਬੁੱਲ੍ਹ ਸੀਤੇ ਜਾਣ ਦਾ ਅਨੁਭੰਵ ਹੋਣ ਲੱਗਾ।

ਇਸ ਹਾਲਤ ਵਿੱਚ ਮੈਂ ਚੁੱਪ ਰਹਿਣਾ ਹੀ ਯੋਗ ਸਮਝਿਆ ਕਿਉਂਕਿ ਜੋ ਭਾਵਨਾ ਡੂੰਘਾਈ ਦੇ ਨਾਲ਼ ਨਾਲ਼ ਅਨੰਤ ਵੀ ਹੈ, ਉਸਦਾ ਸੀਮਤ ਸ਼ਬਦਾਂ ਦੇ ਸਹਾਰੇ ਵਰਣਨ ਕਰਨ ਨਾਲ਼ ਉਸਦੇ ਅਰਥ ਦੀ ਵਿਸ਼ੇਸ਼ਤਾ ਨਸ਼ਟ ਹੋ ਜਾਂਦੀ ਹੈ। ਇਸ ਸ਼ਾਂਤੀ ਵਿੱਚ ਹੀ ਸਲਮਾ ਮੇਰੀ ਪਿਆਰ ਦੀ ਬੇਨਤੀ ਸੁਣ ਰਹੀ ਹੈ ਅਤੇ ਖੁੱਲ੍ਹੀਆਂ ਅੱਖਾਂ ਨਾਲ਼ ਮੇਰੀ ਆਤਮਾ ਦੇ ਇੱਧਰ ਉੱਧਰ ਹਿਲਦੇ ਜੁਲਦੇ ਪਰਛਾਵੇਂ ਦੇਖ ਰਹੀ ਹੈ। ਇਹ ਸਮਝੇ ਬਿਨਾਂ ਮੈਂ ਨਹੀਂ ਰਿਹਾ।

ਥੋੜ੍ਹੀ ਦੇਰ ਬਾਅਦ ਫਾਰਿਸ ਕਰਾਮਾ ਬਾਗ ਵਿੱਚ ਆਇਆ ਅਤੇ ਉਸਨੇ ਆਪਣੇ ਨਿੱਤ ਦੇ ਸੁਭਾਅ ਅਨੁਸਾਰ ਮੇਰਾ ਸਵਾਗਤ ਕਰਨ ਲਈ ਆਪਣਾ ਹੱਥ ਵਧਾਇਆ। ਇੰਞ ਮਹਿਸੂਸ ਹੁੰਦਾ ਸੀ ਕਿ ਇਸ ਢੰਗ ਨਾਲ਼ ਉਹ ਗੁਪਤ ਰੂਪ ਨਾਲ਼ ਮੇਰੀ ਅਤੇ ਆਪਣੀ ਪੁੱਤਰੀ ਦੀਆਂ ਆਤਮਾਵਾਂ ਨੂੰ ਇੱਕ ਤਾਰ ਵਿੱਚ ਬੰਨ੍ਹ ਕੇ ਅਸ਼ੀਰਵਾਦ ਦੇ ਰਿਹਾ ਹੈ। ਮੁਸਕਰਾਉਂਦੇ ਹੋਏ ਉਸਨੇ ਕਿਹਾ, "ਮੇਰੇ ਬੱਚਿਓ, ਚੱਲੋ, ਭੋਜਨ ਤਿਆਰ ਹੈ।"

ਅਸੀਂ ਦੋਵੇਂ ਉੱਠੇ ਅਤੇ ਉਸਦੇ ਪਿੱਛੇ ਪਿੱਛੇ ਚੱਲਣ ਲੱਗੇ। ਸਲਮਾ ਆਪਣੀਆਂ ਕੱਜਲ ਭਰੀਆਂ ਅਤੇ ਹੇਠਾਂ ਵੇਖਦੀਆਂ ਅੱਖਾਂ ਦੇ ਸਹਾਰੇ ਪਿਆਰ ਅਤੇ ਹਮਦਰਦੀ ਦੀ ਨਜ਼ਰ ਮੇਰੇ ਉੱਪਰ ਸੁੱਟ ਰਹੀ ਸੀ ਜਿਵੇਂ ਉਸਦੇ ਪਿਤਾ ਦੇ "ਮੇਰੇ ਬੱਚਿਓ" ਸ਼ਬਦਾਂ ਨੇ ਉਸਦੇ ਦਿਲ ਵਿੱਚ ਕੋਈ ਨਵੀਂ ਅਤੇ ਮਧੁਰ ਭਾਵਨਾ ਜਗਾਈ ਹੋਵੇ। ਜਿਵੇਂ ਕੋਈ ਬੱਚਾ ਆਪਣੀ ਮਾਂ ਦੀ ਛਾਤੀ ਨਾਲ਼ ਚਿਪਕ ਰਿਹਾ ਹੈ, ਓਵੇਂ ਹੀ ਇਸ ਭਾਵਨਾ ਨਾਲ਼ ਮੇਰੇ ਪ੍ਰਤੀ ਸਲਮਾ ਦਾ ਪਿਆਰ ਸਾਡੇ ਨਾਲ਼ ਚਿਪਕ ਰਿਹਾ ਹੋਵੇ, ਇਹ ਪ੍ਰਗਟ ਹੁੰਦਾ ਸੀ। ਅਸੀਂ ਤਿੰਨੋ ਖਾਣ ਦੇ ਮੇਜ਼ ਦੇ ਆਸਪਾਸ ਬੈਠ ਕੇ ਖਾਣ-ਪੀਣ ਅਤੇ ਗੱਲਾਂ ਵਿੱਚ ਰੁੱਝੇ ਸੀ। ਵੱਖੋ ਵੱਖਰੇ ਸੁਆਦੀ ਭੋਜਨ ਅਤੇ ਭਿੰਨ ਭਿੰਨ ਪ੍ਰਕਾਰ ਦੀ ਸ਼ਰਾਬ ਦਾ ਸੁਆਦ ਚੱਖ ਰਹੇ ਸੀ। ਇਸ ਸਮੇਂ ਸਾਡੀਆਂ ਆਤਮਾਵਾਂ ਸਾਡੇ ਤੋਂ ਅਣਜਾਣ ਰਹਿ ਕੇ ਇਸ ਦੁਨੀਆ ਤੋਂ ਦੂਰ ਕਿਸੇ ਦੁਨੀਆ ਵਿੱਚ ਉੱਡ ਰਹੀਆਂ ਸਨ। ਉਹ ਭਵਿੱਖਤ ਕਾਲ਼ ਦੇ ਸੁਪਨੇ ਦੇਖ ਰਹੀਆਂ ਸਨ ਅਤੇ ਉਸਦੀਆਂ ਸਾਰੀਆਂ ਕ੍ਰੋਪੀਆਂ ਅਤੇ ਭਿਆਨਕਤਾਵਾਂ ਦਾ ਸਾਹਮਣਾ ਕਰਨ ਲਈ ਤਿਆਰ ਸਨ।

ਅਸੀਂ ਤਿੰਨੋ ਅਜਿਹੇ ਵਿਅਕਤੀ ਸੀ, ਜਿਨ੍ਹਾਂ ਦੀਆਂ ਕਲਪਨਾਵਾਂ ਜੀਵਨ ਵਿੱਚ ਉਦੇਸ਼ ਦੀ ਨਜ਼ਰ ਤੋਂ ਵੱਖ ਵੱਖ ਅਤੇ ਜਿਨ੍ਹਾਂ ਦਾ ਦਿਲ ਮਿੱਤਰਤਾ ਅਤੇ ਪਿਆਰ ਦੇ ਕਾਰਨ ਇੱਕ ਸੀ।

ਅਸੀਂ ਤਿੰਨੋ ਅਜਿਹੇ ਨਿਰਬਲ ਅਤੇ ਨਿਰਦੋਸ਼ ਪ੍ਰਾਣੀ ਸੀ, ਜਿਨ੍ਹਾਂ ਕੋਲ਼ ਗਿਆਨ ਵੱਧ ਅਤੇ ਬੁੱਧੀ ਘੱਟ ਸੀ। ਆਹ! ਇਹ ਇੱਕ ਅਜਿਹਾ ਨਾਟਕ ਹੈ, ਜੋ ਕਿ ਕੇਵਲ ਆਤਮਾ ਦੀ ਰੰਗ ਭੂਮੀ ਉੱਪਰ ਚੱਲਦਾ ਹੈ।

ਇੱਕ ਸੱਜਣ ਅਤੇ ਮਾਣ-ਯੋਗ ਬਜ਼ੁਰਗ ਪੁਰਸ਼ ਹੈ, ਉਹ ਆਪਣੀ ਪੁੱਤਰੀ ਨਾਲ਼ ਪਿਆਰ ਕਰਦਾ ਹੈ ਅਤੇ ਉਸਨੂੰ ਸੁੱਖ ਕਿਵੇਂ ਮਿਲ਼ੇ, ਉਸ ਤੋਂ ਇਲਾਵਾ ਹੋਰ ਕਿਸੇ ਤਰ੍ਹਾਂ ਦਾ ਚਿੰਤਨ ਨਹੀਂ ਕਰਦਾ।

ਇੱਕ ਵੀਹ ਸਾਲਾਂ ਦੀ ਸੁੰਦਰ ਕੁਆਰੀ ਹੈ, ਜੋ ਕਈ ਵਾਰ ਭਵਿੱਖ ਨੂੰ ਆਪਣੇ ਨੇੜੇ ਅਤੇ ਕਈ ਵਾਰ ਦੂਰ ਦੇਖਦੀ ਹੈ। ਆਪਣੇ ਭਵਿੱਖ ਵਿੱਚ ਖੁਸ਼ਕਿਸਮਤੀ ਅਤੇ ਬਦਕਿਸਮਤੀ ਦੀਆਂ ਕਿਹੜੀਆਂ ਕਿਹੜੀਆਂ ਸਮੱਗਰੀਆਂ ਲੁਕੀਆਂ ਹੋਈਆਂ ਹਨ, ਉਨ੍ਹਾਂ ਨੂੰ ਜਾਣਨ ਲਈ ਸਦਾ ਉਤਸੁਕ ਰਹਿੰਦੀ ਹੈ।

ਸੁਪਨੇ ਅਤੇ ਕਲਪਨਾਵਾਂ ਦੇ ਸੰਸਾਰ ਵਿੱਚ ਵੱਸਣ ਵਾਲ਼ਾ ਇੱਕ ਨੌਜਵਾਨ ਹੈ। ਉਸਨੇ ਅਜੇ ਤੱਕ ਜ਼ਿੰਦਗੀ ਦੇ ਪਿਆਲੇ ਵਿੱਚ ਸੁੱਖ ਦੁਖ ਦੀ ਸ਼ਰਾਬ ਨਹੀਂ ਪੀਤੀ ਹੈ। ਉਹ ਦਰਸ਼ਨ ਅਤੇ ਪਿਆਰ ਦੇ ਸੰਸਾਰ ਵਿੱਚ ਵਿਚਰਨ ਲਈ ਪੰਖ ਫੜਫੜਾ ਰਿਹਾ ਹੈ ਪਰ ਉਸਦੀ ਕਮਜ਼ੋਰੀ ਉਸਨੂੰ ਅਜਿਹਾ ਕਰਨ ਤੋਂ ਰੋਕਦੀ ਹੈ।

ਸ਼ਹਿਰ ਤੋਂ ਦੂਰ, ਰਾਤ ਦੀ ਸ਼ਾਂਤੀ ਵਿੱਚ ਪਸਰੇ ਇਕਾਂਤ ਭਵਨ ਵਿੱਚ ਭੋਜਨ ਦੀ ਮੇਜ਼ ਦੇ ਆਸਪਾਸ ਤਿੰਨੋਂ ਬੈਠੇ ਸਨ। ਇਸ ਭਵਨ ਨੂੰ ਸਿਰਜਣਹਾਰ ਦੀ ਨਜ਼ਰ ਟਿਕਟਿਕੀ ਲਗਾ ਕੇ ਦੇਖ ਰਹੀ ਸੀ। ਤਿੰਨੋਂ ਖਾਣ ਪੀਣ 'ਚ ਰੁਝੇ ਸਨ। ਸਿਰਜਣਹਾਰ ਨੇ ਇਨ੍ਹਾਂ ਦੇ ਭੋਜਨ ਦੀਆਂ ਥਾਲ਼ੀਆਂ ਵਿੱਚ ਹਲਾਲ ਜ਼ਹਿਰ ਅਤੇ ਪਿਆਲੇ ਵਿੱਚ ਕੰਡੇ ਲੁਕਾ ਕੇ ਰੱਖੇ ਸਨ।

ਅਜੇ ਭੋਜਨ ਖ਼ਤਮ ਵੀ ਨਹੀਂ ਹੋਇਆ ਸੀ ਕਿ ਉਸ ਕਮਰੇ ਵਿੱਚ ਇੱਕ ਦਾਸੀ

ਦਾਖਲ਼ ਹੋਈ ਅਤੇ ਫਾਰਿਸ ਕਰਾਮਾ ਵੱਲ ਇਸ਼ਾਰਾ ਕਰਕੇ ਕਹਿਣ ਲੱਗੀ, "ਮਾਲਿਕ ਸਾਹਿਬ, ਬਾਹਰ ਇੱਕ ਆਦਮੀ ਤੁਹਾਨੂੰ ਮਿਲਣ ਆਇਆ ਹੈ।"

ਫਾਰਿਸ ਕਰਾਮਾ ਨੇ ਉਸਨੂੰ ਇੱਕ ਦਮ ਸਵਾਲ ਕੀਤਾ, "ਕੌਣ ਹੈ?"

ਦਾਸੀ ਨੇ ਜਵਾਬ ਵਿੱਚ ਕਿਹਾ, "ਮੇਰਾ ਖ਼ਿਆਲ ਹੈ ਕਿ ਉਹ ਪਾਦਰੀ ਮਤਰਾਨ ਸਾਹਿਬ ਦਾ ਨੌਕਰ ਹੈ।"

ਫਾਰਿਸ ਕਰਾਮਾ ਇੱਕ ਪਲ਼ ਲਈ ਅਵਾਕ ਰਹਿ ਗਿਆ। ਕੋਈ ਪੈਗੰਬਰ ਸਵਰਗ ਦੇ ਭੇਦ ਦਾ ਪਾਰ ਪਾਉਣ ਲਈ ਅਕਾਸ਼ ਦੇ ਸਾਹਮਣੇ ਦੇਖੇ, ਇਸ ਤਰ੍ਹਾਂ ਉਹ ਆਪਣੀ ਪੁੱਤਰੀ ਵੱਲ ਦੇਖਦਾ ਰਿਹਾ। ਇਸ ਤੋਂ ਬਾਅਦ ਦਾਸੀ ਵੱਲ ਦੇਖਦੇ ਹੋਏ ਉਸਨੇ ਕਿਹਾ, "ਉਸਨੂੰ ਭੇਜ ਦਵੋ।"

ਦਾਸੀ ਪਰਤ ਆਈ, ਉਸਦੇ ਜਾਣ ਤੋਂ ਥੋੜ੍ਹੀ ਦੇਰ ਬਾਅਦ ਇੱਕ ਮਨੁੱਖ ਦੀਵਾਨਖਾਨੇ ਵਿੱਚ ਆਇਆ। ਉਸਦੇ ਕੱਪੜੇ ਸੁਨਹਿਰੀ ਜ਼ਰੀਦਾਰ ਸਨ ਅਤੇ ਮੁੱਛਾਂ ਉੱਚੀਆਂ ਚੜ੍ਹੀਆਂ ਸਨ। ਉਸਨੇ ਝੁਕ ਕੇ ਸਲਾਮ ਕੀਤਾ ਅਤੇ ਫਾਰਿਸ ਕਰਾਮਾ ਨੂੰ ਕਹਿਣ ਲੱਗਾ, "ਮੈਨੂੰ ਮੇਰੇ ਮਾਲਿਕ ਪਾਦਰੀ ਸਾਹਿਬ ਨੇ ਆਪਣੀ ਖ਼ਾਸ ਗੱਡੀ ਵਿੱਚ ਤੁਹਾਨੂੰ ਬੁਲਾ ਲਿਆਉਣ ਲਈ ਭੇਜਿਆ ਹੈ। ਉਨ੍ਹਾਂ ਨੂੰ ਤੁਹਾਡੇ ਨਾਲ਼ ਕੁਝ ਜ਼ਰੂਰੀ ਗੱਲਾਂ ਕਰਨੀਆਂ ਹਨ।"

ਫਾਰਿਸ ਕਰਾਮਾ ਖੜ੍ਹਾ ਹੋ ਗਿਆ। ਉਸ ਨੇ ਆਪਣੀ ਪੂਰੀ ਦੇਹ ਵਿੱਚ ਕੰਬਣੀ ਦਾ ਅਨੁਭਵ ਕੀਤਾ। ਉਸਦੇ ਚਿਹਰੇ ਦੀ ਨੁਹਾਰ ਬਦਲ ਗਈ। ਚਿਹਰੇ ਦੀ ਖ਼ੁਸ਼ੀ ਚਿੰਤਾ ਅਤੇ ਸ਼ੱਕ ਦੇ ਪਰਦੇ ਵਿੱਚ ਲੁਪਤ ਹੋ ਗਈ। ਉਹ ਮੇਰੇ ਕੋਲ਼ ਆ ਕੇ ਮਮਤਾ ਭਰੇ ਸੁਰ ਵਿੱਚ ਕਹਿਣ ਲੱਗਾ, "ਮੈਂ ਪਰਤ ਕੇ ਆਵਾਂ, ਉਦੋਂ ਤੱਕ ਤੂੰ ਇੱਥੇ ਹੀ ਠਹਿਰੇਂਗਾ, ਅਜਿਹੀ ਇੱਛਾ ਹੈ। ਸਲਮਾ ਤੇਰੇ ਕੋਲ਼ ਰਹੇਗੀ। ਇਸਦੀ ਮਿੱਠੀ ਮਧੁਰ ਗੱਲਬਾਤ ਅਤੇ ਇਸਦਾ ਆਤਮਿਕ ਸੰਗੀਤ ਰਾਤ ਵਿੱਚ ਪ੍ਰੇਸ਼ਾਨ ਕਰਨ ਵਾਲੀ ਅਹਿੱਲਤਾ ਅਤੇ ਇਕਾਂਤ ਦਾ ਤੈਨੂੰ ਅਨੁਭਵ ਨਹੀਂ ਹੋਣ ਦੇਵੇਗਾ।"

ਇਸਦੇ ਬਾਅਦ ਸਲਮਾ ਵੱਲ ਮੁੜ ਕੇ ਮੁਸਕਰਾਉਂਦੇ ਹੋਏ ਆਪਣਾ ਬੋਲਣਾ ਜਾਰੀ ਰੱਖਿਆ, "ਸਲਮਾ, ਕੀ ਮੇਰੀ ਗੱਲ ਗਲਤ ਹੈ?"

ਸਲਮਾ ਨੇ ਆਪਣਾ ਮੱਥਾ ਉੱਚਾ ਕੀਤਾ। ਉਸਦੀਆਂ ਗੱਲ੍ਹਾਂ ਵਿੱਚ ਲਹੂ ਉੱਤਰ ਆਇਆ। ਵੀਨਾ ਦੀ ਧੁਨ ਵਾਂਗ ਕੋਮਲ ਅਤੇ ਮਧੁਰ ਸੁਰਾਂ ਵਿੱਚ ਉਸਨੇ ਜਵਾਬ ਦਿੱਤਾ, "ਪਿਤਾ ਜੀ, ਮੈਂ ਮਹਿਮਾਨ ਨੂੰ ਖ਼ੁਸ਼ ਰੱਖਣ ਦਾ ਯਤਨ ਕਰੂੰਗੀ।"

ਫਾਰਿਸ ਕਰਾਮਾ ਪਾਦਰੀ ਦੇ ਨੌਕਰ ਨਾਲ਼ ਚਲਿਆ ਗਿਆ। ਸਲਮਾ ਝਰੋਖੇ ਕੋਲ਼ ਜਾ ਕੇ ਖੜ੍ਹੀ ਰਹੀ ਅਤੇ ਉੱਥੋਂ, ਜਦੋਂ ਤੱਕ ਕਿ ਗੱਡੀ ਹਨ੍ਹੇਰੇ ਦੀ ਬੁੱਕਲ ਵਿੱਚ ਅਲੋਪ ਨਾ ਹੋ ਗਈ ਅਤੇ ਗੱਡੀ ਦੇ ਪਹੀਏ ਦੀ ਖੜਖੜਾਹਟ ਅਤੇ ਘੋੜੇ ਦੀ ਟਾਪਾਂ ਦੇ ਅਵਾਜ਼ ਸ਼ਾਂਤੀ ਅਤੇ ਅਹਿੱਲਤਾ ਵਿੱਚ ਸਮਾ ਨਾ ਗਈ ਹੋਵੇ, ਉਦੋਂ ਤੱਕ ਸੜਕ ਵੱਲ ਦੇਖਦੀ ਰਹੀ। ਉਸਤੋਂ ਬਾਅਦ ਝਰੋਖੇ ਕੋਲ਼ੋਂ ਖਿਸਕ ਕੇ ਹਰੇ ਰੰਗ ਦੀ ਵਿਛੀ ਹੋਈ ਚਾਦਰ ਵਾਲ਼ੇ ਪਲੰਗ 'ਤੇ ਬੈਠ ਗਈ। ਉਸਦੇ ਪਾਏ ਹੋਏ ਸਫੈਦ ਕੱਪੜਿਆਂ ਕਰਕੇ ਚਮੇਲੀ ਦੀ ਵੇਲ 'ਤੇ ਫੁੱਲਾਂ ਵਰਗੀ ਸ਼ੋਭਾ ਦੇ ਰਹੀ ਸੀ।

ਰੱਬੀ ਕ੍ਰਿਪਾ ਨਾਲ਼ ਰੁੱਖਾਂ ਦੇ ਝੁੰਡਾਂ ਵਿੱਚੋਂ ਆਉਣ ਵਾਲ਼ੇ ਪਿਆਰ, ਪਵਿੱਤਰਤਾ

ਅਤੇ ਸੁਹੱਪਣ ਦੀ ਛਾਂ ਨਾਲ਼ ਛੱਤੇ ਇਸ ਸ਼ਾਂਤ ਇਕਾਂਤ ਭਵਨ ਵਿੱਚ ਸਲਮਾ ਨਾਲ਼ ਗੱਲਬਾਤ ਕਰਨ ਦਾ ਸੰਯੋਗ ਮੈਨੂੰ ਮਿਲਿਆ।

ਹੈਰਾਨੀ ਅਤੇ ਚਿੰਤਾ ਦੋਵੇਂ ਹੀ ਮਨ ਵਿੱਚ ਘਰ ਕਰੀਂ ਬੈਠੀਆਂ ਸਨ। ਗੱਲਬਾਤ ਦੀ ਸ਼ੁਰੂਆਤ ਸਾਹਮਣੇ ਵਾਲ਼ੇ ਪਾਸਿਓਂ ਹੋਵੇ ਤਾਂ ਠੀਕ, ਇਸੇ ਉਡੀਕ ਵਿੱਚ ਅਸੀਂ ਦੋਵੇਂ ਬੜਾ ਚਿਰ ਸ਼ਾਂਤ ਬੈਠੇ ਰਹੇ। ਪਰ ਅਜਿਹੇ ਕਿਹੜੇ ਵਾਕ ਨੇ ਜੋ ਪ੍ਰੇਮੀਆਂ ਦੀ ਆਤਮਾ ਦੇ ਭਾਵਾਂ ਨੂੰ ਪ੍ਰਗਟ ਕਰ ਸਕਦੇ ਹਨ? ਅਤੇ ਅਜਿਹੀ ਕਿਹੜੀ ਅਵਾਜ਼ ਅਤੇ ਅਜਿਹੇ ਕਿਹੜੇ ਸ਼ਬਦ ਹਨ, ਜੋ ਦਿਲ ਅਤੇ ਦਿਮਾਗ ਦੋਵਾਂ ਦੀ ਏਕਤਾ ਬਣਾ ਕੇ ਜ਼ੁਬਾਨ ਰਾਹੀਂ ਬੋਲੇ ਜਾਂਦੇ ਹੋਣ?

ਜ਼ੁਬਾਨ ਰਾਹੀਂ ਪ੍ਰਗਟ ਹੋਣ ਵਾਲ਼ੇ ਸ਼ਬਦਾਂ ਨਾਲ਼ੋਂ ਵੱਧ ਉੱਚੀ ਅਤੇ ਗਲ਼ੇ ਵਿੱਚੋਂ ਉਚਾਰੀ ਜਾਣ ਵਾਲ਼ੀ ਧੁਨੀ ਨਾਲ਼ੋਂ ਵੱਧ ਪਵਿੱਤਰ ਦੂਸਰੀ ਕਿਹੜੀ ਵਸਤੂ ਹੈ? ਇੱਕ ਆਤਮਾ ਦਾ ਪ੍ਰਕਾਸ਼ ਦੂਸਰੀ ਆਤਮਾ ਤੱਕ ਅਤੇ ਇੱਕ ਦਿਲ ਦਾ ਸੁਨੇਹਾ ਦੂਸਰੇ ਦਿਲ ਤੱਕ ਪਹੁੰਚਾਉਣ ਵਾਲ਼ੇ ਕੰਮ ਨੂੰ ਕੀ ਖਾਮੋਸ਼ ਨਹੀਂ ਕਰ ਸਕਦਾ? ਜੋ ਸਾਨੂੰ ਸਰੀਰ ਨਾਲ਼ੋ ਵੱਖ ਕਰਦਾ ਹੈ, ਸਰੀਰ ਭੌਤਿਕ ਬੰਧਨ ਦੇ ਕਲਾਵੇ ਤੋਂ ਮੁਕਤ ਨਹੀਂ ਹੈ, ਇਸਨੂੰ ਚੇਤੇ ਕਰਨ 'ਤੇ ਵੀ ਜੋਂ ਸਾਨੂੰ ਸਵਰਗੀ ਦੇਵਿਤਆਂ ਦੇ ਨੇੜੇ ਉੱਡ ਜਾਣ ਲਈ ਪ੍ਰੇਰਨਾ ਦਿੰਦਾ ਹੈ, ਉਹ ਕੀ ਇਹੀ ਚੁੱਪ ਨਹੀਂ ਹੈ?

ਸਲਮਾ ਨੇ ਮੈਨੂੰ ਦੇਖਿਆ। ਉਸਦੀਆਂ ਅੱਖਾਂ ਉਸਦੇ ਅੰਦਰਲੀ ਭਾਵਨਾ ਦੀਆਂ ਵਾਹਕ ਸਨ। ਜਾਦੂ-ਭਰੀ ਅਵਾਜ਼ ਨਾਲ਼ ਉਹਨੇ ਹੌਲ਼ੀ-ਹੌਲ਼ੀ ਕਹਿਣਾ ਸ਼ੁਰੂ ਕੀਤਾ, "ਚੱਲੋ, ਬਾਗ ਵਿੱਚ ਚੱਲ ਕੇ ਰੁੱਖਾਂ ਦੀ ਛਾਵੇਂ ਬੈਠ ਕੇ ਪਹਾੜੀਆਂ ਦੇ ਪਿੱਛੋਂ ਉਗਦੇ ਚੰਦਰਮਾ ਨੂੰ ਦੇਖੀਏ।"

ਉਸਦੇ ਕਹਿਣ ਅਨੁਸਾਰ ਮੈਂ ਖੜ੍ਹਾ ਹੋ ਗਿਆ ਪਰ ਉਸਦੀ ਇੱਛਾ ਨੂੰ ਰੋਕਣ ਦਾ ਯਤਨ ਕਰਦਾ ਹੋਇਆ ਬੋਲਿਆ: "ਸਲਮਾ, ਚੰਦਰਮਾ ਅਕਾਸ਼ ਵਿੱਚ ਉੱਚਾ ਚੜ੍ਹ ਕੇ ਆਪਣੇ ਪ੍ਰਕਾਸ਼ ਨਾਲ਼ ਜਦੋਂ ਤੱਕ ਬਾਗ਼ ਨੂੰ ਨਾ ਰੁਸ਼ਨਾਵੇ, ਉਦੋਂ ਤੱਕ ਆਪਣਾ ਇੱਥੇ ਬੈਠੇ ਰਹਿਣਾ ਕੀ ਠੀਕ ਨਹੀਂ ਹੈ? ਅਜੇ ਤਾਂ ਹਨ੍ਹੇਰੇ ਨੇ ਰੁੱਖ ਅਤੇ ਫੁੱਲਾਂ ਨੂੰ ਲੁਕਾ ਰੱਖਿਆ ਹੈ, ਤਦ ਅਸੀਂ ਅਜਿਹੇ ਹਨ੍ਹੇਰੇ ਵਿੱਚ ਜਾ ਕੇ ਉੱਥੇ ਕੀ ਦੇਖਾਂਗੇ?".

ਉਸਨੇ ਜਵਾਬ ਵਿੱਚ ਕਿਹਾ, "ਹਨ੍ਹੇਰਾ ਰੁੱਖਾਂ ਅਤੇ ਫੁੱਲਾਂ ਨੂੰ ਆਪਣੀ ਨਜ਼ਰੋਂ ਲੁਕਾ ਸਕਦਾ ਹੈ ਪਰ ਪਿਆਰ ਨੂੰ ਆਪਣੀ ਆਤਮਾ ਨਾਲ਼ ਲੁਕਾ ਸਕਣ ਦੀ ਤਾਕਤ ਉਸ ਵਿੱਚ ਨਹੀਂ ਹੈ।"

ਇਹ ਗੱਲ ਉਸਨੇ ਇੱਕ ਹੈਰਾਨੀ ਭਰੇ ਸੁਰ ਵਿੱਚ ਕਹੀ ਅਤੇ ਪਿੱਛੇ ਆਪਣੀ ਨਜ਼ਰ ਘੁਮਾ ਕੇ ਝਰੋਖੇ ਵੱਲ ਦੇਖਿਆ। ਮੈਂ ਸ਼ਾਂਤ ਬੈਠ ਕੇ ਉਸਦੇ ਵਾਕਾਂ 'ਤੇ ਵਿਚਾਰ ਕਰ ਰਿਹਾ ਸੀ। ਉਸਦੇ ਮੂੰਹੋਂ ਕਹੇ ਗਏ ਹਰੇਕ ਸ਼ਬਦ ਦਾ ਅਰਥ ਸਮਝਣ ਦੀ ਕੋਸ਼ਿਸ਼ ਕਰ ਰਿਹਾ ਸੀ ਅਤੇ ਉਨ੍ਹਾਂ ਅਰਥਾਂ ਨੂੰ ਹਾਲਾਤਾਂ ਦਾ ਜਾਮਾ ਪਵਾ ਰਿਹਾ ਸੀ। ਸਲਮਾ ਨੇ ਫਿਰ ਤੋਂ ਮੇਰੇ ਵੱਲ ਧਿਆਨ ਦਿੱਤਾ ਅਤੇ ਜਿਵੇਂ ਆਪਣੇ ਕਹੇ 'ਤੇ ਸ਼ਰਮ ਮਹਿਸੂਸ ਕਰਦੀ ਹੋਵੇ, ਅਜਿਹੀ ਨਜ਼ਰ ਨਾਲ਼ ਉਸਨੇ ਮੇਰੇ ਵੱਲ ਦੇਖਿਆ। ਉਸਦੇ ਮਨ ਵਿੱਚ ਸੀ ਕਿ ਆਪਣੀ ਅੱਖ ਦੇ ਜਾਦੂ ਤੋਂ ਕੰਮ ਲਵਾਂ, ਆਪਣੇ ਮੂੰਹੋਂ ਕਹੇ ਸ਼ਬਦ ਮੇਰੇ ਇੱਕ ਕੰਨ ਵਿੱਚ ਪਾਵੇ ਅਤੇ ਦੂਸਰੇ ਵਿੱਚੋਂ ਬਾਹਰ ਕੱਢ ਲਵੇ। ਪਰ ਉਸਦੀ ਅੱਖਾਂ ਦਾ ਜਾਦੂ

ਆਪਣੇ ਸ਼ਬਦਾਂ ਨੂੰ ਮੇਰੇ ਕੰਨ 'ਚੋਂ ਬਾਹਰ ਨਹੀਂ ਕੱਢ ਸਕਿਆ, ਉਲਟਾ ਉਨ੍ਹਾਂ ਸ਼ਬਦਾਂ ਨੇ ਮੇਰੇ 'ਤੇ ਡੂੰਘਾ ਅਸਰ ਕੀਤਾ ਅਤੇ ਦਿਲ ਦੇ ਅੰਦਰ ਪੱਕੀ ਜਗ੍ਹਾ ਬਣਾ ਲਈ। ਜਿਸ ਨਾਲ ਜ਼ਿੰਦਗੀ ਦੇ ਆਖ਼ਰੀ ਸਾਹ ਤੱਕ ਉਹ ਮੇਰੇ ਦਿਲ ਨੂੰ ਸੱਟ ਪਹੁੰਚਾਉਂਦਾ ਰਹੇ ਅਤੇ ਮੇਰੀਆਂ ਭਾਵਨਾਵਾਂ ਨਾਲ ਲਹਿਰਾਉਂਦਾ ਰਹੇ।

ਸੰਸਾਰ ਦੀ ਹਰੇਕ ਮਹਾਨ ਅਤੇ ਸੁੰਦਰ ਵਸਤੂ ਇਕਾਗਰ ਚਿੱਤ ਚਿੰਤਨ ਨਾਲ਼ ਅਤੇ ਧੁਰ ਅੰਦਰ ਦੀ ਪ੍ਰੇਰਨਾ ਦੇ ਯੋਗ ਤੋਂ ਪੈਦਾ ਹੁੰਦੀ ਹੈ। ਇਹ ਵਸਤੂਆਂ ਅੱਜ ਅਸੀਂ ਦੇਖ ਰਹੇ ਹਾਂ ਅਤੇ ਸਮੇਂ ਦੇ ਲਗਾਤਾਰ ਚੱਲਦੇ ਚੱਕਰ ਦੇ ਸਿੱਟੇ ਵਜੋਂ ਜੋ ਸਾਨੂੰ ਮਿਲ਼ਦੀਆਂ ਹਨ, ਇਹ ਸਾਰੀਆਂ ਵਸਤੂਆਂ ਆਪਣੀ ਉਤਪੱਤੀ ਤੋਂ ਪਹਿਲਾਂ ਪੁਰਸ਼ ਦੇ ਮਨ ਵਿੱਚ ਪੈਦਾ ਹੋਣ ਵਾਲ਼ੇ ਗੁਪਤ ਵਿਚਾਰ ਹੁੰਦੇ ਹਨ ਅਤੇ ਇਸਤਰੀ ਦਿਲ ਵਿੱਚ ਪੈਦਾ ਕੋਮਲ ਭਾਵਨਾਵਾਂ ਹੁੰਦੀਆਂ ਹਨ, ਜੋ ਭਿਅੰਕਰ ਇਨਕਲਾਬ ਵਿੱਚ ਮਨੁੱਖੀ ਖ਼ੂਨ ਦੀਆਂ ਨਦੀਆਂ ਵਹਾਉਂਦੀਆਂ ਹਨ ਅਤੇ ਅਜ਼ਾਦੀ ਦੀ ਪੂਜਾ ਦੇਵ-ਦੇਵਤੀਆਂ ਵਾਂਗ ਕਰਾਉਂਦੀਆਂ ਹਨ। ਉਹ ਹਰੇਕ ਇਨਕਲਾਬ ਦੇ ਸ਼ੁਰੂ ਵਿੱਚ ਕੇਵਲ ਇੱਕ ਅਸ਼ਪੱਸ਼ਟ ਕਲਪਨਾ ਹੀ ਹੁੰਦੀਆਂ ਹਨ, ਜੋ ਕਿ ਆਮ ਲੋਕਾਂ ਦਰਮਿਆਨ ਵੱਸਣ ਵਾਲ਼ੇ ਕਿਸੇ ਇੱਕ ਮਨੁੱਖ ਦੇ ਦਿਮਾਗ ਦੇ ਕੋਨੇ ਵਿੱਚ ਪੈਦਾ ਹੁੰਦੀਆਂ ਹਨ! ਦੁਖਦਾਇਕ ਇਨਕਲਾਬਾਂ ਵਿੱਚ ਤਖ਼ਤ ਅਤੇ ਤਾਜ ਮਿੱਟੀ ਵਿੱਚ ਮਿਲ਼ ਜਾਂਦੇ ਹਨ ਅਤੇ ਉਸਦੇ ਮਾਲਕ ਬਰਬਾਦ ਹੋ ਜਾਂਦੇ ਹਨ। ਅਜਿਹੇ ਹਰੇਕ ਇਨਕਲਾਬ ਸ਼ੁਰੂਆਤ ਵਿੱਚ ਇੱਕ ਵਿਚਾਰ ਹੀ ਹੁੰਦੇ ਹਨ। ਉਸਦਾ ਵਿਚਾਰ ਕਿਸੇ ਇੱਕ ਮਨੁੱਖ ਦੇ ਮਨ ਵਿੱਚ ਚੱਲਦਾ ਰਹਿੰਦਾ ਹੈ। ਜੋ ਉੱਚ ਸਿੱਖਿਆ ਮਨੁੱਖੀ ਜੀਵਨ ਦੇ ਵਹਾਅ ਨੂੰ ਬਦਲ ਦਿੰਦੀ ਹੈ, ਉਹ ਅਰੰਭ ਵਿੱਚ ਕੇਵਲ ਕਵੀ ਦੀ ਇੱਕ ਕਲਪਨਾ ਹੀ ਹੁੰਦੀ ਹੈ, ਜੋ ਕਿਸੇ ਇੱਕ ਮਨੁੱਖ ਦੇ ਵਿਚਾਰਾਂ ਨਾਲ਼ ਮਿਲ਼ ਕੇ ਉਸਦੇ ਰਾਹੀਂ ਪ੍ਰਗਟ ਹੁੰਦੀ ਹੈ। ਇੱਕ ਕਲਪਨਾ ਮਿਸਰ ਦੇਸ਼ ਦੇ ਪਿਰਾਮਿਡਾਂ ਦਾ ਨਿਰਮਾਣ ਕਰਦੀ ਹੈ, ਉਵੇਂ ਹੀ ਦੂਸਰੀ ਕੋਈ ਇਸ ਪ੍ਰਕਾਰ ਦੀ ਭਾਵਨਾ ਉਨ੍ਹਾਂ ਦੀ ਜੜ੍ਹ ਹਿਲਾ ਸੁੱਟਦੀ ਹੈ। ਇੱਕ ਵਿਚਾਰ ਇਸਲਾਮ ਜਿਹੇ ਪਵਿੱਤਰ ਧਰਮ ਦਾ ਨਿਰਮਾਣ ਕਰਦਾ ਹੈ, ਉਵੇਂ ਹੀ ਦੂਸਰਾ ਕੋਈ ਵਿਚਾਰ ਸਿਕੰਦਰੀਆ ਦੀ ਵੱਡੀ ਅਤੇ ਬੇਸ਼ਕੀਮਤੀ ਲਾਇਬ੍ਰੇਰੀ ਨੂੰ ਸਾੜ ਸੁੱਟਦਾ ਹੈ।

ਇੱਕ ਵਿਚਾਰ ਤੁਹਾਨੂੰ ਰਾਤ ਦੇ ਸ਼ਾਂਤ ਰਸਤੇ 'ਤੋਂ ਉੱਪਰ ਲੈ ਜਾ ਕੇ ਜਾਂ ਤਾਂ ਸ਼ਾਨਦਾਰ ਅਤੇ ਮਹੱਤਤਾ ਦੇ ਅਰਾਮ-ਘਰ ਵਿੱਚ ਪਹੁੰਚਾ ਦਿੰਦਾ ਹੈ ਭਾਵ ਪਾਗਲਪਨ ਅਤੇ ਮੂਰਖਤਾ ਦੇ ਚਮਤਕਾਰੀ ਜਗੱਤ ਵਿੱਚ ਲੈ ਜਾ ਕੇ ਸੁੱਟ ਦਿੰਦਾ ਹੈ। ਇਸਤਰੀ ਦੀ ਇੱਕ ਨਜ਼ਰ ਪੁਰਸ਼ ਨੂੰ ਜਾਂ ਤਾਂ ਦੁਨੀਆ ਦਾ ਸਭ ਤੋਂ ਵੱਡਾ ਕਿਸਮਤ ਵਾਲ਼ਾ ਵਿਅਕਤੀ ਬਣਾ ਦਿੰਦੀ ਹੈ ਜਾਂ ਦੁਨੀਆ ਦਾ ਸਭ ਤੋਂ ਕਿਸਮਤਹੀਣ ਪੁਰਸ਼। ਕਿਸੇ ਪੁਰਸ਼ ਦੇ ਬੁੱਲ੍ਹਾਂ ਤੋਂ ਟਪਕਣ ਵਾਲ਼ਾ ਇੱਕ ਵਾਕ ਤੁਹਾਨੂੰ ਕੰਗਾਲੀ ਅਤੇ ਚਿੰਤਾ 'ਚੋਂ ਕੱਢ ਕੇ ਸੰਪੂਰਨਤਾ ਅਤੇ ਬੇਫਿਕਰੀ ਦੇ ਜਗਤ ਵਿੱਚ ਪਹੁੰਚਾ ਦਿੰਦਾ ਹੈ ਜਾਂ ਸੰਪੂਰਨਤਾ ਤੇ ਬੇਫਿਕਰੀ ਦੇ ਪਹਾੜ ਤੋਂ ਸੁੱਟ ਕੇ ਗਰੀਬੀ ਅਤੇ ਗੁਲਾਮੀ ਦੀ ਘਾਟੀ ਵਿੱਚ ਸੁੱਟ ਦਿੰਦਾ ਹੈ।

ਇਸ ਸ਼ਾਂਤ ਅਤੇ ਜਾਦੂ-ਭਰੀ ਰਾਤ ਵਿੱਚ ਸਲਮਾ ਦੇ ਬੁੱਲ੍ਹਾਂ ਤੋਂ ਟਪਕਦੇ ਹੋਏ ਸ਼ਬਦਾਂ ਨੇ ਮੈਨੂੰ ਮੇਰੇ ਭੂਤਕਾਲ਼ ਅਤੇ ਭਵਿੱਖਕਾਲ਼ ਦਰਮਿਆਨ ਲਿਆ ਕੇ ਖੜ੍ਹਾ ਕਰ

ਦਿੱਤਾ, ਜਿਵੇਂ ਅਥਾਹ ਅਕਾਸ਼ ਅਤੇ ਸਮੁੰਦਰ ਦਰਮਿਆਨ ਲੜਖੜਾਉਂਦੀ ਕਿਸ਼ਤੀ ਹੋਵੇ। ਉਸ ਇੱਕ ਠੰਢੇ, ਪਰ ਮਿੱਠੇ ਵਾਕ ਨੇ ਮੈਨੂੰ ਜਵਾਨੀ ਅਤੇ ਬੇਫਿਕਰੀ ਦੀ ਡੂੰਘੀ ਨੀਂਦ ਵਿੱਚੋਂ ਚੇਤੰਨ ਕਰਕੇ, ਜਿਸ 'ਤੇ ਜੀਵਨ ਅਤੇ ਮੌਤ ਨਾਲ਼ ਨਾਲ਼ ਕਦਮ ਮਿਲ਼ਾ ਕੇ ਅੱਗੇ ਕੂਚ ਕਰਦੇ ਹਨ, ਅਜਿਹੇ ਪਿਆਰ ਦੇ ਪਵਿੱਤਰ ਅਰਾਮ ਘਰ ਵੱਲ ਜਾਣ ਵਾਲ਼ੇ ਇੱਕ ਨਵੇਂ ਰਸਤੇ 'ਤੇ ਲਿਆ ਕੇ ਖੜ੍ਹਾ ਕਰ ਦਿੱਤਾ।

ਅਸੀਂ ਦੋਵੇਂ ਬਾਗ਼ ਵਿੱਚ ਗਏ ਅਤੇ ਰੁੱਖਾਂ ਹੇਠ ਟਹਿਲਣ ਲੱਗੇ। ਠੰਢੀ ਹਵਾ ਦੀਆਂ ਅਦਿੱਖ ਉਂਗਲਾਂ ਸਾਡੇ ਚਿਹਰੇ ਨੂੰ ਛੂਹ ਰਹੀਆਂ ਸਨ ਅਤੇ ਫੁੱਲਾਂ ਦੇ ਭਾਰ ਨਾਲ਼ ਝੁਕੀਆਂ ਹੋਈਆਂ ਵੇਲਾਂ ਸਾਡੇ ਦਿਮਾਗ 'ਤੇ ਚਵਰ ਝੱਲ ਰਹੀਆਂ ਸਨ। ਨਰਮ, ਕੋਮਲ ਘਾਹ ਸਾਡੇ ਪੈਰਾਂ 'ਤੇ ਲਹਿਰਾ ਰਿਹਾ ਸੀ। ਚਮੇਲੀ ਦੀਆਂ ਵੇਲਾਂ ਛਾਵੇਂ ਭੋਜਨ ਤੋਂ ਪਹਿਲਾਂ ਅਸੀਂ ਜਿਸ ਬੈਂਚ 'ਤੇ ਬੈਠੇ ਸਾਂ, ਉਸ 'ਤੇ ਜਾ ਕੇ ਚੁੱਪ-ਚਾਪ ਬੈਠ ਗਏ। ਅਸੀਂ ਕੁਦਰਤ ਨੂੰ ਸਾਹ ਲੈਂਦੇ ਸੁਣ ਰਹੇ ਸਾਂ ਅਤੇ ਨੀਲੇ ਬੱਦਲਾਂ ਦੇ ਪਿੱਛੋਂ ਟਿਕਟਿਕੀ ਲਗਾਈ ਦੇਖਣ ਵਾਲ਼ੇ ਅਕਾਸ਼ ਦੀਆਂ ਉਨ੍ਹਾਂ ਅੱਖਾਂ ਦੇ ਸਾਹਮਣੇ ਆਪਣੇ ਸਾਹਾਂ ਦੇ ਮਨੋਹਰਤਾ ਰਾਹੀਂ ਆਪਣੇ ਦਿਲ ਦੇ ਗੁਪਤ ਭੇਦਾਂ ਨੂੰ ਪ੍ਰਗਟ ਕਰ ਰਹੇ ਸਾਂ।

ਪਹਾੜਾਂ ਦੇ ਪਿੱਛੋਂ ਚੰਦਰਮਾ ਚੜ੍ਹਿਆ, ਉਸਦੇ ਪ੍ਰਕਾਸ਼ ਨਾਲ਼ ਸਾਰਾ ਵਾਤਾਵਰਨ ਰੁਸ਼ਨਾਇਆ ਗਿਆ। ਚਾਨਣੀ ਵਿੱਚ ਝਾੜੀ ਦੇ ਆਸਪਾਸ ਦੀ ਬਸਤੀ ਅਜਿਹੀ ਲੱਗਣ ਲੱਗੀ ਜਿਵੇਂ ਉਹ ਕਿਸੇ ਕਲਪਿਤ ਸਥਾਨ ਤੋਂ ਫੁੱਟ ਕੇ ਨਿਕਲ਼ਣ ਵਾਲ਼ੀ ਕਿਰਨ ਹੀ ਹੋਵੇ। ਬਾਰੀਕ ਪਰਦੇ ਦੇ ਪਿੱਛੋਂ ਦੇਖਦੇ ਹੋਏ ਫਿਰ ਵੀ ਨਾ ਦਿਖਾਈ ਦੇਣ ਵਾਲ਼ੇ ਸਰੀਰ ਦੇ ਅੰਗਾਂ ਵਾਲ਼ਾ, ਹਥੇਲੀ 'ਤੇ ਮੱਥਾ ਟਿਕਾਏ ਬੈਠੇ ਹੋਏ ਕਿਸੇ ਹੱਟੇ-ਕੱਟੇ ਨੌਜਵਾਨ ਵਾਂਗ ਸਾਰਾ ਲੇਬਨਾਨ ਦੇਸ਼ ਚੰਦਰਮਾ ਦੇ ਰੂਪਹਿਰੀ ਪ੍ਰਕਾਸ਼ ਵਿੱਚ ਦਿਖਾਈ ਦਿੰਦਾ ਸੀ।

ਲੇਬਨਾਨ ਦੇਸ਼ ਵੈਸਟਰਨ ਕਵੀਆਂ ਦੀ ਨਜ਼ਰ ਵਿੱਚ ਇੱਕ ਕਾਲਪਨਿਕ ਦੇਸ਼ ਹੈ, ਜਿਸਦਾ ਅਸਲੀਅਤ 'ਚ ਵਜੂਦ ਦਾਊਦ, ਸੁਲੇਮਾਨ ਅਤੇ ਹੋਰ ਪੈਗੰਬਰਾਂ ਦੀ ਮੌਤ ਦੇ ਪਿੱਛੋਂ ਨਸ਼ਟ ਹੋ ਗਿਆ ਜਿਵੇਂ ਸਵਰਗ ਇੱਕ ਆਦਮ ਅਤੇ ਈਵ ਦੇ ਨਿਕਲ਼ ਜਾਣ ਨਾਲ਼ ਗਾਇਬ ਹੋ ਗਿਆ। ਪਰ ਸੱਚ ਗੱਲ ਇਹ ਹੈ ਕਿ ਸਵਰਗ ਇੱਕ ਕਵੀ-ਕਲਪਨਾ ਹੋਣ ਕਰਕੇ ਉਸਦਾ ਅਸਲੀਅਤ 'ਚ ਵਜੂਦ ਹੀ ਨਹੀਂ ਹੈ। ਸਵਰਗ ਸ਼ਬਦ ਅਧਿਆਤਮਕ ਭਾਵਨਾ ਦਾ ਨਿਰਦੇਸ਼ਕ ਹੈ, ਜਿਸਦੀ ਯਾਦ ਅਤਰ ਅਤੇ ਧੂਫ ਦੀ ਖੁਸ਼ਬੂ ਨਾਲ਼ ਮਹਿਕਦੇ ਚੀੜ ਅਤੇ ਦੇਵਦਾਰ ਦੇ ਰੁੱਖਾਂ ਦੇ ਬਗੀਚੇ ਦਾ ਚਿੱਤਰ ਨਜ਼ਰ ਸਾਹਮਣੇ ਖੜ੍ਹਾ ਕਰ ਦਿੰਦੀ ਹੈ। ਮਾਣ ਅਤੇ ਮਹੱਤਤਾ ਵਿੱਚ ਆਪਣਾ ਮੱਥਾ ਉੱਚਾ ਰੱਖਣ ਵਾਲ਼ੇ ਪਿੱਤਲ ਅਤੇ ਸੰਗਮਰਮਰ ਦੇ ਬੁਰਜ਼ ਅਤੇ ਸ਼ਿਖਰ ਦੀ ਯਾਦ ਤਾਜ਼ਾ ਕਰਨ ਵਾਲ਼ੇ ਅਤੇ ਝਾੜੀਆਂ ਅਤੇ ਖਾੜੀਆਂ ਵਿੱਚ ਛਲਾਂਗ ਮਾਰਨ ਵਾਲੇ ਹਿਰਨਾਂ ਦੇ ਝੁੰਡਾਂ-ਦੇ-ਝੁੰਡਾਂ ਦਾ ਚਿੱਤਰ ਨਜ਼ਰ ਸਾਹਮਣੇ ਖੜ੍ਹਾ ਕਰਨ ਵਾਲ਼ੇ ਇਹ ਸ਼ਬਦ ਹਨ।

ਇਸ ਰਾਤ ਵਿੱਚ ਇਹ ਸਭ ਮੈਂ ਆਪਣੀਆਂ ਇਨ੍ਹਾਂ ਹੀ ਅੱਖਾਂ ਨਾਲ਼ ਦੇਖਿਆ। ਮੈਂ ਦੇਖਿਆ ਕਿ ਲੇਬਨਾਨ ਦੇਸ਼ ਕਵੀ ਦੇ ਸੂਖਮ ਵਿਚਾਰ ਵਾਂਗ ਮੇਰੀਆਂ ਅੱਖਾਂ ਸਾਹਮਣੇ ਇੰਝ ਸਪੱਸ਼ਟ ਹੈ, ਜਿਵੇਂ ਦੋ ਜਾਤੀਆਂ ਦਰਮਿਆਨ ਇੱਕ ਸੁਪਨਾ।

ਸਾਡੇ ਧੁਰ ਅੰਦਰਲੇ ਭਾਵ ਜਿਵੇਂ ਬਦਲਦੇ ਸਨ, ਉਵੇਂ ਵਾਤਾਵਰਣ ਨੂੰ ਵੀ

ਮੈਂ ਆਪਣੀ ਨਜ਼ਰ ਦੇ ਸਾਹਮਣੇ ਬਦਲਦੇ ਹੋਏ ਦੇਖਦਾ ਸੀ ਜਿਵੇਂ ਸੰਸਾਰ ਨੇ ਜਾਦੂ ਅਤੇ ਸੁੰਦਰਤਾ ਦਾ ਪਰਦਾ ਕੀਤਾ ਹੋਵੇ, ਅਜਿਹਾ ਮਹਿਸੂਸ ਮੈਨੂੰ ਹੋਇਆ ਸੀ। ਇਸ ਲਈ ਇਹ ਜਾਦੂ ਅਤੇ ਸੁੰਦਰਤਾ ਸਾਡੇ ਨਾਲੋਂ ਵੱਖ ਸੀ।

ਸਲਮਾ ਨੇ ਮੇਰੇ ਵੱਲ ਦੇਖਿਆ। ਉਸਦੇ ਚਿਹਰੇ, ਗਰਦਨ ਅਤੇ ਗੁੱਟ 'ਤੇ ਚੰਦਰਮਾ ਦੀਆਂ ਕਿਰਨਾਂ ਪੈ ਰਹੀਆਂ ਸਨ। ਇਸ ਵੇਲੇ ਉਹ ਸੁੰਦਰਤਾ ਅਤੇ ਪਿਆਰ ਦੀ ਦੇਵੀ ਹਾਥੀ ਦੰਦ ਵਿੱਚੋਂ ਕਿਸੇ ਸ਼ਰਧਾਲੂ ਕਲਾਕਾਰ ਦੇ ਹੱਥੋਂ ਬਣੀ ਇਸਤਰੂਨ ਦੀ ਮੂਰਤੀ ਵਰਗੀ ਲੱਗਦੀ ਸੀ। ਉਹ ਕਹਿਣ ਲੱਗੀ, "ਕੀ, ਤੂੰ ਗੱਲ ਨਹੀਂ ਕਰ ਰਿਹਾ? ਮੈਨੂੰ ਤੂੰ ਆਪਣੇ ਅਤੀਤ ਦੀਆਂ ਗੱਲਾਂ ਕਿਉਂ ਨਹੀਂ ਸੁਣਾਉਂਦਾ।"

ਮੈਂ ਉਸਦੀਆਂ ਚਮਕ ਭਰੀਆਂ ਅੱਖਾਂ ਵੱਲ ਦੇਖਿਆ ਅਤੇ ਜਿਵੇਂ ਗੂੰਗੇ ਨੂੰ ਹੁਣੇ ਬੋਲਣ ਦੀ ਤਾਕਤ ਮਿਲ਼ ਗਈ ਹੋਵੇ, ਉਵੇਂ ਮੈਂ ਜਵਾਬ ਦਿੱਤਾ, "ਇਸ ਜਗ੍ਹਾ ਆਉਣ ਤੋਂ ਬਾਅਦ ਜੋ ਗੱਲਬਾਤ ਮੈਂ ਕੀਤੀ ਹੈ, ਉਹ ਕੀ ਤੂੰ ਸੁਣੀ ਨਹੀਂ?" ਬਾਗ ਵਿੱਚ ਵੜਨ ਤੋਂ ਬਾਅਦ ਜੋ ਕੁਝ ਮੈਂ ਕਿਹਾ, ਉਹ ਕੀ ਤੇਰੇ ਕੰਨ ਤੱਕ ਅਜੇ ਨਹੀਂ ਪਹੁੰਚਿਆ? ਸਲਮਾ, ਫੁੱਲਾਂ ਦੀ ਫੁਸਫੁਸਾਹਟ ਅਤੇ ਸ਼ਾਂਤੀ ਦਾ ਸੰਗੀਤ ਸੁਣਨ ਵਾਲੀ ਤੇਰੀ ਆਤਮਾ ਮੇਰੀ ਆਤਮਾ ਦੀ ਕੂਕ ਅਤੇ ਮੇਰੇ ਦਿਲ ਦੀ ਫਰਿਆਦ ਕੀ ਨਹੀਂ ਸੁਣ ਸਕੀ?"

ਉਹਨੇ ਦੋਵਾਂ ਹੱਥਾਂ ਦੇ ਸਹਾਰੇ ਆਪਣਾ ਚਿਹਰਾ ਲੁਕੋ ਲਿਆ ਅਤੇ ਭਰੇ ਹੋਏ ਗਲ਼ੇ ਨਾਲ਼ ਕਹਿਣ ਲੱਗੀ, "ਹਾਂ, ਮੈਂ ਸੁਣ ਲਿਆ ਹੈ...ਮੈਂ ਸਭ ਕੁਝ ਸੁਣ ਲਿਆ ਹੈ। ਰਾਤ ਦੇ ਗਲ਼ੇ ਵਿੱਚੋਂ ਨਿਕਲਦੀ ਕੂਕ ਵੀ ਸੁਣ ਲਈ ਹੈ ਅਤੇ ਦਿਨ ਦੇ ਦਿਲ ਵਿੱਚੋਂ ਟਪਕਦੀ ਫਰਿਆਦ ਨੂੰ ਵੀ ਸੁਣ ਲਿਆ ਹੈ।"

ਇਹ ਗੱਲ ਸੁਣ ਕੇ ਮੈਂ ਆਪਣੇ ਭੂਤਕਾਲ ਨੂੰ ਭੁੱਲ ਗਿਆ, ਆਪਣੇ ਆਪ ਨੂੰ ਭੁੱਲ ਗਿਆ, ਜਿੱਥੋਂ ਤੱਕ ਕਿ ਦੁਨੀਆ ਦੀ ਹਰੇਕ ਵਸਤੂ ਨੂੰ ਵੀ ਭੁੱਲ ਗਿਆ। ਹੁਣ ਤਾਂ ਮੈਂ ਸਲਮਾ ਤੋਂ ਇਲਾਵਾ ਹੋਰ ਕੁਝ ਵੀ ਨਹੀਂ ਦੇਖ ਰਿਹਾ ਸੀ, ਉਸਦੇ ਵਜੂਦ ਤੋਂ ਇਲਾਵਾ ਹੋਰ ਕਿਸੇ ਗੱਲ ਦਾ ਗਿਆਨ ਮੇਰੇ ਵਿੱਚ ਬਾਕੀ ਨਹੀਂ ਬਚਿਆ ਸੀ। ਤੁਰੰਤ ਹੀ ਮੈਂ ਕਿਹਾ, "ਸਲਮਾ, ਮੈਂ ਤੇਰੇ ਦਿਲ ਦਾ ਹਾਲ ਪਹਿਚਾਣ ਲਿਆ ਹੈ। ਜੋ ਜੀਵਨ ਦੇਣ ਵਾਲੇ ਦੇ ਨਾਲ਼-ਨਾਲ਼ ਜੀਵਨ ਦਾ ਦੁਸ਼ਮਣ ਵੀ ਹੈ, ਜਿਸਦੀ ਪਹਾੜ 'ਤੇ ਚੜ੍ਹਾਈ-ਉਤਰਾਈ ਸੰਸਾਰ ਵਿੱਚ ਗੂੰਜ ਰਹੀ ਹੈ ਅਤੇ ਜਿਸਦੇ ਕੰਪਨ ਨਾਲ਼ ਧਰਤੀ ਦੀ ਨੀਂਹ ਤੱਕ ਹਿੱਲ ਉੱਠਦੀ ਹੈ, ਉਸ ਮਹਾਂਸੰਗੀਤ ਨੂੰ ਮੈਂ ਸੁਣ ਲਿਆ ਹੈ।"

ਸਲਮਾ ਨੇ ਆਪਣੀਆਂ ਅੱਖਾਂ ਬੰਦ ਕਰ ਲਈਆਂ, ਉਸਦੇ ਕਿਰਮਚੀ ਰੰਗ ਦੇ ਬੁੱਲ੍ਹਾਂ 'ਤੇ ਇੱਕ ਪ੍ਰਕਾਰ ਦੀ ਚਿੰਤਨ-ਭਰੀ ਹਲਕੀ ਮੁਸਕਾਨ ਦੌੜ ਉੱਠੀ ਜਿਵੇਂ ਕੰਨ ਵਿੱਚ ਕਹਿੰਦੀ ਹੋਵੇ, ਇੰਨੇ ਹਲਕੇ ਸੁਰ ਵਿੱਚ ਕਹਿਣ ਲੱਗੀ, "ਮੈਨੂੰ ਹੁਣ ਖ਼ਬਰ ਹੋਈ ਹੈ ਕਿ ਦੁਨੀਆ ਵਿੱਚ ਇੱਕ ਅਜਿਹੀ ਵਸਤੂ ਵੀ ਮੌਜੂਦ ਹੈ, ਜੋ ਅਕਾਸ਼ ਨਾਲੋਂ ਵੱਧ ਉੱਚੀ, ਸਮੁੰਦਰ ਨਾਲੋਂ ਵੱਧ ਡੂੰਘੀ ਅਤੇ ਮੌਤ ਅਤੇ ਕਾਲ਼ ਨਾਲੋਂ ਵੀ ਵੱਧ ਸਮਰੱਥਾ ਭਰਪੂਰ ਹੈ। ਜਿਸਦੀ ਗੱਲ ਨੂੰ ਮੈਂ ਕੱਲ੍ਹ ਤੱਕ ਨਹੀਂ ਜਾਣਦੀ ਸੀ ਅਤੇ ਜਿਸ ਨੂੰ ਕਦੇ ਸੁਪਨੇ ਵਿੱਚ ਵੀ ਨਹੀਂ ਦੇਖਿਆ ਸੀ, ਉਸ ਦਾ ਅਨੁਭਵ ਮੈਨੂੰ ਅੱਜ ਹੋਇਆ।"

ਇਸ ਪਲ ਤੋਂ ਸਲਮਾ ਮੈਨੂੰ ਮਿੱਤਰ ਨਾਲ਼ੋਂ ਵੀ ਵੱਧ ਪਿਆਰੀ, ਭੈਣ ਨਾਲ਼ੋਂ

ਵੀ ਵੱਧ ਨੇੜੇ ਅਤੇ ਪ੍ਰੇਮੀ ਨਾਲੋਂ ਵੀ ਵੱਧ ਪਿਆਰੀ ਹੋ ਗਈ। ਉਹ ਮੇਰੇ ਲਈ ਇੱਕ ਉੱਚ ਕਲਪਨਾ ਬਣ ਗਈ, ਇਸ ਕਲਪਨਾ ਦਾ ਪਿੱਛਾ ਕਰਨ ਨੂੰ ਮੇਰੀ ਬੁੱਧੀ ਤਿਆਰ ਸੀ ਅਤੇ ਉਸਨੇ ਮੇਰੇ ਦਿਲ ਨੂੰ ਚਾਰੇ ਪਾਸੇ ਤੋਂ ਘੇਰ ਲਿਆ ਸੀ। ਹੁਣ ਮੇਰੇ ਲਈ, ਜਿਸ ਨੇ ਮੇਰੀ ਕਲਪਨਾ ਨੂੰ ਆਲ੍ਹਣਾ ਬਣਾਇਆ ਸੀ, ਉਵੇਂ ਹੀ ਸੁੰਦਰ, ਮਿੱਠਾ ਸੁਪਨਾ ਬਣ ਗਈ।

ਸਾਲਾਂ ਬੱਧੀ ਨਾਲ਼ ਰਹਿਣ ਨਾਲ਼ ਜੋ ਅਟੁੱਟ ਦੋਸਤੀ ਤੋਂ ਪਿਆਰ ਪੈਦਾ ਹੁੰਦਾ ਹੈ, ਇਹ ਮੰਨਣ ਵਾਲ਼ੇ ਲੋਕ ਕਿੰਨੇ ਮੂਰਖ ਹਨ। ਕਾਰਨ ਕਿ ਸੱਚਾ ਪਿਆਰ ਤਾਂ ਦੋ ਆਤਮਾਵਾਂ ਦੇ ਅੰਦੂਰਨੀ ਮਿਲਾਪ ਦਾ ਨਤੀਜਾ ਹੁੰਦਾ ਹੈ ਅਤੇ ਅਜਿਹੇ ਮੇਲ਼, ਜੋ ਇੱਕ ਪਲ਼ ਵਿੱਚ ਹੀ ਪਰਿਪੱਕਤਾ ਤੱਕ ਪਹੁੰਚਾ ਦੇਣ, ਠੀਕ ਹੈ, ਨਹੀਂ ਤਾਂ ਉਸਦੀ ਪੂਰਨਤਾ ਇੱਕ ਸਾਲ ਕੀ ਇੱਕ ਸ਼ਤਾਬਦੀ ਵਿੱਚ ਵੀ ਨਹੀਂ ਹੋ ਸਕਦੀ। ਅਜਿਹੇ ਮਿਲਾਪ ਦਾ ਸਮੇਂ ਨਾਲ਼ ਕੋਈ ਸਬੰਧ ਨਹੀਂ ਹੈ।

ਸਲਮਾ ਨੇ ਆਪਣਾ ਸਿਰ ਉੱਚਾ ਕੀਤਾ ਅਤੇ ਜਿੱਥੇ ਅਸਮਾਨ ਅਤੇ ਧਰਤੀ ਦੇ ਘੇਰਿਆਂ ਦੀ ਆਖ਼ਰੀ ਗੰਢ ਬੱਝਦੀ ਹੈ ਉੱਥੇ—ਦੁਮੇਲ—'ਤੇ ਨਜ਼ਰ ਟਿਕਾ ਕੇ ਬੋਲੀ, "ਕੱਲ੍ਹ ਤੱਕ ਤੂੰ ਮੇਰਾ ਭਰਾ ਸੀ, ਤੇਰੇ ਕੋਲ਼ ਮੈਂ ਬੇਫਿਕਰ ਹੋ ਕੇ ਆਉਂਦੀ ਸੀ ਅਤੇ ਆਪਣੇ ਪਿਤਾ ਦੀ ਸ਼ੁੱਧ ਸਰਪ੍ਰਸਤੀ ਹੇਠ ਤੇਰੇ ਨੇੜੇ ਬੈਠਦੀ ਸੀ। ਪਰ ਹੁਣ ਮੈਂ ਭਰਾਤਰੀ ਪਿਆਰ ਦੇ ਮਰਯਾਦਿਤ ਸਬੰਧ ਨਾਲ਼ ਕਿੰਨੇ ਹੀ ਦਰਜੇ ਉੱਚੇ ਇਸ ਪਿਆਰ ਦੇ ਵਜੂਦ ਦਾ ਅਨੁਭਵ ਕਰਦੀ ਹਾਂ, ਜੋ ਹੋਰ ਕਿਸੇ ਵੀ ਸਬੰਧ ਤੋਂ ਮੁਕਤ ਹੈ। ਅਜਿਹੀ ਇੱਕ ਅਨੋਖੀ ਭਾਵਨਾ ਮੇਰੇ ਧੁਰ ਅੰਦਰ ਪੈਦਾ ਹੋਈ ਹੈ। ਇਹ ਭਾਵਨਾ ਮਜ਼ਬੂਤ ਹੈ, ਨਾਲ਼-ਨਾਲ਼ ਡੂੰਘੀ ਵੀ ਹੈ। ਇਹ ਭਾਵਨਾ ਮੇਰੇ ਦਿਲ ਨੂੰ ਸੁੱਖ ਅਤੇ ਦੁੱਖ ਦੋਵਾਂ ਨਾਲ਼ ਭਰ ਦਿੰਦੀ ਹੈ।"

ਜਵਾਬ ਵਿੱਚ ਮੈਂ ਕਿਹਾ, "ਜਿਸ ਭਾਵਨਾ ਤੋਂ ਤੈਨੂੰ ਡਰ ਲੱਗ ਰਿਹਾ ਹੈ ਅਤੇ ਜਿਸ ਦੇ ਦਿਲ ਵਿੱਚ ਦਾਖ਼ਲ ਹੁੰਦੇ ਹੀ ਤੂੰ ਥਰਥਰ ਕੰਬਣ ਲੱਗੀ ਹੈਂ, ਉਹ ਕੀ ਕੁਦਰਤੀ ਨਿਯਮ ਦਾ ਇੱਕ ਅੰਸ਼ ਨਹੀਂ ਹੈ? ਜ਼ਰੂਰ ਹੈ, ਜਿਸਦੇ ਅਧੀਨ ਹੋ ਕੇ ਚੰਦਰਮਾ ਧਰਤੀ ਦੇ ਇਰਦ-ਗਿਰਦ ਪਰਿਕਰਮਾ ਕਰਦਾ ਹੈ, ਧਰਤੀ ਸੂਰਜ ਦੇ ਚਾਰੇ ਪਾਸੇ ਚੱਕਰ ਲਗਾਉਂਦੀ ਹੈ ਅਤੇ ਸੂਰਜ ਹੋਰ ਸਾਥੀ ਗ੍ਰਹਿਆਂ ਨਾਲ਼ ਪ੍ਰਮਾਤਮਾ ਦੀ ਪਰਿਕਰਮਾ ਕਰਦਾ ਹੈ, ਉਸ ਕੁਦਰਤ ਦਾ ਹੀ ਇਹ ਕੋਈ ਪੱਕਾ ਨਿਯਮ ਹੈ।"

ਉਸਨੇ ਆਪਣਾ ਹੱਥ ਮੇਰੇ ਮੱਥੇ 'ਤੇ ਰੱਖਿਆ ਅਤੇ ਮੇਰੇ ਵਾਲ਼ਾਂ ਵਿੱਚ ਆਪਣੀਆਂ ਨਾਜ਼ੁਕ ਉਂਗਲੀਆਂ ਫੇਰਨ ਲੱਗੀ। ਉਸਦੇ ਚਿਹਰੇ 'ਤੇ ਤਕਲੀਫ਼ ਦੀਆਂ ਲਕੀਰਾਂ ਉੱਭਰੀਆਂ ਸਨ, ਉਸਦੀਆਂ ਪਲਕਾਂ 'ਤੇ ਹੰਝੂ ਚਮਕ ਰਹੇ ਸਨ ਜਿਵੇਂ ਨਰਗਿਸ ਦੇ ਫੁੱਲ ਦੀਆਂ ਪੰਖੜੀਆਂ ਦੇ ਕੋਨੇ 'ਤੇ ਤ੍ਰੇਲ ਦੇ ਕਣ ਚਮਕ ਰਹੇ ਹੋਣ। ਉਸਨੇ ਕਿਹਾ, "ਆਪਣੀ ਕਹਾਣੀ ਦੀ ਹਮਾਇਤ ਕਰ ਸਕੇ, ਅਜਿਹਾ ਇਸ ਧਰਤੀ ਦੇ ਗੋਲੇ 'ਤੇ ਵੱਸਣ ਵਾਲ਼ਿਆਂ ਵਿੱਚੋਂ ਕੌਣ ਹੈ? ਸੂਰਜ ਛਿਪਣ ਅਤੇ ਚੰਦਰਮਾ ਦੇ ਚੜ੍ਹਣ ਦੇ ਸਾਂਝੇ ਸਮੇਂ ਦੇ ਸ਼ੁੱਭ ਮਹੂਰਤ ਵਿੱਚ ਸਭ ਸਬੰਧਾਂ ਤੋਂ ਉਦਾਸੀਨ ਬਣ ਕੇ ਅਸੀਂ ਸ਼ੱਕ ਅਤੇ ਵਿਸ਼ਵਾਸ ਦੋਵਾਂ ਦੇ ਵਿਚਲਾ ਰਾਹ ਪੱਕਾ ਕਰ ਲਿਆ ਹੈ। ਇਸ ਗੱਲ ਨੂੰ ਕੌਣ ਸੱਚ ਮੰਨੇਗਾ? ਅਪ੍ਰੈਲ ਦੇ ਜਿਸ ਮਹੀਨੇ ਵਿੱਚ ਅਸੀਂ ਦੋਵੇਂ ਇੱਕ-ਦੂਜੇ ਤੋਂ ਜਾਣੂ ਹੋਏ ਸਾਂ।

ਉਸੇ ਮਹੀਨੇ ਨੇ ਸਾਨੂੰ ਜ਼ਿੰਦਗੀ ਦੇ ਪਵਿੱਤਰ ਕੇਂਦਰ 'ਤੇ ਪਹੁੰਚਾ ਦਿੱਤਾ ਹੈ, ਇਸ ਗੱਲ 'ਤੇ ਕੌਣ ਵਿਸ਼ਵਾਸ ਕਰੇਗਾ!"

ਉਸਦਾ ਹੱਥ ਹੁਣ ਤੱਕ ਮੇਰੇ ਝੁਕੇ ਹੋਏ ਮੱਥੇ ਦੇ ਉੱਪਰ ਸੀ। ਇਸ ਵੇਲ਼ੇ ਜੋ ਕੋਮਲ ਅਤੇ ਨਿੱਘ ਭਰਿਆ ਹੋਇਆ ਹੱਥ ਮੇਰੇ ਵਾਲ਼ਾਂ ਨਾਲ਼ ਖੇਡ ਰਿਹਾ ਸੀ, ਉਹ ਮੈਨੂੰ ਸਮਰਾਟ ਦੇ ਤਾਜ਼ ਨਾਲ਼ੋਂ ਵੀ ਵੱਧ ਅਨਮੋਲ ਅਤੇ ਵੱਧ ਪਿਆਰਾ ਲੱਗ ਰਿਹਾ ਸੀ।

ਮੈਂ ਕਿਹਾ, "ਆਪਣੀ ਪ੍ਰੇਮ ਕਹਾਣੀ ਸੱਚ ਹੈ, ਇਸ ਗੱਲ ਵਿੱਚ ਲੋਕਾਂ ਨੂੰ ਬਿਲਕੁੱਲ ਵੀ ਭਰੋਸਾ ਨਹੀਂ ਹੋਵੇਗਾ ਕਿਉਂਕਿ ਪਿਆਰ ਹੀ ਇੱਕ ਅਜਿਹਾ ਫੁੱਲ ਹੈ, ਜਿਸਦਾ ਜਨਮ ਕਿਸੇ ਵੀ ਖ਼ਾਸ ਰੁੱਤ 'ਤੇ ਨਿਰਭਰ ਨਹੀਂ ਕਰਦਾ। ਇਸ ਗੱਲ ਦਾ ਉਨ੍ਹਾਂ ਨੂੰ ਪਤਾ ਨਹੀਂ, ਨਹੀਂ ਤਾਂ ਜਿਸ ਵਿੱਚ ਅਸੀਂ ਇੱਕ-ਦੂਜੇ ਤੋਂ ਪਹਿਲੀ ਵਾਰ ਜਾਣੂ ਹੋਏ ਸੀ, ਉਹ ਅਪ੍ਰੈਲ ਮਹੀਨਾ ਕਿਹੜਾ ਹੈ ਅਤੇ ਜਿਸ ਨੇ ਖ਼ੁਦ ਨੂੰ ਜੀਵਨ ਦੇ ਪਵਿੱਤਰ ਕੇਂਦਰਬਿੰਦੂ 'ਤੇ ਪਹੁੰਚਾ ਦਿੱਤਾ ਹੈ, ਉਹ ਪਲ਼ ਕਿਹੜੇ ਹਨ? ਇਸ ਦੇ ਪਹਿਲਾਂ ਹੀ ਜਦੋਂ ਸਾਡਾ ਵਜੂਦ ਦਿਨ ਅਤੇ ਰਾਤ ਦੇ ਚੱਕਰ ਵਿੱਚ ਘੁੰਮਦਾ ਸੀ, ਉਦੋਂ ਕੁਦਰਤ ਦੇ ਹੱਥਾਂ ਨੇ ਸਾਡੀਆਂ ਆਤਮਾਵਾਂ ਨੂੰ ਇੱਕ ਕੇਂਦਰ 'ਤੇ ਲਗਾ ਕੇ ਕੀ ਖੜ੍ਹਾ ਨਹੀਂ ਕਰ ਦਿੱਤਾ ਸੀ? ਸਲਮਾ, ਮਨੁੱਖੀ ਜੀਵਨ ਦੀ ਮਾਂ ਦੇ ਪੇਟ ਤੋਂ ਹੀ ਸ਼ੁਰੂਆਤ ਨਹੀਂ ਹੁੰਦੀ, ਉਵੇਂ ਹੀ ਕਬਰ ਵਿੱਚ ਦਫ਼ਨ ਹੁੰਦੇ ਹੀ ਉਸਦਾ ਖ਼ਾਤਮਾ ਨਹੀਂ ਹੁੰਦਾ। ਚੰਦਰਮਾ ਅਤੇ ਤਾਰਿਆਂ ਦੀਆਂ ਕਿਰਨਾਂ ਤੋਂ ਪ੍ਰਕਾਸ਼ਿਤ ਇਹ ਵਿਸ਼ਾਲ ਸੰਸਾਰ ਪਿਆਰ ਅਤੇ ਮਿੱਤਰਤਾ ਦੇ ਧਾਗਿਆਂ ਨਾਲ਼ ਬੰਨ੍ਹੀਆਂ ਹੋਈਆਂ ਆਤਮਾਵਾਂ ਨਾਲ਼ ਭਰਪੂਰ ਹਨ।"

ਸਲਮਾ ਨੇ ਹੌਲ਼ੀ ਜਿਹੇ ਆਪਣਾ ਹੱਥ ਮੇਰੇ ਮੱਥੇ ਤੋਂ ਚੁੱਕ ਲਿਆ ਪਰ ਮੇਰੇ ਵਾਲ਼ਾਂ ਦੀਆਂ ਜੜ੍ਹਾਂ ਵਿੱਚ ਜੋ ਖਿੱਚ ਸ਼ਕਤੀ ਸਲਮਾ ਦੇ ਹੱਥ ਦੀ ਛੂਹ ਨਾਲ਼ ਪੈਦਾ ਹੋ ਗਈ ਸੀ, ਉਸ ਉਵੇਂ ਹੀ ਬਣੀ ਰਹੀ। ਰਾਤ ਦੀ ਹਲਕੀ ਹਵਾ ਮੇਰੇ ਵਾਲ਼ਾਂ ਨਾਲ਼ ਖੇਡਦੀ ਰਹੀ। ਮੈਂ ਸਲਮਾ ਦਾ ਹੱਥ ਆਪਣੇ ਹੱਥ ਵਿੱਚ ਲਿਆ ਅਤੇ ਵੇਦੀ ਨੂੰ ਚੁੰਮ ਕੇ ਉਸਦਾ ਅਸ਼ੀਰਵਾਦ ਹਾਸਿਲ ਕਰਨ ਵਾਲ਼ੇ ਪੁਜਾਰੀ ਵਾਂਗ ਆਪਣੇ ਕੰਬਦੇ ਬੁੱਲ੍ਹਾਂ ਨਾਲ਼ ਉਸ ਨੂੰ ਚੁੰਮ ਲਿਆ। ਜਿਹੋ ਜਿਹਾ ਚੁੰਮਣ ਆਪਣੇ ਨਿੱਘ ਦੇ ਸਹਾਰੇ ਮਨੁੱਖ ਦੀ ਅੰਦਰਲੀ ਭਾਵਨਾ ਨੂੰ ਪਿਘਲਾ ਦਿੰਦਾ ਹੈ ਅਤੇ ਆਪਣੀ ਮਿਠਾਸ ਦੇ ਸਹਾਰੇ ਕੁਦਰਤ ਦੀ ਆਤਮਾ ਦੀ ਪਵਿੱਤਰਤਾ ਵਿੱਚ ਵਾਧਾ ਕਰਦਾ ਹੈ, ਉਹੋ ਜਿਹਾ ਲੰਬਾ, ਡੂੰਘਾ ਅਤੇ ਸ਼ਾਂਤ ਚੁੰਮਣ ਮੈਂ ਕੀਤਾ।

ਇੱਕ ਘੰਟਾ ਬੀਤ ਗਿਆ। ਇਸਦਾ ਹਰੇਕ ਪਲ਼ ਪਿਆਰ ਅਤੇ ਚਾਹਤ ਦੇ ਇੱਕ ਸਾਲ ਵਾਂਗ ਲੰਬਾ ਸੀ। ਰਾਤ ਦੀ ਸ਼ਾਂਤੀ, ਚੰਦਰਮਾ ਦੀ ਕਿਰਨ ਅਤੇ ਰੁੱਖ ਅਤੇ ਫੁੱਲ ਦੇ ਖੁਸ਼ਬੂ ਨਾਲ਼ ਮਸਤ ਬਣਿਆ ਵਾਤਾਵਰਣ, ਇਨ੍ਹਾਂ ਸਾਰਿਆਂ ਨੇ ਜਿਸ ਜਗ੍ਹਾ 'ਤੇ ਪਿਆਰ ਦੇ ਵਜੂਦ ਤੋਂ ਇਲਾਵਾ ਹੋਰ ਸਭ ਕੁਝ ਭੁੱਲ ਜਾਂਦਾ ਹੈ, ਉਸ ਜਗ੍ਹਾ 'ਤੇ ਸਾਨੂੰ ਪਹੁੰਚਾ ਦਿੱਤਾ।

ਅਚਾਨਕ ਘੋੜੇ ਦੀ ਟਾਪਾਂ ਅਤੇ ਗੱਡੀ ਦੇ ਪਹੀਆਂ ਦੀ ਅਵਾਜ਼ ਰਫ਼ਤਾਰ ਨਾਲ਼ ਸਾਡੇ ਨੇੜੇ ਆਉਂਦੀ ਸੁਣਾਈ ਦਿੱਤੀ। ਇਸ ਅਵਾਜ਼ ਨੇ ਸਾਨੂੰ ਸਾਡੇ ਮਿੱਠੇ ਸੁਪਨਿਆਂ ਵਿੱਚੋਂ ਜਗਾ ਦਿੱਤਾ ਅਤੇ ਖ਼ੁਦ ਨੂੰ ਭੁੱਲ ਜਾਣ ਦੇ ਇਸ ਸੁਪਨਿਆਲੀ ਸੰਸਾਰ

ਵਿੱਚੋਂ ਜਗਾ ਕੇ ਹੈਰਾਨੀ ਅਤੇ ਬਦਹਾਲੀ ਦੇ ਸੰਸਾਰ ਵਿੱਚ ਪਾ ਦਿੱਤਾ। ਫਾਰਿਸ ਕਰਾਮਾ ਪਾਦਰੀ ਦੇ ਭਵਨ ਤੋਂ ਹੁਣ ਵਾਪਸ ਪਰਤ ਰਿਹਾ ਹੈ, ਇਸਦਾ ਸਾਨੂੰ ਸਪੱਸ਼ਟ ਅਹਿਸਾਸ ਹੋਣ ਲੱਗਾ। ਅਸੀਂ ਉੱਠੇ ਅਤੇ ਰੁੱਖਾਂ ਵਿੱਚੋਂ ਨਿਕਲ਼ ਕੇ ਉਸ ਦਾ ਰਾਹ ਦੇਖਣ ਲਈ ਦਰਵਾਜ਼ੇ ਦੇ ਅੱਗੇ ਆ ਕੇ ਖੜ੍ਹੇ ਹੋ ਗਏ।

ਗੱਡੀ ਬਾਗ ਦੇ ਦਰਵਾਜ਼ੇ ਦੇ ਅੱਗੇ ਆ ਕੇ ਖੜ੍ਹੀ ਹੋ ਗਈ। ਉਸ ਵਿੱਚੋਂ ਫਾਰਿਸ ਕਰਾਮਾ ਉੱਤਰਿਆ ਅਤੇ ਸਿਰ ਝੁਕਾਈ ਹੌਲ਼ੀ-ਹੌਲ਼ੀ ਪੈਰ ਧਰਦਾ ਹੋਇਆ ਸਾਡੇ ਵੱਲ ਆਇਆ। ਸਿਰ ਦੇ ਉੱਪਰ ਮਣਾਮੂੰਹੀ ਭਾਰ ਹੋਵੇ। ਇੰਝ ਇੱਕ ਥੱਕੇ-ਥਕਾਏ ਮਜ਼ਦੂਰ ਵਾਂਗ ਉਹ ਸਲਮਾ ਵੱਲ ਅੱਗੇ ਵਧਿਆ। ਉਸਨੇ ਦੋਵੇਂ ਹੱਥ ਸਲਮਾ ਦੇ ਮੋਢੇ 'ਤੇ ਟਿਕਾ ਦਿੱਤੇ ਅਤੇ ਬਹੁਤ ਦੇਰ ਇੱਕ-ਟਕ ਉਸਦੇ ਚਿਹਰੇ ਨੂੰ ਦੇਖਦਾ ਰਿਹਾ। ਜਿਵੇਂ ਸਲਮਾ ਦਾ ਚਿਹਰਾ ਉਸਦੀ ਨਜ਼ਰ ਦੇ ਸਾਹਮਣੇ ਤੋਂ ਅਦਿੱਖ ਹੋ ਜਾਣ ਵਾਲ਼ਾ ਹੋਵੇ, ਉਸਦਾ ਉਸਨੂੰ ਡਰ ਲੱਗ ਰਿਹਾ ਹੋਵੇ। ਉਸਦੇ ਝੁਰੜੀਆਂ ਭਰੀਆਂ ਗੱਲ੍ਹਾਂ 'ਤੇ ਟਪ-ਟਪ ਹੰਝੂ ਡਿਗਣ ਲੱਗੇ। ਉਸਦੇ ਬੁੱਲ੍ਹ ਕੰਬਣ ਲੱਗੇ ਅਤੇ ਦੁੱਖਭਰੀ ਮੁਸਕਾਨ ਨਾਲ਼ ਭਾਰੀ ਅਵਾਜ਼ ਵਿੱਚ ਉਹ ਬੋਲਿਆ, "ਬੇਟੀ, ਕਿਸੇ-ਨਾ-ਕਿਸੇ ਦਿਨ ਆਪਣੀ ਗੋਦ ਵਿੱਚੋਂ ਬਾਹਰ ਨਿਕਲ਼ ਕੇ ਕਿਸੇ ਦੂਸਰੇ ਪੁਰਸ਼ ਦੇ ਹੱਥਾਂ ਵਿੱਚ ਸੌਂਪਣ ਵਰਗਾ ਕੌੜਾ ਘੁੱਟ ਤੇਰੇ ਪਿਤਾ ਨੂੰ ਪੀਣਾ ਹੀ ਹੁੰਦਾ ਪਰ ਇਸ ਸਮੇਂ ਉਹ ਦਿਨ ਨੇੜੇ ਆਇਆ ਹੋਇਆ ਮਲੂਮ ਹੁੰਦਾ ਹੈ। ਰੱਬ ਦੀ ਲੀਲਾ ਬੇਅੰਤ ਹੈ। ਤੈਨੂੰ ਇਸ ਚਾਰ ਦੀਵਾਰੀ ਵਿੱਚੋਂ ਬਾਹਰ ਨਿਕਲ਼ ਕੇ ਦੁਨੀਆ ਦੇ ਵਿਸ਼ਾਲ ਮੈਦਾਨ ਵਿੱਚ ਲੈ ਜਾਣ ਦਾ ਸਮਾਂ ਹੁਣ ਨੇੜੇ ਆ ਗਿਆ ਹੈ। ਹੁਣ ਤੋਂ ਇਹ ਬਾਗ ਤੇਰੇ ਪੈਰਾਂ ਦੀ ਚਾਪ ਸੁਣਨ ਲਈ ਤਰਸੇਗਾ ਅਤੇ ਤੇਰਾ ਪਿਤਾ ਤੇਰੇ ਨਾਲ਼ੋਂ ਵੱਖ ਹੋ ਜਾਵੇਗਾ। ਸਲਮਾ! ਸਿਰਜਣਹਾਰ ਦੀ ਲਿਖੀ ਚੱਲ ਰਹੀ ਹੈ। ਰੱਬ ਤੇਰੀ ਰੱਖਿਆ ਕਰੇ ਅਤੇ ਤੇਰਾ ਇਹ ਵਿਦਾ-ਵੇਲ਼ਾ ਸ਼ੁੱਭ ਹੋਵੇ।"

ਪਿਤਾ ਦੀ ਗੱਲ ਸੁਣ ਦੇ ਹੀ ਸਲਮਾ ਦਾ ਚਿਹਰਾ ਫਿੱਕਾ ਪੈ ਗਿਆ ਅਤੇ ਅੱਖਾਂ ਸਥਿਰ ਹੋ ਗਈਆਂ ਜਿਵੇਂ ਮੌਤ ਦਾ ਦੂਤ ਉਸਦੇ ਸਾਹਮਣੇ ਆ ਕੇ ਖੜ੍ਹਾ ਹੋ ਗਿਆ ਹੋਵੇ। ਉਹ ਤੇਜ਼ ਦਰਦ ਹੋਣ ਨਾਲ਼ ਬੇਚੈਨ ਹੋ ਉੱਠੀ ਅਤੇ ਸਿਸਕੀਆਂ ਭਰ-ਭਰ ਕੇ ਵਿਰਲਾਪ ਕਰਨ ਲੱਗੀ ਜਿਵੇਂ ਸ਼ਿਕਾਰੀ ਦੇ ਤੀਰ ਤੋਂ ਜ਼ਖਮੀ ਹੋ ਕੇ ਜ਼ਮੀਨ 'ਤੇ ਪਿਆ ਦੁੱਖ ਅਤੇ ਦਰਦ ਨਾਲ਼ ਥਰਥਰ ਕੰਬਦਾ ਹੋਇਆ ਪੰਛੀ ਹੋਵੇ। ਭਰੇ ਗਲ਼ੇ ਨਾਲ਼ ਜੋਰ ਦੀ ਚਿਲਾ ਕੇ ਉਹਨੇ ਕਿਹਾ, "ਪਿਤਾ ਜੀ, ਤੁਸੀਂ ਇਹ ਕੀ ਕਰ ਰਹੇ ਹੋ? ਇਹੋ ਜਿਹੀ ਗੱਲ ਪਿੱਛੇ ਤੁਹਾਡਾ ਕੀ ਮਤਲਬ ਹੈ, ਤੁਸੀਂ ਮੈਨੂੰ ਕਿੱਥੇ ਭੇਜ ਦੇਣਾ ਚਾਹੁੰਦੇ ਹੋ?"

ਉਹ ਫਟੀਆਂ ਅੱਖਾਂ ਨਾਲ਼ ਆਪਣੇ ਪਿਤਾ ਦੇ ਸਾਹਮਣੇ ਦੇਖਣ ਲੱਗੀ ਜਿਵੇਂ ਪਿਤਾ ਦੇ ਦਿਲ 'ਤੇ ਪਏ ਪਰਦੇ ਨੂੰ ਆਪਣੀ ਨਜ਼ਰ ਦੇ ਸਹਾਰੇ ਚੀਰ ਸੁੱਟਣ ਦੀ ਇੱਛਾ ਕਰ ਰਹੀ ਹੋਵੇ! ਕਬਰਾਂ ਦੇ ਮੂਕ ਵਿਰਲਾਪ ਵਾਂਗ, ਮੁਰਦਾ-ਸ਼ਾਂਤੀ ਦੇ ਅਸਰ ਨਾਲ਼ ਭਰੀ ਹੋਈ, ਇੱਕ ਪਲ ਵਿੱਚ ਲੰਮਾ ਸਾਹ ਲੈ ਕੇ ਉਹਨੇ ਕਿਹਾ, "ਪਿਤਾ ਜੀ! ਹੁਣ ਸਾਰਾ ਕੁਝ ਮੇਰੀ ਸਮਝ ਵਿੱਚ ਆਇਆ, ਮੈਂ ਸਭ ਸਮਝ ਗਈ, ਪਾਦਰੀ ਸਾਹਿਬ ਨੇ ਮਰੁੰਡੇ ਖੰਭ ਵਾਲ਼ੇ ਪੰਛੀ ਲਈ ਤੇਰੇ ਪਿਆਰ ਦੇ ਰੁੱਖ ਦੀ ਤੀਲਿਆਂ ਦੇ ਆਸਰੇ ਇੱਕ ਪਿੰਜਰਾ ਬਣਾਇਆ ਹੈ। ਕਿਉਂ ਪਿਤਾ ਜੀ ਇਹੀ ਗੱਲ ਹੈ ਨਾ?"

ਫਾਰਿਸ ਕਰਾਮਾ ਨੇ ਡੂੰਘਾ ਸਾਹ ਲੈਣ ਤੋਂ ਇਲਾਵਾ ਹੋਰ ਕੋਈ ਜੰਵਾਬ ਨਾ ਦਿੱਤਾ। ਉਹ ਉਸਨੂੰ ਦੀਵਾਨਖਾਨੇ ਵਿੱਚ ਲੈ ਗਿਆ। ਤਰਸ ਅਤੇ ਮਮਤਾ ਦੀਆਂ ਕਿਰਨਾਂ ਉਸਦੇ ਚਿਹਰੇ 'ਤੇ ਚਮਕ ਰਹੀਆਂ ਸਨ। ਮੈਂ ਬਾਗ ਵਿੱਚ ਰੁੱਖਾਂ ਦੇ ਝੁੰਡ ਵਿੱਚ ਖੜ੍ਹਾ ਹੋਇਆ ਸੀ ਅਤੇ ਜਿਵੇਂ ਪਤਝੜ ਵਿੱਚ ਪੀਲ਼ੇ ਪਏ ਪੱਤਿਆਂ ਨਾਲ ਤੂਫਾਨੀ ਹਵਾ ਖਿਲਵਾੜ ਕਰਦੀ ਹੈ, ਉਵੇਂ ਹੀ ਹੈਰਾਨੀ ਮੇਰੀ ਭਾਵਨਾ ਨਾਲ਼ ਖਿਲਵਾੜ ਕਰ ਰਹੀ ਸੀ। ਅੰਤ ਵਿੱਚ ਮੈਂ ਉਸਦੇ ਪਿੱਛੇ ਦੀਵਾਨਖਾਨੇ ਵਿੱਚ ਗਿਆ। ਸ਼ਾਇਦ ਪਿਤਾ-ਪੁੱਤਰੀ ਨੂੰ ਕੋਈ ਗੁਪਤ ਅਤੇ ਖ਼ਾਸ ਗੱਲ ਕਰਨੀ ਹੋਵੇ, ਇਹ ਸੋਚ ਕੇ ਮੈਂ ਉਨ੍ਹਾਂ ਤੋਂ ਵਿਦਾ ਮੰਗਣਾ ਹੀ ਯੋਗ ਸਮਝਿਆ ਅਤੇ ਇਸ ਮਤਲਬ ਨਾਲ਼ ਫਾਰਿਸ ਕਰਾਮਾ ਨਾਲ਼ ਵਿਦਾ-ਸੂਚਕ ਹੱਥ ਮਿਲ਼ਾਇਆ। ਜਿਵੇਂ ਖਗੋਲਸ਼ਾਸਤਰੀ ਅਕਾਸ਼ ਵਿੱਚ ਚਮਕਦੇ ਗ੍ਰਹਿ ਨੂੰ ਸਾਹਮਣੇ ਦੇਖਦਾ ਹੈ, ਉਵੇਂ ਹੀ ਮੈਂ ਸਲਮਾ ਦੇ ਸਾਹਮਣੇ ਦੇਖਿਆ। ਉਨ੍ਹਾਂ ਦੋਵਾਂ ਨੂੰ ਖ਼ਬਰ ਤੱਕ ਨਾ ਹੋਵੇ। ਇੰਨੀ ਹੀ ਹੌਲ਼ੀ ਮੈਂ ਦੀਵਾਨਖਾਨੇ ਵਿੱਚੋਂ ਬਾਹਰ ਨਿਕਲ਼ ਆਇਆ। ਪਰ ਮੈਂ ਬਾਗ਼ ਦੇ ਫ਼ਾਟਕ ਤੱਕ ਪਹੁੰਚਿਆ, ਉਦੋਂ ਤੱਕ ਫਾਰਿਸ ਕਰਾਮਾ ਦੀ ਪੁਕਾਰ ਮੇਰੇ ਕੰਨਾਂ ਵਿੱਚ ਪਈ। ਪਿੱਛੇ ਘੁੰਮ ਕੇ ਦੇਖਿਆ, ਉਹ ਮੈਨੂੰ ਹੀ ਬੁਲਾ ਰਿਹਾ ਸੀ। ਮੈਂ ਪਿੱਛੇ ਮੁੜਿਆ ਅਤੇ ਉਸਦੇ ਨੇੜੇ ਗਿਆ ਕਿ ਤੁਰੰਤ ਹੀ ਮੇਰਾ ਹੱਥ ਫੜ ਕੇ ਥਰਥਰ ਕੰਬਦੀ ਹੋਈ ਅਵਾਜ਼ ਨਾਲ਼ ਉਸ ਨੇ ਕਿਹਾ, "ਬੇਟਾ, ਮੈਨੂੰ ਮੁਆਫ਼ ਕਰ, ਮੈਂ ਤੇਰੀ ਮੁਲਾਕਾਤ ਦੇ ਆਖਰੀ ਹਿੱਸੇ ਨੂੰ ਹੰਝੂਆਂ ਵਿੱਚ ਪਲ਼ਟ ਦਿੱਤਾ। ਇੰਞ ਹੁੰਦੇ ਹੋਏ ਵੀ ਤੈਨੂੰ ਰੋਜ਼ਾਨਾ ਤੌਰ 'ਤੇ ਆਉਂਦੇ ਰਹਿਣਾ ਹੈ। ਬੋਲੋ, ਆਓਗੇ ਜਾਂ ਨਹੀਂ? ਇਸ ਘਰ ਵਿੱਚ ਜਦੋਂ ਇਹ ਦੁੱਖੀ ਬਜ਼ੁਰਗ ਬਿਲਕੁੱਲ ਇਕੱਲਾ ਪਿਆ ਹੋਵੇਗਾ, ਉਸ ਨੂੰ ਕੀ ਤੂੰ ਸਾਥ ਦੇਣ ਨਹੀਂ ਆਵੇਂਗਾ? ਹਾਂ, ਮੈਂ ਸਮਝਦਾ ਹਾਂ ਕਿ ਜਿਸ ਤਰ੍ਹਾਂ ਸਰਘੀ ਵੇਲ਼ੇ ਅਤੇ ਆਥਣ ਵੇਲੇ ਦਾ ਕਦੇ ਮੇਲ਼ ਨਹੀਂ ਹੁੰਦਾ, ਉਸੇ ਰੀਤ ਨਾਲ਼ ਵਿਕਸਿਤ ਜੁਆਨੀ ਅਤੇ ਮੁਰਝਾਏ ਹੋਏ ਬੁਢਾਪੇ ਵਿੱਚ ਆਪਸ ਵਿੱਚ ਕਿਸੇ ਤਰ੍ਹਾਂ ਦੀ ਦਿਲਚਸਪੀ ਨਹੀਂ ਹੁੰਦੀ। ਇਹ ਸੁਭਾਵਿਕ ਹੈ ਪਰ ਤੈਨੂੰ ਤਾਂ ਅਜਿਹਾ ਨਹੀਂ ਕਰਨਾ ਚਾਹੀਦਾ। ਤੈਨੂੰ ਮੇਰੇ ਕੋਲ ਜ਼ਰੂਰ ਆਉਂਦੇ ਰਹਿਣਾ ਚਾਹੀਦਾ ਹੈ ਅਤੇ ਮੈਨੂੰ ਆਪਣੇ ਪਿਤਾ ਨਾਲ਼ ਬਿਤਾਏ ਹੋਏ ਮੇਰੇ ਜੁਆਨੀ ਦੀ ਕਹਾਣੀ ਦੀ ਯਾਦ ਤਾਜ਼ਾ ਕਰਾਉਣੀ ਚਾਹੀਦੀ ਹੈ। ਜਿਸ ਜ਼ਿੰਦਗੀ ਨੂੰ ਮੈਂ ਕਦੇ ਆਪਣਾ ਨਹੀਂ ਸਮਝਿਆ, ਉਸ ਜ਼ਿੰਦਗੀ ਦੀ ਕਹਾਣੀ ਤੂੰ ਮੈਨੂੰ ਬਾਰ-ਬਾਰ ਸੁਣਾਉਂਦਾ ਰਹੇਂਗਾ, ਇਸ ਵਿੱਚ ਮੈਨੂੰ ਜ਼ਰਾ ਵੀ ਸ਼ੱਕ ਕਿਉਂ ਹੋਵੇ! ਮੇਰਾ ਕਹਿਣਾ ਠੀਕ ਹੈ ਨਾ? ਸਲਮਾ ਇਸ ਭਵਨ ਨੂੰ ਛੱਡ ਕੇ ਚਲੀ ਜਾਵੇਗੀ ਅਤੇ ਸ਼ਹਿਰ ਤੋਂ ਦੂਰ ਇਸ ਜਗ੍ਹਾ ਵਿੱਚ ਮੈਂ ਇਕੱਲਾ ਪਿਆ ਰਹਾਂਗਾ, ਤਦ ਤੂੰ ਮੈਨੂੰ ਮਿਲਣ ਆਉਂਦਾ ਤਾਂ ਰਹੇਂਗਾ ਨਾ?"

ਫਾਰਿਸ ਕਰਾਮਾ ਨੇ ਇਹ ਸ਼ਬਦ ਭਰੇ ਗਲ਼ੇ ਨਾਲ਼ ਕਹੇ ਅਤੇ ਜਿਵੇਂ ਹੀ ਮੈਂ ਉਸਦਾ ਹੱਥ ਬਿਨਾਂ ਕੁਝ ਬੋਲੇ-ਚਾਲੇ ਆਪਣੇ ਹੱਥ ਵਿੱਚ ਲਿਆ, ਉਵੇਂ ਹੀ ਗਰਮ-ਗਰਮ ਹੰਝੂਆਂ ਦੀਆਂ ਕੁਝ ਕੁ ਬੂੰਦਾਂ ਉਸਦੀਆਂ ਅੱਖਾਂ ਵਿੱਚੋਂ ਮੇਰੇ ਹੱਥ 'ਤੇ ਪਈਆਂ। ਮੇਰਾ ਦਿਲ ਧਕਧਕ ਕਰਨ ਲੱਗਿਆ। ਇੱਕ ਉਦਾਸੀ ਭਰਿਆ ਪਰ ਮਧੁਰ ਭਾਵ ਮੇਰੀ ਜ਼ੁਬਾਨ 'ਤੇ ਆਉਣ ਲਈ ਦਿਲ ਵਿੱਚ ਤੜਫ਼ ਰਿਹਾ ਹੋਵੇ, ਇੰਞ ਮੈਨੂੰ ਜਾਪਿਆ। ਇਹ ਭਾਵ ਦਿਲ ਵਿੱਚੋਂ ਬਾਰ-ਬਾਰ ਉੱਚਾ ਉੱਠਦਾ ਅਤੇ ਮੁੜ-ਮੁੜ ਪਿੱਛੇ ਦਿਲ ਦੀ

ਡੂੰਘਾਈ ਵਿੱਚ ਜਾ ਪੈਂਦਾ ਸੀ।

ਮੈਂ ਆਪਣਾ ਸਿਰ ਉੱਪਰ ਕੀਤਾ। ਮੇਰੀਆਂ ਅੱਖਾਂ ਵਿੱਚੋਂ ਹੰਝੂਆਂ ਦੀ ਧਾਰਾ ਵਹਿਣ ਲੱਗੀ। ਇਹ ਦੇਖ ਕੇ ਫਾਰਿਸ ਕਰਾਮਾ ਹੇਠਾਂ ਝੁਕਿਆ ਅਤੇ ਆਪਣੇ ਥਰਥਰ ਕੰਬਦੇ ਬੁੱਲ੍ਹਾਂ ਸਹਾਰੇ ਮੇਰੇ ਸਿਰ ਦਾ ਚੁੰਮਣ ਲਿਆ। ਆਪਣੇ ਮੂੰਹ ਨੂੰ ਭਵਨ ਦੇ ਦਰਵਾਜ਼ੇ ਵੱਲ ਕਰਦੇ ਹੋਏ ਉਸਨੇ ਕਿਹਾ, "ਸ਼ੁੱਭ ਰਾਤ! ਬੇਟਾ, ਤੇਰੀ ਰਾਤ ਸੁੱਖ ਵਿੱਚ ਬੀਤੇ।"

ਬੁੱਢੇ ਲੋਕਾਂ ਦੀਆਂ ਗੱਲ੍ਹਾਂ 'ਤੇ ਚਮਕਣ ਵਾਲ਼ੇ ਸਿੱਧੇ-ਸਾਦੇ ਹੰਝੂ ਨੌਜਵਾਨ ਦੇ ਖ਼ੂਨ ਦੇ ਹੰਝੂਆਂ ਨਾਲ਼ੋਂ ਆਤਮਾ ਉੱਪਰ ਵੱਧ ਪ੍ਰਭਾਵਸ਼ਾਲੀ ਹੁੰਦੇ ਹਨ।

ਜੁਆਨੀ ਦੇ ਅਸਹਿ ਹੰਝੂ ਦਰਦ-ਭਰੇ ਦਿਲ ਵਿੱਚੋਂ ਟਪਕਦੇ ਹਨ, ਇਹ ਠੀਕ ਹੈ ਪਰ ਬੁਢਾਪੇ ਦੇ ਹੰਝੂ ਤਾਂ ਅੱਖਾਂ ਦੀਆਂ ਪੁਤਲੀਆਂ ਵਿੱਚੋਂ ਟਪਕਦੇ ਆਖ਼ਰੀ ਉਮਰ ਦੀ ਝੜੀ ਹਨ। ਬੁਢਾਪੇ ਦੇ ਹੰਝੂ ਕਮਜ਼ੋਰ ਦੇਹਧਾਰੀਆਂ ਦੇ ਜੀਵਨ ਦੀ ਬਚੀ-ਖੁਚੀ ਪੂੰਜੀ ਹੈ।

ਜੁਆਨੀ ਦੀਆਂ ਝਿੰਮਣੀਆਂ 'ਤੇ ਹੰਝੂ ਗੁਲਾਬ ਦੀਆਂ ਪੰਖੜੀਆਂ ਦੇ ਤ੍ਰੇਲ ਬਿੰਦੂਆਂ ਵਾਂਗ ਹਨ। ਪਰ ਬੁਢਾਪੇ ਦੇ ਗੱਲ੍ਹਾਂ 'ਤੇ ਹੰਝੂ ਤਾਂ ਪਤਝੜ ਦੇ ਉਨ੍ਹਾਂ ਪੀਲ਼ੇ ਪੱਤਿਆਂ ਵਾਂਗ ਹਨ, ਜਿਨ੍ਹਾਂ ਨੂੰ ਹਵਾ ਦਾ ਤੂਫ਼ਾਨ ਜਿੰਦਗੀ ਦੇ ਸਰਦੀਆਂ ਦੇ ਮੀਂਹ ਪੈਣ ਤੋਂ ਪਹਿਲਾਂ ਹੀ ਖਿੰਡਾ ਕੇ ਦੂਰ ਚਲਾ ਜਾਂਦਾ ਹੈ।

ਫਾਰਿਸ ਕਰਾਮਾ ਦਰਵਾਜ਼ੇ ਦੀ ਆੜ ਵਿੱਚ ਚਲਾ ਗਿਆ ਅਤੇ ਮੈਂ ਉੱਥੋਂ ਨਿਕਲ਼ ਆਇਆ। ਸਲਮਾ ਦੇ ਸੁਰ ਕੰਨਾਂ ਵਿੱਚ ਗੂੰਜ ਰਹੇ ਸਨ। ਉਸਦੀ ਸੁੰਦਰਤਾ ਮੇਰੀਆਂ ਅੱਖਾਂ ਦੇ ਸਾਹਮਣੇ ਪਰਛਾਵੇਂ ਵਾਂਗ ਲੁਕਣ ਮੀਟੀ ਕਰ ਰਹੀ ਸੀ ਅਤੇ ਮੇਰੇ ਹੱਥ 'ਤੇ ਪਏ ਉਸਦੇ ਪਿਤਾ ਦੇ ਹੰਝੂ ਹੌਲ਼ੀ-ਹੌਲ਼ੀ ਸੁਕ ਰਹੇ ਸਨ।

ਆਦਮ ਜਿਵੇਂ ਸਵਰਗ ਵਿੱਚੋਂ ਬਾਹਰ ਨਿਕਲ਼ ਆਇਆ ਸੀ, ਉਵੇਂ ਹੀ ਮੈਂ ਵੀ ਉਸ ਭਵਨ ਦੇ ਬਾਹਰ ਨਿਕਲ਼ ਪਿਆ ਸੀ ਪਰ ਦੁੱਖ ਦੀ ਗੱਲ ਇਹ ਸੀ ਕਿ ਆਪਣੀ ਸੁੰਦਰਤਾ ਅਤੇ ਸ਼ੋਭਾ ਦੇ ਸਹਾਰੇ ਧਰਤੀ ਨੂੰ ਸਵਰਗ ਬਣਾਉਣ ਵਾਲ਼ੀ ਮੇਰੇ ਦਿਲ ਦੀ ਈਵ ਮੇਰੇ ਨਾਲ਼ ਨਹੀਂ ਸੀ।

ਜਿਸ ਰਾਤ ਮੇਰਾ ਮੁੜ ਜਨਮ ਹੋਇਆ, ਉਸੇ ਰਾਤ ਮੇਰੀਆਂ ਨਜ਼ਰਾਂ ਦੇ ਸਾਹਮਣੇ ਮੌਤ ਦਾ ਚਿਹਰਾ ਦਿਖਾਈ ਦਿੱਤਾ। ਇਹੀ ਵਿਚਾਰ ਜਿਵੇਂ ਹੀ ਮੈਂ ਉੱਥੋਂ ਬਾਹਰ ਨਿਕਲਿਆ, ਮੇਰੇ ਮਨ ਵਿੱਚੋਂ ਬਾਰ-ਬਾਰ ਝਾਕ ਰਹੇ ਸਨ।

ਜ਼ਰੂਰ ਹੀ ਸੂਰਜ ਦੀ ਗਰਮੀ ਖੇਤਾਂ ਅਤੇ ਬਾਗਾਂ ਨੂੰ ਜੀਵਨ ਬਖਸ਼ਦੀ ਹੈ,ਪਰ ਸੂਰਜ ਦੀ ਇਹੀ ਗਰਮੀ ਸਮਾਂ ਆਉਣ 'ਤੇ ਉਸਨੂੰ ਮੌਤ ਦੀ ਨੀਂਦੇ ਵੀ ਸੁਆ ਦਿੰਦੀ ਹੈ।

ਅਗਨੀਕੁੰਡ

ਇੱਕ ਮਨੁੱਖ ਜੇਕਰ ਰਾਤ ਦੇ ਹਨੇਰੇ ਵਿੱਚ ਕੁਝ ਲੁਕ ਕੇ ਕਰਦਾ ਹੈ ਤਾਂ ਦੂਸਰਾ ਉਸੇ ਨੂੰ ਦਿਨ ਦੇ ਉਜਾਲੇ ਵਿੱਚ ਛੱਤ 'ਤੇ ਚੜ੍ਹ ਕੇ ਸੰਸਾਰ ਦੇ ਸਾਹਮਣੇ ਖੁੱਲ੍ਹੇ ਆਮ ਕਰਦਾ ਹੈ। ਅਸੀਂ ਜੋ ਗੱਲਬਾਤ ਇਕਾਂਤ ਅਤੇ ਸ਼ਾਂਤੀ ਵਿੱਚ ਇੱਕ ਦੂਜੇ ਦੇ ਕੰਨ ਵਿੱਚ ਕਰਦੇ ਹਾਂ, ਉਹ ਗੱਲ ਅਣਜਾਣੇ ਹੀ ਜੱਗ ਜ਼ਾਹਿਰ ਬਣ ਜਾਂਦੀ ਹੈ। ਜੋ ਕੰਮ ਅੱਜ ਅਸੀਂ ਚਾਰਦੀਵਾਰੀ ਵਿਚ ਕਰਦੇ ਹਾਂ ਅਤੇ ਉਸ ਨੂੰ ਦੁਨੀਆ ਦੀ ਨਜ਼ਰ ਵਿੱਚ ਪੈਣ ਤੋਂ ਬਚਾਉਣ ਲਈ ਪੂਰੀ ਕੋਸ਼ਿਸ਼ ਕਰਦੇ ਹਾਂ, ਉਹ ਭਵਿੱਖ ਵਿੱਚ ਅਕਾਰ ਧਾਰਣ ਕਰਕੇ ਵਿੱਚ ਬਜ਼ਾਰ 'ਚ ਖੜ੍ਹਾ ਹੋ ਜਾਂਦਾ ਹੈ।

ਉਸੇ ਕਾਰਨ ਪਾਦਰੀ ਮਤਰਾਨ ਨਾਲ਼ ਫਾਰਿਸ ਕਰਾਮਾ ਦੀ ਮੁਲਾਕਾਤ ਲੁਕੀ ਨਾ ਰਹਿ ਸਕੀ। ਉਸਦਾ ਮਕਸਦ ਕਾਲ਼ੇ ਪਰਛਾਵਿਆਂ ਨੇ ਪ੍ਰਗਟ ਕਰ ਦਿੱਤਾ। ਉਨ੍ਹਾਂ ਵਿੱਚ ਹੋਈ ਗੱਲਬਾਤ ਨੂੰ ਵਾਤਾਵਰਣ ਵਿੱਚ ਫੈਲ਼ੇ ਹੋਏ ਹੰਝੂਆਂ ਨੇ ਸਾਰੇ ਸ਼ਹਿਰ ਵਿੱਚ ਪ੍ਰਗਟ ਕਰ ਦਿੱਤਾ। ਇੱਥੋਂ ਤੱਕ ਕਿ ਅੰਤ ਵਿੱਚ ਇਹ ਗੱਲ ਮੇਰੇ ਕੰਨ ਤੱਕ ਨਾ ਆ ਪਹੁੰਚੀ।

ਪਾਦਰੀ ਮਤਰਾਨ ਨੇ ਇਸ ਚਾਨਣੀ ਰਾਤ ਵਿੱਚ ਫਾਰਿਸ ਕਰਾਮਾ ਨੂੰ ਦੀਣ-ਦੁੱਖੀਆਂ ਦੀ ਹਾਲਤ ਸਬੰਧੀ ਵਿਚਾਰ-ਚਰਚਾ ਕਰਨ ਲਈ ਭਾਵ ਅਨਾਥ ਅਤੇ ਵਿਧਵਾਵਾਂ ਦੀ ਮਦਦ ਵਿੱਚ ਦੇਖਭਾਲ਼ ਲਈ ਕੋਈ ਰਾਹ ਲੱਭਣ ਲਈ ਨਹੀਂ ਬੁਲਾਇਆ ਸੀ ਸਗੋਂ ਭਤੀਜੇ ਮੰਸੂਰ ਲਈ ਸਲਮਾ ਦੀ ਕੁਰਬਾਨੀ ਕਰਨ ਲਈ ਉਹਨੇ ਆਪਣੀ ਖ਼ਾਸ ਸ਼ਾਨਦਾਰ ਗੱਡੀ ਭੇਜੀ ਸੀ। ਫਾਰਿਸ ਕਰਾਮਾ ਬਹੁਤ ਖੁਸ਼ਹਾਲ ਸੀ ਅਤੇ ਸਲਮਾ ਤੋਂ ਬਿਨਾਂ ਉਨ੍ਹਾਂ ਇਸ ਅਟੁੱਟ ਜਾਇਦਾਦ ਦਾ ਕੋਈ ਵਾਰਿਸ ਨਹੀਂ ਸੀ। ਪਾਦਰੀ ਮਤਰਾਨ ਨੇ ਸਲਮਾ ਦੇ ਸੁਹੱਪਣ ਭਾਵ ਸਦਗੁਣਾਂ ਤੋਂ ਆਕਰਸ਼ਿਤ ਹੋ ਕੇ ਆਪਣੇ ਭਤੀਜੇ ਦੀ ਨੂੰਹ ਬਣਾਉਣ ਦੀ ਇੱਛਾ ਨਹੀਂ ਕੀਤੀ ਸੀ ਪਰ ਸੱਜਣ ਪਿਤਾ ਦੀ ਇਕਲੌਤੀ ਔਲਾਦ ਹੋਣ ਕਰਕੇ ਅਟੁੱਟ ਸੰਪੱਤੀ ਉਸਨੂੰ ਮਿਲ਼ੇਗੀ, ਉਸਦਾ ਮਾਲਿਕ ਆਪਣਾ ਭਤੀਜਾ ਹੋਵੇਗਾ ਅਤੇ ਇਸਨਾਲ਼ ਆਪਣੇ ਇਸ ਭਤੀਜੇ ਦੀ ਗਿਣਤੀ ਸ਼ਹਿਰ ਦੇ ਸੱਜਣ, ਮਸ਼ਹੂਰ ਅਤੇ ਉੱਚੇ ਦਰਜੇ ਦੇ ਵਿਅਕਤੀਆਂ ਵਿੱਚ ਹੋਵੇਗੀ, ਇਹੀ ਇਸ ਵਿਆਹ ਦਾ ਅੰਦਰਲਾ ਭੇਦ ਸੀ।

ਪੂਰਬ ਦੇ ਧਰਮ ਗੁਰੂ ਵਿਅਕਤੀਗਤ ਸਰਵਉੱਚਤਾ ਦੀ ਅਗਵਾਈ ਵਿੱਚ ਸੰਤੋਖ ਨਾ ਪਾ ਕੇ ਆਪਣੇ ਸਗੇ-ਸਬੰਧੀਆਂ ਨੂੰ ਵੀ ਹਰ ਤਰ੍ਹਾਂ ਨਾਲ਼ ਆਰਥਿਕ, ਸਮਾਜਿਕ ਅਤੇ ਰਾਜਕੀ ਰੂਪ ਵਿੱਚ ਉੱਚੇ ਉਠਾਉਣ ਲਈ ਪੂਰਾ-ਪੂਰਾ ਯਤਨ ਕਰਦੇ ਹਨ, ਜਿਸ ਨਾਲ਼ ਇਹ ਲੋਕ ਵੀ ਆਪਣੇ ਵਾਂਗ ਮਨਮਾਨੀ ਗੀਤ ਨਾਲ਼ ਧਨ ਅਤੇ ਸੱਤਾ ਹਾਸਿਲ ਕਰ ਸਕਣ।

ਸੱਜਣ ਦੀ ਸੰਪੱਤੀ ਅਤੇ ਪ੍ਰਸਿੱਧੀ ਉਸਦੀ ਮੌਤ ਬਾਅਦ ਉਸਦੇ ਵੱਡੇ ਪੁੱਤਰ ਨੂੰ ਮਿਲ਼ਣੀ ਹੈ ਪਰ ਧਰਮ ਗੁਰੂ ਦੀ ਸੰਪੱਤੀ ਅਤੇ ਮਾਨ-ਸਨਮਾਨ ਤਾਂ ਉਸਦੇ ਜੀਵਨ ਵਿੱਚ ਹੀ ਉਸਦੇ ਭਾਈ-ਭਤੀਜਿਆਂ ਨੂੰ ਮਿਲ਼ ਜਾਂਦਾ ਹੈ। ਇਸਾਈਆਂ ਦੇ ਪਾਦਰੀ,

ਮੁਸਲਮਾਨਾਂ ਦੇ ਇਮਾਮ ਅਤੇ ਹਿੰਦੂਆਂ ਦੇ ਮਹੰਤ—ਇਹ ਸਾਰੇ ਆਪਣੇ ਸ਼ਿਕਾਰ ਨੂੰ ਵੱਖ-ਵੱਖ ਤਿਕੜਮਾਂ ਨਾਲ਼ ਫੜ੍ਹ ਕੇ ਉਸਦੇ ਲਹੂ ਦਾ ਸ਼ੋਸ਼ਣ ਕਰਨ ਵਾਲ਼ੇ ਪਾਣੀ ਦੇ ਜ਼ਹਿਰੀਲੇ ਸੱਪ ਹਨ।

ਜਿਵੇਂ ਹੀ ਪਾਦਰੀ ਮਤਰਾਨ ਨੇ ਫਾਰਿਸ ਕਰਾਮਾ ਕੋਲ਼ ਸਲਮਾ ਦੀ ਮੰਗਣੀ ਕੀਤੀ, ਉਂਵ ਹੀ ਉਸਨੇ ਠੰਢੀ ਚੁੱਪ ਅਤੇ ਗਰਮ ਹੰਝੂਆਂ ਬਿਨਾਂ ਹੋਰ ਕੋਈ ਮੋੜਵਾਂ ਜਵਾਬ ਨਹੀਂ ਦਿੱਤਾ। ਅਜਿਹਾ ਕੌਣ ਪਿਤਾ ਹੋਵੇਗਾ, ਜਿਸਨੂੰ ਆਪਣੀ ਪੁੱਤਰੀ ਦਾ ਵਿਛੋੜਾ ਦੁੱਖੀ ਬਣਾਏ ਬਿਨਾਂ ਹੀ ਰਹੇ। ਫਿਰ ਭਾਵੇਂ ਉਸਨੇ ਆਪਣੀ ਪੁੱਤਰੀ ਦਾ ਵਿਆਹ ਗੁਆਂਢੀ ਦੇ ਘਰ ਵਿੱਚ ਕੀਤਾ ਹੋਵੇ ਭਾਵੇਂ ਉਸਨੂੰ ਰਾਜਾ ਦੇ ਮਹਿਲਾਂ ਵਿੱਚ ਦਿੱਤਾ ਹੋਵੇ? ਜਦੋਂ ਸਮਾਜ ਦਾ ਰਿਵਾਜ ਆਪਣੇ ਕੋਲੋਂ ਆਪਣੀ ਪੁੱਤਰੀ ਨੂੰ ਵੱਖ ਕਰਦਾ ਹੈ ਤਾਂ ਅਜਿਹਾ ਕੌਣ ਕਠੋਰ ਪੁਰਸ਼ ਹੋਵੇਗਾ, ਜਿਸਦਾ ਦਿਲ ਦੁੱਖ ਅਤੇ ਸੰਤਾਪ ਨਾਲ਼ ਥਰਥਰਾ ਨਾ ਉੱਠਦਾ ਹੋਵੇ, ਜਦੋਂ ਕਿ ਪੁੱਤਰੀ ਵੀ ਅਜਿਹੀ ਹੋਵੇ, ਜਿਸਨੂੰ ਬਚਪਨ ਵਿੱਚ ਖਿਡਾਇਆ ਹੋਵੇ, ਕਿਸ਼ੋਰ ਅਵਸਥਾ ਵਿੱਚ ਸਿੱਖਿਆ ਦਿੱਤੀ ਹੋਵੇ ਅਤੇ ਵੱਡੀ ਉਮਰ ਵਿੱਚ ਆਪਣੀਆਂ ਅੱਖਾਂ ਦੇ ਸਾਹਮਣਿਓਂ ਵੱਖ ਨਾ ਕੀਤਾ ਹੋਵੇ! ਅਜਿਹੇ ਪਿਤਾ ਨੂੰ ਪੁੱਤਰੀ ਵਿਛੋੜੇ ਦੀ ਪੀੜ ਕਿਵੇਂ ਅਸਹਿ ਹੁੰਦੀ ਹੈ, ਇਸਦੀ ਕਲਪਨਾ ਤਾਂ ਕਰ!

ਪੁੱਤਰ ਦਾ ਵਿਆਹ ਮਾਤਾ-ਪਿਤਾ ਲਈ ਖ਼ੁਸ਼ੀ ਦਾ ਕਾਰਨ ਬਣਦਾ ਹੈ, ਕਿਉਂਕਿ ਉਸ ਨਾਲ਼ ਘਰ ਵਿੱਚ ਇੱਕ ਨਵੇਂ ਵਿਅਕਤੀ ਦਾ ਆਉਣਾ ਹੁੰਦਾ ਹੈ ਪਰ ਪੁੱਤਰੀ ਦਾ ਵਿਆਹ ਦੁੱਖ ਦਾ ਕਾਰਨ ਬਣਦਾ ਹੈ ਕਿਉਂਕਿ ਇਸ ਨਾਲ਼ ਘਰ ਵਿੱਚੋਂ ਇੱਕ ਪ੍ਰਿਯ ਅਤੇ ਚਿਰ ਤੋਂ ਜਾਣੂ ਵਿਅਕਤੀ ਦੀ ਕਮੀ ਅਨੁਭਵ ਹੁੰਦੀ ਹੈ।

ਫਾਰਿਸ ਕਰਾਮਾ ਦੇ ਦਿਲ ਨੇ ਉਸ ਨੂੰ ਹਰ ਪਲ਼ ਰੋਕਿਆ, ਫਿਰ ਵੀ ਮਜ਼ਬੂਰ ਹੋ ਕੇ ਉਸ ਨੂੰ ਪਾਦਰੀ ਮਤਰਾਨ ਨੂੰ "ਹਾਂ" ਕਹਿ ਦਿੱਤੀ ਅਤੇ ਧਰਮ ਗੁਰੂ ਦੀ ਉਲੰਘਣਾ ਨਾ ਹੋਵੇ, ਉਸੇ ਕਾਰਨ ਉਸ ਨੇ ਪਾਦਰੀ ਦੀ ਇੱਛਾ ਅੱਗੇ ਆਪਣਾ ਸਿਰ ਝੁਕਾਇਆ। ਸਿਰਫ਼ ਸੁਣੀਆਂ ਹੋਈਆਂ ਗੱਲਾਂ 'ਤੇ ਹੀ ਨਹੀਂ ਪਰ ਖ਼ੁਦ ਦੇ ਤਜ਼ਰਬੇ ਨਾਲ਼ ਉਹ ਜਾਣਦਾ ਸੀ ਕਿ ਪਾਦਰੀ ਦਾ ਭਤੀਜਾ ਮੰਸੂਰ ਦੁਸ਼ਟ, ਦੁਰਾਚਾਰੀ ਅਤੇ ਲਾਲਚੀ ਹੈ, ਪਰ ਸਾਰੇ ਸੀਰੀਆ ਵਿੱਚ ਅਜਿਹਾ ਕੌਣ ਇਸਾਈ ਸੀ ਜੋ ਪਾਦਰੀ ਦਾ ਵਿਰੋਧ ਕਰੇ ਅਤੇ ਨਾਲ਼ ਹੀ ਉਸਦੀ ਗਿਣਤੀ ਧਾਰਮਿਕ, ਆਸਤਿਕਾਂ ਵਿੱਚ ਵੀ ਹੋਵੇ? ਪੂਰਬੀ ਰਾਸ਼ਟਰਾਂ ਵਿੱਚ ਅਜਿਹਾ ਕੌਣ ਮਨੁੱਖ ਹੈ, ਜੋ ਧਰਮ ਗੁਰੂ ਦੀ ਨਜ਼ਰ ਵਿੱਚ ਡਿੱਗ ਜਾਣ ਬਾਅਦ ਲੋਕਾਂ ਵਿੱਚ ਆਦਰਯੋਗ ਹੋਵੇ? ਅੱਖਾਂ ਤੀਰ ਦਾ ਸਾਹਮਣਾ ਕਰਨ ਅਤੇ ਨਾ ਫੁੱਟਣ, ਇਹ ਕਿਵੇਂ ਹੋ ਸਕਦਾ ਹੈ? ਹੱਥ ਤਲਵਾਰ ਦਾ ਸਾਹਮਣਾ ਕਰਨ ਅਤੇ ਕੱਟਣ ਨਾ, ਕੀ ਇਹ ਸੰਭਵ ਹੈ?

ਪਲ਼ ਭਰ ਲਈ ਮੰਨ ਲਵੋ ਕਿ ਫਾਰਿਸ ਕਰਾਮਾ ਪਾਦਰੀ ਦੀ ਇੱਛਾ ਦਾ ਵਿਰੋਧ ਕਰਨ ਦੀ ਹਾਲਤ ਵਿੱਚ ਸੀ, ਉਹ ਪਾਦਰੀ ਦੇ ਲੋਭ-ਲਾਲਚ ਦੇ ਫੰਦੇ ਤੋਂ ਬਚ ਜਾਵੇਂ, ਉਹ ਵੀ ਉਸਦੇ ਕਾਬੂ ਦੀ ਗੱਲ ਸੀ ਪਰ ਇੰਵ ਕਰਨ ਤੋਂ ਬਾਅਦ ਉਸਦੀ ਪੁੱਤਰੀ ਦੀ ਇੱਜ਼ਤ ਲੋਕਾਂ ਦੇ ਤਰਕ-ਕੁਤਰਕ ਅਤੇ ਸ਼ੱਕ ਤੋਂ ਬੱਚ ਜਾਵੇ, ਕੀ ਇਹ ਸੰਭਵ ਹੈ? ਅਤੇ ਕੀ ਉਸਦੀ ਪੁੱਤਰੀ ਦੇ ਨਾਮ 'ਤੇ ਬੁੱਲ੍ਹਾਂ ਅਤੇ ਜੀਭਾਂ ਦੀਆਂ ਗੰਦਗੀਆਂ ਵਿੱਚੋਂ ਉੱਡਦੇ ਛਿੱਟੇ ਉੱਡੇ ਬਗੈਰ ਰਹਿੰਦੇ? ਜੇ ਅੰਗੂਰ ਦੇ ਉੱਚੇ ਗੁੱਛਿਆਂ ਤੱਕ ਲੂੰਬੜੀ

ਪਹੁੰਚ ਨਾ ਸਕਦੀ ਸੀ ਤਾਂ ਕੀ ਉਹ ਸਭ ਉਸਦੀ ਨਜ਼ਰ ਤੋਂ ਖੱਟੇ ਨਹੀਂ ਬਣ ਜਾਂਦੇ?

ਇੰਞ ਕੁਦਰਤ ਨੇ ਸਲਮਾ ਨੂੰ ਪੂਰਬੀ ਰਾਸ਼ਟਰਾਂ ਦੀਆਂ ਕਿਸਮਤਹੀਣ ਨਾਰੀਆਂ ਦੇ ਸਮੂਹ ਵਿੱਚ ਧੱਕ ਦਿੱਤਾ ਅਤੇ ਜਿਵੇਂ ਉਹ ਪਹਿਲੀ ਵਾਰ ਪਿਆਰ ਦੇ ਚਿੱਟੇ ਪੰਖਾਂ ਦੇ ਉੱਪਰ ਸਵਾਰ ਹੋ ਕੇ ਚੰਦਰਮਾ ਦੀਆਂ ਕਿਰਨਾਂ ਵਾਂਗ ਚਮਕ ਅਤੇ ਫੁੱਲਾਂ ਦੀ ਬਗੀਚੀ ਵਰਗੀ ਅਤਰ ਵਾਤਾਵਰਣ ਤੋਂ ਉੱਡਦੀ ਸੀ, ਉਵੇਂ ਹੀ ਉਸਦੀ ਆਤਮਾ ਦੀ ਮਹਾਨਤਾ ਨੇ ਉਸਨੂੰ ਅਵਿੱਦਮਾਤਾ ਦੇ ਜਾਲ਼ ਵਿੱਚ ਫਸਾ ਦਿੱਤਾ।

ਕਈ ਦੇਸ਼ਾਂ ਵਿੱਚ ਪਿਤਾ ਦੀ ਸੰਪੱਤੀ ਔਲਾਦ ਦੀ ਬਦਕਿਸਮਤੀ ਦਾ ਕਾਰਨ ਬਣਦੀ ਹੈ। ਪਿਤਾ ਦੀ ਰਾਤ-ਦਿਨ ਦੀ ਲਗਨ ਅਤੇ ਮਾਂ ਦਾ ਲਾਲਚ ਜੋ ਵੱਡਾ ਵੱਡਾ ਖ਼ਜਾਨਾ ਇਕੱਠਾ ਕਰਦੀ ਹੈ, ਉਹ ਔਲਾਦ ਲਈ ਕੈਦਖਾਨੇ ਦੀ ਤੰਗ ਹਨ੍ਹੇਰੀ ਕੋਠੜੀ ਬਣ ਜਾਂਦੀ ਹੈ। ਜੋ ਮਨੁੱਖ ਰੁਪਏ ਨੂੰ ਰੱਬ ਦੇ ਰੂਪ ਵਿੱਚ ਮੰਨ ਕੇ ਪੂਜਾ ਕਰਦੇ ਹਨ, ਉਹ ਇੱਕ ਭਿਅੰਕਰ ਸ਼ੈਤਾਨ ਦਾ ਰੂਪ ਧਾਰਣ ਕਰਕੇ ਆਤਮਾ ਨੂੰ ਸੰਕਟ ਵਿੱਚ ਫਸਾ ਦਿੰਦੇ ਹਨ ਅਤੇ ਦਿਲ ਨੂੰ ਮੌਤ ਦੇ ਕਿਨਾਰੇ ਲੈ ਜਾ ਕੇ ਉਤਾਰ ਦਿੰਦੇ ਹਨ।

ਪਿਤਾ ਦੀ ਸੰਪੱਤੀ ਅਤੇ ਪਤੀ ਦੀ ਵਾਸਨਾ ਭਰੀਆਂ ਇਛਾਵਾਂ ਦੀ ਵੇਦੀ 'ਤੇ ਬਲ਼ੀ-ਰੂਪ ਨਾਲ਼ ਚੜ੍ਹਨ ਵਾਲੀਆਂ ਕਈ ਕੁਆਰੀਆਂ ਵਿੱਚੋਂ ਸਲਮਾ ਇੱਕ ਸੀ। ਹਾਂ, ਇਹ ਸੱਚ ਹੈ ਕਿ ਫਾਰਿਸ ਕਰਾਮਾ ਸੱਜਣ ਨਾ ਹੁੰਦਾ ਤਾਂ ਸਲਮਾ ਅੱਜ ਅਜ਼ਾਦੀ ਨਾਲ਼ ਜੀਵਨ ਦਾ ਸੁੱਖ ਅਤੇ ਖੁਸ਼ੀ ਮਨਾਉਂਦੀ ਹੁੰਦੀ।

ਇੱਕ ਹਫ਼ਤਾ ਬੀਤ ਗਿਆ। ਹਰ ਰੋਜ਼ ਸਲਮਾ ਦਾ ਪਿਆਰ ਸ਼ਾਮ ਵੇਲ਼ੇ ਮੇਰੇ ਕੋਲ਼ ਬੈਠ ਕੇ ਮੈਨੂੰ ਕਿਸਮਤ ਦੇ ਗੀਤ ਸੁਣਾਉਂਦਾ ਅਤੇ ਸਵੇਰ ਚੜ੍ਹਦੇ ਹੀ ਜੀਵਨ ਦਾ ਭੇਦ ਅਤੇ ਉਦੇਸ਼ ਸਮਝਾਉਂਦਾ। ਉਸ ਸਮੇਂ ਮੈਂ ਹੈਰਾਨ ਹੋ ਜਾਂਦਾ।

ਉੱਚਾ ਪਿਆਰ ਉਹ ਹੈ, ਜੋ ਈਰਖਾ ਦੇ ਨਾਮ ਤੱਕ ਨੂੰ ਨਹੀਂ ਜਾਣਦਾ। ਅਜਿਹਾ ਪਿਆਰ ਸੰਪੂਰਨ ਰੂਪ ਨਾਲ਼ ਅਜ਼ਾਦ ਹੁੰਦਾ ਹੈ ਅਤੇ ਉਸਦਾ ਆਤਮਾ ਨਾਲ਼ ਸਿੱਧਾ ਸਬੰਧ ਹੋਣ ਨਾਲ਼ ਦੇਹ ਨੂੰ ਕਿਸੇ ਵੀ ਪ੍ਰਕਾਰ ਦਾ ਕਸ਼ਟ ਨਹੀਂ ਪਹੁੰਚਾਉਂਦਾ।

ਆਤਮਾ ਦੇ ਸੰਤੋਖ ਨਾਲ਼ ਪੂਰਨ ਬਣਨ ਵਾਲ਼ਾ ਮਿਲਾਪ ਕਿੰਨਾ ਮਜ਼ਬੂਤ ਹੈ। ਆਤਮਾ ਨੂੰ ਸੰਤੁਸ਼ਟ ਬਣਾਉਣ ਵਾਲ਼ੀ ਭੁੱਖ ਕਿੰਨੀ ਹਲਕੀ ਹੈ?

ਵਾਸਨਾ ਨੂੰ ਜਗਾਉਣ ਵਾਲ਼ੀ, ਪਰ ਉਸਨੂੰ ਪ੍ਰੋਤਸਾਹਨ ਨਾ ਕਰਨ ਵਾਲ਼ੀ ਭਾਵਨਾ ਕਿੰਨੀ ਮਿੱਠੀ ਹੈ?

ਭੂਮੀ ਨੂੰ ਕਮਜ਼ੋਰ ਪਦਾਰਥਾਂ ਨਾਲ਼ ਭਰ ਦੇਣ ਵਾਲ਼ੇ ਜੀਵਨ ਨੂੰ ਇੱਕ ਸੁਪਨੇ ਵਿੱਚ ਬਦਲ ਦੇਣ ਵਾਲ਼ੇ ਪਿਆਰ ਦਾ ਪਾਗਲਪਨ ਕਿੰਨਾ ਅਨੋਖਾ ਹੈ।

ਮੈਂ ਸਵੇਰੇ ਖੇਤਾਂ ਵਿੱਚ ਨਿਕਲ਼ ਜਾਂਦਾ ਅਤੇ ਕੁਦਰਤ ਦੇ ਚੇਤਨਾ ਵਿੱਚ ਅਮਰ ਜੀਵਨ ਦੇ ਨਿਸ਼ਾਨਾਂ ਨੂੰ ਦੇਖਦਾ। ਸਮੁੰਦਰ ਦੇ ਕਿਨਾਰੇ ਬੈਠ ਜਾਂਦਾ ਅਤੇ ਮਜ਼ੇ ਨਾਲ਼ ਅਮਰ ਸੰਗੀਤ ਸੁਣਦਾ। ਸ਼ਹਿਰ ਦੇ ਬਜ਼ਾਰਾਂ ਦੇ ਚੱਕਰ ਲਗਾਉਂਦਾ ਅਤੇ ਰਾਹਗੀਰਾਂ ਦੇ ਚਿਹਰੇ ਅਤੇ ਵਪਾਰੀਆਂ ਦੀ ਹਲਚਲ ਵਿੱਚ ਜੀਵਨ ਦੀ ਸੁੰਦਰਤਾ, ਸੱਭਿਆਚਾਰ ਅਤੇ ਸੱਭਿਅਤਾ ਦਾ ਹੁਲਾਸ ਦੇਖਦਾ।

ਮੇਰੇ ਇਹ ਦਿਨ ਛਾਂ ਵਾਂਗ ਚਲੇ ਗਏ, ਬੱਦਲਾਂ ਵਾਂਗ ਛੱਡ ਗਏ ਅਤੇ ਉਨ੍ਹਾਂ ਦੀ ਦੁਖਦਾਇਕ ਯਾਦ ਤੋਂ ਬਿਨਾਂ ਮੇਰੇ ਕੋਲ਼ ਕੁਝ ਵੀ ਨਹੀਂ ਬਚਿਆ। ਜੋ ਅੱਖਾਂ ਇੱਕ

ਸਮੇਂ ਬਸੰਤ ਰੁੱਤ ਦੀ ਸੁੰਦਰਤਾ ਅਤੇ ਹਰਿਆਲੇ ਮੈਦਾਨ ਨੂੰ ਦੇਖਦੀਆਂ ਸਨ, ਉਨ੍ਹਾਂ ਦੀ ਕਿਸਮਤ ਵਿੱਚ ਹੁਣ ਹਨ੍ਹੇਰੇ ਦੀ ਭਿਅੰਕਰਤਾ ਅਤੇ ਸਰਦੀ ਰੁੱਤ ਦੀ ਉਦਾਸੀਨਤਾ ਦੇਖਣਾ ਹੀ ਰਹਿ ਗਿਆ। ਜੋ ਕੰਨ ਇੱਕ ਵੇਲ਼ੇ ਸਮੁੰਦਰ-ਲਹਿਰ ਦਾ ਸੰਗੀਤ ਸੁਣਦੇ ਸਨ, ਉਨ੍ਹਾਂ ਦੀ ਕਿਸਮਤ ਹੁਣ ਬਸਤੀ ਦਾ ਸ਼ੋਰ ਅਤੇ ਨਰਕ ਦਾ ਵਿਰਲਾਪ ਹੀ ਸੁਣਨਾ ਹੀ ਬਚਿਆ। ਅਤੇ ਜੋ ਆਤਮਾ ਇੱਕ ਵੇਲ਼ੇ ਮਨੁੱਖ ਦੇ ਸੁੱਖ ਅਤੇ ਅਨੰਦ ਅਤੇ ਸਭਿਆਚਾਰ ਦੀ ਮਹਾਨਤਾਵਾਂ ਦੇ ਸਾਹਮਣੇ ਹੈਰਾਨ ਹੋ ਕੇ ਖੜ੍ਹੀ ਰਹਿ ਜਾਂਦੀ ਸੀ, ਉਸਦੀ ਕਿਸਮਤ ਵਿੱਚ ਹੁਣ ਗਰੀਬ ਭਿਖਾਰਨਾਂ ਦੀ ਬਦਕਿਸਮਤੀ ਆ ਕੇ ਖ਼ੜ੍ਹੀ ਰਹਿੰਦੀ।

ਆਹ! ਕਿੰਨਾ ਸੁੰਦਰ ਅਤੇ ਖਿੱਚ ਭਰਿਆ ਸੀ ਪਿਆਰ ਦਾ ਉਹ ਵੇਲ਼ਾ ਅਤੇ ਕਿੰਨਾ ਮਿੱਠਾ ਸੀ ਉਸਦਾ ਸੁਪਨਾ। ਹਾਏ! ਸ਼ੋਕ ਦੀਆਂ ਇਹ ਰਾਤਾਂ ਕਿੰਨੀਆਂ ਕੌੜੀਆਂ ਅਤੇ ਅਸਹਿ ਹਨ। ਉਨ੍ਹਾਂ ਦੀ ਭਿਆਨਕਤਾ ਦੀ ਗੱਲ ਦਾ ਤਾਂ ਹੁਣ ਕਹਿਣਾ ਹੀ ਕੀ!

ਇਹ ਹਫ਼ਤੇ ਬਾਅਦ, ਜਿਸ ਕਾਰਣ ਮੇਰਾ ਮਨ ਮੇਰੀ ਕਲਪਨਾ ਦੀ ਸ਼ਰਾਬ ਵਿੱਚ ਲੀਨ ਸੀ, ਉਸੇ ਸਲਮਾ ਦੇ ਘਰ ਮੈਂ ਗਿਆ। ਕਿਹੋ ਜਿਹਾ ਸੀ ਉਹ ਘਰ? ਮੇਰੇ ਲਈ ਕੀ ਉਹ ਘਰ ਹੀ ਰਹਿ ਗਿਆ ਸੀ? ਨਹੀਂ ਨਹੀਂ ਉਹ ਤਾਂ ਇੱਕ ਪੂਜਾ ਘਰ, ਪੂਜਾ ਸਥਾਨ—ਮੰਦਿਰ ਵਿੱਚ ਬਦਲ ਗਿਆ ਸੀ। ਇਸ ਮੰਦਿਰ ਦੀ ਉਸਾਰੀ ਸੁੰਦਰਤਾ ਨੇ ਕੀਤੀ ਸੀ।

ਇਸ ਜਗ੍ਹਾ 'ਤੇ ਜਾ ਕੇ ਆਤਮਾ ਭਗਤੀ ਭਾਵ ਨਾਲ਼ ਸਿਰ ਝੁਕਾਵੇ ਅਤੇ ਦਿਲ ਤਰਸ ਨਾਲ਼ ਆਪਣਾ ਸਿਰ ਝੁਕਾਵੇ, ਇਸ ਸ਼ੁੱਭ ਮਕਸਦ ਨਾਲ਼ ਪਿਆਰ ਨੇ ਇਸਨੂੰ ਪਵਿੱਤਰ ਬਣਾਇਆ ਸੀ। ਜਿਵੇਂ ਹੀ ਮੈਂ ਉੱਥੇ ਪਹੁੰਚਿਆ ਅਤੇ ਚਾਰ ਦੀਵਾਰੀ ਵਿੱਚ ਇੱਕ ਸ਼ਾਂਤ ਜਗ੍ਹਾ 'ਤੇ ਪੈਰ ਰੱਖੇ, ਉਵੇਂ ਹੀ ਮੈਨੂੰ ਮੋਹਿਤ ਕਰਕੇ ਆਪਣੇ ਵੱਲ ਆਕਰਸ਼ਿਤ ਕਰਨ ਵਾਲ਼ੀ ਅਤੇ ਸ਼ੋਰ ਨਾਲ਼ ਭਰੇ ਇਸ ਜਗਤ ਤੋਂ ਦੂਰ ਇੱਕ ਅਲੌਕਿਕ ਜਗਤ ਵਿੱਚ ਲੈ ਜਾਣ ਵਾਲ਼ੀ ਕਿਸੇ ਅਲੌਕਿਕ ਸ਼ਕਤੀ ਦੇ ਵਜੂਦ ਦਾ ਉਸ ਸਥਾਨ 'ਤੇ ਮੈਨੂੰ ਅਨੁਭਵ ਹੋਣ ਲੱਗਾ।

ਜਿਵੇਂ ਹਮੇਸ਼ਾ ਚੇਤੰਨ ਰਹਿਣ ਵਾਲੇ ਪਾਪਾਂ ਤੋਂ ਮੁਕਤ ਪ੍ਰਭੂ ਭਗਤ ਨੂੰ ਕੁਦਰਤ ਸੁਪਨੇ ਦੀ ਪਵਿੱਤਰ ਸਰਾਂ ਵਿੱਚ ਲੈ ਜਾਂਦੀ ਹੈ, ਉਸੇ ਤਰ੍ਹਾਂ ਮੈਂ ਉਸਨੂੰ ਆਪਣੇ ਆਪ ਨੂੰ ਫਲ ਨਾਲ਼ ਝੁਕੇ ਰੁੱਖਾਂ ਅਤੇ ਖਿੜੇ ਹੋਏ ਫੁੱਲਾਂ ਵਿਚਾਲੇ ਰਸਤਾ ਬਣਾ ਕੇ ਲੈ ਜਾਂਦੇ ਹੋਏ ਦੇਖਿਆ। ਅਜਿਹੀ ਹਾਲਤ ਵਿੱਚ ਮੈਂ ਬੰਗਲੇ ਦੇ ਦਰਵਾਜ਼ੇ ਤੱਕ ਪਹੁੰਚ ਗਿਆ। ਮੈਂ ਪਿੱਛੇ ਘੁੰਮ ਕੇ ਦੇਖਿਆ ਤਾਂ ਸਲਮਾ ਚਮੇਲੀ ਦੀਆਂ ਵੇਲਾਂ ਦੀ ਛਾਵੇਂ ਬੈਂਚ 'ਤੇ ਬੈਠੀ ਸੀ। ਇੱਕ ਹਫ਼ਤੇ ਪਹਿਲਾਂ ਅਵਿੱਧ-ਮਾਤਾ ਨੇ ਸਾਡੇ ਲਈ ਨਿਸ਼ਚਿਤ ਹੋਈ ਜਿਸ ਰਾਤ ਵਿੱਚ ਮੇਰੀ ਖੁਸ਼ਕਿਸਮਤੀ ਅਤੇ ਬਦਕਿਸਮਤੀ ਦਾ ਨਾਲ਼ੋ ਨਾਲ਼ ਹੀ ਬੀਜ਼ ਬੀਜਿਆ, ਉਸ ਸਮੇਂ ਵੀ ਅਸੀਂ ਦੋਵੇਂ ਇਸੇ ਬੈਂਚ 'ਤੇ ਬੈਠੇ ਸੀ।

ਮੈਂ ਚੁੱਪਚਾਪ ਉਸਦੇ ਕੋਲ਼ ਪਹੁੰਚਿਆ, ਪਰ ਉਹ ਆਪਣੀ ਜਗ੍ਹਾ ਤੋਂ ਹਿੱਲੀ ਤੱਕ ਨਹੀਂ ਅਤੇ ਨਾ ਉਸਨੇ ਆਪਣੇ ਮੂੰਹੋਂ ਇੱਕ ਵੀ ਸ਼ਬਦ ਬੋਲਿਆ, ਜਿਵੇਂ ਇੱਥੇ ਮੇਰੇ ਆਉਣ ਤੋਂ ਪਹਿਲਾਂ ਹੀ ਉਹਨੂੰ ਮੇਰੇ ਆਉਣ ਦੀ ਖਬਰ ਉਸਨੂੰ ਮਿਲ ਗਈ ਹੋਵੇ।

ਜਿਵੇਂ ਹੀ ਮੈਂ ਉਸਦੇ ਨੇੜੇ ਜਾ ਕੇ ਬੈਠਿਆ, ਉਵੇਂ ਹੀ ਉਹਨੇ ਇੱਕ ਪਲ਼

ਮੇਰੀਆਂ ਅੱਖਾਂ ਵਿੱਚ ਅੱਖਾਂ ਪਾ ਕੇ ਦੇਖਿਆ ਅਤੇ ਫਿਰ ਇੱਕ ਡੂੰਘਾ, ਲੰਬਾ ਅਤੇ ਠੰਢਾ ਸਾਹ ਲਿਆ। ਇਸ ਦੇ ਬਾਅਦ ਉਹਨੇ ਮੂੰਹ ਫੇਰਿਆ ਅਤੇ ਜਿਸ ਜਗ੍ਹਾ ਰਾਤ ਦਾ ਸ਼ੁਰੂਆਤੀ ਅੰਸ਼ ਦਿਨ ਦੇ ਅਖੀਰਲੇ ਭਾਗ ਨਾਲ਼ ਖੇਡਾਂ ਖੇਡਦਾ ਹੈ, ਉੱਥੇ ਦੂਰ ਦੁਮੇਲ 'ਤੇ ਨਜ਼ਰ ਜਮ੍ਹਾ ਲਈ।

ਕਿੰਨੇ ਹੀ ਪਲ ਚੁੱਪ ਵਿੱਚ ਲੰਘ ਗਏ। ਸਾਨੂੰ ਅਮਰ ਅਤੇ ਅਦਿੱਖ ਆਤਮਾਵਾਂ ਦੇ ਜਸ਼ਨ ਵਿੱਚ ਫੜ ਕੇ ਲੈ ਜਾਣ ਵਾਲ਼ੀ ਜਾਦੂ ਭਰੀ ਸ਼ਾਂਤੀ ਨਾਲ਼ ਭਰੇ ਇਹ ਪਲ ਸਨ। ਇਸਤੋਂ ਬਾਅਦ ਸਲਮਾ ਨੇ ਆਪਣਾ ਮੂੰਹ ਮੇਰੇ ਵੱਲ ਕੀਤਾ ਅਤੇ ਆਪਣੇ ਥਰਥਰ ਕੰਬਦੇ ਠੰਢੇ ਹੱਥ ਵਿੱਚ ਮੇਰੇ ਹੱਥ ਨੂੰ ਲੈ ਲਿਆ। ਬੇਹੱਦ ਤ੍ਰਾਸ ਦੇ ਕਾਰਣ ਜਿਵੇਂ ਕਿਸੇ ਇੱਕ ਭੁੱਖੇ ਮਨੁੱਖ ਵਿੱਚ ਬੋਲਣ ਦੀ ਸ਼ਕਤੀ ਨਾ ਹੋਵੇ, ਇੰਞ ਹੀ ਉਸਨੇ ਬੋਲਣਾ ਸ਼ੁਰੂ ਕੀਤਾ, "ਮੇਰੇ ਪਿਆਰੇ ਮਿੱਤਰ, ਮੇਰੇ ਚਿਹਰੇ ਵੱਲ ਵੇਖ, ਮੇਰੇ ਚਿਹਰੇ ਨੂੰ ਧਿਆਨ ਦੇ ਕੇ ਦੇਖ, ਤੂੰ ਜੋ ਕੁਝ ਮੇਰੇ ਕੋਲੋਂ ਗੱਲਬਾਤ ਰਾਹੀਂ ਜਾਣਨ ਦੀ ਇੱਛਾ ਕਰਦਾ ਹੈਂ, ਉਹ ਸਭ ਤੈਨੂੰ ਇਸ ਵਿੱਚ ਮਿਲ਼ ਜਾਵੇਗਾ। ਸਾਰਾ ਕੁਝ ਇਸ ਵਿੱਚੋਂ ਪਾ ਸਕੇਂਗਾ। ਮੇਰੇ ਪਿਆਰੇ, ਮੇਰੇ ਚਿਹਰੇ ਨੂੰ ਦੇਖ, ਧਿਆਨਂ ਨਾਲ਼ ਦੇਖ।"

ਮੈਂ ਉਸਦੇ ਚਿਹਰੇ 'ਤੇ ਨਜ਼ਰ ਸੁੱਟੀ—ਇੱਕ ਡੂੰਘੀ ਅਤੇ ਲੰਬੀ ਨਜ਼ਰ! ਦੇਖਿਆ ਕਿ ਜੋ ਨੈਣ ਕੁਝ ਦਿਨ ਪਹਿਲਾਂ ਤੱਕ ਗੁਲਾਬ ਵਾਂਗ ਖਿੜੇ ਹੋਏ ਅਤੇ ਕੋਇਲ ਦੇ ਪਰਾਂ ਵਾਂਗ ਚੰਚਲ ਸਨ, ਉਹ ਹੁਣ ਖੱਡਾਂ ਵਿੱਚ ਧੱਸ ਗਏ ਸਨ। ਉਨ੍ਹਾਂ ਵਿੱਚ ਪਹਿਲਾਂ ਵਰਗਾ ਤੇਜ਼ ਨਹੀਂ ਸੀ। ਚਿੰਤਾ, ਦੁੱਖ ਅਤੇ ਕਲੇਸ਼ ਦੇ ਪਰਛਾਵੇਂ ਵਿੱਚ ਉਹ ਕਾਲ਼ੇ ਪੈ ਗਏ ਸਨ। ਦੇਖਿਆ ਕਿ ਜੋ ਚਿਹਰਾ ਕੱਲ੍ਹ ਤੱਕ ਸੂਰਜ ਦੇ ਚੁੰਮਣਾਂ ਵਿੱਚ ਖਿੜੇ ਹੋਏ ਚਮੇਲੀ ਦੇ ਸਫੈਦ ਫੁੱਲ ਵਾਂਗ ਸੀ, ਉਹੀ ਅੱਜ ਪੀਲ਼ਾ ਪੈ ਗਿਆ ਸੀ, ਸੁਸਤ ਹੋ ਗਿਆ ਸੀ, ਝੁਰੜੀਆਂ ਨਾਲ਼ ਭਰ ਗਿਆ ਸੀ ਅਤੇ ਨਿਰਾਸ਼ਾ ਦਾ ਪਰਛਾਵਾਂ ਉਸ 'ਤੇ ਪੈ ਗਿਆ ਸੀ। ਦੇਖਿਆ ਕਿ ਜੋ ਬੁੱਲ੍ਹ ਗੁਲਾਬ ਦੇ ਫੁੱਲ ਵਾਂਗ ਗੁਲਾਬੀ ਅਤੇ ਰਸੀਲੇ ਸਨ, ਜਿਸ ਵਿੱਚੋਂ ਸੂਖਮ ਸ਼ਹਿਦ ਟਪਕਦਾ ਸੀ ਅਤੇ ਜੋ ਪ੍ਰਫੁਲਿਤ ਹਾਲਤ ਵਿੱਚ ਹਵਾ ਵਿੱਚ ਡੋਲਦੇ ਗੁਲਾਬ ਦੇ ਦੋ ਫੁੱਲਾਂ ਵਾਂਗ ਲੱਗ ਰਹੇ ਸਨ। ਜੋ ਗਰਦਨ ਪਹਿਲਾਂ ਹਾਥੀ ਦੰਦ ਵਰਗੀ ਸਿੱਧੀ ਅਤੇ ਮਾਣ ਭਰੀ ਸੀ, ਉਹ ਹੁਣ ਅੱਗੇ ਵੱਲ ਝੁਕੀ ਹੋਈ ਦਿਖਾਈ ਦਿੰਦੀ ਸੀ, ਜਿਵੇਂ ਮੱਥੇ ਦੇ ਕੋਣਿਆਂ ਵਿੱਚ ਘੁੰਮਦੇ-ਫਿਰਦੇ ਵਿਚਾਰਾਂ ਦਾ ਬੋਝ ਚੁੱਕਣ ਦੀ ਹੁਣ ਉਸ ਵਿੱਚ ਸ਼ਕਤੀ ਨਾ ਰਹਿ ਗਈ ਹੋਵੇ।

ਸਲਮਾ ਦੇ ਅੰਗ-ਅੰਗ ਵਿੱਚ ਪਈ ਹੋਈ ਇਹ ਤਕਲੀਫ਼ ਪੈਦਾ ਕਰਨ ਵਾਲ਼ਾ ਇਹ ਅੰਤਰ ਮੇਰੇ ਦੇਖਣ ਵਿੱਚ ਆਇਆ। ਉਸ ਵਿੱਚ ਹੋਏ ਸਭ ਮਾਨਸਿਕ ਅਤੇ ਸਰੀਰਿਕ ਬਦਲਾਵਾਂ ਬਾਰੇ ਮੈਂ ਗੰਭੀਰਤਾ ਨਾਲ਼ ਵਿਚਾਰ ਕਰਨ ਲੱਗਾ। ਫਿਰ ਵੀ ਮੇਰੀ ਨਜ਼ਰ ਵਿੱਚ ਚੰਨ ਨੂੰ ਲੁਕਾਉਣ 'ਤੇ ਵੀ ਉਸ ਵਿੱਚ ਤੇਜ਼ ਅਤੇ ਸੁੰਦਰਤਾ ਨੂੰ ਖੁਸ਼ਹਾਲ ਕਰਨ ਵਾਲ਼ੀ ਕੋਮਲ ਬੱਦਲੀ ਵਰਗੀ ਸੀ।

ਜੋ ਅੰਗ ਅੰਤਰ-ਆਤਮਾ ਦੇ ਭੇਦ ਨੂੰ ਪ੍ਰਗਟ ਕਰਦੇ ਹਨ, ਉਹ ਚਿਹਰੇ ਵਿੱਚ ਸੁੰਦਰਤਾ ਅਤੇ ਸੁਹੱਪਣ ਦਾ ਨਿਰਮਾਣ ਕਰਦੇ ਹਨ, ਭਾਵੇਂ ਉਹ ਭੇਦ ਪੀੜ ਭਰਿਆ ਅਤੇ ਦੁੱਖ ਭਰਿਆ ਹੀ ਕਿਉਂ ਨਾ ਹੋਵੇ।

ਪਰ ਜੋ ਅੰਗ ਆਪਣੀ ਚੁੱਪ ਨਾਲ਼ ਆਤਮਾ ਦੇ ਭੇਦ ਨੂੰ ਪ੍ਰਗਟ ਨਹੀਂ ਕਰਦੇ,

ਉਨ੍ਹਾਂ ਨੂੰ ਸੁੰਦਰ ਨਹੀਂ ਕਿਹਾ ਜਾ ਸਕਦਾ, ਫਿਰ ਭਾਵੇਂ ਉਹ ਬਾਹਰੀ ਰੂਪ ਨਾਲ ਕਿੰਨੇ ਹੀ ਸੁੰਦਰ ਕਿਉਂ ਨਾ ਹੋਣ। ਜੋ ਪਿਆਲਾ ਸ਼ਰਾਬ ਦੇ ਰੰਗ ਵਿੱਚ ਨਹੀਂ ਰੰਗਦਾ, ਉਹ ਬੁੱਲ੍ਹਾਂ ਨੂੰ ਆਪਣੇ ਵੱਲ ਆਕਰਸ਼ਿਤ ਨਹੀਂ ਕਰ ਸਕਦਾ।

ਇਸ ਆਥਣ ਵੇਲ਼ੇ ਸਲਮਾ ਸਵਰਗੀ ਸ਼ਰਾਬ ਨਾਲ਼ ਲਪਾਲਪ ਭਰੇ ਹੋਏ ਪਿਆਲੇ ਵਰਗੀ ਦਿਖਦੀ ਸੀ, ਜਿਸ ਵਿੱਚ ਆਤਮਾ ਦੀ ਮਿਠਾਸ ਦੇ ਨਾਲ਼-ਨਾਲ਼ ਜੀਵਨ ਦੀ ਕੜਵਾਹਟ ਵੀ ਰਲ਼ੀ ਸੀ।

ਅਗਿਆਤ ਰੂਪ ਨਾਲ਼ ਪੂਰੀ ਇਸਤਰੀ ਦੇ ਜੀਵਨ ਦੀ ਇਹ ਇੱਕ ਜੀਉਂਦੀ ਜਾਗਦੀ ਤਸਵੀਰ ਸੀ—ਇਹੋ ਜਿਹੀ ਇਸਤਰੀ ਦੀ, ਜੋ ਦੁਸ਼ਟ ਅਤੇ ਦੁਰਾਚਾਰੀ ਪਤੀ ਦੀ ਗੁਲਾਮੀ ਦੀਆਂ ਬੇੜੀਆਂ ਆਪਣੀ ਧੌਣ 'ਤੇ ਨਾ ਪੈਣ ਤੱਕ ਆਪਣੇ ਸਨੇਹੀ ਪਿਤਾ ਦਾ ਘਰ ਨਹੀਂ ਛੱਡਦੀ ਅਤੇ ਬੇਦਰਦੀ ਸੱਸ ਦੇ ਤਾਅਨੇ ਸਹਿਣ ਦੀ ਤਾਕਤ ਜਦੋਂ ਤੱਕ ਉਸ ਵਿੱਚ ਆ ਨਹੀਂ ਜਾਂਦੀ, ਉਦੋਂ ਤੱਕ ਮਾਂ ਦੀ ਗਰਮ ਗੋਦ ਤੋਂ ਵੱਖ ਨਹੀਂ ਹੁੰਦੀ।

ਮੈਂ ਸਲਮਾ ਦੇ ਚਿਹਰੇ ਨੂੰ ਧਿਆਨ ਨਾਲ਼ ਦੇਖ ਰਿਹਾ ਸੀ, ਮੇਰੇ ਕੰਨ ਉਸਦੇ ਰੁਕ-ਰੁਕ ਕੇ ਨਿਕਲ਼ਦੇ ਸਾਹਾਂ ਵਿੱਚੋਂ ਉਸਦੀ ਆਤਮਾ ਦੀ ਫਰਿਆਦ ਸੁਣ ਰਹੇ ਸੀ, ਅਤੇ ਮੇਰਾ ਮਨ ਉਸਦੇ ਸਬੰਧ ਵਿੱਚ ਹੀ ਕੁਝ ਸੋਚ ਰਿਹਾ ਸੀ। ਚਾਰੇ ਪਾਸੇ ਪੂਰਨ ਸ਼ਾਂਤੀ ਛਾਈ ਹੋਈ ਸੀ। ਅਚਾਨਕ ਮੈਨੂੰ ਅਜਿਹਾ ਮਾਲੂਮ ਹੋਇਆ, ਜਿਵੇਂ ਵਕਤ ਦਾ ਪਹੀਆ ਰੁਕ ਗਿਆ ਹੈ ਅਤੇ ਸੰਸਾਰ ਦਾ ਵਜੂਦ ਲੁਪਤ ਹੋ ਗਿਆ ਹੈ। ਮੇਰੀ ਆਤਮਾ ਦੀ ਡੂੰਘਾਈ ਇੱਕ-ਟਕ ਦੇਖਦੇ ਰਹਿਣ ਵਾਲ਼ੀਆਂ ਉਸਦੀਆਂ ਅੱਖਾਂ ਤੋਂ ਬਿਨਾਂ ਮੈਨੂੰ ਹੋਰ ਕੁਝ ਵੀ ਦਿਖਾਈ ਨਹੀਂ ਦੇ ਰਿਹਾ ਸੀ ਅਤੇ ਮੇਰੇ ਹੱਥ ਵਿੱਚ ਪਏ ਉਸਦੇ ਥਰਥਰ ਕੰਬਦੇ ਠੰਢੇ ਹੱਥਾਂ ਤੋਂ ਬਿਨਾਂ ਦੂਸਰੀ ਕੋਈ ਵਸਤੂ ਦਾ ਅਹਿਸਾਸ ਨਹੀਂ ਹੋ ਰਿਹਾ ਸੀ। ਇਸ ਖ਼ੁਦ ਨੂੰ ਭੁੱਲਣ ਦੀ ਹਾਲਤ ਵਿੱਚ ਮੈਂ ਸੀ। ਇਸ ਦਰਮਿਆਨ ਸਲਮਾ ਨੇ ਹੌਲ਼ੀ-ਹੌਲ਼ੀ ਕਹਿਣਾ ਸ਼ੁਰੂ ਕੀਤਾ, "ਆ, ਹੁਣ ਆਪਾਂ ਗੱਲਾਂ ਕਰੀਏ, ਥੋੜ੍ਹੀ ਹੀ ਦੇਰ ਵਿੱਚ ਭਵਿੱਖ ਆਪਣੀ ਭਿਆਨਕਤਾ ਅਤੇ ਡਰ ਨਾਲ਼ ਸਾਡੇ 'ਤੇ ਜ਼ੋਰ ਨਾਲ਼ ਹਮਲਾ ਬੋਲਣ ਵਾਲ਼ਾ ਹੈ। ਆ, ਉਸਦੇ ਪਹਿਲਾਂ ਹੀ ਅਸੀਂ ਉਸਦਾ ਨਕਸ਼ਾ ਬਣਾ ਲਈਏ। ਜੋ ਪੁਰਸ਼ ਪੂਰੇ ਜੀਵਨ ਮੇਰਾ ਸਾਥੀ ਬਣਨ ਵਾਲ਼ਾ ਹੈ, ਉਸ ਨਾਲ਼ ਮਿਲਣ ਲਈ ਪਿਤਾ ਜੀ ਅਜੇ ਗਏ ਹੋਏ ਹਨ। ਜਿਸ ਪੁਰਸ਼ ਨੂੰ ਰੱਬ ਨੇ ਮੇਰੇ ਵਜੂਦ ਦਾ ਕਾਰਨ ਬਣਾਇਆ ਹੈ, ਉਹ ਉਸੇ ਪੁਰਸ਼ ਨੂੰ ਮਿਲਣ ਗਏ ਹਨ, ਜੋ ਕਿ ਇਸ ਸੰਸਾਰ ਦੇ ਵਿਨਾਸ਼ਕਾਰੀ ਕਾਨੂੰਨਾਂ ਰਾਹੀਂ ਮੇਰੇ ਭਵਿੱਖ ਦੇ ਮਾਲਕ ਦੇ ਰੂਪ ਵਿੱਚ ਪ੍ਰਗਟ ਹੋਵੇਗਾ। ਇਸ ਵੇਲ਼ੇ ਇਸ ਨਗਰ ਵਿੱਚ ਮੇਰਾ ਪਾਲਣ-ਪੋਸ਼ਣ ਕਰਨ ਵਾਲੀ ਪੱਕੀ ਹੋਈ ਉਮਰ ਦੇ ਇੱਕ ਪੁਰਸ਼ ਹੁਣ ਤੋਂ ਜੀਵਨ ਵਿੱਚ ਮੇਰੇ ਨਾਲ਼ ਚੱਲਣ ਵਾਲ਼ੇ ਇੱਕ ਨੌਜਵਾਨ ਨਾਲ ਗੱਲ ਕਰ ਰਹੇ ਹਨ। ਅੱਜ ਰਾਤ ਨੂੰ ਮੇਰੇ ਪਿਤਾ ਜੀ ਅਤੇ ਮੇਰੀ ਮੰਗਣੀ ਕਰਨ ਵਾਲ਼ੇ ਇਹ ਦੋਵੇਂ ਰਲ਼ ਕੇ ਮੇਰੇ ਵਿਆਹ ਦੀ ਤਰੀਕ ਤੈਅ ਕਰਨਗੇ। ਉਹ ਦਿਨ ਭਾਵੇਂ ਕਿੰਨੀ ਹੀ ਦੂਰ ਕਿਉਂ ਨਾ ਹੋਵੇ ਪਰ ਆਏ ਬਿਨਾਂ ਨਹੀਂ ਰਹੇਗਾ ਅਤੇ ਕਿੰਨੀ ਅਜੀਬ ਹੈ ਇਹ ਘੜੀ! ਅਤੇ ਇਸਦਾ ਅਸਰ ਕਿੰਨਾ ਤੇਜ਼ ਹੈ!"

"ਪਿਛਲੇ ਹਫ਼ਤੇ ਦੀ ਅੱਜ ਵਰਗੀ ਹੀ ਇੱਕ ਰਾਤ ਵਿੱਚ ਇਸੇ ਚਮੇਲੀ ਦੀਆਂ

ਵੇਲਾਂ ਹੇਠਾਂ ਪਿਆਰ ਨੇ ਮੈਨੂੰ ਪਹਿਲੀ ਵਾਰ ਕਲਾਵੇ ਵਿੱਚ ਲਿਆ ਅਤੇ ਉਸੇ ਵੇਲ਼ੇ ਮੌਤ ਦਾ ਹੱਥ ਪਾਦਰੀ ਦੇ ਭਵਨ ਵਿੱਚ ਮੇਰੇ ਭਵਿੱਖ ਦੀ ਤਸਵੀਰ ਦੀ ਰੂਪਰੇਖਾ ਬਣਾ ਰਿਹਾ ਹੈ। ਹੁਣ ਜਿਸ ਵੇਲ਼ੇ ਪਿਤਾ ਜੀ ਅਤੇ ਮੇਰੇ ਹੋਣ ਵਾਲ਼ੇ ਪਤੀ ਮੇਰੇ ਸਿਰ 'ਤੇ ਸ਼ਾਦੀਸ਼ੁਦਾ ਜਿੰਦਗੀ ਦਾ ਤਾਜ਼ ਰੱਖਣ ਦੀ ਤਜਵੀਜ ਕਰ ਰਹੇ ਹਨ, ਉਸ ਵੇਲੇ ਮੈਂ ਤੈਨੂੰ ਆਪਣੇ ਕੋਲ਼ ਬੈਠਿਆ ਹੋਇਆ ਦੇਖਦੀ ਹਾਂ ਅਤੇ ਤੇਰੀ ਆਤਮਾ ਬੇਚੈਨ ਹੋ ਕੇ ਮੇਰੇ ਆਸਪਾਸ ਚੱਕਰ-ਤੇ-ਚੱਕਰ ਲਗਾ ਰਹੀ ਹੋਵੇ। ਮੈਂ ਇੰਝ ਮਹਿਸੂਸ ਕਰਦੀ ਹਾਂ, ਜਿਵੇਂ ਚਾਰੇ ਪਾਸਿਓਂ ਭੁੱਖੇ ਅਤੇ ਭਿਅੰਕਰ ਹਿੰਸਕ ਪਸ਼ੂਆਂ ਨਾਲ਼ ਘਿਰੇ ਹੋਏ ਸਰੋਵਰ ਦੇ ਪਿੱਛਲੇ ਭਾਗ 'ਤੇ ਉੱਡਦਾ ਹੋਇਆ ਪਿਆਸਾ ਪੰਛੀ! ਆਹ! ਕਿੰਨੀ ਸ਼ਾਨਦਾਰ ਹੈ ਇਹ ਰਾਤ! ਅਤੇ ਕਿੰਨਾ ਡੂੰਘਾ ਹੈ ਇਸਦਾ ਭੇਦ!"

ਮੈਨੂੰ ਇੰਵ ਲੱਗਿਆ ਕਿ ਨਿਰਾਸ਼ਾ ਨੇ ਭਿਅੰਕਰ ਹਨ੍ਹੇਰੇ ਪਰਛਾਵੇਂ ਦਾ ਰੂਪ ਧਾਰ ਲਿਆ ਹੈ, ਅਤੇ ਇਸੇ ਪਰਛਾਵੇਂ ਨੇ ਸ਼ੁਰੂ ਤੋਂ ਹੀ ਸਾਡੇ ਪਿਆਰ ਦੀ ਗਰਦਨ ਹਮੇਸ਼ਾ ਲਈ ਅਲੱਗ ਕਰ ਦੇਣ ਲਈ ਦਬਾ ਦਿੱਤੀ ਹੈ। ਬੇਦਰਦੀ ਨਾਲ਼ ਮੈਂ ਜਵਾਬ ਦਿੱਤਾ, "ਸਲਮਾ, ਜਦੋਂ ਤੱਕ ਇਸ ਪੰਛੀ ਦੀ ਪਿਆਸ ਇਸਨੂੰ ਨਹੀਂ ਮਾਰ ਸੁੱਟੇਗੀ ਭਾਵ ਭ੍ਰਿਅੰਕਰ ਹਿੰਸਕ ਪਸ਼ੂ ਟੁਕੜੇ-ਟੁਕੜੇ ਕਰਕੇ ਖਾ ਨਹੀਂ ਜਾਣਗੇ, ਉਦੋਂ ਤੱਕ ਸਰੋਵਰ ਦੇ ਪਿਛਲੇ ਭਾਗ 'ਤੇ ਇਹ ਨੂੰ ਉੱਡਦੇ ਹੀ ਰਹਿਣਾ ਹੈ।"

ਰੂਪਹਿਰੀ ਘੰਟੀ ਦੀ ਅਵਾਜ਼ ਵਿੱਚ ਉਹ ਬੋਲੀ, "ਨਹੀਂ-ਨਹੀਂ, ਮੇਰੇ ਦੋਸਤ! ਇਸ ਪੰਛੀ ਨੂੰ ਜਿੰਦਾ ਹੀ ਰਹਿਣਾ ਚਾਹੀਦਾ ਹੈ। ਜਦੋ ਤੱਕ ਸਵੇਰ ਹੋਵੇ, ਬਸੰਤ ਰੁੱਤ ਬੀਤ ਜਾਵੇਂ, ਸੰਸਾਰ ਖ਼ਤਮ ਹੋ ਜਾਵੇ, ਸਮਾਂ ਗਾਇਬ ਹੋ ਜਾਵੇ, ਉਦੋਂ ਤੱਕ ਇਸ ਨੂੰ ਗੀਤ ਗਾਉਂਦੇ ਰਹਿਣਾ ਚਾਹੀਦਾ ਹੈ। ਇਸ ਨੂੰ ਬੰਦ ਨਹੀਂ ਕਰਨਾ ਚਾਹੀਦਾ ਕਿਉਂਕਿ ਇਸਦਾ ਸੁਰ ਮੈਨੂੰ ਜੀਵਨ ਪ੍ਰਦਾਨ ਕਰਦਾ ਹੈ। ਤੂੰ ਇਸਦੇ ਪੰਖਾਂ ਨੂੰ ਨਾ ਜਕੜ ਕਿਉਂਕਿ ਇਸਦੇ ਪੰਖਾਂ ਦੀ ਜਿਉਂਦੀ ਫੜਫੜਾਹਟ ਮੇਰੇ ਦਿਲ 'ਤੇ ਫੈਲੀ ਦਿਲ ਦੀ ਟੀਸ ਦੀ ਧੁੰਦ ਨੂੰ ਦੂਰ ਕਰਦੀ ਹੈ।"

ਠੰਢਾ ਸਾਹ ਲੈਂਦੇ ਹੋਏ ਮੈਂ ਕਿਹਾ, "ਸਲਮਾ, ਪਿਆਸ ਇਸਦੀ ਜਾਨ ਲਵੇਗੀ ਅਤੇ ਡਰ ਇਸਨੂੰ ਨਿਸ਼ਚਿਤ ਹੀ ਮਾਰ ਦਵੇਗਾ।" ਜਵਾਬ ਵਿੱਚ ਉਹ ਬੋਲੀ ਭਾਵ ਇਸ ਪ੍ਰਕਾਰ ਦੇ ਸ਼ਬਦ ਉਸਨੇ ਕੰਬਦੇ ਬੁੱਲ੍ਹਾਂ ਵਿੱਚੋਂ ਨਿਕਲ਼ ਪਏ, "ਆਤਮਿਕ ਪਿਆਸ ਦੇਹਿਕ ਪਿਆਸ ਦੇ ਨਾਲ਼ੋਂ ਵੱਧ ਮਿੱਠੀ ਅਤੇ ਆਤਮਿਕ ਡਰ ਦੈਹਿਕ ਸੰਤੋਖ ਨਾਲ਼ੋਂ ਵੱਧ ਪਿਆਰਾ ਹੁੰਦਾ ਹੈ ਪਰ ਮੇਰੇ ਦੋਸਤ, ਸੁਣ, ਧਿਆਨ ਦੇ ਕੇ ਸੁਣ!"

"ਜਿਸ ਸਬੰਧ ਵਿੱਚ ਕਿਸੇ ਪ੍ਰਕਾਰ ਦੀ ਵੀ ਜਾਣਕਾਰੀ ਨਹੀਂ ਸੀ, ਅਜਿਹੀ ਇੱਕ ਨਵੀਂ ਜ਼ਿੰਦਗੀ ਦੇ ਦਰਵਾਜ਼ੇ ਦੇ ਸਾਹਮਣੇ ਆ ਕੇ ਮੈਂ ਹੁਣ ਖੜੀ ਹੋਈ ਹਾਂ। ਮੈਂ ਉਸ ਅੰਨ੍ਹੀ ਇਸਤਰੀ ਵਾਂਗ ਹਾਂ, ਜੋ ਠੋਕਰ ਖਾ ਜਾਣ ਦੇ ਡਰ ਤੋਂ ਦੀਵਾਰ ਨੂੰ ਜਾਨ ਵਾਂਗ ਫੜ-ਫੜ ਕੇ ਤੁਰਦੀ ਹੈ। ਪਿਤਾ ਦੀ ਸੰਪੱਤੀ ਰਾਹੀਂ ਗੁਲਾਮਾਂ ਦੇ ਬਜ਼ਾਰ ਵਿੱਚ ਖੜ੍ਹੀ ਕਰਾਈ ਹੋਈ ਅਤੇ ਅਜਿਹੇ ਪੁਰਸ਼ ਨੂੰ ਵੇਚ ਦਿੱਤੀ ਗਈ ਮੈਂ ਇੱਕ ਦਾਸੀ ਹਾਂ। ਮੈਨੂੰ ਇਸ ਪੁਰਸ਼ 'ਤੇ ਕਿਸੇ ਵੀ ਤਰ੍ਹਾਂ ਦਾ ਪਿਆਰ ਨਹੀਂ ਆਉਂਦਾ ਕਿਉਂਕਿ ਮੈਂ ਉਸਨੂੰ ਦੇਖਿਆ ਤੱਕ ਨਹੀਂ ਹੈ। ਇਸ ਪੁਰਸ਼ ਬਾਰੇ ਮੈਂ ਹਨ੍ਹੇਰੇ ਵਿੱਚ ਹਾਂ। ਅਤੇ ਇਹ ਤਾਂ ਸਪੱਸ਼ਟ ਹੈ ਕਿ ਪਿਆਰ ਅਤੇ ਅਗਿਆਨ ਦਾ ਇੱਕ ਸਥਾਨ 'ਤੇ ਮਿਲ਼ਣਾ ਅਸੰਭਵ

ਹੈ। ਪਰ ਫਿਰ ਵੀ ਮੈਂ ਇਸ ਪੁਰਸ਼ ਨਾਲ਼ ਪਿਆਰ ਕਰਨਾ ਸਿਖੂੰਗੀ। ਉਸਦੀ ਆਗਿਆ ਦਾ ਪਾਲਣ ਕਰਕੇ ਅਤੇ ਉਸਦੀ ਸੇਵਾ ਕਰਕੇ ਮੈਂ ਉਸਨੂੰ ਰੱਬ ਬਣਾ ਦਵਾਂਗੀ। ਉਸਨੂੰ ਮੈਂ ਉਹ ਸਭ ਕੁਝ ਦਵਾਂਗੀ, ਜੋ ਇੱਕ ਕਮਜ਼ੋਰ ਇਸਤਰੀ ਬਲਵਾਨ ਪੁਰਸ਼ ਨੂੰ ਦੇ ਸਕਦੀ ਹੈ।

ਪਰ ਤੂੰ ਕੀ ਕਰੇਂਗਾ? ਹਾਂ, ਤੂੰ? ਜਿਸਦੀ ਗੋਦ ਵਿੱਚ ਫੁੱਲਾਂ ਦੇ ਮੋਤੀ ਬਣਨ, ਉਸ ਬਸੰਤ ਰੁੱਤ ਵਾਂਗ ਰਹੀਂ। ਜ਼ਿੰਦਗੀ ਤੇਰੇ ਲਈ ਇੱਕ ਦਿੱਤਾ ਹੋਇਆ ਰਾਹ ਹੈ, ਜਿਸ 'ਤੇ ਵੰਨ-ਸੁਵੰਨੇ ਫੁੱਲ ਪਏ ਹਨ। ਤੂੰ ਆਪਣੇ ਦਿਲ-ਰੂਪੀ ਦੀਵੇ ਉੱਪਰ ਹੱਥ ਰੱਖ ਕੇ ਸੰਸਾਰ ਦੇ ਮੈਦਾਨ ਵਿੱਚ ਨਿਕਲ਼ ਪਵੀਂ। ਤੂੰ ਅਜ਼ਾਦ ਰੂਪ ਵਿੱਚ ਸੋਚ ਸਕਦਾ ਹੈਂ ਅਤੇ ਨਿਡਰ ਹੋ ਕੇ ਆਪਣੀ ਹਰੇਕ ਇੱਛਾ ਪੂਰੀ ਕਰ ਸਕਦਾ ਹੈਂ। ਤੂੰ ਜ਼ਿੰਦਗੀ ਦੇ ਚਿਹਰੇ 'ਤੇ ਆਪਣਾ ਨਾਮ ਲਿਖ ਸਕਦਾ ਹੈਂ, ਕਿਉਂਕਿ ਤੂੰ ਪੁਰਸ਼ ਹੈਂ, ਤੂੰ ਵੱਡੇ ਸਰਦਾਰ ਵਾਂਗ ਜੀਵਨ ਬਿਤਾ ਸਕਦਾ ਹੈਂ, ਕਿਉਂਕਿ ਤੇਰੇ ਪਿਤਾ ਦੀ ਗਰੀਬੀ ਕਰਕੇ ਤੈਨੂੰ ਕਿਸੇ ਨੇ ਗੁਲਾਮ ਨਹੀਂ ਬਣਾਇਆ ਹੈ ਅਤੇ ਉਸਦੀ ਸੰਪੱਤੀ ਨੇ ਜਿੱਥੇ ਕੰਨਿਆਵਾਂ ਦੀ ਖਰੀਦੋ-ਫਰੋਖਤ ਹੁੰਦੀ ਹੈ, ਗੁਲਾਮਾਂ ਦੇ ਉਸ ਬਜ਼ਾਰ ਵਿੱਚ ਤੈਨੂੰ ਨਹੀਂ ਪਹੁੰਚਾਇਆ ਹੈ। ਜਿਸ ਕੁੜੀ ਨੂੰ ਤੇਰਾ ਦਿਲ ਪਸੰਦ ਕਰੇਗਾ, ਤੂੰ ਉਸਦਾ ਸਹਿਵਾਸ ਪ੍ਰਾਪਤ ਕਰ ਸਕੇਂਗਾ, ਤੂੰ ਉਸਨੂੰ ਆਪਣੇ ਘਰ ਦੀ ਰਾਣੀ ਬਣਾਉਣ ਤੋਂ ਪਹਿਲਾਂ ਆਪਣੇ ਦਿਲ ਦੀ ਰਾਣੀ ਬਣਾ ਸਕੇਂਗਾ, ਤੂੰ ਆਪਣੇ ਦਿਨ ਅਤੇ ਰਾਤ ਦੀ ਹਮਬਿਸਤਰ ਬਣਾਉਣ ਤੋਂ ਪਹਿਲਾਂ ਆਪਣੇ ਵਿਚਾਰ ਅਤੇ ਕਲਪਨਾ ਦੀ ਹਿੱਸੇਦਾਰ ਬਣਾ ਸਕੇਂਗਾ।"

ਸਾਹ ਲੈਣ ਲਈ ਉਹ ਥੋੜ੍ਹੀ ਦੇਰ ਉਹ ਰੁਕੀ। ਫਿਰ ਧੁਰ ਅੰਦਰ ਦੀ ਦੁੱਖ-ਭਰੀ ਅਵਾਜ਼ ਵਿੱਚ ਕਹਿਣ ਲੱਗੀ, "ਪਰ ਕੀ ਜੀਵਨ ਦਾ ਰਾਹ ਸਾਨੂੰ ਆਪਸ ਵਿੱਚ ਇੱਕ-ਦੂਜੇ ਤੋਂ ਵੱਖ ਕਰਕੇ, ਤੈਨੂੰ ਪੁਰਸ਼ ਦੀ ਸਰਵਉੱਚਤਾ ਵੱਲ ਅਤੇ ਮੈਨੂੰ ਇਸਤਰੀ ਦੇ ਫ਼ਰਜ ਦੇ ਰਾਹ ਵੱਲ ਲੈ ਜਾਵੇਗਾ? ਕੀ ਆਪਣੇ ਸੁੰਦਰ ਸੁਪਨੇ ਭੰਗ ਹੋਣਗੇ ਅਤੇ ਭਿਅਕਰ ਚੇਤਨਾ ਵਿੱਚ ਪਲਟ ਜਾਣਗੇ? ਕੀ ਇਹ ਅਸਲੀ ਸੱਚ ਇੱਕ ਕਹਾਣੀ ਹੀ ਨਾ ਰਹਿ ਜਾਵੇਗਾ? ਕੀ ਸ਼ੋਰ ਦੇ ਵਿੱਚ ਬੁਲਬੁਲ ਦੇ ਗੀਤ ਗਾਇਬ ਹੋ ਜਾਣਗੇ ਅਤੇ ਸ਼ੋਰ ਖੁਦ ਨੂੰ ਬੁਲਬੁਲ ਦੇ ਗੀਤ ਵਿੱਚ ਰਲ਼ਾ ਦਵੇਗਾ? ਹਵਾ ਦਾ ਤੂਫਾਨ ਕੀ ਗੁਲਾਬ ਦੀ ਪੰਖੜੀਆਂ ਨੂੰ ਖਿੰਡਾ ਦਵੇਗਾ ਅਤੇ ਕੀ ਪੈਰਾਂ ਦੇ ਹੇਠਾਂ ਸ਼ਰਾਬ ਦਾ ਪਿਆਲਾ ਟੁੱਟ ਕੇ ਚਕਨਾ-ਚੂਰ ਹੋ ਜਾਵੇਗਾ?

"ਕੀ ਰਾਤ ਨੇ ਬਿਨਾਂ ਕਿਸੇ ਯੋਜਨਾ ਦੇ ਵੈਸੇ ਹੀ ਚੰਦਰਮਾ ਦੇ ਸਾਹਮਣੇ ਖੜ੍ਹਾ ਕਰਕੇ ਚਮੇਲੀ ਦੀਆਂ ਵੇਲਾਂ ਦੇ ਹੇਠਾਂ ਆਪਣੀਆਂ ਆਤਮਾਵਾਂ ਦਾ ਮਿਲਾਪ ਕਰਾਇਆ ਸੀ? ਕੀ ਇਸ ਰਾਤ ਨੇ ਸਾਨੂੰ ਵੇਗ ਭਰੇ ਤਾਰਿਆਂ ਦੇ ਦੇਸ਼ ਵੱਲ ਇਸੇ ਲਈ ਉਡਾਇਆ ਸੀ ਕਿ ਜਿਸ ਨਾਲ਼ ਸਾਡੀਆਂ ਬਾਹਾਂ ਥੱਕ ਜਾਣ ਅਤੇ ਅਸੀਂ ਆਖਰੀ ਪਤਾਲ ਵਿੱਚ ਜਾ ਕੇ ਡਿੱਗ ਪਈਏ? ਜਿਸ ਵੇਲ਼ੇ ਅਸੀਂ ਸੁੱਖ ਦੇ ਸਾਮਰਾਜ ਵਿੱਚ ਪ੍ਰਵੇਸ਼ ਕੀਤਾ ਸੀ, ਉਦੋਂ ਕੀ ਪਿਆਰ ਨੀਂਦ ਲੈ ਰਿਹਾ ਸੀ ਅਤੇ ਹੁਣ ਜਾਗ ਵਿੱਚ ਆ ਕੇ ਗੁੱਸੇ ਵਿੱਚ ਸਜ਼ਾ ਦੇਣਾ ਚਾਹੁੰਦਾ ਹੈ? ਕੀ ਸਾਡੇ ਸਾਹ ਨੇ ਧੀਮੀ ਗਤੀ ਨਾਲ਼ ਵਹਿੰਦੀ ਰਾਤ ਦੀ ਠੰਢੀ ਹਵਾ ਵਿੱਚ ਇਸ ਲਈ ਵੇਗ ਪੈਦਾ ਕੀਤਾ ਸੀ, ਜਿਸ ਨਾਲ਼ ਇਹ ਹਵਾ ਤੂਫਾਨ ਬਣ ਕੇ ਸਾਨੂੰ ਮਿੱਟੀ-ਘੱਟੇ ਵਾਂਗ ਹਨ੍ਹੇਰੀ ਵਿੱਚ ਉਡਾ ਕੇ ਡੂੰਘੀ ਖਾਈ

ਵਿੱਚ ਲੈ ਜਾ ਕੇ ਸੁੱਟ ਦਵੇ?"

"ਅਸੀਂ ਤਾਂ ਭਾਈ, ਕਿਸੀ ਦੀ ਆਗਿਆ ਦੀ ਉਲੰਘਣਾ ਨਹੀਂ ਕੀਤੀ ਹੈ ਅਤੇ ਨਾ ਮਨ੍ਹਾਹੀ ਵਾਲ਼ੇ ਰੁੱਖਾਂ ਨੂੰ ਹੱਥ ਲਗਾਇਆ ਹੈ, ਫਿਰ ਸਾਨੂੰ ਸਵਰਗ ਵਿੱਚੋਂ ਕਿਉਂ ਬਾਹਰ ਕੱਢ ਦਿੱਤਾ? ਅਸੀਂ ਤਾਂ ਕਿਤੇ ਕੋਈ ਸ਼ਾਜਿਸ਼ ਵੀ ਨਹੀਂ ਕੀਤੀ, ਨਾ ਮੱਥਾ ਉੱਚਾ ਕਰਨ ਭਾਵ ਬਗਾਵਤ ਕਰਨ ਦਾ ਨਾਮ ਹੀ ਲਿਆ, ਫਿਰ ਸਾਨੂੰ ਨਰਕ ਵਿੱਚ ਕਿਉਂ ਧੱਕ ਦਿੱਤਾ ਗਿਆ ਹੈ?"

"ਨਹੀਂ-ਨਹੀਂ, ਕਦੇ ਨਹੀਂ! ਜਿਨ੍ਹਾਂ ਪਲਾਂ ਵਿੱਚ ਅਸੀਂ ਇੱਕ-ਦੂਜੇ ਤੋਂ ਜਾਣੂ ਹੋਏ ਸੀ, ਉਹ ਸਦੀਆਂ ਤੋਂ ਵੀ ਵੱਧ ਸ਼ਾਨਦਾਰ ਹਨ ਅਤੇ ਜਿਨ੍ਹਾਂ ਪ੍ਰਕਾਸ਼-ਕਿਰਨਾਂ ਨੇ ਸਾਨੂੰ ਬਲ ਦਿੱਤਾ, ਉਹ ਹਨ੍ਹੇਰੇ ਨਾਲ਼ੋਂ ਵੱਧ ਸਮਰੱਥ ਹਨ। ਭਾਵੇਂ ਹਵਾ ਦੇ ਤੂਫਾਨ ਨੇ ਸਾਨੂੰ ਭਿਆਨਕ ਸਮੁੰਦਰ ਦੇ ਤੱਲ ਵਿੱਚ ਇੱਕ-ਦੂਜੇ ਨਾਲ਼ੋਂ ਦੂਰ ਸੁੱਟ ਦਿੱਤਾ ਹੋਵੇ ਪਰ ਸਮੁੰਦਰ ਦੀਆਂ ਲਹਿਰਾਂ ਸਾਨੂੰ ਆਪਣੇ ਸ਼ਾਂਤ ਕਿਨਾਰੇ ਦੀ ਇੱਕ ਜਗ੍ਹਾ 'ਤੇ ਜ਼ਰੂਰ ਇੱਕਠਾ ਕਰ ਦੇਣਗੀਆਂ। ਜੇ ਜੀਵਨ ਨੂੰ ਵੀ ਅਸੀਂ ਮਾਰ ਸੁੱਟਿਆ ਤਾਂ ਮੌਤ ਸਾਨੂੰ ਜ਼ਰੂਰ ਜਿੰਦਾ ਕਰ ਦੇਵੇਗੀ!

"ਨਹੀਂ-ਨਹੀਂ, ਇਸਤਰੀ ਦਾ ਦਿਲ ਸਮੇਂ ਨਾਲ਼ ਭਾਵ ਰੁੱਤਾਂ ਨਾਲ਼ ਬਦਲਦਾ ਨਹੀਂ, ਅਨੰਤਕਾਲ ਤੱਕ ਯੁੱਧ ਕਰਦੇ ਰਹਿਣ ਨਾਲ਼ ਵੀ ਮਰਦਾ ਨਹੀਂ। ਮਨੁੱਖਤਾ ਆਪਣੇ ਰਾਹੀਂ ਜੀਵਨ-ਸੰਘਰਸ਼ ਲਈ ਪਸੰਦ ਕੀਤੇ ਹੋਏ ਸੰਘਣੇ ਜੰਗਲ ਵਾਂਗ ਹੈ। ਮਨੁੱਖ ਉਸ ਜੰਗਲ ਦੇ ਰੁੱਖਾਂ ਨੂੰ ਕੱਟਦਾ ਹੈ, ਟਹਿਣੀਆਂ ਨੂੰ ਸਾੜਦਾ ਹੈ, ਉਸਦੇ ਪੱਥਰਾਂ ਨੂੰ ਆਪਣੇ ਲਹੂ ਨਾਲ਼ ਰੰਗਦਾ ਹੈ, ਉਸਦੀ ਧਰਤੀ ਹੱਡੀਆਂ ਅਤੇ ਖੋਪੜੀਆਂ ਨਾਲ਼ ਭਰ ਦਿੰਦਾ ਹੈ ਪਰ ਫਿਰ ਵੀ ਉਹ ਜੰਗਲ ਆਪਣੀ ਉਸੇ ਜਗ੍ਹਾ 'ਤੇ ਸ਼ਾਂਤੀ ਅਤੇ ਧੀਰਜ ਨਾਲ਼ ਖੜ੍ਹਾ ਰਹਿੰਦਾ ਹੈ। ਅਨੰਤ ਕਾਲ਼ ਤੱਕ ਉਸ ਵਿੱਚ ਬਸੰਤ ਰੁੱਤ ਹੀ ਬਣੀ ਰਹਿੰਦੀ ਹੈ ਅਤੇ ਪਤਝੜ!

ਪਰ ਹੁਣ ਜਦੋਂ ਕਿ ਸਿਰਜਣਹਾਰ ਦੀ ਲੇਖਣੀ ਚੱਲ ਚੁੱਕੀ ਹੈ ਤਾਂ ਅਸੀਂ ਕੀ ਕਰੀਏ? ਕਿੰਵ ਇੱਕ-ਦੂਜੇ ਤੋਂ ਵੱਖ ਹੋਈਏ ਅਤੇ ਫਿਰ ਕਿਵੇਂ ਮਿਲੀਏ। ਕਿਵੇਂ ਆਪਣੇ ਪਿਆਰ ਨੂੰ ਇੱਕ ਪ੍ਰਦੇਸੀ ਯਾਤਰੀ ਸਮਝ ਲਈਏ, ਜੋ ਆਥਣ ਹੁੰਦੇ ਹੀ ਆਉਂਦਾ ਹੈ ਅਤੇ ਸਵੇਰ ਹੁੰਦੇ ਹੀ ਚਲਾ ਜਾਂਦਾ ਹੈ? ਕਿਵੇਂ ਅਸੀਂ ਇਸ ਨੂੰ ਕੁਦਰਤੀ ਪ੍ਰੇਰਣਾ ਦਾ ਸੁਪਨਾ ਸਮਝੀਏ, ਜੋ ਨੀਂਦ ਵਿੱਚ ਦਿਖਦਾ ਹੈ ਅਤੇ ਜਾਗ ਆਉਂਦੇ ਹੀ ਛਿਪ ਜਾਂਦਾ ਹੈ? ਕਿਵੇਂ ਅਸੀਂ ਇਸ ਹਫਤੇ ਨੂੰ ਨਸ਼ੇ ਦੀ ਘੜੀ ਸਮਝੀਏ, ਜੋ ਹੋਸ਼ ਅਤੇ ਜਾਗ ਆਉਣ ਨਾਲ਼ ਹੀ ਗਾਇਬ ਹੋ ਜਾਂਦਾ ਹੈ।"

"ਮੇਰੇ ਪਿਆਰੇ, ਆਪਣੇ ਮੱਥੇ ਨੂੰ ਥੋੜ੍ਹਾ ਉੱਚਾ ਕਰ, ਜਿਸ ਨਾਲ਼ ਤੂੰ ਮੇਰੀਆਂ ਅੱਖਾਂ ਨੂੰ ਦੇਖ ਸਕੇਂ। ਤੂੰ ਆਪਣੇ ਬੁੱਲ੍ਹਾਂ ਨੂੰ ਹਿਲਾ, ਜਿਸ ਵਿੱਚ ਮੈਂ ਤੇਰੀ ਅਵਾਜ਼ ਸੁਣ ਸਕੇ। ਬੋਲ ਸਾਥੀ, ਕੁਝ ਤਾਂ ਬੋਲ! ਮੈਨੂੰ ਕਹਿ ਤਾਂ ਸਹੀ ਕਿ ਜਦ ਸਮੇਂ ਦਾ ਤੂਫਾਨ ਆਪਣੀ ਇਸ ਦੁਰਲੱਭ ਪਲ ਦੀ ਕਿਸ਼ਤੀ ਨੂੰ ਡੁਬੋ ਦਵੇਗਾ, ਉਦੋਂ ਵੀ ਤੂੰ ਮੈਨੂੰ ਯਾਦ ਕਰੇਂਗਾ? ਕੀ ਤੂੰ ਰਾਤ ਦੀ ਉਦਾਸੀ ਵਿੱਚ ਮੇਰੇ ਖੰਭਾਂ ਦੀ ਫੜਫੜਾਹਟ ਸੁਣੇਂਗਾ? ਕੀ ਮੇਰੇ ਗਰਮ ਸਾਹ ਆਪਣੇ ਚਿਹਰੇ ਅਤੇ ਗਰਦਨ 'ਤੇ ਲਹਿਰਾਉਂਦੇ ਹੋਏ ਮਹਿਸੂਸ ਕਰੇਂਗਾ? ਮੇਰੇ ਦਰਦ ਨਾਲ਼ ਉੱਚੇ ਚੜ੍ਹਣ ਵਾਲ਼ੇ ਠੰਢੇ ਸਾਹ ਸੁਣੇਗਾ? ਅਤੇ ਰਾਤ ਦੇ ਹਨ੍ਹੇਰੇ

ਦਾ ਸਾਥੀ ਬਣਿਆ ਹੋਇਆ ਮੇਰਾ ਪਰਛਾਵਾਂ ਸਵੇਰ ਦੇ ਬੱਦਲਾਂ ਵਾਂਗ ਛੰਡਦਾ ਹੋਇਆ ਤੈਨੂੰ ਦਿਖਾਈ ਦੇਵੇਗਾ? ਮੇਰੇ ਪਿਆਰੇ, ਕਹਿ ਤਾਂ ਸਹੀ ਕਿ ਨੈਣਾਂ ਵਿੱਚ ਨਿਹਾਰਦੀ ਜੋਤ, ਕੰਨਾਂ ਵਿੱਚ ਸੁਣਾਈ ਦਿੰਦਾ ਸੰਗੀਤ ਅਤੇ ਆਤਮਾਵਾਂ ਵਿੱਚ ਅਨੁਭਵ ਹੁੰਦੀ ਪੰਖਾਂ ਦੀ ਫੜਫੜਾਹਟ ਜਦੋਂ ਲੁਪਤ ਹੋ ਜਾਵੇਗੀ, ਉਸਦੇ ਬਾਅਦ ਤੂੰ ਕੀ ਕਰੇਂਗਾ ਅਤੇ ਤੇਰਾ ਇਸਤੋਂ ਬਾਅਦ ਕੀ ਹੋਵੇਗਾ?"

ਮੇਰੇ ਦਿਲ ਦਾ ਟੁਕੜਾ ਲਹੂ ਬਣ ਕੇ ਮੇਰੀਆਂ ਅੱਖਾਂ ਵਿੱਚ ਆ ਰਿਹਾ ਸੀ। ਮੈਂ ਜਵਾਬ ਦਿੱਤਾ, "ਸਲਮਾ, ਤੂੰ ਜਿਵੇਂ ਮੇਰੇ ਕੋਲੋਂ ਚਾਹੁੰਦੀ ਹੈਂ, ਉਵੇਂ ਹੀ ਮੈਂ ਰਹੂੰਗਾ।"

ਉਸਨੇ ਕਿਹਾ, "ਤੂੰ ਮੈਨੂੰ ਪਿਆਰ ਕਰਦਾ ਰਹਿ, ਇਹੀ ਮੇਰੀ ਇੱਛਾ ਹੈ। ਸੰਸਾਰ ਦੇ ਅੰਤ ਸਮੇਂ ਤੱਕ ਤੂੰ ਮੇਰੇ ਉੱਪਰ ਪਿਆਰ ਉਲੇਰਦਾ ਰਹੇਂ, ਇਹੀ ਮੇਰੀ ਇੱਛਾ ਹੈ। ਜਿਵੇਂ ਕਵੀ ਆਪਣੀਆਂ ਦਰਦ ਭਰੀਆਂ ਕਲਪਨਾਵਾਂ ਨੂੰ ਚਾਹੁੰਦਾ ਹੈ, ਉਸੇ ਤਰ੍ਹਾਂ ਤੂੰ ਮੈਨੂੰ ਚਾਹੁੰਦਾ ਰਹੇਂ, ਅਜਿਹੀ ਮੇਰੀ ਇੱਛਾ ਹੈ। ਜਿਵੇਂ ਤਲਾਬ ਦੇ ਠਹਿਰੇ ਪਾਣੀ ਨੂੰ ਪੀਣ ਤੋਂ ਪਹਿਲਾਂ ਉਸ ਵਿੱਚ ਆਪਣਾ ਪਰਛਾਵਾਂ ਦੇਖਣ ਵਾਲ਼ਾ ਉਸ ਤਲਾਬ ਨੂੰ ਯਾਦ ਕਰਦਾ ਹੈ, ਉਸੇ ਤਰ੍ਹਾਂ ਤੂੰ ਮੈਨੂੰ ਯਾਦ ਕਰਦਾ ਰਹੇਂ, ਇਹੀ ਮੇਰੀ ਇੱਛਾ ਹੈ। ਦੁਨੀਆ ਦੀਆਂ ਪ੍ਰਕਾਸ-ਕਿਰਨਾਂ ਦੇਖਣ ਤੋਂ ਪਹਿਲਾਂ ਮਾਂ ਦੇ ਪੇਟ ਵਿੱਚ ਹੀ ਮਰਨ ਵਾਲ਼ੇ ਬੱਚੇ ਦੀ ਯਾਦ ਨੂੰ ਜਿਵੇਂ ਮਾਂ ਯਾਦ ਕਰਦੀ ਹੈ, ਉਸੇ ਤਰ੍ਹਾਂ ਤੂੰ ਮੈਨੂੰ ਯਾਦ ਕਰਦਾ ਰਹੇਂ, ਅਜਿਹੀ ਮੇਰੀ ਇੱਛਾ ਹੈ। ਆਪਣੀ ਮੁਆਫੀ ਲਾਗੂ ਹੋਣ ਤੋਂ ਪਹਿਲਾਂ ਘੋੜੇ ਹੱਥੋਂ ਹੀ ਮੌਤ ਪਾਉਣ ਵਾਲ਼ੇ ਕੈਦੀ ਨੂੰ ਯਾਦ ਕਰਨ ਵਾਲ਼ੇ ਬਾਦਸ਼ਾਹ ਵਾਂਗ ਤੂੰ ਮੈਨੂੰ ਯਾਦ ਕਰਦਾ ਰਹੀਂ, ਇਹੀ ਮੈਂ ਚਾਹੁੰਦੀ ਹਾਂ। ਤੂੰ ਮੇਰਾ ਭਰਾ, ਮੇਰਾ ਮਿੱਤਰ ਅਤੇ ਸਾਥੀ ਬਣ ਕੇ ਰਹੀਂ, ਇਹੀ ਮੈਂ ਚਾਹੁੰਦੀ ਹਾਂ। ਮੈਂ ਕੁਝ ਹੀ ਦਿਨਾਂ ਵਿੱਚ ਪਿਤਾ ਜੀ ਤੋਂ ਦੂਰ ਜਾਣ ਵਾਲ਼ੀ ਹਾਂ ਅਤੇ ਉਹ ਇਕੱਲੇ ਹੋ ਜਾਣ ਵਾਲ਼ੇ ਹਨ, ਉਸ ਸਮੇਂ ਤੂੰ ਉਨ੍ਹਾਂ ਕੋਲ਼ ਆਉਂਦਾ ਰਹੀਂ ਅਤੇ ਉਨ੍ਹਾਂ ਦਾ ਮਨ ਖੁਸ਼ ਰੱਖੀਂ, ਇਹੀ ਮੇਰੀ ਇੱਛਾ ਹੈ।"

ਮੈਂ ਜਵਾਬ ਦਿੱਤਾ, "ਸਲਮਾ, ਮੈਂ ਇਹ ਸਭ ਕਰਾਂਗਾ। ਮੈਂ ਆਪਣੀ ਆਤਮਾ ਨੂੰ ਤੇਰੀ ਆਤਮਾ ਦਾ ਆਲ੍ਹਣਾ ਬਣਾਵਾਂਗਾ, ਮੈਂ ਆਪਣੇ ਦਿਲ ਨੂੰ ਤੇਰੀ ਸੁੰਦਰਤਾ ਦਾ ਘਰ ਬਣਾਵਾਂਗਾ ਅਤੇ ਆਪਣੇ ਚਿਹਰੇ ਨੂੰ ਤੇਰੇ ਸ਼ੋਕ ਦੀ ਕਬਰ ਬਣਾਵਾਂਗਾ। ਸਲਮਾ, ਜਿਵੇਂ ਖੇਤ ਬਸੰਤ ਨੂੰ ਚਾਹੁੰਦਾ ਹੈ, ਉਸੇ ਤਰ੍ਹਾਂ ਮੈਂ ਤੈਨੂੰ ਚਾਹੁੰਦਾ ਰਹਾਂਗਾ ਅਤੇ ਜਿਵੇਂ ਫੁੱਲ ਸੂਰਜ ਦੀ ਰੋਸ਼ਨੀ ਨਾਲ਼ ਜਿੰਦਾ ਰਹਿੰਦਾ ਹੈ, ਉਸੇ ਤਰ੍ਹਾਂ ਮੈਂ ਤੇਰੀ ਰੋਸ਼ਨੀ ਨਾਲ਼ ਜਿੰਦਾ ਰਹਾਂਗਾ।"

"ਬਸਤੀ ਵਿੱਚ ਆਉਂਦੇ ਹੋਏ ਮੰਦਿਰਾਂ ਦੇ ਘੰਟਿਆਂ ਦੇ ਵੱਜਣ ਨਾਲ਼ ਜਿਵੇਂ ਤਲਹੱਟੀ ਗੂੰਜ ਉੱਠਦੀ ਹੈ, ਉਸੇ ਤਰ੍ਹਾਂ ਤੇਰੇ ਨਾਮ ਦੀ ਗੀਤ ਗਾ ਕੇ ਮੈਂ ਗੂੰਜ ਉੱਠਾਂਗਾ। ਜਿਵੇਂ ਸਮੁੰਦਰ-ਤਟ ਅਨੰਦ ਦੀ ਕਹਾਣੀ ਸੁਣਦਾ ਹੈ, ਉਸੇ ਤਰ੍ਹਾਂ ਮੈਂ ਤੇਰੀ ਆਤਮਾ ਦੀਆਂ ਗੱਲਾਂ ਸੁਣਾਂਗਾ। ਜਿਵੇਂ ਤਕਲੀਫ ਵਿੱਚ ਫਸਿਆ ਹੋਇਆ ਪ੍ਰਦੇਸੀ ਆਪਣੀ ਮਾਤ ਭੂਮੀ ਨੂੰ ਯਾਦ ਕਰਦਾ ਹੈ, ਜਿਵੇਂ ਭੁੱਖਾ ਭਿਖਾਰੀ ਸੁਆਦੀ ਭੋਜਨ ਨਾਲ਼ ਭਰੇ ਹੋਏ ਥਾਲ ਨੂੰ ਯਾਦ ਕਰਦਾ ਹੈ ਜਿਵੇਂ ਰਾਹ ਤੋਂ ਭਟਕਿਆ ਹੋਇਆ ਬਾਦਸ਼ਾਹ ਆਪਣੀ ਸ਼ਾਨ ਅਤੇ ਠਾਠ-ਬਾਠ ਦੇ ਦਿਨਾਂ ਨੂੰ ਯਾਦ ਕਰਦਾ ਹੈ ਜਿਵੇਂ ਚਿੰਤਤ ਕੈਦੀ ਆਪਣੇ ਜੀਵਨ ਦੀ ਅਜ਼ਾਦੀ ਅਤੇ ਸੁੱਖ ਦੇ ਪਲ ਯਾਦ ਕਰਦਾ ਹੈ, ਉਵੇਂ ਮੈਂ ਤੈਨੂੰ ਯਾਦ

ਕਰਾਂਗਾ। ਜਿਵੇਂ ਕਿਸਾਨ ਝੋਨੇ ਦੇ ਢੇਰ ਅਤੇ ਉਸ ਤੋਂ ਪ੍ਰਾਪਤ ਹੋਣ ਵਾਲ਼ੀ ਸੰਪੱਤੀ ਭੁੱਲ ਨਹੀਂ ਸਕਦਾ ਅਤੇ ਜਿਵੇਂ ਨਰਮ ਦਿਲ ਦੋਧੀ ਹਰਿਆਲੇ ਮੈਦਾਨ ਅਤੇ ਮਿੱਠੇ ਸਰੋਵਰ ਨੂੰ ਭੁੱਲ ਨਹੀਂ ਸਕਦੇ, ਉਵੇਂ ਮੈਂ ਤੈਨੂੰ ਭੁੱਲ ਨਹੀਂ ਸਕਾਂਗਾ।"

ਮੈਂ ਬੋਲਦਾ ਜਾਂਦਾ ਸੀ ਅਤੇ ਸਲਮਾ ਰਾਤ ਦੀ ਡੂੰਘਾਈ ਵਿੱਚ ਨਜ਼ਰ ਸਥਿਰ ਕਰਕੇ ਬਾਰ-ਬਾਰ ਸਾਹ ਲੈ ਰਹੀ ਸੀ। ਇਸ ਸਮੇਂ ਉਸਦੇ ਦਿਲ ਦੀ ਧੜਕਨ ਕਦੇ ਤੇਜ਼ ਹੁੰਦੀ ਅਤੇ ਕਦੇ ਮੱਧਮ ਪੈ ਜਾਂਦੀ ਸੀ, ਜਿਵੇਂ ਘੜੀ ਵਿੱਚ ਛਾਲ਼ਾਂ ਮਾਰਨ ਅਤੇ ਘੜੀ ਵਿੱਚ ਉੱਤਰ ਜਾਣ ਵਾਲ਼ੀਆਂ ਸਮੁੰਦਰ ਦੀਆਂ ਤਰੰਗਾਂ ਹੋਣ। ਉਹਨੇ ਕਿਹਾ, "ਅੱਜ ਦਾ ਸੱਚ ਭਵਿੱਖ ਦੀ ਕਹਾਣੀ ਬਣ ਜਾਵੇਗਾ ਅਤੇ ਅੱਜ ਦੀ ਨੀਂਦ ਭਵਿੱਖ ਦੀ ਚੇਤਨਾ ਵਿੱਚ ਬਦਲ ਜਾਵੇਗੀ ਤਾਂ ਕੀ ਪਰਛਾਵੇਂ ਨੂੰ ਹੀ ਕਲਾਵੇ ਵਿੱਚ ਲੈ ਕੇ ਪ੍ਰੇਮੀਆਂ ਨੂੰ ਸੰਤੁਸ਼ਟੀ ਪ੍ਰਾਪਤ ਕਰਨੀ ਹੋਵੇਗੀ? ਕੀ ਸੁਪਨੇ ਦੇ ਝਰਨੇ ਦੇ ਪਾਣੀ ਨੂੰ ਪੀ ਕੇ ਪਿਆਸੇ ਦੀ ਪਿਆਸ ਦਾ ਬੁਝਣਾ ਸੰਭਵ ਹੈ?"

ਮੈਂ ਉੱਤਰ ਦਿੱਤਾ, "ਭਵਿੱਖ ਵਿੱਚ ਕਿਸਮਤ ਤੈਨੂੰ ਸੁੱਖ ਅਤੇ ਬੇਫ਼ਿਕਰੀ ਦੇਣ ਵਾਲੇ ਇੱਕ ਭਵਨ ਵਿੱਚ ਫ਼ੜ ਕੇ ਲੈ ਜਾਵੇਗੀ ਅਤੇ ਮੈਨੂੰ ਕਸ਼ਟ ਅਤੇ ਸੰਘਰਸ਼ ਦੇ ਰੰਗਮੰਚ ਦੇ ਇਸ ਸੰਸਾਰ ਦੇ ਮੈਦਾਨ ਵਿੱਚ ਸੁੱਟ ਦਵੇਗੀ। ਕਿਸਮਤ ਤੈਨੂੰ ਉਸ ਪੁਰਸ਼ ਦੇ ਭਵਨ ਵਿੱਚ ਲੈ ਜਾਵੇਗੀ, ਜੋ ਤੇਰੀ ਸੁੰਦਰਤਾ ਵਿੱਚ ਭਲਾਈ ਅਤੇ ਤੇਰੀ ਆਤਮਾ ਵਿੱਚੋਂ ਪਵਿੱਤਰਤਾ ਹਾਸਿਲ ਕਰੇਗੀ ਪਰ ਮੈਨੂੰ ਤਾਂ ਕਤਲਗਾਹ ਵਿੱਚ ਫੜ ਕੇ ਲੈ ਜਾਵੇਗੀ, ਜੋ ਆਪਣੇ ਭਿਆਨਕ ਦ੍ਰਿਸ਼ਾਂ ਨਾਲ਼ ਮੈਨੂੰ ਭੈਅਭੀਤ ਕਰ ਸੁੱਟੇਗੀ ਅਤੇ ਜਿੱਥੇ ਮੈਂ ਆਪਣੀਆਂ ਚਿੰਤਾਵਾਂ ਤੋਂ ਹੀ ਦੁੱਖੀ ਹੋ ਉਠਾਂਗਾ। ਕਿਸਮਤ ਤੈਨੂੰ ਜੀਵਨ ਦੇ ਕੋਲ ਲੈ ਜਾਵੇਗੀ ਅਤੇ ਮੈਨੂੰ ਡਰ ਅਤੇ ਇਕਾਂਤ ਵੱਲ ਲੈ ਜਾਵੇਗੀ।"

"ਪਰ ਮੈਂ ਮੌਤ ਦੇ ਪਰਛਾਵੇਂ ਦੀ ਤਲਹੱਟੀ ਵਿੱਚ ਪਿਆਰ ਦੀ ਇੱਕ ਮੂਰਤ ਸਥਾਪਿਤ ਕਰਕੇ ਉਸਦੀ ਪੂਜਾ ਕਰਾਂਗਾ, ਮੈਂ ਉਸਨੂੰ ਆਪਣੀ ਰਾਤ ਦੀ ਸਖੀ ਬਣਾਵਾਂਗਾ, ਉਸਨੂੰ ਮੈਂ ਆਪਣਾ ਗੀਤ ਗਾ-ਗਾ ਕੇ ਸੁਣਾਉਂਗਾ, ਮੈਂ ਉਸਨੂੰ ਪਿਆਰ ਦੀ ਸ਼ਰਾਬ ਪਿਲਾਵਾਂਗਾ, ਉਸਨੂੰ ਆਪਣੀ ਪੋਸ਼ਾਕ ਪਹਿਨਵਾਂਗਾ। ਸਵੇਰ ਹੁੰਦੇ ਹੀ ਇਹ ਪਿਆਰ ਦੀ ਮੂਰਤ ਮੈਨੂੰ ਨੀਂਦ ਵਿੱਚੋਂ ਉੱਬੜਵਾਹੇ ਉਠਾ ਦਵੇਗੀ ਅਤੇ ਫਿਰ ਮੈਨੂੰ ਦੂਰ, ਬਹੁਤ ਦੂਰ, ਇੱਕ ਜੰਗਲ ਵਿੱਚ ਲੈ ਜਾਵੇਗੀ। ਉੱਥੇ ਦੁਪਹਿਰ ਹੋਣ ਤੱਕ ਉਹ ਮੈਨੂੰ ਰੁੱਖਾਂ ਦੀ ਛਾਂ ਹੇਠਾਂ ਬਿਠਾ ਲਵੇਗੀ, ਜਿੱਥੇ ਮੈਂ ਸੂਰਜ ਦੀ ਸਾੜ ਦੇਣ ਵਾਲ਼ੀ ਗਰਮੀ ਤੋਂ ਬਚਣ ਲਈ ਪੰਛੀਆਂ ਨਾਲ਼ ਅਰਾਮ ਕਰਾਂਗਾ। ਆਥਣ ਵੇਲ਼ੇ ਉਹ ਮੈਨੂੰ ਨਮਾਜ਼ ਪੜ੍ਹਨ ਲਈ ਪੱਛਮ ਵਾਲ਼ੇ ਪਾਸੇ ਮੂੰਹ ਕਰਕੇ ਖੜ੍ਹਾ ਰੱਖੇਗੀ ਅਤੇ ਫਿਰ ਕੁਦਰਤ ਦਾ ਆਖ਼ਰੀ ਗੀਤ ਸੁਣਾਵੇਗੀ, ਜੋ ਦਿਨ ਦੀ ਸਮਾਪਤੀ ਦੇ ਮੌਕੇ 'ਤੇ ਗਾਇਆ ਜਾਂਦਾ ਹੈ। ਉਹ ਮੈਨੂੰ ਵਾਤਾਵਰਨ ਵਿੱਚ ਫੈਲੀ ਸ਼ਾਂਤੀ ਦਾ ਪਰਛਾਵਾਂ ਦਿਖਾਵੇਗੀ।"

"ਰਾਤ ਨੂੰ ਮੈਂ ਇਸ ਮੂਰਤੀ ਦੀ ਗਰਦਨ ਵਿੱਚ ਹੱਥ ਪਾ ਕੇ ਸੌਂ ਜਾਵਾਂਗਾ। ਸੁਪਨੇ ਵਿੱਚ ਮੈਨੂੰ ਉਸ ਉੱਚ ਅਤੇ ਪਵਿੱਤਰ ਲੋਕ ਦਿਖਾਈ ਦੇਣਗੇ, ਜਿੱਥੇ ਪ੍ਰੇਮੀਆਂ ਅਤੇ ਕਵੀਆਂ ਦੀਆਂ ਆਤਮਾਵਾਂ ਵੱਸਦੀਆਂ ਹਨ। ਬਸੰਤ ਰੁੱਤ ਵਿੱਚ ਮੈਂ ਅਤੇ ਉਹ ਹੱਥ-ਚ-ਹੱਥ ਪਾਈ ਸੈਰ ਕਰਨ ਲਈ ਨਿਕਲ਼ ਪਵਾਂਗੇ ਅਤੇ ਅਸੀਂ ਦੋਵੇਂ ਗੀਤ ਗਾਉਂਦੇ-ਗਾਉਂਦੇ ਪਰਬਤਾਂ ਅਤੇ ਝਾੜੀਆਂ ਵਿੱਚ ਘੁੰਮਦੇ ਫਿਰਾਂਗੇ। ਸੇਉਤੀ ਅਤੇ ਬਾਬੂਨਾ ਦੇ

ਫੁੱਲਾਂ ਤੋਂ ਪਹਿਲਾਂ ਬਹਾਰ ਵਿੱਚ ਖਿੜੇ ਹੋਏ ਜੀਵਨ-ਬਸੰਤ ਦੇ ਪਦਚਿੰਨ੍ਹਾਂ 'ਤੇ ਅਸੀਂ ਕਦਮ ਵਧਾਵਾਂਗੇ ਅਤੇ ਰਹੇ-ਸਹੇ ਤ੍ਰੇਲ ਦੇ ਬਿੰਦੂਆਂ ਦੀ ਸ਼ਰਾਬ ਨਰਗਿਸ ਅਤੇ ਚਮੇਲੀ ਦੇ ਪਿਆਲਿਆਂ ਵਿੱਚ ਪੀਵਾਂਗੇ। ਗਰਮੀ ਦੀ ਰੁੱਤ ਵਿੱਚ ਮੈਂ ਅਤੇ ਉਹ ਪਿਆਰ ਦੀ ਮੂਰਤ ਥੱਕ ਕੇ ਸੌਂ ਜਾਵਾਂਗੇ। ਮਿੱਟੀ ਦਾ ਢੇਰ ਸਾਡਾ ਸਿਰਹਾਨਾ ਬਣੇਗਾ, ਘਾਹ ਦਾ ਸਾਡਾ ਬਿਸਤਰਾ ਹੋਵੇਗਾ ਅਤੇ ਅਕਾਸ ਸਾਡੀ ਚਾਦਰ ਬਣੇਗਾ। ਅਸੀਂ ਚੰਦ ਅਤੇ ਤਾਰਿਆਂ ਨਾਲ਼ ਜਾਗਾਂਗੇ। ਹੇਮੰਤ ਰੁੱਤ ਵਿੱਚ ਮੈਂ ਅਤੇ ਉਹ ਅੰਗੂਰਾਂ ਦੇ ਮੰਡਪ ਵਿੱਚ ਜਾਵਾਂਗੇ ਅਤੇ ਜਿਸ ਜਗ੍ਹਾ 'ਤੇ ਅੰਗੂਰਾਂ ਵਿੱਚੋਂ ਸ਼ਰਾਬ ਬਣਾਈ ਜਾਂਦੀ ਹੈ, ਉਸਦੇ ਸਾਹਮਣੇ ਬੈਠ ਕੇ, ਜਿਨ੍ਹਾਂ ਨੇ ਆਪਣਾ ਪੀਲ਼ਾ ਕੱਪੜਾ ਉਤਾਰ ਦਿੱਤਾ, ਅਜਿਹੇ ਰੁੱਖਾਂ ਨੂੰ ਨਿਹਾਰਾਂਗੇ। ਸਰਦ ਰੁੱਤ ਵਿੱਚ ਅਸੀਂ ਦੋਨੋਂ ਅੱਗ ਦੇ ਕੋਲ ਬੈਠ ਕੇ ਅਤੀਤ ਦੀ ਚਰਚਾ ਕਰਾਂਗੇ, ਅਸੀਂ ਪੂਰਵਕਾਲੀਨ ਜਾਤੀਆਂ ਅਤੇ ਕਬੀਲਿਆਂ ਦੀ ਕਥਾ-ਕਹਾਣੀਆਂ ਨੂੰ ਲਲਕਰਾਂਗੇ। ਜੁਆਨੀ ਦੇ ਸਮੇਂ ਵਿੱਚ ਪਿਆਰ ਮੇਰੀ ਅਧਿਆਪਕਾ, ਉੱਧੜ੍ਹ ਉਮਰ ਵਿੱਚ ਮੇਰੀਆਂ ਬਾਹਾਂ ਅਤੇ ਬੁਢਾਪੇ ਵਿੱਚ ਮੇਰੀ ਲਕੜੀ ਬਣੇਗੀ।"

"ਸਲਮਾ, ਪਿਆਰ ਉਮਰ ਭਰ ਮੇਰੇ ਨਾਲ਼ ਰਹੇਗਾ, ਜਦੋਂ ਤੱਕ ਮੇਰੀ ਮੌਤ ਨਾ ਹੋ ਜਾਵੇ, ਜਦੋਂ ਤੱਕ ਭਾਵ ਕੁਦਰਤ ਦਾ ਹੱਥ ਸਾਨੂੰ ਇਕ ਥਾਂ 'ਤੇ ਨਾ ਮਿਲ਼ਾ ਦਵੇ, ਉਦੋਂ ਤੱਕ।"

ਮੇਰੇ ਅੰਦਰ ਦੀ ਡੂੰਘਾਈ ਵਿੱਚੋਂ ਸ਼ਬਦ ਇੰਨੇ ਵੇਗ ਨਾਲ਼ ਬਾਹਰ ਆਉਂਦੇ ਸੀ, ਜਿਵੇਂ ਉਹ ਅੱਗ ਦੀ ਜਵਾਲਾ ਹੋਵੇ, ਜੋ ਭੜਕ ਕੇ ਹਵਾ ਵਿੱਚ ਲਹਿਰਾਉਂਦੀ ਹੋਵੇ ਅਤੇ ਪਿੱਛੇ ਬੁਝ ਕੇ ਵਾਤਾਵਰਣ ਵਿੱਚ ਰਲ਼ ਜਾਂਦੀ ਹੈ। ਸਲਮਾ ਮੇਰੀਆਂ ਗੱਲਾਂ ਸੁਣ ਰਹੀ ਸੀ ਅਤੇ ਉਸਦੀਆਂ ਅੱਖਾਂ ਵਿੱਚੋਂ ਹੰਝੂਆਂ ਦੀ ਧਾਰਾ ਵਹਿ ਰਹੀ ਸੀ, ਜਿਵੇਂ ਉਸਦੀਆਂ ਪੁਤਲੀਆਂ ਬੁੱਲ੍ਹ ਦਾ ਕੰਮ ਕਰ ਰਹੀਆਂ ਹਨ ਅਤੇ ਹੰਝੂਆਂ ਰਾਹੀਂ ਮੇਰੇ ਸ਼ਬਦਾਂ ਦਾ ਜਵਾਬ ਦੇ ਰਹੀਆਂ ਹੋਣ।

ਜਿਨ੍ਹਾਂ ਲੋਕਾਂ ਨੇ ਪਿਆਰ ਦੇ ਪੰਖਾਂ ਦਾ ਦਾਨ ਨਹੀਂ ਦਿੱਤਾ ਹੈ, ਉਹ ਬੱਦਲਾਂ ਦੀ ਦੁਨੀਆ ਵਿੱਚ ਉੱਡ ਨਹੀਂ ਸਕਦੇ। ਇਨ੍ਹਾਂ ਬੱਦਲਾਂ ਦੀ ਦੁਨੀਆ ਦੇ ਉੱਪਰੋਂ ਇਕ ਜਾਦੂ ਭਰੇ ਦੇਸ਼ ਦੇ ਦਰਸ਼ਨ ਹੁੰਦੇ ਹਨ—ਉਸ ਜਾਦੂ ਭਰੇ ਦੇਸ਼ ਵਿੱਚ, ਜਿੱਥੇ ਅਨੰਦ ਦੁਖਦਾਇਕ ਅਤੇ ਦੁੱਖ ਅਨੰਦਦਾਇਕ ਹਨ। ਅਜਿਹੇ ਅਨੋਖੇ ਪਲਾਂ ਵਿੱਚ ਮੇਰੀ ਅਤੇ ਸਲਮਾ ਦੀਆਂ ਆਤਮਾਵਾਂ ਇਕ ਦੂਜੇ 'ਚ ਮਸਤ ਦਿਖਾਈ ਦਿੰਦੀਆਂ ਹਨ। ਜਿਨ੍ਹਾਂ ਲੋਕਾਂ ਨੇ ਪਿਆਰ ਨੂੰ ਆਪਣਾ ਅਨੁਯਾਈ ਨਹੀਂ ਬਣਾਇਆ ਹੈ ਅਤੇ ਜਿਨ੍ਹਾਂ ਨੇ ਪਿਆਰ ਨੂੰ ਬੋਲਦਾ ਹੋਇਆ ਨਹੀਂ ਸੁਣਿਆ ਹੈ, ਉਨ੍ਹਾਂ ਲਈ ਇਹ ਕਹਾਣੀ ਨਹੀਂ ਹੈ। ਸੰਭਵ ਹੈ ਕਿ ਅਜਿਹੇ ਲੋਕ ਸ਼ਾਇਦ, ਇਨ੍ਹਾਂ ਤੁਛ ਪੇਜਾਂ ਦਾ ਅਰਥ ਉੱਪਰੋਂ-ਉੱਪਰੋਂ ਹੀ ਸਮਝ ਸਕੀਏ, ਪਰ ਜੋ ਵਿਚਾਰਾਂ ਅਤੇ ਕਲਪਨਾਵਾਂ ਨੂੰ ਸ਼ਾਹੀ ਕੱਪੜੇ ਪਹਿਨਾ ਨਹੀਂ ਸਕਦੇ ਅਤੇ ਜਿਨ੍ਹਾਂ ਲਈ ਕਾਗਜ਼ ਸਕੂਨ ਦੀ ਸਥਾਨ ਨਹੀਂ ਬਣ ਸਕਦਾ, ਉਹ ਉਸਦੇ ਪਰਛਾਵਿਆਂ ਤੱਕ ਦੀ ਝਾਂਕੀ ਲੈ ਸਕਣ, ਇਹ ਅਸੰਭਵ ਹੈ। ਪਰ ਅਜਿਹੇ ਕੌਣ ਮਨੁੱਖ ਹੋਣਗੇ, ਜਿਨ੍ਹਾਂ ਨੇ ਅਜਿਹੇ ਕਿਸੇ ਵੀ ਪਿਆਲੇ ਵਿੱਚ ਪਿਆਰ ਦੀ ਸ਼ਰਾਬ ਨਾ ਪੀਤੀ ਹੋਵੇ, ਜਿਸਦਾ ਫ਼ਰਸ਼ ਦਿਲ ਦੇ ਟੁਕੜਿਆਂ ਤੋਂ ਬਣਿਆ ਹੈ ਅਤੇ ਜਿਸਦੀਆਂ ਛੱਤਾਂ ਭੇਦਾਂ, ਸੁਪਨਿਆਂ ਅਤੇ ਭਾਵਨਾਵਾਂ ਨਾਲ਼ ਜੁੜੀਆਂ ਹੋਈਆਂ ਹਨ? ਅਜਿਹੇ ਰਮਣੀਕ

ਮੰਦਿਰ ਵਿੱਚ ਹੈਰਾਨ ਹੋ ਕੇ ਖੜ੍ਹੀ ਹੋਣ ਵਾਲੀ ਅਜਿਹੀ ਕਿਹੜੀ ਆਤਮਾ ਹੈ? ਅਜਿਹਾ ਕਿਹੜਾ ਫੁੱਲ ਹੈ, ਜਿਸਦੀਆਂ ਪੰਖੜੀਆਂ 'ਤੇ ਸਵੇਰ ਨੇ ਤ੍ਰੇਲ ਦੀਆਂ ਬੂੰਦਾਂ ਨਹੀਂ ਦਿੱਤੀਆਂ? ਅਜਿਹੀ ਕਿਹੜੀ ਨਦੀ ਹੈ, ਜੋ ਆਪਣੇ ਰਾਹ ਨੂੰ ਛੱਡ ਕੇ ਸਮੁੰਦਰ ਨਾਲ਼ ਮਿਲ਼ਣ ਨਹੀਂ ਗਈ?

ਸਲਮਾ ਨੇ ਆਪਣਾ ਸਿਰ ਤਾਰਿਆਂ ਭਰੇ ਅਕਾਸ਼ ਵੱਲ ਉੱਚਾ ਕੀਤਾ ਅਤੇ ਆਪਣੇ ਹੱਥ ਅੱਗੇ ਨੂੰ ਵਧਾਏ। ਅੱਖਾਂ ਬਾਹਰ ਨਿਕਲ਼ ਆਉਣ ਦਾ ਯ਼ਤਨ ਕਰਨ ਲੱਗੀਆਂ, ਬੁੱਲ੍ਹ ਥਰਥਰ ਕੰਬਣ ਲੱਗੇ ਅਤੇ ਇੱਕ ਅੱਤਿਆਚਾਰ-ਪੀੜ਼ਤ ਇਸਤਰੀ ਦੇ ਦਿਲ ਵਿੱਚ ਨਿਰਾਸ਼, ਦੁੱਖ, ਕਲੇਸ਼ ਅਤੇ ਫਰਿਆਦ ਦੀ ਜੋ ਭਾਵਨਾ ਪ੍ਰਗਟ ਹੁੰਦੀ ਹੈ, ਉਹ ਭਾਵਨਾ ਉਸਦੇ ਪੀਲ਼ੇ ਚਿਹਰੇ 'ਤੇ ਪ੍ਰਗਟ ਹੋਈ। ਉੱਚੀ ਅਵਾਜ਼ ਵਿੱਚ ਉਹ ਕਹਿਣ ਲੱਗੀ—"ਹੇ ਪਰਮਾਤਮਾ, ਇਸਤਰੀ ਨੇ ਅਜਿਹਾ ਕੀ ਕੀਤਾ ਹੈ, ਜਿਸ ਨਾਲ਼ ਉਹ ਤੇਰੇ ਗੁੱਸੇ ਦਾ ਕਾਰਨ ਬਣ ਗਈ ਹੈ? ਇਸਨੇ ਅਜਿਹਾ ਕੀ ਅਪਰਾਧ ਕੀਤਾ ਹੈ ਕਿ ਆਦਿ ਕਾਲ਼ ਤੋਂ ਉਹ ਤੇਰੀ ਨਰਾਜ਼ਗੀ ਦਾ ਸ਼ਿਕਾਰ ਬਣ ਗਈ ਹੈ? ਇਸ ਨੇ ਅਜਿਹਾ ਕੀ ਪਾਪ ਕੀਤਾ ਹੈ, ਜਿਸ ਦਾ ਪਛਤਾਵਾ ਨਹੀਂ ਹੋ ਸਕਦਾ ਅਤੇ ਜਿਸ ਲਈ ਉਸਨੂੰ ਆਦਿ ਕਾਲ਼ ਤੱਕ ਮੁਸੀਬਤਾਂ ਵਿੱਚ ਫਸਾ ਦਿੱਤਾ ਗਿਆ ਹੈ?

"ਹੇ ਪ੍ਰਭੂ, ਤੂੰ ਸ਼ਕਤੀਸ਼ਾਲੀ ਹੈਂ ਅਤੇ ਉਹ ਅਬਲਾ ਹੈ, ਫਿਰ ਤੂੰ ਕਿਉਂ ਉਸਨੂੰ ਦੁੱਖ ਅਤੇ ਕਲੇਸ਼ ਨਾਲ਼ ਮਾਰਦਾ ਹੈਂ? ਤੂੰ ਮਹਾਨ ਹੈਂ ਅਤੇ ਤੇਰੇ ਸਿੰਘਾਸਨ ਦੇ ਸਾਹਮਣੇ ਉਹ ਪਈ ਹੋਈ ਹੈ, ਤਦ ਫਿਰ ਤੂੰ ਉਸਨੂੰ ਆਪਣੇ ਪੈਰ ਹੇਠ ਕਿਉਂ ਕੁਚਲ ਰਿਹਾ ਹੈਂ? ਤੂੰ ਹਵਾ ਦਾ ਭਿਅੰਕਰ ਤੂਫਾਨ ਹੈਂ ਅਤੇ ਉਹ ਤੇਰੇ ਸਾਹਮਣੇ ਪਈ ਹੋਈ ਮਾਮੂਲੀ ਧੂੜ ਹੈ। ਫਿਰ ਤੂੰ ਕਿਉਂ ਉਸਨੂੰ ਬਰਫ 'ਤੇ ਸੁੱਟ ਰਿਹਾ ਹੈਂ? ਤੂੰ ਬਲਵਾਨ ਹੈਂ ਅਤੇ ਉਹ ਨਿਰਬਲ ਹੈ, ਤੂੰ ਫਿਰ ਕਿਉਂ ਉਸ ਨਾਲ਼ ਲੜਦਾ ਹੈਂ? ਤੂੰ ਜੱਗ ਜ਼ਾਹਿਰ ਹੈਂ। ਅਤੇ ਉਹ ਅੰਨ੍ਹੀ ਅਤੇ ਰਾਹ ਭੁੱਲੀ ਹੋਈ ਹੈ, ਉਦੋਂ ਤੂੰ ਉਸਨੂੰ ਮੌਤ ਦੀ ਖਾਈ ਵਿੱਚ ਕਿਉਂ ਸੁੱਟ ਰਿਹਾ ਹੈਂ? ਤੂੰ ਉਹਨੂੰ ਪਿਆਰ ਤੋਂ ਪੈਦਾ ਕੀਤਾ ਹੈ ਤਾਂ ਉਸ ਪਿਆਰ ਨਾਲ਼ ਹੀ ਜਿੰਦਾ ਰਹਿਣ ਦੇ। ਤੂੰ ਉਸਨੂੰ ਸੱਜੇ ਹੱਥ ਦਾ ਸਹਾਰਾ ਦਿੰਦਾ ਹੈਂ ਅਤੇ ਖੱਬੇ ਹੱਥ ਨਾਲ਼ ਨਰਕ ਵਿੱਚ ਸੁੱਟ ਦਿੰਦਾ ਹੈਂ, ਇਹ ਮੂਰਖਤਾ ਹੈ। ਕੀ ਤੂੰ ਉਹਨੂੰ ਇੰਨਾ ਵੀ ਨਹੀਂ ਜਾਣਦਾ ਕਿ ਤੂੰ ਉਸਨੂੰ ਕਿਵੇਂ ਚੁੱਕਦਾ ਹੈਂ ਅਤੇ ਕਿਵੇਂ ਸੁੱਟ ਦਿੰਦਾ ਹੈਂ?

"ਤੂੰ ਉਸਦੀ ਛਾਤੀ ਵਿੱਚ ਜੀਵਨ ਦੀਆਂ ਕੋਮਲ ਲਹਿਰਾਂ ਉਠਾਉਂਦਾ ਹੈਂ ਅਤੇ ਉਸਦੇ ਧੁਰ ਅੰਦਰ ਮੌਤ ਦਾ ਬੀਜ਼ ਬੀਜਦਾ ਹੈਂ। ਤੂੰ ਉਸਨੂੰ ਖੁਸ਼ਕਿਸਮਤੀ ਦੇ ਰਾਹ 'ਤੇ ਚਲਾ ਕੇ ਲੈ ਜਾਂਦਾ ਹੈਂ ਅਤੇ ਉਸਦੇ ਬਾਅਦ ਬਦਕਿਸਮਤੀ ਦੇ ਘੋੜੇ 'ਤੇ ਚੜ੍ਹਾ ਕੇ ਉਸਦਾ ਸ਼ਿਕਾਰ ਕਰਨ ਲਈ ਛੱਡ ਦਿੰਦਾ ਹੈਂ। ਤੂੰ ਉਸਦੇ ਗਲ਼ੇ ਵਿੱਚ ਅਨੰਦ ਅਤੇ ਸੁੱਖ ਦੇ ਗੀਤ ਵਹਾਉਂਦਾ ਹੈਂ ਅਤੇ ਪਿੱਛੇ ਉਸਦੇ ਬੁੱਲ੍ਹਾਂ 'ਤੇ ਸ਼ੋਕ ਅਤੇ ਚਿੰਤਾ ਦਾ ਤਾਲਾ ਲਗਾ ਕੇ ਉਸਦੀ ਜ਼ੁਬਾਨ ਨੂੰ ਵੇਦਨਾ ਅਤੇ ਕਲੇਸ਼ ਵਿੱਚ ਜਕੜਦਾ ਹੈਂ। ਤੂੰ ਆਪਣੀਆਂ ਅਦਿੱਖ ਉਂਗਲੀਆਂ ਨਾਲ਼ ਉਸ ਵਿੱਚ ਸੁੱਖਾਂ ਨਾਲ ਦੁੱਖ ਦੀ ਗੰਢ ਬੰਨ੍ਹਦਾ ਹੈਂ ਅਤੇ ਆਪਣੀਆਂ ਦਿੱਖ ਉਂਗਲੀਆਂ ਨਾਲ਼ ਉਸਦੇ ਸੁੱਖਾਂ 'ਤੇ ਦੁੱਖਾਂ ਦਾ ਘੇਰਾ ਬੰਨ੍ਹਦਾ ਹੈਂ। ਉਸਦੀ ਮੰਜੀ ਵਿੱਚ ਸੁੱਖ ਅਤੇ ਸੁਰੱਖਿਆ ਨੂੰ ਲੁਕਾ ਦਿੰਦਾ ਹੈਂ ਅਤੇ ਉਸ ਮੰਜੀ ਦੇ ਚਾਰੇ ਪਾਸੇ ਡਰ ਅਤੇ ਮਜ਼ਬੂਰੀ ਨੂੰ ਬਿਠਾ ਦਿੰਦਾ ਹੈਂ। ਤੂੰ ਆਪਣੀ

ਇੱਛਾ ਨਾਲ਼ ਉਸਦੀ ਮਨੋਵਿਰਤੀਆਂ ਨੂੰ ਜਗਾਉਂਦਾ ਹੈਂ ਅਤੇ ਮਨੋਵਿਰਤੀਆਂ ਦੇ ਜਾਗਣ 'ਤੇ ਉਨ੍ਹਾਂ ਵਿੱਚ ਦੋਸ਼ ਅਤੇ ਦੁਰਦਸ਼ਾ ਨੂੰ ਜਨਮ ਦਿੰਦਾ ਹੈਂ। ਤੂੰ ਆਪਣੀ ਇੱਛਾ ਨਾਲ਼ ਇਸਤਰੀ ਨੂੰ ਸ੍ਰਿਸ਼ਟੀ ਦੀ ਸੁੰਦਰਤਾ ਦਾ ਦਰਸ਼ਨ ਕਰਾਉਂਦਾ ਹੈਂ ਅਤੇ ਆਪਣੀ ਇੱਛਾ ਅਨੁਸਾਰ ਉਸਨੂੰ ਪਿਆਰ ਦੀ ਘਾਤਕ ਸੁੰਦਰਤਾ ਦੀ ਭੁੱਖ ਵਿੱਚ ਬਦਲ ਦਿੰਦਾ ਹੈਂ। ਤੂੰ ਆਪਣੇ ਨਿਯਮ ਅਨੁਸਾਰ ਉਸਦੀ ਆਤਮਾ ਨੂੰ ਇੱਕ ਸੁੰਦਰ ਦੇਹ ਨਾਲ਼ ਵਿਆਹ ਦਿੰਦਾ ਹੈਂ ਅਤੇ ਆਗਿਆ ਨਾਲ਼ ਇੱਕ ਦੂਸਰੀ ਕਮਜ਼ੋਰ ਅਤੇ ਨੀਚ ਦੇਹ ਨੂੰ ਉਸਦਾ ਪਤੀ ਬਣਾਉਂਦਾ ਹੈਂ। ਤੂੰ ਉਸਨੂੰ ਜ਼ਿੰਦਗੀ ਦੇ ਪਿਆਲੇ ਵਿੱਚ ਮੌਤ ਪਿਲਾਉਂਦਾ ਹੈਂ, ਅਤੇ ਮੌਤ ਦੇ ਪਿਆਲੇ ਵਿੱਚ ਜ਼ਿੰਦਗੀ। ਤੂੰ ਉਸਨੂੰ ਉਸਦੇ ਹੰਝੂਆਂ ਨਾਲ਼ ਪਵਿੱਤਰ ਬਣਾਉਂਦਾ ਹੈਂ ਅਤੇ ਉਸ ਦੇ ਹੰਝੂਆਂ ਨਾਲ਼ ਉਸਨੂੰ ਰੁਵਾ-ਰੁਵਾ ਕੇ ਫਿਰ ਮਾਰ ਸੁੱਟਦਾ ਹੈਂ। ਜਿਸ ਪੁਰਸ਼ ਦੇ ਅੰਤ ਨਾਲ਼ ਤੂੰ ਉਸਦਾ ਪੇਟ ਭਰਦਾ ਹੈਂ, ਉਸ ਪੁਰਸ਼ ਦੇ ਆਲ੍ਹਣੇ ਨੂੰ ਤੂੰ ਉਸਦੇ ਦਿਲ ਦੇ ਟੁਕੜਿਆਂ ਨਾਲ਼ ਭਰ ਦਿੰਦਾ ਹੈਂ।"

"ਹੇ ਰੱਬਾ, ਤੂੰ ਜੋ ਹੈਂ—ਹਾਂ, ਤੂੰ ਹੀ ਹੈਂ। ਤੂੰ ਪਿਆਰ ਦੀ ਰੋਸ਼ਨੀ ਨਾਲ਼ ਮੇਰੀਆਂ ਅੱਖਾਂ ਖੋਲ੍ਹੀਆਂ ਅਤੇ ਪਿਆਰ ਦੇ ਪ੍ਰਕਾਸ਼ ਨਾਲ਼ ਹੀ ਮੈਨੂੰ ਅੰਨ੍ਹਾ ਕਰ ਸੁੱਟਿਆ। ਤੂੰ ਆਪਣੇ ਬੁੱਲ੍ਹਾਂ ਨਾਲ਼ ਮੈਨੂੰ ਚੁੰਮਨ ਦਿੱਤਾ ਅਤੇ ਆਪਣੇ ਸ਼ਕਤੀਸ਼ਾਲੀ ਹੱਥਾਂ ਨਾਲ਼ ਮੇਰੇ ਮੂੰਹ 'ਤੇ ਥੱਪੜ ਮਾਰ ਸੁੱਟਿਆ! ਤੂੰ ਮੇਰੇ ਦਿਲ ਵਿੱਚ ਸਫੈਦ ਗੁਲਾਬ ਦਾ ਪੌਦਾ ਲਾਇਆ, ਅਤੇ ਫਿਰ ਉਸਦੇ ਚਾਰੇ ਪਾਸੇ ਕੰਡਿਆਲ਼ੀਆਂ ਝਾੜੀਆਂ ਦੀ ਵਾੜ ਖੜ੍ਹੀ ਕੀਤੀ। ਜਿਸ ਪੁਰਸ਼ ਨੂੰ ਮੈਂ ਨਹੀਂ ਚਾਹੁੰਦੀ ਹਾਂ, ਉਸ ਪੁਰਸ਼ ਦੀ ਦੇਹ ਨਾਲ਼ ਮੇਰੇ ਭਵਿੱਖ ਨੂੰ ਜਕੜ ਦਿੱਤਾ ਹੈ।"

"ਹੇ ਰੱਬਾ! ਇਸ ਮੌਤ ਦੇ ਹਮਲੇ ਦਾ ਸਾਹਮਣਾ ਕਰਨ ਦੀ ਯੋਗਤਾ ਤੂੰ ਮੈਨੂੰ ਦੇ ਅਤੇ ਜਿੰਦਗੀ ਦੇ ਅੰਤ ਤੱਕ ਪਵਿੱਤਰ ਅਤੇ ਪ੍ਰਮਾਣਿਕ ਰਹਿਣ ਵਿੱਚ ਮੇਰੀ ਮਦਦ ਕਰ! ਤੂੰ ਅਜਿਹਾ ਕਰ ਕਿ ਤੇਰੀ ਇੱਛਾ ਅਤੇ ਮੇਰੀ ਪ੍ਰਾਰਥਨਾ ਆਪਸੀ ਸੰਵਾਦ ਬਣੇ! ਹੇ ਦੇਵਾਧਿਦੇਵ! ਆਪਣੇ ਨਾਮ ਨੂੰ ਅਨੰਤਕਾਲ ਤੱਕ ਸ਼ਿਵ ਬਣਾ!"

ਇੰਨਾ ਕਹਿ ਕੇ ਸਲਮਾ ਸ਼ਾਂਤ ਹੋ ਗਈ। ਪਰ ਉਸਦੇ ਰੋਮ-ਰੋਮ ਤਾਂ ਪਤਾ ਨਹੀਂ ਕਦੋਂ ਤੱਕ ਬੋਲਦੇ ਰਹੇ। ਅੰਤ ਵਿੱਚ ਉਸਦਾ ਸਿਰ ਝੁਕ ਗਿਆ, ਹੱਥ-ਪੈਰ ਢਿੱਲੇ ਪੈ ਗਏ ਅਤੇ ਸਰੀਰ ਸੁੰਗੜ ਗਿਆ, ਜਿਵੇਂ ਜੀਵਨ-ਸ਼ਕਤੀ ਨੇ ਉਸਦਾ ਤਿਆਗ ਕਰ ਦਿੱਤਾ ਹੋਵੇ। ਜਿਸਨੂੰ ਹਵਾ ਦੇ ਤੂਫਾਨ ਨੇ ਰੁੱਖ ਨਾਲ਼ੋਂ ਵੱਖ ਕਰਕੇ ਸੁੱਟ ਦਿੱਤਾ ਹੋਵੇ ਅਤੇ ਕਾਲ਼ ਦੇ ਪੈਰਾਂ ਹੇਠ ਕੁੱਚਲ ਕੇ ਇੱਕ ਟੋਏ ਵਿੱਚ ਸੁੱਟ ਦਿੱਤਾ ਹੋਵੇ, ਰੁੱਖ ਦੀ ਅਜਿਹੀ ਟਹਿਣੀ ਜਿਹੋ ਜਿਹੀ ਉਹ ਦਿਖਾਈ ਦਿੰਦੀ ਸੀ।

ਉਸਨੇ ਆਪਣਾ ਬਰਫ ਜਿਹਾ ਹੱਥ ਮੇਰੇ ਕੰਬਦੇਂ ਹੋਏ ਹੱਥ 'ਤੇ ਰੱਖਿਆ ਅਤੇ ਮੈਂ ਉਸਦੀਆਂ ਉਂਗਲੀਆਂ ਨੂੰ ਆਪਣੇ ਬੁੱਲ੍ਹਾਂ ਨਾਲ਼ ਚੁੰਮ ਲਿਆ ਪਰ ਮੂੰਹੋਂ ਉਸ ਨੂੰ ਢਾਰਸ ਦੇਣ ਦਾ ਜਿੰਨਾ ਯਤਨ ਕੀਤਾ, ਉਨਾਂ ਹੀ ਮੈਨੂੰ ਲੱਗਿਆ ਕਿ ਅਸਲ ਵਿੱਚ ਉਸ ਬਦਲੇ ਤਾਂ ਮੇਰੇ ਖੁਦ ਦੇ ਮਨ ਨੂੰ ਢਾਰਸ ਦੇਣ ਦੀ ਲੋੜ ਹੈ।

ਮੈਂ ਹੈਰਾਨ ਹਾਂ, ਸ਼ਾਂਤੀ ਨਾਲ਼ ਵਿਚਾਰ ਕਰਨ ਲੱਗਾ। ਇਸ ਵਿਚਾਰ ਨਾਲ਼ ਮੈਂ ਬੇਚੈਨੀ ਮਹਿਸੂਸ ਕਰਨ ਲੱਗਾ। ਸਮਾਂ ਮੇਰਾ ਮਜ਼ਾਕ ਉਡਾਉਂਦਾ ਹੋਵੇ, ਇੰਵ ਮੈਨੂੰ ਮਹਿਸੂਸ ਹੋਇਆ ਸੀ। ਮੇਰੇ ਕੰਨਾਂ ਵਿੱਚ ਮੇਰੇ ਦਿਲ ਦੀ ਕੂਕ ਗੂੰਜ ਰਹੀ ਸੀ ਅਤੇ

ਡਰ ਲੱਗਦਾ ਸੀ ਕਿ ਕਿਤੇ ਮੇਰੀ ਹਾਲਤ ਹੀ ਮੇਰੀ ਤਬਾਹੀ ਦਾ ਕਾਰਨ ਬਣੇਗੀ। ਸਾਡੇ ਦੋਵਾਂ ਵਿੱਚੋਂ ਕੋਈ ਨਾ ਬੋਲਿਆ। ਕਾਰਨ ਕਿ ਜਿਵੇਂ ਹੀ ਮਾਨਸਿਕ ਦੁੱਖ ਵੱਧ ਜਾਂਦਾ ਹੈ, ਉਵੇਂ ਹੀ ਮਨੁੱਖ ਗੂੰਗਾ ਬਣ ਜਾਂਦਾ ਹੈ। ਦੋਵੇਂ ਹੀ ਬਿਲਕੁੱਲ ਸ਼ਾਂਤ ਅਤੇ ਭੋਲ਼ੇ ਬਣ ਗਏ ਸੀ ਜਿਵੇਂ ਧਰਤੀ ਦੇ ਕੰਬਣ ਨਾਲ਼ ਖੰਡ੍ਹਰ ਹੋਏ ਸੰਗਮਰਮਰ ਦੇ ਦੋ ਖੰਭੇ। ਦੂਸਰੇ ਦੀ ਗੱਲ ਸੁਣਨ ਦੀ ਇੱਛਾ ਕਰਨ ਦੀ ਹਿੰਮਤ ਤੱਕ ਅਸੀਂ ਦੋਵਾਂ ਵਿੱਚੋਂ ਕਿਸੇ ਵਿੱਚ ਨਹੀਂ ਪੈਦਾ ਹੋ ਸਕੀ, ਕਾਰਨ ਕਿ ਸਾਡੇ ਦਿਲਾਂ ਦੀਆਂ ਨਸਾਂ ਇੰਨੀਆਂ ਕਮਜ਼ੋਰ ਹੋ ਗਈਆਂ ਸਨ ਕਿ ਗੱਲਬਾਤ ਤਾਂ ਅਲੱਗ, ਠੰਢਾ ਸਾਹ ਵੀ ਉਸਨੂੰ ਕੱਟਣ ਲਈ ਹੀ ਚੱਲ ਰਿਹਾ ਸੀ।

ਅੱਧੀ ਰਾਤ ਹੋਈ। ਸ਼ਾਂਤੀ ਦੀ ਭਿਆਨਕਤਾ ਵਧੀ। ਪਰਬਤਾਂ ਦੇ ਪਿੱਛੋਂ ਚੰਨ ਚੜ੍ਹ ਆਇਆ। ਜਿਸਦੇ ਚਾਰੇ ਪਾਸੇ ਦੀਪਕ ਟਿਮਟਿਮਾਉਂਦੇ ਹਨ ਅਤੇ ਜਿਸਨੂੰ ਕੱਫਨ ਨਾਲ਼ ਢੱਕਿਆ ਹੈ, ਅਜਿਹੇ ਕਿਸੇ ਨਿਰਜੀਵ ਜੀਵ ਦੇ ਚਿਹਰੇ ਵਾਂਗ ਉਹ ਚੰਨ ਤਾਰਿਆਂ ਦੇ ਝੁੰਡ ਵਿੱਚ ਪ੍ਰਤੀਤ ਹੁੰਦਾ ਸੀ ਅਤੇ ਜਿਸਦੀ ਕਮਰ ਵਕਤ ਨੇ ਝੁਕਾ ਦਿੱਤੀ ਹੈ, ਜਿਸਦੀ ਦੇਹ ਚਿੰਤਾਵਾਂ ਨੇ ਖਾ ਲਈ ਹੈ, ਜਿਸਦੀਆਂ ਅੱਖਾਂ 'ਚੋਂ ਨੀਂਦ ਉੱਡ ਗਈ ਹੈ ਅਤੇ ਲਗਾਤਾਰ ਜਗਰਾਤੇ ਅਤੇ ਹਨ੍ਹੇਰੇ ਨਾਲ਼ ਥੱਕਿਆ ਹੋਇਆ ਬੀਮਾਰੀ ਨਾਲ਼ ਸਵੇਰ ਦੀ ਉਡੀਕ ਕਰ ਰਿਹਾ ਹੈ। ਅਜਿਹੇ ਕਿਸੇ ਰੁੱਖ ਪੁਰਸ਼ ਵਾਂਗ ਲੇਬਨਾਨ ਦੇਸ਼ ਦਿਖਾਈ ਦੇ ਰਿਹਾ ਸੀ। ਆਪਣੇ ਮਹਿਲ ਦੇ ਖੰਡਰਾਂ 'ਤੇ, ਆਪਣੇ ਸਿੰਘਾਸਨ ਦੀ ਰਹਿੰਦ-ਖੂੰਹਦ 'ਤੇ, ਬਿਠਾਉਣ ਵਾਲ਼ੇ ਪਦ-ਭ੍ਰਿਸ਼ਟ ਬਾਦਸ਼ਾਹ ਵਾਂਗ ਲੇਬਨਾਨ ਦੇਸ਼ ਦਿਖਾਈ ਦੇ ਰਿਹਾ ਸੀ।

ਜਿਵੇਂ ਮਨੁੱਖ ਦੇ ਮਨ ਦੀਆਂ ਭਾਵਨਾਵਾਂ ਅਤੇ ਵਿਚਾਰਾਂ ਵਿੱਚ ਪਰਿਵਰਤਨ ਹੁੰਦੇ ਹੀ ਉਸਦੇ ਚਿਹਰੇ 'ਤੇ ਵੀ ਉਹ ਬਦਲਾਵ ਨਜ਼ਰੀਂ ਪੈਂਦੇ ਹਨ, ਉਵੇਂ ਪਰਬਤ, ਰੁੱਖ ਅਤੇ ਨਦੀ-ਨਾਲ਼ੇ ਸਭ ਵਕਤ ਅਤੇ ਹਾਲਾਤਾਂ ਵਿੱਚ ਹੋਏ ਬਦਲਾਵਾਂ ਅਨੁਸਾਰ ਆਪਣਾ ਅਕਾਰ-ਪ੍ਰਕਾਰ ਅਤੇ ਆਪਣੀ ਜਗ੍ਹਾ ਬਦਲਦੇ ਹਨ। ਦਿਨ ਵਿੱਚ ਚਿਨਾਰ ਦਾ ਜੋ ਰੁੱਖ ਰੂਪਵਤੀ ਨਵਵਿਆਹੁਤਾ ਵਰਗੀ ਦਿਖਦਾ ਹੈ ਅਤੇ ਜਿਸਦੇ ਕੱਪੜਿਆਂ ਨਾਲ਼ ਹਵਾ ਦੀਆਂ ਤਰੰਗਾਂ ਖੇਡਦੀਆਂ ਹਨ, ਸ਼ਾਮ ਵੇਲੇ ਉਹ ਧੁੰਦਲੇ ਖੰਭੇ ਵਾਂਗ ਲੱਗਦਾ ਹੈ। ਜੋ ਵੱਡੀ ਚੱਟਾਨ ਆਮ ਦੁਪਹਿਰ ਵਿੱਚ ਵਿਸ਼ਾਲ ਰਾਖਸ਼ ਵਰਗੀ ਕਾਲ਼ ਦਾ ਮਜ਼ਾਕ ਉਡਾਉਂਦੀ ਲੱਗਦੀ ਹੈ, ਉਹੀ ਚੱਟਾਨ ਰਾਤ ਵਿੱਚ, ਧਰਤੀ ਜ਼ਿਸਦੀ ਮੰਜੀ ਹੈ ਅਤੇ ਅਕਾਸ਼ ਚਾਦਰ ਹੈ, ਅਜਿਹੇ ਕਿਸੇ ਬਦਕਿਸਮਤ ਭਿਖਾਰੀ ਵਾਂਗ ਦਿਖਾਈ ਦਿੰਦੀ ਹੈ। ਜੋ ਨਦੀ ਸਰਘੀ-ਵੇਲ਼ੇ ਵਿੱਚ ਚਾਂਦੀ ਦੇ ਰਸ ਵਾਂਗ ਚਮਕਦੀ ਦਿਖਾਈ ਦਿੰਦੀ ਹੈ ਅਤੇ ਅਮਰਗੀਤ ਗਾਉਂਦੀ ਸੁਣਾਈ ਦਿੰਦੀ ਹੈ, ਉਹ ਨਦੀ ਰਾਤ ਸਮੇਂ ਜਮੀਨ ਦੇ ਝਾੜ-ਝੰਖੜਾਂ ਵਿੱਚੋਂ ਨਿਕਲਦੀ ਹੋਈ ਹੰਝੂਆਂ ਦੀ ਨਦੀ ਵਾਂਗ ਲੱਗਦੀ ਹੈ। ਉਸ ਸਮੇਂ ਉਸਦਾ ਅਮਰਗੀਤ ਪਤਾ ਨਹੀਂ ਕਿੱਥੇ ਗਾਇਬ ਹੋ ਜਾਂਦਾ ਹੈ ਅਤੇ ਜਿਸਦੇ ਇੱਕੋ ਇੱਕ ਪੁੱਤਰ ਦੀ ਮੌਤ ਹੋਈ ਹੋਵੇ, ਅਜਿਹੀ ਮਾਂ ਦੇ ਵਿਰਲਾਪ ਵਿੱਚ ਉਸਦਾ ਗੀਤ ਪਲਟ ਜਾਂਦਾ ਹੈ।

ਇੱਕ ਹਫਤੇ ਪਹਿਲਾਂ ਜਦੋਂ ਕਿ ਚੰਦਰਮਾ ਪੂਰਨਮਾਸ਼ੀ ਦਾ ਚੰਦ ਸੀ ਅਤੇ ਸਾਡੀਆਂ ਆਤਮਾਵਾਂ ਸੁੱਖ ਅਤੇ ਸੰਤੋਖ ਦੇ ਝੂਲੇ ਵਿੱਚ ਝੂਲਦੀਆਂ ਸਨ, ਉਦੋਂ ਲੇਬਨਾਨ

ਰੌਣਕ ਅਤੇ ਰੋਸ਼ਨੀ ਦੀ ਜੀਵੰਤ ਮੂਰਤੀ ਵਾਂਗ ਲੱਗਦਾ ਸੀ, ਉਹੀ ਲੇਬਨਾਨ ਅੱਜ ਰਾਤ ਦੀ ਧੱਕਧੱਕ ਕਰਦੇ ਬੀਮਾਰ ਦਿਲ ਅਤੇ ਰੌਸ਼ਨੀਹੀਣ ਛੋਟੇ ਚੰਦ ਵਾਂਗ ਚਿੰਤਿਤ, ਸ਼ੋਭਾਹੀਣ ਅਤੇ ਭਿਆਨਕ ਦਿਖਾਈ ਦਿੰਦਾ ਸੀ।

ਜਿਵੇਂ ਹੀ ਮੈਂ ਵਿਦਾ ਲੈਣ ਲਈ ਖੜ੍ਹਾ ਹੋਇਆ। ਪਿਆਰ ਅਤੇ ਨਿਰਾਸ਼ਾ ਦੇ ਦੋ ਡਰਾਉਣੇ ਪਰਛਾਵੇਂ ਸਾਡੇ ਦੋਵਾਂ ਵਿਚਕਾਰ ਆ ਕੇ ਖੜ੍ਹੇ ਹੋ ਗਏ। ਪਿਆਰ ਸਾਡੇ ਮੱਥਿਆਂ 'ਤੇ ਚੰਵਰ ਝੱਲ ਰਿਹਾ ਸੀ, ਅਤੇ ਨਿਰਾਸ਼ਾ ਸਾਡਾ ਗਲ਼ਾ ਦਬਾਉਂਦੀ ਸੀ, ਪਿਆਰ ਹਮਦਰਦੀ ਪ੍ਰਗਟ ਕਰਨ ਲਈ ਰੋਂਦਾ ਸੀ ਅਤੇ ਨਿਰਾਸ਼ਾ ਮਜ਼ਾਕ ਵਿੱਚ ਠਹਾਕਾ ਮਾਰਦਾ ਸੀ।

ਜਿਵੇਂ ਹੀ ਮੈਂ ਸਲਮਾ ਦਾ ਹੱਥ ਮੰਗਲ-ਕਾਮਨਾ ਲਈ ਆਪਣੇ ਬੁੱਲ੍ਹ ਨਾਲ਼ ਛੂਹਿਆ, ਉਵੇਂ ਹੀ ਉਹ ਮੇਰੇ ਨੇੜੇ ਖਿੱਚੀ ਆਈ ਅਤੇ ਉਸਨੇ ਮੇਰੇ ਮੱਥੇ ਨੂੰ ਚੁੰਮਿਆ। ਉਸਤੋਂ ਬਾਅਦ ਉਹ ਪਿੱਛੇ ਖਿਸਕ ਕੇ ਲੱਕੜੀ ਦੇ ਬੈਂਚ 'ਤੇ ਬੈਠ ਗਈ। ਉਸਨੇ ਆਪਣੀਆਂ ਅੱਖਾਂ ਮੀਟ ਲਈਆਂ ਅਤੇ ਹੌਲ਼ੀ-ਹੌਲ਼ੀ ਧੀਮੇਂ ਸੁਰ ਵਿੱਚ ਬੋਲਣ ਲੱਗੀ:

"ਹੇ ਰੱਬਾ, ਦਇਆ ਕਰ! ਅਤੇ ਮੁਰਝਾਏ ਹੋਏ ਪੰਖਾਂ ਨੂੰ ਸ਼ਕਤੀ ਦੇ।"

ਸਲਮਾ ਨਾਲ਼ੋਂ ਵੱਖ ਹੋ ਕੇ ਮੈਂ ਇਸ ਚਾਰਦੀਵਾਰੀ ਵਿੱਚੋਂ ਬਾਹਰ ਆਇਆ। ਮੈਨੂੰ ਇੰਞ ਲੱਗਦਾ ਸੀ ਜਿਵੇਂ ਮੇਰੀਆਂ ਦਸੇ ਇੰਦਰੀਆਂ 'ਤੇ ਇੱਕ ਨਫਰਤ ਪੈਦਾ ਕਰਨ ਵਾਲ਼ੇ ਘੇਰੇ ਦਾ ਪਰਦਾ ਪਿਆ ਹੋਇਆ ਹੈ, ਸਮੁੰਦਰ ਦੇ ਉੱਪਰ ਬੱਦਲ ਵਾਂਗ ਮੈਂ ਚੱਲਦਾ ਸੀ ਅਤੇ ਰਸਤੇ ਦੇ ਦੋਵੇਂ ਪਾਸੇ ਆਉਣ ਵਾਲ਼ੇ ਰੁੱਖਾਂ ਦੀ ਛਾਂ ਮੈਨੂੰ ਡਰਾਉਣ ਲਈ ਜ਼ਮੀਨ ਵਿੱਚੋਂ ਬਾਹਰ ਨਿਕਲ ਕੇ ਆਈ ਹੋਈ ਅਦਿੱਖ ਸ਼੍ਰਿਸ਼ਟੀ ਦੀ ਛਾਂ ਵਾਂਗ ਮੇਰੀ ਨਜ਼ਰ ਸਾਹਮਣੇ ਨੱਚਦੀ ਸੀ। ਰੁੱਖ ਦੀਆਂ ਟਹਿਣੀਆਂ ਵਿੱਚੋਂ ਪੁਣ ਕੇ ਚੰਦਰਮਾ ਦੀਆਂ ਕਿਰਨਾਂ ਮੇਰੀ ਦੇਹ 'ਤੇ ਆ ਰਹੀਆਂ ਸਨ, ਜਿਵੇਂ ਵਾਤਾਵਰਣ ਵਿੱਚ ਵਿਚਰਦੀਆਂ ਆਤਮਾਵਾਂ ਰਾਹੀਂ ਮੇਰੇ ਦਿਲ ਵਿੱਚ ਵੱਜੇ ਹੋਏ ਤੀਰ ਹੋਣ। ਬੇਬੁਨਿਆਦ ਸ਼ਾਂਤੀ ਮੇਰੀ ਦੇਹ 'ਤੇ ਛਾਈ ਹੋਈ ਸੀ ਜਿਵੇਂ ਹਨ੍ਹੇਰੇ ਦਾ ਮੇਰੀ ਦੇਹ 'ਤੇ ਫੇਰਿਆ ਹੋਇਆ ਕਾਲ਼ਾ ਹੱਥ ਹੋਵੇ!

ਇਸ ਸਮੇਂ ਜੀਵਨ ਦੇ ਹਰੇਕ ਅੰਗ ਅਪ੍ਰਿਯ, ਉਸਦਾ ਹਰੇਕ ਉਦੇਸ਼ ਭਿਆਨਕ ਅਤੇ ਆਤਮਾ ਦਾ ਹਰੇਕ ਕੋਮਲ ਭੇਦ ਖ਼ੌਫਨਾਕ ਦਿਖਾਈ ਦਿੰਦਾ ਹੈ।

ਜਿਸ ਅੰਦਰੂਨੀ ਰੋਸ਼ਨੀ ਨੇ ਮੈਨੂੰ ਸੰਸਾਰ ਦੇ ਸੁੱਖ ਅਤੇ ਸੁੰਦਰਤਾ ਦੇ ਅਨੰਦ ਤੋਂ ਜਾਣੂ ਕਰਾਇਆ ਸੀ। ਉਹੀ ਰੋਸ਼ਨੀ ਇਸ ਸਮੇਂ ਅੱਗ ਵਿੱਚ ਬਦਲ ਕੇ ਆਪਣੀਆਂ ਜਵਾਲਾਵਾਂ ਨਾਲ਼ ਮੇਰੇ ਦਿਲ ਨੂੰ ਸਾੜ ਰਹੀ ਸੀ ਅਤੇ ਧੂੰਏ ਵਿੱਚ ਮੇਰੀ ਆਤਮਾ ਨੂੰ ਧੁੰਦਲਾ ਕਰ ਰਹੀ ਸੀ।

ਜੋ ਸੰਗੀਤ ਸ਼੍ਰਿਸ਼ਟੀ ਦੇ ਸਾਰੇ ਸੁਰਾਂ ਨੂੰ ਆਪਣੇ ਵਿੱਚ ਸਮੋ ਕੇ ਇੱਕ ਪਵਿੱਤਰ ਰਾਗ ਦਾ ਨਿਰਮਾਣ ਕਰਦਾ ਹੈ, ਉਹ ਇਸ ਸਮੇਂ ਇੱਕ ਬੇਅਰਥ ਸ਼ੋਰ ਵਿੱਚ ਬਦਲ ਗਿਆ ਸੀ। ਇਹ ਸ਼ੋਰ ਸ਼ੇਰ ਦੀ ਗਰਜ ਨਾਲ਼ੋਂ ਵੱਧ ਡਰਾਉਣ ਵਾਲ਼ਾ ਅਤੇ ਨਰਕ ਦੀਆਂ ਟੀਸਾਂ ਨਾਲ਼ੋਂ ਵੱਧ ਭਿਆਨਕ ਸੀ।

ਮੈਂ ਆਪਣੇ ਘਰ ਪਹੁੰਚਿਆ ਅਤੇ ਜਿਵੇਂ ਸ਼ਿਕਾਰੀ ਦੇ ਤੀਰ ਨਾਲ਼ ਜ਼ਖ਼ਮੀ ਹੋਇਆ ਪੰਛੀ ਛਾਤੀ ਵਿੱਚ ਤੀਰ ਨਾਲ਼ ਹੀ ਪੱਥਰ ਦੀ ਸਿੱਲ੍ਹ 'ਤੇ ਉੱਚੇ ਅਕਾਸ਼ ਤੋਂ

ਆ ਕੇ ਡਿੱਗੇ, ਉਵੇਂ ਮੈਂ ਸਿੱਧਾ ਆਪਣੇ ਬਿਸਤਰੇ 'ਤੇ ਪੈ ਗਿਆ। ਸਾਰੀ ਰਾਤ ਮੈਂ ਦੁੱਖਦਾਇਕ ਜਾਗਰਣ ਅਤੇ ਉਚਾਟ-ਭਰੀ ਨੀਂਦ ਵਿੱਚ ਬਿਤਾਈ ਅਤੇ ਮੇਰੀ ਆਤਮਾ ਤਾਂ ਇਸ ਸਭ ਕਾਸੇ ਵਿੱਚ ਸਲਮਾ ਦੇ ਇਨ੍ਹਾਂ ਸ਼ਬਦਾਂ ਨੂੰ ਰਟਦੀ ਰਹੀ, "ਹੇ ਰੱਬਾ, ਦਇਆ ਕਰ! ਅਤੇ ਵਿੰਨ੍ਹੇ ਹੋਏ ਸਭ ਪੰਖਾਂ ਨੂੰ ਸ਼ਕਤੀ ਦੇ।"

ਮੌਤ ਦੇ ਦਰਬਾਰ ਵਿੱਚ

ਅਜੋਕੇ ਸਮੇਂ ਵਿੱਚ ਵਿਆਹ ਇੱਕ ਤਰ੍ਹਾਂ ਦਾ ਵਪਾਰਕ ਸੌਦਾ ਬਣ ਗਿਆ ਹੈ। ਇਹ ਸੌਦਾ ਤਾਂ ਕਈ ਵਾਰ ਹਾਸੋਹੀਣਾ ਬਣ ਜਾਂਦਾ ਹੈ ਅਤੇ ਕਈ ਵਾਰ ਦੁੱਖ ਵਿੱਚ ਵੀ ਬਦਲ ਜਾਂਦਾ ਹੈ। ਇਹ ਸੌਦਾ ਜੁਆਨ ਲੜਕੇ-ਲੜਕੀਆਂ ਦੇ ਮਾਪਿਆਂ ਵਿੱਚ ਹੁੰਦਾ ਹੈ। ਕਈ ਦੇਸ਼ਾਂ ਵਿੱਚ ਲੜਕੇ-ਲੜਕੀਆਂ ਇਸ ਨਾਲ਼ ਲਾਭ ਵਿੱਚ ਰਹਿੰਦੇ ਹਨ ਅਤੇ ਮਾਪੇ ਘਾਟੇ ਵਿੱਚ। ਪਰ ਸੌਦਿਆਂ ਦੇ ਮਾਲ਼ ਵਾਂਗ ਇੱਕ ਘਰ ਤੋਂ ਦੂਜੇ ਘਰ ਜਾਣ ਵਾਲ਼ੀਆਂ ਲੜਕੀਆਂ ਦੇ ਜੀਵਨ ਵਿੱਚੋਂ ਸਭ ਸੁੱਖ ਤਬਾਹ ਹੋ ਜਾਂਦਾ ਹੈ। ਪੁਰਾਣੇ ਕੂੜੇ-ਕਰਕਟ ਵਾਂਗ ਇਨ੍ਹਾਂ ਦੇ ਲੇਖਾਂ ਵਿੱਚ ਹਨ੍ਹੇਰਾ ਕੋਨਾ ਲਿਖਿਆ ਹੁੰਦਾ ਹੈ। ਇਸ ਹਨ੍ਹੇਰੇ ਕੋਨੇ ਵਿੱਚ ਕੋਈ ਕਹਿਣ ਲਈ ਇਨ੍ਹਾਂ ਦਾ ਮੁੱਲ ਨਹੀਂ ਜਾਣਦਾ ਅਤੇ ਰੋ-ਰੋ ਕੇ ਜੀਵਨ ਦੇ ਦਿਨ ਪੂਰੇ ਕਰਦੀਆਂ ਹਨ।

ਅਜੋਕੀ ਸੱਭਿਅਤਾ ਨੇ ਇਸਤਰੀ ਦਾ ਸਮਾਜਿਕ ਦਰਜਾ ਕੁਝ ਵਧਾ ਤਾਂ ਜ਼ਰੂਰ ਦਿੱਤਾ ਹੈ, ਪਰ ਇਸ ਸੱਭਿਅਤਾ ਨੇ ਪੁਰਸ਼ ਦੇ ਪਾਪੀ ਵਰਤਾਅ ਅਤੇ ਕਾਮੁਕਤਾ ਨੂੰ ਇੰਨਾ ਸਰਵਸ਼ਕਤੀ ਬਣਾ ਦਿੱਤਾ ਹੈ ਕਿ ਇਸ ਕਾਰਨ ਇਸਤਰੀਆਂ ਦੇ ਦੁੱਖ ਦਰਦਾਂ ਵਿੱਚ ਪਹਿਲਾਂ ਨਾਲ਼ੋਂ ਵੱਧ ਵਾਧਾ ਹੋ ਗਿਆ ਹੈ। ਜੋ ਇਸਤਰੀ ਕੱਲ੍ਹ ਤੱਕ ਇੱਕ ਕਿਸਮਤ ਵਾਲ਼ੀ ਦਾਸੀ ਸੀ, ਅੱਜ ਉਹ ਕਿਸਮਤਹੀਣ ਰਾਣੀ ਹੈ। ਕੱਲ੍ਹ ਤੱਕ ਉਹ ਅੰਨ੍ਹੀ ਸੀ ਅਤੇ ਦਿਨ ਦੀ ਰੋਸ਼ਨੀ ਵਿੱਚ ਹਿੱਲਦੀ-ਜੁੱਲਦੀ ਸੀ, ਪਰ ਅੱਜ ਉਹ ਦੇਖ ਸਕਦੀ ਹੈ, ਫਿਰ ਵੀ ਰਾਤ ਦੇ ਹਨ੍ਹੇਰੇ ਵਿੱਚ ਠੇਡੇ ਖਾਂਦੀ ਹੈ। ਕੱਲ੍ਹ ਤੱਕ ਉਹ ਆਪਣੇ ਅਗਿਆਨ ਕਾਰਨ ਸੁੰਦਰ, ਆਪਣੇ ਅੱਲ੍ਹੜਪੁਣੇ ਕਾਰਨ ਵਿਸ਼ੇਸ਼ ਅਤੇ ਆਪਣੀ ਕਮਜ਼ੋਰੀ ਕਾਰਨ ਆਤਮ ਸ਼ਕਤੀਸ਼ਾਲੀ ਲੱਗਦੀ ਸੀ ਪਰ ਅੱਜ ਉਹ ਆਪਣੇ ਠਾਠ-ਬਾਠ ਕਾਰਨ ਨਫ਼ਰਤ ਜਿੰਨੀ ਹਾਸੋਹੀਣੀ, ਆਪਣੀ ਹੀ ਕਲਪਨਾ ਕਾਰਨ ਮਨਚਲੀ ਅਤੇ ਆਪਣੀ ਬੁੱਧੀਮਤਾ ਦੇ ਕਾਰਨ ਦਿਲ ਤੋਂ ਸੈਂਕੜੇ ਕੋਹਾਂ ਦੂਰ ਹੈ।

ਕੀ ਅਜਿਹਾ ਦਿਨ ਨਹੀਂ ਆਵੇਗਾ ਜਦੋਂ ਇਸਤਰੀ ਵਿੱਚ ਰੂਪ ਦੇ ਨਾਲ਼ ਸਮਝਦਾਰੀ, ਵੱਡੀਆਂ-ਵੱਡੀਆਂ ਗੱਲਾਂ ਦੇ ਨਾਲ਼ ਸੱਚੀ ਮਹੱਤਤਾ ਅਤੇ ਨਜ਼ਾਕਤ ਦੇ ਨਾਲ਼ ਆਤਮ ਸ਼ਕਤੀ ਹੋਵੇਗੀ?

ਮੈਂ ਅਜਿਹੇ ਲੋਕਾਂ ਵਿੱਚੋਂ ਇੱਕ ਹਾਂ, ਜੋ ਇਸ ਗੱਲ ਨੂੰ ਮੰਨਦੇ ਹਨ ਕਿ ਆਤਮ ਵਿਕਾਸ ਮਨੁੱਖ ਦੀ ਸੁਭਾਵਿਕ ਆਦਤ ਹੈ ਅਤੇ ਪੂਰਨਤਾ ਪ੍ਰਾਪਤੀ ਇੱਕ ਸੁਸਤ ਪਰ ਪ੍ਰਭਾਵਸ਼ਾਲੀ ਨਿਯਮ ਹੈ।

ਮੈਨੂੰ ਲੱਗਦਾ ਹੈ ਕਿ ਜੇ ਇਸਤਰੀ ਇੱਕ ਦਿਸ਼ਾ ਵਿੱਚ ਤਰੱਕੀ ਕਰੇਗੀ ਤਾਂ ਦੂਸਰੀ ਦਿਸ਼ਾ ਵਿੱਚ ਪਿੱਛੜ ਜਾਵੇਗੀ ਕਿਉਂਕਿ ਜਿਨ੍ਹਾਂ ਜੰਗਲ ਅਤੇ ਝਾੜੀਆਂ ਨੂੰ ਲੰਘ ਕੇ ਪਰਬਤ-ਸ਼ਿਖਰ 'ਤੇ ਪਹੁੰਚਣਾ ਹੈ, ਉਹ ਗਿੱਦੜਾਂ ਅਤੇ ਲੁਟੇਰਿਆਂ ਦਾ ਨਿਵਾਸ-ਸਥਾਨ ਵੀ ਹੈ।

ਵਰਤਮਾਨਕਾਲ—ਨੀਂਦ ਅਤੇ ਜਾਗ—ਇਨ੍ਹਾਂ ਦੋ ਹਾਲਤਾਂ ਦਰਮਿਆਨ ਬਰਾਬਰ ਹਾਲਾਤ ਵਾਲਾ ਹੈ। ਉਸਦੇ ਹੱਥ ਦੀ ਮੁੱਠੀ ਵਿੱਚ ਭੂਤਕਾਲ ਦੀ ਜ਼ਮੀਨ ਅਤੇ ਭਵਿੱਖ

ਕਾਲ਼ ਦਾ ਬੀਜ ਹੈ। ਪ੍ਰਵਿਰਤੀ ਅਤੇ ਮਨੋਸਥਿਤੀ ਦੀ ਨਜ਼ਰੋਂ ਦੇਖਦੇ ਹੋਏ ਵਰਤਮਾਨ ਕਾਲ਼ ਨੂੰ ਜ਼ਰੂਰ ਵਿਲੱਖਣ ਕਿਹਾ ਜਾ ਸਕਦਾ ਹੈ। ਇਸ ਕਾਲ਼ ਦੇ ਸੱਭਿਆਚਾਰ-ਰੂਪੀ ਕੱਪੜੇ ਵਿੱਚ ਅਜਿਹੀਆਂ ਕਿੰਨੀਆਂ ਹੀ ਇਸਤਰੀਆਂ ਹਨ, ਜਿਨ੍ਹਾਂ ਦਾ ਵਜੂਦ ਆਉਣ ਵਾਲ਼ੀਆਂ ਇਸਤਰੀਆਂ ਦਾ ਦਰਸ਼ਨ ਕਰਾਉਂਦਾ ਹੈ।

ਬੇਰੂਤ ਵਿੱਚ ਅਜਿਹੀ ਇੱਕ ਇਸਤਰੀ ਸਲਮਾ ਸੀ, ਜਿਸ ਨੂੰ ਆਉਣ ਵਾਲ਼ੀ ਇਸਤਰੀ ਦਾ ਆਦਰਸ਼ ਕਹਿ ਸਕਦੇ ਹਾਂ। ਪਰ ਸਮੇਂ ਤੋਂ ਪਹਿਲਾਂ ਜਨਮ ਲੈ ਕੇ ਵੇਦੀ 'ਤੇ ਬਲੀ ਬਣਨ ਵਾਲ਼ੇ ਕਈ ਲੋਕਾਂ ਵਾਂਗ ਅਤੇ ਪਾਣੀ ਦੇ ਜ਼ੋਰਦਾਰ ਵਹਾਅ ਵਿੱਚ ਬੇਵੱਸ ਹੋ ਕੇ ਵਹਿ ਜਾਣ ਵਾਲ਼ੇ ਫੁੱਲ ਵਾਂਗ, ਉਹ ਸੰਸਾਰ ਦੀ ਗੰਦਗੀ ਦਾ ਸ਼ਿਕਾਰ ਹੋ ਗਈ।

ਮੰਸੂਰ ਦਾ ਵਿਆਹ ਸਲਮਾ ਨਾਲ਼ ਹੋਇਆ। ਜਿਨ੍ਹਾਂ ਥਾਵਾਂ 'ਤੇ ਨਗਰ ਦੇ ਸੱਭਿਅਕ ਪੁਰਸ਼ ਰਹਿੰਦੇ ਹਨ, ਬੇਰੂਤ ਨਗਰ ਦੇ ਉਸੇ ਸਭ ਤੋਂ ਵਧੀਆ ਸਥਾਨ ਵਿੱਚ ਨਦੀ ਕਿਨਾਰੇ ਬਣੇ ਹੋਏ ਇੱਕ ਵੱਡੇ ਮਹਿਲ ਵਿੱਚ ਰਹਿ ਕੇ ਦੋਨੋਂ ਆਪਣਾ ਜੀਵਨ ਬਿਤਾਉਣ ਲੱਗੇ ਅਤੇ ਜਿਵੇਂ ਰੋਜ਼ਾਨਾ ਭੇਡਾਂ ਦੇ ਝੁੰਡ ਵਿੱਚ ਘੁੰਮਣ ਵਾਲ਼ਾ ਆਜੜੀ ਭੇਡ ਗੁਆਚਣ 'ਤੇ ਮਜ਼ਬੂਰ ਹੋ ਕੇ ਇਕੱਲਾ ਪੈ ਜਾਂਦਾ ਹੈ, ਉਵੇਂ ਹੀ ਫਾਰਿਸ ਕਰਾਮਾ ਆਪਣੇ ਭਵਨ ਵਿੱਚ ਇਕੱਲਾ ਪੈ ਗਿਆ।

ਜਿਵੇਂ ਵੱਡੀਆਂ-ਵੱਡੀਆਂ ਲੜਾਈਆਂ ਅਨੰਦ ਉਲਾਸ ਦੇ ਬਿਗੁਲਾਂ ਨਾਲ਼ ਸ਼ੁਰੂ ਹੁੰਦੀਆਂ ਹਨ ਅਤੇ ਅੰਤ ਵਿੱਚ ਆਪਣੇ ਪਿੱਛੇ ਆਪਣੀਆਂ ਯਾਦਾਂ ਦੇ ਰੂਪ ਵਿੱਚ ਕਤਲ ਕੀਤੇ ਗਏ। ਸੈਨਿਕਾਂ ਦੇ ਪਿੰਜਰ ਅਤੇ ਖੋਪੜੀਆਂ ਨੂੰ ਯੁੱਧ ਭੂਮੀ ਵਿੱਚ ਛੱਡ ਕੇ ਵਿਦਾ ਲੈਂਦੀਆਂ ਹਨ, ਉਵੇਂ ਦੁਨੀਆ ਜਿਨ੍ਹਾਂ ਨੂੰ ਵਧੀਆ ਮਹੀਨੇ ਕਹਿੰਦੀ ਹੈ। ਉਹ ਮਹੀਨੇ ਵੀ ਆਪਣੇ ਪਿੱਛੇ ਇੰਦਰਾਣੀ ਵਾਂਗ ਕੌੜੇ ਅਤੇ ਅਪ੍ਰਿਯ ਮਹੀਨਿਆ ਨੂੰ ਛੱਡ ਕੇ ਵਿਦਾ ਹੋ ਗਏ।

ਪੂਰਬੀ ਦੇਸ਼ਾਂ ਵਿੱਚ ਵਿਆਹਾਂ ਦਾ ਅਨੰਦ ਨੌਜਵਾਨ ਇਸਤਰੀ-ਪੁਰਸ਼ ਨੂੰ ਗਿੱਧ ਵਾਂਗ ਤੇਜ਼ ਗਤੀ ਨਾਲ਼ ਬੱਦਲਾਂ ਦੀ ਦੁਨੀਆ ਵਿੱਚ ਉੱਡਾ ਕੇ ਲੈ ਜਾਂਦਾ ਹੈ ਅਤੇ ਅੰਤ ਵਿੱਚ ਖੂਬ ਉੱਚੇ ਸਮੁੰਦਰ ਵਿੱਚ ਚੱਕੀ ਦੇ ਜੋੜੇ ਪਾਟ ਸੁੱਟਣ ਵਾਂਗ, ਉੱਥੋਂ ਹੇਠਾਂ ਜ਼ਮੀਨ 'ਤੇ ਸੁੱਟ ਦਿੰਦਾ ਹੈ, ਭਾਵ ਇੰਞ ਕਹਿਣਾ ਚਾਹੀਦਾ ਹੈ ਕਿ ਸਮੁੰਦਰ ਤੱਟ ਦੀ ਰੇਤ 'ਤੇ ਪੈਣ ਵਾਲ਼ੇ ਅਤੇ ਘੜੀ ਦੇ ਛੇਵੇਂ ਭਾਗ ਵਿੱਚ ਸਮੁੰਦਰ ਦੀਆਂ ਲਹਿਰਾਂ ਨਾਲ਼ ਮਿੱਟ ਜਾਣ ਵਾਲ਼ੇ ਪੈੜ ਵਾਂਗ ਇਹ ਅਨੰਦ ਹੁੰਦਾ ਹੈ।

ਬਸੰਤ ਰੁੱਤ ਚਲੀ ਗਈ, ਗਰਮੀ ਵੀ ਚਲੀ ਗਈ ਅਤੇ ਪੱਤਝੜ ਆ ਗਿਆ। ਇੱਕ ਨੌਜਵਾਨ ਵਿੱਚ ਆਪਣੀ ਮਸਤੀ-ਭਰੇ ਜੁਆਨੀ ਦੇ ਸਮੇਂ ਵਿੱਚ ਇੱਕ ਰੂਪਵਤੀ ਕੁਆਰੀ ਲਈ ਜਿਹੋ ਜਿਹਾ ਪਿਆਰ ਹੁੰਦਾ ਹੈ, ਉਵੇਂ ਦਾ ਪਿਆਰ ਹੁਣ ਤੱਕ ਸਲਮਾ ਲਈ ਮੇਰੇ ਵਿੱਚ ਸੀ ਪਰ ਹੁਣ ਸਲਮਾ ਲਈ ਮੇਰੇ ਪਿਆਰ ਦਾ ਰੂਪ ਬਦਲ ਗਿਆ ਸੀ। ਜਿਵੇਂ ਕੋਈ ਅਨਾਥ ਬਾਲਕ ਆਪਣੇ ਮਰੀ ਮਾਂ ਦੀ ਆਤਮਾ ਲਈ ਮੂਕ ਭਾਵ ਅਤੇ ਸ਼ਾਂਤੀ ਅਤੇ ਨਾਜ਼ੁਕ ਭਾਵਨਾ ਦੀ ਪੂਜਾ ਕਰਦਾ ਹੈ, ਮੇਰੀ ਸ਼ਰਧਾ ਵੀ ਉਸੇ ਦਰਜੇ ਤੱਕ ਪਹੁੰਚ ਗਈ ਸੀ। ਜੁਆਨੀ ਦੀ ਮਸਤੀ ਮੇਰੇ 'ਤੇ ਸੰਪੂਰਨ ਰੂਪ ਨਾਲ਼ ਛਾ ਗਈ ਸੀ ਅਤੇ ਉਸਨੇ ਆਪਣੇ ਤੋਂ ਬਿਨਾ ਦੂਸਰੇ ਕਿਸੇ ਨੂੰ ਨਾ ਦੇਖਣ ਵਾਲ਼ੀ ਅੰਨ੍ਹੀ ਚਿੰਤਾ

ਦਾ ਰੂਪ ਧਾਰ ਲਿਆ ਸੀ। ਮੇਰੀਆਂ ਅੱਖਾਂ ਵਿੱਚੋਂ ਹੰਝੂ ਵਹਿਣ ਵਾਲ਼ੀ ਤੇਜ਼ ਇੱਛਾ ਨੇ ਰੰਗ ਬਦਲਿਆ ਸੀ ਅਤੇ ਉਹ ਇੱਕ ਭਿਅੰਕਰ ਦੁੱਖ ਵਿੱਚ ਬਦਲ ਗਈ ਸੀ। ਇਨ੍ਹਾਂ ਭਿਅੰਕਰ ਦੁੱਖਾਂ ਨੇ ਮੇਰੇ ਦਿਲ ਵਿੱਚੋਂ ਖ਼ੂਨ ਦੇ ਹੰਝੂ ਵਹਾਉਣਾ ਸ਼ੁਰੂ ਕਰ ਦਿੱਤਾ ਸੀ। ਮੇਰੇ ਦਿਲ ਨੂੰ ਪਿਆਰ ਨਾਲ਼ ਭਰ ਦੇਣ ਵਾਲ਼ਾ ਗੁੱਸਾ ਹੁਣ ਸਲਮਾ ਦੀ ਕਿਸਮਤ, ਉਸਦੇ ਪਤੀ ਦੇ ਅਨੰਦ-ਸੁੱਖ ਅਤੇ ਉਸਦੇ ਪਿਤਾ ਦੀ ਚਿਤ-ਸ਼ਕਤੀ ਲਈ ਰਾਤ ਦੀ ਸ਼ਾਂਤੀ ਵਿੱਚ ਰੱਬ ਨੂੰ ਅਰਦਾਸ ਕਰਨ ਦੇ ਰੂਪ ਵਿੱਚ ਬਦਲ ਗਿਆ ਸੀ ਪਰ ਮੇਰੀਆਂ ਅਰਦਾਸਾਂ, ਇੱਛਾਵਾਂ, ਉਮੀਦਾਂ, ਸਭ ਬੇਕਾਰ ਹੋਈਆਂ ਕਿਉਂਕਿ ਸਲਮਾ ਦੀ ਬਦਕਿਸਮਤੀ ਉਸਦੇ ਮਨ ਦਾ ਰੋਗ ਸੀ ਅਤੇ ਮੌਤ ਤੋਂ ਇਲਾਵਾ ਉਸ ਰੋਗ ਦਾ ਦੂਸਰਾ ਕੋਈ ਇਲਾਜ ਨਹੀਂ ਸੀ। ਉਸਦੀ ਕਿਸਮਤ ਵਿੱਚ ਹੁਣ ਜੋ ਕੁਝ ਬਚਿਆ ਸੀ, ਉਹ ਤਾਂ ਸਿਰਫ਼ ਉਸਦਾ ਪਤੀ ਸੀ ਪਰ ਉਹ ਉਨ੍ਹਾਂ ਲੋਕਾਂ ਵਿੱਚੋਂ ਇੱਕ ਸੀ, ਜੋ ਕਿਸੇ ਮਿਹਨਤ ਨੂੰ ਕੀਤੇ ਬਿਨਾਂ ਜੀਵਨ ਦਾ ਸੁੱਖ ਅਤੇ ਮਜ਼ਾ ਲੁੱਟਦੇ ਹਨ ਅਤੇ ਫਿਰ ਵੀ ਸੰਤੁਸ਼ਟ ਨਾ ਹੋ ਕੇ ਉਨ੍ਹਾਂ ਵਸਤੂਆਂ ਦਾ ਲਾਲਚ ਰੱਖਦੇ ਹਨ, ਜੋ ਉਨ੍ਹਾਂ ਲਈ ਪੈਦਾ ਹੀ ਨਹੀਂ ਹੋਈਆਂ ਹਨ। ਉਹ ਉਨ੍ਹਾਂ ਨੂੰ ਆਪਣਾ ਬਣਾਉਣ ਲਈ ਯਤਨ ਕਰਦੇ ਹਨ, ਸਿੱਟੇ ਵਜੋਂ ਆਪਣੇ ਆਪ ਲਈ ਕਸ਼ਟਾਂ ਨੂੰ ਸੱਦਾ ਦਿੰਦੇ ਹਨ।

ਫਾਰਿਸ ਕਰਾਮਾ ਦੇ ਮਨ ਨੂੰ ਸ਼ਾਂਤੀ ਅਤੇ ਤੰਦਰੁਸਤੀ ਮਿਲ਼ੇ ਇਸ ਲਈ ਜਿਨ੍ਹਾਂ ਉਮੀਦਾਂ ਅਤੇ ਇੱਛਾਵਾਂ ਦੀ ਮੈਂ ਕਾਮਨਾ ਕਰਦਾ ਸੀ, ਉਹ ਸਭ ਬੇਕਾਰ ਗਈਆਂ। ਕਿਉਂਕਿ ਉਸਦੇ ਜੁਆਈ ਨੇ ਉਸਦੀ ਧੀ ਨਾਲ਼ ਕਦੇ ਵੀ ਪਿਆਰ ਨਹੀਂ ਕੀਤਾ। ਉਹ ਤਾਂ ਆਪਣੀ ਪਤਨੀ ਦੀ ਜ਼ਮੀਨ ਜਾਇਦਾਦ ’ਤੇ ਕਬਜ਼ਾ ਕਰਨ ਤੋਂ ਬਾਅਦ ਆਪਣੇ ਸਹੁਰੇ ਨੂੰ ਸਿਰਫ਼ ਭੁੱਲਿਆ ਹੀ ਨਹੀਂ ਸਗੋਂ ਉਸਦੀ ਮੌਤ ਮੰਗਣ ਲੱਗਾ, ਜਿਸ ਨਾਲ਼ ਉਸਦੀ ਬਚੀ-ਖੁਚੀ ਜਾਇਦਾਦ ’ਤੇ ਉਹ ਜਲਦੀ ਤੋਂ ਜਲਦੀ ਕਬਜ਼ਾ ਕਰ ਸਕੇ।

ਮੰਸੂਰ ਆਪਣੇ ਕਾਕਾ ਮਤਰਾਨ ਦਾ ਹੂਬਹੂ ਨਮੂਨਾ ਸੀ। ਉਸਦਾ ਸੁਭਾਅ ਅਤੇ ਆਦਤ ਉਸਦੇ ਕਾਕਾ ਵਰਗੀ ਹੀ ਸੀ। ਦੋਵਾਂ ਵਿੱਚੋਂ ਜੇ ਕੁਝ ਫਰਕ ਸੀ ਤਾਂ ਇੰਨਾ ਹੀ ਕਿ ਪਾਦਰੀ ਮਤਰਾਨ ਧੋਖੇਬਾਜ਼ ਅਤੇ ਢੋਂਗੀ ਸਾਧੂ ਸੀ ਅਤੇ ਮੰਸੂਰ ਇੱਕ ਨੰਗਾ ਬਦਮਾਸ਼। ਮਤਰਾਨ ਆਪਣੇ ਰੰਗੀਨ ਸਾਧੂ ਵੇਸ਼ ਵਿੱਚ ਪਰਦੇ ਪਿੱਛੇ ਰਹਿ ਕੇ ਸਭ ਕੰਮ ਕਰਦਾ ਸੀ ਅਤੇ ਆਪਣੀ ਛਾਤੀ ’ਤੇ ਲਟਕਦੇ ਸੁਨਹਿਰੀ ਸਲੀਬ ਦੀ ਛਾਂ ਵਿੱਚ ਰਹਿ ਕੇ ਆਪਣੀ ਮੁੱਖ-ਵਾਸਨਾ, ਲਾਲਚ-ਵਾਸਨਾ ਅਤੇ ਕਿਰਤ-ਕੰਮ ਦੀ ਤ੍ਰਿਪਤੀ ਲਈ ਸਮਾਨ ਇਕੱਠਾ ਕਰਦਾ ਸੀ, ਉਵੇਂ ਹੀ ਉਸਦਾ ਭਤੀਜਾ ਉਹ ਸਭ ਕਰਦਾ ਸੀ, ਪਰ ਖੁੱਲ੍ਹੇ ਆਮ। ਮਤਰਾਨ ਸਵੇਰੇ ਗਿਰਜਾ ਜਾਂਦਾ ਅਤੇ ਉਹ ਸਾਰੇ ਦਿਨ ਵਿਧਵਾਵਾਂ, ਅਨਾਥਾਂ ਅਤੇ ਸਿੱਧੇ-ਸਾਦੇ ਲੋਕਾਂ ਦੇ ਮਾਲ਼ ਨੂੰ ਹਜ਼ਮ ਕਰਨ ਵਿੱਚ ਬਿਤਾਉਂਦਾ ਸੀ, ਉਵੇਂ ਹੀ ਮੰਸੂਰ ਆਪਣੀ ਮੁੱਖ-ਵਾਸਨਾ ਦੀ ਤ੍ਰਿਪਤੀ ਲਈ ਬਦਚਲਨ ਅਤੇ ਬਦਮਾਸ਼ ਇਸਤਰੀ-ਪੁਰਸ਼ਾਂ ਦੇ ਗੰਦੇ ਸਾਹਾਂ ਨਾਲ਼ ਲਿਬੜੇ ਵਾਤਾਵਰਨ ਵਾਲੀਆਂ ਤੰਗ ਅਤੇ ਹਨ੍ਹੇਰੀਆਂ ਗਲ਼ੀਆਂ-ਮੁਹੱਲਿਆਂ ਵਿੱਚ ਸਾਰਾ ਦਿਨ ਭਟਕਦਾ ਫਿਰਦਾ। ਮਤਰਾਨ ਹਰ ਐਤਵਾਰ ਨੂੰ ਵੇਦੀ ਸਾਹਮਣੇ ਖੜ੍ਹਾ ਰਹਿ ਕੇ ਧਰਮੀਂ ਲੋਕਾਂ ਨੂੰ ਕਦੇ ਖ਼ੁਦ ਦੇ ਆਚਰਨ ਵਿੱਚ ਨਾ ਲਾਗੂ ਕੀਤੇ ਗਏ ਧਰਮ ਉਪਦੇਸ਼ ਦਿੰਦਾ ਸੀ ਅਤੇ ਹਫ਼ਤੇ ਦੇ ਬਾਕੀ ਦਿਨਾਂ ਵਿੱਚ ਲੋਕਲ ਰਾਜਕਾਜ ਵਿੱਚ ਰੁੱਝਾ ਰਹਿੰਦਾ ਸੀ। ਉਵੇਂ ਹੀ ਉਸਦਾ ਭਤੀਜਾ ਹਰ

ਰੋਜ਼ ਆਪਣੇ ਕਾਕਾ ਦਾ ਨਾਂ ਅਤੇ ਪ੍ਰਸਿੱਧੀ ਦਾ ਲਾਭ ਲੈ ਕੇ ਜੋ ਨੌਕਰੀ ਅਤੇ ਇੱਜ਼ਤ-ਮਾਣ ਲਈ ਪਾਦਰੀ ਤੋਂ ਉਮੀਦ ਰੱਖਣ ਵਾਲ਼ਾ ਹੁੰਦਾ, ਉਸ ਨਾਲ਼ ਸੌਦਾ ਕਰਦਾ। ਮਤਰਾਨ ਰਾਤ ਦੇ ਹਨ੍ਹੇਰੇ ਪਰਦੇ ਵਿੱਚ ਲੁਕ ਕੇ ਘਰ ਤੋੜਣ ਵਾਲ਼ਾ ਚੋਰ ਸੀ ਤਾਂ ਮੰਸੂਰ ਸਿਖਰ ਦੁਪਹਿਰ ਡਾਕਾ ਮਾਰਨ ਵਾਲ਼ਾ ਡਾਕੂ।

ਜਿਵੇਂ ਭੇਡ-ਬੱਕਰੀਆਂ ਦੇ ਇਜੜ ਭੇੜੀਏ ਦੇ ਦੰਦਾਂ ਵਿੱਚ ਅਤੇ ਕਸਾਈਆਂ ਦੇ ਚਾਕੂਆਂ ਹੇਠ ਫਸੇ ਰਹਿੰਦੇ ਹਨ, ਉਵੇਂ ਹੀ ਪੂਰਬੀ ਰਾਸ਼ਟਰਾਂ ਅਤੇ ਜਾਤੀਆਂ ਦੇ ਲੋਕ ਇਨ੍ਹਾਂ ਪਵਿੱਤਰ ਚੋਰਾਂ ਅਤੇ ਵਿਸ਼ਵਾਸਘਾਤੀ ਡਾਕੂਆਂ ਵਿਚਾਲੇ ਫਸੇ ਰਹਿੰਦੇ। ਇੰਞ ਪੂਰਬੀ ਰਾਸ਼ਟਰ ਅਤੇ ਜਾਤੀਆਂ ਇਨ੍ਹਾਂ ਦੁਰਾਚਾਰੀਆਂ ਅਤੇ ਦੁਸ਼ਟ ਪ੍ਰਵਿਰਤੀ ਦਾ ਆਚਰਨ ਕਰਨ ਵਾਲ਼ੇ ਲੋਕਾਂ ਦੇ ਜਾਲ਼ ਵਿੱਚ ਫਸ ਕੇ ਉਲਟੇ ਰਾਹ 'ਤੇ ਚੱਲਦੀਆਂ ਹਨ ਅਤੇ ਖੱਡ ਵਿੱਚ ਡਿੱਗ ਜਾਂਦੀਆਂ ਹਨ। ਜਿਵੇਂ ਲੋਹੇ ਦਾ ਹਥੌੜਾ ਮਿੱਟੀ ਦੇ ਬਰਤਨਾਂ 'ਤੇ ਡਿੱਗ ਕੇ ਉਨ੍ਹਾਂ ਨੂੰ ਤੋੜ ਕੇ ਚੂਰ-ਚੂਰ ਕਰ ਸੁੱਟਦਾ ਹੈ, ਉਵੇਂ ਹੀ ਸਮੇਂ ਦਾ ਪੈਰ ਉਨ੍ਹਾਂ ਉੱਪਰ ਆਉਂਦੇ ਸਾਰ ਹੀ ਸਾਰਿਆਂ ਨੂੰ ਮਿੱਧ ਸੁੱਟਦਾ ਹੈ।

ਮੈਂ ਤਾਂ, ਜਿਸ 'ਤੇ ਪਿਆਰ ਨੇ ਆਪਣਾ ਸੁੱਖ, ਅਨੰਦ ਦੀ ਕ੍ਰਿਪਾ ਨਹੀਂ ਕੀਤੀ ਹੈ, ਅਤੇ ਜਿਸਨੂੰ ਪਿਆਰ ਨੇ ਦੁੱਖ, ਤਕਲੀਫ਼ ਦੀਆਂ ਸੱਟਾਂ ਨਾਲ਼ ਅੱਧਮਰਿਆ ਕਰ ਸੁੱਟਿਆ ਹੈ, ਅਜਿਹੀ ਹੀ ਇੱਕ ਬਦਕਿਸਮਤ ਨਾਰੀ ਦੀ ਜੀਵਨ-ਕਹਾਣੀ ਅਤੇ ਉਸਦੇ ਦੁੱਖੀ ਦਿਲ ਦੇ ਵਿਚਾਰਾਂ ਨੂੰ ਸ਼ਬਦ-ਬੱਧ ਕਰਨ ਲਈ ਇਨ੍ਹਾਂ ਪੇਜਾਂ ਦੀ ਵਰਤੋਂ ਕਰਨੀ ਹੈ। ਫਿਰ ਕਿਸਮਤਹੀਣ ਅਤੇ ਦੁੱਖੀ ਰਾਸ਼ਟਰ ਅਤੇ ਜਾਤੀਆਂ ਦਾ ਵਰਣਨ ਕਰਨ ਲਈ ਇਨ੍ਹਾਂ ਦੀ ਵਰਤੋਂ ਕਰਨ ਕਿਉਂ ਬੈਠਾ ਹਾਂ? ਮੇਰੀਆਂ ਅੱਖਾਂ ਵਿੱਚ ਤਬਾਹ ਅਤੇ ਪੀੜਤ ਕੌਮਾਂ ਅਤੇ ਜਾਤੀਆਂ ਦੇ ਵਰਣਨ ਨਾਲ਼ ਹੰਝੂ ਕਿਉਂ ਉੱਭਰ ਆਉਂਦੇ ਹਨ? ਮੈਂ ਤਾਂ ਆਪਣੇ ਇਹ ਹੰਝੂ, ਜਿਨ੍ਹਾਂ ਨੂੰ ਜ਼ਿੰਦਗੀ ਵਿੱਚ ਹੁਣ ਤੱਕ ਪੂਰੀ ਤਰ੍ਹਾਂ ਕਲਾਵੇ ਵਿੱਚ ਨਹੀਂ ਲਿਆ ਹੈ, ਉਸ ਤੋਂ ਪਹਿਲਾਂ ਹੀ ਮੌਤ ਨੇ ਆਪਣੀ ਗੋਦ ਵਿੱਚ ਉਠਾ ਲਿਆ ਹੈ ਅਜਿਹੀ ਇੱਕ ਅਬਲਾ ਇਸਤਰੀ ਦੀਆਂ ਦੁੱਖਦ ਯਾਦਾਂ ਲਈ ਬਾਕੀ ਬਚਾਏ ਸੀ ਪਰ ਕੀ ਬੇਸਹਾਰਾ ਇਸਤਰੀ ਅੱਤਿਆਚਾਰ-ਪੀੜਤ ਰਾਸ਼ਟਰ ਅਤੇ ਜਾਤੀ ਦਾ ਪ੍ਰਤੀਕ ਨਹੀਂ ਹੈ? ਆਤਮਿਕ ਪ੍ਰਵਿਰਤੀ ਅਤੇ ਸਰੀਰਕ ਬੰਧਨਾਂ ਦੋਵਾਂ ਦੇ ਦੁੱਖ ਵਿੱਚ ਫਸੀ ਇਸਤਰੀ ਧਰਮ ਦੇ ਠੇਕੇਦਾਰਾਂ ਅਤੇ ਸਰਕਾਰੀ ਅਧਿਕਾਰੀਆਂ ਵਿਚਾਲੇ ਕੁਚਲੇ ਜਾਂਦੇ ਰਾਸ਼ਟਰ ਅਤੇ ਜਾਤ ਵਰਗੀ ਨਹੀਂ ਹੈ? ਇੱਕ ਸੁੰਦਰ ਅਤੇ ਨੌਜਵਾਨ ਇਸਤਰੀ ਨੂੰ ਕਬਰ ਦੇ ਹਨ੍ਹੇਰੇ ਨਾਲ਼ ਭਰ ਦੇਣ ਵਾਲੇ ਗੁਪਤ ਵਿਚਾਰ ਰਾਸ਼ਟਰ ਅਤੇ ਜਾਤ ਦੇ ਜੀਵਨ ਨੂੰ ਮਿੱਟੀ ਨਾਲ਼ ਭਰ ਦੇਣ ਵਾਲ਼ੀ ਭਿਅੰਕਰ ਹਨ੍ਹੇਰੀ ਵਰਗੀ ਨਹੀਂ ਹੈ?

ਦੀਵੇ ਵਿੱਚ ਜੋ ਜਗ੍ਹਾ ਜੋਤ ਦੀ ਹੈ, ਉਹੀ ਜਗ੍ਹਾ ਰਾਸ਼ਟਰ ਦੀ ਨਜ਼ਰ ਵਿੱਚ ਇਸਤਰੀ ਦੀ ਹੈ। ਤਦ ਦੀਵੇ ਵਿੱਚ ਤੇਲ ਘੱਟ ਨਾ ਪਵੇ ਅਤੇ ਉਸਦੀ ਜੋਤ ਟਿਮਟਿਮਾਉਂਦੀ ਰਹੇ, ਇਹ ਕੀ ਨਾਲ਼ੋ-ਨਾਲ਼ ਹੋਣਾ ਸੰਭਵ ਹੈ?

ਜਿਵੇਂ ਹਵਾ ਦਾ ਤੂਫ਼ਾਨ ਸਮੁੰਦਰ ਦੀ ਝੱਗ ਨਾਲ਼ ਖੇਡਦਾ ਹੈ, ਉਵੇਂ ਪਤਝੜ ਦੇ ਬਵੰਡਰ ਨੇ ਪੀਲ਼ੇ ਪਏ ਹੋਏ ਪੱਤਿਆਂ ਨਾਲ਼ ਖਿਲਵਾੜ ਕੀਤਾ ਅਤੇ ਰੁੱਖਾਂ ਨੂੰ ਨੰਗਾ ਕਰ ਸੁੱਟਿਆ। ਅੰਤ ਵਿੱਚ ਪਤਝੜ ਵੀ ਚਲੀ ਗਈ ਅਤੇ ਰੋਂਦੀ-ਕੁਰਲਾਉਂਦੀ, ਚੀਕਦੀ-ਚਿਲਾਉਂਦੀ ਸਰਦੀ ਆ ਗਈ। ਇਸ ਸਮੇਂ ਮੈਂ ਬੇਰੂਤ ਵਿੱਚ ਸੀ ਅਤੇ ਮੇਰੇ ਸੁਪਨਿਆਂ

ਤੋਂ ਇਲਾਵਾ ਮੇਰਾ ਹੋਰ ਕੋਈ ਹਿੱਸੇਦਾਰ ਨਹੀਂ ਸੀ। ਮੇਰੇ ਇਹ ਸੁਪਨੇ ਕਈ ਵਾਰ ਤਾਂ ਮੇਰੀ ਆਤਮਾ ਨੂੰ ਇੰਨਾ ਉੱਨਤ ਕਰ ਦਿੰਦੇ ਕਿ ਉਹ ਗ੍ਰਹਿ-ਲੋਕ ਵਿੱਚ ਪਹੁੰਚ ਜਾਂਦੀ ਸੀ ਅਤੇ ਕਈ ਵਾਰ ਮੇਰੇ ਦਿਲ ਨੂੰ ਇੰਨਾ ਨਿਰਾਸ਼ ਕਰ ਦਿੰਦੇ ਕਿ ਉਹ ਸੱਤਵੇਂ ਪਤਾਲ ਵਿੱਚ ਜਾ ਡਿੱਗਦੀ।

ਜ਼ਖਮੀ ਹੋਏ ਹਿਰਨ ਲਈ ਇਹ ਕਿਹਾ ਜਾਂਦਾ ਹੈ ਕਿ ਉਹ ਝੁੰਡ ਵਿੱਚੋਂ ਵੱਖ ਹੋ ਕੇ ਕਿਸੇ ਇੱਕ ਇਕਾਂਤ ਗੁਫਾ ਵਿੱਚ ਠਾਰੂ ਲੈਂਦਾ ਹੈ ਉੱਥੋਂ ਠੀਕ ਹੋ ਕੇ ਹੀ ਬਾਹਰ ਨਿਕਲਦਾ ਹੈ ਨਹੀਂ ਤਾਂ ਗੁਫਾ ਦੇ ਅੰਦਰ ਹੀ ਮਰ ਜਾਣਾ ਪਸੰਦ ਕਰਦਾ ਹੈ। ਦੁੱਖੀ ਆਤਮਾਵਾਂ ਵੀ ਅਜਿਹੀਆਂ ਹੀ ਹੁੰਦੀਆਂ ਹਨ। ਉਹ ਦਿਲ ਦੇ ਢਾਡਸ ਲਈ ਸੰਸਾਰ ਨਾਲ਼ ਸਭ ਸਬੰਧ ਤੋੜ ਕੇ ਇਕਾਂਤਵਾਸ ਦਾ ਸਹਾਰਾ ਲੈਂਦੀਆਂ ਹਨ ਅਤੇ ਜਦੋਂ ਢਾਡਸ ਮਿਲ਼ ਜਾਂਦਾ ਹੈ, ਉਦੋਂ ਹੀ ਬਾਹਰ ਨਿਕਲ਼ਦੀਆਂ ਹਨ। ਨਹੀਂ ਤਾਂ ਉੱਥੇ ਹੀ ਡਟੇ ਰਹਿਣਾ ਪਸੰਦ ਕਰਦੀਆਂ ਹਨ।

ਇੱਕ ਦਿਨ ਫਾਰਿਸ ਕਰਾਮਾ ਦੀ ਬੀਮਾਰੀ ਦੀ ਖ਼ਬਰ ਮਿਲ਼ੀ ਸੁਣ ਕੇ ਮੈਂ ਆਪਣਾ ਇਕਾਂਤਵਾਸ ਛੱਡ ਕੇ ਉਸਦੀ ਖ਼ਬਰ ਲੈਣ ਲਈ ਨਿਕਲਿਆ। ਜਿਸ ਜਗ੍ਹਾ 'ਤੇ ਪੈਦਲ ਚੱਲਣ ਵਾਲ਼ਿਆਂ ਦੇ ਪੈਰਾਂ ਦੀ ਅਵਾਜ਼ ਅਤੇ ਵਾਹਨਾਂ ਦੀ ਖੜਖੜਾਹਟ ਨਾਲ਼ ਵਾਤਾਵਰਣ ਦੀ ਸ਼ਾਂਤੀ ਹਰ ਪਲ ਭੰਗ ਹੁੰਦੀ ਸੀ, ਉਸ ਰਸਤੇ ਨੂੰ ਛੱਡ ਕੇ ਜਿਸਦੇ ਦੋਵੇਂ ਪਾਸੇ ਖੜ੍ਹੇ ਹੋਏ ਜੈਤੂਨ ਦੇ ਰੁੱਖਾਂ ਦੇ ਰੁਪਹਿਰੀ ਸਫੈਦ ਪੱਤਿਆਂ 'ਤੇ ਬਰਸਾਤ ਦੀਆਂ ਬੂੰਦਾਂ ਤਿਲਕਦੀਆਂ ਸਨ, ਉਸ ਸੁਨਸਾਨ ਸੜਕ ਨੂੰ ਮੈਂ ਪਸੰਦ ਕੀਤਾ।

ਫਾਰਿਸ ਕਰਾਮਾ ਦੇ ਭਵਨ ਵਿੱਚ ਪਹੁੰਚ ਕੇ ਜਿਵੇਂ ਹੀ ਉਸਦੇ ਕਮਰੇ ਵਿੱਚ ਪ੍ਰਵੇਸ਼ ਕੀਤਾ, ਉਵੇਂ ਹੀ ਮੈਂ ਦੇਖਿਆ ਕਿ ਉਹ ਮੌਤ ਦੀ ਮੰਜੀ 'ਤੇ ਪਿਆ ਹੋਇਆ ਸੀ। ਉਸਦੀ ਦੇਹ ਸੁੱਕ ਕੇ ਕੰਢਿਆਂ ਵਰਗੀ ਹੋ ਗਈ ਸੀ ਅਤੇ ਚਿਹਰਾ ਸੁਸਤ। ਉਹ ਪੀਲ਼ਾ ਪੈ ਗਿਆ ਸੀ, ਅੱਖਾਂ ਅੰਦਰ ਨੂੰ ਧੱਸ ਗਈਆਂ ਸਨ ਅਤੇ ਜਿਸ ਵਿੱਚ ਬੀਮਾਰ ਮਨੁੱਖ ਦੇ ਦੁੱਖ ਅਤੇ ਕਲੇਸ਼ ਦੇ ਪਰਛਾਵੇਂ ਵੱਸਦੇ ਹਨ, ਉਵੇਂ ਦੋ ਹਨ੍ਹੇਰੇ ਟੋਇਆਂ ਵਰਗੀਆਂ ਲੱਗਦੀਆਂ ਸਨ। ਜਿਸ ਚਿਹਰੇ 'ਤੇ ਕੱਲ੍ਹ ਤੱਕ ਖੁਸ਼ੀ ਅਤੇ ਪ੍ਰਮੋਦ ਵੱਸਦਾ ਸੀ, ਉਸ 'ਤੇ ਹੁਣ ਝੁਰੜੀਆਂ ਪੈ ਗਈਆਂ ਹੋਣ, ਉਵੇਂ ਉਹ ਕਾਲ਼ਾ ਪੈ ਗਿਆ ਸੀ। ਜਿਸ 'ਤੇ ਬੀਮਾਰੀ ਅਨੋਖੇ ਅਤੇ ਸ਼ੱਕੀ ਲੇਖ ਲਿਖਦੀ ਹੈ, ਉਵੇਂ ਦੇ ਮਟਿਆਲੇ ਰੰਗ ਦੇ ਚਿਥੜੇ ਹੋਏ ਕਾਗਜ਼ ਵਰਗੇ ਉਹ ਲੱਗਦੇ ਸਨ। ਜਿਸ ਹੱਥ ਦਾ ਪੰਜਾ ਕੋਮਲ ਅਤੇ ਨਾਜ਼ੁਕ ਸਨ, ਉਹ ਉਵੇਂ ਸੁੱਕ ਗਿਆ ਸੀ ਕਿ ਉਂਗਲੀਆਂ ਦੀਆਂ ਹੱਡੀਆਂ ਤੱਕ ਦਿਖਾਈ ਦੇਣ ਲੱਗੀਆਂ ਸਨ। ਜਿਵੇਂ ਹਵਾ ਲਹਿਰਾਂ ਵਿੱਚ ਫਲ ਅਤੇ ਪਵਿੱਤਰਹੀਣ ਫੁੱਲ ਦੇ ਰੁੱਖਾਂ ਦੀਆਂ ਹਲਕੀਆਂ ਟਹਿਣੀਆਂ ਕੰਬਦੀਆਂ ਹਨ, ਉਂਵ ਹੀ ਉਹ ਕੰਬਦਾ ਸੀ।

ਜਿਵੇਂ ਹੀ ਮੈਂ ਉਸਦੀ ਸਿਹਤ-ਸਮਾਚਾਰ ਪੁੱਛਣ ਲਈ ਉਸਦੇ ਨੇੜੇ ਗਿਆ, ਉਵੇਂ ਹੀ ਉਸਨੇ ਆਪਣਾ ਮੂੰਹ ਮੇਰੇ ਵੱਲ ਕੀਤਾ। ਉਸਦੇ ਕੰਬਦੇ ਬੁੱਲ੍ਹਾਂ 'ਤੇ ਇੱਕ ਮਧੁਰ ਮੁਸਕਾਨ ਦੌੜ ਗਈ। ਜਿਵੇਂ ਕੋਈ ਦੀਵਾਰ ਦੇ ਪਿੱਛੇ ਤੋਂ ਗੱਲ ਕਰ ਰਿਹਾ ਹੋਵੇ, ਇੰਨੀ ਕਮਜ਼ੋਰ ਅਵਾਜ਼ ਨਾਲ਼ ਉਹ ਬੋਲਿਆ, "ਬੇਟਾ, ਸਾਹਮਣੇ ਦੇ ਕਮਰੇ ਵਿੱਚ ਜਾ ਅਤੇ ਸਲਮਾ ਦੇ ਹੰਝੂ ਪੂੰਝ, ਉਸ ਨੂੰ ਹੌਸਲਾ ਦੇ ਕੇ ਇੱਥੇ ਲਿਆ, ਜਿਸ ਕਰਕੇ ਉਹ ਥੋੜ੍ਹੀ ਦੇਰ ਮੇਰੇ ਕੋਲ ਬੈਠੇ।"

ਜਿਵੇਂ ਹੀ ਮੈਂ ਸਾਹਮਣੇ ਦੇ ਕਮਰੇ ਵਿੱਚ ਦਾਖਲ ਹੋਇਆ, ਮੈਂ ਦੇਖਿਆ ਕਿ ਸਲਮਾ ਇੱਕ ਸੋਫੇ 'ਤੇ ਸਿਰਹਾਣੇ ਵਿੱਚ ਆਪਣਾ ਮੂੰਹ ਲੁਕਾਏ ਪਈ ਹੈ। ਉਸਨੇ ਆਪਣਾ ਸਿਰ ਆਪਣੀਆਂ ਦੋਵੇਂ ਹਥੇਲੀਆਂ ਵਿੱਚ ਫੜ ਰੱਖਿਆ ਸੀ ਅਤੇ ਉਸਦੇ ਸ਼ੋਕ ਅਤੇ ਰੋਣ ਦੀ ਖਬਰ ਪਿਤਾ ਤੱਕ ਨਾ ਪਹੁੰਚੇ, ਇਸ ਲਈ ਹੌਲੀ-ਹੌਲ਼ੀ ਸਿਸਕ-ਸਿਸਕ ਕੇ ਰੋ ਰਹੀ ਸੀ। ਮੈਂ ਚੁੱਪਚਾਪ ਉਸਦੇ ਕੋਲ਼ ਗਿਆ ਅਤੇ ਹੌਲੀ ਅਵਾਜ਼ ਵਿੱਚ ਨਾਮ ਲੈ ਕੇ ਮੈਂ ਉਹਨੂੰ ਬੁਲਾਇਆ। ਜਿਵੇਂ ਗੂੜੀ ਨੀਂਦ ਸੁੱਤਾ ਆਦਮੀ ਸੁਪਨਾ ਟੁੱਟਦੇ ਹੀ ਇੱਕਦਮ ਚੌਂਕ ਕੇ ਜਾਗ ਪੈਂਦਾ ਹੈ, ਉਵੇਂ ਹੀ ਚੌਂਕ ਕੇ ਉਹ ਇੱਕਦਮ ਖੜ੍ਹੀ ਹੋ ਗਈ ਅਤੇ ਫਿਰ ਸੰਭਲ਼ ਕੇ ਕੁਰਸੀ 'ਤੇ ਬੈਠ ਗਈ। ਉਸਨੇ ਮੈਨੂੰ ਇੱਕਟਕ ਇੰਝ ਦੇਖਿਆ, ਜਿਵੇਂ ਸੁਪਨੇ ਵਿੱਚ ਕਿਸੇ ਪਰਛਾਵੇਂ ਨੂੰ ਦੇਖ ਰਹੀ ਹੋਵੇ। ਮੈਂ ਉੱਥੇ ਮੌਜੂਦ ਹਾਂ, ਇਸਦਾ ਉਹਨੂੰ ਵਿਸ਼ਵਾਸ ਨਹੀਂ ਹੋ ਰਿਹਾ ਸੀ।

ਆਪਣੇ ਜਾਦੂਭਰੇ ਪ੍ਰਭਾਵ ਹੇਠ ਜਿਨ੍ਹਾਂ ਪਲਾਂ ਨੇ ਸਾਨੂੰ ਅਲੌਕਿਕ ਸ਼ਰਾਬ ਪਿਆ ਕੇ ਅਪੂਰਵ ਸ਼ਾਂਤੀ ਦਾ ਅਨੁਭਵ ਕਰਾਇਆ ਸੀ, ਉਵੇਂ ਹੀ ਸ਼ਾਂਤੀ ਦੇ ਕੁਝ ਪਲਾਂ ਤੋਂ ਬਾਅਦ ਸਲਮਾ ਨੇ ਆਪਣੀ ਬਾਂਹ ਦੇ ਸਹਾਰੇ ਆਪਣੇ ਹੰਝੂ ਪੂੰਝੇ ਅਤੇ ਦੁੱਖ ਭਰੇ ਸੁਰ ਵਿੱਚ ਕਹਿਣ ਲੱਗੀ, "ਤੂੰ ਦੇਖਿਆ ਕਿ ਇਸ ਦੁਨੀਆ ਨੇ ਕਿੰਝ ਪਲ਼ਟਾ ਮਾਰਿਆ? ਤੂੰ ਦੇਖਿਆ ਕਿ ਕਾਲ਼ ਨੇ ਕਿਵੇਂ ਸਾਡਾ ਰਸਤਾ ਭੁਲਾ ਦਿੱਤਾ ਹੈ ਅਤੇ ਅਸੀਂ ਕਿੰਨੀ ਜਲਦੀ ਇਸ ਭਿਅੰਕਰ ਖਾਈ ਵਿੱਚ ਆ ਪਏ ਹਾਂ? ਇਸ ਸਥਾਨ 'ਤੇ ਬਸੰਤ ਰੁੱਤ ਨੇ ਪਿਆਰ ਦੀ ਛਾਂ ਵਿੱਚ ਸਾਨੂੰ ਦੋਵਾਂ ਨੂੰ ਇਕੱਠਾ ਕੀਤਾ ਸੀ ਅਤੇ ਇਸੇ ਥਾਂ 'ਤੇ ਸਰਦ ਰੁੱਤ ਨੇ ਸਾਨੂੰ ਦੋਵਾਂ ਨੂੰ ਮੌਤ ਦੇ ਦੇਵ ਦੇ ਦਰਬਾਰ ਵਿੱਚ ਲਿਆ ਖੜ੍ਹਾ ਕੀਤਾ ਹੈ। ਆਹ! ਕਿੰਨਾ ਮਨੋਹਰ ਅਤੇ ਸ਼ੁੱਭ ਸੀ ਉਹ ਦਿਨ! ਅਤੇ ਕਿੰਨਾ ਕਠੋਰ ਅਤੇ ਭਿਅੰਕਰ ਹੈ ਇਸ ਰਾਤ ਦਾ ਹਨੇਰਾ।"

ਆਖਰੀ ਸ਼ਬਦ ਸਲਮਾ ਦੇ ਗਲ਼ ਵਿੱਚ ਅਟਕ ਕੇ ਰਹਿ ਗਏ। ਉਹ ਘੁੰਮੀ ਅਤੇ ਉਸਨੇ ਆਪਣਾ ਮੂੰਹ ਦੋਵਾਂ ਹੱਥਾਂ ਵਿੱਚ ਲੁਕਾ ਲਿਆ ਜਿਵੇਂ ਭੂਤਕਾਲ ਦੀਆਂ ਘਟਨਾਵਾਂ ਮੂਰਤੀਮਾਨ ਹੋ ਕੇ ਉਸਦੇ ਸਾਹਮਣੇ ਖੜ੍ਹੀਆਂ ਹਨ ਅਤੇ ਉਹ ਉਨ੍ਹਾਂ ਨੂੰ ਦੇਖਣਾ ਨਹੀਂ ਚਾਹੁੰਦੀ।

ਮੈਂ ਆਪਣੇ ਸਿਰ 'ਤੇ ਹੱਥ ਰੱਖਿਆ ਅਤੇ ਕਹਿਣ ਲੱਗਾ, "ਏ, ਸਲਮਾ! ਸੁਣ, ਸਾਨੂੰ ਹਨੇਰੀ ਦੇ ਸਾਹਮਣੇ ਮੀਨਾਰਾਂ ਵਾਂਗ ਮਜ਼ਬੂਤੀ ਨਾਲ਼ ਖੜ੍ਹੇ ਰਹਿਣਾ ਚਾਹੀਦਾ ਹੈ। ਆ, ਅਸੀਂ ਬਦਕਿਸਮਤੀ ਦੇ ਸਾਹਮਣੇ ਲੋਹੇ ਦੀ ਸੈਨਾ ਵਾਂਗ ਮਜ਼ਬੂਤੀ ਨਾਲ਼ ਖੜ੍ਹੇ ਰਹੀਏ ਅਤੇ ਤਲਵਾਰ ਦਾ ਜਖਮ ਆਪਣੀ ਪਿੱਠ 'ਤੇ ਨਾ ਝੱਲ ਕੇ, ਛਾਤੀ 'ਤੇ ਝੱਲੀਏ। ਜੇਕਰ ਸਾਡੀ ਹਾਰ ਹੋ ਜਾਵੇਗੀ ਤਾਂ ਅਸੀਂ ਸ਼ਹੀਦਾਂ ਦੀ ਮੌਤ ਮਰਾਂਗੇ ਅਤੇ ਜੇਕਰ ਸਾਨੂੰ ਜਿੱਤ ਮਿਲ਼ੇਗੀ ਤਾਂ ਜੇਤੂ ਵੀਰਾਂ ਵਾਂਗ ਜੀਵਨ ਬਿਤਾਵਾਂਗੇ। ਸ਼ਾਂਤੀ ਅਤੇ ਸੁਰੱਖਿਆ ਲਈ ਯੁੱਧ ਭੂਮੀ ਤੋਂ ਕਾਇਰਾਂ ਵਾਂਗ ਭੱਜ ਜਾਣ ਦੀ ਬਿਜਾਏ ਯੁੱਧ ਭੂਮੀ ਵਿੱਚ ਰਹਿ ਕੇ ਹੌਂਸਲੇ ਅਤੇ ਮਜ਼ਬੂਤੀ ਨਾਲ਼ ਮੁਸ਼ਕਿਲਾਂ ਅਤੇ ਰੁਕਾਵਟਾਂ ਦਾ ਸਾਹਮਣਾ ਕਰਨਾ ਕਿੰਨੇ ਹੀ ਗੁਣਾ ਉੱਚਾ ਹੈ। ਜੋ ਪਤੰਗਾ ਦੀਵੇ ਦੇ ਆਲ਼ੇ-ਦੁਆਲ਼ੇ ਚੱਕਰ ਲਗਾਉਂਦਾ ਹੈ ਅਤੇ ਅੰਤ ਵਿੱਚ ਦੀਵੇ ਦੀ ਜੋਤ 'ਤੇ ਡਿੱਗ ਪੈਂਦਾ ਹੈ ਅਤੇ ਸੜ ਕੇ ਸੁਆਹ ਹੋ ਜਾਂਦਾ ਹੈ, ਉਹ ਸ਼ਾਂਤੀ ਅਤੇ ਸੁਰੱਖਿਆ ਲਈ ਸਦਾ ਹੀ ਹਨੇਰੇ ਘਰ ਵਿੱਚ

ਰਹਿਣ ਵਾਲ਼ੀ ਚਕੂੰਦਰ ਦੀ ਬਿਜਾਏ ਕਿੱਤੇ ਵੱਧ ਉੱਚਾ ਹੈ। ਜੋ ਬੀਜ ਸ਼ਿਆਲੇ ਦੀ ਠੰਢ ਅਤੇ ਕੁਦਰਤ ਦੇ ਤੱਤਾਂ ਦਾ ਗੁੱਸਾ ਸਹਿਣ ਨਹੀਂ ਕਰਦਾ, ਉਹ ਧਰਤੀ ਦੀ ਛਾਤੀ ਚੀਰ ਕੇ ਬਸੰਤ ਰੁੱਤ ਦੀ ਸੁੰਦਰਤਾ ਦਾ ਅਨੰਦ ਨਹੀਂ ਲੁੱਟ ਸਕਦਾ। ਚੱਲ ਸਲਮਾ, ਅਸੀਂ ਇਵੇਂ ਹੀ ਇਸ ਔਖੇ ਰਾਹ ਨੂੰ ਮਜ਼ਬੂਤੀ ਨਾਲ਼ ਪੈਰ ਟਿਕਾਉਂਦੇ ਪੂਰਾ ਕਰੀਏ, ਜਿਸ ਨਾਲ਼ ਸਾਡੀਆਂ ਅੱਖਾਂ ਸੂਰਜ ਦੇ ਸਾਹਮਣੇ ਰਹਿਣ। ਪੱਥਰਾਂ 'ਤੇ ਪਏ ਹੋਏ ਮੁਰਦਿਆਂ ਦੇ ਪਿੰਜਰ ਅਤੇ ਖੋਪੜੀਆਂ ਅਤੇ ਘਾਹ ਵਿੱਚ ਸਰਕਦੇ ਸੱਪ ਸਾਡੀਆਂ ਅੱਖਾਂ ਵਿਚ ਨਾ ਆਉਣ। ਸਲਮਾ! ਜੇ ਅਸੀਂ ਰਾਹ ਵਿੱਚ ਡਰ ਦੇ ਕਾਰਨ ਠਹਿਰ ਗਏ, ਤਾਂ ਰਾਤ ਦਾ ਹਨ੍ਹੇਰਾ ਸਾਡੇ 'ਤੇ ਹੱਸੇਗਾ ਅਤੇ ਜੇਕਰ ਹਿੰਮਤ ਅਤੇ ਬਹਾਦਰੀ ਨਾਲ਼ ਸਿਖ਼ਰ 'ਤੇ ਪਹੁੰਚ ਗਏ ਤਾਂ ਵਿਸ਼ਾਲ ਵਾਤਾਵਰਣ ਵਿੱਚ ਵੱਸੀਆਂ ਸਾਰੀਆਂ ਆਤਮਾਵਾਂ ਸਾਡੇ ਨਾਲ਼ ਜਿੱਤ ਅਤੇ ਯਸ਼ ਦਾ ਗੀਤ ਗਾਉਣਗੀਆਂ। ਸਲਮਾ, ਸ਼ਾਂਤ ਹੋ, ਹੰਝੂ ਪੂੰਝ ਅਤੇ ਆਪਣੇ ਚਿਹਰੇ 'ਤੇ ਦੁੱਖ ਦਾ ਚਿੰਨ੍ਹ ਵੀ ਪ੍ਰਗਟ ਨਾ ਹੋਣ ਦੇ। ਉੱਠ ਅਤੇ ਆਪਣੇ ਪਿਤਾ ਕੋਲ਼ ਜਾ ਕੇ ਬੈਠ। ਉਨ੍ਹਾਂ ਦਾ ਜੀਵਨ ਤੇਰੇ ਹੀ ਜੀਵਨ 'ਤੇ ਨਿਰਭਰ ਹੈ। ਉਨ੍ਹਾਂ ਦੀ ਸਿਹਤ ਤੇਰੀ ਹੀ ਮੁਸਕਾਨ 'ਤੇ ਟਿਕੀ ਹੈ।"

ਸਲਮਾ ਮੇਰੇ 'ਤੇ ਸ਼ੋਕ ਅਤੇ ਪਿਆਰ ਦੀ ਨਜ਼ਰ ਸੁੱਟ ਕੇ ਬੋਲੀ, "ਤੂੰ ਮੇਰੇ ਕੋਲੋਂ ਸੰਤੋਖ ਅਤੇ ਸ਼ਾਂਤੀ ਚਾਹੁੰਦਾ ਹੈਂ, ਪਰ ਤੇਰੀਆਂ ਖ਼ੁਦ ਦੀਆਂ ਅੱਖਾਂ ਵਿੱਚ ਤਾਂ ਨਿਰਾਸ਼ਾ ਅਤੇ ਖਿੱਝ ਦਿੱਖ ਰਹੀ ਹੈ। ਕੀ ਇੱਕ ਭੁੱਖਾ, ਭਿਖਾਰੀ ਨੂੰ ਰੋਟੀ ਦੇ ਸਕਦਾ ਹੈ? ਕੀ ਇੱਕ ਬੀਮਾਰ ਦੂਜੇ ਬੀਮਾਰ ਨੂੰ ਦਵਾਈ ਦੇ ਸਕਦਾ ਹੈ। ਖਾਸ ਕਰਕੇ ਉਸੇ ਦਵਾਈ ਨੂੰ ਜਿਸਦੀ ਕਿ ਉਸਦੇ ਲਈ ਵੱਧ ਲੋੜ ਹੈ?"

ਉਹ ਉੱਠੀ ਅਤੇ ਸਿਰ ਝੁਕਾ ਕੇ ਆਪਣੇ ਪਿਤਾ ਦੇ ਕਮਰੇ ਵੱਲ ਵੱਧਣ ਲੱਗੀ। ਮੈਂ ਉਸਦੇ ਪਿੱਛੇ ਪਿੱਛੇ ਚੱਲਣ ਲੱਗਿਆ।

ਅਸੀਂ ਦੋਵੇਂ ਬੀਮਾਰ ਬਜ਼ੁਰਗ ਦੀ ਮੰਜੀ ਕੋਲ਼ ਬੈਠ ਗਏ। ਸਲਮਾ ਖ਼ੁਦ ਨੂੰ ਸੰਭਾਲ਼ਣ ਲਈ ਬਨਾਉਟੀ ਮੁਸਕਾਨ ਲਿਆਉਣ ਦੀ ਕੋਸ਼ਿਸ਼ ਕਰਨ ਲੱਗੀ, ਜਿਸ ਨਾਲ਼ ਉਸਦੇ ਚਿਹਰੇ 'ਤੇ ਅੰਕਿਤ ਦੁੱਖ ਦਾ ਚਿੰਨ੍ਹ ਪਿਤਾ 'ਤੇ ਪ੍ਰਗਟ ਨਾ ਹੋ ਜਾਵੇ। ਉਹ ਪਿਤਾ 'ਤੇ ਇਹ ਜ਼ਾਹਿਰ ਕਰਨਾ ਚਾਹੁੰਦੀ ਸੀ ਕਿ ਹੁਣ ਉਸਨੇ ਪੂਰੀ ਤੰਦਰੁਸਤੀ ਪ੍ਰਾਪਤ ਕਰ ਲਈ ਹੈ। ਫਿਰ ਵੀ ਪਿਤਾ-ਪੁੱਤਰੀ ਦੋਵਾਂ ਨੂੰ ਇੱਕ-ਦੂਜੇ ਦੇ ਦੁੱਖ ਦਾ ਪੂਰਾ ਪਤਾ ਸੀ। ਦੋਵੇਂ ਇੱਕ-ਦੂਜੇ ਦੀਆਂ ਕਮਜ਼ੋਰੀਆਂ ਤੋਂ ਜਾਣੂ ਸੀ। ਦੋਵੇਂ ਇੱਕ-ਦੂਜੇ ਦੇ ਦਿਲ ਦੀਆਂ ਧੜਕਨਾਂ ਸੁਣਦੇ ਸਨ। ਦੋਵੇਂ ਉਨ੍ਹਾਂ ਦੋ ਸਮਾਨ ਸ਼ਕਤੀਆਂ ਵਾਂਗ ਸਨ, ਜੋ ਸ਼ਾਂਤ ਹਾਲਤ ਵਿੱਚ ਇੱਕ-ਦੂਜੇ ਨੂੰ ਨਸ਼ਟ ਕਰ ਸੁੱਟਦੀਆਂ ਹਨ। ਬੀਮਾਰ ਪਿਤਾ ਆਪਣੀ ਪੁੱਤਰੀ ਦੀ ਬਦਕਿਸਮਤੀ ਦੀ ਚਿੰਤਾ ਵਿੱਚ ਸੁੱਕ ਰਿਹਾ ਸੀ ਅਤੇ ਪਿਤਾ ਨੂੰ ਚਾਹੁੰਣ ਵਾਲ਼ੀ ਪੁੱਤਰੀ ਉਸਦੀ ਬੀਮਾਰੀ ਦੇ ਦੁੱਖ ਵਿੱਚ ਸਿਸਕ ਰਹੀ ਸੀ ਅਤੇ ਮੈਂ ਦੋਵਾਂ ਦਰਮਿਆਨ ਆਪਣੇ ਖ਼ੁਦ ਦੇ ਕਸ਼ਟ ਸਹਿੰਦਾ ਉਨ੍ਹਾਂ ਉੱਪਰ ਪੈ ਰਹੀਆਂ ਮੁਸੀਬਤਾਂ ਦਾ ਅਨੁਭਵ ਕਰ ਰਿਹਾ ਸੀ।

ਮੌਤ ਦੇ ਪੰਜੇ ਨੇ ਤਿੰਨ ਵਿਅਕਤੀਆਂ ਨੂੰ ਇਕੱਠਾ ਕਰ ਦਿੱਤਾ ਸੀ। ਹਵਾ ਦੇ ਭਿਅੰਕਰ ਤੂਫਾਨ ਨਾਲ਼ ਪੈਣ ਵਾਲ਼ਾ ਮੀਂਹ ਰਾਹੀਂ ਡੂੰਘੀ ਹੋਈ ਪੁਰਾਣੀ ਖਸਤਾ ਹਾਲਤ ਇਮਾਰਤ ਵਾਂਗ ਇੱਕ ਬਜ਼ੁਰਗ ਪੁਰਸ਼! ਟਹਿਣੀ ਤੋਂ ਤੋੜ ਕੇ ਵੱਖ ਹੋਈ ਇੱਕ

ਫੁੱਲ ਵਰਗੀ ਮੁਟਿਆਰ ਅਤੇ ਬਰਫ ਨਾਲ਼ ਜ਼ੋਰ ਨਾਲ਼ ਫੁੰਕਾਰਦੀ ਹਵਾ ਰਾਹੀਂ ਦੂਹਰੇ ਹੋਏ ਕੋਮਲ ਕਮਜ਼ੋਰ ਪੌਦੇ ਵਰਗਾ ਇੱਕ ਨੌਜਵਾਨ। ਅਸੀਂ ਤਿੰਨੋਂ ਕਾਲ਼ ਦੀਆਂ ਉਂਗਲੀਆਂ ਵਿੱਚ ਕਠਪੁੱਤਲੀ ਵਰਗੇ ਲੱਗਦੇ ਸੀ।

ਫਾਰਿਸ ਕਰਾਮਾ ਨੇ ਬਿਨਾਂ ਹਿੱਲੇ-ਜੁੱਲੇ ਅਤੇ ਆਪਣਾ ਕਮਜ਼ੋਰ ਹੱਥ ਸਲਮਾ ਵੱਲ ਵਧਾਇਆ। ਦਿਲ ਦੀ ਮਮਤਾ ਅਤੇ ਧੁਰ ਅੰਦਰਲੀ ਤਕਲੀਫ਼-ਭਰੀ ਅਵਾਜ ਵਿੱਚ ਪਿਤਾ ਨੇ ਕਿਹਾ, "ਸਲਮਾ, ਆਪਣਾ ਹੱਥ ਮੇਰੇ ਹੱਥ ਵਿੱਚ ਤਾਂ ਦੇ।"

ਸਲਮਾ ਨੇ ਆਪਣਾ ਹੱਥ ਵਧਾਇਆ ਅਤੇ ਪਿਤਾ ਦੇ ਹੱਥ ਵਿੱਚ ਦੇ ਦਿੱਤਾ। ਪੁੱਤਰੀ ਦੇ ਹੱਥ ਨੂੰ ਹੌਲ਼ੀ-ਜਿਹੇ ਦਬਾਉਂਦੇ ਹੋਏ ਉਹ ਕਹਿਣ ਲੱਗਾ, "ਬੇਟੀ, ਹੁਣ ਜੀਵਨ ਦੀ ਪੂਰੀ ਤ੍ਰਿਪਤੀ ਦਾ ਮੈਂ ਅਨੁਭਵ ਕੀਤਾ ਹੈ। ਮੈਂ ਬਹੁਤ ਦਿਨਾਂ ਤੱਕ ਜ਼ਿੰਦਾ ਰਿਹਾ ਅਤੇ ਜੀਵਨ ਦੇ ਸੁੱਖਦ ਕਲਾਵੇ ਵਿੱਚੋਂ ਤ੍ਰਿਪਤੀ ਲੈ ਕੇ ਮੈਂ ਅਨੰਦ ਹਾਸਿਲ ਕੀਤਾ ਹੈ। ਮੈਂ ਬਚਪਨ ਖੇਡਕੁੱਦ ਵਿੱਚ, ਜੁਆਨੀ ਪਿਆਰ ਵਿੱਚ ਅਤੇ ਬੁਢਾਪਾ ਧਨ-ਦੌਲਤ ਇਕੱਠਾ ਕਰਨ ਵਿੱਚ ਬਿਤਾਇਆ। ਇਹ ਤਿੰਨੋਂ ਪੜਾਅ ਮੈਂ ਸੁੱਖ ਅਤੇ ਖੁਸ਼ਹਾਲੀ ਵਿੱਚ ਬਿਤਾਏ। ਸਲਮਾ, ਮੈਨੂੰ ਤਿੰਨ ਸਾਲ ਵੀ ਨਹੀਂ ਹੋ ਸਕੇ ਸਨ ਕਿ ਤੇਰੀ ਮਾਂ ਸਦਾ ਲਈ ਮੇਰੇ ਕੋਲ਼ੋਂ ਵੱਖ ਹੋ ਗਈ ਪਰ ਤੈਨੂੰ ਅਨਮੋਲ ਖ਼ਜਾਨੇ ਦੇ ਰੂਪ ਵਿੱਚ ਮੈਨੂੰ ਸੌਂਪ ਗਈ। ਮੇਰੀ ਦੇਖਭਾਲ ਵਿੱਚ ਤੂੰ ਚਾਨਣੀ ਰਾਤ ਦੇ ਚੰਦਰਮਾ ਵਾਂਗ ਅੱਗੇ ਵੱਧਣ ਲੱਗੀ। ਤੇਰੇ ਚਿਹਰੇ 'ਤੇ ਤੇਰੀ ਮਾਂ ਦੀ ਸਪੱਸ਼ਟ ਛਾਪ ਪਈ ਸੀ ਅਤੇ ਸ਼ਾਂਤ ਸਥਿਰ ਪਾਣੀ ਵਿੱਚ ਪਿਆ ਹੋਇਆ ਇੱਕ ਚੰਦਰਮਾ-ਬਿੰਬ ਅਤੇ ਤੇਰਾ ਬੋਲਚਾਲ ਅਤੇ ਤੇਰਾ ਕੰਮ ਵਿੱਚ ਤੇਰਾ ਗੁਣ-ਸੁਭਾਅ ਇੰਞ ਲੱਗਦਾ ਸੀ ਜਿਵੇਂ ਬਾਰੀਕ ਕੱਪੜੇ ਹੇਠ ਸੋਨੇ ਦੇ ਗਹਿਣੇ। ਮੇਰੀ ਬੇਟੀ, ਤੇਰਾ ਵਜੂਦ ਮੇਰੇ ਲਈ ਇੱਕ ਵੱਡਾ ਦਿਲਾਸਾ ਸੀ ਕਿਉਂਕਿ ਤੂੰ ਆਪਣੀ ਮਾਂ ਵਾਂਗ ਸੁੰਦਰ ਅਤੇ ਚਲਾਕ ਸੀ ਅਤੇ ਹੁਣ ਜਦੋਂ ਕਿ ਮੈਂ ਬੁੱਢਾ ਹੋ ਗਿਆ ਹਾਂ, ਮੇਰਾ ਸੁੱਖ ਅਤੇ ਮੇਰੀ ਸੁਰੱਖਿਆ ਦੀਆਂ ਨਾਜ਼ੁਕ ਬਾਹਾਂ ਵਿੱਚ ਹੈ।

"ਬੇਟੀ! ਤੈਨੂੰ ਇੱਕ ਅੱਲ੍ਹੜ ਜਵਾਨ ਲੜਕੀ ਦੇ ਰੂਪ ਵਿੱਚ ਨਹੀਂ, ਪਰ ਇੱਕ ਗੰਭੀਰ ਅਤੇ ਚਲਾਕ ਇਸਤਰੀ ਦੇ ਰੂਪ ਵਿੱਚ ਛੱਡ ਕੇ ਮੈਂ ਮਰਦਾ ਹਾਂ, ਇਹ ਮੇਰੇ ਲਈ ਪੂਰੀ ਤਰ੍ਹਾਂ ਸੰਤੋਖ ਦੀ ਗੱਲ ਹੈ। ਮਰਨ ਦੇ ਬਾਅਦ ਵੀ ਮੈਂ ਤੇਰੇ ਕਾਰਨ ਹੀ ਜਿੰਦਾ ਰਹਾਂਗਾ, ਇਹ ਮੇਰੇ ਲਈ ਅਨੰਦ ਦੀ ਗੱਲ ਹੈ। ਸਲਮਾ, ਮੈਂ ਤਾਂ ਸੰਸਾਰ ਦਾ ਪੂਰਾ ਰਸ ਲੈ ਚੁੱਕਿਆ ਹਾਂ। ਅੱਜ ਮਰਿਆ ਤਾਂ ਕੀ ਆ ਕੱਲ੍ਹ ਮਰਿਆ ਤਾਂ ਕੀ ਜਾਂ ਇਸਦੇ ਬਾਅਦ ਮਰਿਆ ਤਾਂ ਕੀ? ਕਿਉਂਕਿ ਮੇਰਾ ਜੀਵਨ ਪਤਝੜ ਦੇ ਪੀਲ਼ੇ ਪਏ ਹੋਏ, ਝੜਨ ਲਾਇਕ, ਪੱਤਿਆਂ ਵਾਂਗ ਹੈ। ਕਦੋਂ ਹਵਾ ਦਾ ਇੱਕ ਬੁੱਲ੍ਹਾ ਆਵੇਗਾ ਅਤੇ ਕਦੋਂ ਉਨ੍ਹਾਂ ਨੂੰ ਉਸਦੀ ਟਾਹਣੀ ਨਾਲ਼ੋਂ ਵੱਖ ਕਰ ਦਵੇਗਾ, ਇਸਦਾ ਕੋਈ ਯਕੀਨ ਨਹੀਂ ਹੈ। ਬੇਟੀ, ਕਾਲ਼ ਮੈਨੂੰ ਜਲਦੀ ਹੀ ਦੂਸਦੀ ਦੁਨੀਆ ਵਿੱਚ ਪਹੁੰਚਾਉਣਾ ਚਾਹੁੰਦਾ ਹੈ ਕਿਉਂਕਿ ਮੇਰੀ ਆਤਮਾ ਤੇਰੀ ਮਾਤਾ ਦੇ ਦਰਸ਼ਨ ਲਈ ਕਿੰਨੀ ਉਤਾਵਲੀ ਹੋਈ ਹੈ, ਇਸਦੀ ਉਸਨੂੰ ਖਬਰ ਹੈ।"

ਫਾਰਿਸ ਕਰਾਮਾ ਨੇ ਆਖਰੀ ਸ਼ਬਦ ਇੱਛਾ ਅਤੇ ਉਮੀਦ ਦੇ ਸ਼ਹਿਦ ਨਾਲ਼ ਭਰ ਕੇ ਆਪਣੇ ਲੈਅ ਭਰੇ ਸੁਰ ਵਿੱਚ ਬੋਲੇ। ਉਸਦੇ ਝੁਰੜੀਆਂ ਪਏ ਚਿਹਰਿਆਂ 'ਤੇ ਮਾਸੂਮ ਬੱਚਿਆਂ ਦੀਆਂ ਅੱਖਾਂ ਵਿੱਚ ਦਿਖਣ ਵਾਲ਼ਾ ਨਿਖਾਰ ਚਮਕਿਆ। ਉਸਨੇ

ਸਿਰਹਾਣੇ ਥੱਲਿਓਂ ਇੱਕ ਸੁਨਹਿਰੀ ਫ੍ਰੇਮ ਵਾਲੀ ਫੋਟੋ ਕੱਢੀ। ਫ੍ਰੇਮ ਦਾ ਕਿਨਾਰਾ ਉਂਗਲੀਆਂ ਦੀ ਰਗੜ ਨਾਲ਼ ਘੱਸ ਗਿਆ ਸੀ ਅਤੇ ਚੁੰਮਨ ਨਾਲ਼ ਧੁੰਦਲਾ ਪੈ ਗਿਆ ਸੀ। ਉਸ ਫੋਟੋ ਤੋਂ ਨਜ਼ਰ ਚੁੱਕੇ ਬਿਨਾਂ ਉਸਨੇ ਕਿਹਾ, "ਸਲਮਾ ਬੇਟੀ, ਮੇਰੇ ਕੋਲ਼ ਆ, ਮੈਂ ਤੈਨੂੰ ਤੇਰੀ ਮਾਂ ਦੀ ਫੋਟੋ ਦਿਖਾਵਾਂ। ਬੇਟੀ, ਆ ਅਤੇ ਕਾਗਜ਼ 'ਤੇ ਉਕਰੀ ਆਪਣੀ ਮਾਂ ਦੀ ਛਵੀ ਨੂੰ ਦੇਖ।"

ਸਲਮਾ ਆਪਣੀ ਚੁੰਨੀ ਨਾਲ਼ ਹੰਝੂ ਪੂੰਝਦੀ ਹੋਈ ਅੱਗੇ ਝੁਕੀ। ਉਸਦੀ ਅਤੇ ਉਸਦੀ ਮਾਂ ਦੀ ਸ਼ਕਲ ਦਰਮਿਆਨ ਹੰਝੂ ਰੁਕਾਵਟ ਨਾ ਬਣਨ, ਇਸ ਲਈ ਉਹ ਹੰਝੂ ਬਾਰ-ਬਾਰ ਪੂੰਝ ਰਹੀ ਸੀ। ਉਹ ਕਿੰਨੀ ਹੀ ਦੇਰ ਤੱਕ ਇੱਕਟਕ ਉਸ ਤਸਵੀਰ ਨੂੰ ਦੇਖਦੀ ਰਹੀ ਜਿਵੇਂ ਉਹ ਇੱਕ ਸ਼ੀਸ਼ਾ ਸੀ, ਜਿਸ ਵਿੱਚ ਉਸਦੇ ਚਿਹਰੇ ਤੋਂ ਇਲਾਵਾ ਉਸਦੇ ਅੰਦਰੂਨੀ ਜੀਵਨ ਦਾ ਪ੍ਰਤੀਬਿੰਬ ਵੀ ਉਸਦੀ ਨਜ਼ਰ ਵਿੱਚ ਆਉਂਦਾ ਸੀ। ਉਸਦੀ ਫੋਟੋ ਨੂੰ ਆਪਣੇ ਬੁੱਲ੍ਹਾਂ ਨਾਲ਼ ਲਗਾ ਲਿਆ ਅਤੇ ਉਸ 'ਤੇ ਚੁੰਮਨਾਂ ਨੂੰ ਵਰ੍ਹਾਉਂਦੀ ਹੋਈ ਪੁਕਾਰ ਉੱਠੀ, "ਮਾਂ! ਮਾਂ! ਮਾਂ!"

ਇਸ ਸ਼ਬਦ ਤੋਂ ਇਲਾਵਾ ਉਸਦੇ ਮੂੰਹੋਂ ਹੋਰ ਕੋਈ ਸ਼ਬਦ ਨਾ ਨਿਕਲ਼ਿਆ। ਉਹ ਤਾਂ ਬਾਰ-ਬਾਰ ਆਪਣੇ ਕੰਬਦੇ ਬੁੱਲ੍ਹ ਉਸ ਫੋਟੋ ਨਾਲ਼ ਲਗਾਉਣ ਲੱਗੀ, ਜਿਵੇਂ ਆਪਣੇ ਗਰਮ ਸਾਹਾਂ ਨਾਲ਼ ਉਸ ਤਸਵੀਰ ਵਿੱਚ ਜੀਵਨ ਦੀ ਗਰਮੀ ਪੈਦਾ ਕਰਨਾ ਚਾਹੁੰਦੀ ਹੋਵੇ!

ਮਨੁੱਖ ਦੇ ਬੁੱਲ੍ਹਾਂ ਤੋਂ ਨਿਕਲ਼ੇ ਹੋਏ ਸ਼ਬਦਾਂ ਵਿੱਚੋਂ ਸਭ ਤੋਂ ਵੱਧ ਮਿੱਠਾ ਸ਼ਬਦ ਜੇ ਕੋਈ ਹੋ ਸਕਦਾ ਹੈ; ਤਾਂ ਉਹ 'ਮਾਂ' ਹੈ, ਅਤੇ ਸਭ ਤੋਂ ਸੁੰਦਰ ਸੰਬੋਧਨ "ਹੇ ਮਾਂ" ਹੈ। ਇਹ ਛੋਟਾ-ਜਿਹਾ ਸ਼ਬਦ ਆਪਣੇ ਅਰਥ ਦੀ ਨਜ਼ਰ ਨਾਲ਼ ਬਹੁਤ ਵੱਡਾ ਹੈ। ਇਸ ਵਿੱਚ ਆਸ਼ਾ, ਉਮੀਦ, ਕੋਮਲਤਾ ਅਤੇ ਮਧੁਰਤਾ ਇਹ ਸਭ ਕੁਝ ਸਮਾਇਆ ਹੋਇਆ ਹੈ। ਬੱਸ, ਦੁਨੀਆ ਵਿੱਚ ਆਪਣੇ ਲਈ ਇੰਨਾ ਹੀ ਬਹੁਤ ਹੈ। ਉਹ ਇਕਾਂਤ ਵਿੱਚ ਸਾਡੀ ਹਿੱਸੇਦਾਰੀ, ਨਿਰਾਸ਼ਾ ਵਿੱਚ ਸਾਡਾ ਅਧਾਰ ਥੰਮ੍ਹ ਅਤੇ ਕਮਜ਼ੋਰੀ ਵਿੱਚ ਸਾਡੀ ਸ਼ਕਤੀ ਹੈ। ਉਹ ਦਇਆ, ਕ੍ਰਿਪਾ, ਅਨੰਦ ਅਤੇ ਵਰਦਾਨ ਦਾ ਸੋਮਾ ਹੈ। ਸੰਸਾਰ ਵਿੱਚ ਜੇਕਰ ਕਿਸੇ ਦੀ ਮਾਂ ਨਹੀਂ ਰਹੀ, ਮਰ ਗਈ, ਤਾਂ ਉਸ ਲਈ ਮਨ ਨੂੰ ਬੇਫਿਕਰ ਰੱਖਣ ਯੋਗ ਗੋਦ ਨਹੀਂ ਰਹੀ। ਸਿਰ 'ਤੇ ਪਿਆਰ ਨਾਲ਼ ਫਿਰਨ ਵਾਲ਼ਾ ਹੱਥ ਨਹੀਂ ਰਿਹਾ ਅਤੇ ਰਾਤ-ਦਿਨ ਸੰਭਾਲ਼ ਕੇ ਰੱਖਣ ਵਾਲ਼ੀ ਨਜ਼ਰ ਨਹੀਂ ਰਹੀ।

ਸਲਮਾ ਮਾਂ ਤੋਂ ਹੁਣ ਤੱਕ ਅਣਜਾਣ ਰਹੀ ਸੀ ਕਿਉਂਕਿ ਉਹ ਉਸ ਨੂੰ ਤਿੰਨ ਸਾਲਾਂ ਦਾ ਹੀ ਛੱਡ ਕੇ ਮਰ ਗਈ ਸੀ ਪਰ ਜਿਵੇਂ ਹੀ ਉਸਨੇ ਆਪਣੀ ਮਾਂ ਦੀ ਫੋਟੋ ਦੇਖੀ, ਉਵੇਂ ਹੀ ਬਿਮਾਰ ਹੋ ਗਈ। ਉਸਨੇ ਆਪਣੇ ਮਨ 'ਤੇ ਕਾਬੂ ਗੁਆ ਦਿੱਤਾ ਅਤੇ ਉਸਦੇ ਮੂੰਹੋਂ ਇਹ ਹੌਕੇ ਆਪਣੇ ਆਪ ਨਿਕਲ਼ ਪਏ, "ਹੇ ਮਾਂ!"

ਜਿਵੇਂ ਧਰਤੀ ਦੇ ਦਿਲ ਵਿੱਚ ਬੀਜ ਲੁਕਿਆ ਰਹਿੰਦਾ ਹੈ, ਉਵੇਂ 'ਮਾਂ' ਸ਼ਬਦ ਸਾਡੇ ਦਿਲ ਵਿੱਚ ਲੁਕਿਆ ਹੋਇਆ ਰਹਿੰਦਾ ਹੈ ਅਤੇ ਸਾਫ ਅਤੇ ਖੁਸ਼ਬੂਦਾਰ ਵਾਤਾਵਰਣ ਵਿੱਚ ਜਿਵੇਂ ਗੁਲਾਬ ਦੀ ਪੰਖੜੀਆਂ ਵਿੱਚੋਂ ਖੁਸ਼ਬੂ ਪ੍ਰਗਟ ਹੁੰਦੀ ਹੈ, ਉਵੇਂ ਦੁੱਖ ਦੀਆਂ ਘੜੀਆਂ ਵਿੱਚ ਇਹ ਸ਼ਬਦ ਆਪਣੇ ਬੁੱਲ੍ਹ 'ਚੋਂ ਪ੍ਰਗਟ ਹੁੰਦਾ ਹੈ। ਸਲਮਾ ਪਲ-ਪਲ ਆਪਣੀ ਮਾਂ ਦੀ ਤਸਵੀਰ ਨੂੰ ਧਿਆਨ ਨਾਲ਼ ਦੇਖਦੀ ਸੀ ਤਾਂ ਪਲ-ਪਲ ਵਿੱਚ ਭਾਵੁਕ

ਹੋ ਕੇ ਉਸਨੂੰ ਚੁੰਮਦੀ ਸੀ। ਕਦੇ ਉਸਨੂੰ ਆਪਣੀਆਂ ਧੜਕਨਾਂ ਦਿਲ ਦੇ ਨਾਲ਼ ਦਬਾਉਂਦੀ ਤਾਂ ਕਦੇ ਡੂੰਘੇ ਸਾਹ-ਤੇ-ਸਾਹ ਲੈਂਦੀ ਸੀ। ਹਰੇਕ ਸਾਹ ਨਾਲ਼ ਉਸਦੀ ਸ਼ਕਤੀ ਦਾ ਕੁਝ-ਨਾ-ਕੁਝ ਹਿਸਾ ਖਰਚ ਹੋ ਜਾਂਦਾ ਸੀ। ਅੰਤ ਵਿੱਚ ਉਸਦੇ ਕਮਜ਼ੋਰ ਜਿਹੇ ਸਰੀਰ ਵਿੱਚ ਜੀਵਨ-ਸ਼ਕਤੀ ਘੱਟ ਹੋਣ ਲੱਗੀ ਅਤੇ ਉਹ ਬੇਹੋਸ਼ ਹੋ ਕੇ ਪਿਤਾ ਦੀ ਮੰਜੀ ਕੋਲ਼ ਡਿੱਗ ਗਈ। ਜਿਵੇਂ ਹੀ ਉਹ ਹੋਸ਼ ਵਿੱਚ ਆਈ, ਉਸਨੇ ਦੇਖਿਆ ਕਿ ਪਿਤਾ ਆਪਣੇ ਦੋਵੇਂ ਹੱਥ ਉਸਦੇ ਮੱਥੇ 'ਤੇ ਫੇਰ ਰਿਹਾ ਸੀ। ਕਹਿ ਰਿਹਾ ਸੀ, "ਬੇਟੀ, ਤੂੰ ਆਪਣੀ ਮਾਂ ਦੀ ਤਸਵੀਰ ਤਾਂ ਦੇਖੀ, ਹੁਣ ਉਸਦੇ ਗੁਣ ਤਾਂ ਸੁਣ!"

ਬਾਹਰ ਆਪਣੇ ਮਾਤਾ-ਪਿਤਾ ਦੇ ਖੰਭਾਂ ਦੀ ਫੜਫੜਾਹਟ ਸੁਣ ਕੇ ਜਿਵੇਂ ਆਲ੍ਹਣੇ ਵਿੱਚ ਬੈਠਿਆ ਚਿੜੀ ਦਾ ਬੱਚਾ ਨਿਡਰਤਾ ਨਾਲ਼ ਆਪਣਾ ਸਿਰ ਕੱਢ ਕੇ ਉੱਪਰ ਵੱਲ ਦੇਖਦਾ ਹੈ, ਉਵੇਂ ਸਲਮਾ ਨੇ ਆਪਣਾ ਸਿਰ ਚੁੱਕ ਕੇ ਪਿਤਾ ਵੱਲ ਦੇਖਿਆ। ਅੱਡੀ ਤੋਂ ਸਿਰ ਤੱਕ ਉਸਦਾ ਸਰੀਰ ਅੱਖ ਅਤੇ ਕੰਨ ਬਣ ਗਿਆ।

ਫਾਰਿਸ ਕਰਾਮਾ ਨੇ ਕਹਿਣਾ ਸ਼ੁਰੂ ਕੀਤਾ, "ਬੇਟੀ, ਜਦੋਂ ਤੇਰੇ ਨਾਨਾ ਦੀ ਮੌਤ ਹੋਈ ਸੀ, ਤਦ ਤੂੰ ਦੁੱਧ ਪੀਂਦੀ ਬੱਚੀ ਸੀ। ਤੇਰੀ ਮਾਂ ਨੂੰ ਆਪਣੇ ਪਿਤਾ ਦੀ ਮੌਤ ਦਾ ਬਹੁਤ ਦੁੱਖ ਹੋਇਆ ਅਤੇ ਉਸਨੇ ਵਿਰਲਾਪ ਵੀ ਕੀਤਾ ਪਰ ਸਾਰਾ ਵਿਰਲਾਪ ਸੰਜਮ ਅਤੇ ਸਮਝਦਾਰੀ ਦੀ ਹੱਦ ਵਿੱਚ ਰਹਿ ਕੇ ਕੀਤਾ। ਉਸ ਤੋਂ ਨਾ ਰਿਹਾ ਗਿਆ, ਉਦੋਂ ਉਹ ਤੇਰੇ ਨਾਨਾ ਦੇ ਦਫਨ ਹੋਣ ਤੋਂ ਪਹਿਲਾਂ ਇਸ ਕਮਰੇ ਵਿੱਚ ਹੀ ਮੇਰੇ ਕੋਲ਼ ਆ ਕੇ ਬੈਠੀ ਅਤੇ ਮੇਰਾ ਹੱਥ ਆਪਣੇ ਹੱਥ ਵਿੱਚ ਲੈ ਕੇ ਕਹਿਣ ਲੱਗੀ, "ਫਾਰਿਸ! ਮੇਰਾ ਪਿਤਾ ਰੱਬ ਨੂੰ ਪਿਆਰਾ ਹੋ ਗਿਆ ਹੈ ਪਰ ਤੂੰ ਮੇਰੇ ਲਈ ਜਿੰਦਾ ਹੈਂ, ਇਹ ਗੱਲ ਮੇਰੀ ਦਿਲਾਸਾ ਲਈ ਕਾਫੀ ਹੈ, ਕਾਰਨ ਕਿ ਜਿਸ ਦਿਲ ਵਿੱਚ ਵੱਖ-ਵੱਖ ਤਰ੍ਹਾਂ ਦੇ ਭਾਵ ਹੁੰਦੇ ਹਨ, ਉਹ ਕਈ ਟਹਿਣੀਆਂ ਵਾਲ਼ੇ ਦੇਵਦਾਰ ਦੇ ਰੁੱਖ ਵਾਂਗ ਹੈ। ਜੇ ਇਸ. ਦੇਵਦਾਰ ਦੀ ਇੱਕ ਅੱਧੀ ਟਹਿਣੀ ਟੁੱਟ ਜਾਵੇ ਤਾਂ ਉਸ ਨੂੰ ਉਸਦਾ ਦੁੱਖ ਜ਼ਰੂਰ ਹੁੰਦਾ ਹੈ ਪਰ ਉਸ ਦੁੱਖ ਵਿੱਚ ਉਹ ਸੁੱਕ ਨਹੀਂ ਜਾਂਦਾ, ਸਗੋਂ ਉਸਤੋਂ ਵਧਾਉਣ ਵਾਲ਼ੀ ਸ਼ਕਤੀ ਨੂੰ ਉਹ ਨੇੜੇ ਵਾਲ਼ੀ ਟਹਿਣੀ ਵਿੱਚ ਖਰਚ ਕਰਦਾ ਹੈ ਅਤੇ ਫਿਰ ਉਹ ਦੂਸਰੀਆਂ ਹਰੀਆਂ-ਭਰੀਆਂ ਟਹਿਣੀਆਂ ਨਾਲ਼ ਟੁੱਟੀ ਹੋਈ ਟਹਿਣੀ ਦੀ ਜਗ੍ਹਾ ਨੂੰ ਭਰ ਦਿੰਦਾ ਹੈ।' ਸਲਮਾ! ਆਪਣੇ ਪਿਤਾ ਦੀ ਮੌਤ ਤੋਂ ਬਾਅਦ ਤੇਰੀ ਮਾਂ ਨੇ ਇਹ ਸ਼ਬਦ ਮੈਨੂੰ ਕਹੇ ਸਨ। ਜਦੋਂ ਮੌਤ ਮੇਰੀ ਦੇਹ ਨੂੰ ਕਬਰਿਸਤਾਨ ਦੇ ਅਰਾਮਘਰ ਵਿੱਚ ਅਤੇ ਮੇਰੀ ਆਤਮਾ ਨੂੰ ਰੱਬ ਦੀ ਪਨਾਹ ਵਿੱਚ ਪਹੁੰਚਾ ਦਵੇ, ਤਦ ਤੇਰੇ ਮੂੰਹੋਂ ਅਜਿਹੇ ਹੀ ਸ਼ਬਦ ਨਿਕਲਣੇ ਚਾਹੀਦੇ ਹਨ।"

ਸਲਮਾ ਨੇ ਦੁੱਖੀ ਅਵਾਜ ਵਿੱਚ ਜਵਾਬ ਦਿੱਤਾ, "ਨਾਨਾ ਦੀ ਮੌਤ ਦੇ ਬਾਅਦ ਮੇਰੀ ਮਾਂ ਕੋਲ਼ ਤੂੰ ਸੀ ਪਰ ਤੇਰੇ ਪਿੱਛੇ ਮੇਰਾ ਕੌਣ ਹੈ? ਮੇਰੀ ਮਾਂ ਦੇ ਪਿਤਾ ਮਰੇ, ਤਦ ਉਹ ਇੱਕ ਸੱਜਣ, ਪ੍ਰਸਿੱਧ ਅਤੇ ਪਿਆਰ ਕਰਨ ਵਾਲ਼ੇ ਪਤੀ ਦੀ ਛਾਂ ਹੇਠ ਸੀ, ਉਸਦੇ ਪਿਤਾ ਜਦ ਮਰੇ, ਤਦ ਇੱਕ ਬੱਚੀ ਉਸਦੀ ਗੋਦ ਵਿੱਚ ਖੇਡਦੀ ਸੀ। ਉਸ ਬੱਚੀ ਦੇ ਮੱਥੇ 'ਤੇ ਹੱਥ ਫੇਰਨ ਨਾਲ਼ ਉਸਦੇ ਦਿਲ ਨੂੰ ਸ਼ਾਂਤੀ ਮਿਲ਼ਦੀ ਸੀ, ਉਸਦੀ ਇਸ ਲੜਕੀ ਦੇ ਛੋਟੇ-ਛੋਟੇ ਅੰਗ ਉਸਦੇ ਗਲ਼ੇ ਦੇ ਹਾਰ ਵਾਂਗ ਸਨ ਪਰ ਤੇਰੇ ਤੋਂ ਬਾਅਦ ਮੇਰਾ ਕੌਣ ਹੈ? ਮੇਰੇ ਪਿਤਾ ਜਾਂ ਮਾਤਾ ਤਾਂ ਜੋ ਵੀ ਸਮਝੋ, ਉਹ ਤੂੰ ਹੀ ਹੈਂ। ਤੂੰ ਹੀ ਮੇਰੇ ਬਚਪਨ

ਦੇ ਦੋਸਤ ਅਤੇ ਤੂੰ ਹੀ ਮੇਰੀ ਜਵਾਨੀ ਦੇ ਰਾਹ-ਦਰਸਾਵਾ ਹੈਂ। ਜੇ ਤੂੰ ਵੀ ਮੈਨੂੰ ਛੱਡ ਕੇ ਚਲਾ ਜਾਵੇਂਗਾ ਤਾਂ ਤੇਰੀ ਥਾਂ ਨੂੰ ਪੂਰਾ ਕਰਨ ਵਾਲਾ ਮੈਂ ਕਿੱਥੋਂ ਲਿਆਵਾਂਗੀ?"

ਇੰਨਾ ਕਹਿ ਕੇ ਸਲਮਾ ਨੇ ਆਸ਼ਾਭਰੀ ਨਜ਼ਰ ਨਾਲ਼ ਮੇਰੇ ਵੱਲ ਦੇਖਿਆ ਅਤੇ ਮੇਰੇ ਮੋਢੇ 'ਤੇ ਹੱਥ ਰੱਖ ਕੇ ਬੋਲੀ, "ਇਸਦੇ ਬਿਨਾਂ ਮੇਰਾ ਕੋਈ ਮਿੱਤਰ ਨਹੀਂ ਹੈ। ਜੋ ਤੂੰ ਮੈਨੂੰ ਛੱਡ ਕੇ ਚਲਾ ਗਿਆ ਤਾਂ ਇਸਦੇ ਬਿਨਾ ਮੇਰਾ ਕੋਈ ਅਧਾਰ ਨਹੀਂ ਹੈ। ਪਰ ਕੀ ਇਹ ਮੈਨੂੰ ਢਾਡਸ ਦੇ ਸਕੇਗਾ ਕਿਉਂਕਿ ਇਹ ਖੁਦ ਹੀ ਮੇਰੇ ਵਾਂਗ ਦੁਖੀ ਹੈ। ਇੱਕ ਦੁਖੀ ਮਨ ਵਾਲਾ ਵਿਅਕਤੀ ਦੂਜੇ ਦੁਖੀ ਨੂੰ ਢਾਡਸ ਕਿਵੇਂ ਦੇ ਸਕਦਾ ਹੈ? ਜਿਵੇਂ ਜ਼ਖਮੀ ਖੰਭਾਂ ਨਾਲ਼ ਕਬੂਤਰ ਨਹੀਂ ਉੱਡ ਸਕਦੇ, ਉਵੇਂ ਹੀ ਕਿਸਮਤਹੀਣ ਮਨੁੱਖ ਆਪਣੇ ਦੁਖੀ ਗੁਆਂਢੀ ਦੀ ਹਮਦਰਦੀ ਭਰੇ ਸ਼ਬਦਾਂ ਨਾਲ਼ ਢਾਡਸ ਨਹੀਂ ਲੈ ਸਕਦਾ। ਇਹ ਮੇਰਾ ਮਿੱਤਰ ਹੈ, ਇਹ ਠੀਕ ਹੈ, ਪਰ ਮੈਂ ਆਪਣੀ ਤਕਲੀਫ ਦੇ ਬੋਝ ਹੇਠ ਇਸਨੂੰ ਇੰਨਾ ਦਬਾ ਦਿੱਤਾ ਹੈ ਇਸਦੀ ਕਮਰ ਝੁੱਕ ਗਈ ਹੈ ਅਤੇ ਮੇਰੇ ਹੰਝੂਆਂ ਨੇ ਇਸਦੀ ਨਜ਼ਰ ਨੂੰ ਇੰਨਾ ਕਮਜ਼ੋਰ ਬਣਾ ਦਿੱਤਾ ਹੈ ਕਿ ਹਨੇਰੇ ਬਿਨਾਂ ਇਹ ਕੁਝ ਨਹੀਂ ਦੇਖ ਸਕਦਾ। ਇਹ ਮੇਰਾ ਮਿੱਤਰ ਹੈ, ਮੈਂ ਇਸਨੂੰ ਚਾਹੁੰਦੀ ਹਾਂ ਅਤੇ ਇਹ ਮੈਨੂੰ ਚਾਹੁੰਦਾ ਹੈ, ਦੁਨੀਆ ਦੇ ਦੋਸਤ-ਮਿੱਤਰਾਂ ਵਾਂਗ ਇਹ ਮੇਰੀ ਮੁਸੀਬਤ ਵਿੱਚ ਹਮਦਰਦ ਤਾਂ ਬਣਦਾ ਹੈ ਪਰ ਉਸ ਨੂੰ ਘੱਟ ਨਹੀਂ ਕਰ ਸਕਦਾ। ਸੋਗ ਵਿੱਚ ਮੇਰਾ ਸਾਥ ਦਿੰਦਾ ਹੈ ਪਰ ਇਸ ਨਾਲ਼ ਤਾਂ ਮੇਰੇ ਹੰਝੂਆਂ ਦੀ ਕੜਵਾਹਟ ਅਤੇ ਦਿਲ ਦੀ ਅੱਗ ਵਿੱਚ ਉਲਟੇ ਵਾਧਾ ਹੀ ਹੋ ਜਾਂਦਾ ਹੈ।"

ਸਲਮਾ ਦਾ ਬੋਲ ਸੁਣ ਕੇ ਮੇਰੀਆਂ ਭਾਵਨਾਵਾਂ ਭੜਕ ਉੱਠੀਆਂ ਅਤੇ ਮੇਰਾ ਦਿਲ ਜੋ ਤੰਗ ਸੀ, ਉਹ ਹੋਰ ਤੰਗ ਹੋ ਚੁੱਕਿਆ ਇੱਥੋਂ ਤੱਕ ਕਿ ਮੈਨੂੰ ਉਸਦੇ ਫਟ ਪੈਣ ਦਾ ਡਰ ਲੱਗਣ ਲੱਗਾ। ਫਾਰਿਸ ਕਰਾਮਾ ਆਪਣੀ ਪੁੱਤਰੀ ਨੂੰ ਦੇਖਦੇ ਰਹੇ। ਉਸਦਾ ਕਮਜ਼ੋਰ ਸਰੀਰ ਹੌਲ਼ੀ-ਹੌਲ਼ੀ ਗੱਦੇ ਵਿੱਚ ਧੱਸਦਾ ਜਾ ਰਿਹਾ ਸੀ ਅਤੇ ਹਵਾ ਵਿੱਚ ਥਰਥਰ ਕੰਬਦੀ ਦੀਵੇ ਦੀ ਜੋਤ ਵਾਂਗ ਉਸਦੀ ਥੱਕੀ ਬੀਮਾਰ ਆਤਮਾ ਥਰਥਰ ਕੰਬ ਰਹੀ ਸੀ। ਉਸਨੇ ਆਪਣੇ ਦੋਵੇਂ ਹੱਥ ਫੈਲਾਏ ਅਤੇ ਮੰਦ ਸੁਰ ਵਿੱਚ ਕਹਿਣ ਲੱਗਾ, "ਬੇਟੀ, ਮੈਨੂੰ ਸ਼ਾਂਤੀ ਨਾਲ਼ ਮਰਨ ਦੇ। ਮੇਰੀਆਂ ਅੱਖਾਂ ਅਕਾਸ਼ ਦੀ ਦੁਨੀਆ ਨੂੰ ਦੇਖ ਰਹੀਆਂ ਹਨ ਅਤੇ ਮੈਂ ਉੱਥੇ ਜਾਣ ਦੀ ਬਿਜਾਏ ਹਨ੍ਹੇਰੀ ਖਾਈ ਵੱਲ ਸੁੱਟਿਆ ਜਾਵਾਂ, ਅਜਿਹੀ ਮੇਰੀ ਬਿਲਕੁੱਲ ਇੱਛਾ ਨਹੀਂ। ਮੈਨੂੰ ਉੱਡਣ ਦੇ। ਮੇਰੀਆਂ ਬਾਹਾਂ ਨੇ ਜੀਵਨ-ਪਿੰਜਰ ਦੀਆਂ ਤੀਲੀਆਂ ਤੋੜ ਸੁੱਟੀਆਂ ਹਨ। ਸਲਮਾ, ਤੇਰੀ ਮਾਂ ਮੈਨੂੰ ਬੁਲਾ ਰਹੀ ਹੈ, ਮੈਨੂੰ ਨਾ ਰੋਕ! ਉਸਨੂੰ ਦੇਖ, ਹਵਾ ਅਨੁਕੂਲ ਹੈ, ਜਾਣ ਯੋਗ ਹੈ, ਸਮੁੰਦਰ ਧੁੰਦ-ਹੀਣ ਸਾਫ ਹੋ ਗਿਆ ਹੈ। ਜਹਾਜ ਨੇ ਆਪਣਾ ਲੰਗਰ ਚੁੱਕ ਲਿਆ ਹੈ ਅਤੇ ਜਾਣ ਲਈ ਤਿਆਰ ਹੋ ਗਿਆ ਹੈ। ਰੱਬ ਵਾਸਤੇ ਇਸਦੀ ਪਤਵਾਰ ਨੂੰ ਨਾ ਤੋੜ। ਸਲਮਾ, ਮੇਰੀ ਦੇਹ ਨੂੰ ਕਬਰਾਂ ਵਿੱਚ ਅਰਾਮ ਕਰਨ ਵਾਲ਼ਿਆਂ ਨਾਲ਼ ਅਰਾਮ ਕਰਨ ਦੇ ਅਤੇ ਮੇਰੀ ਆਤਮਾ ਨੂੰ ਅਖੰਡ ਚੇਤਨਾ ਦੀ ਗੋਦ ਵਿੱਚ ਜਾਣ ਦੇ। ਸਵੇਰੇ ਦੇ ਚਿੰਨ੍ਹ ਦਿਖਾਈ ਦੇਣ ਲੱਗੇ ਹਨ ਅਤੇ ਸੁਪਨਿਆ ਦੇ ਅਲੋਪ ਹੋਣ ਦੀ ਤਿਆਰੀ ਹੈ। ਬੇਟੀ! ਤੂੰ ਆਪਣੀ ਆਤਮਾ ਦੇ ਸਹਾਰੇ ਮੇਰੀ ਆਤਮਾ ਨੂੰ ਗਲ਼ੇ ਲਗਾ, ਉਮੀਦ ਦੇ ਬੁੱਲ੍ਹਾਂ ਨਾਲ਼ ਮੈਨੂੰ ਚੁੰਮ। ਮੇਰੀ ਦੇਹ 'ਤੇ ਦੁੱਖ ਅਤੇ ਸ਼ੋਕ ਦੇ ਕੌੜੇ ਹੰਝੂ ਨਾ ਟਪਕਾ, ਨਹੀਂ ਤਾਂ ਮੇਰੀ ਦੇਹ ਦੀ ਮਿੱਟੀ 'ਤੇ ਉੱਗਣ ਵਾਲ਼ੇ ਰੁੱਖ

ਅਤੇ ਫੁੱਲ ਉਸਦੇ ਤੱਤਾਂ ਨਾਲ਼ ਆਪਣਾ ਭੋਜਨ ਨਹੀਂ ਬਣਾ ਸਕਣਗੇ। ਮੇਰੇ ਹੱਥ ਨੂੰ ਨਿਰਾਸ਼ ਅਤੇ ਦੁੱਖ ਦੇ ਹੰਝੂਆਂ ਨਾਲ਼ ਨਾ ਭਿਉਂ, ਨਹੀਂ ਤਾਂ ਮੇਰੀ ਕਬਰ 'ਤੇ ਇਹ ਹੰਝੂ ਬਬੂਲ ਦੇ ਕੰਢੇ ਦੇ ਰੂਪ ਵਿੱਚ ਉੱਗ ਆਉਣਗੇ। ਆਪਣੀਆਂ ਦਰਦਨਾਕ ਹੂਕਾਂ ਨਾਲ਼ ਮੇਰੇ ਮੱਥੇ 'ਤੇ ਕੁਝ ਨਾ ਲਿਖ, ਨਹੀਂ ਤਾਂ ਜਿਵੇਂ ਹੀ ਸਵੇਰ ਦੀ ਮੰਦ-ਮੰਦ ਖੁਸ਼ਬੂਦਾਰ ਹਵਾ ਮੇਰੇ ਕੋਲੋਂ ਲੰਘੇਗੀ ਅਤੇ ਤੇਰੇ ਇਹ ਲਿਖੇ ਹੋਏ ਅੱਖਰ ਦੇਖੇਗੀ, ਤਾਂ ਮੇਰੀਆਂ ਹੱਡੀਆਂ ਦੀ ਮਿੱਟੀ ਨੂੰ ਹਰਿਆਲੀਆਂ ਪਵਿੱਤਰ ਥਾਵਾਂ ਵਿੱਚ ਨਹੀਂ ਲੈ ਜਾਵੇਗੀ। ਬੇਟੀ, ਮੈਂ ਪੂਰਾ ਜੀਵਨ ਤੈਨੂੰ ਚਾਹਿਆ ਹੈ ਅਤੇ ਮੌਤ ਦੇ ਬਾਅਦ ਵੀ ਤੈਨੂੰ ਹੀ ਪਿਆਰ ਕਰਦਾ ਰਹਾਂਗਾ, ਮੇਰੀ ਆਤਮਾ ਹਰ ਵੇਲ਼ੇ ਤੇਰੀ ਰੱਖਿਆ ਅਤੇ ਦੇਖਭਾਲ਼ ਲਈ ਤੇਰੇ ਨਾਲ਼ ਰਹੇਗੀ।"

ਇੰਨਾ ਕਹਿ ਕੇ ਫਾਰਿਸ ਕਰਾਮਾ ਮੇਰੇ ਵੱਲ ਘੁੰਮਿਆ, ਉਸਦੀਆਂ ਅੱਖਾਂ ਥੋੜ੍ਹੀਆਂ-ਥੋੜ੍ਹੀਆਂ ਮੀਟੀਆਂ ਜਾਣ ਲੱਗੀਆਂ ਅਤੇ ਸੁਆਹ ਦੀਆਂ ਦੋ ਲਕੀਰਾਂ ਵਾਂਗ ਲੱਗਣ ਲੱਗ ਗਈਆਂ। ਮੌਤ ਦੀ ਭਿਆਨਕ ਸ਼ਾਂਤੀ ਜਿਵੇਂ ਉਸਦੀ ਵਾਕ ਸ਼ਕਤੀ ਨੂੰ ਨਸ਼ਟ ਕਰ ਰਹੀ ਸੀ। ਉਹ ਮੈਨੂੰ ਕਹਿਣ ਲੱਗਾ, "ਬੇਟਾ, ਤੇਰੇ ਪਿਤਾ ਨੇ ਮੇਰੇ ਉੱਪਰ ਜਿਵੇਂ ਮਿੱਤਰਤਾ ਭਰਪੂਰ ਪਿਆਰ ਅਤੇ ਵਤੀਰਾ ਰੱਖਿਆ, ਉਵੇਂ ਦਾ ਹੀ ਪਿਆਰ ਅਤੇ ਵਤੀਰਾ ਤੂੰ ਸਲਮਾ ਨਾਲ਼ ਰੱਖੀਂ। ਦੁੱਖ ਦੀਆਂ ਘੜੀਆਂ ਵਿੱਚ ਤੂੰ ਇਸਦਾ ਸਾਥ ਦੇਵੀਂ ਅਤੇ ਸਾਰਾ ਜੀਵਨ ਇਸਦਾ ਦੋਸਤ ਰਹੀਂ। ਮੇਰੀ ਮੌਤ ਤੋਂ ਬਾਅਦ ਇਸ ਨੂੰ ਦੁੱਖੀ ਨਾ ਹੋਣ ਦਵੀਂ ਕਿਉਂਕਿ ਮਰੇ ਹੋਏ ਵਿਅਕਤੀ ਲਈ ਦੁਖੀ ਹੋਣਾ–ਰੋਣਾ ਪਿੱਟਣਾ ਭੂਤਕਾਲ ਦੀਆਂ ਗਲਤੀਆਂ ਵਾਂਗ ਹੀ ਇੱਕ ਗਲਤੀ ਹੈ। ਇਸਨੂੰ ਜੀਵਨ ਦਾ ਸੰਗੀਤ ਅਤੇ ਸੁੱਖ-ਚੈਨ ਦੀਆਂ ਗੱਲਾਂ ਸੁਣਾ ਕੇ ਮੈਨੂੰ ਭੁਲਾ ਦੇਣ ਦੀਆਂ ਕੋਸ਼ਿਸ਼ਾਂ ਕਰੀਂ।"

ਫਾਰਿਸ ਕਰਾਮਾ ਥੋੜ੍ਹੀ ਦੇਰ ਲਈ ਚੁੱਪ ਹੋ ਗਿਆ। ਉਸਦੇ ਸ਼ਬਦਾਂ ਦੇ ਪਰਛਾਵੇਂ ਕਮਰੇ ਦੀਆਂ ਕੰਧਾਂ 'ਤੇ ਹਿੱਲ ਰਹੇ ਸਨ। ਉਸ ਨੇ ਨਜ਼ਰ ਉੱਚੀ ਕੀਤੀ ਅਤੇ ਮੈਨੂੰ ਅਤੇ ਸਲਮਾ ਨੂੰ ਇੱਕੋ ਵਾਰ ਦੇਖਿਆ। ਫਿਰ ਮੰਦ ਸੁਰ ਵਿੱਚ ਉਸਨੇ ਕਿਹਾ, "ਹੁਣ ਡਾਕਟਰ ਨੂੰ ਬੁਲਾਉਣ ਦੀ ਜ਼ਰੂਰਤ ਨਹੀਂ ਹੈ। ਡਾਕਟਰ ਆਪਣੀਆਂ ਦਵਾਈਆਂ ਨਾਲ਼ ਮੇਰੀ ਉਮਰ ਦੀ ਮਿਆਦ ਨੂੰ ਬੇਕਾਰ ਹੀ ਵਧਾ ਦਵੇਗਾ। ਬੰਧਨ ਅਤੇ ਗੁਲਾਮੀ ਦਾ ਸਮਾਂ ਹੁਣ ਪੂਰਾ ਹੋ ਗਿਆ ਅਤੇ ਹੁਣ ਮੇਰੀ ਆਤਮਾ ਅਜ਼ਾਦ ਹਵਾ ਵਿੱਚ ਉੱਡਣਾ ਚਾਹੁੰਦੀ ਹੈ। ਪਾਦਰੀ ਨੂੰ ਵੀ ਮੇਰੇ ਬਿਸਤਰੇ ਕੋਲ ਆਉਣ ਤੱਕ ਨਾ ਦੇਣਾ ਕਿਉਂਕਿ ਜੇ ਮੈਂ ਪਾਪੀ ਹੋਵਾਂਗਾ ਤਾਂ ਉਸਦੇ ਮੰਤਰ ਪਾਪਾਂ ਦਾ ਨਿਵਾਰਣ ਨਹੀਂ ਕਰ ਸਕਣਗੇ ਅਤੇ ਜੇ ਮੈਂ ਨਿਸ਼ਪਾਪ ਹੋਵਾਂਗਾ ਤਾਂ ਉਸਦਾ ਜਾਦੂ ਮੈਨੂੰ ਸਵਰਗ ਵਿੱਚ ਤੈਅ ਸਮੇਂ ਦੀ ਬਿਜਾਏ ਜਲਦੀ ਨਹੀਂ ਪਹੁੰਚਾ ਸਕੇਗਾ। ਜਿਵੇਂ ਖਗੋਲਸ਼ਾਸ਼ਤਰੀ ਗ੍ਰਹਿਆਂ ਦੀ ਗਤੀ ਨੂੰ ਨਹੀਂ ਬਦਲ ਸਕਦਾ, ਉਵੇਂ ਹੀ ਮਨੁੱਖ ਦੀਆਂ ਇਛਾਵਾਂ-ਉਮੀਦਾਂ ਰੱਬ ਦੇ ਇਰਾਦੇ ਨੂੰ ਨਹੀਂ ਬਦਲ ਸਕਦੀਆਂ। ਹਾਂ, ਮੇਰੇ ਮਰਨ ਤੋਂ ਬਾਅਦ ਡਾਕਟਰ ਪਾਦਰੀ ਜੋ ਕਰਨਾ ਚਾਹੁੰਣ, ਉਹ ਭਾਵੇਂ ਕਰਨ। ਸਮੁੰਦਰ ਦੀਆਂ ਲਹਿਰਾਂ ਰੋਲ਼ਾ ਪਾਉਂਦੀਆਂ ਰਹਿੰਦੀਆਂ ਹਨ ਪਰ ਜਹਾਜ਼ ਕਿਨਾਰੇ ਪਹੁੰਚ ਹੀ ਜਾਂਦਾ ਹੈ।"

ਜਿਵੇਂ ਹੀ ਭਿਆਨਕ ਰਾਤ ਅੱਧੀ ਬੀਤੀ, ਫਾਰਿਸ ਕਰਾਮਾ ਨੇ ਮੌਤ ਦੇ ਹਨ੍ਹੇਰੇ ਵਿੱਚ ਡੁੱਬੀਆਂ ਅੱਖਾਂ ਖੋਲ੍ਹੀਆਂ ਅਤੇ ਆਪਣੀ ਦੁੱਖ 'ਚ ਡੁੱਬੀ ਪੁੱਤਰੀ ਦੇ ਉੱਪਰ ਆਖ਼ਰੀ

ਨਜ਼ਰ ਸੁੱਟੀ। ਉਹ ਕੁਝ ਕਰਨਾ ਚਾਹੁੰਦਾ ਸੀ, ਪਰ ਕਹਿ ਨਾ ਸਕਿਆ, ਕਿਉਂਕਿ ਮੌਤ ਨੇ ਉਸ 'ਤੇ ਆਪਣਾ ਪੰਜਾ ਜਮਾ ਲਿਆ। ਬੜੇ ਕਸ਼ਟ ਨਾਲ਼ ਇਹ ਸ਼ਬਦ ਉਸਦੇ ਮੂੰਹੋਂ ਨਿਕਲ਼ੇ, "ਦੇਖ, ਰਾਤ ਬੀਤ ਗਈ, ਸਵੇਰਾ ਹੋ ਗਿਆ। ਸਲਮਾ! ਸਲਮਾ!"...

ਉਸਦੀ ਗਰਦਨ ਝੁਕ ਗਈ, ਚਿਹਰਾ ਫਿੱਕਾ ਪੈ ਗਿਆ, ਬੁੱਲ੍ਹਾਂ 'ਤੇ ਮੁਸਕਾਨ ਦੌੜ ਗਈ, ਆਤਮਾ ਉੱਡ ਗਈ।

ਸਲਮਾ ਨੇ ਆਪਣਾ ਹੱਥ ਅੱਗੇ ਵਧਾਇਆ ਅਤੇ ਆਪਣੇ ਪਿਤਾ ਨੂੰ ਛੂਹਿਆ। ਮਰੀ ਦੇਹ ਦਾ ਹੱਥ ਬਰਫ਼ ਵਰਗਾ ਠੰਢਾ ਸੀ। ਫਿਰ ਉਸਨੇ ਆਪਣਾ ਸਿਰ ਉੱਪਰ ਚੁੱਕਿਆ ਅਤੇ ਪਿਤਾ ਦੇ ਚਿਹਰੇ ਵੱਲ ਦੇਖਿਆ। ਬੀਮਾਰ ਮਨੁੱਖ ਦਾ ਚਿਹਰਾ ਮੌਤ ਦੇ ਪਰਦੇ ਪਿੱਛੇ ਲੁੱਕ ਗਿਆ ਸੀ। ਸਲਮਾ ਦੀ ਹਿੰਮਤ ਟੁੱਟ ਗਈ। ਉਸਦੀਆਂ ਅੱਖਾਂ ਵਿੱਚ ਹੰਝੂ ਸੁੱਕ ਗਏ। ਨਾ ਤਾਂ ਉਹ ਹਿੱਲੀ-ਜੁੱਲੀ, ਨਾ ਉਸਨੇ ਦੁੱਖ ਵਿੱਚ ਵਿਰਲਾਪ ਹੀ ਕੀਤਾ, ਸਗੋਂ ਪੱਥਰ ਦਾ ਬੁੱਤ ਬਣੀ ਆਪਣੇ ਪਿਤਾ ਦੇ ਮਰੇ ਸਰੀਰ ਨੂੰ ਇੱਕਟਕ ਦੇਖਦੀ ਰਹੀ। ਉਸਦੇ ਅੰਗ ਜੜ੍ਹ ਬਣ ਗਏ, ਜਿਵੇਂ ਪਾਣੀ ਵਿੱਚ ਪਿਆ ਹੋਇਆ ਕੱਪੜਾ ਹੋਵੇ। ਉਸਦਾ ਸਿਰ ਜਮੀਨ 'ਤੇ ਜਦੋਂ ਤੱਕ ਟਿਕ ਨਹੀਂ ਗਿਆ, ਉਦੋਂ ਤੱਕ ਹੇਠਾਂ ਹੀ ਹੇਠਾਂ ਝੁਕਦੀ ਗਈ। ਫਿਰ ਹੌਲ਼ੀ-ਹੌਲ਼ੀ ਬੋਲੀ, "ਹੇ ਰੱਬਾ, ਦਇਆ ਕਰ ਅਤੇ ਮਰੁੰਡੇ ਖੰਭਾਂ ਨੂੰ ਸ਼ਕਤੀ ਦੇ!"

ਫਾਰਿਸ ਕਰਾਮਾ ਦੀ ਮੌਤ ਹੋ ਗਈ। ਉਸਦੀ ਦੇਹ ਮਿੱਟੀ ਵਿੱਚ ਮਿਲ਼ ਗਈ ਅਤੇ ਆਤਮਾ ਅਨੰਤਤਾ ਦੀ ਗੋਦ ਵਿੱਚ ਲੀਨ ਹੋ ਗਈ। ਉਸਦੀ ਸਾਰੀ ਜ਼ਮੀਨ-ਜਾਇਦਾਦ ਮੰਸੂਰ ਨੇ ਦੇਖਦੇ ਹੀ ਦੇਖਦੇ ਆਪਣੇ ਕਬਜ਼ੇ ਵਿੱਚ ਕਰ ਲਈ ਅਤੇ ਉਸਦੀ ਪੁੱਤਰੀ ਆਪਣੀ ਬਦਕਿਸਮਤੀ ਦੀ ਸ਼ਿਕਾਰ ਬਣੀ। ਉਸਦਾ ਜੀਵਨ ਕਾਲ਼ ਦੀਆਂ ਦਿੱਕਤਾਂ ਦੁਆਰਾ ਰਚਿਤ ਦੁਖਾਂਤ ਨਾਟਕ ਵਰਗਾ ਬਣ ਗਿਆ।

ਅਤੇ ਮੈਂ? ਮੈਂ ਆਪਣੇ ਮਨ ਦੀ ਸ਼ੱਕ-ਸ਼ੁਭਾ ਅਤੇ ਡਰ ਦੀ ਵੇਦੀ 'ਤੇ ਬਲ਼ੀ ਚੜ੍ਹ ਗਿਆ ਸੀ। ਜਿਵੇਂ ਗਿੱਧ ਅਤੇ ਸਿਆਰ ਆਪਣੇ ਸ਼ਿਕਾਰ 'ਤੇ ਚਾਰੇ ਪਾਸਿਓਂ ਚੱਕਰ ਲਗਾਉਂਦੇ ਹਨ, ਉਵੇਂ ਕਾਲ਼ ਨੇ ਮੈਨੂੰ ਚਾਰੇ ਪਾਸਿਓਂ ਘੇਰਿਆ ਸੀ। ਪੁਸਤਕਾਂ ਵਿੱਚ ਖੁਦ ਨੂੰ ਲੀਨ ਕਰ ਦੇਣ ਦੀ ਮੈਂ ਇੱਛਾ ਕੀਤੀ। ਕਾਸ਼ ਪ੍ਰਾਚੀਨ ਲੋਕਾਂ ਦੀਆਂ ਘਟਨਾਵਾਂ ਦੇ ਪੜ੍ਹਨ ਵਿੱਚ ਮੇਰਾ ਮਨ ਡੁੱਬ ਜਾਵੇ ਅਤੇ ਇੰਵ ਮੈਂ ਆਪਣੇ ਦੁੱਖ ਨੂੰ ਭੁੱਲ ਜਾਵਾਂ। ਮੈਂ ਵਰਤਮਾਨ ਕਾਲ਼ ਦੇ ਧਾਰਮਿਕ ਗ੍ਰੰਥਾਂ ਦੇ ਅਧਿਐਨ ਨਾਲ਼ ਭੂਤਕਾਲ਼ ਦੇ ਖੁਸ਼ ਵਾਤਾਵਰਣ ਵਿੱਚ ਚਲੇ ਜਾਣ ਦਾ ਯਤਨ ਕੀਤਾ, ਪਰ ਸਭ ਬੇਕਾਰ। ਮੈਂ ਉੱਥੇ-ਦਾ-ਉੱਥੇ ਰਿਹਾ। ਮੈਂ ਦੀਵੇ ਵਿੱਚ ਤੇਲ ਪਾ ਕੇ ਉਸ ਨੂੰ ਬੁਝਾ ਦੇਣ ਦੇ ਹਾਸੋਹੀਣੇ ਯਤਨ ਕਰਨ ਵਾਲ਼ੇ ਮਨੁੱਖ ਵਾਂਗ ਸੀ। ਪ੍ਰਾਚੀਨ ਕਾਲ਼ ਦੇ ਸ਼ਾਨਦਾਰ ਤਿਉਹਾਰਾਂ ਵਿੱਚੋਂ ਕਾਲ਼ੇ ਪਰਛਾਵਿਆਂ ਦੇ ਇਲਾਵਾ ਹੋਰ ਕੁਝ ਮੇਰੀ ਨਜ਼ਰ ਵਿੱਚ ਨਹੀਂ ਆਇਆ। ਪ੍ਰਾਚੀਨ ਜਾਤੀਆਂ ਦੇ ਅਨੰਦਦਾਇਕ ਗੀਤਾਂ ਵਿੱਚੋਂ ਮੇਰੇ ਕੰਨਾਂ ਨੇ ਉਸਦੇ ਸ਼ੋਕ ਅਤੇ ਵਿਰਲਾਪ ਦੀ ਅਵਾਜ਼ ਤੋਂ ਇਲਾਵਾ ਹੋਰ ਕੋਈ ਅਵਾਜ ਨਹੀਂ ਸੁਣੀ।

ਮੇਰੀ ਹਾਲਤ ਨੇ ਮੈਨੂੰ ਇੰਨਾ ਦੁੱਖੀ ਬਣਾ ਦਿੱਤਾ ਸੀ ਕਿ ਹਜਰਤ ਅਯੂਬਖਾਂ ਦੇ ਸ਼ੋਕਗੀਤ ਮੈਨੂੰ ਹਜਰਤ ਦਾਊਦ ਦੀ ਵੰਝਲੀ ਦੀ ਮਿੱਠੀ ਸੁਰ ਨਾਲ਼ੋਂ ਵੱਧ ਆਕਰਸ਼ਿਤ ਕਰਦੇ ਸਨ। ਹਜਰਤ ਸੁਲੇਮਾਨ ਦੇ ਗੀਤਾਂ ਬਿਜਾਏ ਅਰਮੀਆ ਦੇ ਵਿਲਾਪ-ਗੀਤ ਮੈਨੂੰ

ਵੱਧ ਚੰਗੇ ਲੱਗਦੇ ਸਨ। ਬਹਰਾਮਖਾਂ ਦਾ ਪਤਨ ਮੇਰੀ ਆਤਮਾ ਦੀ ਨਜ਼ਰ ਨਾਲ਼ ਅੱਬਾਸਿਆ ਦੀ ਸ਼ਾਨ ਅਤੇ ਜਾਹੋਜਲਾਲੀ ਨਾਲ਼ੋਂ ਵੱਧ ਉੱਚਾ ਲੱਗਦਾ ਸੀ। ਉਮਰ ਖ਼ੈਯਾਮ ਦੀਆਂ ਰੁੱਬਾਈਆਂ ਨਾਲ਼ੋਂ ਇਬਨ ਜੁਰੀਕ ਦਾ ਵਿਡੰਬਨਾ ਭਰਿਆ ਕਾਵਿ ਮੇਰੇ ਉੱਪਰ ਵੱਧ ਪ੍ਰਭਾਵ ਪਾਉਂਦਾ ਸੀ ਅਤੇ ਹੈਮਲਟ ਦਾ ਨਾਟਕ ਯੂਰੋਪ ਦੀ ਸਾਰੀਆਂ ਸਾਹਿਤਕ ਕਿਰਤਾਂ ਨਾਲ਼ੋਂ ਮੇਰੇ ਦਿਲ ਦੇ ਵੱਧ ਨੇੜੇ ਲੱਗਦਾ ਸੀ।

ਜਿਵੇਂ ਨਿਰਾਸ਼ਾ ਸਾਡੀ ਨਜ਼ਰ ਨੂੰ ਕਮਜ਼ੋਰ ਬਣਾਉਂਦੀ ਹੈ ਅਤੇ ਅਸੀਂ ਡਰਾਉਣੇ ਪਰਛਾਵੇ ਤੋਂ ਇਲਾਵਾ ਹੋਰ ਕੁਝ ਦੇਖ ਨਹੀਂ ਸਕਦੇ। ਇਵੇਂ ਅਸਫਲਤਾ ਸਾਡੇ ਕੰਨਾਂ ਨੂੰ ਬੋਲ਼ਾ ਬਣਾਉਂਦੀ ਹੈ ਅਤੇ ਆਪਣੇ ਦਿਲ ਦੀ ਧੜਕਨ ਤੋਂ ਇਲਾਵਾ ਹੋਰ ਕੁਝ ਸੁਣ ਨਹੀਂ ਸਕਦੀ, ਸੁਣਾਈ ਨਹੀਂ ਦੇ ਪਾਉਂਦਾ।

ਮੰਦਿਰ

ਬੇਰੂਤ ਦੇ ਆਸਪਾਸ ਲੇਬਨਾਨ ਦੀਆਂ ਘਾਟੀਆਂ ਵਿੱਚ ਪਰਬਤ ਅਤੇ ਹਰਿਆਲੇ ਮੈਦਾਨ ਵਿਚਕਾਰ ਛੋਟਾ-ਜਿਹਾ ਮੰਦਿਰ ਹੈ। ਇਹ ਮੰਦਿਰ ਇੱਕ ਸਫੈਦ ਚੱਟਾਨ ਵਿੱਚੋਂ ਕੱਟ ਕੇ ਬਣਾਇਆ ਗਿਆ ਹੈ। ਇਸਦੇ ਚਾਰੇ ਪਾਸੇ ਜੈਤੂਨ, ਬਦਾਮ ਅਤੇ ਬੇਤ ਦੇ ਰੁੱਖ ਹਨ। ਕਾਲ਼ੇ ਲੋਕਾਂ ਦੇ ਦੇਸ਼ ਦੀਆਂ ਜੋ ਕਈ ਬਹੁਮੁੱਲੀ ਵਸਤੂਆਂ ਅਪ੍ਰਸਿੱਧੀ ਦੇ ਪਿੱਛੇ ਲੁਕ ਗਈਆਂ ਹਨ, ਉਨ੍ਹਾਂ ਵਿੱਚੋਂ ਇੱਕ ਇਹ ਮੰਦਿਰ ਵੀ ਹੈ। ਇਸ ਮੰਦਿਰ ਦੇ ਰਾਜ ਮਾਰਗ ਤੋਂ ਇੱਕ ਅੱਧਾ ਮੀਲ ਦੂਰ ਹੋਣ ਕਾਰਨ ਕਿਸਮਤ ਨਾਲ਼ ਹੀ ਕਿਸੇ ਪੁਰਾਤਤਵਾਦੀ ਨੂੰ ਇਸਦਾ ਪਤਾ ਹੈ। ਅਜਿਹਾ ਲੱਗਦਾ ਹੈ ਕਿ ਅਪ੍ਰਸਿੱਧੀ ਨੇ ਹੀ ਇਸਨੂੰ ਪੁਰਾਤਤਵਾਦੀਆਂ ਦੀ ਨਜ਼ਰ ਤੋਂ ਇਸ ਲਈ ਲੁਕਾ ਕੇ ਰੱਖਿਆ ਹੈ ਕਿ ਜਿਸ ਨਾਲ਼ ਇਹ ਹਾਰੀਆਂ-ਥੱਕੀਆਂ ਆਤਮਾਵਾਂ ਲਈ ਇਕਾਂਤ ਸਥਾਨ ਅਤੇ ਸੰਸਾਰ ਤੋਂ ਦੁੱਖੀ ਹੋਏ ਪ੍ਰੇਮੀਆਂ ਲਈ ਤੀਰਥਸਥਾਨ ਬਣੇ।

ਇਸ ਅਦਭੁੱਤ ਮੰਦਿਰ ਵਿੱਚ ਪ੍ਰਵੇਸ਼ ਕਰਨ ਵਾਲ਼ੇ ਦੀ ਨਜ਼ਰ ਵਿੱਚ ਪੂਰਬ ਦਿਸ਼ਾ ਦੀ ਦੀਵਾਰ ਦੇ, ਦੀਵਾਰ ਨੂੰ ਕੱਟ ਕੇ ਬਣਾਏ ਹੋਏ, ਇੱਕ ਚਿੱਤਰ 'ਤੇ ਨਜ਼ਰ ਜਾਂਦੀ ਹੈ। ਇਹ ਚਿੱਤਰ ਫਿਨਿਸ਼ੀਅਸ ਪੱਧਤੀ 'ਤੇ ਬਣਾਇਆ ਗਿਆ ਹੈ। ਚਿੱਤਰ ਦੇ ਕਿੰਨੇ ਹੀ ਭਾਗ 'ਤੇ ਕਾਲ਼ਚੱਕਰ ਦਾ ਹੱਥ ਘੁੰਮ ਜਾਣ ਨਾਲ਼ ਉਹ ਖੇਰੂੰ ਹੋ ਗਿਆ ਹੈ ਅਤੇ ਕਿੰਨੇ ਹੀ ਭਾਗ 'ਤੇ ਰੁੱਤ-ਪਰਿਵਰਤਨ ਨੇ ਅਸਰ ਪਾਇਆ ਹੈ। ਇਸ ਚਿੱਤਰ ਵਿੱਚ ਇਹ ਦਿਖਾਇਆ ਗਿਆ ਹੈ ਕਿ ਪ੍ਰੇਮ ਅਤੇ ਸੁੰਦਰਤਾ ਦੀ ਦੇਵੀ ਇਸਤਰੂਨ ਇੱਕ ਸ਼ਾਨਦਾਰ ਤਖਤ 'ਤੇ ਬੈਠੀ ਹੈ ਅਤੇ ਉਸਦੇ ਚਾਰੇ ਪਾਸੇ ਕੰਨਿਆਵਾਂ ਵੱਖ-ਵੱਖ ਮੁਦਰਾਵਾਂ ਵਿੱਚ ਖੜ੍ਹੀਆਂ ਹਨ। ਪਹਿਲੀ ਕੰਨਿਆ ਦੇ ਹੱਥ ਵਿੱਚ ਮਸ਼ਾਲ ਹੈ, ਦੂਸਰੀ ਦੇ ਹੱਥ ਵਿੱਚ ਰਬਾਬ (ਸਾਰੰਗੀ ਵਾਂਗ ਵਾਜਾ) ਹੈ, ਤੀਜੀ ਦੇ ਹੱਥ ਵਿੱਚ ਧੂਫਦਾਨੀ ਹੈ, ਚੌਥੀ ਦੇ ਹੱਥ ਵਿੱਚ ਸ਼ਰਾਬ, ਪੰਜਵੀ ਦੇ ਹੱਥ ਵਿੱਚ ਗੁਲਾਬ ਦੀ ਟਹਿਣੀ, ਛੇਵੀਂ ਦੇ ਹੱਥ ਵਿੱਚ ਤਾਜ਼ੇ ਫੁੱਲਾਂ ਦੀ ਮਾਲ਼ਾ ਅਤੇ ਸਭ ਤੋਂ ਆਖਰੀ ਦੀ ਸਭ ਤੋਂ ਅਲਬੇਲੀ ਅਤੇ ਚੰਚਲ ਲੱਗਦੀ ਸੱਤਵੀਂ ਕੰਨਿਆ ਧਨੁੱਖ 'ਤੇ ਚੀਰ ਚੜ੍ਹਾ ਰਹੀ ਹੈ। ਇਨ੍ਹਾਂ ਸਭ ਕੰਨਿਆਵਾਂ ਦੀ ਨਜ਼ਰ ਇਸਤਰੂਨ ਦੇਵੀ ਵੱਲ ਹੈ ਅਤੇ ਸਭ ਦੇ ਚਿਹਰੇ ਦੇ ਉੱਪਰ ਨਿਮਰਤਾ ਅਤੇ ਆਗਿਆ ਪਾਲਣ ਦੇ ਭਾਵ ਦਿਖਾਈ ਦਿੰਦੇ ਹਨ।

ਸਾਹਮਣੇ ਦੂਜੀ ਦੀਵਾਰ ਦੇ ਉੱਪਰ ਇੱਕ ਹੋਰ ਚਿੱਤਰ ਹੈ। ਇਹ ਪਹਿਲੇ ਚਿੱਤਰ ਨਾਲ਼ੋਂ ਵੱਧ ਨਵਾਂ ਅਤੇ ਸਪੱਸ਼ਟ ਦਿਖਾਈ ਦਿੰਦਾ ਹੈ। ਇਸ ਚਿੱਤਰ ਵਿੱਚ ਈਸਾ ਨੂੰ ਸੂਲ਼ੀ 'ਤੇ ਚੜ੍ਹਾਇਆ ਹੋਇਆ ਦਿਖਾਇਆ ਗਿਆ ਹੈ। ਭਗਵਾਨ ਈਸ਼ੂ ਦੇ ਸਾਹਮਣੇ ਪੁੱਤਰ ਦੁੱਖ ਨਾਲ਼ ਦੁੱਖੀ ਮਾਤਾ ਮਰਿਅਮ ਅਤੇ ਹੋਰ ਦੋ ਇਸਤਰੀਆਂ ਵਿਰਲਾਪ ਕਰਦੀਆਂ ਦਿਖਾਈਆਂ ਗਈਆਂ ਹਨ। ਇਹ ਚਿੱਤਰ ਬਾਈਜੇਂਟਾਈਨ ਪੱਧਤੀ ਦਾ ਹੈ। ਇਸਦੀ ਸ਼ੈਲੀ ਤੋਂ ਇਹ ਚਿੱਤਰ ਈਸਾ ਦੀ ਪੰਜਵੀਂ ਅਤੇ ਛੇਵੀਂ ਸਦੀ ਵਿੱਚ ਬਣਾਇਆ ਹੋਇਆ ਮਾਲੂਮ ਹੁੰਦਾ ਹੈ।

ਪੱਛਮ ਵੱਲ ਦੀਵਾਰ ਵਿੱਚ ਦੋ ਮੋਘੇ ਹਨ, ਇਨ੍ਹਾਂ ਵਿੱਚੋ ਹੋ ਕੇ ਸਵੇਰ ਦੇ

ਸੂਰਜ ਦੀਆਂ ਕਿਰਨਾਂ ਅੰਦਰ ਪ੍ਰਵੇਸ਼ ਕਰਦੀਆਂ ਹਨ ਅਤੇ ਇਨ੍ਹਾਂ ਦੋਵਾਂ ਚਿੱਤਰਾਂ ਨੂੰ ਪ੍ਰਕਾਸ਼ਿਤ ਕਰਦੀਆਂ ਹਨ। ਸੂਰਜ ਦੇ ਪ੍ਰਕਾਸ਼ ਵਿੱਚ ਇਹ ਚਿੱਤਰ ਅਜਿਹੇ ਚਮਕਦੇ ਹਨ ਜਿਵੇਂ ਇਨ੍ਹਾਂ 'ਤੇ ਸੁਨਹਿਰੀ ਪਾਣੀ ਚੜ੍ਹਾਇਆ ਗਿਆ ਹੋਵੇ!

ਮੰਦਿਰ ਦੇ ਵਿਚਕਾਰਲੇ ਭਾਗ ਵਿੱਚ ਸੰਗਮਰਮਰ ਦਾ ਇੱਕ ਗੋਲ਼ ਪੱਥਰ ਹੈ। ਇਸ ਪੱਥਰ ਦੇ ਚਾਰੇ ਪਾਸੇ ਪ੍ਰਾਚੀਨ ਪੱਧਤੀ ਦੀ ਮੀਨਾਕਾਰੀ ਦਾ ਕੰਮ ਕੀਤਾ ਹੋਇਆ ਹੈ। ਇਸ ਵਿੱਚੋਂ ਥੋੜ੍ਹੀ ਜਿਹੀ ਮੀਨਾਕਾਰੀ ਦਾ ਕੰਮ ਜੰਮ ਗਏ ਲਹੂ ਦੇ ਧੱਬਿਆਂ ਵਿੱਚ ਲੁਕ ਗਿਆ ਹੈ। ਲਹੂ ਦੇ ਧੱਬੇ ਦੱਸਦੇ ਹਨ ਕਿ ਪ੍ਰਾਚੀਨਕਾਲ ਵਿੱਚ ਇਹ ਵੇਦੀ ਦਾ ਪੱਥਰ ਸੀ ਅਤੇ ਇਸ ਸਮੇਂ ਲੋਕ ਇਸਦੇ ਉੱਪਰ ਬਲ਼ੀਦਾਨ ਦਿੰਦੇ ਸਨ। ਸ਼ਰਾਬ ਅਤੇ ਘਿਓ ਦੀ ਧਾਰ ਮਾਰਦੇ ਸਨ ਅਤੇ ਇੱਤਰਾਂ ਦਾ ਛਿੜਕਾਅ ਕਰਦੇ ਸਨ।

ਇਸ ਛੋਟੇ ਜਿਹੇ ਮੰਦਿਰ ਦੇ ਅੰਦਰ ਆਤਮਾਵਾਂ ਨੂੰ ਗਲ਼ੇ ਲਾਉਣ ਵਾਲ਼ੀ ਪੂਰਨ ਸ਼ਾਂਤੀ ਛਾਈ ਹੋਈ ਸੀ। ਮੰਦਿਰ ਦੇ ਵਾਤਾਵਰਣ ਵਿੱਚ ਇੱਕ ਤਰ੍ਹਾਂ ਦੇ ਜਾਦੂਭਰੇ ਪ੍ਰਕਾਸ਼ ਤੋਂ ਇਲਾਵਾ ਹੋਰ ਕੁਝ ਨਹੀਂ ਸੀ। ਇਹ ਜਾਦੂ ਭਰਿਆ ਪ੍ਰਕਾਸ਼ ਆਪਣੀ ਅਲੌਕਿਕ ਸ਼ਕਤੀ ਨਾਲ਼ ਰੱਬੀ ਭੇਦਾਂ ਨੂੰ ਉਜਾਗਰ ਕਰਦਾ ਹੈ। ਚੁੱਪ ਭਾਸ਼ਾ ਵਿੱਚ ਬੀਤੀਆਂ ਸਦੀਆਂ ਦਾ ਇਤਿਹਾਸ ਸੁਣਾਉਂਦਾ ਹੈ ਅਤੇ ਰਾਸ਼ਟਰ ਨੂੰ ਇੱਕ ਹਾਲਤ 'ਚੋਂ ਦੂਜੀ ਉੱਨਤ ਹਾਲਤ ਵੱਲ ਅਤੇ ਇੱਕ ਧਰਮ ਤੋਂ ਦੂਜੇ ਉੱਨਤ ਧਰਮ ਵੱਲ ਲੈ ਜਾਂਦਾ ਹੈ।

ਇਸੇ ਜਾਦੂ ਭਰੇ ਚਮਤਕਾਰ ਨਾਲ਼ ਕਵੀ ਇਸ ਦੁਨੀਆ ਤੋਂ ਦੂਰ ਅਜਿਹੀ ਦੂਸਰੀ ਦੁਨੀਆ ਵਿੱਚ ਪਹੁੰਚਾਉਂਦਾ ਹੈ ਅਤੇ ਇਸੇ ਪ੍ਰਕਾਸ਼ ਦੇ ਅਸਰ ਹੇਠ ਤੱਤ ਵਿਗਿਆਨੀ ਇਸ ਸਿਧਾਂਤ 'ਤੇ ਇੱਕਮਤ ਹੁੰਦੇ ਹਨ ਕਿ ਮਨੁੱਖ ਧਾਰਮਿਕ ਪ੍ਰਾਣੀ ਹੈ ਅਤੇ ਅਦਿੱਖ ਵਸਤੂਆਂ ਦਾ ਅਨੁਭਵ ਅਤੇ ਬਣਨ ਵਾਲੀਆਂ ਵਸਤੂਆਂ ਦੀ ਕਲਪਨਾ ਕਰਦਾ ਹੈ। ਉਹ ਆਪਣੇ ਸਮਝਣ ਲਈ ਸੰਕੇਤਕ ਚਿੱਤਰ ਅਤੇ ਮੂਰਤੀਆਂ ਬਣਾਉਂਦਾ ਹੈ। ਇਨ੍ਹਾਂ ਚਿੱਤਰਾਂ ਰਾਹੀਂ ਆਪਣੇ ਦਿਲ ਦੇ ਭੇਦਾਂ ਨੂੰ ਪ੍ਰਗਟ ਕਰਨ ਵਿੱਚ ਮਦਦ ਮਿਲ਼ਦੀ ਹੈ ਅਤੇ ਜੋ ਉਕਤੀਆਂ, ਲੇਖਾਂ ਅਤੇ ਰੂਪਕ ਬਾਹਰੀ ਦ੍ਰਿਸ਼ਟੀ ਤੋਂ ਇਸਦੇ ਜੀਵਨ ਅੰਦਰ ਦੀਆਂ ਮਹਾਨ ਇਛਾਵਾਂ ਅਤੇ ਮੌਤ ਦੇ ਪਿੱਛੇ ਦੀ ਸਰਵਉੱਚ ਇਛਾਵਾਂ ਨੂੰ ਪ੍ਰਗਟ ਕਰਦੀਆਂ ਹਨ। ਇਨ੍ਹਾਂ ਦੁਆਰਾ ਉਹ ਆਪਣੇ ਵਿਚਾਰਾਂ ਨੂੰ ਸਕਾਰ ਬਣਾਉਂਦਾ ਹੈ।

ਇਸ ਅਗਿਆਤ ਮੰਦਿਰ ਵਿੱਚ ਮੈਂ ਸਲਮਾ ਨਾਲ਼ ਮਹੀਨੇ ਵਿੱਚ ਇੱਕ ਵਾਰ ਮਿਲ਼ਦਾ। ਸਾਡਾ ਵੱਧ ਸਮਾਂ ਤਾਂ ਉਨ੍ਹਾਂ ਦੋ ਅਨੋਖੇ ਚਿੱਤਰਾਂ ਨੂੰ ਦੇਖਣ ਵਿੱਚ ਬੀਤ ਜਾਂਦਾ। ਅਸੀਂ ਕਦੇ ਭਗਵਾਨ ਈਸਾ ਨੂੰ ਸੂਲ਼ੀ 'ਤੇ ਚੜ੍ਹ ਜਾਣ ਬਾਰੇ ਵਿਚਾਰ ਅਤੇ ਚਿੰਤਨ ਕਰਦੇ ਤਾਂ ਕਦੇ ਜਿਨ੍ਹਾਂ ਨੇ ਆਪਣਾ ਸਾਰਾ ਜੀਵਨ, ਜਦੋਂ ਤੱਕ ਧਰਤੀ ਮਾਂ ਨੇ ਆਪਣੀ ਗੋਦ ਵਿੱਚ ਸਮੋ ਨਾ ਲਿਆ ਉਦੋਂ ਤੱਕ, ਪਿਆਰ ਅਤੇ ਸੁੰਦਰਤਾ ਦੀ ਦੇਵੀ ਇਸਤਰੂਨ ਦੀ ਵੱਖਰੀ ਸੇਵਾ-ਪੂਜਾ ਕਰਨ ਵਿੱਚ ਅਤੇ ਦੇਵੀ ਦੇ ਸਾਹਮਣੇ ਅਗਰਬੱਤੀ ਅਤੇ ਧੂਫ਼ ਜਲਾਉਣ ਅਤੇ ਇਨ੍ਹਾਂ ਦੇਵੀ ਦੇ ਮੰਦਿਰਾਂ ਦੀ ਬਲ਼ੀ-ਵੇਦੀ 'ਤੇ ਇਤਰ ਦਾ ਛਿੜਕਾਅ ਕਰਨ ਵਿੱਚ ਬਿਤਾਇਆ, ਜੋ ਹੁਣ ਨਾਮ ਭਰ ਹੀ ਰਹਿ ਗਏ ਹਨ, ਅਜਿਹੇ ਨੌਜਵਾਨ ਫਿਨਿਸ਼ੀਅਨ ਕੁਆਰਾ-ਕੁਆਰੀ ਦੀ ਯਾਦ ਸਾਡੀ ਯਾਦਦਾਸ਼ਤ ਨੂੰ ਚੇਤੰਨ ਕਰਕੇ ਤਾਜ਼ਾ ਬਣਾਉਂਦੇ।

ਇਸ ਮੰਦਿਰ ਵਿੱਚ ਸਲਮਾ ਨਾਲ਼ ਮੈਂ ਜੋ ਮਿੱਠੇ ਪਲ ਬਿਤਾਏ ਹਨ, ਉਨ੍ਹਾਂ ਪਲ਼ਾਂ ਨੂੰ ਲਿਪੀਬੱਧ ਕਰਨਾ ਮੇਰੇ ਲਈ ਔਖਾ ਕੰਮ ਹੈ! ਇਹ ਪਵਿੱਤਰ ਪਲ਼ ਸੁੱਖ-ਦੁੱਖ, ਸ਼ੋਕ ਅਤੇ ਆਸ਼ਾ-ਨਿਰਾਸ਼ਾ ਦੇ ਦਵੰਦਾਂ ਨਾਲ਼ ਭਰੇ ਹੋਏ ਸਨ, ਇਹ ਪਲ ਮਨੁੱਖ ਲਈ ਮਨੁੱਖ ਨੂੰ ਅਤੇ ਜ਼ਿੰਦਗੀ ਦੀ ਮੁੱਢਲੀ-ਸਮੱਸਿਆ ਨੂੰ ਰੂਪ ਦਿੰਦੇ ਹਨ। ਆਹ! ਉਨ੍ਹਾਂ ਪਲ਼ਾਂ ਨੂੰ ਯਾਦ ਕਰਨਾ ਮੇਰੇ ਲਈ ਕਿੰਨਾ ਔਖਾ ਹੈ, ਜਿਨ੍ਹਾਂ ਦੇ ਥੋੜ੍ਹੇ ਅੰਸ਼ ਦਾ ਵੀ ਵਰਣਨ ਕਰਨਾ ਸੰਭਵ ਨਹੀਂ ਹੈ। ਫਿਰ ਵੀ ਇੰਨਾ ਕਿਹਾ ਜਾ ਸਕਦਾ ਹੈ ਕਿ ਇਹ ਪਲ਼ ਪਿਆਰ ਅਤੇ ਦੁੱਖ ਦੇ ਪੁਜਾਰੀ ਲਈ ਇੱਕ ਦੁਖਾਂਤ ਦੇ ਰੂਪ ਵਿੱਚ ਆ ਸਕਦੇ ਹਨ।

ਅਸੀਂ ਦੋਵੇਂ ਇਸ ਪ੍ਰਾਚੀਨ ਮੰਦਿਰ ਦੇ ਇਕਾਂਤ ਵਿੱਚ ਮਿਲ਼ਦੇ। ਇਸਦੇ ਦੁਆਰ ਦੇ ਅੱਗੇ ਦੀਵਾਰ ਦੇ ਸਹਾਰੇ ਬੈਠ ਕੇ ਭੂਤਕਾਲ਼ ਦੀ ਪ੍ਰਿਯ ਅਤੇ ਮਧੁਰ ਗੱਲਾਂ ਨੂੰ ਯਾਦ ਕਰਦੇ, ਵਰਤਮਾਨ ਕਾਲ਼ ਦੀਆਂ ਘਟਨਾਵਾਂ ’ਤੇ ਗੰਭੀਰ ਵਿਚਾਰ ਕਰਦੇ ਅਤੇ ਭਵਿੱਖਕਾਲ਼ ਦੀਆਂ ਤਬਾਹੀਆਂ ਅਤੇ ਦੁੱਖਾਂ ਦੀ ਕਲਪਨਾ ਭਰ ਨਾਲ਼ ਚੌਂਕ ਉੱਠਦੇ।

ਹੌਲ਼ੀ-ਹੌਲ਼ੀ ਗੱਲਬਾਤ ਦਾ ਵਹਾਅ ਅਧਿਆਤਮਕ ਰੂਪ ਧਾਰਨ ਕਰਦਾ ਅਤੇ ਅਸੀਂ ਦੋਵੇਂ ਆਪਣੇ ਦਿਲ ਦੀ ਵਿਆਕੁਲਤਾ, ਦੁੱਖ-ਤਕਲੀਫ, ਨਿਰਾਸ਼ਾ ਅਤੇ ਇੱਕ ਪ੍ਰਕਾਰ ਦੀ ਕਮੀ ਦੇ ਅਹਿਸਾਸ ਦੀ ਫਰਿਆਦ ਇੱਕ-ਦੂਜੇ ਨਾਲ਼ ਕਰਦੇ। ਬਾਅਦ ਵਿੱਚ ਆਪਣੀਆਂ ਉਮੀਦਾਂ ਅਤੇ ਇਛਾਵਾਂ ਦਾ ਸੁੰਦਰ ਚਿੱਤਰ ਲੈ ਕੇ ਅਤੇ ਹਸਾਉਣ ਵਾਲ਼ੇ ਅੰਧ ਵਿਸ਼ਵਾਸਾਂ ਨੂੰ ਇੱਕ-ਦੂਜੇ ਦੇ ਸਾਹਮਣੇ ਰੱਖ ਕੇ ਇੱਕ-ਦੂਜੇ ਨੂੰ ਹੌਸਲਾ ਰੱਖਣ ਦਾ ਉਪਦੇਸ਼ ਦਿੰਦੇ।

ਇਂਞ ਕਰਨ ਨਾਲ਼ ਸਾਡਾ ਦੁੱਖ ਹਲਕਾ ਹੋ ਜਾਂਦਾ, ਹੰਝੂ ਸੁੱਕ ਜਾਂਦੇ, ਚਿਹਰੇ ’ਤੇ ਅਨੰਦ ਦੀਆਂ ਲਹਿਰਾਂ ਖੇਡਣ ਲੱਗਦੀਆਂ ਅਤੇ ਹਾਸਾ ਨਿਕਲ਼ ਜਾਂਦਾ। ਫਿਰ ਤਾਂ ਪਿਆਰ ਅਤੇ ਅਨੰਦ ਤੋਂ ਇਲਾਵਾ ਹਰੇਕ ਚੀਜ਼ ਸਾਡੇ ਮਨ ਅਤੇ ਦਿਲ ਵਿੱਚੋਂ ਨਿਕਲ਼ ਜਾਂਦੀ। ਆਤਮਾ ਅਤੇ ਉਸਦੀ ਪ੍ਰਵਿਰਤੀ ਤੋਂ ਇਲਾਵਾ ਦੁਨੀਆ ਦੀ ਹਰੇਕ ਚੀਜ਼ ਦੀ ਮੌਜੂਦਗੀ ਤੋਂ ਸਾਡੀਆਂ ਅੱਖਾਂ ਫਿਰ ਜਾਂਦੀਆਂ। ਅਸੀਂ ਖੁਦ ਨੂੰ ਭੁੱਲ ਕੇ ਇੱਕ-ਦੂਜੇ ਦੇ ਗਲ਼ੇ ਮਿਲ਼ਦੇ, ਤਦ ਪਿਆਰ ਦਾ ਅਥਾਹ ਭਾਵ ਸਾਡੇ ਉੱਪਰ ਛਾ ਜਾਂਦਾ। ਫਿਰ ਸਲਮਾ ਪਿਆਰ ਦੀ ਤੀਬਰਤਾ ਤੋਂ ਅਤੇ ਪਵਿੱਤਰ ਮਨੋਂ ਮੇਰੇ ਮੱਥੇ ਨੂੰ ਚੁੰਮਕੇ ਮੇਰੇ ਦਿਲ ਨੂੰ ਪ੍ਰੇਮ-ਪ੍ਰਕਾਸ਼ ਨਾਲ਼ ਰੁਸ਼ਨਾ ਦਿੰਦੀ। ਜਵਾਬ ਵਿੱਚ ਮੈਂ ਵੀ ਉਸਦੀਆਂ ਗੋਰੀਆਂ ਗੋਰੀਆਂ ਕੋਮਲ ਉਂਗਲਾਂ ਨੂੰ ਚੁੰਮਦਾ। ਉਸਦੇ ਅਸਰ ਹੇਠ ਉਸਦੀਆਂ ਅੱਖਾਂ ਬੰਦ ਹੋ ਜਾਂਦੀਆਂ, ਉਸਦੀ ਹਾਥੀ-ਦੰਦ ਵਰਗੀ ਸੁੰਦਰ ਅਤੇ ਕੋਮਲ ਗਰਦਨ ਸਹਿਜੇ ਹੀ ਝੁੱਕ ਜਾਂਦੀ ਅਤੇ ਗੱਲ੍ਹਾਂ ਲਾਲ ਹੋ ਜਾਂਦੀਆਂ ਜਿਵੇਂ ਪਰਬਤ ਦੇ ਸਿਖਰ ’ਤੇ ਕਿਰਨ ਰੂਪੀ ਨਵਵਿਆਹੀ ਨਾਲ਼ ਸੂਰਜ ਦੀਆਂ ਪਹਿਲੀਆਂ ਕਿਰਨਾਂ ਦਾ ਮੇਲ਼ ਹੋਇਆ ਹੋਵੇ। ਅੰਤ ਵਿੱਚ ਸਭ ਸ਼ਾਂਤ ਹੋ ਜਾਂਦਾ ਅਤੇ ਜਿਸ ਪੱਛਮ ਦੀ ਲਾਲ ਰੋਸ਼ਨੀ ਵਿੱਚ ਰੰਗਬਿਰੰਗੇ ਬੱਦਲ ਤੈਰਦੇ ਦਿਖਾਈ ਦਿੰਦੇ, ਉਨੀ ਦੂਰ ਦੁਮੇਲ ਵੱਲ ਅਸੀਂ ਆਪਣੀ ਨਜ਼ਰ ਗੱਡ ਦਿੰਦੇ।

ਸਾਡਾ ਇਹ ਮਿਲਾਪ ਇੱਕ-ਦੂਜੇ ਦੀਆਂ ਭਾਵਨਾਵਾਂ ਅਤੇ ਵਿਚਾਰਾਂ ਨੂੰ ਕਾਬੂ ਕਰਨ ਤੱਕ ਹੀ ਸੀਮਤ ਨਾ ਰਹਿੰਦੀਆਂ। ਅਸੀਂ ਅਣਜਾਣੇ ਵਿੱਚ ਹੀ ਸਾਧਾਰਨ ਵਿਸ਼ਿਆਂ

'ਤੇ ਵੀ ਗੱਲਬਾਤ ਕਰਨ ਲੱਗ ਜਾਂਦੇ। ਇਸ ਅਨੋਖੀ ਅਤੇ ਹੈਰਾਨੀਜਨਕ ਦੁਨੀਆ ਦੀਆਂ ਘਟਨਾਵਾਂ ਵੀ ਸਾਡੀ ਚਰਚਾ ਦਾ ਵਿਸ਼ਾ ਬਣਦੀਆਂ ਅਤੇ ਅਸੀਂ ਆਪਣੀਆਂ ਪੜ੍ਹੀਆਂ ਹੋਈਆਂ ਕਿਤਾਬਾਂ ਦੇ ਗੁਣ-ਦੋਸ਼ ਬਾਰੇ ਵੀ ਵਿਚਾਰ-ਚਰਚਾ ਕਰਦੇ। ਇੰਨਾ ਹੀ ਨਹੀਂ, ਇਨ੍ਹਾਂ ਕਿਤਾਬਾਂ ਦੇ ਕਾਲਪਨਿਕ ਚਿੱਤਰਾਂ ਅਤੇ ਸਮਾਜਿਕ ਸਿਧਾਂਤਾਂ 'ਤੇ ਅਸੀਂ ਆਪਣੇ-ਆਪਣੇ ਮੱਤ ਵੀ ਪ੍ਰਗਟ ਕਰਦੇ। ਕਿੰਨੀ ਹੀ ਵਾਰ ਸਲਮਾ ਇਸਤਰੀਆਂ ਦੇ ਸਮਾਜਿਕ ਦਰਜੇ ਅਤੇ ਆਚਾਰ-ਵਿਚਾਰ 'ਤੇ ਬੀਤੇ ਹੋਏ ਜ਼ਮਾਨੇ ਦੇ ਅਸਰ ਅਤੇ ਵਰਤਮਾਨ ਕਾਲ਼ ਵਿਚ ਵਿਆਹੁਤਾ ਸਬੰਧਾਂ ਅਤੇ ਉਨ੍ਹਾਂ ਦੀਆਂ ਕਮਜ਼ੋਰੀਆਂ ਅਤੇ ਬੁਰਾਈਆਂ ਆਦਿ ਸਭ ਗੱਲਾਂ 'ਤੇ ਆਪਣੇ ਵਿਚਾਰ ਦੱਸਦੀ। ਇੱਕ ਵਾਰ ਦਾ ਉਸਦਾ ਅਜਿਹਾ ਕਹਿਣਾ ਮੈਨੂੰ ਯਾਦ ਹੈ, "ਕਵੀ ਅਤੇ ਸਾਹਿਤਕਾਰ ਇਸਤਰੀ ਦੇ ਸੱਚ ਸਰੂਪ ਨੂੰ ਯੁੱਗ-ਯੁੱਗ ਤੋਂ ਜਾਣਨ ਦੀ ਕੋਸ਼ਿਸ਼ ਕਰਦੇ ਹਨ, ਪਰ ਉਸਦੇ ਦਿਲ ਦੇ ਭੇਦਾਂ ਦੀ ਤਾਰ ਅਜੇ ਤੱਕ ਉਨ੍ਹਾਂ ਨੂੰ ਨਹੀਂ ਮਿਲ਼ੀ। ਉਸਨੂੰ ਹਾਸਿਲ ਕਰਨ ਵਿਚ ਉਹ ਅਸਫਲ ਹੋ ਗਏ। ਇਸਦਾ ਕਾਰਨ ਹੈ ਕਿ ਉਹ ਇਸਤਰੀਆਂ ਨੂੰ ਆਪਣੀ ਵਾਸਨਾ ਦੀ ਕਸੌਟੀ 'ਤੇ ਪਰਖਦੇ ਹਨ। ਇਸ ਲਈ ਜਦੋਂ ਉਨ੍ਹਾਂ ਨੂੰ ਉਨ੍ਹਾਂ ਦੀ ਦੇਹ ਤੋਂ ਇਲਾਵਾ ਹੋਰ ਕੁਝ ਦਿਖਾਈ ਨਹੀਂ ਦਿੰਦਾ, ਤਦ ਉਹ ਉਸਦੇ ਵੱਲ ਹੀਣ ਅਤੇ ਅਪਮਾਨ ਦੀ ਨਜ਼ਰ ਨਾਲ਼ ਦੇਖਦੇ ਹਨ। ਇਸੇ ਨਾਲ਼ ਉਹ ਉਸਦੀ ਗੁਲਾਮੀ ਅਤੇ ਕਮਜ਼ੋਰੀ ਤੋਂ ਇਲਾਵਾ ਉਸ ਵਿਚ ਕੁਝ ਹੋਰ ਨਹੀਂ ਲੱਭਦੇ।"

ਮੰਦਿਰ ਦੀਆਂ ਕੰਧਾਂ 'ਤੇ ਉਕਰੇ ਹੋਏ ਚਿੱਤਰਾਂ ਵੱਲ ਆਪਣੀ ਉਂਗਲ ਨਾਲ਼ ਇਸ਼ਾਰਾ ਕਰਦੇ ਹੋਏ ਉਸਨੇ ਮੈਨੂੰ ਇਕ ਵਾਰ ਕਿਹਾ ਸੀ, "ਕਾਲ਼ ਨੇ ਜੋ ਚਿੱਤਰ ਇਨ੍ਹਾਂ ਪੱਥਰਾਂ 'ਤੇ ਉਕਰੇ ਹਨ, ਉਹ ਇਸਤਰੀ ਦੀਆਂ ਭਾਵਨਾਵਾਂ ਨੂੰ ਅਤੇ ਪਿਆਰ, ਦੁੱਖ, ਇੱਛਾ, ਤਿਆਗ ਅਤੇ ਬਲ਼ੀਦਾਨ ਦੇ ਸਿੰਘਾਸਨ 'ਤੇ ਵਿਰਾਜਮਾਨ ਇਸਤਰੂਨ ਦੇਵੀ ਅਤੇ ਸੂਲੀ ਦੇ ਕੋਲ਼ ਖ਼ੜ੍ਹੀ ਹੋਈ ਮਰਿਅਮ ਦੋਵੇਂ ਉਸਦੀ ਹਿਲਦੀ-ਜੁਲਦੀ ਆਤਮਾ ਦੀ ਕੋਮਲਤਾ ਅਤੇ ਬਰੀਕੀ ਨੂੰ ਜਿਉਂ ਦਾ ਤਿਉਂ ਪ੍ਰਗਟ ਕਰਦੇ ਹਨ।"

"ਅਰੇ, ਮਹੱਤਤਾ, ਸਰਵਉੱਚਤਾ ਅਤੇ ਪ੍ਰਸਿੱਧੀ ਪ੍ਰਾਪਤ ਕਰੇ ਪੁਰਸ਼, ਅਤੇ ਉਸਦਾ ਮੁੱਲ ਚੁਕਾਏ ਇਸਤਰੀ, ਇਹ ਸੱਚ ਕਿੰਨਾ ਅਨੋਖਾ ਅਤੇ ਕੌੜਾ ਹੈ!"

ਸਾਡੇ ਇਸ ਗੁਪਤ ਮਿਲਾਪ ਦੀ ਖਬਰ ਰੱਬ ਅਤੇ ਇਸ ਮੰਦਿਰ ਦੇ ਵਾਤਾਵਰਣ ਵਿਚ ਉੱਡਣ ਵਾਲ਼ੇ ਪੰਛੀਆਂ ਦੇ ਝੁੰਡ ਤੋਂ ਬਿਨਾ ਹੋਰ ਕਿਸੇ ਨੂੰ ਵੀ ਨਹੀਂ ਸੀ। ਸਲਮਾ, ਸ਼ਾਹੀਬਾਗ ਤੱਕ ਆਪਣੀ ਗੱਡੀ ਵਿਚ ਆਉਂਦੀ ਅਤੇ ਉਸਦੇ ਅੱਗੇ ਦਾ ਸੁੰਨਸਾਨ ਰਸਤਾ ਪੈਦਲ ਚੱਲ ਕੇ ਸਾਡੇ ਇਸ ਨਿਸ਼ਚਿਤ ਸਥਾਨ 'ਤੇ ਪਹੁੰਚਦੀ। ਉਹ ਜਿਵੇਂ ਹੀ ਆਪਣੀ ਗੱਡਣੀ ਦੇ ਸਹਾਰੇ ਸ਼ਾਂਤ ਅਤੇ ਆਤਮਵਿਸ਼ਵਾਸ ਨਾਲ਼ ਮੰਦਿਰ ਦੇ ਦਰਵਾਜ਼ੇ ਵਿਚ ਪੈਰ ਧਰਦੀ, ਉਹ ਮੈਨੂੰ ਆਪਣੇ ਆਉਣ ਦੀ ਉਤਸੁਕਤਾ ਨਾਲ਼ ਉਡੀਕ ਕਰਦਾ ਦੇਖਦੀ।

ਸਾਨੂੰ ਮੰਸੂਰ ਦੀ ਨਜ਼ਰ ਦਾ ਡਰ ਨਹੀਂ ਸੀ ਅਤੇ ਸਾਡਾ ਦਿਲ ਸਾਨੂੰ ਦੋਸ਼ੀ ਠਹਿਰਾਵੇਗਾ, ਅਜਿਹਾ ਵੀ ਸਾਨੂੰ ਡਰ ਨਹੀਂ ਸੀ, ਕਿਉਂਕਿ ਜੋ ਆਤਮਾ ਦੁੱਖ ਦੇ ਹੰਝੂਆਂ ਨੂੰ ਪੀ ਕੇ ਪਵਿੱਤਰ ਅੱਗ ਦੇ ਸਾਹਮਣੇ ਸ਼ਰਧਾ ਨਾਲ਼ ਮੱਥਾ ਝੁਕਾਏ ਖ਼ੜ੍ਹੀ ਰਹਿੰਦੀ, ਉਹ ਦੁਨੀਆ ਦੀ ਕਲਪਿਤ ਬਦਨਾਮੀ ਨਾਲ਼ ਪਾਰ ਹੋ ਜਾਂਦੀ ਹੈ। ਉਹ ਮਨੁੱਖ ਦੇ

ਦਿਲ, ਮਨੋਭਾਵਾਂ ਅਤੇ ਪ੍ਰਵਿਰਤੀਆਂ ਨੂੰ ਜਕੜਨ ਲਈ ਅੰਧ ਸ਼ਰਧਾਲੂ ਰੂੜੀਪੂਜਕਾਂ ਦੇ ਬਣਾਏ ਹੋਏ ਰੀਤੀ-ਰਿਵਾਜ਼ਾਂ ਅਤੇ ਨਿਯਮਾਂ ਦੀ ਗੁਲਾਮੀ ਵਿੱਚੋਂ ਅਜ਼ਾਦ ਹੋ ਕੇ ਰੱਬ ਦੇ ਦਰਬਾਰ ਵਿੱਚ ਇੱਜ਼ਤ-ਆਬਰੂ ਨਾਲੋਂ ਉੱਚਾ ਮੱਥਾ ਕੀਤੇ ਹੋਏ ਖੜ੍ਹੀ ਹੁੰਦੀ ਹੈ।

ਸੱਤ ਹਜ਼ਾਰ ਸਾਲਾਂ ਤੋਂ ਸਮਾਜ ਦੋਸ਼ਪੂਰਨ ਅਤੇ ਬੇਅਰਥ ਰੀਤੀ-ਰਿਵਾਜ਼ਾਂ ਅਤੇ ਕਾਨੂੰਨ ਦੇ ਬੰਧਨਾਂ ਦੇ ਸੰਗਲ਼ ਵਿੱਚ ਜਕੜਿਆ ਹੋਇਆ ਹੈ। ਇਸ ਲਈ ਪਵਿੱਤਰ, ਅਨਾਦਿ ਅਤੇ ਅਨੰਤ ਕੁਦਰਤ ਦੇ ਨਿਯਮਾਂ ਨੂੰ ਸਮਝਣ ਤੋਂ ਅਸਮਰਥ ਹੈ। ਹੌਲ਼ੀ ਧੁੰਦਲੀ ਜੋਤੀ ਨਾਲ਼ ਬਲ਼ਦੇ ਦੀਵੇ ਨੂੰ ਦੇਖਣ ਦੀ ਆਦਤ ਮਨੁੱਖ ਵਿੱਚ ਆ ਗਈ ਹੈ। ਇਸ ਲਈ ਉਹ ਸੂਰਜ ਦੇ ਚਮਕਦੇ ਹੋਏ ਪ੍ਰਕਾਸ਼ ਦੇ ਸਾਹਮਣੇ ਨਜ਼ਰ ਨਹੀਂ ਠਹਿਰਾ ਸਕਦਾ। ਕਾਲ਼ ਨੇ ਵੰਸ਼-ਪਰੰਪਰਾ ਨਾਲੋਂ ਵੱਖ-ਵੱਖ ਰੋਗ ਇੱਕ ਵਿਅਕਤੀ ਦੇ ਕੋਲ਼ ਦੂਜੇ ਵਿਅਕਤੀ ਤੱਕ ਪਹੁੰਚਾਉਣ ਦਾ ਕੰਮ ਕੀਤਾ ਹੈ ਜਿੱਥੋਂ ਤੱਕ ਕਿ ਉਹ ਮਨੁੱਖ-ਸੁਭਾਅ ਦਾ ਇੱਕ ਅਭਿੰਨ ਅੰਗ ਬਣ ਗਿਆ ਹੈ। ਇਸ ਨਾਲ਼ ਮਨੁੱਖ ਇਸ ਨੂੰ ਰੋਗ ਭਾਵ ਕਮਜ਼ੋਰੀ ਨਹੀਂ, ਸਗੋਂ ਸੁਭਾਵਿਕ ਵਿਸ਼ੇਸ਼ਤਾ ਮੰਨਣ ਲੱਗਾ ਹੈ ਅਤੇ ਜਿਸ ਕਿਸੇ ਵਿੱਚ ਇਹ 'ਸੁਭਾਵਿਕ ਵਿਸ਼ੇਸ਼ਤਾਵਾਂ' ਦਿਖਾਈ ਨਹੀਂ ਦਿੰਦੀਆਂ, ਉਸ ਵਿਅਕਤੀ ਨੂੰ ਦੋਸ਼ ਪੂਰਨ ਅਤੇ ਅਧਿਆਤਮਕ ਸਦਗੁਣਾਂ ਤੋਂ ਹੀਣ ਮੰਨਣ ਲੱਗਦਾ ਹੈ।

ਇਸ ਕਾਰਨ ਜੋ ਲੋਕ ਸਲਮਾ 'ਤੇ ਅਜਿਹੇ ਦੋਸ਼ ਮੜ੍ਹਦੇ ਹਨ ਕਿ ਉਹ ਆਪਣੇ ਪਤੀ ਤੋਂ ਲੁਕ ਕੇ ਕਿਸੇ ਬੇਗਾਨੇ ਪੁਰਸ਼ ਨੂੰ ਇਕਾਂਤ ਵਿੱਚ ਮਿਲ਼ਦੀ ਸੀ, ਤਾਂ ਉਹ ਲੋਕ ਅਜਿਹੇ ਬੀਮਾਰ ਮਨ ਵਾਲ਼ੇ ਕਮਜ਼ੋਰ ਲੋਕਾਂ ਵਿੱਚੋਂ ਹਨ, ਜੋ ਬੇਕਸੂਰਾਂ ਨੂੰ ਕਸੂਰਵਾਰ ਅਤੇ ਮਾਨਯੋਗ ਪੁਰਸ਼ਾਂ ਨੂੰ ਬਾਗ਼ੀ ਸਮਝਦੇ ਹਨ। ਇਨ੍ਹਾਂ ਲੋਕਾਂ ਦੀ ਗਿਣਤੀ ਤਾਂ ਉਨ੍ਹਾਂ ਕੀੜੇ-ਮਕੌੜਿਆਂ ਵਿੱਚ ਹੈ, ਜੋ ਹਨੇਰੇ ਵਿੱਚ ਸਰਕਦੇ ਰਹਿੰਦੇ ਹਨ ਅਤੇ ਦਿਨ ਦੇ ਪ੍ਰਕਾਸ਼ ਵਿੱਚ ਆਉਂਦੇ ਹੋਏ ਇਸ ਲਈ ਡਰਦੇ ਹਨ ਕਿ ਕਿਤੇ ਚੱਲਣ ਵਾਲ਼ਿਆਂ ਦੇ ਪੈਰਾਂ ਹੇਠ ਕੁਚਲ ਨਾ ਜਾਣ।

ਜੋ ਅੱਤਿਆਚਾਰ-ਪੀੜਿਤ ਕੈਦੀ ਕੈਦਖਾਨੇ ਦੀ ਦੀਵਾਰ ਨੂੰ ਸੰਨ੍ਹ ਲਾਉਣ ਵਿੱਚ ਸਮਰੱਥ ਹਨ ਫਿਰ ਵੀ ਉਵੇਂ ਨਹੀਂ ਕਰਦਾ। ਉਸਨੂੰ ਅਸਲੀਅਤ ਵਿੱਚ ਕਾਇਰ, ਨਿਰਾਸ਼ ਅਤੇ ਡਰਪੋਕ ਕਹਿਣਾ ਚਾਹੀਦਾ ਪਰ ਸਲਮਾ ਤਾਂ ਅੱਤਿਆਚਾਰ-ਪੀੜਿਤ ਅਤੇ ਆਪਣੇ ਯਤਨਾਂ ਕਰਕੇ ਅਜ਼ਾਦ ਨਾ ਹੋ ਸਕਣ ਵਾਲ਼ੇ ਕੈਦੀ ਵਿੱਚੋਂ ਇੱਕ ਸੀ। ਅਜਿਹੀ ਹਾਲਤ ਵਿੱਚ ਕੈਦਖਾਨੇ ਦੀ ਚਾਰਦੀਵਾਰੀ ਦੇ ਬਾਹਰ ਫੈਲੇ ਹੋਏ ਹਰਿਆਲੇ ਖੇਤ ਅਤੇ ਵਿਸ਼ਾਲ ਵਾਤਾਵਰਣ ਨੂੰ ਦੇਖਣ ਦਾ ਯਤਨ ਉਸਨੇ ਕੀਤਾ ਇਸ ਲਈ ਉਸਨੂੰ ਕਿਵੇਂ ਦੋਸ਼ੀ ਠਹਿਰਾਇਆ ਜਾ ਸਕਦਾ ਹੈ? ਕੀ ਲੋਕ ਕੇਵਲ ਇਸ ਲਈ ਉਸਨੂੰ ਬੇਵਫਾ ਮੰਨ ਲੈਣਗੇ ਕਿ ਉਹ ਆਪਣੇ ਪਤੀ ਦੇ ਘਰ 'ਚੋਂ ਨਿਕਲ਼ ਕੇ ਪੂਜਣਯੋਗ ਇਸਤਰੂਨ ਦੇਵੀ ਅਤੇ ਮਹਾਂਪ੍ਰਭੂ ਈਸਾ ਦੀ ਹਾਜ਼ਰੀ ਵਿੱਚ ਮੇਰੇ ਕੋਲ਼ ਬੈਠੀ ਸੀ?

ਦੁਨੀਆ ਚਾਹੇ ਜੋ ਕਹੇ, ਪਰ ਸਲਮਾ ਬੇਜਾਨ ਮਾਨਵ-ਜੰਤੂਆਂ ਨਾਲ਼ ਭਰੇ ਟੋਏ ਵਿੱਚੋਂ ਬਾਹਰ ਨਿਕਲ਼ ਕੇ, ਜਿਸ ਸਥਾਨ 'ਤੇ ਭੇੜੀਏ ਦੀਆਂ ਭਿਅੰਕਰ ਚੀਖਾਂ ਅਤੇ ਅਜਗਰਾਂ ਦੇ ਫੁੰਕਾਰੇ ਦੀ ਅਵਾਜ਼ ਨਹੀਂ ਪਹੁੰਚ ਸਕਦੀ ਸੀ, ਅਜਿਹੇ ਕਿਸੇ ਉੱਚ ਜਗਤ ਵਿੱਚ ਜਾ ਪਹੁੰਚੀ ਸੀ।

ਜਿੱਥੋਂ ਤੱਕ ਮੇਰਾ ਸਬੰਧ ਹੈ, ਮੈਨੂੰ ਵੀ, ਲੋਕ ਕੀ ਕਹਿਣਗੇ, ਇਸਦੀ ਜ਼ਰਾ ਵੀ ਪਰਵਾਹ ਨਹੀਂ ਸੀ, ਕਾਰਨ ਇਹ ਕਿ ਮੌਤ ਨਾਲ਼ ਮਿਲਣ ਲਈ ਤਿਆਰ ਵਿਅਕਤੀ ਚੋਰ, ਲੁਟੇਰਾ ਅਤੇ ਬਦਮਾਸ਼ਾਂ ਤੋਂ ਡਰ ਨਹੀਂ ਖਾਂਦਾ। ਜਿਸ ਫੌਜੀ ਦੀ ਧੌਣ 'ਤੇ ਨੰਗੀਆਂ ਤਲਵਾਰਾਂ ਲਟਕਦੀਆਂ ਹਨ ਅਤੇ ਜਿਸਦੇ ਪੈਰਾਂ ਹੇਠ ਖ਼ੂਨ ਦੀਆਂ ਨਦੀਆਂ ਵਹਿੰਦੀਆਂ ਹਨ, ਉਸਦਾ ਗਲ਼ੀ ਦੇ ਮੁੰਡਿਆਂ ਦੀ ਪੱਥਰਬਾਜ਼ੀ ਕੀ ਵਿਗਾੜ ਸਕਦੀ ਸੀ?

ਤਿਆਗ

ਜੂਨ ਮਹੀਨੇ ਦੇ ਆਖਰੀ ਦਿਨ ਸੀ। ਸਮੁੰਦਰ ਦੇ ਕਿਨਾਰੇ ਦੇ ਪ੍ਰਦੇਸ਼ਾਂ ਵਿੱਚ ਸਖ਼ਤ ਗਰਮੀ ਪੈ ਰਹੀ ਸੀ। ਸੱਜਣ ਲੋਕ ਹਵਾ ਖਾਣ ਵਾਲ਼ੇ ਸਥਾਨਾਂ ’ਤੇ ਜਾ ਪਹੁੰਚੇ ਸਨ। ਮੈਂ ਆਪਣੇ ਨਿੱਤ ਨਿਯਮ ਅਨੁਸਾਰ ਸਲਮਾ ਨੂੰ ਮਿਲ਼ਣ ਦੀ ਉਮੀਦ ਨਾਲ਼ ਮੰਦਿਰ ਚੱਲ ਪਿਆ। ਮੇਰੇ ਹੱਥਾਂ ਵਿੱਚ ਸਪੇਨੀ ਕਵਿਤਾ ਦੇ ਸੰਗ੍ਰਹਿ ਦੀ ਛੋਟੀ ਜਿਹੀ ਕਿਤਾਬ ਸੀ। ਇਸ ਕਾਵਿ-ਸੰਗ੍ਰਹਿ ਦੀਆਂ ਕਵਿਤਾਵਾਂ ਮੇਰੀ ਆਤਮਾ ਨੂੰ ਉਸ ਸਮੇਂ ਜਿੰਨਾ ਮਧੁਰ ਕਰਦੀਆਂ ਸਨ, ਉਨ੍ਹਾਂ ਹੀ ਅੱਜ ਵੀ ਮੁਗਧ ਕਰਦੀਆਂ ਹਨ।

ਮੈਂ ਤਿਰਕਾਲੀਂ ਮੰਦਿਰ ਪਹੁੰਚਿਆ ਅਤੇ ਬੇਤ ਅਤੇ ਨਿੰਮ ਦੇ ਰੁੱਖਾਂ ਨਾਲ਼ ਲੁਕੇ ਰਸਤੇ ਦੇ ਇੱਕ ਪਾਸੇ ਬੈਠ ਕੇ ਆਪਣੇ ਪ੍ਰਸਾਦ-ਗੁਣ ਅਤੇ ਸੁਰ-ਮਨੋਹਰਤਾ ਨਾਲ਼ ਮਨ ਮੋਹਿਤ ਕਰਨ ਵਾਲ਼ੇ ਕਾਵਿ ਦੀਆਂ ਸਤਰਾਂ ਗੁਣਗੁਣਾਉਣ ਲੱਗਿਆ। ਸੰਗ੍ਰਹਿ ਦੇ ਕਾਵਿ ਨੂੰ ਪੜ੍ਹਨ ਵਿੱਚ ਗ੍ਰੇਂਡਾ, ਕਰਤਬਾ ਅਤੇ ਅਸਬਿਆ—ਸਪੇਨ ਦੇ ਇਨ੍ਹਾਂ ਵੱਡੇ ਵੱਡੇ ਨਗਰਾਂ ਦੇ ਰਾਜਮਹਿਲਾਂ, ਖੇਤਾਂ ਅਤੇ ਦੂਸਰੇ ਮਨੋਰੰਜਨ ਦੀਆਂ ਥਾਵਾਂ ਨਾਲ਼ ਆਪਣੀਆਂ ਸਭ ਇੱਛਾਵਾਂ ਅਤੇ ਉਮੀਦਾਂ ਦੀ ਵਿਆਕੁਲਤਾ ਨਾਲ਼ ਇਸ ਸੰਸਾਰ ਨੂੰ ਛੱਡ ਕੇ ਕਾਲ਼ ਦੇ ਪਰਦੇ ਪਿੱਛੇ ਲੁਕੇ ਸਪੇਨ ਦੇ ਵੱਡੇ-ਵੱਡੇ ਸਮਰਾਟਾਂ, ਕਵੀਆਂ ਅਤੇ ਵੀਰਾਂ ਦੀ ਯਾਦ ਮੇਰੇ ਮਨ ਵਿੱਚ ਤਾਜ਼ਾ ਹੋਣ ਲੱਗੀ।

ਥੋੜ੍ਹੀ ਦੇਰ ਬਾਅਦ ਮੈਂ ਪਿੱਛੇ ਮੁੜ ਕੇ ਦੇਖਿਆ ਤਾਂ ਸੰਘਣੇ ਰੁੱਖ ਦੀ ਛਾਂ ਹੇਠ ਰਸਤਾ ਕੱਢਦੀ ਸਲਮਾ ਦਿਖਾਈ ਦਿੱਤੀ। ਉਹ ਗੱਡਣੀ ਸਹਾਰੇ ਮੇਰੇ ਵੱਲ ਇੰਞ ਆ ਰਹੀ ਸੀ, ਜਿਵੇਂ ਸਾਰੀ ਦੁਨੀਆ ਦੀਆਂ ਚਿੰਤਾਵਾਂ ਦਾ ਭਾਰ ਉਸ ਵਿਚਾਰੀ ਇਕੱਲੀ ’ਤੇ ਹੀ ਪੈ ਗਿਆ ਹੋਵੇ। ਜਿਵੇਂ ਹੀ ਉਹ ਮੰਦਿਰ ਦੇ ਦਰਵਾਜ਼ੇ ਕੋਲ਼ ਪਹੁੰਚੀ ਅਤੇ ਮੇਰੇ ਕੋਲ਼ ਬੈਠੀ, ਮੈਂ ਉਸਦੀਆਂ ਵੱਡੀਆਂ ਅੱਖਾਂ ਵੱਲ ਵੇਖਿਆ। ਜਵਾਬ ਵਿੱਚ ਉਸਨੇ ਵੀ ਨਜ਼ਰ-ਸੁੱਟੀ। ਉਸਦੀ ਨਜ਼ਰ ਵਿੱਚ ਕੁਝ ਅਦਭੁੱਤ ਅਤੇ ਨਵਾਂ ਭੇਦ ਸਮਾਇਆ ਹੋਇਆ ਮੈਨੂੰ ਮਹਿਸੂਸ ਹੋਇਆ। ਇਸ ਨਜ਼ਰ ਵਿੱਚ ਜਿਵੇਂ ਦੀ ਸਾਵਧਾਨੀ ਅਤੇ ਸੰਯਮ ਦਾ ਸੰਦੇਸ਼ ਸੀ, ਉਵੇਂ ਰਿਸਰਚ ਅਤੇ ਸੋਧ ਦਾ ਸੱਦਾ ਵੀ।

ਸਲਮਾ ਮੇਰੇ ਮਨ ਦੀ ਗੱਲ ਨੂੰ ਸਮਝ ਗਈ, ਇੰਞ ਮੈਨੂੰ ਮਹਿਸੂਸ ਹੋਇਆ। ਮੇਰੇ ਮਨ ਵਿੱਚ ਸ਼ੱਕ ਅਤੇ ਸ਼ੁਭਾ ਦੋਵਾਂ ਦਰਮਿਆਨ ਵੱਧ ਲੰਬੀ ਖਿਚੋਤਾਣ ਉਸ ਤੋਂ ਸਹੀ ਨਹੀਂ ਜਾ ਸਕੀ। ਉਸਨੇ ਮੇਰੇ ਮੱਥੇ ’ਤੇ ਹੱਥ ਰੱਖਿਆ ਅਤੇ ਬੋਲੀ, “ਮੇਰੇ ਨੇੜੇ ਆ, ਮੇਰੇ ਪ੍ਰਿਅ ਮਿੱਤਰ, ਮੇਰੇ ਹੋਰ ਨੇੜੇ ਆ। ਸਾਨੂੰ ਦੋਵਾਂ ਨੂੰ ਇੱਕ-ਦੂਜੇ ਨਾਲ਼ੋਂ ਵੱਖ ਕਰਨ ਵਾਲ਼ਾ ਪਲ ਹੁਣ ਹੋਰ ਨੇੜੇ ਆ ਗਿਆ ਹੈ।”

ਬੇਚੈਨ ਹੋ ਕੇ ਮੈਂ ਪੁੱਛਿਆ, “ਸਲਮਾ, ਇਹ ਤੂੰ ਕੀ ਕਹਿੰਦੀ ਹੈਂ? ਤੇਰੇ ਕਹਿਣ ਦਾ ਕੀ ਮਤਲਬ ਹੈ? ਸਾਨੂੰ ਦੋਵਾਂ ਨੂੰ ਸਦਾ ਲਈ ਵੱਖ ਕਰਨ ਵਾਲ਼ੀ ਉਹ ਕਿਹੜੀ ਸ਼ਕਤੀ ਹੈ?”

ਜਵਾਬ ਵਿੱਚ ਉਸਨੇ ਕਿਹਾ, “ਜਿਸ ਅੰਨ੍ਹੀ ਸ਼ਕਤੀ ਨੇ ਕੱਲ੍ਹ ਸਾਨੂੰ ਇੱਕ-ਦੂਜੇ ਨਾਲ਼ੋਂ ਵੱਖ ਕਰ ਦਿੱਤਾ ਸੀ, ਉਹੀ ਸ਼ਕਤੀ ਅੱਜ ਫਿਰ ਤੋਂ ਸਾਨੂੰ ਵੱਖ ਕਰ ਦੇਵੇਗੀ।

ਇਸ ਮੂਕ ਸ਼ਕਤੀ ਨੇ ਇੱਕ ਮਨੁੱਖ ਦੁਆਰਾ ਸਾਨੂੰ ਦੋਵਾਂ ਦਰਮਿਆਨ ਇੱਕ ਕੰਧ ਖੜ੍ਹੀ ਕੀਤੀ ਹੈ। ਉਹ ਮਨੁੱਖ ਰਾਹੀਂ ਪੈਦਾ ਕਾਨੂੰਨਾਂ ਦੀ ਨੁਮਾਇੰਦਾ ਹੈ। ਜੋ ਸ਼ਕਤੀ ਸ਼ੈਤਾਨਾਂ ਨੂੰ ਜਨਮ ਦਿੰਦੀ ਹੈ ਅਤੇ ਉਸਨੂੰ ਮਨੁੱਖਾਂ ਦੇ ਰੱਖਿਅਕ ਦੇ ਰੂਪ ਵਿੱਚ ਨਿਯੁਕਤ ਕਰਦੀ ਹੈ, ਉਸਨੇ ਖੋਪੜੀਆਂ ਅਤੇ ਪਿੰਜਰਾਂ ਰਾਹੀਂ ਬਣਾਏ ਹੋਏ ਭਵਨਾਂ ਵਿੱਚੋਂ ਬਾਹਰ ਨਿਕਲਣ ਦੀ ਮਨਾਹੀ ਕੀਤੀ ਹੈ।"

ਮੈਂ ਪੁੱਛਿਆ, "ਕੀ ਤੇਰੇ ਪਤੀ ਨੂੰ ਆਪਣੇ ਇਸ ਮਿਲਾਪ ਦੀ ਖਬਰ ਪਤਾ ਲੱਗ ਗਈ ਹੈ? ਕੀ ਤੂੰ ਉਸਦੇ ਗੁੱਸੇ ਅਤੇ ਸਜ਼ਾ ਤੋਂ ਡਰਦੀ ਹੈਂ?"

ਉਸਨੇ ਕਿਹਾ, "ਮੇਰਾ ਪਤੀ ਤਾਂ ਮੇਰੀ ਬਿਲਕੁੱਲ ਪਰਵਾਹ ਨਹੀਂ ਕਰਦਾ। ਮੈਂ ਕਿਵੇਂ ਜੀਵਨ ਜਿਊਂਦੀ ਹਾਂ, ਇਸ ਬਾਰੇ ਉਸਨੂੰ ਕੋਈ ਚਿੰਤਾ ਨਹੀਂ ਹੈ। ਉਹ ਮੇਰੇ ਬਾਰੇ ਪੂਰੀ ਤਰ੍ਹਾਂ ਬੇਪਰਵਾਹ ਹੈ ਅਤੇ ਜਿਨ੍ਹਾਂ ਨੇ ਗਰੀਬੀ ਵਿੱਚ ਆਪਣੇ ਆਪ ਨੂੰ ਜੀਵਨ-ਭਰ ਇੱਜ਼ਤ ਵੇਚਣ ਲਈ ਬਜ਼ਾਰਾਂ ਵਿੱਚ ਧੱਕ ਦਿੱਤਾ ਹੈ ਅਤੇ ਜੋ ਲਹੂ ਅਤੇ ਹੰਝੂ ਦੇ ਸਹਾਰੇ ਗੁੰਨੇ ਹੋਏ ਆਟੇ ਤੋਂ ਬਣਾਈ ਹੋਈ ਰੋਟੀ ਦੇ ਬਦਲੇ ਆਪਣੇ ਸ਼ਿੰਗਾਰ ਕੀਤਾ ਹੋਇਆ ਸਰੀਰ ਵੇਚਦੀਆਂ ਹਨ, ਉਨ੍ਹਾਂ ਬਦਕਿਸਮਤ ਲੜਕੀਆਂ ਨਾਲ਼ ਸਮਾਂ ਬਿਤਾਉਂਦਾ ਹੈ।"

ਮੈਂ ਕਿਹਾ, "ਤਾਂ ਫਿਰ ਤੈਨੂੰ ਇਸ ਮੰਦਿਰ ਵਿੱਚ ਆਉਣ ਅਤੇ ਅਲੌਕਿਕ ਪ੍ਰਕਾਸ਼ ਦੀ ਹਾਜ਼ਰੀ ਵਿੱਚ ਮੇਰੇ ਕੋਲ਼ ਬੈਠਣ ਤੋਂ ਕੌਣ ਰੋਕਦਾ ਹੈ? ਕੀ ਤੇਰੀ ਨਜ਼ਰ ਮੇਰੀ ਆਤਮਾ ਦੇ ਭੇਦਾਂ ਨੂੰ ਦੇਖਦੇ-ਦੇਖਦੇ ਥੱਕ ਗਈ ਹੈ ਅਤੇ ਤੇਰੀ ਆਤਮਾ ਮੇਰੇ ਕੋਲ਼ੋਂ ਵੱਖ ਹੋਣ ਦੀ ਇੱਛਾ ਕਰਦੀ ਹੈ?"

ਅੱਖਾਂ ਵਿੱਚ ਹੰਝੂ ਭਰ ਕੇ ਉਸਨੇ ਜਵਾਬ ਦਿੱਤਾ, "ਨਹੀਂ-ਨਹੀਂ, ਮੇਰੇ ਪ੍ਰਿਅ, ਮੇਰੀ ਆਤਮਾ ਤੇਰੇ ਤੋਂ ਵੱਖ ਨਹੀਂ ਹੋਣਾ ਚਾਹੁੰਦੀ ਕਿਉਂਕਿ ਤੂੰ ਇਸਦਾ ਇੱਕ ਅੰਗ ਹੈਂ। ਮੇਰੀਆਂ ਅੱਖਾਂ ਤੈਨੂੰ ਦੇਖ ਕੇ ਨਫ਼ਰਤ ਨਹੀਂ ਕਰਨ ਲੱਗੀਆਂ ਹਨ ਕਿਉਂਕਿ ਤੂੰ ਇਨ੍ਹਾਂ ਦੀ ਜੋਤੀ ਹੈਂ। ਪਰ ਮੈਂ ਜੰਜੀਰਾਂ ਨਾਲ਼ ਜ਼ਕੜੀ ਹਾਲਤ ਵਿੱਚ ਹੀ ਜੀਵਨ ਦੇ ਰਾਹ 'ਤੇ ਚੱਲਾਂ, ਜੇ ਇਹੀ ਰੱਬ ਦੀ ਇੱਛਾ ਹੋਵੇ ਤਾਂ ਮੈਂ ਕੀ ਕਰਾਂ? ਪਰ ਤੈਨੂੰ ਵੀ ਮੇਰੇ ਇਸ ਪ੍ਰਾਣਰੋਧਕ ਵਾਤਾਵਰਣ ਵਿੱਚ ਚੱਲਣਾ ਪਵੇ, ਇਹ ਮੇਰੇ ਕੋਲ਼ੋਂ ਕਿਵੇਂ ਸਹਿਣ ਹੋ ਸਕਦਾ ਹੈ?"

ਮੈਂ ਕਿਹਾ, "ਸਲਮਾ, ਤੇਰੀਆਂ ਇਨ੍ਹਾਂ ਡੂੰਘੀਆਂ ਗੱਲਾਂ ਨੂੰ ਮੈਂ ਸਮਝ ਨਹੀਂ ਸਕਦਾ। ਤੈਨੂੰ ਕੁਝ ਕਹਿਣਾ ਹੋਵੇ, ਰੱਬ ਵਾਸਤੇ ਸਾਫ-ਸਾਫ ਕਹਿ!"

ਸਲਮਾ ਨੇ ਜਵਾਬ ਦਿੱਤਾ, "ਤੈਨੂੰ ਇਹ ਸਭ ਗੱਲਾਂ ਸਾਫ਼ ਸਾਫ਼ ਕਹਿ ਸਕਣਾ ਮੇਰੇ ਲਈ ਅਸੰਭਵ ਹੈ, ਕਿਉਂਕਿ ਦਰਦ ਅਤੇ ਦੁੱਖ ਦੀ ਬਹੁਲਤਾ ਨਾਲ਼ ਜਕੜੀ ਹੋਈ ਜੀਭ ਉਲਟ ਨਹੀਂ ਸਕਦੀ ਅਤੇ ਜਿਨ੍ਹਾਂ ਬੁੱਲ੍ਹਾਂ 'ਤੇ ਨਿਰਾਸ਼ਾ ਨੇ ਤਾਲੇ ਲਾ ਦਿੱਤੇ ਹੋਣ, ਉਹ ਜਲਦੀ ਖੁੱਲ੍ਹ ਨਹੀਂ ਸਕਦੇ। ਮੈਂ ਸਿਰਫ਼ ਇੰਨਾ ਹੀ ਕਹਿ ਸਕਦੀ ਹਾਂ ਕਿ ਲੋਕਾਂ ਨੇ ਮੇਰਾ ਸ਼ਿਕਾਰ ਕਰਨ ਲਈ ਜਾਲ਼ ਵਿਛਾਇਆ ਹੈ, ਉਸ ਵਿੱਚ ਤੂੰ ਸ਼ਾਇਦ ਫਸ ਜਾਵੇਂ, ਮੈਨੂੰ ਇਸ ਗੱਲ ਦਾ ਹੀ ਵੱਡਾ ਡਰ ਹੈ।"

ਮੈਂ ਪੁੱਛਿਆ, "ਸਲਮਾ, ਤੇਰੇ ਕਹਿਣ ਦਾ ਕੀ ਮਤਲਬ ਹੈ? ਜੋ ਲੋਕ ਮੈਨੂੰ ਹਾਨੀ ਪਹੁੰਚਾਉਣਗੇ ਅਤੇ ਜਿਨ੍ਹਾਂ ਤੋਂ ਤੂੰ ਡਰ ਰਹੀਂ ਹੈਂ, ਉਹ ਲੋਕ ਕੌਣ ਹਨ?"

ਉਸਨੇ ਆਪਣਾ ਚਿਹਰਾ ਹੱਥਾਂ ਨਾਲ਼ ਢੱਕ ਲਿਆ ਅਤੇ ਨੇੜਤਾ ਅਤੇ ਪਿਆਰ ਨਾਲ਼ ਭਰਿਆ ਹੋਇਆ ਇੱਕ ਸਾਹ ਲੈ ਕੇ ਕਹਿਣ ਲੱਗੀ, "ਪਾਦਰੀ (ਮੰਸੂਰ) ਨੇ ਜਿਸ ਭਵਨ ਵਿੱਚ ਮੈਨੂੰ ਕੈਦ ਕੀਤਾ ਹੈ, ਉਸ ਭਵਨ ਵਿੱਚੋਂ ਮੈਂ ਮਹੀਨੇ 'ਚ ਇੱਕ ਵਾਰ ਨਿਕਲ਼ ਪੈਂਦੀ ਹਾਂ, ਇਸਦੀ ਉਸਨੂੰ ਖਬਰ ਮਿਲ਼ ਗਈ ਹੈ।"

ਚੌਂਕ ਕੇ ਮੈ ਪੁੱਛਿਆ, "ਇਸ ਸਥਾਨ 'ਤੇ ਅਸੀਂ ਮਿਲ਼ਦੇ ਹਾਂ, ਇਸਦੀ ਉਨ੍ਹਾਂ ਨੂੰ ਖਬਰ ਮਿਲ਼ ਗਈ ਹੈ, ਜਾਂ ਨਹੀਂ!"

ਮੋੜਵੇਂ ਜਵਾਬ ਵਿੱਚ ਉਸਨੇ ਕਿਹਾ, "ਉਨ੍ਹਾਂ ਨੂੰ ਇਸ ਗੱਲ ਦੀ ਖਬਰ ਮਿਲ਼ ਗਈ ਹੁੰਦੀ ਤਾਂ ਤੂੰ ਮੈਨੂੰ ਇਸ ਸਮੇਂ ਆਪਣੇ ਕੋਲ਼ ਨਾ ਦੇਖਦਾ ਪਰ ਉਨ੍ਹਾਂ ਨੂੰ ਮੇਰੇ ਬਾਰੇ ਵਿੱਚ ਸ਼ੱਕ ਹੋ ਗਿਆ ਹੈ, ਇਹ ਪੱਕੀ ਗੱਲ ਹੈ। ਉਨ੍ਹਾਂ ਨੇ ਕਈ ਮਨੁੱਖਾਂ ਨੂੰ ਮੇਰੇ 'ਤੇ ਨਜ਼ਰ ਰੱਖਣ ਲਈ ਨਿਯੁਕਤ ਕੀਤਾ ਹੈ ਅਤੇ ਆਪਣੇ ਨੌਕਰਾਂ ਨੂੰ ਵੀ ਮੇਰੀ ਚੌਕਸੀ ਕਰਨ ਦੀ ਸਖ਼ਤ ਹਿਦਾਇਤ ਦਿੱਤੀ ਹੈ। ਇੱਥੋਂ ਤੱਕ ਕਿ ਮੇਰੇ ਆਸਪਾਸ ਚੋਰੀ ਨਾਲ਼ ਚੌਂਕੀ ਬਿਠਾਈ ਹੋਈ ਹੈ ਕਿ ਜਿਸ ਭਵਨ ਵਿੱਚ ਮੈਂ ਰਹਿੰਦੀ ਹਾਂ, ਉਸ ਭਵਨ ਵਿੱਚ ਅਤੇ ਜਿਸ ਰਾਹ 'ਤੇ ਮੈਂ ਚੱਲਦੀ ਹਾਂ, ਉਸ ਰਾਹ 'ਤੇ ਸੂਖਮ ਨਜ਼ਰ ਦੇਖਣ ਵਾਲ਼ੀਆਂ ਅੱਖਾਂ, ਮੇਰੇ ਵੱਲ ਉਂਗਲੀ ਚੁੱਕਣ ਵਾਲ਼ੇ ਹੱਥ ਅਤੇ ਮੇਰੇ ਮਨ ਦੇ ਵਿਚਾਰ ਅਤੇ ਚਿੰਤਾ ਅਤੇ ਉਸਦੀਆਂ ਲੁਕੀਆਂ ਹੋਈਆਂ ਗੱਲ ਸੁਣਨ ਵਾਲ਼ੇ ਕੰਨ ਹਮੇਸ਼ਾ ਮੇਰੇ ਪਿੱਛੇ ਮੌਜੂਦ ਹਨ, ਇਸਦਾ ਅਹਿਸਾਸ ਮੈਨੂੰ ਹਰ ਪਲ ਹੁੰਦਾ ਰਹਿੰਦਾ ਹੈ।"

ਸਲਮਾ ਠਹਿਰੀ। ਉਸਦੀਆਂ ਪਲਕਾਂ 'ਤੇ ਹੰਝੂ ਵਹਿ ਰਹੇ ਸਨ। ਥੋੜ੍ਹੀ ਦੇਰ ਬਾਅਦ ਉਹ ਕਹਿਣ ਲੱਗੀ, "ਪਾਦਰੀ ਦਾ ਮੈਨੂੰ ਖੁਦ ਨੂੰ ਤਾਂ ਕਿਸੇ ਤਰ੍ਹਾਂ ਦਾ ਡਰ ਨਹੀਂ ਹੈ, ਕਿਉਂਕਿ ਡੁੱਬਣ ਦਾ ਇਰਾਦਾ ਕਰਕੇ ਆਉਣ ਵਾਲ਼ਾ ਮਨੁੱਖ ਸਮੁੰਦਰ ਦੀਆਂ ਲਹਿਰਾਂ ਦੀਆਂ ਮਾਰਾਂ ਤੋਂ ਨਹੀਂ ਡਰਦਾ। ਪਰ ਸੂਰਜ-ਪ੍ਰਕਾਸ਼ ਵਾਂਗ ਅਜ਼ਾਦ ਤੂੰ ਕਿਤੇ ਮੇਰੇ ਵਾਂਗ ਇਸ ਜ਼ਾਲ਼ ਵਿੱਚ ਨਾ ਫਸ ਜਾਵੇਂ ਅਤੇ ਉਹ ਤੈਨੂੰ ਆਪਣੇ ਪੰਜੇ ਵਿੱਚ ਦਬਾ ਕੇ ਮਾਰ ਨਾ ਸੁੱਟਣ, ਇਸਦਾ ਮੈਨੂੰ ਡਰ ਹੈ। ਮੈਨੂੰ ਮੌਤ ਦਾ ਡਰ ਨਹੀਂ ਹੈ, ਕਿਉਂਕਿ ਉਹ ਸਾਰੇ ਤੀਰ ਮੇਰੀ ਛਾਤੀ ਵਿੱਚ ਮਾਰ ਚੁੱਕੀ ਹੈ, ਪਰ ਤੇਰੀ ਉਮਰ ਦੇ ਇਸ ਉੱਤਮ ਹਿੱਸੇ ਵਿੱਚ ਕਿਤੇ ਤੇਰੇ ਪੈਰ ਨੂੰ ਸੱਪ ਨਾ ਕੱਟੇ ਅਤੇ ਜਿਸ ਸਥਾਨ 'ਤੇ ਸੁੱਖ ਅਤੇ ਸ਼ਾਨ ਐਸ਼ ਅਤੇ ਅਰਾਮ ਨਾਲ਼ ਭਵਿੱਖ ਤੇਰੀ ਉਡੀਕ ਕਰ ਰਿਹਾ ਹੈ, ਉਸ ਪਰਬਤ-ਸ਼ਿਖਰ 'ਤੇ ਪਹੁੰਚੇ ਬਿਨਾਂ ਸ਼ਾਇਦ ਤੂੰ ਨਾ ਰਹਿ ਜਾਵੇਂ, ਇਸਦਾ ਮੈਨੂੰ ਡਰ ਰਹਿੰਦਾ ਹੈ।"

ਮੈਂ ਕਿਹਾ, "ਜਿਸਨੂੰ ਕਾਲ਼ ਦਾ ਸੱਪ ਕੱਟਦਾ ਨਹੀਂ ਅਤੇ ਜੋ ਭੇੜੀਏ ਦਾ ਸ਼ਿਕਾਰ ਬਣਿਆ ਨਹੀਂ, ਉਸਦੀ ਕਿਸਮਤ ਵਿੱਚ ਹਮੇਸ਼ਾ ਭਟਕਦੇ ਫਿਰਨਾ ਹੀ ਲਿਖਿਆ ਹੈ। ਪਰ ਸਲਮਾ, ਸੁਣ, ਮੈਂ ਜੋ ਕਹਿੰਦਾ ਹਾਂ, ਉਸਨੂੰ ਧਿਆਨ ਨਾਲ਼ ਸੁਣ। ਲੋਕਾਂ ਨੂੰ ਨੀਚਤਾ ਅਤੇ ਹਲਕੇਪਨ ਅਤੇ ਉਨ੍ਹਾਂ ਦੇ ਪਾਗਲਪਨ ਅਤੇ ਭੱਦੇ ਮਨੁੱਖ ਤੋਂ ਬਚਣ ਲਈ ਸਾਨੂੰ ਹਮੇਸ਼ਾ ਲਈ ਵੱਖ ਹੋ ਜਾਣ ਤੋਂ ਇਲਾਵਾ ਕੀ ਹੋਰ ਕੋਈ ਰਾਹ ਨਹੀਂ ਹੈ? ਕੀ ਆਪਣੇ ਲਈ ਪਿਆਰ-ਜੀਵਨ ਅਤੇ ਅਜ਼ਾਦੀ ਦੇ ਸਭ ਰਾਹ ਇੰਜ ਬੰਦ ਹੋ ਗਏ ਹਨ ਕਿ ਸਾਡੇ ਕੋਲ਼ ਜੱਲਾਦਾਂ ਦੀ ਇੱਛਾ ਦੇ ਸਾਹਮਣੇ ਸਿਰ ਝੁਕਾਉਣ ਦੇ ਇਲਾਵਾ ਕੋਈ ਦੂਸਰਾ ਉਪਾਅ ਨਹੀਂ ਬਚਿਆ ਹੈ?"

ਖਿਝ ਅਤੇ ਨਿਰਾਸ਼ਾ ਦੇ ਸੁਰ ਵਿੱਚ ਉਸਨੇ ਜਵਾਬ ਦਿੱਤਾ, "ਹਾਂ, ਜੁਦਾਈ

ਦੇ ਸਿਵਾ ਹੁਣ ਕੋਈ ਉਪਾਅ ਬਾਕੀ ਨਹੀਂ ਰਿਹਾ।"

ਮੈਂ ਉਸਦਾ ਹੱਥ ਫੜ੍ਹ ਲਿਆ। ਮੇਰੇ ਦਿਮਾਗ ਵਿੱਚ ਵਿਦਰੋਹੀ ਵਿਚਾਰ ਚੇਤੰਨ ਹੋਇਆ ਸੀ ਅਤੇ ਮੇਰੀ ਨੌਜਆਨੀ ਦੀ ਅੱਗ ਵਿੱਚੋਂ ਧੂੰਆਂ ਨਿਕਲਣਾ ਸ਼ੁਰੂ ਹੋ ਗਿਆ ਸੀ। ਗੁੱਸੇ ਭਰੇ ਸੁਰ ਵਿੱਚ ਮੈਂ ਕਿਹਾ, "ਸਲਮਾ, ਦੁਨੀਆ ਦੀ ਨਜ਼ਾਇਜ ਇੱਛਾ ਦੇ ਸਾਹਮਣੇ ਸਾਡਾ ਸਿਰ ਬਹੁਤ ਸਮੇਂ ਤੱਕ ਝੁੱਕਿਆ ਰਿਹਾ ਹੈ। ਜਦੋਂ ਤੋਂ ਸਾਡੀ ਆਪਸ ਵਿੱਚ ਪਹਿਲੀ ਪਛਾਣ ਹੋਈ ਹੈ, ਉਦੋਂ ਤੋਂ ਲੈ ਕੇ ਅੱਜ ਤੱਕ ਅਸੀਂ ਉਸਦੇ ਬੰਧਨ ਸਹਿੰਦੇ ਅਤੇ ਉਸਦੀ ਬਣਾਈਆਂ ਹੋਈਆਂ ਮੂਰਤੀਆਂ ਦੀ ਪੂਜਾ ਕਰਦੇ ਆਏ ਹਨ। ਅਸੀਂ ਪਾਦਰੀ ਦੇ ਹੱਥ ਵਿੱਚ ਦੋ ਗੇਂਦਾਂ ਵਾਂਗ ਹਾਂ। ਇਨ੍ਹਾਂ ਗੇਦਾਂ ਨਾਲ਼ ਉਹ ਚਾਹੇ ਜਿੱਥੇ ਖੇਡ ਸਕਦਾ ਹੈ ਅਤੇ ਉਨ੍ਹਾਂ ਨੂੰ ਚਾਹੇ ਜਿੱਥੇ ਸੁੱਟ ਸਕਦਾ ਹੈ। ਤਾਂ ਫਿਰ ਕਿਉਂ ਅੱਜ ਵੀ ਗੁਲਾਮੀ ਵਾਂਗ ਅਸੀਂ ਉਸਦੀ ਆਗਿਆ ਦੇ ਸਾਹਮਣੇ ਸਿਰ ਝੁਕਾਈ ਰੱਖੀਏ? ਕਿਉਂ ਉਸਦੇ ਮਨ ਦੇ ਹਨ੍ਹੇਰੇ ਨੂੰ ਅਸੀਂ ਅੱਜ ਵੀ ਇੱਕਟਕ ਦੇਖਦੇ ਰਹੀਏ? ਉਹ ਸਾਨੂੰ ਕਬਰ ਵਿੱਚ ਸੁਆ ਦਵੇਂ ਅਤੇ ਮਿੱਟੀ ਵਿੱਚ ਮਿਲ਼ਾ ਦਵੇ, ਉਦੋਂ ਤੱਕ ਕੀ ਸਾਨੂੰ ਚੁੱਪ ਰਹਿਣਾ ਚਾਹੀਦਾ ਹੈ? ਕੀ ਸਾਨੂੰ ਆਪਣੇ ਹੀ ਹੱਥੋਂ ਮੌਤ ਦੇ ਪੈਰਾਂ ਹੇਠ ਕੁਚਲ ਦੇਣ ਲਈ ਰੱਬ ਨੇ ਜੀਵਨ ਦਿੱਤਾ ਹੈ? ਕੀ ਗੁਲਾਮੀ ਦੀ ਛਾਵੇਂ ਬਣਾਉਣ ਲਈ ਉਨ੍ਹਾਂ ਨੇ ਸਾਨੂੰ ਅਜ਼ਾਦੀ ਦਿੱਤੀ ਹੈ? ਸਲਮਾ, ਆਪਣੇ ਹੱਥੀਂ ਆਪਣੇ ਅੰਤਰ ਵਿੱਚ ਪ੍ਰਗਟ ਜੋਤੀ ਨੂੰ ਬੁਝਾਉਣ ਦਾ ਤਾਂ ਅਰਥ ਇਹ ਹੈ ਕਿ ਜਿਨ੍ਹਾਂ ਸ਼ਕਤੀਆਂ ਨੇ ਇਸ ਜੋਤੀ ਨੂੰ ਪ੍ਰਗਟ ਕੀਤਾ ਹੈ, ਅਸੀਂ ਉਨ੍ਹਾਂ ਨੂੰ ਅਸਵੀਕਾਰ ਕਰਦੇ ਹਾਂ ਅਤੇ ਅਨਿਆ ਅਤੇ ਅੱਤਿਆਚਾਰ ਸਹਿਣ ਕਰਦੇ ਹੋਏ ਜ਼ੁਲਮਾਂ ਵਿਰੁੱਧ ਝੂਠ ਦੀ ਸਹਾਇਤਾ ਕਰਨ ਅਤੇ ਬੇਕਸੂਰਾਂ ਦੇ ਕਤਲ਼ ਵਿੱਚ ਜ਼ਾਲਿਮਾਂ ਨੂੰ ਮਦਦ ਦੇਣ ਦੇ ਬਰਾਬਰ ਹੈ।"

"ਸਲਮਾ, ਮੈਂ ਤੈਨੂੰ ਪਿਆਰ ਕਰਦਾ ਹਾਂ ਅਤੇ ਤੂੰ ਮੈਨੂੰ ਪਿਆਰ ਕਰਦੀ ਹੈਂ। ਪਿਆਰ ਇੱਕ ਅਨਮੋਲ ਧਨ ਹੈ, ਜੋ ਰੱਬ ਵੱਲੋਂ ਭਾਵਨਾਸ਼ੀਲ ਅਤੇ ਮਹਾਨ ਆਤਮਾਵਾਂ ਨੂੰ ਪ੍ਰਾਪਤ ਹੁੰਦਾ ਹੈ। ਉਦੋਂ ਕਿਉਂ ਅਸੀਂ ਆਪਣੇ ਇਸ ਅਨਮੋਲ ਧਨ ਨੂੰ ਸੂਰਾਂ ਦੇ ਝੁੰਡ ਵਿੱਚ ਸੁੱਟ ਦਈਏ, ਜਿਸ ਨਾਲ਼ ਉਹ ਇਸ ਨੂੰ ਆਪਣੀਆਂ ਲੰਬੀਆਂ-ਲੰਬੀਆਂ ਨਾਸਾਂ ਨਾਲ਼ ਸੁੰਘ ਕੇ ਅਤੇ ਵੱਡੇ-ਵੱਡੇ ਮੂੰਹ ਨਾਲ਼ ਉਲਟ-ਪਲਟ ਕੇ ਪੈਰਾਂ ਹੇਠ ਰੋਲ਼ ਸੁੱਟਣ?

"ਸਾਡੇ ਸਾਹਮਣੇ ਸੁੰਦਰ ਅਤੇ ਅਦਭੁੱਤ ਦੁਨੀਆ ਅਤੇ ਉਸਦੇ ਵੱਡੇ, ਵਿਸ਼ਾਲ ਅਤੇ ਪਵਿੱਤਰ ਸੁੱਖ ਉਪਭੋਗ ਦੇ ਸਥਾਨ ਪਏ ਹਨ। ਫਿਰ ਕਿਸ ਲਈ ਇਸ ਤ੍ਰਾਸਦਾਇਕ ਹਨ੍ਹੇਰੀ ਗੁਫਾ ਵਿੱਚ ਪਏ ਰਹੀਏ? ਸਾਡੇ ਸਾਹਮਣੇ ਜੀਵਨ ਅਤੇ ਉਸਦੀਆਂ ਅਜ਼ਾਦੀਆਂ ਪਈਆਂ ਹਨ, ਅਜ਼ਾਦੀ ਅਤੇ ਉਸਦਾ ਅਨੰਦ ਪਿਆ ਹੈ, ਤਦ ਫਿਰ ਆਪਣੀ ਗਰਦਨ 'ਤੇ ਪਏ ਹੋਏ ਸੰਗਲਾਂ ਨੂੰ ਸੁੱਟ ਕੇ ਆਪਣੇ ਪੈਰਾਂ ਵਿੱਚ ਪਈਆਂ ਹੋਈਆਂ ਬੇੜੀਆਂ ਨੂੰ ਤੋੜ ਜਿੱਥੇ ਚਾਰੇ ਪਾਸੇ ਸੁੱਖ-ਹੀ-ਸੁੱਖ ਨਜ਼ਰੀਂ ਪਵੇ, ਅਜਿਹੀ ਜਗ੍ਹਾ 'ਤੇ ਅਸੀਂ ਕਿਉਂ ਨਾ ਚੱਲ ਪਈਏ? ਸਲਮਾ, ਉੱਠੋ, ਅਸੀਂ ਇਸ ਛੋਟੇ ਜਿਹੇ ਮੰਦਿਰ ਨੂੰ ਛੱਡ ਕੇ ਰੱਬ ਦੇ ਵਿਸ਼ਾਲ ਮੰਦਿਰ ਵਿੱਚ ਚੱਲੀਏ। ਚੱਲ, ਇਸ ਸ਼ਹਿਰ ਅਤੇ ਇਸ ਸ਼ਹਿਰ ਦੀ ਗੁਲਾਮੀ ਅਤੇ ਅਗਿਆਨਤਾ ਨੂੰ ਛੱਡ ਕੇ। ਜਿੱਥੇ ਲੁਟੇਰਿਆਂ, ਅੱਤਿਆਚਾਰੀਆਂ ਅਤੇ ਸ਼ੈਤਾਨਾਂ ਦੀ ਚਲਾਕੀ ਅਤੇ ਵਿਸ਼ਵਾਸਘਾਤ ਦਾ ਡਰ ਨਹੀਂ ਹੈ—ਉੱਥੇ ਦੂਰ, ਬਹੁਤ ਦੂਰ, ਸੁਪਨਿਆਂ

ਦੇ ਦੇਸ਼ ਵੱਲ ਚੱਲ ਪਈਏ। ਚੱਲ, ਰਾਤ ਦੇ ਹਨੇਰੇ ਵਿੱਚ ਲੁਕ ਕੇ ਸਮੁੰਦਰ-ਕਿਨਾਰੇ ਬੈਠ ਕੇ ਸੱਤ ਸਮੁੰਦਰ ਪਾਰ ਚੱਲੇ ਜਾਈਏ। ਉੱਥੇ ਅਸੀਂ ਇੱਕ ਨਵਾਂ ਜੀਵਨ—ਪਿਆਰ ਅਤੇ ਪਵਿੱਤਰਤਾ ਦਾ ਜੀਵਨ—ਬਤੀਤ ਕਰਾਂਗੇ, ਉਹ ਜੀਵਨ ਅਜਗਰਾਂ ਦੀਆਂ ਫੁੰਕਾਰਾਂ ਅਤੇ ਹਿੰਸਕ ਜੀਵਾਂ ਦੀਆਂ ਭਿਆਨਕ ਦਹਾੜਾਂ ਤੋਂ ਪੂਰੀ ਤਰ੍ਹਾਂ ਮੁਕਤ ਹੋਵੇਗਾ। ਸਲਮਾ, ਹੁਣ ਵਿਚਾਰ ਕਰਨ ਦਾ ਸਮਾਂ ਨਹੀਂ ਹੈ, ਪਿੱਛੋਂ ਇੰਞ ਨਾ ਹੋਵੇ ਕਿ ਇਹ ਪਲ ਜੋ ਕਿ ਬਾਦਸ਼ਾਹ ਦੇ ਤਾਜ਼ ਨਾਲੋਂ ਵੱਧ ਕੀਮਤੀ ਅਤੇ ਦੇਵਤਿਆਂ ਦੇ ਵਿਚਾਰ-ਸੂਖਮ ਨਾਲੋਂ ਵੱਧ ਸੂਖਮ ਹਨ, ਆਪਣੇ ਹੱਥੋਂ ਨਿਕਲ਼ ਜਾਵੇ! ਉੱਠ, ਪਿਆਰ ਦੇ ਪ੍ਰਕਾਸ਼ ਵਿੱਚ ਅਸੀਂ ਇਸ ਨਿਰਜਲ ਅਤੇ ਘਾਹ ਰਹਿਤ ਵੀਰਾਨ ਵਿੱਚੋਂ ਇਸ ਸਮੇਂ ਨਿਕਲ਼ ਕੇ ਹਰੇ-ਭਰੇ ਬਾਗਾਂ ਵਿੱਚ ਚੱਲ ਚੱਲੀਏ।"

ਸਲਮਾ ਨੇ ਸਿਰ ਉੱਚਾ ਕੀਤਾ ਅਤੇ ਮੰਦਿਰ ਦੇ ਵਾਯੂਮੰਡਲ ਵਿੱਚ ਕਿਸੇ ਅਦਿੱਖ ਚੀਜ਼ 'ਤੇ ਨਜ਼ਰ ਟਿਕਾ ਲਈ। ਉਸਦੇ ਬੁੱਲ੍ਹਾਂ 'ਤੇ ਉਦਾਸੀ ਭਰੀ ਮੁਸਕਾਨ ਥਿਰਕੀ। ਇਸ ਮੁਸਕਾਨ ਵਿੱਚ ਉਸਦੇ ਦਿਲ ਦੀ ਤਕਲੀਫ ਅਤੇ ਕਲੇਸ਼ ਦਾ ਪ੍ਰਤੀਬਿੰਬ ਪੈਂਦਾ ਸੀ। ਕਿਸੇ ਦ੍ਰਿੜਤਾ-ਭਰੀ ਅਵਾਜ਼ ਵਿੱਚ ਉਸਨੇ ਕਿਹਾ, "ਨਹੀਂ-ਨਹੀਂ, ਮੇਰੇ ਪਿਆਰੇ, ਅਜਿਹਾ ਹੋਣਾ ਤਿੰਨਾਂ ਕਾਲ਼ਾਂ ਵਿੱਚ ਵੀ ਸੰਭਵ ਨਹੀਂ। ਰੱਬ ਨੇ ਮੈਨੂੰ ਜ਼ਹਿਰ ਦਾ ਪਿਆਲਾ ਦਿੱਤਾ ਹੈ, ਇਸ ਪਿਆਲੇ ਨੂੰ ਮੈਂ ਘੋਲ਼-ਘੋਲ਼ ਕੇ ਪੀਣਾ ਸ਼ੁਰੂ ਕੀਤਾ ਹੈ। ਹੁਣ ਇਸ ਵਿੱਚ ਕੁਝ ਹੀ ਬੂੰਦਾਂ ਬਚੀਆਂ ਹੋਈਆਂ ਹਨ ਅਤੇ ਇਨ੍ਹਾਂ ਬਾਕੀ ਬਚੀਆਂ ਹੋਈਆਂ ਬੂੰਦਾਂ ਨੂੰ ਵੀ ਬੇਹੱਦ ਸੰਤੋਖ, ਹੌਂਸਲੇ ਅਤੇ ਦ੍ਰਿੜਤਾ ਨਾਲ਼ ਗਲ਼ੇ ਹੇਠ ਉਤਾਰ ਲੈਣ ਦੀ ਮੇਰੀ ਇੱਛਾ ਹੈ, ਜਿਸ ਨਾਲ਼ ਇਸ ਪਿਆਲੇ ਹੇਠ ਕਿਹੜਾ ਭੇਦ ਲੁਕਿਆ ਹੋਇਆ ਹੈ, ਇਸਦਾ ਗਿਆਨ ਮੈਨੂੰ ਖੁਦ ਹੋ ਜਾਵੇ। ਸੁੱਖ, ਸੰਤੋਖ ਅਤੇ ਪਿਆਰ ਦੇ ਤੀਰਥ ਵਰਗੇ ਇਸ ਨਵੇਂ ਅਤੇ ਪਵਿੱਤਰ ਜੀਵਨ ਦੇ ਮੈਂ ਯੋਗ ਨਹੀਂ ਹਾਂ। ਇਸਦਾ ਅਨੰਦ ਅਤੇ ਸੁੱਖ ਪਾਉਣ ਜਿੰਨਾ ਹੌਸਲਾ ਵੀ ਮੇਰੇ ਵਿੱਚ ਨਹੀਂ ਹੈ। ਇੱਕ ਪੰਖ-ਹੀਣ ਪੰਛੀ ਜ਼ਮੀਨ 'ਤੇ ਇੱਧਰ-ਉੱਧਰ ਹਿੱਲ ਸਕਦਾ ਹੈ, ਪਰ ਉਹ ਅਕਾਸ਼ ਵਿੱਚ ਉੱਡ ਨਹੀਂ ਸਕਦਾ। ਪ੍ਰਕਾਸ਼ ਨਾਲ਼ ਭਰੀਆਂ ਹੋਈਆਂ ਅੱਖਾਂ ਪ੍ਰਕਾਸ਼ਹੀਣ ਚੀਜ਼ਾਂ 'ਤੇ ਨਜ਼ਰ ਸੁੱਟ ਸਕਦੀਆਂ ਹਨ ਪਰ ਸੂਰਜ ਦੇ ਪ੍ਰਕਾਸ਼ ਦੀ ਗਰਮੀ ਉਹ ਨਹੀਂ ਦੇ ਸਕਦੀਆਂ। ਰੱਬ ਵਾਸਤੇ ਮੇਰੇ ਸਾਹਮਣੇ ਸਦਾ ਸਫਲਤਾ ਦੀਆਂ ਗੱਲਾਂ ਨਾ ਕਰ, ਕਿਉਂਕਿ ਇਸ ਨਾਲ਼ ਮੈਨੂੰ ਦੁੱਖ ਹੁੰਦਾ ਹੈ। ਜਿਸ ਤਰ੍ਹਾਂ ਬਦਕਿਸਮਤ ਅਤੇ ਅਸਫਲਤਾ ਦੀਆਂ ਗੱਲਾਂ ਸੁਣ ਕੇ ਕਿਸਮਤਵਾਨ ਅਤੇ ਸਫਲ ਵਿਅਕਤੀ ਦੇ ਮਨ ਵਿੱਚ ਦੁੱਖ ਹੁੰਦਾ ਹੈ, ਉਵੇਂ ਕਿਸਮਤ ਅਤੇ ਸਫਲਤਾ ਦੀਆਂ ਗੱਲਾਂ ਸੁਣ ਕੇ ਬਦਕਿਸਮਤ ਅਤੇ ਅਸਫਲ ਮਨੁੱਖ ਦੇ ਮਨ ਵਿੱਚ ਦੁੱਖ ਦਾ ਅਨੁਭਵ ਹੁੰਦਾ ਹੈ। ਮੇਰੇ ਵੱਲ ਭੋਗ-ਵਿਲਾਸ ਅਤੇ ਸੁੱਖ ਦੇ ਚਿੱਤਰਾਂ ਨੂੰ ਨਾ ਲਿਆ, ਕਿਉਂਕਿ ਉਸ ਤੋਂ ਮੈਨੂੰ ਡਰ ਲੱਗਦਾ ਹੈ, ਜਿਵੇਂ ਸੁੱਖੀ ਮਨੁੱਖ ਨੂੰ ਦੁੱਖ ਦੇ ਚਿੱਤਰ ਡਰਾਉਂਦੇ ਹਨ। ਤੇਰੇ ਪਿਆਰ ਦੀ ਜਿਸ ਪਵਿੱਤਰ ਅੱਗ ਨੂੰ ਮੇਰੇ ਤੁੱਛ ਦਿਲ ਵਿੱਚ ਪ੍ਰਭੂ ਨੇ ਪ੍ਰਗਟ ਕੀਤਾ ਹੈ, ਉਸਨੂੰ ਫੂਕ-ਫੂਕ ਕੇ ਬਲ਼ਦੀ ਰੱਖਾਂ, ਇਹੀ ਮੇਰੇ ਦਿਲ ਦੀ ਸਭ ਤੋਂ ਵੱਡੀ ਇੱਛਾ ਹੈ।

"ਜਿਸ ਪਿਆਰ ਨਾਲ਼ ਮਾਤਾ ਆਪਣੇ ਹਰੇਕ ਬੱਚੇ ਨੂੰ ਚਾਹੁੰਦੀ ਹੈ, ਉਸੇ ਪਿਆਰ ਨਾਲ਼ ਮੈਂ ਤੈਨੂੰ ਚਾਹੁੰਦੀ ਹਾਂ। ਜੀਵਨ ਦੇ ਆਖਰੀ ਸਾਹ ਤੱਕ ਤੇਰੀ ਰੱਖਿਆ

ਕਰਨ ਦੀ, ਪਿਆਰ ਮੈਨੂੰ ਸਿੱਖਿਆ ਦਿੰਦਾ ਹੈ। ਯਕੀਨੀ ਹੀ, ਇਹੀ ਪਿਆਰ ਮੈਨੂੰ ਹੁਣ ਤੱਕ ਵੀ ਤੇਰੇ ਨਾਲ਼ ਭੱਜ ਜਾਣ ਤੋਂ ਰੋਕ ਰਿਹਾ ਹੈ। ਦੁਨੀਆ ਵਿੱਚ ਤੂੰ ਅਵਹੇਲਣਾ ਅਤੇ ਬੇਇੱਜ਼ਤੀ ਦਾ ਪਾਤਰ ਨਾ ਬਣੇਂ ਅਤੇ ਮਾਨ ਅਤੇ ਅਜ਼ਾਦੀ ਦਾ ਜੀਵਨ ਬਿਤਾਵੇਂ। ਇਸ ਲਈ ਆਪਣੀਆਂ ਸਭ ਇੱਛਾਵਾਂ ਅਤੇ ਉਮੀਦਾਂ ਨੂੰ ਦਬਾ ਦੇਣ ਵਾਸਤੇ ਇਹੀ ਪਿਆਰ ਮੈਨੂੰ ਸਮਝ ਦਿੰਦਾ ਹੈ।

"ਜੋ ਪਿਆਰ ਆਪਣੇ ਪ੍ਰੇਮ ਪਾਤਰ ਨੂੰ ਆਪਣੇ ਕਾਬੂ ਵਿੱਚ ਲੈਣ ਦੀ ਇੱਛਾ ਕਰਦਾ ਹੈ, ਉਹ ਤੰਗਦਿਲ ਹੈ। ਪਰ ਜੋ ਪਿਆਰ ਕਾਲ਼ ਅਤੇ ਸਥਾਨ ਦੇ ਬੰਧਨਾਂ ਤੋਂ ਮੁਕਤ ਹੈ, ਉਸਨੂੰ ਆਪਣੇ ਪਿਆਰ ਪਾਤਰ ਦੇ ਵਿਅਕਤੀਤਵ ਤੋਂ ਇਲਾਵਾ ਦੂਸਰੇ ਕਿਸੇ ਦੀ ਉਮੀਦ ਨਹੀਂ ਹੁੰਦੀ।

"ਜੋ ਪਿਆਰ ਜੁਆਨੀ ਦੀ ਅਸਾਵਧਾਨੀ ਅਤੇ ਚੇਤਨਾ ਦਰਮਿਆਨ ਪੈਦਾ ਹੁੰਦਾ ਹੈ, ਉਹ ਆਪਣੇ ਪਿਆਰ ਪਾਤਰ ਦੇ ਦਰਸ਼ਨ ਅਤੇ ਮਿਲਾਪ ਨਾਲ਼ ਤ੍ਰਿਪਤ ਹੋ ਜਾਂਦਾ ਹੈ ਅਤੇ ਚੁੰਮਨਾਂ ਦੀ ਮਿਠਾਸ ਅਤੇ ਗਲ਼ੇ ਲੱਗਣ ਦੇ ਸੁੱਖ ਦਾ ਵਾਧਾ ਕਰਦਾ ਹੈ ਪਰ ਜੋ ਪਿਆਰ ਰੱਬ ਦੀ ਗੋਦ ਵਿੱਚ ਫਲ਼ਦਾ-ਫੁਲਦਾ ਹੈ, ਉਹ ਸਦਾ ਅਤੇ ਨਿਰੰਤਰਤਾ ਬਿਨਾ ਤ੍ਰਿਪਤੀ ਮਹਿਸੂਸ ਨਹੀਂ ਕਰਦਾ ਅਤੇ ਪਰਮਾਤਮਾ ਤੋਂ ਬਿਨਾ ਕਿਸੇ ਦੂਸਰੀ ਸ਼ਕਤੀ ਤੋਂ ਡਰਦਾ ਨਹੀਂ।"

"ਕੱਲ੍ਹ ਜਿਵੇਂ ਹੀ ਮੈਨੂੰ ਇੰਞ ਲੱਗਾ ਕਿ ਪਾਦਰੀ ਮੇਰੇ 'ਤੇ ਕੜੀ ਨਿਗਰਾਨੀ ਕਰ ਰਿਹਾ ਹੈ ਅਤੇ ਵੱਖਰੇ ਬੰਧਨਾਂ ਨੂੰ ਲੱਦ ਕੇ ਵਿਆਹ ਪਿੱਛੇ ਮੇਰੇ ਲਈ ਜੋ ਇੱਕੋ ਇੱਕ ਸੁੱਖ ਬਚਿਆ ਹੈ, ਉਸ ਨੂੰ ਵੀ ਖੋਹਣ ਦਾ ਯਤਨ ਕਰ ਰਿਹਾ ਹੈ, ਤਦ ਮੈਂ ਆਪਣੇ ਕਮਰੇ ਦੇ ਮਘੋਰੇ ਕੋਲ਼ ਜਾ ਕੇ ਖੜ੍ਹੀ ਹੋਈ ਅਤੇ ਸਮੁੰਦਰ ਦਾ ਨਜ਼ਾਰਾ ਦੇਖਣ ਲੱਗੀ। ਉਸ ਵੇਲ਼ੇ ਮੇਰਾ ਮਨ ਸਭਿਅਤਾ ਅਤੇ ਸਭਿਆਚਾਰ ਦੇ ਅਨੁਸ਼ਾਸਨ ਅਤੇ ਆਗਿਆ ਪਾਲਣ ਅਤੇ ਵਿਅਕਤੀਗਤ ਅਤੇ ਅੰਦਰੂਨੀ ਗੁਲਾਮੀ 'ਤੇ ਵਿਚਾਰ ਕਰ ਰਿਹਾ ਸੀ।

"ਮੈਂ ਮਹਿਸੂਸ ਕਰ ਰਹੀ ਸੀ, ਜਿਵੇਂ ਮੇਰਾ ਮਨ ਤੇਰੀ ਗੋ਼ਦ ਵਿੱਚ ਬੈਠਾ ਹੈ ਅਤੇ ਉਸਨੂੰ ਤੇਰੀਆਂ ਅਧਿਆਤਮਕ ਕਲਪਨਾਵਾਂ ਨੇ ਘੇਰ ਲਿਆ ਹੈ ਅਤੇ ਉਹ ਤੇਰੇ ਪਿਆਰ ਵਿੱਚ ਡੁੱਬਿਆ ਹੋਇਆ ਹੈ ਪਰ ਅੱਤਿਆਚਾਰ-ਪੀੜਿਤ ਅਤੇ ਅਭਾਗੀਆਂ ਇਸਤਰੀਆਂ ਦੇ ਦਿਲ ਨੂੰ ਜਗਾਉਣ ਵਾਲ਼ੀਆਂ ਅਤੇ ਸੱਚ ਅਤੇ ਅਜ਼ਾਦੀ ਦੀ ਛਾਵੇਂ ਸ਼ਾਂਤੀਪੂਰਵਕ ਜੀਵਨ ਬਿਤਾਉਣ ਲਈ ਬੇਅਰਥ ਰੀਤੀ-ਰਿਵਾਜ਼ ਅਤੇ ਖਰਚੀਲੀਆਂ ਰੀਤਾਂ ਵਿਰੁੱਧ ਵਿਦਰੋਹ ਕਰਨ ਲਈ ਪ੍ਰੇਰਿਤ ਕਰਨ ਵਾਲ਼ੀਆਂ ਮਿੱਠੀਆਂ ਕਲਪਨਾਵਾਂ ਮੇਰੇ ਦਿਲ ਦਾ ਸਪਰਸ਼ ਨਹੀਂ ਕਰ ਸਕਦੀਆਂ। ਅੰਤ ਮੇਰੇ ਆਪਣੇ ਮਨ ਵਿੱਚ ਨਫਰਤ ਆ ਗਈ ਅਤੇ ਮੈਂ ਉਸ ਨੂੰ ਅਸਹਿ ਮੰਨਣ ਲੱਗੀ। ਮੈਂ ਸਮਝਣ ਲੱਗੀ ਕਿ ਸਾਡਾ ਪਿਆਰ ਤੁੱਛ ਅਤੇ ਤੰਗ ਹੈ ਉਹ ਕਾਲ਼ ਦਾ ਪੂਰਾ ਮੁਕਾਬਲਾ ਕਰਨ ਵਿੱਚ ਅਸਮਰਥ ਹੈ। ਜਿਸਦਾ ਰਾਜ ਖੋਹ ਲਿਆ ਗਿਆ ਹੈ, ਅਜਿਹੇ ਰਾਜੇ ਵਾਂਗ ਅਤੇ ਜਿਸਦਾ ਭਰਿਆ ਭੰਡਾਰ ਲੁੱਟ ਲਿਆ ਗਿਆ ਹੈ, ਅਜਿਹੇ ਸੱਜਣ ਵਾਂਗ ਮੈਂ ਰੋਣ ਲੱਗੀ। ਪਰ ਥੋੜ੍ਹੀ ਦੇਰ ਵਿੱਚ ਹੀ ਮੇਰੇ ਹੰਝੂਆਂ ਵਿੱਚ ਤੇਰਾ ਚਿਹਰਾ ਦਿਖਾਈ ਦੇਣ ਲੱਗਾ। ਤੂੰ ਮੈਨੂੰ ਇੱਕ ਟਕ ਦੇਖ ਰਿਹਾ ਸੀ, ਮੈਨੂੰ ਇਹ ਮਹਿਸੂਸ ਹੋਇਆ। ਇੱਕ ਵਾਰ ਮੈਨੂੰ ਕਹੇ ਹੋਏ ਤੇਰੇ ਸ਼ਬਦ ਯਾਦ ਆ ਗਏ—"ਆ ਸਲਮਾ, ਆ, ਅਸੀਂ ਹਨ੍ਹੇਰੀ ਸਾਹਮਣੇ ਮੀਨਾ ਰਾਣੀ ਵਾਂਗ

ਪੱਕੇ ਪੈਰੀਂ ਖੜ੍ਹੇ ਰਹੀਏ ਅਤੇ ਤਲਵਾਰ ਦਾ ਜ਼ਖ਼ਮ ਆਪਣੀ ਪਿੱਠ 'ਤੇ ਨਾ ਸਹਿ ਕੇ ਛਾਤੀ 'ਤੇ ਸਹੀਏ। ਜੇ ਆਪਣੀ ਹਾਰ ਹੋਵੇਗੀ ਤਾਂ ਸ਼ਹੀਦ ਦੀ ਮੌਤ ਮਰਾਂਗੇ ਅਤੇ ਜੇਕਰ ਅਸੀਂ ਜਿੱਤ ਗਏ ਤਾਂ ਜੇਤੂ ਵੀਰਾਂ ਦਾ ਜੀਵਨ ਬਿਤਾਵਾਂਗੇ। ਆਪਣੀ ਰੱਖਿਆ ਲਈ ਯੁੱਧਭੂਮੀ ਵਿੱਚੋਂ ਕਾਇਰ ਵਾਂਗ ਭੱਜ ਜਾਣ ਦੀ ਬਿਜਾਏ ਯੁੱਧਭੂਮੀ ਵਿੱਚ ਰਹਿ ਕੇ, ਮੁਸ਼ਕਿਲਾਂ ਅਤੇ ਰੁਕਾਵਟਾਂ ਦਾ ਸਾਹਮਣਾ ਧੀਰਜ ਅਤੇ ਦ੍ਰਿੜਤਾ ਨਾਲ਼ ਕਰਨਾ, ਇਹ ਕਿੰਨੇ ਹੀ ਦਰਜ਼ੇ ਵੱਧ ਉੱਤਮ ਹੈ?"

"ਜਦੋਂ ਮੌਤ ਦਾ ਦੂਤ ਪਿਤਾ ਦੀ ਬੀਮਾਰ ਮੰਜੀ ਦੇ ਆਸਪਾਸ ਆਪਣੇ ਖੰਭ ਫੜਫੜਾ ਰਿਹਾ ਸੀ, ਤਦ ਇਹ ਸ਼ਬਦ ਤੇਰੇ ਮੂੰਹੋਂ ਨਿਕਲ਼ ਪਏ ਸੀ। ਕੱਲ੍ਹ ਜਦੋਂ ਨਿਰਾਸ਼ਾ ਮੇਰੇ 'ਤੇ ਹਾਵੀ ਹੋ ਗਈ ਸੀ, ਤਦ ਇਹ ਸ਼ਬਦ ਯਾਦ ਆਏ। ਤੇਰੇ ਇਨ੍ਹਾਂ ਸ਼ਬਦਾਂ ਨੇ ਮੈਨੂੰ ਬਹੁਤ ਹੌਸਲਾ ਦਿੱਤਾ। ਮੇਰੇ ਵਿੱਚ ਇੱਕ ਜ਼ਿੰਦਾ ਅਤੇ ਅਧਿਆਤਮਕ ਸ਼ਕਤੀ ਪ੍ਰਗਟ ਹੋਈ ਅਤੇ ਕੈਦਖਾਨੇ ਦੀ ਹਨ੍ਹੇਰੀ ਕੋਠੜੀ ਵਿੱਚ ਮੇਰੇ ਮਨ ਦੇ ਦੁੱਖ, ਕਲੇਸ਼, 'ਕਸ਼ਟਾਂ ਨੂੰ ਹਾਸੇ ਵਿੱਚ ਉਡਾਉਣ ਵਾਲ਼ੀ ਅਤੇ ਦਰਦ ਅਤੇ ਸ਼ੋਕ ਨੂੰ ਮਾਮੂਲੀ ਸਮਝਣ ਵਾਲ਼ੀ ਅਧਿਆਤਮਕ ਅਜ਼ਾਦੀ ਦੀ ਅਜਨਬੀ ਅਤੇ ਅਦਭੁੱਤ ਹਾਲਤ ਆਪਣੇ ਅੰਦਰ ਮੈਂ ਮਹਿਸੂਸ ਕੀਤੀ। ਮੈਂ ਇੱਕ ਖੂਹ ਦੇਖਿਆ, ਜੋ ਸਮੁੰਦਰ ਨਾਲ਼ੋਂ ਡੂੰਘਾ, ਗ੍ਰਹਿਆਂ ਨਾਲ਼ੋਂ ਬਹੁਤ ਉੱਚਾ ਅਤੇ ਅਕਾਸ਼ ਨਾਲ਼ੋਂ ਲੰਬਾ-ਚੌੜਾ ਸੀ।

"ਅੱਜ ਮੈਂ ਤੇਰੇ ਸਾਹਮਣੇ ਆਪਣੇ ਦੁੱਖ ਅਤੇ ਨਿਰਾਸ਼ ਦੇਹ ਵਿੱਚ ਇੱਕ ਨਵੀਂ ਆਤਮਿਕ ਸ਼ਕਤੀ ਧਾਰਣ ਕਰਕੇ ਆਈ ਹਾਂ ਅਤੇ ਉਹ ਵੀ ਸਰਵਪੱਖੀ ਮਹਾਨ ਉਦੇਸ਼ ਲਈ। ਇਹ ਇੱਕ ਮਹਾਨ ਵਸਤੂ ਦਾ ਤਿਆਗ ਹੈ—ਤੇਰੇ ਸਾਹਮਣੇ ਮੇਰੇ ਜੀਵਨ ਦੇ ਫਲ ਦਾ ਤਿਆਗ ਹੈ। ਅਤੇ ਇਹ ਕਿਸ ਵਾਸਤੇ? ਜਿਸ ਨਾਲ਼ ਤੂੰ ਦੁਨੀਆ ਵਿੱਚ ਇੱਜ਼ਤ ਦੇ ਨਾਲ਼ ਸਿਰ ਉੱਚਾ ਕਰਕੇ ਜੀਵਨ ਬਿਤਾਵੇਂ ਅਤੇ ਲੋਕਾਂ ਦੀ ਬੇਈਮਾਨੀ ਅਤੇ ਬੁਰੇ ਵਰਤਾਅ ਤੈਨੂੰ ਕਿਸੇ ਪ੍ਰਕਾਰ ਦਾ ਕਸ਼ਟ ਨਾ ਪਹੁੰਚਾ ਸਕਣ, ਇਹ ਇਸ ਲਈ।"

"ਕੱਲ੍ਹ ਤੱਕ ਮੈਂ ਇੱਥੇ ਆਈ ਸੀ, ਜਿਸਦੇ ਕਾਰਨ ਭਾਰੀਆਂ ਬੇੜੀਆਂ ਮੇਰੇ ਕਮਜ਼ੋਰ ਪੈਰਾਂ ਵਿੱਚ ਪਈਆਂ ਹੋਈਆਂ ਸਨ ਪਰ ਅੱਜ ਮੈਂ ਇੱਕ ਅਜਿਹੇ ਦ੍ਰਿੜ ਇਰਾਦੇ ਦਾ ਗਿਆਨ ਲੈ ਕੇ ਆਈ ਹਾਂ, ਜੋ ਬੇੜੀਆਂ ਦੇ ਭਾਰੇਪਨ ਨੂੰ ਹਾਸੇ ਵਿੱਚ ਉਡਾ ਦਿੰਦਾ ਹੈ ਅਤੇ ਸੰਕਟਾਂ ਦੇ ਰਾਹ ਦੀ ਚਿੰਤਾ ਨਹੀਂ ਕਰਦਾ।"

"ਪਹਿਲਾਂ ਮੈਂ ਹਰ ਰੋਜ ਗ੍ਰਹਿਆਂ ਵਾਂਗ ਥਰਥਰ ਕੰਬਦੀ ਹੋਈ ਆਉਂਦੀ ਸੀ, ਪਰ ਅੱਜ ਮੈਂ ਤਿਆਗ ਦੀ ਭਾਵਨਾ, ਉਸਦੀ ਲੋੜ ਅਤੇ ਮਹੱਤਵ ਸਮਝਣ ਵਾਲ਼ੀ, ਦੁੱਖ-ਦਰਦ ਦਾ ਮੁਲਾਂਕਣ ਕਰਨ ਵਾਲ਼ੀ ਅਤੇ ਮੂਰਖ ਲੋਕਾਂ ਅਤੇ ਉਸਦੀ ਕਾਮ ਵਾਸਨਾਵਾਂ ਭਰਪੂਰ ਇੱਛਾਵਾਂ ਨਾਲ਼ ਆਪਣੇ ਪਿਆਰਿਆਂ ਦੀ ਰੱਖਿਆ ਕਰਨ ਵਾਲ਼ੀ ਬਹਾਦਰ ਇਸਤਰੀ ਵਾਂਗ, ਦਿਲ ਵਿੱਚ ਕਿਸੇ ਵੀ ਤਰ੍ਹਾਂ ਦੀ ਘਬਰਾਹਟ ਮਹਿਸੂਸ ਕੀਤੇ ਬਿਨ੍ਹਾਂ, ਆਈ ਹਾਂ।"

"ਕੱਲ੍ਹ ਤੱਕ ਮੈਂ ਤੇਰੇ ਸਾਹਮਣੇ ਥਰਥਰ ਕੰਬਦੀ ਛਾਂ ਵਾਂਗ ਬੈਠਦੀ ਸੀ, ਪਰ ਅੱਜ ਮੈਂ ਪਵਿੱਤਰ ਦੇਵੀ ਇਸਤਰੂਨ ਅਤੇ ਭਗਵਾਨ ਈਸਾ ਸਾਹਮਣੇ ਆਪਣੀ ਅਸਲੀ ਹਾਲਤ ਸਮਝਣ ਲਈ ਆ ਕੇ ਬੈਠੀ ਹਾਂ। ਮੈਂ ਇੱਕ ਰੁੱਖ ਹਾਂ, ਜੋ ਹੁਣ ਤੱਕ ਹਨ੍ਹੇਰੇ

ਵਿੱਚ ਹੀ ਉੱਚਾ ਵੱਧਦਾ ਰਿਹਾ ਹੈ, ਪਰ ਅੱਜ ਮੇਰੀਆਂ ਟਹਿਣੀਆਂ ਦਿਲ ਦੀ ਰੋਸ਼ਨੀ ਵਿੱਚ ਲਹਿਰਾਉਣ ਲਈ ਫੈਲ ਚੁੱਕੀਆਂ ਹਨ।"

"ਮੇਰੇ ਪਿਆਰੇ, ਅੱਜ ਮੈਂ ਤੇਰੇ ਕੋਲੋਂ ਵਿਦਾ ਲੈਣ ਆਈ ਹਾਂ। ਮੈਂ ਇੱਛਾ ਕਰਦੀ ਹਾਂ ਕਿ ਆਪਣਾ ਇਹ ਵਿਛੋੜਾ ਪਿਆਰ ਵਾਂਗ ਮਹਾਨ ਅਤੇ ਸ਼ਾਨਦਾਰ ਅਤੇ ਤਿਆਗ ਭਰਿਆ ਹੋਵੇ। ਸਾਡਾ ਇਹ ਵਿਛੋੜਾ ਉਸ ਅੱਗ ਵਿੱਚ ਬਦਲ ਜਾਵੇ, ਜੋ ਕੱਚ ਨੂੰ ਤਪਾ ਕੇ ਕੁੰਦਨ ਬਣਾ ਦਿੰਦਾ ਹੈ।"

ਸਲਮਾ ਨੇ ਮੇਰੇ ਲਈ ਅੱਗੇ ਕਹਿਣ ਭਾਵ ਵਾਦ-ਵਿਵਾਦ ਕਰਨ ਲਈ ਕੁਝ ਨਹੀਂ ਬਚਾਇਆ, ਉਲਟਾ ਜਿਵੇਂ ਹੀ ਉਸਨੇ ਮੇਰੇ ਸਾਹਮਣੇ ਦੇਖਿਆ, ਅੱਖਾਂ ਵਿੱਚ ਇੱਕ ਤਰ੍ਹਾਂ ਦਾ ਤੇਜ਼ ਪੈਦਾ ਹੋਇਆ। ਇਸ ਤੇਜ਼ ਨੇ ਮੇਰੀ ਫੁਰਤੀ ਨੂੰ ਚਾਰ ਚੰਨ ਲਗਾ ਦਿੱਤੇ। ਉਸਦੇ ਚਿਹਰੇ 'ਤੇ ਸ਼ਾਨ ਦਾ ਤੇਜ਼ ਚਮਕਣ ਲੱਗਾ ਅਤੇ ਉਸ ਵਿੱਚ ਇੱਕ ਅਜਿਹੀ ਦੇਵੀ ਦੇ ਦਰਸ਼ਨ ਹੋਏ, ਜਿਸਦਾ ਦਰਸ਼ਨ ਹਲੀਮ, ਸ਼ਾਂਤ ਅਤੇ ਸ਼ਰਧਾਲੂ ਭਗਤਾਂ ਤੋਂ ਇਲਾਵਾ ਦੂਸਰਿਆਂ ਨੂੰ ਨਹੀਂ ਹੁੰਦਾ। ਇਸਦੇ ਬਾਅਦ ਉਹ ਨਿਢਾਲ ਹੋ ਕੇ ਮੇਰੀ ਛਾਤੀ 'ਤੇ ਡਿੱਗ ਪਈ। ਉਸਦੀਆਂ ਗੋਰੀਆਂ ਬਾਹਾਂ ਮੇਰੀ ਗਰਦਨ ਦੁਆਲ਼ੇ ਪੈ ਗਈਆਂ ਅਤੇ ਉਸਨੇ ਮੇਰੇ ਬੁੱਲ੍ਹਾਂ ਨੂੰ ਚੁੰਮ ਲਿਆ—ਇੱਕ ਲੰਮਾ, ਗੰਭੀਰ ਨਿੱਘਾ ਚੁੰਮਣ। ਇਸ ਚੁੰਮਨ ਨੇ ਮੇਰੀ ਦੇਹ ਵਿੱਚ ਜੀਵਨ ਦਾ ਅਹਿਸਾਸ ਜਗਾ ਦਿੱਤਾ ਅਤੇ ਮੇਰੀ ਆਤਮਾ ਦੇ ਗੁਪਤ ਭੇਦਾਂ ਨੂੰ ਪ੍ਰਗਟ ਕੀਤਾ। ਇਸ ਨੇ ਮੇਰੇ ਅੰਦਰਲੇ ਸੰਸਾਰ ਅਤੇ ਉਸ ਵਿੱਚ ਰਹਿਣ ਵਾਲ਼ੀ ਹਰੇਕ ਚੀਜ਼ ਦੇ ਵਿਰੁੱਧ ਵਿਦਰੋਹ ਕਰਨੋਂ ਕਿਉਂ ਰੋਕਿਆ? ਇਸ ਲਈ ਕਿ ਜਿਸਨੇ ਸਲਮਾ ਦੇ ਦਿਲ ਦੀ ਮੂਰਤੀ ਅਤੇ ਉਸਦੀ ਆਤਮਾ ਨੂੰ ਬਲ਼ੀਦੇਵੀ ਬਣਾਇਆ ਸੀ, ਉਹ ਰੱਬੀ ਪ੍ਰਸਿੱਧੀ ਦੇ ਸਾਹਮਣੇ ਆਪਣਾ ਬਲੀਦਾਨ ਸ਼ਾਂਤੀ, ਨਿਮਰਤਾ ਅਤੇ ਪਿਆਰ ਨਾਲ਼ ਆਦਰਪੂਰਵਕ ਕਰ ਸਕੇ।

ਜਿਵੇਂ ਹੀ ਸੂਰਜ ਛਿਪਣ ਲੱਗਿਆ ਅਤੇ ਉਸਦੀਆਂ ਆਖਰੀ ਕਿਰਨਾਂ ਨੇ ਇਮਾਰਤਾਂ ਅਤੇ ਖੇਤਾਂ ਤੋਂ ਵਿਦਾ ਲਈ। ਸਲਮਾ ਮੇਰੇ ਕੋਲ਼ੋਂ ਹੌਲ਼ੀ ਜਿਹੀ ਉੱਠੀ ਅਤੇ ਮੰਦਿਰ ਦੇ ਵਿਚਕਾਰਲੇ ਹਿੱਸੇ ਵਿੱਚ ਜਾ ਕੇ ਖੜ੍ਹੀ ਹੋ ਗਈ। ਉਹ ਮੰਦਿਰ ਦੀਆਂ ਕੰਧਾਂ ਅਤੇ ਕੋਨਿਆਂ ਨੂੰ ਇੰਞ ਦੇਖਦੀ ਜਿਵੇਂ ਉਨ੍ਹਾਂ ਪ੍ਰਤੀਕ ਚਿੱਤਰਾਂ 'ਤੇ ਉਹ ਆਪਣੀਆਂ ਅੱਖਾਂ ਦੇ ਤੇਜ਼ ਨੂੰ ਹੋਰ ਤੇਜ਼ ਕਰਨਾ ਚਾਹੁੰਦੀ ਸੀ। ਇਸ ਦੇ ਬਾਅਦ ਉਸਨੇ ਕੁਝ ਕਦਮ ਅੱਗੇ ਵਧਾਏ ਅਤੇ ਰੱਬ ਈਸਾ ਦੇ ਚਿੱਤਰ ਸਾਹਮਣੇ ਨਿਮਰਤਾ ਅਤੇ ਅਰਦਾਸ ਦੇ ਭਾਵ ਨਾਲ਼ ਝੁਕ ਗਈ। ਉਸਨੇ ਚਿੱਤਰ ਦੇ ਰੱਬ ਦੇ ਜ਼ਖ਼ਮੀ ਪੈਰਾਂ ਨੂੰ ਚੁੰਮਿਆ ਅਤੇ ਹੌਲ਼ੀ-ਹੌਲ਼ੀ ਕਹਿਣ ਲੱਗੀ, "ਹੇ ਸਵਰਗ ਦੇ ਪਿਤਾ! ਮੈਂ ਸੁੱਖ ਅਤੇ ਅਨੰਦ ਨਾਲ਼ ਭਰੀ ਹੋਈ ਦੇਵੀ ਇਸਤਰੂਨ ਦੀ ਗੋਦੀ ਦਾ ਤਿਆਗ ਕਰਕੇ ਤੇਰੀ ਸੂਲੀ ਨੂੰ ਪਸੰਦ ਕੀਤਾ ਹੈ। ਮੈਂ ਫੁੱਲ ਦੇ ਬਦਲੇ ਕੰਢਿਆਂ ਦਾ ਮੁਕਟ ਸਿਰ 'ਤੇ ਧਾਰਨ ਕਰਨ ਲਈ ਤਿਆਰ ਹੋਈ ਹਾਂ। ਮੈਂ ਇੱਤਰ ਅਤੇ ਖੁਸ਼ਬੂਦਾਰ ਤੇਲਾਂ ਦੇ ਬਦਲੇ ਖੁਦ ਦੇ ਲਹੂ ਅਤੇ ਮਾਸ ਵਿੱਚ ਨਹਾਉਣ ਲਈ ਤਿਆਰ ਹੋਈ ਹਾਂ। ਮੈਂ ਅੰਮ੍ਰਿਤ ਦੇ ਪਿਆਲੇ ਵਿੱਚ ਜ਼ਹਿਰ ਘੋਲ਼ ਕੇ ਪੀ ਜਾਣ ਲਈ ਤਿਆਰ ਹੋਈ ਹਾਂ। ਇਸ ਲਈ ਕਮਜ਼ੋਰੀਆਂ ਦੀ ਹੀ ਸ਼ਕਤੀ ਰੱਖਣ ਵਾਲ਼ੇ ਆਪਣੇ ਸੇਵਕ ਦੇ ਸੇਵਕ ਦੇ ਸਮੂਹ ਵਿੱਚ ਮੈਨੂੰ ਜਗ੍ਹਾ ਦੇ ਅਤੇ ਆਪਣੀ ਬਦਹਾਲੀ ਵਿੱਚ ਹੀ ਸੰਤੋਖ ਅਤੇ ਆਪਣੀ ਦੁੱਖ ਚਿੰਤਾ ਵਿੱਚ ਹੀ ਸੁੱਖ ਮੰਨਣ ਵਾਲ਼ੇ ਆਪਣੇ ਪਿਆਰੇ

ਭਗਤਾਂ ਨਾਲ਼ ਮੈਨੂੰ ਰੱਬ ਦੇ ਦਰਬਾਰ ਵਿੱਚ ਲੈ ਚੱਲ।"

ਇਸ ਤੋਂ ਬਾਅਦ ਉਹ ਖੜ੍ਹੀ ਹੋ ਗਈ ਅਤੇ ਮੇਰੇ ਸਾਹਮਣੇ ਦੇਖ ਕੇ ਕਹਿਣ ਲੱਗੀ, "ਜਿਸ ਜਗ੍ਹਾ 'ਤੇ ਭਿਅੰਕਰ ਪਰਛਾਵੇਂ ਪੈਂਦੇ ਰਹਿੰਦੇ ਹਨ, ਉਨ੍ਹਾਂ ਹਨ੍ਹੇਰੀਆਂ ਗੁਫਾਵਾਂ ਵੱਲ ਮੈਂ ਆਪਣੀ ਇੱਛਾ ਨਾਲ਼ ਜਾਂਦੀ ਹਾਂ। ਮੇਰੇ ਪਿਆਰੇ, ਮੇਰੇ 'ਤੇ ਦਇਆ ਨਾ ਕਰੀਂ ਅਤੇ ਨਾ ਸ਼ੋਕ ਮਨਾਵੀਂ, ਕਾਰਨ ਕਿ ਜਿਸ ਆਤਮਾ ਨੇ ਇੱਕ ਵਾਰ ਰੱਬ ਦੇ ਪ੍ਰਤੀਬਿੰਬ ਦਾ ਦਰਸ਼ਨ ਕੀਤਾ ਹੈ, ਉਹ ਸ਼ੈਤਾਨ ਦੇ ਪਰਛਾਵੇਂ ਤੋਂ ਨਹੀਂ ਡਰਦਾ ਅਤੇ ਜਿਨ੍ਹਾਂ ਅੱਖਾਂ ਨੇ, ਇੱਕ ਪਲ ਲਈ ਹੀ ਕਿਉਂ ਨਾ ਹੋਵੇ, ਰੱਬ ਦੇ ਪਵਿੱਤਰ ਮੰਦਿਰ ਦੀ ਧੂੜ ਰੂਪੀ ਸੁਰਮੇ ਦਾ ਕੱਜਲ ਲਗਾਇਆ ਹੈ, ਉਹ ਸੰਸਾਰ ਦੇ ਦੁੱਖ ਅਤੇ ਕਸ਼ਟਾਂ ਦੇ ਅੱਗੇ ਕਦੇ ਬੰਦ ਨਹੀਂ ਹੁੰਦੀਆਂ।"

ਸਲਮਾ ਆਪਣੇ ਰੇਸ਼ਮੀ ਕੱਪੜੇ ਦੀ ਪੁਸ਼ਾਕ ਵਿੱਚ ਮੰਦਿਰ ਤੋਂ ਚਲੀ ਗਈ ਅਤੇ ਮੈਂ ਵੀ ਹੈਰਾਨ, ਘੋਟਾ ਅਤੇ ਚਿੰਤਤ ਹੋ ਕੇ ਜਿਸ ਜਗ੍ਹਾ 'ਤੇ ਦੇਵਤਾ ਆਪਣੇ-ਆਪਣੇ ਸਿੰਘਾਸਨ 'ਤੇ ਵਿਰਾਜਮਾਨ ਹੁੰਦੇ ਹਨ। ਦੇਵਦੂਤ ਮਨੁੱਖਾਂ ਦੇ ਕੀਤੇ ਹੋਏ ਕਰਮਾਂ ਦਾ ਲੇਖਾ ਲੈਂਦੇ ਹਨ, ਆਤਮਾਵਾਂ ਜੀਵਨ ਦੀਆਂ ਕਹਾਣੀਆਂ ਕਹਿੰਦੀਆਂ ਹਨ ਅਤੇ ਕਲਪਨਾ ਦੀਆਂ ਪਰੀਆਂ ਪਿਆਰ, ਦਿਲ ਦੀ ਟੀਸ ਅਤੇ ਅਮਰਤਾ ਦੇ ਗੀਤ ਗਾਉਂਦੀਆਂ ਹਨ, ਅਜਿਹੇ ਕਾਲਪਨਿਕ ਬਾਗ ਵਿੱਚ ਵਿਚਰਨ ਲੱਗਾ।

ਜਿਵੇਂ ਹੀ ਇਸ ਹਾਲਤ ਵਿੱਚੋਂ ਚੌਂਕ ਕੇ ਚੇਤਨ ਹੋਇਆ, ਮੈਂ ਰਾਤ ਦੀਆਂ ਹਨ੍ਹੇਰੀਆਂ ਲਹਿਰਾਂ ਨੂੰ ਵਜੂਦ ਦੇ ਸਾਗਰ ਵਿੱਚ ਲਹਿਰਾਉਂਦੇ ਦੇਖਿਆ। ਮੈਂ ਕੋਈ ਠੋਸ ਚੀਜ਼ ਗੁਆ ਦਿੱਤੀ ਹੋਵੇ, ਅਜਿਹੀ ਦੁੱਖਦ ਕਮੀ ਮਹਿਸੂਸ ਕਰਨ ਲੱਗਾ। ਸਲਮਾ ਦੇ ਮੂੰਹੋਂ ਨਿਕਲ਼ੇ ਸ਼ਬਦ ਮੇਰੇ ਅੰਦਰ ਇੱਕ ਦੇ ਬਾਅਦ ਇੱਕ ਗੂੰਜ ਰਹੇ ਸਨ ਅਤੇ ਮੈਂ ਉਸਦੀ ਗਤੀਵਿਧੀ, ਉਸ ਦਾ ਰੰਗ-ਰੂਪ, ਉਨ੍ਹਾਂ ਦੇ ਅੰਗ ਕੋਮਲ ਹੱਥਾਂ ਦੇ ਮਿੱਠੇ ਸਪਰਸ਼ ਨੂੰ ਯਾਦ ਕਰਕੇ ਮਨ ਹੀ ਮਨ ਅਨੰਦ ਮਾਣਨ ਲੱਗਾ। ਜਿਵੇਂ ਹੀ ਮੈਨੂੰ ਸਲਮਾ ਦੇ ਵਿਛੋੜੇ ਅਤੇ ਉਸਦੇ ਬਾਅਦ ਦੀ ਇਕੱਲਤਾ ਅਤੇ ਕੜਵਾਹਟ ਦੇ ਸੱਚ ਸਰੂਪ ਦੀ ਝਾਕੀ ਮਿਲ਼ੀ, ਉਵੇਂ ਹੀ ਮੇਰੀ ਵਿਚਾਰ-ਸ਼ਕਤੀ ਬੋਲ਼ੀ ਹੋ ਗਈ ਅਤੇ ਮੇਰੇ ਦਿਲ ਦੀਆਂ ਨਸਾਂ ਢਿੱਲੀਆਂ ਪੈ ਗਈਆਂ। ਪਹਿਲੀ ਵਾਰ ਮੇਰੇ ਧਿਆਨ ਵਿੱਚ ਆਇਆ ਕਿ ਮਨੁੱਖੀ ਸੁਭਾਅ ਚਾਹੇ ਜਿੰਨਾ ਅਜ਼ਾਦ ਹੋਵੇ, ਫਿਰ ਵੀ ਉਸਦੇ ਪੂਰਵਜ਼ਾਂ ਦੇ ਬਣਾਏ ਹੋਏ ਕਾਇਦੇ-ਕਾਨੂੰਨਾਂ ਦੀ ਬੇਦਰਦੀ ਦਾ ਸ਼ਿਕਾਰ ਉਸਨੂੰ ਪੂਰੀ ਉਮਰ ਬਣਨਾ ਪੀ ਪੈਂਦਾ ਹੈ। ਅਤੇ ਜੋ ਕਿਸਮਤ ਨੂੰ ਆਪਣੇ ਰੱਬ ਦੀ ਢਾਲ਼ ਸਮਝਦੇ ਹਨ, ਉਹ ਭਵਿੱਖ ਦੇ ਅਟਲ ਨਤੀਜੇ ਦੇ ਸਾਹਮਣੇ ਅੱਜ ਦੀ ਰੁਕਾਵਟ ਹਨ ਅਤੇ ਅੱਜ ਦੀ ਪ੍ਰਵਿਰਤੀ ਅਤੇ ਇਨ੍ਹਾਂ ਦਾ ਵਹਾਅ ਕੱਲ੍ਹ ਦੀ ਆਗਿਆ-ਪਾਲਕਤਾ ਦਾ ਫਲ ਹੈ।

ਜਿਨ੍ਹਾਂ ਮਨੋਵਿਗਿਆਨਕ ਨਿਯਮਾਂ ਦੇ ਅਨੁਸਾਰ ਸਲਮਾ ਨੇ ਆਪਣੇ ਲਈ ਜੀਵਨ ਦੇ ਬਦਲੇ ਵਿੱਚ ਮੌਤ ਦਾ ਰਾਹ ਪਸੰਦ ਕੀਤਾ, ਉਨ੍ਹਾਂ ਉੱਪਰ ਉਸ ਰਾਤ ਤੋਂ ਲੈ ਕੇ ਅੱਜ ਦਿਨ ਤੱਕ ਮੈਂ ਕਿੰਨੀ ਹੀ ਵਾਰ ਗੰਭੀਰ ਵਿਚਾਰ ਕੀਤਾ ਹੈ ਅਤੇ ਵਿਦਰੋਹ ਕਰਨ ਵਾਲ਼ੇ ਅਤੇ ਤਿਆਗ ਦੇਣ ਵਾਲ਼ੇ, ਸਿਰ ਉੱਚਾ ਕਰਨ ਵਾਲ਼ੇ ਅਤੇ ਸਿਰ ਦੇਣ ਵਾਲ਼ੇ, ਇਨ੍ਹਾਂ ਦੋਵਾਂ ਵਿੱਚ ਵੱਧ ਸੁੰਦਰ ਅਤੇ ਮਹਾਨ ਕੌਣ ਹੈ, ਇਹ ਨਿਸ਼ਚਿਤ ਕਰਨ ਲਈ ਵਿਦਰੋਹੀ ਦੇ ਕਿਰਦਾਰ ਅਤੇ ਨੈਤਿਕਤਾ ਅਤੇ ਤਿਆਗ ਦੇਣ ਵਾਲ਼ੇ ਦੀ ਮਹਾਨਤਾ

ਅਤੇ ਸੱਜਣਤਾ, ਦੋਵੇ ਹੀ ਖੂਬ ਤੁਲਨਾ ਕੀਤੀ ਹੈ ਪਰ ਹੁਣ ਤੱਕ ਗੰਭੀਰ ਅਤੇ ਡੂੰਘੇ ਮਨੋਮੰਥਨ ਦੇ ਨਤੀਜੇ ਵਜੋਂ ਮੈਂ ਇੱਕ ਸੱਚ ਤੱਕ ਪਹੁੰਚਿਆਂ ਹਾਂ, ਉਹ ਇਹ ਹੈ ਕਿ ਆਚਰਨ ਦੀ ਸੁੰਦਰਤਾ ਅਤੇ ਸੱਜਣਤਾ ਦਾ ਸ੍ਰੋਤ ਸਰਲਤਾ ਹੈ ਅਤੇ ਸਲਮਾ ਸਰਲਤਾ, ਪਵਿੱਤਰਤਾ ਅਤੇ ਸੰਪੂਰਨ ਵਿਸ਼ਵਾਸ ਦੀ ਮੂਰਤੀ ਹੈ।

ਸਮਾਪਤੀ

ਸਲਮਾ ਦਾ ਵਿਆਹ ਹੋਏ ਅੱਜ ਪੰਜ ਸਾਲ ਬੀਤ ਚੁੱਕੇ ਸਨ ਪਰ ਜਿਸ ਪ੍ਰਕਾਰ ਸਰਘੀ ਵੇਲ਼ਾ ਰਾਤ ਦੇ ਆਖਰੀ ਹਿੱਸੇ ਦਾ ਦਿਨ ਦੇ ਅਰੰਭਿਕ ਹਿੱਸੇ ਨਾਲ਼ ਮੇਲ਼ ਕਰਾ ਦਿੰਦਾ ਹੈ, ਉਵੇਂ ਪਿਤਾ ਦੀ ਆਤਮਾ ਨਾਲ਼ ਮਾਤਾ ਦੀ ਆਤਮਾ ਦਾ ਮੇਲ ਕਰਾਉਣ ਵਾਲ਼ੀਆਂ ਅਤੇ ਆਪਸੀ ਘ੍ਰਿਣਾ ਦਾ ਸਹਾਰਾ ਦੇਣ ਵਾਲ਼ੀਆਂ ਉਨ੍ਹਾਂ ਦੀਆਂ ਆਤਮਾਵਾਂ ਵਿਚਕਾਰਲੇ ਅੰਤਰ ਨੂੰ ਆਪਣੀ ਮਧੁਰ ਯਾਦ ਦੀ ਸ਼ਕਤੀ ਨਾਲ਼ ਮਿਟਾ ਦੇਣ ਵਾਲ਼ੇ ਬਾਲਕ ਦੇ ਹੋਏ ਬਿਨਾਂ ਕੋਈ ਵੀ ਇਸਤਰੀ ਖ਼ੁਸ਼ਕਿਸਮਤ ਨਹੀਂ ਹੁੰਦੀ।

ਬਾਂਝ ਇਸਤਰੀ ਦੁਨੀਆ ਦੇ ਹਰੇਕ ਹਿੱਸੇ ਵਿੱਚ ਅਪਮਾਨ ਅਤੇ ਨੀਚਤਾ ਦੀ ਨਜ਼ਰ ਨਾਲ਼ ਦੇਖੀ ਜਾਂਦੀ ਹੈ ਕਿਉਂਕਿ ਜ਼ਿਆਦਾਤਰ ਪੁਰਸ਼ਾਂ ਨੂੰ ਅਜਿਹੀ ਸਿੱਖਿਆ ਦਿੱਤੀ ਜਾਂਦੀ ਹੈ ਕਿ ਉਨ੍ਹਾਂ ਦੇ ਜੀਵਨ ਦੀ ਪਰੰਪਰਾ ਉਨ੍ਹਾਂ ਦੀਆਂ ਸੰਤਾਨਾਂ ਦੁਆਰਾ ਹੀ ਚੱਲਦੀ ਰਹਿੰਦੀ ਹੈ। ਆਪਣੀਆਂ ਸੰਤਾਨਾਂ ਦੁਆਰਾ ਭਵਿੱਖਕਾਲ਼ ਵਿੱਚ ਵੀ ਆਪਣਾ ਬੀਜ ਇਸ ਭੂਮੀ ਵਿੱਚ ਬਣਿਆ ਰਹੇ, ਅਜਿਹੀ ਇੱਛਾ ਪੁਰਸ਼ ਰੱਖਦਾ ਹੈ।

ਇੱਕ ਜੜ੍ਹਵਾਦੀ ਪੁਰਸ਼ ਆਪਣੀ ਬਾਂਝ ਪਤਨੀ ਨੂੰ ਅਜਿਹੀ ਕਠੋਰਤਾ ਨਾਲ਼ ਦੇਖਦਾ ਹੈ, ਜਿਵੇਂ ਉਹ ਉਸਦੇ ਸਾਹਮਣੇ ਗਲ਼-ਗਲ਼ ਕੇ ਮਰ ਰਿਹਾ ਹੋਵੇ। ਉਸ 'ਤੇ ਉਸਨੂੰ ਚਿੜ ਹੁੰਦੀ ਹੈ, ਅੰਤ ਵਿੱਚ ਉਹ ਉਸਦਾ ਤਿਆਗ ਕਰ ਦਿੰਦਾ ਹੈ। ਇੰਨੇ ਨਾਲ਼ ਵੀ ਉਸਨੂੰ ਸੰਤੋਖ ਨਹੀਂ ਮਿਲ਼ਦਾ ਅਤੇ ਉਸਦੀ ਇਹ ਅਣਇੱਛੁਕ ਬਾਂਝ ਪਤਨੀ ਜਲਦੀ ਤੋਂ ਜਲਦੀ ਕਿਵੇਂ ਮਰੇ, ਉਸਦੀ ਨਜ਼ਰ ਤੋਂ ਹਮੇਸ਼ਾ ਲਈ ਦੂਰ ਚਲੀ ਜਾਵੇ, ਅਜਿਹੀ ਇੱਛਾ ਉਸ ਵਿੱਚ ਹੋਣ ਲੱਗਦੀ ਹੈ। ਉਹ ਉਸਦੀ ਧਰਮਪਤਨੀ ਨਹੀਂ ਹੈ, ਸਗੋਂ ਉਸਦੀ ਜਾਨ ਦੀ ਦੁਸ਼ਮਣ ਹੈ, ਇੰਞ ਵੀ ਉਹ ਮਹਿਸੂਸ ਕਰਨ ਲੱਗ ਜਾਂਦਾ ਹੈ।

ਮੰਸੂਰ ਵੀ ਸੰਪੂਰਨ ਜੜ੍ਹਵਾਦੀ, ਬਿਜਲੀ ਨਾਲ਼ੋਂ ਵੀ ਵੱਧ ਕਠੋਰ ਅਤੇ ਚਕੋਰ ਪੰਛੀ ਨਾਲ਼ੋਂ ਵੀ ਵੱਧ ਲਾਲਚੀ ਸੀ। ਫਿਰ ਵੀ ਉਸਨੂੰ ਇੱਕ ਪੁੱਤਰ ਦੀ ਇੱਛਾ ਸੀ, ਜੋ ਉਸਦੀ ਮੌਤ ਤੋਂ ਬਾਅਦ ਉਸਦੇ ਧਨ ਅਤੇ ਸਨਮਾਨ ਦਾ ਵਾਰਿਸ ਬਣੇ। ਸਲਮਾ ਵਿਚਾਰੀ ਉਸਦੀ ਇਸ ਇੱਛਾ ਨੂੰ ਪੂਰਾ ਕਰਨ ਵਿੱਚ ਅਯੋਗ ਸੀ, ਇਸ ਲਈ ਉਹ ਉਸਨੂੰ ਹੀਣਤਾ ਦੀ ਨਜ਼ਰ ਨਾਲ਼ ਵੇਖਦਾ ਸੀ। ਫਲਸਰੂਪ ਉਸਦੇ ਸਦਗੁਣ ਵੀ ਦੁਰਗੁਣ ਸਮਝੇ ਜਾਣ ਲੱਗੇ।

ਪਰ ਹਨ੍ਹੇਰੀ ਗੁਫਾ ਵਿੱਚ ਜੋ ਰੁੱਖ ਪਲ਼ਦਾ ਹੈ, ਉਸ 'ਤੇ ਫਲ ਕਦੇ ਨਹੀਂ ਆਉਂਦੇ। ਸਲਮਾ ਜ਼ਿੰਦਗੀ ਦੀ ਹਨ੍ਹੇਰੀ ਗੁਫਾ ਵਿੱਚ ਪਈ ਸੀ, ਇਸ ਲਈ ਉਸਦੇ ਕੋਈ ਬੱਚਾ ਨਹੀਂ ਹੋਇਆ।

ਡੇਲ ਦਾ ਫੁੱਲ ਬਾਲਕ ਹੈ, ਜੋ ਸੂਰਜ ਦੀ ਕਿਰਨ ਅਤੇ ਜ਼ਮੀਨ ਦੀ ਯੋਗਤਾ ਤੋਂ ਪੈਦਾ ਹੁੰਦਾ ਹੈ ਅਤੇ ਮਨੁੱਖ ਦਾ ਬਾਲਕ ਫੁੱਲ ਹੈ, ਜੋ ਪਿਆਰ ਅਤੇ ਮਿਲਨ ਦੀ ਰੋਸ਼ਨੀ ਦੇ ਸੰਰਖਣ ਤੋਂ ਪੋਸ਼ਿਤ ਹੁੰਦਾ ਹੈ। ਪਰ ਬੇਰੂਤ ਨਗਰ ਦੇ ਸਰਵਉੱਚ ਹਿੱਸੇ ਵਿੱਚ ਸਮੁੰਦਰ ਤਟ 'ਤੇ ਬਣੇ ਇਸ ਬੇਸ਼ਕੀਮਤੀ ਭਵਨ ਦੇ ਅੰਦਰ ਨਿਵਾਸ ਕਰਨ ਵਾਲ਼ੀ

ਸਲਮਾ ਪਿਆਰ ਅਤੇ ਮਿਲਨ ਤੋਂ ਪੂਰੀ ਤਰ੍ਹਾਂ ਵਾਂਝੀ ਸੀ।

ਫਿਰ ਵੀ ਉਹ ਰਾਤ ਦੀ ਸ਼ਾਂਤੀ ਵਿੱਚ ਰੱਬ ਨੂੰ ਅਰਦਾਸ ਕਰਦੀ ਅਤੇ ਆਪਣੀ ਕੋਮਲ ਅਤੇ ਨਾਜ਼ੁਕ ਉਂਗਲਾਂ ਨਾਲ਼ ਉਸਦੇ ਗਰਮ-ਗਰਮ ਹੰਝੂ ਪੂੰਝਣ ਅਤੇ ਆਪਣੀਆਂ ਅੱਖਾਂ ਦੀ ਜੋਤੀ ਦੇ ਉਜਾਲੇ ਨਾਲ਼ ਉਸਦੇ ਦਿਲ ਵਿੱਚ ਫੈਲੇ ਘੋਰ ਹਨ੍ਹੇਰੇ ਨੂੰ ਰੁਸ਼ਨਾਉਣ ਵਾਲ਼ੇ ਇੱਕ ਬਾਲਕ ਨੂੰ ਦੇਣ ਲਈ ਰੱਬ ਅੱਗੇ ਅਰਜ਼ੋਈ ਕਰਦੀ ਅਤੇ ਆਂਚਲ ਫੈਲਾਉਂਦੀ ਹੈ।

ਸਲਮਾ ਇੰਨੇ ਵਿਆਕੁਲ ਦਿਲੋਂ ਅਰਦਾਸ ਰੱਬ ਨੂੰ ਕਰਦੀ ਕਿ ਸਾਰਾ ਵਾਯੂਮੰਡਲ ਦੁੱਖ ਅਤੇ ਪੀੜ ਨਾਲ਼ ਭਰਪੂਰ ਹੋ ਜਾਂਦਾ ਅਤੇ ਅਜਿਹੇ ਦਿਲ-ਟੁੰਬਵੇਂ ਸੁਰ ਵਿੱਚ ਰੋਂਦੀ ਕਿ ਵਿਰਲਾਪ ਦੀ ਅਵਾਜ ਬੱਦਲਾਂ ਤੱਕ ਦੀ ਛਾਤੀ ਨੂੰ ਚੀਰ ਕੇ ਰੱਬ ਦੇ ਦਰਬਾਰ ਵਿੱਚ ਬਿਨਾਂ ਪੁੱਜੇ ਨਹੀਂ ਰਹਿ ਪਾਉਂਦੀ। ਅੰਤ ਵਿੱਚ ਰੱਬ ਨੇ ਉਸਦੀ ਅਰਦਾਸ ਸੁਣੀ ਅਤੇ ਇੱਕ ਮਿੱਠੀ ਅਤੇ ਅਲੌਕਿਕ ਧੁਨ ਸੁਣਨ ਦੀ ਇੱਛਾ ਬੱਝਵਾਈ। ਵਿਆਹ ਦੇ ਪੰਜ ਸਾਲ ਬਾਅਦ ਉਹ ਇੱਕ ਬੱਚੇ ਦੀ ਮਾਂ ਬਣਨ ਵਾਲ਼ੀ ਸੀ। ਇੰਨੇ ਲੰਬੇ ਸਮੇਂ ਬਾਅਦ ਉਸਦੀ ਕਿਸਮਤ ਤੋਂ ਕਲੰਕ ਮਿਟਣ ਵਾਲ਼ਾ ਸੀ।

ਗੁਫਾ ਵਿੱਚ ਵਧਣ ਵਾਲ਼ੇ ਰੁੱਖ ਵਿੱਚ ਫੁੱਲ ਆਇਆ ਸੀ ਅਤੇ ਹੁਣ ਫਲ ਆਉਣ ਵਾਲ਼ਾ ਸੀ। ਕੈਦੀ ਬੁਲਬੁਲ ਪਿੰਜਰੇ ਵਿੱਚ ਆਪਣੇ ਖੰਭਾਂ ਦਾ ਆਲ੍ਹਣਾ ਬਣਾਉਣ ਲਈ ਤਤਪਰ ਹੋਈ ਸੀ। ਪੈਰਾਂ ਹੇਠ ਦਾ ਰਬਾਬ ਵਾਜਾ ਪੂਰਵ ਹਵਾ ਦੀ ਗਤੀ 'ਤੇ ਛੱਡ ਦਿੱਤਾ ਗਿਆ ਸੀ, ਜਿਸ ਨਾਲ਼ ਹਵਾ ਦੀਆਂ ਲਹਿਰਾਂ ਉਸਦੇ ਬਚੇ-ਖੁਚੇ ਤਾਰਾਂ ਨੂੰ ਛੂਹਣ।

ਵਿਚਾਰੀ ਸਲਮਾ ਨੇ ਇਸ ਅਲੌਕਿਕ ਦਾਨ ਨੂੰ ਚੁੰਮਨ ਲਈ ਜੰਜੀਰਾਂ ਨਾਲ਼ ਜਕੜੀਆਂ ਹੋਈਆਂ ਬਾਹਾਂ ਨੂੰ ਫੈਲਾਇਆ ਸੀ।

ਜਦੋਂ ਕੁਦਰਤ ਦਾ ਕੋਈ ਅਟਲ ਨਿਯਮ ਬਾਂਝ ਇਸਤਰੀ ਨੂੰ ਮਾਂ ਬਣਾਉਂਦਾ ਹੈ, ਉਦੋਂ ਉਹ ਜਿਸ ਸੁੱਖ ਅਤੇ ਅਨੰਦ ਦਾ ਅਨੁਭਵ ਕਰਦੀ ਹੈ, ਉਸਦੇ ਅੱਗੇ ਜਿੰਦਗੀ ਦਾ ਹੋਰ ਕੋਈ ਸੁੱਖ ਜਾਂ ਅਨੰਦ ਆਪਣੀ ਕੀਮਤ ਨਹੀਂ ਰੱਖਦਾ। ਜਿਸ ਰੱਬ ਨੇ ਇਸਤਰੀ ਨੂੰ ਬਹੁਤ ਸਮੇਂ ਤੱਕ ਨਿਰਾਸ਼ਾ ਦੇ ਹਨ੍ਹੇਰੇ ਵਿੱਚ ਰੱਖਿਆ ਅਤੇ ਪਿੱਛੇ ਆਸ਼ਾ ਦੀ ਕਿਰਨ ਦੇ ਦਰਸ਼ਨ ਕਰਾਏ, ਉਸੇ ਨੇ ਇਸਤਰੀ ਦੀ ਕੋਖ ਵਿੱਚ ਰੂਪ ਅਤੇ ਸੁੰਦਰਤਾ ਦੀ ਸ਼ਾਨ ਅਤੇ ਬਸੰਤ ਅਤੇ ਸਵੇਰ ਦੇ ਆਉਣ ਨਾਲ਼ ਸਭ ਅਨੰਦਾਂ ਨੂੰ ਜਮਾ ਕਰ ਦਿੱਤਾ।

ਜੋ ਕਿਰਨਾਂ ਆਉਣ ਵਾਲ਼ੀ ਸੰਤਾਨ ਨੂੰ ਜਨਮ ਦੇਣ ਦੇ ਵਿਚਾਰ ਨਾਲ਼ ਇਸਤਰੀ ਦੇ ਦਿਲ ਵਿੱਚ ਪ੍ਰਗਟ ਹੁੰਦੀਆਂ ਹਨ, ਉਨ੍ਹਾਂ ਨਾਲ਼ੋਂ ਵੱਧ ਤੇਜਸਵੀ ਕਿਰਨਾਂ ਦੁਨੀਆ ਦੇ ਹੋਰ ਕਿਸੇ ਪ੍ਰਕਾਸ਼ ਦੀਆਂ ਨਹੀਂ ਹਨ।

ਸਲਮਾ ਦੇ ਨੌਂ ਮਹੀਨੇ ਪੂਰੇ ਹੋਣ ਵਾਲ਼ੇ ਸਨ, ਬਸੰਤ ਰੁੱਤ ਆਈ, ਜਿਵੇਂ ਕੁਦਰਤ ਨੇ ਸਲਮਾ ਨੂੰ ਇਵੇਂ ਦਾ ਵਚਨ ਦਿੱਤਾ ਹੋਵੇ, "ਦੇਖਣਾ ਤਾਂ ਸਹੀ, ਇੱਕ ਪਾਸੇ ਜਦੋਂ ਤੂੰ ਆਪਣੇ ਬਾਲਕ ਨੂੰ ਆਪਣੇ ਗਰਮ ਬਿਸਤਰੇ 'ਤੇ ਖਿਡਾਉਂਦੀ ਹੋਵੇਂਗੀ, ਉਦੋਂ ਉਸਦੇ ਦੂਸਰੇ ਪਾਸੇ ਮੈਂ ਵੀ ਹਰਿਆਲੇ ਖੇਤਾਂ ਅਤੇ ਫੁੱਲਾਂ ਨੂੰ ਸੂਰਜ ਦੀਆਂ ਕਿਰਨਾਂ ਵਿੱਚ ਖਿਡਾਉਣ ਲਈ ਆ ਪਹੁੰਚਾਂਗੀ।"

ਦਿਨ ਪੂਰੇ ਹੋਏ ਅਤੇ ਜਿਵੇਂ ਯਾਤਰੀ ਤਕੜੇ ਦੇ ਗ੍ਰਹਿਆਂ ਦੇ ਚੜ੍ਹਨ ਦੀ

ਉਡੀਕ ਕਰਦਾ ਹੈ, ਉਵੇਂ ਸਲਮਾ ਜਣੇਪੇ ਦੀ ਉਡੀਕ ਕਰਨ ਲੱਗੀ। ਜਿਵੇਂ ਕਿੰਨੀ ਹੀ ਵਾਰ ਹਨ੍ਹੇਰੇ ਭਰੀਆਂ ਵਸਤੂਆਂ ਹੰਝੂਆਂ ਦੀ ਝੜੀ ਨਾਲ਼ ਸਪੱਸ਼ਟ ਅਤੇ ਪ੍ਰਕਾਸ਼ਮਾਨ ਹੋ ਕੇ ਦਿਖਾਈ ਦਿੰਦੀਆਂ ਹਨ, ਉਵੇਂ ਉਸਦੇ ਖ਼ੁਦ ਦੇ ਹੰਝੂਆਂ ਦੇ ਪਿੱਛੇ ਉਸਦਾ ਭਵਿੱਖ ਉਜਲਾ ਦਿਖਾਈ ਦੇਣ ਲੱਗਾ।

ਰਾਤ ਹਨ੍ਹੇਰੀ ਸੀ। ਚਾਰੇ ਪਾਸੇ ਸ਼ਾਂਤੀ ਛਾਈ ਹੋਈ ਸੀ। ਬੇਰੂਤ ਨਗਰ ਦੀਆਂ ਸਾਰੀਆਂ ਇਮਾਰਤਾਂ ਦੇ ਉੱਪਰ ਭਿਅੰਕਰ ਪਰਛਾਵੇਂ ਫੈਲੇ ਹੋਏ ਸੀ। ਇਸੇ ਵੇਲ਼ੇ ਸਲਮਾ ਦੀ ਜਨਮ-ਪੀੜਾ ਦਾ ਅਰੰਭ ਹੋਇਆ, ਜਿਵੇਂ ਜੀਵਨ ਅਤੇ ਮੌਤ ਦਰਮਿਆਨ ਖਿੱਚੋਤਾਣ ਸ਼ੁਰੂ ਹੋਈ ਹੋਵੇ। ਉਸਦੀ ਮੰਜੀ ਦੇ ਇੱਕ ਪਾਸੇ ਡਾਕਟਰ ਅਤੇ ਨਰਸ ਇਸ ਦੁਨੀਆ ਵਿੱਚ ਆਉਣ ਵਾਲ਼ੇ ਨਵੇਂ ਮਹਿਮਾਨ ਦੇ ਸਵਾਗਤ ਕਰਨ ਲਈ ਖੜ੍ਹੇ ਸਨ। ਰਾਹ 'ਤੇ ਆਉਣਾ-ਜਾਣਾ ਬੰਦ ਸੀ ਅਤੇ ਸਮੁੰਦਰੀ ਲਹਿਰਾਂ ਦਾ ਗੀਤ ਮੱਧਮ ਪੈ ਗਿਆ ਸੀ। ਸਾਰਾ ਮੁਹੱਲਾ ਸੁੰਨਸਾਨ ਸੀ। ਪਰ ਮੰਸੂਰ ਦੇ ਭਵਨ ਦੇ ਮਘੋਰਿਆਂ ਵਿੱਚੋਂ ਆਹ ਅਤੇ ਫਰਿਆਦ ਦੀਆਂ ਦਿਲ-ਟੁੰਬਵੀਆਂ ਚੀਕਾਂ ਲਗਾਤਾਰ ਆ ਰਹੀਆਂ ਸਨ। ਇੱਕ ਵਜੂਦ ਵਿੱਚੋਂ ਦੂਸਰੇ ਵਜੂਦ ਦੇ ਪੈਦਾ ਹੋਣ ਦੀ ਚਾਅ ਅਤੇ ਫਰਿਆਦ!...ਕਮੀ ਦੇ ਵਾਤਾਵਰਣ ਵਿੱਚ ਸਦਾ, ਉਮੀਦਾਂ ਦੀ ਆਹ ਅਤੇ ਫਰਿਆਦ...ਅਨਾਦਿ ਅਤੇ ਅਨੰਤ ਸ਼ਕਤੀ ਦੀ ਸ਼ਾਂਤੀ ਦੇ ਸਾਹਮਣੇ ਮਨੁੱਖ ਦੀ ਅਤਿਅੰਤ ਅਲਪ ਅਤੇ ਸੀਮਤ ਸ਼ਕਤੀ ਦੀ ਆਹ ਅਤੇ ਫਰਿਆਦ...ਜੀਵਨ ਅਤੇ ਮੌਤ ਇਨ੍ਹਾਂ ਦੋ ਪਹਿਲੂਆਂ ਦੇ ਕਲਾਵਿਆਂ ਵਿੱਚ ਫਸੀਆਂ ਹੋਈਆਂ ਕਮਜ਼ੋਰ ਅਤੇ ਤਾਕਤਹੀਣ ਸਲਮਾ ਦੀਆਂ ਆਹਾਂ ਅਤੇ ਫਰਿਆਦਾਂ!

ਸਰਘੀ ਵੇਲ਼ੇ ਸਲਮਾ ਦੀ ਕੋਖ 'ਚੋਂ ਪੁੱਤਰ ਦਾ ਜਨਮ ਹੋਇਆ। ਬਾਲਕ ਦੇ ਰੋਣ ਦੀ ਅਵਾਜ਼ ਸੁਣ ਕੇ ਆਪਣੇ ਵਿਤੋਂ-ਵੱਧ ਦਰਦ ਅਤੇ ਕਸ਼ਟ ਨਾਲ਼ ਆਪਣੀਆਂ ਅੱਖਾਂ ਉਸਨੇ ਖੋਲ੍ਹੀਆਂ ਅਤੇ ਸਭ ਪਾਸੇ ਨਜ਼ਰ ਦੌੜਾਈ ਤਾਂ ਕਮਰੇ ਦੇ ਚਾਰੇ ਪਾਸੇ ਖ਼ੁਸ਼ੀ ਅਤੇ ਪ੍ਰਕਾਸ਼ਮਾਨ ਮੂੰਹ ਉਸਨੂੰ ਦਿਖਾਈ ਦਿੱਤੇ। ਪਰ ਜਿਵੇਂ ਹੀ ਆਪਣੀ ਨਜ਼ਰ ਮੋੜੀ, ਉਵੇਂ ਹੀ ਆਪਣੀ ਮੰਜੀ ਕੋਲ਼ ਜੀਵਨ ਅਤੇ ਮੌਤ ਦੋਵਾਂ ਨੂੰ ਸੰਘਰਸ਼ ਕਰਦੇ ਹੋਏ ਦੇਖਿਆ। ਉਸਨੇ ਆਪਣੀਆਂ ਅੱਖਾਂ ਬੰਦ ਕਰ ਲਈਆਂ ਅਤੇ ਰੁੱਖ ਬਦਲ ਕੇ ਚੀਕ ਉੱਠੀ—"ਮੇਰਾ ਬੱਚਾ!"

ਨਰਸ ਬਾਲਕ ਨੂੰ ਰੇਸ਼ਮੀ ਕੱਪੜੇ ਵਿੱਚ ਲਪੇਟ ਕੇ ਮਾਂ ਕੋਲ਼ ਲੈ ਗਈ। ਪਰ ਡਾਕਟਰ ਇਸ ਸਮੇਂ ਸਲਮਾ ਨੂੰ ਨਿਰਾਸ਼ ਨਜ਼ਰ ਨਾਲ਼ ਦੇਖ ਰਿਹਾ ਸੀ ਅਤੇ ਬਾਰ-ਬਾਰ ਸ਼ੋਕ ਅਤੇ ਦੁੱਖ ਨਾਲ਼ ਆਪਣਾ ਸਿਰ ਹਿਲਾ ਰਿਹਾ ਸੀ।

ਗੁਆਂਢੀ ਪੁੱਤਰ-ਜਨਮ ਦੀ ਖ਼ਬਰ ਸੁਣ ਕੇ ਖ਼ੁਸ਼ ਹੋ ਉੱਠੇ ਅਤੇ ਰਾਤ ਦੇ ਕੱਪੜਿਆਂ ਨੂੰ ਬਦਲੇ ਬਿਨਾਂ ਹੀ ਪੁੱਤਰ-ਵਧਾਈ ਦੇਣ ਲਈ ਉਸਦੇ ਪਿਤਾ ਕੋਲ਼ ਦੌੜ ਗਏ ਪਰ ਡਾਕਟਰ ਤਾਂ ਹੁਣ ਵੀ ਨਿਰਾਸ਼ ਹੋ ਕੇ ਸਲਮਾ ਅਤੇ ਉਸਦੇ ਬਾਲਕ ਨੂੰ ਦੇਖ ਰਿਹਾ ਸੀ।

ਨੌਕਰ-ਚਾਕਰ ਆਪਣੇ ਮਾਲਿਕ ਦੇ ਸਾਹਮਣੇ ਪੁੱਤਰ ਜਨਮ ਦੀ ਵਧਾਈ ਦੇਣ ਅਤੇ ਇਨਾਮ ਪਾਉਣ ਲਈ ਦੌੜ ਪਏ ਪਰ ਡਾਕਟਰ ਤਾਂ ਹੁਣ ਵੀ ਬਰਾਬਰ ਚਿੰਤਾਭਰੀ ਨਜ਼ਰ ਨਾਲ਼ ਬਾਲਕ ਅਤੇ ਉਸਦੀ ਮਾਂ ਨੂੰ ਦੇਖਦਾ ਹੋਇਆ ਖੜ੍ਹਾ ਸੀ।

ਜਿਵੇਂ ਹੀ ਸੂਰਜ ਚੜ੍ਹਿਆ, ਸਲਮਾ ਨੇ ਆਪਣੇ ਬਾਲਕ ਨੂੰ ਆਪਣੀ ਛਾਤੀ ਨਾਲ਼ ਚਿਪਕਾ ਲਿਆ। ਬਾਲਕ ਨੇ ਪਹਿਲੀ ਵਾਰ ਅੱਖਾਂ ਖੋਲ੍ਹੀਆਂ ਅਤੇ ਮਾਂ ਨੂੰ ਦੇਖਿਆ। ਉਸਦੇ ਬਾਅਦ ਹਿਚਕੀ ਆਈ ਅਤੇ ਅੱਖਾਂ ਸਦਾ ਲਈ ਬੰਦ ਹੋ ਗਈਆਂ।

ਡਾਕਟਰ ਅੱਗੇ ਆਇਆ ਅਤੇ ਉਸਨੇ ਸਲਮਾ ਦੀ ਗੋਦੀ ਵਿੱਚੋਂ ਬਾਲਕ ਲੈ ਲਿਆ। ਉਸਦੀਆਂ ਅੱਖਾਂ ਵਿੱਚੋਂ ਦੋ ਵੱਡੇ-ਵੱਡੇ ਹੰਝੂ ਪਲਕਾਂ 'ਚੋਂ ਟਪਕ ਪਏ। ਰੂੰਦੇ ਸੁਰ ਵਿੱਚ ਉਸਨੇ ਕਿਹਾ, "ਆਇਆ ਅਤੇ ਚਲਾ ਗਿਆ।"

ਇੱਧਰ ਬਾਲਕ ਦੀ ਮੌਤ ਹੋਈ, ਉੱਧਰ ਮੁਹੱਲੇ ਦੇ ਲੋਕ ਦੀਵਾਨਖਾਨੇ ਵਿੱਚ ਮੰਸੂਰ ਦੇ ਨਾਲ਼ ਮੌਜ ਉਡਾ ਰਹੇ ਸਨ ਅਤੇ ਉਸਦੇ ਬਾਲਕ ਦੀ ਲੰਮੀ ਉਮਰ ਦੀ ਕਾਮਨਾ ਕਰ ਰਹੇ ਸਨ।

ਸਵੇਰ ਵੇਲ਼ੇ ਜਨਮ ਲੈਣ ਵਾਲ਼ਾ ਸੂਰਜ ਚੜ੍ਹਣ ਵੇਲ਼ੇ ਮਰ ਗਿਆ। ਕਾਲ਼ ਦੀ ਲੀਲਾ ਨਿਰਾਲੀ ਹੈ। ਸਰਘੀ ਵੇਲ਼ੇ, ਜਦੋਂਕਿ ਰਾਸ਼ਟਰ ਦਾ ਜਨਮ ਹੁੰਦਾ ਹੈ ਅਤੇ ਸੂਰਜ ਚੜ੍ਹਣ ਦਾ ਸਮਾਂ, ਜਦੋਂ ਕਿ ਰਾਸ਼ਟਰ ਮੌਤ ਦੀ ਨੀਂਦ ਵਿੱਚ ਸੌਂ ਜਾਂਦਾ ਹੈ, ਇਨ੍ਹਾਂ ਦੋ ਕਾਲ਼ਾਂ ਵਿੱਚ ਕਿਹੜਾ ਕਾਲ਼ ਘੱਟ ਮਹੱਤਵ ਦਾ ਅਤੇ ਕਿਹੜਾ ਵੱਧ ਮਹੱਤਵ ਦਾ ਹੈ, ਇਹ ਕਹਿਣ 'ਚ ਯੋਗਤਾ ਕਿਸ ਵਿੱਚ ਹੈ?

ਆਉਣ ਵਾਲ਼ਾ ਕਲਪਨਾ ਦੇ ਅਨੁਸਾਰ ਆਇਆ, ਠੰਢੇ ਸਾਹ ਵਾਂਗ ਚਲਾ ਗਿਆ ਅਤੇ ਛਾਂ ਵਾਂਗ ਅਦਿੱਖ ਹੋ ਗਿਆ। ਸਲਮਾ ਮਮਤਾ ਦੀ ਭਾਵਨਾ ਤੋਂ ਜਾਣੂ ਹੋਈ ਪਰ ਉਸਨੂੰ ਮਾਣ ਅਤੇ ਸਫਲਤਾ ਦੀ ਪ੍ਰਾਪਤੀ ਕਰਾਉਣ ਵਾਲ਼ਾ ਅਤੇ ਮੌਤ ਦੇ ਜ਼ਾਲਿਮ ਪੰਜੇ ਵਿੱਚੋਂ ਛੁਡਾਉਣ ਵਾਲ਼ਾ ਬਾਲਕ ਵੱਧ ਨਹੀਂ ਜੀਅ ਸਕਿਆ।

ਇੱਕ ਛੋਟਾ-ਜਿਹਾ ਜੀਵਨ ਰਾਤ ਦੇ ਆਖਰੀ ਪਹਿਰ ਵਿੱਚ ਸ਼ੁਰੂ ਹੋਇਆ ਅਤੇ ਸਵੇਰ ਦੇ ਅਰੰਭ ਵਿੱਚ ਸਮਾਪਤ ਹੋ ਗਿਆ ਜਿਵੇਂ ਉਹ ਹਨੇਰੇ ਦੇ ਭਰਵੱਟਿਆਂ ਵਿੱਚੋਂ ਟਪਕਣ ਵਾਲ਼ੀਆਂ ਅਤੇ ਸੂਰਜ ਦੀਆਂ ਕਿਰਨਾਂ ਪੈਂਦੇ ਹੀ ਸੁੱਕ ਜਾਣ ਵਾਲ਼ੀਆਂ ਤ੍ਰੇਲ ਦੀਆਂ ਬੂੰਦਾਂ ਹੋਣ।

ਜਿਸਨੂੰ ਕੁਦਰਤ ਨੇ ਪ੍ਰਗਟ ਕੀਤਾ, ਉਸੇ ਨੂੰ ਕੁਦਰਤ ਨੇ ਅਨੰਤ ਸ਼ਾਂਤੀ ਦੀ ਗੋਦ ਵਿੱਚ ਸੁਆ ਦਿੱਤਾ।

ਜਿਨ੍ਹਾਂ ਮੋਤੀਆਂ ਨੂੰ ਸਮੁੰਦਰ ਨੇ ਆਪਣੇ ਅੰਦਰੋਂ ਕਿਨਾਰੇ 'ਤੇ ਸੁੱਟਿਆ ਸੀ, ਉਨ੍ਹਾਂ ਨੂੰ ਸਮੁੰਦਰ ਦੀਆਂ ਲਹਿਰਾਂ ਨੇ ਫਿਰ ਉਸਦੀ ਡੂੰਘਾਈ ਵਿੱਚ ਭੇਜ ਦਿੱਤਾ।

ਖਿੜਨ ਤੋਂ ਪਹਿਲਾਂ ਹੀ ਮੁਰਝਾਇਆ ਹੋਇਆ ਇੱਕ ਫੁੱਲ!

ਜਿਸ ਪਿਆਰੇ ਮਹਿਮਾਨ ਦੀ ਸਲਮਾ ਬੇਸਬਰੀ ਨਾਲ਼ ਉਡੀਕ ਕਰ ਰਹੀ ਸੀ, ਉਹ ਆਉਣ ਤੋਂ ਪਹਿਲਾਂ ਹੀ ਵਿਦਾ ਹੋ ਗਿਆ ਅਤੇ ਦਰਵਾਜਾ ਖੋਲ੍ਹਣ ਤੋਂ ਪਹਿਲਾਂ ਹੀ ਅਦਿੱਖ ਹੋ ਗਿਆ।

ਪੇਟ ਦਾ ਇੱਕ ਬੱਚਾ, ਜੋ ਸੰਸਾਰ ਦੀ ਰੋਸ਼ਨੀ ਦੇਖਣ ਤੋਂ ਪਹਿਲਾਂ ਹੀ ਮਿੱਟੀ ਵਿੱਚ ਰਲ਼ ਗਿਆ।

ਆਹ! ਅਜਿਹੇ ਮਨੁੱਖ ਦਾ ਜੀਵਨ—ਸਿਰਫ ਮਨੁੱਖਾਂ ਦਾ ਹੀ ਨਹੀਂ, ਸਗੋਂ ਰਾਸ਼ਟਰ ਵੀ! ਸਿਰਫ ਰਾਸ਼ਟਰ ਦਾ ਹੀ ਜੀਵਨ ਨਹੀਂ, ਸਗੋਂ ਸੂਰਜ, ਚੰਦਰਮਾ ਅਤੇ ਤਾਰਿਆਂ ਦਾ ਵੀ ਜੀਵਨ!

ਸਲਮਾ ਨੇ ਡਾਕਟਰ ਵੱਲ ਵੇਖਿਆ ਅਤੇ ਇੱਕ ਡੂੰਘੇ ਸਾਹ ਲੈ ਕੇ ਬੋਲੀ, "ਲਿਆ, ਮੇਰਾ ਬੱਚਾ! ਲਿਆ, ਮੈਂ ਇਸਨੂੰ ਗੋਦ ਵਿੱਚ ਲਵਾਂ, ਉਸਨੂੰ ਦੁੱਧ ਪਿਲਾਵਾਂ।"

ਡਾਕਟਰ ਨੇ ਸਿਰ ਨੀਵਾਂ ਕਰ ਲਿਆ ਅਤੇ ਬੋਲਿਆ, "ਤੁਹਾਡਾ ਬੱਚਾ ਰੱਬ ਨੂੰ ਪਿਆਰਾ ਹੋ ਗਿਆ ਹੈ। ਹੌਂਸਲਾ ਰੱਖ, ਨਹੀਂ ਤਾਂ ਤੁਹਾਡਾ ਜੀਵਨ ਵੀ ਖਤਰੇ ਵਿੱਚ ਪੈ ਜਾਵੇਗਾ।"

ਸਲਮਾ ਨੇ ਇੱਕ ਚੀਕ ਮਾਰੀ ਅਤੇ ਫਿਰ ਸ਼ਾਂਤ ਪੈ ਗਈ। ਉਸਦੇ ਬੁੱਲ੍ਹਾਂ 'ਤੇ ਖੁਸ਼ੀ ਦੀ ਮੁਸਕਰਾਹਟ ਪ੍ਰਗਟ ਹੋਈ। ਉਸਦਾ ਚਿਹਰਾ ਚਮਕ ਉੱਠਿਆ ਜਿਵੇਂ ਇਸ ਤੋਂ ਪਹਿਲਾਂ ਕਦੇ ਨਾ ਦੇਖਿਆ ਹੋਇਆ ਸੱਚ ਉਸਨੇ ਦੇਖਿਆ ਹੋਵੇ। ਪੱਕੇ ਫੈਸਲੇ ਦੇ ਸੁਰਾਂ ਵਿੱਚ ਬੋਲੀ, "ਠੀਕ ਹੈ, ਤਾਂ ਮੇਰੇ ਬੱਚੇ ਦੀ ਲਾਸ਼ ਹੀ ਮੈਨੂੰ ਦੇ ਦਿਉ।"

ਡਾਕਟਰ ਨੇ ਬੱਚੇ ਦੀ ਲਾਸ਼ ਸਲਮਾ ਦੀ ਗੋਦ ਵਿੱਚ ਦੇ ਦਿੱਤੀ। ਸਲਮਾ ਨੇ ਉਸ ਲਾਸ਼ ਨੂੰ ਆਪਣੀ ਛਾਤੀ ਨਾਲ਼ ਚਿਪਕਾ ਲਿਆ ਅਤੇ ਕੰਧ ਵੱਲ ਮੂੰਹ ਕਰਕੇ ਮਰੇ ਬੱਚੇ ਨੂੰ ਕਹਿਣ ਲੱਗੀ, "ਮੇਰੀ ਜਾਨ! ਤੂੰ ਮੈਨੂੰ ਲੈਣ ਤਾਂ ਨਹੀਂ ਆਇਆ? ਮੈਨੂੰ ਮੇਰੀ ਆਖਰੀ ਜਗ੍ਹਾ ਦਾ ਰਾਹ ਦਿਖਾਉਣ ਆਇਆ ਹੋਵੇ, ਇੰਵ ਹੀ ਹੈ ਨਾ? ਹਾਏ ਮੇਰੀ ਜਾਨ! ਮੈਂ ਇੱਥੇ ਹਾਂ। ਚੱਲ, ਮੇਰੇ ਅੱਗੇ-ਅੱਗੇ ਚੱਲ! ਚੱਲ, ਅਸੀਂ ਇਸ ਹਨ੍ਹੇਰੀ ਗੁਫਾ ਵਿੱਚੋਂ ਜਲਦੀ ਤੋਂ ਜਲਦੀ ਨਿਕਲ਼ ਚੱਲੀਏ।"

ਥੋੜ੍ਹੀ ਦੇਰ ਬਾਅਦ ਸੂਰਜ ਦੀ ਰੋਸ਼ਨੀ ਮਘੋਰਿਆਂ ਦੇ ਪਰਦੇ ਵਿੱਚੋਂ ਹੋ ਕੇ ਕਮਰੇ ਵਿੱਚ ਆਈ ਅਤੇ ਮੰਜੀ 'ਤੇ ਪਏ ਦੋ ਬਿਨਾਂ ਪ੍ਰਾਣਾਂ ਦੇ ਸਰੀਰਾਂ 'ਤੇ ਠਹਿਰ ਗਈ। ਇਹ ਮੰਜੀ ਮਮਤਾ ਦੇ ਤੇਜ਼ ਨਾਲ਼ ਸੁਰੱਖਿਅਤ ਅਤੇ ਮੌਤ ਦੀਆਂ ਬਾਹਾਂ ਦੀ ਛਾਂ ਹੇਠ ਸੀ।

ਡਾਕਟਰ ਅੱਖਾਂ ਪੂੰਝਦਾ ਹੋਇਆ ਕਮਰੇ ਵਿੱਚੋਂ ਬਾਹਰ ਨਿਕਲ਼ਿਆ। ਜਿਵੇਂ ਹੀ ਉਹ ਦੀਵਾਨਖਾਨੇ ਵਿੱਚ ਪਹੁੰਚਿਆ ਅਤੇ ਇਸ ਦੁਰਘਟਨਾ ਦੀ ਖਬਰ ਸਭ ਨੂੰ ਸੁਣਾਈ, ਉਨ੍ਹਾਂ ਦੇ ਅਨੰਦ ਦੇ ਗੀਤ ਦੁੱਖ ਅਤੇ ਵਿਰਲਾਪ ਵਿੱਚ ਬਦਲ ਗਏ। ਪਰ ਮੰਸੂਰ ਨਾ ਤਾਂ ਰੋਇਆ, ਨਾ ਉਸਨੇ ਕਿਸੇ ਗੱਲ ਦਾ ਸੋਕ ਕੀਤਾ। ਨਾ ਉਸਦੀਆਂ ਅੱਖਾਂ ਵਿੱਚੋਂ ਹੰਝੂਆਂ ਦੀ ਇੱਕ ਬੂੰਦ ਤੱਕ ਟਪਕੀ ਅਤੇ ਨਾ ਉਸਦੇ ਮੂੰਹੋਂ ਦੁੱਖ ਦਾ ਹੌਕਾ ਨਿਕਲ਼ਿਆ। ਉਹ ਤਾਂ ਆਪਣੇ ਸੱਜੇ ਹੱਥ ਵਿੱਚ ਸ਼ਰਾਬ ਦਾ ਪਿਆਲਾ ਫੜੀ ਬੁੱਤ ਵਾਂਗ ਨਿਰਜੀਵ ਖੜ੍ਹਾ ਰਿਹਾ।

ਦੂਸਰੇ ਦਿਨ ਸਲਮਾ ਦੇ ਵਿਆਹ ਦੇ ਸਮੇਂ ਦੀ ਸਫੈਦ ਪੁਸ਼ਾਕ ਉਸਦੀ ਲਾਸ਼ ਦਾ ਕਫਨ ਬਣੀ ਅਤੇ ਉਸਦੀ ਲਾਸ਼ ਨੂੰ ਉਸ ਕਫਨ ਵਿੱਚ ਲਪੇਟ ਕੇ ਤਬੂਤ ਵਿੱਚ ਰੱਖਿਆ ਗਿਆ। ਬੱਚੇ ਨੂੰ ਜਨਮ ਸਮੇਂ ਜਿਸ ਰੇਸ਼ਮੀ ਕੱਪੜੇ ਵਿੱਚ ਲਪੇਟਿਆ ਗਿਆ ਸੀ ਉਹੀ ਕੱਪੜਾ ਉਸ ਦਾ ਕਫਨ ਬਣਿਆ, ਮਾਂ ਦੀ ਬਾਂਹ ਉਹਦਾ ਤਬੂਤ ਬਣੀ ਅਤੇ ਉਸਦੀ ਕਬਰ ਮਾਂ ਦਾ ਅਹਿੱਲ ਦਿਲ ਬਣਿਆ।

ਦੋਵੇਂ ਲਾਸ਼ਾਂ ਇਕ ਤਬੂਤ ਵਿੱਚ ਚੁੱਕੀਆਂ ਗਈਆਂ ਅਤੇ ਸ਼ਮਸ਼ਾਨ ਯਾਤਰੀ ਹੌਲ਼ੀ-ਹੌਲ਼ੀ ਇੰਵ ਚੱਲਣ ਲੱਗੇ, ਜਿਵੇਂ ਲੜਾਈ ਵਿੱਚ ਜਾਣ ਵਾਲ਼ੇ ਦੋ ਦਲ ਹੋਣ। ਮੈਂ ਵੀ ਇਸ ਸ਼ਮਸ਼ਾਨ-ਯਾਤਰਾ ਵਿੱਚ ਸ਼ਾਮਿਲ ਸੀ ਪਰ ਮੈਂ ਕੌਣ ਹਾਂ ਅਤੇ ਮੇਰੇ ਉੱਪਰ ਕੀ ਬੀਤ ਰਹੀ ਹੈ, ਇਸ ਗੱਲ ਦੀ ਕਿਸੇ ਨੂੰ ਕੋਈ ਖਬਰ ਨਹੀਂ ਸੀ।

ਤਬੂਤ ਕਬਰਿਸਤਾਨ ਵਿਚ ਆ ਪਹੁੰਚਿਆ। ਪਾਦਰੀ ਮਤਰਾਨ ਨੇ ਕੁਝ ਮੰਤਰ ਪੜ੍ਹੇ, ਦੂਸਰੇ ਪਾਦਰੀ ਤਬੂਤਾਂ ਦੇ ਚਾਰੇ ਪਾਸੇ ਖੜ੍ਹੇ ਰਹੇ ਅਤੇ ਪਵਿੱਤਰ ਬਾਈਬਲ ਵਿੱਚੋਂ ਕੁਝ ਵਾਕਾਂ ਦਾ ਪਾਠ ਕਰਨ ਲੱਗੇ। ਇਨ੍ਹਾਂ ਦੇ ਚਿਹਰਿਆਂ 'ਤੇ ਅਗਿਆਨਤਾ ਅਤੇ ਭਾਵਨਾ-ਹੀਣਤਾ ਦਾ ਪਰਦਾ ਪਿਆ ਹੋਇਆ ਸੀ।

ਜਿਵੇਂ ਹੀ ਤਬੂਤ ਕਬਰਿਸਤਾਨ ਵਿੱਚ ਉਤਾਰਿਆ ਜਾਣ ਲੱਗਾ, ਸ਼ਮਸ਼ਾਨ-ਯਾਤਰੀਆਂ ਵਿੱਚੋਂ ਇੱਕ ਬੋਲਿਆ, "ਭਾਈ, ਇੱਕ ਤਬੂਤ ਵਿੱਚ ਦੋ ਲਾਸ਼ਾਂ ਰੱਖੀਆਂ ਗਈਆਂ ਹੋਣ, ਇੰਞ ਤਾਂ ਮੈਂ ਆਪਣੇ ਜੀਵਨ ਵਿੱਚ ਪਹਿਲੀ ਵਾਰ ਹੀ ਦੇਖਿਆ ਹੈ।"

ਦੂਸਰਾ ਬੋਲਿਆ, "ਭਾਈ, ਤੈਨੂੰ ਪਤਾ ਹੈ ਜਾਂ ਨਹੀਂ ਕਿ ਇਹ ਬੱਚਾ ਕਿਉਂ ਆਇਆ ਸੀ? ਬਾਪ ਦੇ ਅੱਤਿਆਚਾਰ ਅਤੇ ਪੱਥਰ ਦਿਲ ਤੋਂ ਮਾਂ ਨੂੰ ਮੁਕਤੀ ਦਿਵਾਈ। ਮੇਰੀ ਸਮਝ ਵਿੱਚ ਜੋ ਆਇਆ, ਉਹੀ ਕਹਿੰਦਾ ਹਾਂ।"

ਤੀਸਰਾ ਬੋਲਿਆ, "ਅਰੇ, ਜ਼ਰਾ ਮੰਸੂਰ ਨੂੰ ਤਾਂ ਦੇਖ। ਹੈ ਇਸਨੂੰ ਕੋਈ ਚਿੰਤਾ? ਕਿਵੇਂ ਚੈਨ ਨਾਲ਼ ਅਕਾਸ਼ ਵੱਲ ਤੱਕ ਰਿਹਾ ਹੈ।"

ਚੌਥਾ, ਤੀਸਰੇ ਨੂੰ ਇਸ਼ਾਰਾ ਕਰਕੇ ਬੋਲਿਆ, "ਤੂੰ ਵੀ ਮੇਰੇ ਭਰਾ, ਮੂਰਖ ਹੈਂ। ਉਹ ਚਿੰਤਾ ਕਿਉਂ ਕਰੇ? ਉਸਨੂੰ ਕੱਲ੍ਹ ਹੀ ਇਸਦਾ ਕਾਕਾ ਸਲਮਾ ਨਾਲ਼ੋਂ ਵੀ ਵੱਧ ਅਤੇ ਉਸ ਨਾਲ਼ੋਂ ਵੀ ਵੱਧ ਸੁੰਦਰ ਅਤੇ ਵੱਧ ਪੈਸੇ ਵਾਲ਼ੀ ਲੜਕੀ ਦੇ ਨਾਲ਼ ਵਿਆਹ ਦਵੇਗਾ।"

ਪਾਦਰੀ ਪਵਿੱਤਰ ਬਾਈਬਲ ਦਾ ਪਾਠ ਕਰ ਰਹੇ ਸੁਨ ਅਤੇ ਦੂਸਰੀ ਕਬਰ ਲਈ ਮਿੱਟੀ ਪੁੱਟੀ ਜਾ ਰਹੀ ਸੀ। ਹੁਣ ਸ਼ਮਸ਼ਾਨਯਾਤਰੀਆਂ ਵਿੱਚੋਂ ਇੱਕ-ਇੱਕ ਕਰ ਪਾਦਰੀ ਮਤਰਾਨ ਅਤੇ ਉਸਦੇ ਭਤੀਜੇ ਕੋਲ਼ ਜਾਣ ਲੱਗੇ ਅਤੇ ਉਨ੍ਹਾਂ ਤੋਂ ਢਾਡਸ ਦੇ ਸ਼ਬਦ ਕਹਿਣ ਲੱਗੇ। ਮੈਂ ਇੱਕ ਕੋਨੇ ਵਿੱਚ ਇਕੱਲਾ ਖੜ੍ਹਾ ਹੋਇਆ ਸੀ ਪਰ ਮੇਰੀ ਮੁਸ਼ਕਿਲ ਵਿੱਚ ਢਾਡਸ ਦੇਣ ਵਾਲ਼ਾ ਉੱਥੇ ਕੋਈ ਨਹੀਂ ਸੀ। ਸਲਮਾ ਅਤੇ ਉਸਦੇ ਬੱਚੇ ਨੂੰ ਇਸ ਸੰਸਾਰ ਵਿੱਚ ਮੇਰੇ ਨਾਲ਼ੋ ਵੱਧ ਚਾਹੁੰਣ ਵਾਲ਼ਾ ਕਿਸਮਤ ਨਾਲ਼ ਹੀ ਕੋਈ ਹੋਵੇਗਾ!

ਸਭ ਲੋਕ ਪਿੱਛੇ ਹਟੇ, ਕਬਰ ਖੋਦਣ ਵਾਲ਼ਾ ਨਵੀਂ ਕਬਰ ਦੇ ਕੋਲ਼ ਖੜ੍ਹਾ ਹੋਇਆ ਸੀ। ਕੁਦਾਲੀ ਅਤੇ ਫਵਾੜਾ ਉਸਦੇ ਹੱਥ ਵਿੱਚ ਸੀ। ਮੈਂ ਉਸਦੇ ਕੋਲ਼ ਗਿਆ ਅਤੇ ਪੁੱਛਿਆ, "ਭਾਈ, ਇਨ੍ਹਾਂ ਵਿੱਚੋਂ ਫਾਰਿਸ ਕਰਾਮਾ ਦੀ ਕਬਰ ਕਿਹੜੀ ਹੈ, ਕੀ ਤੂੰ ਦੱਸ ਸਕਦਾ ਹੈਂ?

ਉਹ ਮੈਨੂੰ ਬਹੁਤ ਦੇਰ ਤੱਕ ਦੇਖਦਾ ਰਿਹਾ। ਇਸਤੋਂ ਬਾਅਦ ਸਲਮਾ ਦੀ ਕਬਰ ਦੱਸਦੇ ਹੋਏ ਉਸਨੇ ਕਿਹਾ, "ਹਾਂ, ਹਾਂ, ਇਹੀ ਕਬਰ ਫਾਰਿਸ ਕਰਾਮਾ ਦੀ ਹੈ। ਉਸਦੀ ਛਾਤੀ 'ਤੇ ਹੀ ਉਸਦੀ ਲੜਕੀ ਨੂੰ ਸੁਆ ਦਿੱਤਾ ਹੈ ਅਤੇ ਲੜਕੀ ਦੀ ਛਾਤੀ 'ਤੇ ਉਸਦੇ ਬੱਚੇ ਨੂੰ ਸੁਆਇਆ ਹੈ।" ਫਵਾੜੇ ਵੱਲ ਇਸ਼ਾਰਾ ਕਰਦੇ ਹੋਏ ਉਸਨੇ ਕਿਹਾ, "ਅਤੇ ਇਸੇ ਫਵਾੜੇ ਦੇ ਸਹਾਰੇ ਇਨ੍ਹਾਂ 'ਤੇ ਮਿੱਟੀ ਪਾਈ ਹੈ। ਇੰਞ ਮੈਂ ਇਨ੍ਹਾਂ ਬਾਪ, ਬੇਟੀ ਅਤੇ ਉਸਦੇ ਬੱਚੇ ਨੂੰ ਇਸ ਕਬਰ ਵਿੱਚ ਇੱਕ ਹੀ ਜਗ੍ਹਾ ਦਫਨਾਇਆ ਹੈ।"

ਮੈਂ ਕਿਹਾ, "ਅਤੇ ਇਸੇ ਕਬਰ ਵਿੱਚ ਤੂੰ ਮੇਰੇ ਦਿਲ ਨੂੰ ਵੀ ਦਫਨਾ ਦਿੱਤਾ। ਹਾਏ, ਤੇਰੀਆਂ ਬਾਹਾਂ ਕਿੰਨੀਆਂ ਮਜ਼ਬੂਤ ਹਨ!"

ਜਦੋਂ ਕਬਰ ਖੋਦਣ ਵਾਲ਼ਾ ਸਰੂ ਰੁੱਖ ਦੀਆਂ ਝਾੜੀਆਂ ਵਿੱਚ ਅਦਿੱਖ ਹੋ ਗਿਆ, ਮੇਰੇ ਦਿਲ ਦਾ ਬੰਨ੍ਹ ਟੁੱਟ ਗਿਆ ਅਤੇ ਮੈਂ ਵਿਆਕੁਲ ਹੋ ਕੇ ਧਾਹਾਂ ਮਾਰਦਾ ਹੋਇਆ ਸਲਮਾ ਦੀ ਕਬਰ 'ਤੇ ਡਿੱਗ ਗਿਆ।

✪✪✪